1946

இறுதிச் சுதந்திரப் போர்

கப்பற்படை எழுச்சியின் கதை

1946 Iruthi Suthanthira Por Eazhuchiyin kathai (In Tamil)
Pramod Kapoor ©
Translated by: **C.Subba Rao**
First Published : March, 2023
Published by
BHARATHI PUTHAKALAYAM
7, Elango Salai, Teynampet, Chennai - 600 018
Email: bharathiputhakalayam@gmail.com | www.thamizhbooks.com
Originally published under the Title *"1946 - Last war of Independence - Royal Indian Navy Mutiny"*
Published by : The Collection Lotus, An imprint of Roli Books Pvt. Ltd New Delhi - 48.

1946 இறுதிச் சுதந்திரப் போர் கப்பற்படை எழுச்சியின் கதை
பிரமோத் கபூர்
தமிழில் : ச. சுப்பாராவ்
முதற் பதிப்பு: மார்ச், 2023

வெளியீடு

பாரதி புத்தகாலயம்

7, இளங்கோ சாலை, தேனாம்பேட்டை, சென்னை - 600 018.
தொலைபேசி : 044 24330024, 24330024 விற்பனை: 24332924.

விற்பனை நிலையங்கள்

அருப்புக்கோட்டை: *கதவுஎண் 49 A/4 மெயின் ரோடு, தெற்கு தெரு - 9994173551*
ஈரோடு: *39: 39 ஸ்டேட் பாங்க் சாலை - 9245448353*
கரூர்: *நாரத கானசபா அருகில் (TNGEA OFFICE)- 9442706676*
காரைக்குடி : *12, 2 வது தெரு, கம்பன் மணிமண்டபம் பின்புறம் - 9443406150*
கும்பகோணம்: *352, ரயில் நிலையம் எதிரில் - 9443995061*
கோவை: *77, மசக்காளிபாளையம் ரோடு, பீளமேடு - 8903707294*
சிதம்பரம்: *22A / 18B தேரடி கடைத் தெரு, கீழவீதி அருகில் - 9994399347*
செங்கல்பட்டு: *1 D ஜி.எஸ்.டி சாலை - 044 27426964*
சேலம்: *15, வித்யாலயா சாலை சாலை - 0427 2335952*
தஞ்சாவூர்: *காந்திஜி வணிக வளாகம் காந்திஜி சாலை - 9655542400*
திண்டுக்கல்: *பேருந்து நிலையம் - 9942331105, 9976053719*
திருச்சி: *வெண்மணி இல்லம், கரூர் புறவழிச்சாலை - 9994289492*
திருநெல்வேலி: *25A, ராஜேந்திரநகர் - 9442149981*
திருப்பூர்: *447, அவினாசி சாலை - 9486105018*
திருவண்ணாமலை: *முத்தம்மாள் நகர்*
திருவல்லிக்கேணி: *48, தேரடி தெரு - 9444428358*
திருவாரூர்: *35, நேதாஜி சாலை - 9442540543*
நாகர்கோவில்: *699 கே.பி.ரோடு R.V.புரம் - 9443450111*
நெய்வேலி: *பேருந்து நிலையம் அருகில், - 9443659147*
பழனி: *பேருந்து நிலையம் அருகில் - 9442883696*
பாண்டிச்சேரி : *கிழக்கு கடற்கரைச்சாலை, இலாசுப்பேட்டை, 9486102777*
பெரம்பூர்: *52, கூக்ஸ் ரோடு - 9444373716*
மதுரை: *37A, பெரியார் பேருந்து நிலையம் - 045 22324674 & சர்வோதயா மெயின்ரோடு*
வடபழனி: *பேருந்து நிலையம் எதிரில் அடையார் ஆனந்தபவன் மாடியில் - 9444476967*
விருதுநகர்: *131, கச்சேரி சாலை - 0456 2245300*
வேலூர்: *பேஸ் III, சத்துவாச்சாரி - 9442553893*

நினைத்த நூல்கள்... நினைத்த நேரத்தில்...
thamizhbooks.com

BharathiTV | www.bookday.in
8778073949

சமர்ப்பணம்

கோவிட் இரண்டாவது அலையில்
நாங்கள் ஒரே நாள் இடைவெளியில் அடுத்தடுத்து
இழந்த அண்ணன், அண்ணி. மற்றும் நிம்மோ அண்ணிக்கு.

இவர்கள் குறித்த இனிய நினைவுகள்
இப்புத்தகம் எழுதிய நினைவுகளோடு
என்றும் இணைந்திருக்கும்.

SAREES AND PALOOS
GLAMOUR
Connaught Place :: NEW DELHI

The Hindustan Times

LARGEST CIRCULATION IN NORTHERN, NORTH-WESTERN & CENTRAL INDIA.

DELHI EDITION

VOL. XXIII. NO. 50

NEW DELHI: WEDNESDAY, FEBRUARY 20, 1946.

PRICE 1½ ANNAS

3 BRITISH CABINET MINISTERS FOR IN

PETHICK-LAWRENCE, CRIPPS & ALEXANDER IN MISSION

NEGOTIATIONS WITH POLITICAL LEADERS TO BEGIN BY END OF MARCH

DELEGATION GIVEN FREE HAND EXCEPT ON MATTERS OF MAJOR POLICY

LONDON, FEB. 19.—THREE BRITISH CABINET MINISTERS ARE GOING TO INDIA TO DISCUSS WITH LEADERS OF INDIAN OPINION THE FRAMING OF AN INDIAN CONSTITUTION. THEY ARE LORD PETHICK-LAWRENCE, SECRETARY FOR INDIA, SIR STAFFORD CRIPPS, PRESIDENT OF THE BOARD OF TRADE, AND MR ALBERT ALEXANDER, FIRST LORD OF THE ADMIRALTY. THIS WAS OFFICIALLY ANNOUNCED IN THE HOUSE OF LORDS TODAY BY LORD PETHICK-LAWRENCE.

The Prime Minister, Mr Clement Attlee, in making a similar statement in the House of Commons added that the mission would go to India towards the end of March.

DUTCH ATROCITIES IN JAVA

Indian Troops Threaten Direct Action

PROCLAMATION OF INDEPENDENCE MUST COME FIRST

NEHRU OUTLINES COUNTRY'S DEMAND AFTER ELECTIONS

ALLAHABAD, Feb. 19.—Reports that Lord Pethick-Lawrence and other officials were soon coming to India were met today by the comment from Pandit Jawaharlal Nehru that such a group might help to fill in the details of arrangements for independence, but the first requirement is recognition and proclamation of India's right to full independence.

JAI PRAKASH MAY BE

CITY EDITION

Ebson GLUCOSE WATER
the BEST
CARMINATIVE AND TONIC
FOR BABIES
SOLD AT ALL CHEMISTS

Dawn

Founded by MOHAMMAD ALI JINNAH

Edited by ALTAF HUSAIN

VOL. V NO. 54

DELHI: SUN. FEB 24, 1946. 21 RABI-UL-AWWAL, 1365 A. H.

PRICE 1½ ANS.

Ditz HANDY STOVE

NIGHTMARE GRIPS BOMBAY

FRESH TROUBLE BREAKS OUT IN MANY PARTS OF THE CITY

Two Trains Set On Fire At

Unconditional Surrender of RIN Ratings

CENTRAL ASSEMBLY

GOVERNMENT CENSURED ON RIN RISING

RACIAL DISCRIMINATION THE ROOT CAUSE

AHUJA SWADESHI STORES
FOR QUALITY FABRICS
WOOLLEN, COTTON & SILK

The Hindustan Times

Regd. No. L. 1732

LARGEST CIRCULATION IN NORTHERN, NORTH-WESTERN & CENTRAL INDIA.

DELHI EDITION

VOL. XXIII. NO. 52

NEW DELHI: FRIDAY, FEBRUARY 22, 1946

PRICE 1½ ANNAS

INDIAN RATINGS MUTINY AT TWO CEN

HEAVY EXCHANGES OF FIRE WITH BRITISH TROOPS

ULTIMATUM BY KARACHI REBELS: "TRUCE" AT BOMBAY

STRIKERS STILL IN COMMAND OF SEVERAL SHIPS

C.-IN-C. RUSHES REINFORCEMENTS TO TROUBLE SPOTS

Mutinies by R.I.N. ratings in Bombay and Karachi assumed grave proportions on Thursday with the mutineers opening fire on military forces sent out to lay them under siege.

In Bombay a "cease fire" was called in the afternoon, but in Karachi ratings from H.M.I.S. Hindustan lying offshore sent out a signal at 5 p.m. giving the following ultimatum: "If our demands are not conceded by 6 p.m. today we will open fire on the military." Their chief demand now is the withdrawal of the military.

Karachi Situation

6-Hour Battle In

ATTLEE ORDERS WARSHIPS TO INDIAN PORTS

NAVAL C.-IN-C.'s WARNING

Govt. Will Not Brook Indiscipline

RUSSIA ADMITS RECEIPT OF SECRET ATOM INFORMATION

'IN CAMERA' INVESTIGATION INTO LEAKAGES

LONDON, Feb. 21.—Russia acknowledged in an official statement broadcast by Moscow Radio last night that Canadian citizens had given "some information of a confidential character" to the Soviet Military Attache in Ottawa.

The information, the broadcast stated, "could be found in the published works concerning radio location, etc. and also in the well-known American pamphlet 'Atomic Energy'."

CANADA CONSULTING BRITAIN

Hindusthan Standard

CALCUTTA :—FEBRUARY 24, 1946. FALGOON 12, 1352 B. S.

NO. 143

PRICE TWO ANNAS

TISH PARATROOPS IN ACTION AT KARACHI

AL ARTILLERY & INDIAN ...LORS EXCHANGE SHELLS

200 KILLED IN BOMBAY BATTLE

SAILORS LAY DOWN ARMS ON SARDAR PATEL'S ADVICE

CONGRESS ASSURANCE TO TAKE UP

NATIONAL HERALD

MOURED CARS IN BOMBAY STREETS

RE FIRINGS BY POLICE ND ARMY

illed And Over 200 Injured

Day Of Widespread Disturbances

MILL-HANDS DOWN TOOLS

NEHRU MAY VISIT BOMBAY

CONCERN OVER R.I.N. DEVELOPMENTS

BOMBAY

SECOND DAK EDITION

Hindusthan Standard

CALCUTTA :—THURSDAY, FEBRUARY 28, 1946. FALGOON 16, 1352 B. S.

VOL. IX, NO. 147

PRICE TWO A

ON-VIOLENCE RAISED INDIA FROM LUMBER OF AGES

ANDHIJI ANALYSES RUNA'S STATEMENT

TRUGGLE MUST NOT BE PRECIPITATED

NATION LOSES NOTHING BY WAITING ON EVENTS

POONA, FEB. 26.—Mahatma Gandhi in a statement ued today refers to Mrs. Aruna Asaf Ali's refutation of his tement on the happenings in Bombay and declares that e was entitled to say that the people "are not interested the ethics of violence or non-violence, but the people were ry much interested in knowing the way which would bring eedom to the masses".

"Aruna and her comrades," Gandhiji says, "have to ask themselves every time whether non-violent way had or had not raised India from her slumber of ages and created in them a yearning, very vague perhaps, for Swaraj". In Gandhiji's opinion there is only one answer.

Referring to Mrs. Aruna Asaf Ali's statement that she would "rather unite Hindus and Muslims at the barricade than on the constitutional front", Gandhiji says: "The barricade life has always to be followed by the constitutional. That front is not taboo for ever".

Gandhiji adds that "it betrays want of foresight to disbelieve British declarations and precipitate a quarrel in anticipation. Is the official deputation coming to deceive a great nation? It is neither manly or womanly to think so. The nation will gain by trusting. The deceiver loses ... from the deceived".

NO SUPPRESSION OF NATIONAL SPIRIT

AZAD ON R.I.N. EPISODE

APPEAL FOR RESPONDING TO PUBLIC OPINION

NEW DELHI, FEB. 26.—"India is not in a mood to tolerate any action that may have even the semblance of the suppression of national spirit in any quarter," says Maulana Abul Kalam Azad, the Congress President ... the recent happenings in the R. I. N.

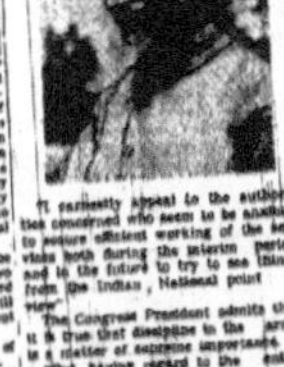

Urgency Of Indian Situation

India Secy. To Arrive A Fortnight Earlier

TRAGIC HAPPENINGS OF DAYS IN BOMB.

SARDAR PATE STERN WARNI

WRONG LEAD RESUL ANARCHY AND CH

"BEWARE OF EXPLOITER MASS AWAKENING"

BOMBAY, FEB. 24.—A stern warning ... people of India not to be misled by the attempt to exploit the anti-imperialist ... political awakening of the masses and ... into wrong channels was given by Sardar ... bhai Patel, presiding over a ... Chowpatti this evening.

Sardar Patel declared that such a step ... complete anarchy and chaos. After three days ... anarchy in the city which was followed by ... shooting innocent people, it was time for all of ... a certain amount of heart-searching over the ... ings of the past four days in the city.

BOMBAY COMPLETELY QUIET NOW

Patel & Nehru Go Round Hospitals

CAPT. BURHANUDDIN TO UNDERGO SEVEN YEARS' R. I.

C.-IN-C.'S ACTION ON COURT MARTIAL'S VERDICT : I. N. A. HERO FLOWN TO UNKNOWN DESTINATION

1946
இறுதிச் சுதந்திரப் போர்
கப்பற்படை எழுச்சியின் கதை

பிரமோத் கபூர்

தமிழில்: ச. சுப்பாராவ்

பாரதி புத்தகாலயம்

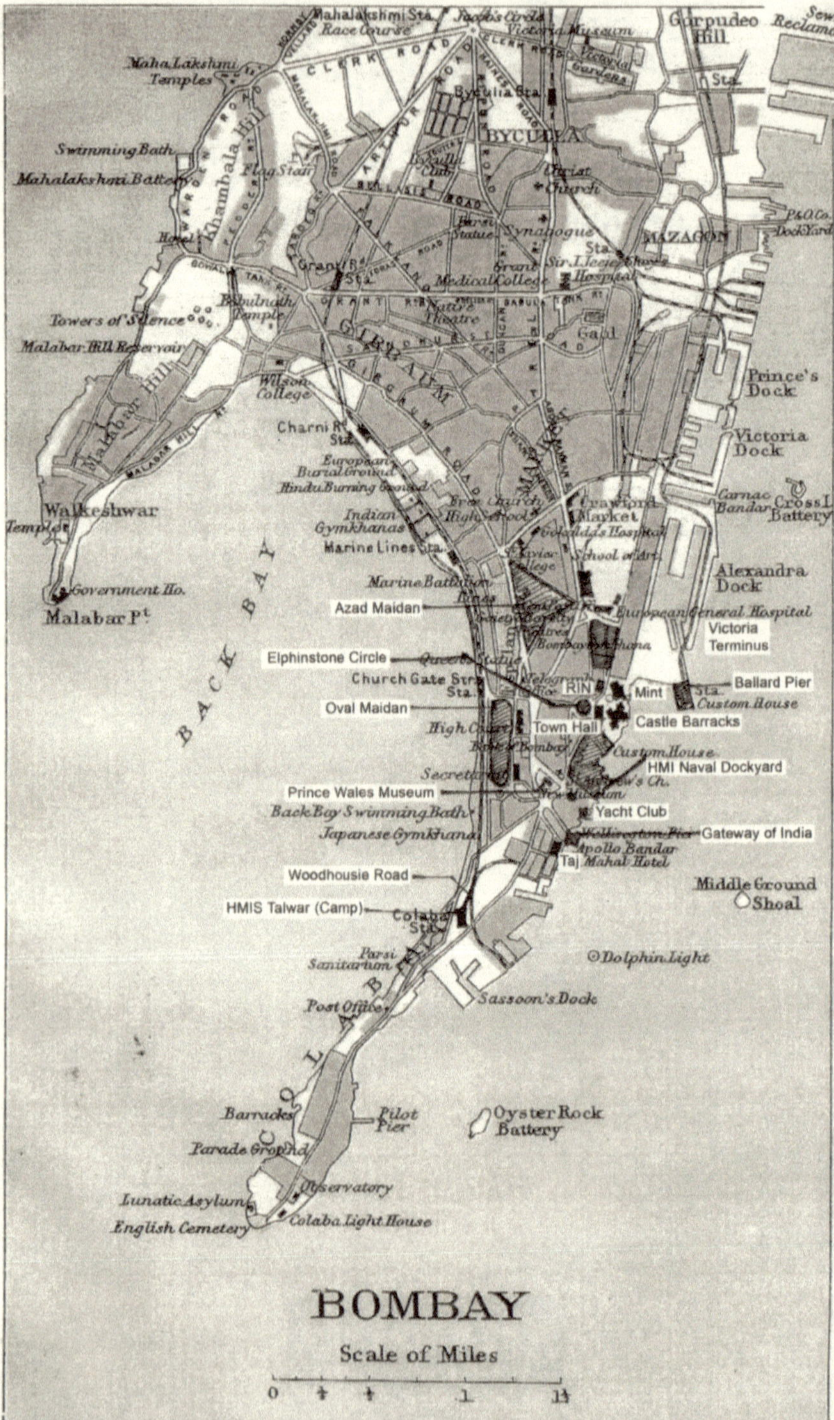

BOMBAY
Scale of Miles
Mahalakshmi Sta.
Race Course
Jacob's Circle
Victoria Museum
Victoria Gardens
Maha Lakshmi Temples
Khambala Hill
Byculla Sta.
BYCULLA
Swimming Bath
Mahalakshmi Battery
Flag Staff
Christ Church
Parsi Statue
Synagogue
MAZAGON
P&O Co. Dock Yard
Grant Rd. Sta.
Grant Medical College
Sir J. Jeejeebhoy's Hospital
Towers of Silence
Babulnath Temple
Native Theatre
Gaol
Malabar Hill Reservoir
GIRGAUM
Wilson College
Prince's Dock
Malabar Hill
Charni Rd. Sta.
Victoria Dock
European Burial Ground
Hindu Burning Ground
Walkeshwar
Temple
Crawford Market
Carnac Bandar
Cross I. Battery
Indian Gymkhanas
Marine Lines Sta.
School of Art
Alexandra Dock
Government Ho.
Malabar Pt.
Marine Battalion Lines
Azad Maidan
European General Hospital
Victoria Terminus
BACK BAY
Elphinstone Circle
Church Gate Sta.
RIN
Mint
Ballard Pier
Custom House
Oval Maidan
Castle Barracks
High Court
Town Hall
Custom House
HMI Naval Dockyard
Prince Wales Museum
Back Bay Swimming Bath
Yacht Club
Japanese Gymkhana
Gateway of India
Apollo Bandar
Taj Mahal Hotel
Woodhousie Road
Middle Ground Shoal
HMIS Talwar (Camp)
Colaba Sta.
Dolphin Light
Parsi Sanitarium
Sassoon's Dock
Post Office
COLABA
Barracks
Pilot Pier
Oyster Rock Battery
Parade Ground
Observatory
Lunatic Asylum
English Cemetery
Colaba Light House

உள்ளே...

ஜெய்ஹிந்த், சுயராஜ்ஜியம் எனது பிறப்புரிமை போன்ற கோஷங்களால் உத்வேகம் பெற்ற இந்திய இளைஞர்கள் இந்திய தேசிய ராணுவம், சுபாஷ் சந்திர போஸின் வெற்றியில் களிப்படைந்தார்கள்.

முன்னுரை

1946: இறுதிச் சுதந்திரப் போர்

தற்செயலாகத்தான் 1946 கப்பற்படை எழுச்சி பற்றி அறிந்தேன். *Gandhi : An Illustrated Biography* என்ற எனது நூலுக்கான ஆய்வு தொடர்பாக காந்தியடிகளின் முழுத் தொகுப்பான 98 பாகங்களையும் வேகமாகப் படித்து அவற்றில் எனக்கான ஐந்து தொகுதிகளைத் தேர்ந்தெடுத்தேன். 89, 90 பாகங்களில் ராயல் இந்திய கப்பற்படை எழுச்சி (Royal Indian Navy - RIN) (இனி இந்த மொழிபெயர்ப்பில் ஆர்.ஐ.என்) பற்றிய சில அறிக்கைகள், கடிதங்களைப் பார்த்தேன். அவற்றைப் பற்றிக் குறித்துக் கொண்டாலும், எனது நூலில் அவற்றை இணைக்க முடியவில்லை. காந்தி பற்றிய புத்தகத்தை முடித்ததும், ஆர்.ஐ.என் எழுச்சிச் சம்பவங்கள் பற்றி திரும்பவும் படித்தபோது, அந்த நிகழ்வின் பரிமாணம் தெரிந்தது. அதுபற்றி அதிகம் படிக்கப் படிக்க அந்த இளைஞர்களின் வீரச் செயல்கள் குறித்து முழுமையாக எழுதவேண்டும் என்று மனதில் தோன்றியது. போகிறபோக்கில் நான் படித்ததைவிட அதில் நிச்சயமாக நிறையவே விஷயங்கள் இருப்பதாக எனக்குப்பட்டது.

பிரிட்டிஷ் அட்மிரல்கள், கப்பல்கள் மற்றும் கரைப்பகுதி அலுவலகங்களின் தலைமைத் தளபதிகள் அளித்த நூற்றுக்கணக்கான அறிக்கைகள், லண்டனுக்கும் டில்லிக்கும் இடையில் நடந்த கடித, தந்திப் போக்குவரத்துகள், பிரிட்டிஷ் பாராளுமன்ற நடவடிக்கைகள், இந்திய சட்டமன்றத்தில் நடந்த விவாதங்கள் என ஏராளமான ஆவணங்களைக் கண்டுபிடித்தேன். அவை நேர்மையாக எழுதப்பட்டிருந்தன. ஆனால் அச் சம்பவங்களில் அவை பிரிட்டிஷ் தரப்பை மட்டுமே காட்டின. இந்தியத் தரப்புத் தகவல்களுக்கு எழுச்சியில் நேரடியாக ஈடுபட்டோரின் சொந்த நினைவுக் குறிப்புகள் இருந்தன. ஒரு உயர்மட்ட விசாரணைக் குழு இரு தரப்பிற்கும் வாய்ப்பு தந்து, இரு தரப்பின் வாக்குமூலங்களையும் நேர்மையாகப் பதிவு செய்திருந்தது. நாடு விடுதலை பெற்ற பின்னரே இந்த முழு அறிக்கை பொதுமக்கள் பார்வைக்கு வைக்கப்பட்டது. பிரிட்டிஷ் உரிமையாளர்கள் நடத்திய

பத்திரிகைகளான டைம்ஸ் ஆஃப் இந்தியா, தி ஸ்டேட்ஸ்மேன், தேசிய பத்திரிகைகளான ஃப்ரீ பிரஸ் ஜர்னல், பாம்பே கிரானிகிள், இந்துஸ்தான் டைம்ஸ், டான் போன்றவை நூற்றுக்கணக்கான செய்திகளை வெளியிட்டிருந்தன. இவை ஒரே சம்பவத்தை தமது நிலைபாட்டின்படி வேறுவிதமாகக் கூறின. முதல் சில மாதங்களுக்கு இந்த பத்திரிக்கைச் செய்திகள் அனைத்தையும் படித்தால் ஒன்றும் புரியாத புதிர் போல இருந்தது.

ஐந்தாண்டுகளுக்கும் மேலாக இந்தப் புதிர் என்னை ஈர்த்துக் கொண்டே இருந்தது. அந்தப் புதிர் தானாகவே விடுவித்துக் கொண்டு விடும் என்ற நிலை வந்தபோது, பாம்பே சி.ஐ.டி. பிரிவின் ஸ்பெஷல் பிரிவு ஆவணங்களின் ஒரு கட்டு வந்து புதிரின் தன்மை மீண்டும் மாறிவிட்டது. அந்த ஜிக்சா புதிரில் **ரிஷி தேவ் பூரி, மதன் சிங், குஸூம்** மற்றும் **பி.என்.நாயர்** ஆகியோர் பாம்பே மரைன் டிரைவ் பகுதியில் 2, ரிவெய்ரா என்ற வீட்டில் ரகசிய சந்திப்பு நடத்தியது பற்றிய குறிப்பிற்காக புதிய கட்டங்களை சேர்க்க நேர்ந்தது. இந்த புதிய பாத்திரங்களையும், செய்திகளையும் எனது எழுத்தில் சேர்க்க நேர்ந்தது.

இப்டா (*Indian people's Theatre Association – IPTA*) அமைப்பின் புகழ்பெற்ற உறுப்பினர்களான **காஜா அஹமது அப்பாஸ், சலீல் சௌதுரி, பண்டிட் ரவிசங்கர், பால்ராஜ் சாஹ்னி, ரித்விக் கட்டக், பிரிதிவிராஜ் கபூர்** போன்றோரிடமிருந்து மாலுமிகளின் எழுச்சிக்கு ஆதரவு தந்த செய்தி கிடைத்தது. இந்த இளம் மாலுமிகளின் உத்வேகமூட்டும் கதை குறித்து புதிய வெளிச்சம் தந்த ஆவணங்களை அளித்த பேரா.தீபக்ராவ் மற்றும் டாக்டர்.சேகர் கிருஷ்ணன் ஆகியோருக்கு எனது மனமார்ந்த நன்றி.

இந்த எழுச்சி பற்றி நான் படித்த முதல் புத்தகம் இந்த எழுச்சியின் நாயகனான பி.சி.தத்தின் சுயசரிதையான *Mutiny Of Innocents*. மிகத் தெளிவாக எழுதப்பட்ட நூல். தத் அப்போது முன்னணி விளம்பர நிறுவனமான லின்டாஸில் கணக்குப் பிரிவு அதிகாரியாக இருந்தார். அவருக்கு இந்த நூலை எழுத உதவியவர் மிக புத்திசாலி இளைஞரான ஷ்யாம் பெனகல்.

'பலாய் கம்யூனிஸ சார்பு கொண்ட உற்சாகமான மனிதர். கப்பல்படை எழுச்சி பற்றி அவரிடம் ஏராளமான கதைகள் இருந்தன. காந்தியைவிட நேதாஜிமீது அதிக நம்பிக்கை கொண்டவர். பின்னர் சோஷலிஸ்ட்டாக மாறி, ராம் மனோகர்

லோஹியாவின் தீவிர ஆதரவாளரானார். இதன் காரணமாக பன்வெலில் யூசுப் மெஹராலி மையத்தில் சோஷலிசப் பணிகளுக்காக தனது வாழ்வையே அர்ப்பணித்தார்,' என்று ஷ்யாம் நினைவு கூர்ந்தார்.

நாம் எதிர்பார்க்கும்படியே நல்ல நடையில் அறிவுபூர்வமாக எழுதப்பட்டிருந்தாலும், இந்த நூல் நாயகனின் பார்வையை மட்டுமே தந்தது. மற்றவர்களின் பங்களிப்பைக் குறைத்துக் கூறி, முக்கியமற்றது போல் காட்டியது. எழுச்சிக்கு முன்பான முக்கியமான காலகட்டத்தில் நூலாசிரியர் உண்மையில் சிறையில் இருந்தார். இன்று ஆய்வாளர்களுக்குக் கிடைக்கக் கூடிய பல தகவல்கள் அவருக்கு அப்போது கிடைக்கவில்லை.

நாயர்களுடனான தொடர்பு, அவர்களது வீட்டைப் பயன்படுத்தியது. அருணா ஆஸஃப் அலியின் தொடர்பு, முன்னாள் ராணுவத்தினர் சங்கத்திடமிருந்து தத்திற்குக் கிடைத்த உதவி (இதற்கு இப்டாவின் ஆதரவு இருந்தது) ஆகியவை விரிவாகச் சொல்லப்படவில்லை.

தத்தின் மிக நெருங்கிய நண்பரும், தல்வாரின் அவர்களிலும், மேடைகளிலும் புரட்சிகர வாசகங்களை எழுதி, போஸ்டர்களை ஒட்டிய குற்றத்தில் தத்துடன் கூடவே இருந்தவருமான ரிஷிதேவ் பூரி முறையாக அவரது பெயரால் குறிப்பிடப்படாது தேவ் என்றே குறிப்பிடப்படுகிறார். கப்பற்படை மத்திய போராட்டக்குழு (Naval Central Strike Committee - NCSC)வின் தேர்ந்தெடுக்கப்பட்ட துணைத் தலைவரான மதன்சிங் ஒரு கடமை உணர்ச்சி மிகுந்த மாலுமியாக, கொள்கைப் பிடிப்புள்ள மனிதராக வாசகர்களுக்கு அறிமுகம் செய்யப்படுகிறார். எழுச்சியில் அவரது தீவிர பங்களிப்பு குறித்த முக்கியமான விபரங்கள் தரப்படவில்லை.

ஒரு வெகுஜன வரலாற்று நூல் நிகழ்வுகளை வாசகருக்கு ஒரு திரைப்படம் பார்ப்பது போன்ற உணர்வைத் தர வேண்டும். எனவே தல்வார், கேசில் பேரக்ஸ் போன்ற இடங்களை (இவை இப்போது *Naval Transport Pool, INS Angre* என்று அழைக்கப்படுகின்றன) நேரில் சென்று அங்கு நடந்து திரிந்து பார்ப்பது முக்கியமானதாக இருந்தது.

அயலுறவுத் துறையில் பணிமாற்றத்தில் வந்தவரான கமாண்டர் ஆனந்த் கந்தல்வால் எனது நண்பர். அவர் எனக்கு கமோடோர்

ஸ்ரீகாந்த் கெஸ்நூரரை அறிமுகம் செய்து வைத்தார். கெஸ்நூர் தான் கப்பற்படை குறித்து என்னால் கண்டுபிடிக்க முடியாத பல விபரங்களைக் கண்டுபிடிப்பதற்கு உதவினார். அந்த வகையில் நான் ஆனந்திற்கு மிகவும் கடமைப்பட்டவன்.

எனது வேண்டுகோளின்படி, ஐ.என்.எஸ். ஆங்க்ரே, கப்பல்துறை, கிட்டத்தட்ட அனைத்து கப்பற்படை நகரங்களையும் நான் விரிவாகப் பார்ப்பதற்கு கெஸ்நூர் அனுமதி வாங்கித் தந்தார். சிவிலியன்களுக்கு அனுமதி மறுக்கப்பட்ட இடங்களும் எனக்குத் திறந்துவிடப்பட்டன. எழுச்சி நடந்த இடத்தின் புவியியல் அமைப்பையும், வரலாற்றையும் புரிந்துகொள்ள இது எனக்குப் பெரிதும் உதவியாக இருந்தது. தானேவில் இருக்கும் ரிசீவிங் ஸ்டேஷனை (இது 1946ல் ஹெச்.எம்.ஐ.எஸ். அக்பர் என்ற பெயரில் இருந்தது) பார்வையிடவும் எனக்கு அனுமதி கிடைத்தது. இதன் காரணமாக நான் முலுந்த் சென்று, சரணடைந்த புரட்சி மாலுமிகள் அடைத்து வைக்கப்பட்டிருந்த சிறை இருந்த இடத்தைப் பார்க்க முடிந்தது. முலுந்திற்கு வெகு அருகில் கல்யாணில் இருந்த முகாம். முள்வேலிகள் சூழ, வதை முகாம் போன்ற தோற்றத்தில் இருக்கும் ஒரு கொடூரமான இடம். மாலுமிகளின் துயரை என்னால் அங்கு உணர முடிந்ததால் அந்தப் பயணம் மிகவும் உணர்ச்சிகரமானதாக இருந்தது. கப்பற்படை வரலாற்று ஆர்வலரான கமாண்டர் மோகன் நாராயண் வீட்டிற்கும் சென்றேன். கப்பற்படை பற்றிய அவரது ஆழ்ந்த அறிவு எனக்குப் பேருதவியாக இருந்தது. இவையனைத்திற்கும், இவற்றிற்கு மேல் பல விஷயங்களுக்கும் நான் கமோடோர் கெஸ்நூருக்கு பெரிதும் நன்றிக்கடன் பட்டிருக்கிறேன். அவர் இப்போது எனது நெருங்கிய நண்பர்.

ஒரு வரலாற்று நிகழ்வு பற்றிய அபுனைவு நூலுக்கு எழுத்தைப் போலவே ஆய்வும் மிக முக்கியம். பின்னதன் மீதுதான் எனக்கு அதிகப்பற்று என்பதை நான் ஒப்புக்கொள்ளத்தான் வேண்டும். ‘ஒன்று இருந்தது என்றால், அது எனக்குக் கிடைக்கும்,’ என்பதை நான் உறுதியாக நம்புகிறேன். என் கதையின் முக்கிய நாயகர்களின் வாரிசுகளை ஒரு வேட்டைக்காரனின் உற்சாகத்தோடும், விடா முயற்சியோடும் தேடத் துவங்கினேன். சில தேடல்கள் பெரும் கண்டுபிடிப்புகளில் முடிந்தன. சில ஏமாற்றம் அளித்தன.

ரிஷிதேவ் பூரி 'இந்தியா டுடே' புகழ் அருண் பூரி மற்றும் மது ட்ரிஹானின் சித்தப்பா என்று தெரியவந்தது. ஆர்.டி.யின் தனிப்பட்ட பழக்க வழக்கங்கள் பற்றி இதுவரை வெளிவராத ஏராளமான தகவல்கள் கிடைத்தன. எனக்குக் கிடைத்த காவல்துறை ஆவணங்களை அவர்களோடு நான் பகிர்ந்தபோது, தங்கள் சித்தப்பா கதையடிப்பதாக தாம் நினைத்தவை எல்லாம் உண்மைச் சம்பவங்கள்தான் என்பதை அவர்கள் அறிந்தார்கள்.

அவர்கள் எனக்கு தம் உறவினரான தேவேந்திர நாத் பூரியை அறிமுகம் செய்தார்கள். இவர் ஆர்.டி.க்கு நெருக்கமானவர். இவர் மூலம் பல புதிய தகவல்கள் கிடைத்தன. இவ்வாறாக ஆர்.டி.யின் வாழ்வு, காலம் பற்றிய சில சுவையான தகவல்கள் கிடைத்தன. மது, அருண், தேவேந்திரநாத்துக்கு எனது நன்றி.

1990 களின் மத்தியில் செய்தித்தாளில் வந்த ஒரு கட்டுரை மூலம் மதன் சிங்கின் மருமகன் டல்ஹொசியில் ஒரு புகழ்பெற்ற பள்ளியின் இயக்குநராக இருக்கும் தகவல் கிடைத்தது. நான் அங்குள்ள ஒவ்வொரு பள்ளியாகத் தொடர்பு கொண்டேன். ஒரு சிறிய பள்ளியில் எனது தேடலைக் கூறி, நான் தேடும் பள்ளி கப்பற்படை எழுச்சியோடு தொடர்பு கொண்டது என்றேன். இது உதவியது. தொலைபேசியில் பேசியவர் டல்ஹொசி பப்ளிக் பள்ளியின் தொலைபேசி எண்ணைத் தந்தார். இதன் மூலம் திரு. தில்பர் சிங்கின் தொடர்பு கிடைத்தது. அவர் மருமகன் டாக்டர் ஜி.எஸ். தில்லானுடன் நான் தொடர்பு கொள்ள உதவி செய்தார். இவர் மூலமாக மதன்சிங்கின் மகன் அனுராக் தில்லான், ஸ்பெயினில் வசித்த மதன்சிங்கின் மகன் ரஞ்சித் பென்டர், கலிபோர்னியாவின் சாக்ரமெண்டாவில் மூத்த மருத்துவராக இருக்கும் மற்றொரு மகன் விஜய் பிரதாப் சிங், மதன்சிங்கின் மனைவி ஆகியோரின் தொடர்பு கிடைத்தது. பல மாதங்களுக்கு நடந்த நீண்ட தூர தொலைபேசி அழைப்புகள், மின்னஞ்சல்கள் மூலமாக பலமணி நேர உரையாடல்களைப் பதிவு செய்தேன். இந்த கிடைத்தற்கரிய சொந்தத் தகவல்கள் சர்தார் மதன் சிங்கின் அற்புதமான ஆளுமையை எழுத எனக்கு உதவியது. பல முக்கியமான அசாதாரணமான சம்பவங்களை என்னோடு பகிர்ந்து கொண்டதற்காக இந்தக் குடும்பத்தினருக்கு நான் என்றும் கடன்பட்டிருக்கிறேன்.

எழுச்சியில் குஸூம் மற்றும் பி.என்.நாயரின் ஆழமான ஈடுபாடு பற்றி உண்மையாகவே அதிகம் தெரியவில்லை. மரைன் டிரைவில் இருந்த அவர்களது வீடுதான் எழுச்சி பெருமளவு திட்டமிடப்பட்ட இடம். இங்குதான் இளம் மாலுமிகள் அருணா அசஃப் அலி, முன்னாள் ராணுவத்தினர் சங்கம் மற்றும் இப்டாவின் உறுப்பினர்களைச் சந்தித்தார்கள்.

1) குஸூம் நாயர் எழுதிய the army of occupation, 2) அவரது பாம்பே முகவரியான ரிவைரா, மரைன் டிரைவ், 3) 1960களில் நாயர்கள் குடியேறிய புதுடில்லி ஜோர்பாக் முகவரி என்ற மூன்று தகவல்களை வைத்துதான் நாயர்களைத் தேடினேன். குஸூம் நாயருக்கான அஞ்சலிக் குறிப்பு ஒன்றில் அவரது மகள் பெயர் அருணா என்ற தகவல் கிடைத்தது. (மகளுக்கு அருணா அஸஃப் அலியின் பெயரை வைத்திருக்கிறார்கள்).

இந்த அருணா பாரி மிச்சி என்பவரை மணம் செய்திருந்தார். இந்த பாரி கான்சாஸ் மாநில பல்கலைக்கழகத்தில் சர்வதேச திட்டங்களுக்கான உதவி செய்யும் துறையின் இயக்குநர். இவர்களது திட்டங்கள் இந்தியாவிலும் உண்டு. நான் இணையத்தில் தேடி, பேஸ்புக்கில் இவர்களது மகனான சமையல் நிபுணர் சேடன் மிச்சியைக் கண்டுபிடித்தேன். இவர் முஸோரியில் உட்ஸ்டாக் பள்ளியில் படித்தவர். இப்பள்ளியில் இருந்த எனது நண்பர்கள் மூலம் அவரை தொடர்பு கொள்ள முடிந்தது.

சேட்டனை மெஸஞ்சர் மூலம் தொடர்பு கொள்ள, அவர் என்னை தன் தந்தைக்கு அறிமுகம் செய்தார். அடுத்த ஆறு மாதங்களில் பல பரபரப்பான தகவல்களும், நிகழ்வுகளும் கிடைத்தன. முதன் முறையாக எழுச்சிக்கு முதல்நாள் இரவு உணவில் நாயர்கள் தாலில் கற்களைக் கலக்க ஏற்பாடு செய்ததும், அதுதான் மறுநாள் கிளர்ச்சிக்கு ஒரு முக்கிய காரணம் என்ற தகவலும் கிடைத்தது. தாலில் கற்கள் இருப்பது சகஜம்தான் என்றாலும், அன்றிரவு எழுச்சியை உருவாக்கத் திட்டமிட்டு கற்களைக் கலந்தது தெரிந்தது. துரதிருஷ்டவசமாக தன் தாயார் பற்றிய நூலைப் படிக்க அருணா உயிரோடு இல்லை. 2021 செப்.6 காலை, ‘எனது தாயார் அருணா நாயர் மிச்சி அமைதியாகக் காலமானார். சூரியன் ஒளி வீச, அவர் உயிர் வலியின்றிப் பிரிந்தது. இந்தியாவில் 1946ல் கப்பற்படை எழுச்சியில் பங்கு பெற்ற பெற்றோருக்குப் பிறந்தது முதல் அவர் முன்னேறிக் கொண்டே இருந்தார்... கான்ஸாஸ் மாநில பல்கலைக்கழகத்தின் அரசியல்

விஞ்ஞானப் பேராசிரியராக உயரும் வரை நிற்கவே இல்லை... வணக்கம், அம்மா... நான் உன்னை நேசிக்கிறேன் – சேடன் மிச்சி' ,என்ற தகவல் எனக்கு வந்தது.

2015ல் நான் இந்த ஆய்வைத் துவங்கிய போது பி.சி.தத்தின் குடும்பத்தினரைத் தேடுவதுதான் எனது பட்டியலில் முதலிடத்தில் இருந்தது. பாம்பேயின் நண்பர்கள் மூலமாக, பி.சி.தத்தின் மனைவி அனுசூயா தத் பாம்பே உயர்நீதி மன்றத்தில் பெரிய குடும்பநல வழக்கறிஞராக இருப்பதை அறிந்தேன். தெற்கு பாம்பேயில் இந்திய கிரிக்கெட் கிளப்பிற்கு எதிரில் ஒரு அடுக்குமனையில் அவர் வசிப்பதை அறிந்தேன். அவரது மகன் தனுஜ் முன்னிலையில் அரைமணி நேரம் அவருடன் பேசினேன். மறுநாள் நீண்ட நேரம் பேசலாம் என்று சொன்னார்கள். ஆனால் அது நடக்கவில்லை. மறுநாள் அவர் உடல்நலம் குன்றி மருத்துவமனையில் அனுமதிக்கப்பட்டார். 2017ல் அவர் காலமானார். அதற்கு முன்பு, 2009 லேயே தத் காலமாகி விட்டார்.

இதுபோன்ற நிகழ்வுகளின் அன்றாட நடப்புகளை அறிய செய்தித்தாள்கள் சிறந்த வழியாகும். ஒரு செய்தித்தாளில் சொல்லப்படுவதன் உண்மைத் தன்மையை வேறொன்றின் செய்தி மூலம் சரிபார்க்க முடியும். இந்த எழுச்சி பற்றிய செய்திகளில் பிரிட்டிஷார் உரிமையாளர்களாக இருந்த டைம்ஸ் ஆஃப் இந்தியா, ஸ்டேட்ஸ்மன் போன்றவை பிரிட்டிஷ் தரப்பைச் சொல்ல, பாம்பே கிரானிகிள், தி ஹிந்துஸ்தான் டைம்ஸ், அம்ரித பஜார் பத்ரிகா போன்றவை இந்தியத் தரப்பைச் சொல்ல, சவால் கடுமையானதாக இருந்தது.

பிரிட்டிஷ் தரப்பிற்குச் சாதகமில்லாத செய்திகளை பிரிட்டிஷ் ஏகாதிபத்தியப் பத்திரிகைகள் முக்கியமற்றதுபோல் குறைத்துக் கூறின. அதேசமயம் அவற்றை இந்திய பத்திரிகைகள் ஊதிப் பெரிதுபடுத்தின. இவைபோக கம்யூனிஸ்ட்கள் நடத்திய பத்திரிகைகள், இடதுசார்பு பத்திரிகைகள் வேறு இருந்தன. 'பீப்பிள்ஸ் ஏஜ்' என்பது இந்திய கம்யூனிஸ்ட் கட்சி நடத்திய பத்திரிகை. பிளிட்ஸ் என்பது இடதுசார்பு பத்திரிகையாளரான ஆர். கே.கரஞ்சியா நடத்தியது. எழுச்சி நாட்களின் பிளிட்ஸ் இதழ்களைப் பெற கரஞ்சியாவின் மகள் ரீடா மேத்தா உதவினார். எம்.ஏ.ஜின்னா துவக்கிய டான் என்ற பத்திரிகை அந்நாளில் டில்லியில் இருந்து வந்தது. பெரும்பாலும் முஸ்லிம் ஆதரவுச் செய்திகளே அதில்

வரும். எதிர்பார்த்ததைப் போலவே டான் பிரதிகளை பிரிட்டிஷ் ஆவணக் காப்பகத்தில் பெற முடிந்தது.

எழுச்சி காலத்தில் தனது விற்பனையை பன்மடங்கு அதிகரித்தது ஃப்ரீ பிரஸ் ஜர்னல் (எஃப்.பி.ஜே) என்ற பத்திரிகையாகும். இது தீவிர தேசியவாத பத்திரிகை. எழுச்சியின் போது முதல் பக்கம் முழுவதும் பெரிய பெரிய தலைப்புகளோடு செய்தி வெளியிட்டது மட்டுமின்றி, அது முடிந்த பின்பும் அது குறித்து தொடர்ந்து எழுதியது. புகழ்பெற்ற அதன் ஆசிரியர் சுவாமிநாதன் சதானந்த் தலைமையில் அது பிரிட்டிஷ் எதிர்ப்புச் செய்திகளை தைரியமாக வெளியிட்டது. எழுச்சி முடிந்த பல மாதங்களுக்கு அது குறித்த தலையங்கங்களும், கட்டுரைகளும் வெளியிட்டது.

பிரிட்டிஷ் அரசு எஃப்.பி.ஜே.யை வெறுத்தது. முக்கிய கட்சிகளான காங்கிரஸுக்கும், முஸ்லிம் லீக்கிற்கும் அதைப் பிடிக்காது. ஆனாலும், எழுச்சி பற்றிய நம்பகமான தகவல் களஞ்சியமாக இப்பத்திரிகை கருதப்பட்டது. இதைத்தான் மாலுமிகளும், பாம்பேயின் பொதுமக்களும் விரும்பிப் படித்தார்கள்.

இந்த நூலுக்கான ஆய்விற்காக நான் பல்வேறு பத்திரிகைகளின் நூற்றுக்கணக்கான இதழ்களைச் சேகரித்தேன். இவற்றில் எஃப். பி.ஜேயின் பிப்ரவரி 18 – 25 தேதி இதழ்கள் மிக முக்கியமானவை என்பது வெளிப்படை. இந்த தேதி பத்திரிகைகளை நேரு நினைவு நூலகம், தேசிய ஆவணக் காப்பகம், மஹாராஷ்ட்டிரா மாநில ஆவணக் காப்பகம் ஆகியவற்றில் தேடினேன். எஃப்.பி.ஜேயின் இன்றைய உரிமையாளர் அபிஷேக் கர்னானி உதவியால் எஃப். பி.ஜே ஆவணக் காப்பகத்தில் பலமுறை ஆய்வு செய்ய முடிந்தது.

ஆனாலும், அவர்களது சொந்த ஆவணக் காப்பகம் உள்ளிட்ட எந்த ஆவணக் காப்பகத்திலும் இந்த மிக முக்கியமான தேதிகளின் இதழ்கள் கிடைக்கவில்லை என்பதுதான் கொடுமை. அவை மொத்தமாக அப்புறப்படுத்தப்பட்டு விட்டன என்று சந்தேகிக்கிறேன். இதை விட்டுவிடக் கூடாது என்று பிடிவாதமாகத் தேடினேன். கடைசியில் லண்டன் தேம்ஸ் நதிக்கரையில் கிரீன்விச்சில் உள்ள தேசிய கடல்சார் அருங்காட்சியகத்தில் இந்த இதழ்களைக் கண்டுபிடித்தேன்.

எனது பதிப்பகப் பணிகளை இணைத்து பலமுறை லண்டன் சென்றேன். அங்கு பிரிட்டிஷ் நூலகம், தேசிய ஆவணக் காப்பகம்,

இம்பீரியல் வார் மியூசியம், தேசிய ராணுவ அருங்காட்சியம், கிரீன்விச்சின் தேசிய கடல்சார் அருங்காட்சியம் ஆகிய இடங்களில் ஆய்வு செய்தேன்.

பீட்டர் டே மற்றும் ஆண்ட்ரூ லூயி ஆகியோரது உதவியை நான் என்றும் மறவேன். இருவரும் லண்டனில் பல தகவல்கள் பெறுவதற்கு உதவினார்கள். இம்பீரியல் வார் மியூசியத்தின் கெய்ர்ட் அறையில்தான் அட்மிரல் ஜே.ஹெச்.காட்ஃபிரே (இவர்தான் எழுச்சியின்போது இந்தியாவில் கப்பல் படையின் கொடித் தளபதி *FOCRIN*) என்பவரது ஆவணங்களும், பதிப்பிக்கப்படாத அவரது 'கப்பற்படை நினைவுகளின்' பத்து பாகங்களும் இருந்தன. இந்த அருங்காட்சியகத்தை மராமத்துப் பணிகளுக்காக ஆண்டுக் கணக்கில் மூடி வைப்பதற்கு இரண்டு நாட்களுக்கு முன்பு, அவற்றில் முக்கியமான ஆவணங்களை பீட்டர் எவ்வாறோ எனக்கு மின்னஞ்சல் செய்தார். இல்லாவிட்டால் இவை எனக்குக் கிடைக்காமலேயே போயிருக்கும். பின்னர் இந்த ஆவணங்கள் கேம்ப்ரிட்ஜின் சர்ச்சில் கல்லூரியில் சர்ச்சில் ஆவணங்களோடு சேர்ந்து இருந்தது தெரிய வந்தது.

எழுச்சி உச்சபட்சத்தில் இருந்த நேரத்தில் பிரிட்டிஷ் பிரதமர் கிளமண்ட் ரிச்சர்ட் அட்லி மற்றும் வைசிராய் ஆர்சிபால்ட் வேவல் ஆகியோருக்கு இடையே நடந்த பதட்டமான தந்திப் போக்குவரத்தை தற்செயலாகக் கண்டுபிடித்தேன். இவை கப்பற்படை எழுச்சி பிரிட்டிஷ் நிர்வாகத்திடம் ஏற்படுத்தியிருந்த அச்சத்தை, பதட்டத்தை விரிவாகக் காட்டுபவை.

கப்பற்படை எழுச்சி குறித்த ஆவணங்களுக்கு இந்திய ஆவணக் காப்பகங்கள் மிகச் சிறந்த இடங்களாகும். டில்லியின் தேசிய ஆவணக் காப்பகத்தில் இதுகுறித்து நூற்றுக்கணக்கான கோப்புகள் உள்ளன. அதுபோலவே டில்லியின் தீன்மூர்த்தி பவனின் நேரு நினைவு நூலகத்தில் பல செய்தித் தாள்களின் இதழ்களை பெற முடிந்தது.

பாம்பேயில் ஐ.என்.எஸ். ஆங்க்ரே, கப்பற்படை கப்பல்தளம், தானே மற்றும் முலுந்தில் உள்ள கப்பற்படை நிறுவனங்களைப் பார்வையிட தீப்தி ஆனந்த் உடன் வந்தார். மஹாராஷ்ட்டிரா மாநில ஆவணக் காப்பகம், ஏசியாடிக் நூலகம், பாம்பேயின் கடல்கள் வரலாற்றுக் கழகம் ஆகியவற்றில் ஆய்வு செய்து, பல முக்கிய தகவல்களைத் திரட்டவும் அவர் உதவினார்.

கமோடோர் ஒடக்கல் ஜான்சன் எப்போதும் உறுதுணையாக இருப்பவர். பெருமளவு உதவியாக இருந்த சில தகவல்களை அந்தக் கழகத்திலிருந்து பெற அவர் உதவினார்.

பாகிஸ்தானின் எல்லைக்கு அப்பால் ஆய்வு செய்தது சுவாரஸ்யமாக இருந்தது. எல்லைத் தடையை மீறி ஏராளமான தகவல்கள் பெற முடிந்தது. தகவல்களை உறுதி செய்ய முடிந்தது. வழக்கம் போலவே இஜாஸ் அஹ்ஸான் பேருதவியாக இருந்தார். என்னைப் பற்றி அறியாதவர்களுக்கு, என்னைப் பற்றிய நல்ல அறிமுகம் தந்து உதவினார்.

அவர் மூலமாக அட்மிரல் மியான் ஜாஹீர் ஷா (ஓய்வு) அவர்களைத் தொடர்பு கொள்ள முடிந்தது. அவர் பாகிஸ்தான் கப்பற்படை பற்றிய தனது நூலின் சில பகுதிகளை பயன்படுத்திக் கொள்ள மனப்பூர்வமாக அனுமதித்தார். பிரிவினையின்போது இந்தியா, பாகிஸ்தான் இடையே கப்பல்கள் எவ்வாறு பங்கு பிரிக்கப்பட்டன என்பது பற்றி மிக சுவையான சம்பவங்களைக் கூறினார். இந்தியாவில் அட்மிரல் ஷாவின் புத்தகம் கிடைக்காது. அங்கிருந்து வரவழைப்பதும் மிகவும் கடினம். இந்தப் புத்தகத்தின் ஒளிநகல்களைப் பெற உதவிய, பாகிஸ்தானில் முன்பு இந்திய ஹைகமிஷனராக இருந்த டி.சி.ஏ.ராகவனுக்கு நான் நன்றிக்கடன் பட்டிருக்கிறேன்.

இஜாஸ் அஹ்ஸானின் உதவியால் பாகிஸ்தானின் முப்படைக் கமிட்டியின் முன்னாள் தலைவரான அட்மிரல் முகமது ஷரீப்பின் (1920 – 2020) மகளான டார்க்குவெய்ன் ஜமாரியாவின் அறிமுகம் கிடைத்தது. ஜமாரியா பல விதங்களில் உதவினார்.

அமினா சயீதை நான் எந்த நேரத்திலும் தொலைபேசியில் அழைக்க முடியும். அவரது பரந்த தொடர்புகளின் மூலம் எந்த உதவியும் செய்வார். இவர் மூலமாகத்தான் எழுச்சியின் முக்கிய வீரரான அலி அகமது புரோஹியின் மருமகள் நசீஷ் புரோஹியை தொடர்பு கொண்டேன். அலி அகமது புரோஹி கப்பற்படை எழுச்சி பற்றிய விசாரணையின் போது அளித்த சாட்சியத்தில் அவரது அறிவுக் கூர்மையையும், பிரெஞ்சு, ரஷ்ய புரட்சிகளின் வரலாறு பற்றிய அவரது அற்புதமான மேற்கோள்களையும் படித்து வியந்து, அவர் குறித்து இந்நூலில் எழுத வேண்டும் என்று மிக ஆர்வமாக இருந்தேன். நசீஷ் மூலம் எனக்கு அலி அகமதுவின் மருமகன் டாக்டர்.முகமது அலி ஷேக்கின் அறிமுகம் கிடைத்தது.

டாக்டர்.ஷேக் புகழ் பெற்ற கல்வியாளர். பேனசிர் பூட்டோவின் புகழ்பெற்ற வாழ்க்கை வரலாற்றை எழுதியவர். அவர் மூலமாக, நான் பெரிதும் மதித்த மாலுமியான புரோஹி பற்றி விரிவாக எழுத முடிந்தது.

பாகிஸ்தானில் எனது மிக நம்பகமான நண்பரான ஹமீது ஹரூண் தனது ஆலோசனைகள் மூலம் நல்ல உதவியளித்தார். அவ்வப்போது அவர் தந்த ஊக்கமும், ஆலோசனைகளும் மிகவும் பயனுள்ளவை. கராச்சியின் இடதுசாரி வரலாற்றாளரான அஸ்லம் குவாஜாவிடமும் நான் ஆலோசனை பெற்றேன். மெயின்ஸ்ட்ரீம் பத்திரிகையில் அவர் எழுதியவற்றில் சிலவற்றைப் பயன்படுத்திக் கொண்டேன். இந்தியாவில் கிடைக்காத சில புத்தகங்களின் சில பகுதிகளை சயீத் புக் பேங்கின் அகமது சலீம் எனக்கு மின்னஞ்சலில் அனுப்பி வைத்தார். அவரது நட்பிற்கும், உதவிக்கும் எனது நன்றி.

இதுபோன்ற விரிவான ஆய்வில் தடங்கல்களும் இருந்தன. தவறான வழிகளில் எனது ஆய்வை திசை திருப்பி விட்ட ஆகா ஹுமாயூன் அமீனை என்னால் என்றும் மறக்க முடியாது. நம்பகமான ஒருவர் மூலம் அறிமுகமானவர் என்பதால், அவரது வெற்று வாக்குறுதிகளை நம்பி நான் ஓராண்டு காலம் வீணடித்தேன். அதைச் செய்து தருகிறேன், இதைச் செய்து தருகிறேன் என்று சொல்லி, என்னால் ஆதாயமும் அடைந்து, திடீரென்று காணாமல் போனார். அமீனால் தவறாகச் செலுத்தப்படாமல் இருந்திருந்தால், நான் முகமது சயீப்கானைக் கண்டுபிடித்திருக்கக் கூடும் என்று நினைக்கிறேன்.

சமீபத்திய வரலாற்றை எழுதுவதில் ஏமாற்றங்களும் நிறைய ஏற்படும். இந்தப் புத்தகத்தை இன்னும் சற்று முன்னதாகவே எழுதியிருக்கலாமோ என்ற வருத்தமும் அடிக்கடி ஏற்படும். எழுச்சி நடந்தது 1946ல். அதில் சம்பந்தப்பட்ட முக்கிய நபர்களில் பலரும் இந்த நூற்றாண்டின் துவக்கம்வரை உயிரோடு இருந்திருக்கிறார்கள். அலி அகமது புரோஹி 2003ல் காலமானார். மதன்சிங் 2007ல். ரிஷி தேவ் பூரி 2014ல். கமாண்டர் கிங் 2014ல். இவர்களை எல்லாம் நேர்காணல் செய்து எழுதியிருந்தால் எப்படி இருந்திருக்கும்? ஆனால் அப்படி நினைத்து மட்டுமே பார்க்க முடியும்.

எனினும், இந்திய கப்பற்படையின் அடையாளச் சின்னமான புகழ்பெற்ற அட்மிரல் மனோகர் பிரஹ்லாத் அவதியுடன் மறக்க

முடியாத உணவு நேரச் சந்திப்பு அதிருஷ்டவசமாகக் கிடைத்தது. அந்தக் காலகட்டத்தில் கப்பற்படை பணி நிலைகள் குறித்த அவ ஆழ்ந்த பார்வை இன்னும் என் செவிகளில் எதிரொலிக்கிறது. ஆய்வை அப்போதுதான் துவக்கிய நேரம் என்பதால், அவரது சந்திப்பு எழுச்சி பற்றி நன்கு புரிந்து கொள்ள உதவியது. அட்மிரல் கிருபால்சிங்கும், அவரது மனைவியும் குர்கானில் உள்ள அவர்களது இல்லத்திற்கு ஒரு அருமையான விருந்துக்கு அழைத்தார்கள். பிரிட்டிஷ் இந்திய கப்பற்படை குறித்த விரிவான பார்வை கிடைத்தது. அதோடு புகழ்பெற்ற பத்திரிகையாளரும், நண்பருமான பிரபா சந்திரனின் பெருமைமிக்க பெற்றோர் இவர்கள் என்ற தகவலும் கிடைத்தது.

தமது தொண்ணூறுகளில் இருந்த இந்த அட்மிரல்களுடன் உரையாடியதன் மூலம் நான் பல்வேறு விஷயங்களை விரிவாக அறிந்தேன். இன்னும் பலமுறை சந்தித்திருந்தால், எனக்குப் பல புதிய விஷயங்கள் தெரிந்திருக்கக் கூடும். ஆனால், என்ன செய்வது? இருவருமே நான் இந்த நூலை எழுதிக் கொண்டிருக்கும்போதே மறைந்தார்கள்.

அட்மிரல் வி.ஏ.காமத் சந்திக்க முடியாமல் போனது மிகவும் துக்ககரமானது. குறித்த நாளில் அவரைச் சந்திக்க நான் தயாராக இருந்தேன். எனது சந்திப்பை உறுதிப்படுத்த அழைத்தபோது, அன்று அவர் மிகவும் களைப்பாக இருப்பதாகவும், அடுத்த வாரம் சந்திக்கலாம் என்றும் கூறினார்கள். அடுத்த வாரம் கிளம்புவதற்கு முன் அவரது இல்லத்திற்கு தொலைபேசி அழைப்பு விடுத்தேன். அவரது மகள் எடுத்தார். ‘அட்மிரல் காமத் நேற்றிரவு மரணமடைந்தார்’ என்றார்.

கடந்த ஆறு ஆண்டுகளாக இந்த நூலை எழுதும் பணியில் பல்வேறு விதமான நம்பிக்கை தரும் சம்பவங்களையும், ஏமாற்றங்களையும் சந்தித்தேன். நாம் அறியாத ஒரு விஷயத்தை எழுதுவதில் ஒரு தனி திரில் இருக்கவே செய்கிறது. அந்த காலகட்டத்தின் செய்தித்தாள்களின் ஒவ்வொரு தலைப்பும் ஒரு முக்கிய கதை போல் தெரியும். ஒரே வாரத்தில் ஆயிரக்கணக்கான பக்கங்களைப் படித்து, தான் திட்டமிட்டிருந்த அத்தியாயங்களுக்கு ஏற்ப அவற்றை விதவிதமான வண்ணங்களில் ஹைலைட் செய்து வைத்த நேரங்கள் நிறையவே உண்டு.

தொலைதூர ஆவணக் காப்பகங்களில் புதிய தகவல் கிடைப்பது, எழுச்சியின் நாயகர்களின் வாரிசுகளைச் சந்திப்பது, என்று சந்தோஷமான தருணங்கள் பல. ஜேம்ஸ் பாண்டை உருவாக்கிய இயான் பிளெமிங் அட்மிரல் காட்ஃபிரேயின் உதவியாளர், ஜேம்ஸ் பாண்ட் கதைகளில் வரும் 'எம்' என்ற பாத்திரம் உண்மையில் அட்மிரல் காட்ஃபிரேதான் என்றும் நான் கண்டுபிடித்தது அப்படியொரு மகிழ்ச்சியான தருணத்தில்தான்.

துயரமும், துக்கமுமான காலத்தையும் இந்த நூல் கடந்து வந்தது. எனக்கு நடந்த மூன்று அறுவை சிகிச்சைகள் – அதில் ஒன்று உயிருக்கே ஆபத்தானது – புத்தகப் பணியை பல மைல் தூரம் பின்னுக்குத் தள்ளின. குடும்பத்தினர், நண்பர்களின் ஆதரவின்றி மீண்டும் அந்தப் பணியை என்னால் தொடர்ந்திருக்க முடியாது.

எஸ்.பிரசன்னாராஜன் எப்போதும் எனக்குப் பெரும் உற்சாகம் அளிப்பார். எந்தவொரு ஐயம் என்றாலும் சரி, பிரதியின் போக்கில் மாற்றம் தேவை என்று உணரும் போதும் சரி, அவரிடம்தான் நான் ஓடுவேன். என்றும் நம்பத்தகுந்த டோனி ஜேசுதாசன் சில பகுதிகளைப் படித்து, சிறந்த ஆலோசனைகள் தந்தார். நன்றி பிரசன்னா, நன்றி டோனி.

எனது பழைய நண்பர் திலீப் பாப், திறமைசாலியான அஸ்வின் அகமது விட்ட இடத்திலிருந்து தொடர்ந்தார். இண்டியா டுடே காலத்தில் திருத்தி, திரும்பவும் அற்புதமாக எழுதும் திலீப்பின் திறமையை அவருடன் பணிபுரிந்த நண்பர்கள் இப்போதும் கூறுவார்கள். கண்ணை மூடிக் கொண்டு மிகத் தெளிவான, அழகான கட்டுரையை அவரால் டைப் செய்ய முடியும். தேவையான நேரத்தில் நல்ல உதவி செய்ததற்கு நன்றி திலீப். அவ்வப்போது மிக ஆழமான ஆலோசனைகள் தந்த மற்றொரு நண்பர் ராஜு சந்தானத்திற்கும் நன்றி.

தனது திறமையான எடிட்டிங் மூலம் புத்தகத்தை வாசிப்பு சுகம் உள்ளதாக மாற்றிய எனது எடிட்டர் தேவாங்ஷு தத்தாவிற்கு நன்றி. அவரோடு பணி செய்வது அருமையாக இருந்தது. எடிட்டிங் பணியை எளிதாகச் செய்ததில் புத்தகம் தடங்கலின்றி வளர்ந்தது.

பாதி எழுதிய நிலையில் பெருந்தொற்று வந்துவிட்டது. நான் டில்லியில் இருந்து லந்தோர் குடிபுக நேர்ந்தது. ப்ரீதி மற்றும் ரதி பூரியின் அழகான இல்லத்தில் நீடா ராய் மற்றும் அட்மிரல் வசந்த்

லக்ஷ்மண் கோபிகர் AVSM ஆகியோரைச் சந்தித்தேன். எனக்கும், கிரணுக்கும் அது எதிர்பாராத சந்திப்பு.

லந்தோர் கடல் மட்டத்திற்கு 7500 அடி உயரத்தில் இருந்ததால், எங்களால் பனியை சமாளிக்க முடியவில்லை. டேராடூனில் வீடு தேடினோம். அட்மிரல் மிகவும் பெருந்தன்மையாக இரண்டு மாதங்கள் அவரது இல்லத்தின் தங்க அனுமதித்தார். மான்களும், முள்ளம் பன்றிகளும், கரடிகளும், திரியும் அற்புதமான வனப்பகுதி. அந்த அமைதியான சூழல் இந்த நூலை எழுத பெரிதும் உதவியது. இரண்டு மாதங்களில் நான் ஐந்து அத்தியாயங்களை எழுதி முடித்தேன். ஓய்வு நேரங்களில் கணப்பிற்கு அருகே அமர்ந்து கப்பல்கள் பற்றி நிறைய அவரிடமிருந்து தெரிந்துகொள்ள முடிந்தது. இரண்டாம் மாத முடிவில் அட்மிரல் கோபிகர் எனக்கு கோபி ஆகிவிட்டார். நீடாவிற்கும், கோபிக்கும் எனது நெஞ்சார்ந்த நன்றி.

லந்தோரும், ராஜ்பூரும் எழுதுவதற்கு மிகப் பொருத்தமான இடங்கள். எனக்கு மட்டுமின்றி, என் போன்ற பலருக்கும் பெருந்தொற்றுக்காலம் முடிக்கப்படாது இருந்த வேலைகளை முடிக்க உதவியது. ஆனால், எல்லோரையும் போல, எனக்கும் அது வேதனையான காலம்தான்.

நான்கு நாள் இடைவெளியில் மிக நெருக்கமான உறவினர்கள். மூவரை நான் இழந்தேன். இந்த நூலை எனது மூத்த அண்ணன், அண்ணி மற்றும் சகோதரன் போல் என் மீது பாசம் காட்டிய என் மனைவியின் சகோதரி ஆகியோருக்கு சமர்ப்பணம் செய்கிறேன். நான் சோர்வடைந்த போதெல்லாம் என் மனைவி கிரண் என்னை உற்சாகப்படுத்தினாள். பிரியா, தியா, கரம் மற்றும் கபில் ஆகியோர் என் மீது காட்டிய பரிவை அன்போடு நினைத்துக் கொள்கிறேன். அவர்களே என் புத்துணர்ச்சிக்குக் காரணம்.

எனது மேனேஜிங் எடிட்டர் நீலம் நரூலாவிற்கும், அட்டையை வடிவமைத்த சினேகா பம்னேஜாவிற்கும் நன்றி. லவினியா ராவ் என் ஆரம்பகால சேகரிப்புகளில் தொலைந்து போன ஆவணங்களை கண்டுபிடித்துத் தந்தாள். லே அவுட் செய்த நரேஷ் மண்டல், பகீரத் இருவருக்கும் நன்றி.

இந்நூல் தொடர்பான அரிய புத்தகங்களை நோனிகா தத்தா தேடி எடுத்துத் தந்தாள். மிக முக்கியமாக பிரக்யா கௌதமை அறிமுகம் செய்து வைத்தாள். இவர் ஏற்கனவே ஆய்வு செய்த

தரவுகளை ஒழுங்குபடுத்திக் கொடுத்ததோடு, தகவல்களை சரி பார்க்கவும் உதவினார். ஆரம்ப கட்ட ஆய்வுக்கு உதவிய அனிஷா சேகல், நம்ரதா ஷர்மா ஆகியோருக்கும் நன்றி.

டாக்டர்.ஆசிஷ் நந்தி, ஸ்யாம் பெனகல், டாக்டர் ருத்ராங்ஷு முகர்ஜி, வில்லியம் டார்லிம்ப்பிள் ஆகியோரது இசைவான வார்த்தைகள் உற்சாகம் தந்தன. அவர்களுக்கு கோடி நன்றிகள்.

கைப்பிரதியைப் படித்து நல்ல ஆலோசனைகள் வழங்கிய சித்தார்த் பாட்டியாவிற்கு நன்றி.

எனது பதிப்பக அனுபவங்கள் காரணமாக, சிரமப்படுவது வெற்றி தரும் என்று நான் உறுதியாக நம்புபவன். பல கஷ்ட நஷ்டங்களுக்கு நடுவே எடுத்துக் கொண்ட விஷயத்திற்கு எனது சிறந்த முயற்சியைத் தந்துள்ளேன். அது வாசகர்களின் எதிர்பார்ப்புகளுக்கு ஏற்றதாக இருக்கும் என நம்புகிறேன்.

இறுதியாக, காலை கண்விழித்ததும் தென்படும் சூரியனின் முதல் ஒளிக்கிரணத்திலிருந்து இரவு எனது ஐபேடை மூடி வைக்கும் வரை என்னை வழிநடத்தும் அந்த தெய்வீக சக்திக்கு நான் என்றும் கடமைப்பட்டுள்ளேன்.

பிரமோத் கபூர்

செயிண்ட் அசாஃப், லந்தோர், நவம்பர் 2021

❐

1946 கப்பற்படை எழுச்சி குறித்த உத்பல் தத்தின் கலோல் நாடகம் கல்கத்தா மினர்வா அரங்கில் நடந்தபோது ஏராளமானோர் பார்த்தனர். 1965ல் இது முதன்முறையாக அரங்கேறிய போது அன்று மேற்கு வங்கத்தில் ஆட்சியில் இருந்த காங்கிரஸ் அரசாங்கம் செய்த இடையூறுகளை மீறி வெற்றிகரமான நடந்தது.

1946: கப்பல்கள் மற்றும் மாலுமிகள் எழுச்சி மற்றும் பிரிட்டிஷ் அரசு

1965 மார்ச் 29ஆம் நாள் வட கல்கத்தாவின் பீடன் தெருவின் புகழ்பெற்ற மினர்வா அரங்கில் உத்பல் தத்தின் கல்லோல் (குழப்பம்) என்ற நாடகம் மேடையேறியது. கம்யூனிஸ்ட்டான தத் 1946 கப்பற்படை எழுச்சியை நாடகமாக்கி இருந்தார். எழுச்சியின் வில்லனான ரியர் அட்மிரல் சர்.ஆர்தர் ரூலியன் ராட்ரேயாக அவரே நடித்தார். ஒளி அமைப்புகளை தபஸ்சென் பார்த்துக் கொள்ள, சமீர் மஜும்தார் உதவி இயக்குனராக இருந்தார்.

ஆயிரக்கணக்கானோர் டிக்கெட் வாங்க வரிசையில் நின்றதால் பெரும் அமளி ஏற்பட்டது. ஒவ்வொரு காட்சியும் அரங்கு நிறைந்ததாக நடந்தது. 'அது ஒரு அற்புதமான நாடகம். கைபர் என்ற கப்பல் நீரில் மிதந்து வருவது போலவே இருக்கும்படி உத்பல் தத் அற்புதமாக உருவாக்கியிருந்தார்' என்று மஜும்தார் நினைவு கூர்கிறார்.

நாடகம் காங்கிரஸ் மற்றும் முஸ்லிம் லீக்கின் பங்கை கடுமையாக விமர்சித்தது. தேசிய உணர்வு மிக்க இளம் மாலுமிகளை சரணடையச் சொல்லித் தூண்டிய அவர்களது செயலை வெளிப்படுத்தி, அவர்களை ஏமாற்றுக்காரர்களாகச் சித்தரித்தது. தத் தனது அங்கதத் திறமையை முழுமையாக வெளிப்படுத்தி, நேரு, சர்தார் படேல் போன்ற பெரும் தலைவர்களைக் கிண்டல் செய்திருந்தார்.

அப்போது மேற்கு வங்கத்தில் காங்கிரஸின் பிரஃபுல்ல சந்திர சென் முதல்வராக இருந்தார். நிகழ்வு நடந்து முடிந்து இருபதாண்டுகள் கழிந்த பின்பும், அக்கட்சி நாடகத்தை நிறுத்த முயன்றது. அதைத் தடை செய்யும் துணிச்சல் காங்கிரஸிற்கு இல்லை. ஆனால் அரங்கில் குண்டு வீசுவது, மக்களை அரங்கில் நுழைய விடாமல் தடுப்பது போன்ற முயற்சிகள் நடந்தன. இவற்றை எதிர்கொள்ள மார்க்சிஸ்ட் கம்யூனிஸ்ட் கட்சி தன் தொண்டர்களை அரங்கில் நிறுத்தி, ரசிகர்கள் சிரமமின்றி உள்ளே நுழைய உதவியது.

Towards a Revolutionary Theatre என்ற தனது நூலில் தத் பின்வருமாறு எழுதினார் – ‘அரங்கிற்கு வெளியே காவல் காக்க தொழிலாளர்களும், மாணவர்களும் திரண்டார்கள்.. சி.பி.எம்.மின் பாதுகாப்பைப் பார்த்ததும், அரங்கைத் தாக்க வந்த இளைஞர் காங்கிரஸ் குண்டர்கள் பின் வாங்கினார்கள். சி.பி.எம்.மின் தொண்டர் படைக்கு தோழர். சுபாஷ் சக்ரவர்த்தி தலைமை தாங்கினார். (பின்னாளில் இவர் மேற்கு வங்க விளையாட்டுத் துறை அமைச்சர்).’

‘காங்கிரஸ் தந்த நெருக்கடியால் எந்தப் பத்திரிகையும் நாடகம் பற்றிய செய்தி, விமர்சனங்களை வெளியிடவில்லை. காங்கிரஸ் ஆதரவு பத்திரிகையான ஆனந்த் பஜார் பத்ரிகாவின் நாடக விமர்சகர் டிக்கெட் வாங்கி நாடகம் பார்த்தார். அவரது விமர்சனம் ‘இந்த நாடகத்தை ஏன் உடனடியாக தடை செய்யவில்லை?’ என்ற கேள்வியைச் சுற்றியே அமைந்தது. ஆனால் அரங்கில் நாள்தோறும் கூட்டம் அதிகரித்துக் கொண்டே போனபோது, பத்ரிகா தனது அமைதிப் போக்கை கைவிட்டு, இந்த நடிகர்களையும், தொழில்நுட்பக் கலைஞர்களையும் சமூகப் புறக்கணிப்பு செய்ய வேண்டும்,’ என்று தலையங்கம் எழுதியது.

தனது விமர்சனத்தில் நாடகத்தைப் பாராட்டி எழுதிய ஒரே பத்திரிகை ஸ்டேட்ஸ்மேன் மட்டும்தான். அது ‘பீடன் தெரு எழுச்சி’ என்று நக்கலான தலைப்பில் விமர்சனம் எழுதியது. ‘ஒருநாள் ஸ்டேட்ஸ்மேனைத் தவிர மற்ற அனைத்து பத்திரிகைகளும் எங்களது விளம்பரங்களை வெளியிட மறுத்து விட்டன. அவர்கள் காங்கிரஸ் தலைவர்கள், போலீஸ் ஆகியோரது சொல் கேட்டே இவ்வாறு செய்தனர் என்பது வெளிப்படை’ என்று தத் குறிப்பிடுகிறார்.

ஊடகங்களது புறக்கணிப்பை ஈடுகட்ட சி.பி.எம். தொண்டர்கள் போஸ்டர்கள் அடித்து கல்கத்தா முழுவதும் ஒட்டினார்கள். ‘நீங்கள் எந்த அணி? – கலோல் பார்த்த அணியா? பார்க்காத ‘அணியா?’ என்பது போன்ற வாசகம் அதில் இருந்தது.

‘நடப்பது நடந்தே தீரும்’ என்ற வாசகம் உள்ள பெரிய போஸ்டர்கள் வீதியெங்கும் ஒட்டப்பட்டன. இந்த கோஷம் மேற்கு வங்கத்தில் இன்று வரை எல்லா போராட்டங்களிலும் பயன்படுத்தப்படுகின்றது. மேற்கு வங்கத்தில் சோல்சே, சோல்பே (Cholchhe, Cholbe) என்ற அந்த கோஷம் இன்குலாப் ஜிந்தாபாத்திற்கு இணையானது.

1965 செப்டம்பரில் தத் கைது செய்யப்பட்டார். நள்ளிரவில் கைது செய்யப்பட்டு விசாரணையின்றி பிரசிடென்சி சிறையில் அடைக்கப்பட்டார். 1966 மார்ச்சில்தான் விடுதலை செய்யப்பட்டார். அவரது விடுதலை நாடகத்தின் சிறப்புக் காட்சியோடு மிகப் பெரிய அளவில் கொண்டாடப்பட்டது.

நாடகத்தை தடை செய்வதில் காங்கிரஸ் வெற்றி பெற முடியாவிட்டாலும், நாட்டின் சுதந்திரப் போரின் ஒரு முக்கியமான நிகழ்வை மறக்கடிக்கச் செய்வதில் காலப்போக்கில் வெற்றி பெற்றது. உப்புச் சத்தியாக்கிரகம், ஜாலியன்வாலாபாக் போன்ற நிகழ்வுகளைப் போல மக்கள் நினைவில் என்றும் பதிந்து இருக்க வேண்டிய 1946 கப்பற்படை எழுச்சி ஒரு சிறு அடிக்குறிப்பு போல பின்னுக்குத் தள்ளப்பட்டது. மற்ற வரலாற்றாளர்களுக்காக வரலாற்றாளர்கள் எதுவும் ஆய்வு நூல்கள் தவிர வேறெங்கும் அதிகம் பேசப்படவில்லை.

எனில் கப்பற்படை எழுச்சிதான் என்ன? ஆளும் காங்கிரஸ் கட்சி பதட்டப்பட்டு அதைக் குறித்த கலைப் படைப்பைக் கூட தடை செய்ய நினைக்கும்படியான அந்த நிகழ்வுதான் என்ன?

1946 பிப்ரவரியில் ராயல் இந்திய கப்பற்படையின் (Royal Indian Navy - RIN) மாலுமிகள் - இவர்களில் பலர் இரண்டாம் உலகப்போரில் பங்கேற்றவர்கள் - கிளர்ச்சி செய்தார்கள். பதினாறு முதல் இருபத்தைந்து வயது நிரம்பிய இளைஞர்கள் மோசமான பணிச்சூழல் பற்றியும், சாப்பிடவே முடியாத உணவு பற்றியும், அருவருப்பான இனப்பாகுபாடு பற்றியெல்லாம் எண்ணி கொதித்துப் போயிருந்தார்கள். அரசியல் ரீதியாகவும் அவர்கள் உணர்வு பெற்றிருந்தார்கள். இந்திய தேசிய ராணுவம் அவர்களுக்கு உத்வேகம் தந்திருந்தது. எனவே அவர்கள் இந்திய விடுதலை இயக்கத்தில் பங்கேற்க ஆவலாக இருந்தார்கள்.

கிளர்ச்சி ஆரம்பித்த 48 மணி நேரத்திற்குள், அந்த 20000 மாலுமிகள் ஏராளமான கப்பல்களையும், கரை அலுவலகங்களையும் கைப்பற்றி, ஒரு கோரிக்கைச் சாசனத்தை முன் வைத்தார்கள். இந்தியா முழுவதுமுள்ள, குறிப்பாக பாம்பே மற்றும் கராச்சியின் பொது மக்களும், ராணுவ, விமானப்படை வீரர்களும் அவர்களோடு இணைந்தார்கள்.

பிரிட்டிஷ் கப்பற்படைக் கொடிச் சின்னத்தை இறக்கிய மாலுமிகள், அதற்குப் பதிலாக காங்கிரஸின் மூவர்ணக் கொடி,

இந்திய கப்பற்படையில் 'அற்புதமான வாய்ப்புகள்' இருப்பதாக இளைஞர்களை மயக்கும் விளம்பரங்கள்.

முஸ்லிம் லீக்கின் பச்சைக்கொடி, கம்யூனிஸ்ட் கட்சியின் சிவப்புக்கொடி ஆகியவற்றை எல்லா கப்பல்களிலும், அலுவலகங்களிலும் ஏற்றினார்கள். தம்மை 'ஆஸாத்ஹிந்தி' என்று அறிவித்துக் கொண்டு, தேச பக்த முழக்கங்களை எழுப்பினார்கள்.

அனைத்து இந்திய அரசியல் கைதிகளையும், இந்திய தேசிய ராணுவத்தின் வீரர்களையும், விடுதலை செய்ய வேண்டும். விடுதலைப் போராட்ட வீரர்களை ஒடுக்க எகிப்து, இந்தோனேசியா போன்ற காலனி நாடுகளுக்கு அனுப்பப்பட்ட இந்திய ராணுவ வீரர்களை திரும்பப் பெற வேண்டும் ஆகியவையும் அவர்களது கோரிக்கைகளாக இருந்தன. இந்தக் கோரிக்கைகள், நல்ல பணிச் சூழல் என்ற நியாயமான கோரிக்கைகளைத் தாண்டி, இந்த மாலுமிகள் தேச பக்தர்களாக இருப்பதைக் காட்டின.

அப்போது நடந்து வந்த ஐ.என்.ஏ. விசாரணைக்கும், எழுச்சிக்கும் தொடர்பு இருந்தது. 1945 ஆகஸ்டில் இரண்டாம் உலகப் போர் முடிந்தது. இதைத் தொடர்ந்து நடந்த ஐ.என்.ஏ வீரர்கள் மீதான விசாரணை, மாலுமிகளுக்கு உத்வேகம் அளித்தது.

ஐ.என்.ஏ.வை உருவாக்கிய மகத்தான தலைவரான நேதாஜி சுபாஷ் சந்திரபோஸின் மர்மமான அகால மரணம் உண்மையில் அவரை வீரசுதந்திரத்தின் அடையாளச் சின்னமாக மாற்றியது.

தனது அஹிம்சைக் கொள்கையிலிருந்து சிறிதும் தளராதவரான மஹாத்மா கூட *1946* பிப்ரவரி *23* அன்று கப்பற்படை எழுச்சி உச்சபட்சமாக இருந்தபோது அறிக்கை வெளியிட்டார். 'ஐ.என்.ஏ. நம்மை மயக்கிவிட்டது. நேதாஜியின் பெயர் நம் முன் பூதாகரமாக நிற்கிறது. அவரது தேசபக்தி எவருடனும் ஒப்பிட முடியாதது....' என்று அவர் கூறினார். இது மஹாத்மா காந்தியின் சொந்த பத்திரிகையான ஹரிஜனிலும், மற்ற முக்கிய பத்திரிகைகளிலும் வெளியானது.

எழுச்சி நீண்ட நாட்களுக்கு நீடிக்கவில்லை. ஒடுக்குமுறையையும், தந்திரத்தையும் கலந்து பிரிட்டிஷார் அதை சில நாட்களிலேயே நசுக்கிவிட்டனர். எழுச்சி அஹிம்சா முறையில் ஆரம்பித்தாலும், பாம்பேயிலும், கராச்சியிலும் எழுச்சியாளர்கள் வசமிருந்தவற்றை கைப்பற்ற பிரிட்டிஷ் முயன்றபோது கடும் சண்டைகள் நடந்தன. இதுபோக, பாம்பேயின் தெருக்களில் பிரிட்டிஷ் படைகளுக்கும், எழுச்சியாளர்களை ஆதரித்த பொதுமக்களுக்கும் நடந்த மோதல்களில் ஏராளமான உயிர்ச் சேதங்கள் ஏற்பட்டன. இந்திய வீரர்கள் தம் தோழர்களை சுட மறுத்ததால் பிரிட்டிஷ் அரசு வெள்ளைப் படையினரை வரவழைக்க நேர்ந்தது.

எனினும், காங்கிரஸ் மற்றும் முஸ்லிம் லீகின் தலைவர்களின் செயல்பாடுகள் இச்சம்பவத்தில் சொல்லிக் கொள்ளும்படி இல்லை. சர்தார் படேலும், ஜின்னாவும்" சரணடைந்தால் மாலுமிகள் மீது பழிவாங்கும் நடவடிக்கைகள் இருக்காது" என்ற தங்களது வாக்குறுதியிலிருந்தும் பின்வாங்கினார்கள். கம்யூனிஸ்ட்களும், சில இளம் துருக்கியரான காங்கிரஸின் சோஷலிஸ்ட்டுகளும் மட்டுமே மாலுமிகளை ஆதரித்தார்கள்.

எழுச்சி மிக விரைவாக முடிந்துவிட்டாலும் கூட, அந்த பிப்ரவரியின் ஒரு வார நிகழ்வுகள் தங்களது இருநூறு ஆண்டு கால ஆட்சியின் முடிவின் ஆரம்பம் என்பதை பிரிட்டிஷார் உணர்ந்தார்கள். எழுச்சி, ஐ.என்.ஏ. விசாரணை ஆகியவை முடிந்த பிறகு, இனிமேல் எந்தவொரு கிளர்ச்சியை ஒடுக்கவும் இந்திய வீரர்களை நம்ப முடியாது என்பதை அவர்கள் உணர்ந்தார்கள்.

பிரிட்டிஷ் ஆவணங்கள், மாலுமிகளின் எழுச்சி இந்திய விடுதலையை துரிதப்படுத்தியது என்பதைக் காட்டுகின்றன. தனது *Last years of British India* என்ற நூலில் ஏகாதிபத்திய வரலாற்றாளர் மைக்கேல் எட்வர்ட்ஸ், 'வன்முறையைக் குறைத்த காந்தியைப் பார்த்து பிரிட்டிஷார் பயப்படவில்லை. ஒரு ராஜதந்திரியாக உருவாகிவந்த நேரு குறித்த பயமும் இல்லை..... ஆனால் ஹேம்லட்டின் தந்தையைப் போல சுபாஷ் போஸின் உருவம் செங்கோட்டை மதில்களின் மீது தோன்ற, அவரது அந்த திடீர் பிரும்மாண்டத் தோற்றம் பிரிட்டிஷாரை அச்சமுறச் செய்தது. அதுவே சுதந்திரத்திற்கு இட்டுச் சென்றது' என்கிறார்.

'இதுநாள் வரை பிரிட்டிஷ் அரசின் கூலிப்படையாக இருந்த பிரிட்டிஷ் ராணுவத்தின் இந்திய அதிகாரிகளும் வீரர்களும் பெரும் வீரஞ்செறிந்த தேசியவாதிகளாக, முற்றிலுமாக மனமாற்றம் அடைந்ததே இதற்குக் காரணம்', என்கிறார் அவர். பிரிட்டிஷ் ஆட்சியின் மீதான இறுதித் தாக்குதல் போஸினால் நிகழ்த்தப்பட்டது என்ற முடிவுக்கு வருகிறார் எட்வர்ட்ஸ்.

ஆனால் சுதந்திரம் பெற்றுத் தந்ததில் இந்த இளம் மாலுமிகளின் பங்கு உரிய கவனம் பெறவில்லை என்பதுதான் சோகம். இந்த மகத்தான இயக்கம், பேரரசின் அஸ்திவாரத்தையே அசைத்த அந்த எழுச்சி நமது சுதந்திரத்திற்கு முந்தைய வரலாற்றிலிருந்து பெரிதும் நீக்கப்பட்டு விட்டது. அதற்கு உரிய முக்கியத்துவம் என்றும் தரப்படவில்லை.

1857 ஐ முதல் சுதந்திரப்போர் என்று சொன்னால், 1946 எழுச்சியை இறுதிச் சுதந்திரப்போர் என்று சொல்லலாம். *RIN Strike* என்ற தனது நூலில், சுப்ரதா பானர்ஜி, '1857 இந்திய ராணுவ வீரர்களின் ஒன்றிணைந்த போராட்டத்தின் துவக்கம் என்றால், 1946 அந்தப் போராட்டத்தின் உச்சநிலையைப் பார்த்தது', என்று குறிப்பிடுகிறார்.

இந்த நிகழ்வில் இந்திய அரசியல்வாதிகளின் பங்கு மிக கேவலமானது என்றுதான் சொல்ல வேண்டும். நாடெங்கிலும் மாலுமிகளுக்கு ஆதரவு இருந்த போதும் அவர்கள் பிரிட்டிஷார் இந்த எழுச்சியை அடக்குவதற்குத் தான் உதவினார்கள்.

நாற்பதாண்டுகளுக்கும் மேலாக விடுதலை இயக்கத்தை தலைமையேற்று நடத்தி வந்த காங்கிரஸ், அஹிம்சை வழியில் சுதந்திரம் வருவது உறுதி என்பது தெரிந்த நிலையில் ஒரு

வன்முறை எழுச்சியை ஆதரித்து, மாலுமிகள் பெயர் பெறுவதை விரும்பவில்லை.

Hope and Despair : Mutiny, Rebellion and Death in India, 1946 என்ற தனது நூலில் டாக்டர் அனிருத் தேஷ்பாண்டே விளக்குவது போல, 'சத்தியாகிரகத்தை யார் ஆரம்பிப்பது, தலைமையேற்பது, கட்டுப்படுத்துவது, முடிப்பது என்பது காந்திய காங்கிரஸ் தலைமைக்கு முக்கியம். காங்கிரஸால் ஆரம்பிக்கப்படாத, அல்லது காங்கிரஸின் முழுமையான கட்டுப்பாட்டில் வைத்திருக்க முடியாத இயக்கங்களை அது ஆதரிக்காது. உண்மையில் அவற்றோடு தனக்குத் தொடர்பில்லை என்று ஒதுங்கி, கண்டனம் செய்து, கடைசியில் அந்த இயக்கத்தை பிரிட்டிஷாரின் கருணையை எதிர்பார்த்து நிற்கும்படிச் செய்து விடும்.

'நேர்காணல்கள், எழுச்சியில் சம்பந்தப்பட்டவர்களின் வாழ்க்கை வரலாறுகளை வாசித்தல், அவர்களது குடும்ப உறுப்பினர்களோடு நீண்ட உரையாடல், கடிதத் தொடர்பு, செய்திப் பத்திரிகை ஆவணக் காப்பங்களில் ஆய்வு என பல மாதங்கள் நான் மேற்கொண்ட ஆழமான ஆய்வுகள் அவரது மேற்கண்ட முடிவை உறுதி செய்கின்றன. 1946 பிப்ரவரி நிகழ்வுகளில் ஏற்பட்ட மத ஒற்றுமையை புறக்கணிக்காது, அதை மேலும் வளர்த்தெடுக்கும் முயற்சியில் அரசியல் தலைவர்கள் ஈடுபட்டிருந்தார்கள் என்றால், தேசப் பிரிவினை இத்தனை ரத்தக்களரியாக இருந்திருக்காது என்று நான் உறுதியாக நம்புகிறேன்.

தம் உயிரைப் பணயம் வைத்து போராடி, பின்னர் மிகக் கேவலமான முறையில் பணி நீக்கம் செய்யப்பட்ட இந்த வீரர்களின் தியாகத்தை இந்த நூல் சரியாகக் காட்டும் என்று நம்புகிறேன். போரை முன்னெடுத்துச் செல்ல இந்த வீரர்கள் தயாராக இருந்த நேரத்தில் இவர்களை சரணடையச் சொல்லி, காங்கிரஸ், முஸ்லிம் லீக் தலைவர்கள் வற்புறுத்தினார்கள். சரணடையச் சொல்லும்போது இந்தத் தலைவர்கள் தந்த வாக்குறுதிகளை அவர்கள் ஒருபோதும் நிறைவேற்றவில்லை. மாறாக கையில் பணம் இன்றி, எந்தவித எதிர்காலமும் இன்றி, நிஜமாகவே அவர்கள் நடுத்தெருவில் நிற்க வைக்கப்பட்டார்கள்.

விடுதலைக்குப் பிறகு இந்தியாவில் வந்த காங்கிரஸ் அரசும், பாகிஸ்தானின் முஸ்லிம் அரசும் இவர்களை மீண்டும் கப்பற்படையில் சேர்த்துக் கொள்ளவில்லை, அவர்களை சுதந்திரப்

போராட்டத் தியாகிகளாகவும் அங்கீகரிக்கவில்லை என்பது மிகப் பெரிய கொடுமை. சுதந்திரத்திற்குப் பிறகு இந்த எழுச்சி பற்றிய நினைவுகளை மறைக்க அனைத்து வித முயற்சிகளும் செய்யப்பட்டன. இருபதாண்டுகளுக்குப் பிறகும் கூட கல்லோல் போன்ற நாடகங்கள் இடையூறுகளை, அதிகாரபூர்வமற்ற தணிக்கைகளை சந்திக்க நேர்ந்தன.

ஜார்ஜ் வாஷிங்டன் பல்கலைக்கழகத்தில் பணிபுரியும் ராணுவ வரலாற்றாளரான ரொனால்ட் ஸ்பெக்டர், '1946 இந்திய கப்பற்படை எழுச்சியைப் போல வேறெந்த இந்திய சுதந்திரப் போராட்டமும் அதிகமாக விவாதிக்கப்பட்டதில்லை', (அதுகுறித்து அதிக வரலாற்று ஆய்வும் இல்லை) என்று கூறுகிறார்.

இடதுசாரி வரலாற்றாளரான கௌதம் சட்டோபாத்யாயா தனது *The Almost Revolution, Essays in Honour of S.C.Sankar* நூலில், 'தலைவர்கள் விரும்பியிருந்தால், ஒரு புரட்சி நடந்திருக்கும். நாட்டின் பிரிவினைகூட தவிர்க்கப்பட்டிருக்கும். ஆனால் காங்கிரஸ், முஸ்லிம் லீக் தலைவர்கள் இந்த எழுச்சியின்போது உருவான இந்து – முஸ்லிம் ஒற்றுமையைக் கண்டுகொள்ளாமல் விட்டு விட்டார்கள்', என்கிறார்.

பிரித்தாளும் சூழ்ச்சியில் தேர்ந்தவர்களான பிரிட்டிஷார் ஐ.என்.ஏ தலைவர்களான பிரேம்குமார் சேகால், ஷா நவாஸ்கான், குர்பக்ஸ் சிங் தில்லான் ஆகிய மூவரையும் திறந்த நீதிமன்ற விசாரணைக்கு உட்படுத்தியதில் பெரிய தவறைச் செய்து விட்டார்கள். இவர்கள் மூவரும் இந்திய ராணுவத்திலிருந்து நேதாஜியின் இந்திய தேசிய ராணுவத்திற்குச் சென்றவர்கள். சரணடையும்போது கான் மேஜர் ஜெனரலாக இந்திய தேசிய ராணுவத்தின் ஒரு பிரிவின் தளபதியாக இருந்தார். மற்ற இருவரும் கர்னல்கள்.

நாடு முழுவதுமே ஐ.என்.ஏ. வீரர்கள் மீது அனுதாபம் கொண்டிருந்த ஹிந்து, முஸ்லிம், சீக்கிய அதிகாரிகளை ஒன்றாக செங்கோட்டையில் வைத்து விசாரணை நடத்தியது இந்த மூன்று மதங்களும் சுதந்திரப் போரில் ஒன்றாய் இணைந்திருந்ததைக் காட்டுகிறது.

இந்த விசாரணை பெரும் கொந்தளிப்பை ஏற்படுத்தியது. அமித் சர்க்கார் தனது *Modern India 1885 – 1947* நூலில், '20000 ஐ.என்.ஏ. கைதிகளில் பல நூறு பேர் மீது வெளிப்படையான விசாரணை

நடத்துவது, சுமார் 7000 பேரை பணியிலிருந்து நீக்கி, விசாரணையின்றி சிறையில் அடைத்து வைப்பது என்று பிரிட்டிஷார் முட்டாள்தனமாக முடிவு செய்தனர். 1945ல் இறுதி விசாரணையை டில்லி செங்கோட்டையில் மக்கள் முன்னிலையில் ஒரு ஹிந்து, ஒரு முஸ்லிம், ஒரு சீக்கியரை நிறுத்தி நடத்தியது, நாடெங்கிலும் இந்த மூன்று மதத்தினரையும் பிரிட்டிஷாருக்கு எதிராக ஒன்றுபடுத்தியது' என்கிறார்.

'1942 வெள்ளையனே வெளியேறு இயக்கத்தின்' போது பெரும்பாலான காங்கிரஸ் தலைவர்கள் சிறையில் அடைக்கப்பட்டார்கள். உலகப் போரின் முடிவில் தான் விடுதலை செய்யப்பட்டார்கள். இவர்கள் ஐ.என்.ஏ. வீரர்களை பாதுகாக்கத் திரண்டார்கள். நேரு பல ஆண்டுகள் கழித்து தனது கறுப்பு கவுனை அணிந்தார். பெரிய சட்டமேதையான தேஜ் பகதூர் சாப்ரூவின் தலைமையிலான ஒரு வழக்கறிஞர் அணி ஐ.என்.ஏ. வீரர்கள் சார்பாக ஆஜரானது. அரசியல் தலைமை போர் வீரர்களுக்கு ஆதரவளித்தது மாலுமிகளின் சுதந்திர தாகத்தை அதிகரித்தது.

1945 நவம்பர் 20 தேதியிட்ட உளவுத்துறை அறிக்கை ஒன்று. 'இந்திய மக்களின் கவனத்தை இந்த நிகழ்வு போல் வேறு எதுவுமே இந்த அளவிற்கு ஈர்த்ததில்லை' என்றது. செங்கோட்டை கைதிகளை நேர்காணல் செய்த பத்திரிகையாளர், 'அவர்களிடையே ஹிந்து, முஸ்லிம் என்ற எண்ணம் சிறிது கூட இல்லை,' என்றார்.

கிளர்ச்சியாளர்களும் அவர்களது வாழிடச் சூழல் காரணமாக மதங்களைக் கடந்து ஒன்றிணைந்தே இருந்தார்கள். அவர்களது உணவு உன்னதமான மதச்சார்பற்ற உணவு. எந்த ஜாதி, மதம், இனம், வர்க்கத்தைச் சேர்ந்தவர்களாக இருந்தாலும் உணவிற்கு பெரிய மரப் பீப்பாயைச் சுற்றிதான் நிற்கவேண்டும். அதில் கற்கள் நிறைந்த தால் நீர்க்க இருக்கும். பிய்க்க முடியாத கனமான ரொட்டியைக் கொடுப்பார்கள். அதை இந்த பீப்பாய் தாலில் முக்கித் தின்ன வேண்டும்.

எழுச்சியின் நாயகர்களில் ஒருவரான பி.சி.தத், 'சமையல்காரர் ஒரு அலுமினிய மக்கை இரவலாகத் தருவார். அதை வைத்து எல்லோரும் தண்ணீர் குடிக்க வேண்டும். நாம் வளர்ந்து வந்த இந்தச் சமூகத்தில் காணப்படும் அத்தனை ஏற்றத் தாழ்வுகளையும் கப்பற்படையின் முதல் சாப்பாடு இல்லாமல் ஆக்கிவிடும்' என்றார்.

அவர்கள் ஹிந்துவோ, முஸ்லிமோ, சீக்கியரோ அல்ல. அவர்கள் போராட்டத்தில் ஈடுபட்டிருக்கும் சகோதரர்கள். அவர்களது படை மெய்யாகவே மதச்சார்பற்றதாக இருந்தது. கொடூரமான பிரிட்டிஷ் அதிகாரிகளுக்கு எதிராக, ஒருவரது மத உரிமைகளைக் காக்க, அனைவரும் ஒன்றாக நின்றார்கள். போராட்டக் குழுவின் தலைவராக ஹிந்து பெரும்பான்மையான கப்பற்படையினர் முகமது சாயிப் கான் (எம்.எஸ். கான்) என்ற முஸ்லிமைத் தான் தேர்ந்தெடுத்தார்கள் என்பது கவனிக்கத் தக்கது.

இந்த ஒன்றுபட்ட போராட்டத்தை காந்திஜி கண்டித்தார். இந்த ஒற்றுமையை 'ஒரு வன்முறைக் காரணத்திற்காக உருவான புனிதமற்ற ஹிந்து – முஸ்லிம் ஒற்றுமை' என்றார் அவர். 'அவர்கள் ஒட்டுமொத்தமாக ஒன்றிணைந்திருந்தால் என்னால் புரிந்து கொள்ள முடியும். இது இந்தியாவை குழப்பத்தில் ஆழ்த்தவே செய்யும். இந்த மாதிரியான ஒற்றுமையைப் பார்க்க நான் 125 ஆண்டுகள் வாழ விரும்பவில்லை. அதற்குப் பதில் தீக்குளித்து விடலாம்' என்று 1946 ஏப்ரல் 6 ஹரிஜன் இதழில் எழுதினார்.

'வரலாறு என்பது வென்றவர்களால் எழுதப்படுவது' என்பது முதுமொழி. இந்த விஷயத்திலோ, வரலாற்றை எழுதவே அனுமதிக்கப்படவில்லை. மாலுமிகள் தம் மரியாதையை, கட்டுப்பாட்டைக் காப்பாற்றிக் கொண்டு, வெளியேற விரும்பும் ஆட்சியாளர்கள், ஆட்சியைப் பிடிக்க வெறித்தனமான இருந்த வருங்கால ஆட்சியாளர்கள் என்ற இருவிதமான ஆட்சியாளர்களுக்கு நடுவே சிக்கிக் கொண்டார்கள். எதிர்காலத்திற்காக இந்த நிகழ்வை அதன் அனைத்துப் பரிமாணங்களிலும் பதிவு செய்வது இந்த இருவரது நலன்களுக்குமே ஏற்புடையதாக இல்லை.

ஆனாலும், மக்களின் நினைவுகளிலிருந்து இதை நீக்க முயற்சிகள் நடந்தாலும், இந்த எழுச்சிதான் நாம் இந்தியாவை விட்டு வெளியேற வேண்டிய நேரம் வந்து விட்டது என்பதை உண்மையில் பிரிட்டிஷாரை உணர வைத்த தீர்மானகரமான நிகழ்வு என்ற பல வரலாற்றாளர்களும் கருதுகிறார்கள்.

இந்த எழுச்சியின் வேர், மாலுமிகளை ஏமாற்றி வேலைக்கு சேர்த்ததில் இருக்கிறது. பின்னர் அவர்கள் நடத்தப்பட்ட விதம் என்று பல விதமான காரணங்கள். இரண்டாம் உலகப் போர் தான் இந்தியாவில் ராணுவத்திற்கு ஆள் சேர்ப்பதை அதிகரித்தது. முதல்

உலகப்போர் காலம் போலவே இப்போதும் இந்தியா ஆள் சேர்க்கைக்கு ஏற்ற வளமான இடமாக இருந்தது.

பெரிய பெரிய விளம்பரப் பலகைகளில் ஆள் சேர்ப்பு விளம்பரங்கள் ஒட்டப்பட்டன. கப்பற்படையில் ஒரு கனவு வாழ்க்கை பற்றி ஆயிரக்கணக்கில் நோட்டீஸ்கள் நாடெங்கிலும் விநியோகிக்கப்பட்டன. கப்பற்படையில் சேர்பவர் பாசறையில் முதல் நாளிலேயே இந்த விளம்பரங்கள் முற்றிலும் பொய் என்பதை உணர்ந்து விடுவார்.

கப்பற்படையில் சேர்ந்து யதார்த்தத்தைச் சந்திக்கும்போது இந்த விளம்பரங்கள் பொய் என்பது புரியும். மாலுமிகள் கடும் இடநெருக்கடியான பாசறைகளில் வாழ்ந்தனர். இனப் பாகுபாடுகளைச் சந்தித்தனர். உண்ணவே முடியாத உணவு வழங்கப்பட்டது. கெட்ட வார்த்தை பேசும் வெள்ளை அதிகாரிகளுக்கு அடிபணிய நேர்ந்தது. ஒரு நீண்ட பணிக்காலமும், நிரந்தர வேலை வாய்ப்பும் அவர்களுக்கு உறுதிமொழியாகத் தரப்பட்டது. ஆனால் 1946 வாக்கில் பலரும் சொற்ப பணம் தரப்பட்டு, வீட்டுக்கு அனுப்பப்படப் போவது தெரிந்தது.

உலகப்போரில் இந்திய கப்பற்படை சிறப்பாக செயல்பட்ட போதும், 1946 வாக்கில் நாட்டில் எங்கும் எழுந்த சுதந்திர வேட்கையால் மாலுமிகளும் எழுச்சி பெற்றார்கள். அவர்களது தேசப்பற்று அவர்களது கோரிக்கைச் சாசனத்தைப் பார்த்தாலே தெரியும். நாடு முழுவதும் ஐ.என்.ஏ.விற்கு இருந்த ஆதரவு மாலுமிகளின் தேசபக்தியை மேலும் உறுதியாக்கியது. இவர்கள் பிரிட்டிஷாரின் வேலைக்காரர்கள் அல்லது துரோகிகள் என்று மக்கள் மத்தியில் ஒரு எண்ணம் இருந்தது. அது தவறு என்று நிரூபிக்கும் வேகம் மாலுமிகளிடம் ஏற்பட்டது.

இந்த அம்சங்கள் அனைத்தும் சேர்ந்ததுதான் கப்பற்படை எழுச்சி. நாட்டின் கொந்தளிப்பான சூழல் இது மாதிரியான ஒன்று எப்படியும் நிகழ்ந்தே தீரும் என்பதாகத்தான் இருந்தது. இனப்பாகுபாடு, மோசமான பணி நிலைமைகள் என்ற கோபம் உள்ளுக்குள் பொங்கிக் கொண்டே இருந்தது. ஐ.என்.ஏ. விசாரணை நடந்தபோது, கொடுங்கோன்மையான அந்நிய ஆட்சியை அகற்ற வேண்டும் என்ற வேட்கையும் சேர்ந்து கொண்டது.

திரி பற்ற வைக்கப்பட்டு விட்டது. சிக்னல் பள்ளியான தல்வாரின் மாலுமிகள் 1946 பிப்ரவரி 18 அன்று காலை ஊதுகுழல்

ஒலித்ததும், பணிக்கு வராமல் வேலை நிறுத்தம் செய்தபோது அது வெடித்தது. சிக்னல் மாலுமிகள் போராட்டச் செய்தியை மோர்ஸ் கோட் மூலம் இந்தியா மற்றும் வெளிநாடுகளில் உள்ள அனைத்து கப்பல்தளங்களுக்கும் அனுப்பினார்கள். எழுச்சி பற்றிய செய்தி விரைவாக பொது மக்களுக்கும் தெரிந்தது. தனது *Modern India* வில் சுமித் சர்க்கார், ‘அந்த பிப்ரவரி 20ஆம் தேதி மிக அற்புதமான மக்கள் ஒற்றுமையைப் பார்த்தது. கேட்வே ஆஃப் இந்தியாவில் போராடும் மாலுமிகளுக்கு பொதுமக்கள் உணவு கொண்டு வந்து தந்தார்கள். கடைக்காரர்கள் மாலுமிகள் தமது கடைகளிலிருந்து வேண்டியதை எடுத்துச் செல்லலாம்,’ என்றார்கள்’, என்று குறிப்பிடுகிறார்.

காங்கிரஸின் கிளர்ச்சிக்காரரான அருணா அஸஃப் அலி ‘தமது பிரிட்டிஷ் ஆட்சியாளர்களின் திமிர் பேச்சுக்கும், திட்டுகளுக்கும் ஆட்டு மந்தை போல் அடிபணியாது எதிர்க்கும் மாலுமிகளை, பாராட்டினார். இளம் மாலுமிகளின் வீரத்தைப் பாராட்டிய அவர், ‘இந்திய மக்கள் இயந்திரத் துப்பாக்கிகளின் தோட்டாக்களையும் சந்திக்குமளவு துணிச்சல் பெற்றுவிட்டது மிக வரவேற்கத் தகுந்தது.... லத்தியடிக்கே நம் மக்கள் பயந்து நடுங்கிய காலம் ஒன்று இருந்தது. அது மலையேறிப் போய்விட்டது’ என்றார்.

பாம்பேயின் கொலபாவில் இருக்கும் தல்வார் என்ற சிக்னல் பள்ளியில் ஆரம்பித்த எழுச்சி, விரைவில் 78 கப்பல்கள், 21 கரை அலுவலகங்கள், 20000க்கும் மேற்பட்ட மாலுமிகள் என்று பரவியது. 48 மணி நேரத்திற்குள் அது இரண்டாம் உலகப்போரின் மிகவும் வலிமையான கடற்படைகளுள் ஒன்றை முடக்கி கைப்பற்றிவிட்டது. பிரிட்டிஷ் மற்றும் இந்திய அதிகாரிகள் தமது பொறுப்பை விட்டு விலகுமாறு உத்தரவிடப்பட்டார்கள். இந்திய கப்பற்படை தலைமை தளபதியான அட்மிரல் ஜான் ஹென்ரி காட்ஃபிரேயின் கொடிக் கப்பல் கூட கைப்பற்றப்பட்டு, எழுச்சியின் கட்டுப்பாட்டு மையமாக மாற்றப்பட்டது. பிரிட்டிஷ் கொடியும், கப்பற்படையின் கொடியும் இறக்கப்பட்டு, அவற்றிற்குப் பதிலாக காங்கிரஸின் மூவர்ணக்கொடி, முஸ்லிம் லீக்கின் பச்சைக்கொடி, கம்யூனிஸ்ட் கட்சியின் சிவப்புக்கொடி ஆகியவை ஏற்றப்பட்டன.

பிரிட்டிஷார் தம் படை பலத்தைக் காட்டி, போர் விமானங்களை தாழப் பறக்க விட்டு மாலுமிகளை மிரட்டியபோது மாலுமிகள்

தங்களது கப்பல்களின் துப்பாக்கிகளை பாம்பேயின் வரலாற்றுச் சிறப்பு மிக்க இடங்களான யாட்ச் கிளப், கப்பல் தளம், கேட் வே ஆப் இந்தியா ஆகியவற்றை நோக்கித் திருப்பினர். “பிரிட்டிஷார் அத்துமீறினால், இவை தகர்க்கப்படும்” என்று எச்சரித்தனர்.

இந்த எழுச்சி முப்படைகளிலும் பரவும் அபாயம் ஏற்பட்டது. உலகமே மாபெரும் எழுச்சியைப் பார்த்துக் கொண்டிருந்தது. பிரிட்டிஷ் ஆட்சியைக் கவிழ்ப்பதற்கான இறுதி முயற்சிக்குத் தேவையான அத்தனை அம்சங்களும் இந்த எழுச்சியில் இருந்தன.

போராட்டத்தை நசுக்க பிரிட்டிஷ் அரசு திணறிய நிலையில், இது 1857ன் மறுநிகழ்வாக மாறிவிடுமோ என்ற நடுக்கம் அதற்கு ஏற்பட்டது. மேலும் 1857 போலின்றி, 1946ல் பொதுமக்களின் அரசியல் புரிதலும், சுதந்திர வேட்கையும் குறிப்பிடத்தகுந்த வகையில் அதிகமாக எங்கும் பரவியிருந்தது.

‘மூன்று நாட்களுக்குப் பிறகு, இந்திய ராணுவத்தின் தளபதியான சர்.கிளாட் அசின்லெக், ‘ஒட்டுமொத்த இந்திய ராணுவத்தின் ஆதரவோடு ஒரு முழுமையான கிளர்ச்சியை நாம் சந்திக்க நேரிடும்,’ என்று பதட்டமாக பிரதமர் அட்லிக்கு ஒரு ரகசிய எச்சரிக்கைச் செய்தி அனுப்பினார்,’ என்கிறார் கௌதம் சட்டோபாத்யாயா.

1946ல் பிரிட்டன் ராணுவத்தை விட அதிக எண்ணிக்கையில் இந்திய ராணுவத்தினர் இருந்தனர். முப்படைகளுமே இரண்டாம் உலகப் போரில் போரிட்ட அனுபவம் கொண்டவை. அனுபவம் மிக்க அதிகாரிகளால் வழி நடத்தப்படுபவையாக இருந்தன. அதிகாரிகள் பிரிட்டிஷ் ஏகாதிபத்தியத்திற்கு விசுவாசமாக இருப்பார்கள் என்பதற்கு ஒரு உத்திரவாதமும் இல்லை என்பதை ஐ.என்.ஏ. அனுபவம் காட்டியது.

மாலுமிகளின் எழுச்சிக்கு விமானப்படை ஆதரவு தந்தது. அது ராணுவத்திற்கும் பரவும் அபாயம் இருந்தது. இராணுவ வீரர்கள் பல சந்தர்ப்பங்களில் மாலுமிகளின் தலைவர்களோடு தொடர்பு கொண்டார்கள். மராட்டி, கார்வாலி, கூர்க்கா படையினர் மாலுமிகள் மீது சுட தயக்கம் காட்டினார்கள்.

எழுச்சி துவங்கிய 24 மணி நேரத்திற்குள், இந்தியத் தலைவர்களுடன் அதிகார மாற்றம் பற்றி விவாதிக்க ஒரு கேபினட்

குழு இந்தியாவிற்கு அனுப்பப்படும் என்று பிரிட்டிஷ் அரசு அவசரமாக அறிவித்தது. கப்பற்படை எழுச்சி பற்றிய செய்தி கிடைத்ததும், பிரதமர் அட்லி பிரிட்டிஷ் பாராளுமன்றத்தில் இதை அறிவித்தார்.

இக்குழுவில் பிரிட்டிஷ் கப்பற்படையின் முதல் பிரபுவான (First Lord of admiralty) ஏ.வி.அலெக்சாண்டர், இந்தியாவிற்கான செயலாளர் பெதிக் – லாரன்ஸ் பிரபு ஆகியோர் இருந்தனர். இதன் தலைவர் இந்தியா பற்றிய நல்ல அனுபவம் உள்ளவரான வர்த்தக போர்டின் தலைவரான சர்.ஸ்டாஃபோர்ட் கிரிப்ஸ்.

பிரிட்டிஷ் அரசு பதட்டம் அடைந்த நிலையில் டில்லியின் வைஸ்ராய் அலுவலகத்திற்கும், வெஸ்ட்மின்ஸ்டரில் இருந்த பிரிட்டிஷ் பிரதமர் அலுவலகத்திற்கும் இடையில் தந்திகள் மாறி மாறிப் பறந்தன. அரசுத் துறைகள் எழுச்சியைக் கையாள்வதில் ஏற்பட்ட தாமதம் குறித்து ஒருவரையொருவர் குறை கூறியதிலிருந்து அவர்களது பதட்டத்தின் அளவு தெரிகிறது.

1946 மார்ச் 25 தேதியிட்ட வாராந்திர உளவுத்துறை அறிக்கை இந்திய ராணுவம், விமானப்படை, கப்பற்படை ஆகியவற்றை இனிமேலும் நம்ப முடியாது என்பதை ஒப்புக் கொண்டது. இராணுவத்தைப் பொருத்தவரை தினந்தோறும் அது ஸ்திரமாக இருக்கிறதா என்பதை கவனிக்க வேண்டும் என்றது. மிகப் பரந்த பொதுமக்கள் எழுச்சி என்ற அபாயம் ஏற்பட்டால், 1942 வெள்ளையனே வெளியேறு இயக்கத்தின்போது ராணுவத் துருப்புகள் தந்த ஒத்துழைப்பு போன்ற ஒத்துழைப்பை இப்போது எதிர்பார்க்க முடியாது என்றது. இந்த எழுச்சி சகஜநிலைக்கு மீண்டும் திரும்ப முடியாத ஒரு நிலை என்றது.

உலகெங்கும் உள்ள பத்திரிகைச் செய்திகள் இந்த நெருப்பிற்கு மேலும் தூபமிட்டன. இங்கிலாந்தின் டெய்லி மெய்ல் ‘இந்திய கப்பற்படை கிளர்ச்சி: நமது கொடி இறக்கப்பட்டது’ என்று தலைப்புச் செய்தி வெளியிட்டது. இலண்டனின் டெய்லி டெலிகிராஃப், மான்செஸ்டர் கார்டியன் எல்லாம் இவ்வாறே செய்திகள் வெளியிட்டன. நியூயார்க் டைம்ஸ் – ‘பாம்பே எரிகிறது – 59 பேர் மரணம் – தீப்பிழம்புகளுக்கு நடுவே பாம்பே’, என்று முதல் பக்கச் செய்தி வெளியிட்டது.

‘ஐ.என்.ஏ.விலிருந்து நாங்கள் மாலுமிகளுக்கு உதவ வருகிறோம்’ என்று ஜெனரல் ஷாநவாஸ் அறிக்கை விட்டார். பிரிட்டிஷ் ஆதரவு

டைம்ஸ் ஆஃப் இந்தியா இந்தக் கிளர்ச்சி டில்லியில் ஐ.என்.ஏ. விசாரணையை அளவிற்கு அதிகமாக புகழ்ந்ததன் விளைவு' என்றது. வரலாற்றாளர்கள் பொதுவாக, மாலுமிகள் அந்த காலகட்டத்தின் உணர்ச்சிக் கொந்தளிப்பிற்கு ஏற்ப வினையாற்றியதாக ஏற்கிறார்கள். நேருவின் மூன்று பாக வாழ்க்கை வரலாற்றை எழுதிய எஸ்.கோபால், 'உடனடியாக விடுதலை வேண்டும் என்ற உணர்வு பிரிட்டிஷார் உருவாக்கிய ராணுவப் படைகளிலும் ஊடுருவியது.... இந்திய ராணுவத்திற்கும், இந்தியர்களுக்கும் இடையில் பிரிட்டிஷார் ஏற்படுத்தியிருந்த இரும்புச் சுவர் தகர்ந்தது என்பதை இந்த நிகழ்வு காட்டுகிறது' என்கிறார்.

இந்திய அரசியல் தலைமைகளான காங்கிரஸும், முஸ்லிம் லீகும் தங்களது சொந்த அரசியல் அபிலாஷைகளால் தடுமாறி, எழுச்சியாளர்களை ஆதரிக்காது, அமைதியான அதிகார மாற்றத்திற்கான பேச்சுவார்த்தை என்ற வழியைத் தேர்ந்தெடுத்ததுதான் சோகம். பல ஆண்டுக்கணக்கான மோதல்களுக்குப் பிறகு, தமது சுயநலனுக்காக எழுச்சியை அமுக்குவதற்கு பிரிட்டிஷாரும், காங்கிரஸும், முஸ்லிம் லீக்கும் ஒரே பக்கத்தில் சேர்ந்து நின்றார்கள்.

கம்யூனிஸ்ட்கள் மட்டுமே மாலுமிகளை ஆதரித்தார்கள். மாலுமிகளுக்கு ஆதரவாக அவர்கள் பாம்பே வேலை நிறுத்த அறைகூவல் விடுத்தபோது சுமார் 300000 மில் தொழிலாளர்கள், மாணவர்கள், தொழிற்சங்கத்தினர் பிரிட்டிஷ் எதிர்ப்பு கோஷங்களோடு ஆவேசமாக வீதிகளில் இறங்கினார்கள். இந்த எழுச்சி காங்கிரஸ், முஸ்லிம் லீக் ஆகியவற்றின் நிழலிலிருந்து விடுபட்டு, தமக்கான ஒரு தளத்தை விரிவுபடுத்தும் அரிய வாய்ப்பாக கம்யூனிஸ்ட்களுக்கு இருந்தது. மாலுமிகளுக்கு ஆதரவாக பிரிட்டிஷ் எதிர்ப்பு போராட்டங்களை முன்னெடுப்பதன் மூலம் இழந்த நேரத்தை ஈடுசெய்து, அதிக சக்தி பெறலாம் என்பது அவர்கள் உத்தி.

எழுச்சியாளர்களைச் சரணடையச் செய்த சில வாரங்களுக்குப் பிறகு, ஸ்காட்லாந்து யார்டின் 1946 மார்ச் 13 தேதியிட்ட அறிக்கை எண் 319 ரஜினி பாமிதத் பற்றிக் கீழ்கண்டவாறு கூறுகிறது: 'ரகசியம்...... ஆர்.பாமிதத் இந்தியாவின் தற்போதைய நிகழ்வுகள் பிரிட்டிஷ் மக்களுக்கான ஒரு எச்சரிக்கை என்கிறார். இனப்பாகுபாட்டிற்கு எதிரான போராட்டமாக ஆரம்பித்த இந்திய கப்பற்படை மாலுமிகளின் வேலைநிறுத்தம் பிரிட்டிஷ் ஆட்சிக்கும்,

அது ஏற்படுத்திய விளைவுகளுக்கும் எதிரான நாடு தழுவிய போராட்டத்தின் ஒரு பகுதிதான். இந்திய மக்கள் மாலுமிகளுக்கு ஆதரவாக ஒற்றுமையாக நிற்கிறார்கள், என்கிறார் பாமிதத்' என்றது அக்குறிப்பு. பாமிதத் லண்டனில் வசித்துவந்த இந்திய கம்யூனிஸ்ட் தலைவராவார்.

கம்யூனிஸ்ட்டாக இருந்து காந்தியவாதியாக மாறியவரான பேரா.பகவான் ஜோஷ், இந்த ஆசிரியருக்கு அளிந்த நேர்காணலில், 'உணர்ச்சிவசப்பட்ட, ஏதுமறியாத மக்கள் தவறாகப் பயன்படுத்திக் கொள்வதற்கான அற்புதமான மூலப் பொருட்கள்' என்கிறார். கம்யூனிஸ்ட்கள் மாலுமிகள் எழுச்சியை, இந்திய சுதந்திரப் போரை ஒரு புரட்சிகரமான பாதையில் கொண்டு செல்வதற்கான வாய்ப்பாகப் பார்த்தார்கள். எனவேதான் அவர்கள் மாலுமிகளுக்கு ஆதரவாக பாம்பேயில் ஹர்த்தாலுக்கு அறைகூவல் விடுத்தார்கள். இது வன்முறையாக மாறியது.

மூன்று லட்சம் பேருக்கு மேலாக வீதிகளில் இறங்கிப் போராடியதும், பிரிட்டிஷார் பதட்டத்தில், பொது மக்களை ஒடுக்க கவச வண்டிகளை பாம்பேயின் வீதிகளில் இறக்கிவிட, போராட்டம் பிரிட்டிஷாருக்கு எதிரான வன்முறையாக மாறியது. இதன் விளைவாக இரண்டே நாட்களில் வீதிகளில் நடந்த சண்டையில் சுமார் 400 பேர் கொல்லப்பட, 1500 பேருக்கும் மேல் படுகாயமடைந்தார்கள். பிப்ரவரி அன்று விக்டோரியா டெர்மினஸில் காணப்பட்ட ஹிந்தியில் எழுதி சைக்ளோஸ்டைல் செய்யப்பட்ட துண்டுப் பிரசுரம் ஒன்று 'வெள்ளையர் அனைவரையும் கொல்லுங்கள்... அவனது ஆயுதங்களை, உயிரை எடுங்கள்.... ஹிந்து மற்றும் முஸ்லிமாகிய நாம் நமது தாய்நாட்டிற்காக ஒன்று சேர்ந்து போராடும்போது, உலகின் எந்தச் சக்தியும் நாம் சுதந்திரம் பெறுவதைத் தடுக்க முடியாது. இன்று நம்மோடு ராணுவமும், கப்பற்படையும், விமானப்படையும் இருக்கின்றன.... அடிமைத்தனத்தை ஒழிப்போம். அல்லது செத்து மடிவோம். ஜெய் மஸ்தூர். ஜெய் ஹிந்த்' என்றது. இதுபோன்ற துண்டுப் பிரசுரங்களை பிரிட்டிஷ் அரசு மிக ஆபத்தானவைகளாகப் பார்த்தது.

'எந்த எழுச்சியையும் ஆயுத பலம் கொண்டு ஒடுக்கு' என்ற வழக்கமான பாணியில்தான் ஆரம்பகட்ட எதிர்வினை இருந்தது. இந்தியாவிலிருந்த படைகளின் தலைமைத் தளபதியான ஃபீல்ட் மார்ஷல் சர்.கிளாட் அசின்லெக், வைசிராய் வேவல் பிரபு, பிரதமர்

அட்லி ஆகியோருடன் அவசரமாக ஆலோசித்து விட்டு, எழுச்சியை அடக்க திரிகோண மலையிலிருந்து ஹெச்.எம்.எஸ். கிளாஸ்கோ என்ற போர்க்கப்பலை பாம்பே நோக்கி விரைந்து வருமாறு உத்தரவிட்டார்.

இந்திய கப்பற்படை தளபதியான அட்மிரல் காட்ஃபிரே "இந்திய கப்பற்படையை முற்றிலுமாக அழித்து விடுவேன்" என்று மிரட்டல் விடுத்து, எச்சரிக்கை செய்யும் விதமான பாம்பே கப்பற்தளத்திற்கு மேல் போர் விமானங்களை தாழ்வாகப் பறக்கச் செய்தார். பாசறைகளுக்கான உணவு, தண்ணீர் விநியோகம் நிறுத்தப்பட்டன. மராட்டா, கார்வாலி படைப்பிரிவு இந்திய வீரர்கள் தம் சகோதரர்களை நோக்கிச் சுட மறுத்துவிட, கோபாவேசமான வெள்ளைச் சிப்பாய்கள் மாலுமிகளை நோக்கிச் சுட்டார்கள்.

புரட்சியை நசுக்கும் ஆரம்பகட்ட முயற்சிகள் தோல்வியடைந்ததும், பிரிட்டிஷ் மேல்மட்ட அதிகார வர்க்கம் பதட்டமடைந்தது. அட்மிரல் காட்ஃபிரே, சர்ச்சிலோடு நெருங்கிப் பணியாற்றியவர். பிரிட்டிஷ் அரசின் மிகச் சிறந்த ராஜதந்திரி, திட்டமிடல் நிபுணர்களில் ஒருவர் என்ற மாசற்ற மரியாதை கொண்டவர். ஆனால் எழுச்சியைக் கையாண்டதில் அவரிழைத்த தவறுகளுக்காக பணி ஓய்வுக் காலத்திற்கு முன்பாகவே பணியிலிருந்து விடுவிக்கப்பட்டார்.

பொதுமக்களின் ஆதரவோடு போராடிய இந்திய மாலுமிகள் நிகழ்வுகளின் போக்கையே மாற்றிவிடக் கூடிய ஒரு முக்கியமான தருணத்தில் இருந்தார்கள். அரசியல் வர்க்கத்திடம் அவர்கள் கேட்டது தலைமையையும், வழிகாட்டலையும்தான். ஆனால் அதுதான் நடக்கவில்லை.

ஆனாலும் இந்த மாபெரும் நிகழ்வு இந்திய விடுதலை இயக்கத்தின் வரலாற்றில் அதற்கு உரிய ஒரு இடத்தைப் பெறாமலேயே போனது.

The forgotten Mutiny that shook the British Empire என்ற தனது கட்டுரையில் ராக்கேஷ் கிருஷ்ணன் சிம்ஹா, வைசிராய் வேவல் பிரபு 1946 மார்ச் 22 அன்று ஆறாம் ஜார்ஜ் அரசருக்கு அனுப்பிய கடிதத்திலிருந்து கீழ்கண்ட மேற்கோளைக் குறிப்பிடுகிறார் – 'கடந்த மூன்று மாதங்கள் மிகவும் பதட்டமாக, மனச்சோர்வு தருவதாக இருந்தன. சட்டமன்றத்திலும்,

பத்திரிகைகளிலும் தொடர்ந்து அரசாங்கம், அதிகாரிகள், போலீஸ் மீது கடும் தாக்குதல். பாம்பேயில் மிகப் பெரிய கிளர்ச்சி. கப்பற்படைக் கிளர்ச்சி. விமானப்படையில் மிகப் பெரிய ஒழுங்கீனம். இந்திய ராணுவத்திலும் பதட்டம். பொதுவாகவே ஒரு பாதுகாப்பற்ற, சட்டம் ஒழுங்கு இல்லாத நிலை... துரதிருஷ்டவசமான, முட்டாள்தனமான, வேதனையான நிலை...'

1947ல் இந்தியாவிற்கு சுதந்திரம் வழங்குவது பற்றிய பிரிட்டிஷ் மக்கள் அவையின் விவாதத்தில் பேசிய சர். ஸ்டாஃபோர்ட் கிரிப்ஸ் இந்த ஆபத்தான சூழல் பற்றி விவரித்தார். 'இந்திய ராணுவத்தினர் பிரிட்டிஷ் அதிகாரிகளுக்கு அடிபணிவதில்லை.... இந்தச் சூழலில் நாம் இந்தியாவை நீண்ட நாட்கள் ஆட்சி செய்ய வேண்டுமென்றால் நாற்பது கோடி மக்கள்தொகை கொண்ட அந்த பெரிய நாட்டில் நிரந்தரமாக ஒரு பிரிட்டிஷ் ராணுவம் இருக்க வேண்டும். நம்மிடம் அத்தகைய பெரிய ராணுவம் இல்லை' என்றார்.

மத்திய சட்டமன்றத்தின் ஒரு அவசரக் கூட்டத்தில் பாராளுமன்றவாதியான மீனு மஸானி, அவரது அச்சத்திற்கு பதில் தந்தார். பிரிட்டிஷ் உறுப்பினர்களைச் சுட்டிக்காட்டி, 'இந்த நாட்டில் ஒரு ராணுவம், விமானப்படை, கப்பற்படை இன்னும் உருப்படியாக இருக்கும்போதே இங்கிருந்து கிளம்பி விடுங்கள் என்று வேண்டுகோள் விடுக்கிறேன். நீங்கள் எவ்வளவு சீக்கிரம் செல்கிறீர்களோ, அவ்வளவு இந்த நாட்டிற்கு நல்லது....' என்று உரக்க அறிவித்தார். ஆனால் துரதிருஷ்டவசமாக, மாலுமிகளுக்கு ஆதரவான ஒரு சிறுபான்மைக் குரலாக அது இருந்தது.

சட்டமன்றத்துக்கு வெளியே ஜெயப் பிரகாஷ் நாராயண், ராம் மனோஹர் லோகியா, ஆச்சார்ய நரேந்திரதேவ், மிக முக்கியமாக அருணா அசஃப் அலி போன்ற இளம் காங்கிரஸ் ஊழியர்கள் தான் மாலுமிகளுக்கு ஆதரவளித்தார்கள். பெரும்பாலான காங்கிரஸ், முஸ்லிம் லீக் தலைவர்கள் பிரிட்டிஷார் போலவே கலக்கத்தில் இருந்தார்கள்.

அந்த பிப்ரவரி மாதம் சோஷலிஸ்ட் புரட்சியாளரான அருணா அஸஃப் அலிக்கும் காந்திக்கும் இடையில் கருத்து வேறுபாடு ஏற்பட்டது. அருணா அஸஃப் அலி 1942 ஆகஸ்டில் கௌவாலியா டாங்க் மைதானத்தில் காங்கிரஸ் கொடியை ஏற்றிவிட்டு தலைமறைவானார். நான்காண்டுகள் தலைமறைவாக இருந்தபடி,

தலைமறைவு வானொலி நிலையம் ஒன்றை நடத்தினார். பிரிட்டிஷ் அரசு அவரது தலைக்கு விலை வைத்திருந்தது. அவர் மாலுமிகளுக்கு பல மாதங்களாக ரகசியமாக ஆலோசனைகளும், உற்சாகமும் அளித்து வந்தார்.

இதனிடையே தனது அஹிம்சைக் கொள்கையின்படி காந்தி புரட்சியாளர்களைக் கைவிட்டார். அவரும், அருணாவும் பொது மேடைகளில் ஒருவரையொருவர் தாக்கிப் பேசினார்கள். இது பத்திரிகைகளில் தலைப்புச் செய்தியாக இடம் பெற்றது.

மற்றொருபுறம் நேரு, சர்தார் படேல் இடையே யார் பெரியவர் என்ற மோதல். மாலுமிகள் சார்பாகப் பேச நேரு பாம்பே வந்ததைக் கேள்விப்பட்ட படேல் ஆத்திரம் அடைந்தார். உடனடியாக அவர் காந்திக்கு, 'நான் அவரை (நேருவை) வரவேண்டாம் என்ற அறிவுறுத்தினேன். ஆனாலும் அவர் இங்கு வந்திருக்கிறார்.... அருணாவின் தந்தியைப்பார்த்ததும் அவர் கிளம்பியிருக்கிறார் என்பதுதான் சோகம்' என்று கடிதம் எழுதினார்.

காந்தியின் சொல்தான் இறுதியானது. அவர் மாலுமிகளுக்கு எதிராகப் பேசினார். அவர்களுக்கு எதிராக ஏராளமான அறிக்கைகளை வெளியிட்டார். 'கிளர்ச்சியில் ஈடுபடும்படி அவர்களுக்கு தவறான ஆலோசனை தரப்பட்டுள்ளது... அவர்கள் இந்திய சுதந்திரத்திற்காக கிளர்ச்சி செய்கிறார்கள் என்றால், அது இரு மடங்குத் தவறு.... தமது பலத்தின் மூலம் இந்தியாவை அந்நிய ஆதிக்கத்திலிருந்து விடுவித்து விடலாம் என்று அவர்கள் கருதினால், அவர்கள் யோசனையற்றவர்கள்... எதுவும் அறியாதவர்கள்' என்றார்.

இதே விமர்சனத்தை மிக முக்கிய காங்கிரஸ் தலைவரான படேலும் முன் வைத்தார். மாலுமிகளின் எழுச்சியைக் கண்டித்த அவர் 'அது, ரௌடித்தனத்தைத் தவிர வேறொன்றுமில்லை', என்றார். மேலும், 'சுதந்திரக்கப்பல் இந்தியக் கரையைத் தொட்டுவிட்டது. இவர்கள் போய் அதைக் கவிழ்த்துவிடக் கூடாது' என்றார்.

முஸ்லிம் லீக் சார்பாக, ஜின்னாவும் மாலுமிகளைச் சரணடையுமாறு அறிவுறுத்தினார். இவ்வாறு ஜின்னா பொருத்தமற்ற வகையில் படேலுக்கு உதவினார். ஜின்னாவின் உதவியுடன் படேல் பிப்ரவரி 23 அன்று மாலுமிகள் சரணடையத் தூண்டுவதில் வெற்றி பெற்றார். பழி வாங்கல் நடவடிக்கை இருக்காது என்று

இந்த தேசியக் கட்சிகள் வாக்குறுதி அளித்தன. இப்படி ஒரு வாக்குறுதி அளிக்கவோ, அதைக் காப்பாற்றவோ அவற்றிற்கு அப்போது எந்த அதிகாரமும் இல்லை. பின்னால் அது காப்பாற்றப்படவும் இல்லை.

படேல், நேரு ஆகிய இருவருமே சரணடைய வேண்டுகோள் விடுக்கும்போது யாரும் பழிவாங்கப்பட மாட்டார்கள் என்று உறுதியளித்தார்கள். போராட்டக்குழுவின் தலைவர் எம்.எஸ்.கான் இந்த வாக்குறுதியை எழுத்துபூர்வமாகத் தரும்படி படேலிடம் வேண்டினார். படேல் கோபத்தில் வெடித்தார்.' என் வார்த்தைகளை நீங்கள் நம்பாத போது, என் எழுத்தை மட்டும் எப்படி நம்புவீர்கள்? எந்த ஒரு மாலுமி மீதும் பழிவாங்கல் நடவடிக்கை இருக்காது என்று, இந்திய தேசிய காங்கிரஸ் சார்பாக நான் உங்களுக்கு வாக்குறுதி அளிக்கிறேன்' என்றார்.

எனினும், படேலோ, ஜின்னாவோ அல்லது வேறெந்த அரசியல் தலைவரோ இந்த வாக்குறுதியைக் காப்பாற்றவில்லை. அந்த நேரத்தில் அது அவர்களது சக்திக்கு அப்பாற்பட்டது. ஆனால், சுதந்திரத்திற்குப் பிறகு கூட அந்த வாக்குறுதி காப்பாற்றப்படவில்லை என்பதை குறிப்பாக கவனிக்க வேண்டும்.

மார்ச் 1ஆம் நாள் ஆந்திரத் தலைவர் விஸ்வநாதனுக்கு எழுதிய கடிதத்தில் 'ராணுவத்தின் கட்டுப்பாட்டைச் சிதைத்துவிடக் கூடாது' என்று படேல் குறிப்பிட்டார். காலப்போக்கில், பாம்பேயின் தெருக்களில் நடந்த நேரடி நடவடிக்கைகளை ஆதரிக்காத காரணத்தால், ஹிந்துக்களையும், முஸ்லிம்களையும் ஒரே மேடையில் இணைக்கும் வாய்ப்பை காங்கிரஸ் இழந்தது. அது ஒரு பொன்னான வாய்ப்பு. அந்நிய ஆட்சியாளர்களுக்கு எதிரான இந்த மத ஒற்றுமையை காங்கிரஸ் ஆதரித்திருந்தால், பதினெட்டு மாதங்களுக்குப் பிறகு நடந்த பிரிவினையின் ரத்த சேதம் சற்று குறைவாக இருந்திருக்கக் கூடும்.

British officers and striking sailors : Mutiny in the Royal Indian Navy. February 1946 என்ற கட்டுரையில் கிறிஸ் மாட்சன், 'சர்தார் படேல் மாலுமிகளை சரணடையச் சொன்னார். புரட்சியாளர்கள் பழி வாங்கப்பட மாட்டார்கள் என்று கானுக்கு வாக்குறுதி தந்தார். பிரிட்டிஷ் போர்க்கப்பல்கள் மூர்க்கமான வேகத்தோடு சூழ்ந்து நிற்க, இந்திய மாலுமிகள் புத்திசாலித்தனமாக, உயிர்த்தியாகம் செய்யாது சரணடைந்தார்கள்' என்று குறிப்பிடுகிறார்.

523 மாலுமிகள்மீது விசாரணை நடந்தது, பலரும் அவமானகரமான பணி நீக்கம் செய்யப்பட்டார்கள் என்று அவர் உறுதி செய்கிறார். மிக மோசமான சூழலில் முலுந்த் பகுதியில் முள்வேலி சூழ்ந்த வதைமுகாமில் அவர்கள் முதலில் அடைக்கப்பட்டார்கள். விசாரணை, சிறைத் தண்டனைக்குப் பிறகு கல்யாண் ரயில் நிலையத்திற்கு அழைத்துச் செல்லப்பட்டார்கள். இனிமேல் பாம்பே பக்கம் தலைகாட்டக் கூடாது என்று எச்சரிக்கை செய்யப்பட்டு, சொந்த ஊருக்கு மூன்றாம் வகுப்பு ரயில் டிக்கெட் தரப்பட்டுத் துரத்தப்பட்டார்கள்.

மாலுமிகள் மிகவும் இளையவர்கள் என்பதால், அப்பாவித்தனமான எதிர்பார்ப்போடு சுதந்திரப் போரில் குதித்தார்கள். காலப்போக்கில் காங்கிரஸ், முஸ்லிம் லீக் இரண்டும் கைவிட்டபோது கோபமும், வீரமும், கருத்து வேறுபாடுமாக விடிய விடிய கூட்டங்கள் போட்டு பேசினார்கள். சிறு குழந்தைகள் போல் அழுதபடி, ஒருவரையொருவர் அணைத்துக் கொண்டு, கடைசியில் சரணடைய ஒப்புக் கொண்டார்கள்.

இது பிரிட்டிஷாருக்கு வசதியாக இருந்தது. நேரடி மோதலில் ஈடுபட்டு, முப்படைகளும் கிளர்ச்சியாளர்களோடு இணைந்து, அவர்களோடு பொதுமக்களும் சேர்ந்து போராட்டத்தில் இறங்கும் அபாயத்தைவிட, அவர்கள் அறிந்த அரசியல் தலைவர்களோடு பேச்சு வார்த்தையில் ஈடுபடுவது அவர்களுக்கு எளிதானது. எனவே எழுச்சியை ஒடுக்குவதில் பிரிட்டிஷார், காங்கிரஸ், முஸ்லிம் லீக் ஆகிய மூவருக்கும் ஒரு பொதுவான காரணம் இருந்தது. முஸ்லிம் லீக் தனியான ஒரு முஸ்லிம் நாடு வேண்டும் என்றது. எனவே காங்கிரஸ் போலவே சுமூகமான பொதுத் தீர்வை அடைய பேச்சுவார்த்தை நடத்திக் கொண்டிருந்த பிரிட்டிஷாருடன் நேரடி மோதலுக்கு அவர்கள் தயாராக இல்லை.

இரு கட்சிகளுக்குமே தீர்வை திசை திருப்பிவிடும் புரட்சியைவிட அதிகார மாற்றத்தைப் பற்றி விவாதிக்கும் கேபினட் மிஷன் பற்றிய அறிவிப்பு மிக முக்கியமானதாகப் பட்டது. ‘அந்தச் சமயத்தில் அரசியல்வாதிகள் தமக்குள் அமைச்சர் பதவிகளை ஒதுக்கீடு செய்து கொண்டிருந்தார்கள்’ என்று ஒரு மாலுமி வேதனையோடு குறிப்பிட்டார்.

ஆட்சி மாற்றம் தவிர்க்க முடியாதது என்ற உணர்வு பிரிட்டிஷாரிடம் ஒரு சமாதானப் போக்கை மேற்கொள்ள அரசியல்

தலைமையை இட்டுச் சென்றது. முக்கிய காங்கிரஸ் தலைவரும், புகழ்பெற்ற வழக்கறிஞருமான டாக்டர்.எம்.ஆர்.ஜெய்கர், 'இந்த பெரிய காங்கிரஸ்காரரர்களிடம் ஏற்பட்டுள்ள இந்த அற்புதமான மாற்றம் எனக்கு வியப்பளிக்கிறது. ஹர்த்தால் இல்லை. கூட்டம் இல்லை. ஊர்வலம் இல்லை. பள்ளிகள் மூடப்படவில்லை. எந்த எதிர்ப்பும் இல்லை.... மஹாத்மா கூட இப்போது பிரிட்டிஷாரின் நோக்கங்களை நம்பாமல் இருப்பது முட்டாள்தனம் என்று சொல்கிறார்' என்று தேஜ் பகதூர் சாப்ரூவிற்கு எழுதினார்.

காங்கிரஸிற்கும், முஸ்லிம் லீக்கிற்கும் மாலுமிகளுக்கு மக்கள் ஆதரவு இருப்பது தெரியும். ஆனால், பிரிட்டிஷாருடனான பேச்சு வார்த்தை தடைபடுமோ என்ற அச்சத்தில் வெளிப்படையாக இந்த எழுச்சியை ஆதரிக்காமல் இருந்தார்கள். *The Royal Indian Navy Mutiny of 1946* என்ற தனது கட்டுரையில் டெக்ஸாஸ் பல்கலைக்கழகத்தின் ஜான்.எம்.மேயர். 'எனவே காங்கிரஸ் பிரிட்டிஷாருடன் கூட்டு சேர்ந்து மாலுமிகளை சரணடைய வைத்தது' என்று குறிப்பிடுகிறார்.

இதன் பின்விளைவாக, இந்த எழுச்சி மிகப் பெரியது என்றாலும் கூட, இந்திய கப்பற்படையின் வரலாற்றில் ஒருசில வரிகளோடு முடிந்து விட்டது. பாடப்புத்தகங்களில் அது கூட கிடையாது. இந்திய சுதந்திரப் போர் வரலாற்றிலிருந்து அது எளிதாக நீக்கப்பட்டது. தேசிய உணர்வாக அது மாற அனுமதிக்கப்படவில்லை.

இந்த எழுச்சியின் ஒரு முக்கிய அம்சம் இந்திய கப்பற்படை அதிகாரிகள் மாலுமிகளை ஆதரிக்கவில்லை. ஒருவேளை ஆதரிக்க முடியாமல் போயிருக்கலாம். அவர்கள் கப்பற்படைக்கு விசுவாசமாக இருந்தார்கள். அசைக்கமுடியாத விசுவாசம், உறுதியான பற்று ஆகியவற்றில் பயிற்றுவிக்கப்பட்ட கட்டுப்பாடு மிக்க அதிகாரிகளாக அவர்கள் இருந்ததால் ஒருவேளை அவர்கள் தமது உறுதிமொழியை மீறி மேலதிகாரிகளை எதிர்க்கும் மாலுமிகளுக்கு ஆதரவு தர வேண்டும் என்று நினைப்பது நியாயமற்றதோ?

ஆனால் அவர்களது நாட்டுப்பற்றைக் குறை கூற முடியாது. அவர்கள் பணியில் சேர்ந்தபோது எடுத்த உறுதிமொழியைக் காக்க, தம் கடமையைச் செய்தார்கள். இவர்கள் பலரும் சுதந்திரத்திற்குப் பிறகு மிகச் சிறந்த அதிகாரிகளாக இந்திய கப்பற்படையை உன்னதமான நிலைக்கு உயர்த்தினார்கள். 1971 போரில் மிகப்பெரிய

செயல்களைச் செய்தார்கள். இவர்களை இப்போதும் கப்பற்படையினர் மிகவும் போற்றுகின்றனர்.

ரியர் அட்மிரல் சதாசிங் கணேஷ் கர்மர்கர் ஒரு சிறந்த உதாரணம். 1945 – 46ல் புரட்சியாளர்கள் அருணா அஸஃப் அலியைச் சந்தித்து திட்டம் தீட்டிய அதே கப்பற்படைக் குடியிருப்பில்தான் அவர் வசித்தார். எழுச்சிக்கு பல மாதங்களுக்கு முன்பிருந்தே அவர்களது செயல்களை கண்காணித்து வந்தார் என்பது விசாரணைக் கமிஷனில் தெரிந்தது. ஆனால், அவர் சுதந்திரத்திற்கும் பிறகு இந்தியக் கப்பற்படையில் மிக விசுவாசமாகப் பணிபுரிந்து, தமது உன்னதமான பணித் திறனால் உயர் பதவிகளுக்கு உயர்ந்தார்.

அமெரிக்க ராணுவத்தின் ராணுவ வரலாற்று மையத்தைச் சேர்ந்த அறிஞரான ரொனால்ட் ஸ்பெக்டர், ‘இந்திய கப்பற்படை அதிகாரிகள் மாலுமிகள் போலவே இனவாதம், பாகுபாடு ஆகியவற்றால் பாதிக்கப்பட்டாலும் கூட, மாலுமிகளின் கோரிக்கைகளோடு இணையவும், அவர்களுக்கு நல்ல தலைமையை அளிக்கவும் தவறினார்கள்’ என்கிறார். பிரிட்டிஷ் கப்பற்படை வரலாற்றாளரான ஆண்ட்ரூ டேவிஸ், ‘இந்திய மாலுமிகள் முழு புரட்சியாளர்களும் இல்லை. முழுமையாக பணிந்தவர்களும் இல்லை’ என்கிறார். காலஞ்சென்ற அட்மிரல் கிருபால் சிங் என்னிடம், ‘பிரிட்டிஷார் பிரிட்டனில் இந்திய அதிகாரிகளை வேறு விதமாக நடத்துவார்கள். ஆனால் இந்தியாவில் எப்போதும் எங்களை உயர்வானவர்களாகவே நடத்துவார்கள்’ என்று கூறியது எனக்கு நன்றாக நினைவிருக்கிறது.

ஆகஸ்ட் 14, 15 சுதந்திரம் பெற்ற பாகிஸ்தானும், இந்தியாவும் தத்தமது கப்பற்படைக்கு பிரிட்டிஷ் அட்மிரல்களையே தலைமை ஏற்கக் கேட்டுக் கொண்டது ஒரு முரண். 1947 முதல் 1958 வரை இந்திய கப்பற்படைக்கு தொடர்ச்சியாக நான்கு பிரிட்டிஷ் அட்மிரல்களே தலைமையேற்றார்கள். முதல் இந்திய கப்பற்படை தளபதியான அட்மிரல் ராம் தாஸ் கட்டாரி 1958 ஏப்ரலில்தான் பதவி ஏற்றார். பாகிஸ்தான் கப்பற்படைக்கும் 1953 வரை பிரிட்டிஷ் தளபதிதான். இந்திய-பாக் கப்பற்படைகளுக்கும், பிரிட்டிஷாருக்கும் இடையில் தொடர்ந்த இந்த உறவு கூட அரசியல் வர்க்கம் மாலுமிகள்மீது இரக்கம் காட்டவோ, அவர்களுக்கு மீண்டும் பணி தரவோ விடாமல் செய்திருக்கலாம்.

அரசியல் வர்க்கம் அலட்சியம் காட்டினாலும் கூட, பொது மக்களும், அறிவு ஜீவிகளும் மாலுமிகளை ஆதரித்தார்கள். இடதுசாரி சார்புள்ள கலைஞர்கள் வெளிப்படையாகவே மாலுமிகளுடன் இணைந்தார்கள். அதிகாரபூர்வ புறக்கணிப்பை மீறி இந்த எழுச்சி கலை, இலக்கிய, கலாச்சாரத்தில் ஊடுருவியது.

இந்திய மக்கள் நாடக இயக்கமான இப்டா எழுச்சிக்கு மூன்றாண்டுகளுக்கு முன் 1943ல் துவக்கப்பட்டது. இப்டா கலைகளின் வழியே விடுதலை உணர்வைப் பரப்புவதில் முன்னின்றது. உத்பல் தத், காஜா அஹமது அப்பாஸ், பால்ராஜ் சாஹ்னி, பண்டிட் ரவிசங்கர், ரித்விக் கட்டக், சலீல் சௌதுரி, பிரிதிவிராஜ் கபூர் ஆகியோர் அதை துவக்கிய உறுப்பினர்களாவர்.

இவர்கள் முன்னாள் ராணுவத்தினர் சங்கத்தை ஒரு அமைப்பாக ஆதரித்ததோடு மட்டுமின்றி, எழுச்சிக்கு ஆதரவாக தனிப்பட்ட முறையிலும் குரல் கொடுத்தார்கள். கராச்சியில், மாலுமிகள் மீதான துப்பாக்கிச் சூட்டை எதிர்த்ததற்காக ஏ.கே.ஹங்கல் கைது செய்யப்பட்டார். புகழ்பெற்ற ஓவியரான சித்தப் பிரஸாத் போராட்டக்காரர்களின் பேரணியில் தனது ஓவியங்களை பார்வைக்கு வைத்தார். (ஆங்கில நூலின் அட்டைப்படம் இவரது ஓவியம்தான்) எழுச்சி குறித்த இவரது ஓவியங்களை கம்யூனிஸ்ட் கட்சியின் பத்திரிகையான 'பீப்பிள்ஸ் ஏஜ்' பெருமளவு பயன்படுத்திக் கொண்டது.

சலீல் சௌதுரியின் தூ உச்சே, கரா துச்சே (சுதந்திர அலை எழுகிறது.... அடிமைச் சங்கிலிகள் தகர்கின்றன) என்ற பாடல் 1946ல் எழுச்சிக்கு நான்கு மாதங்களுக்குப் பிறகு ஜுலையில் எழுதப்பட்டாலும், 75 ஆண்டுகள் கழித்து இன்றும் ஒலிக்கிறது.

கப்பற்படையின் எழுச்சியின் போது, மாலுமிகள் கத்தியவார் கப்பலைக் கைப்பற்றியதும், வெள்ளைத் தொப்பி அணிந்து, ஜோஷ் மலிஹாபடியின் புகழ்பெற்ற வரிகளான 'காம் ஹே மேரா.,.' பாடலைப் பாடியது அற்புதமான காட்சியாகும். எனது இலக்கு மாற்றம். எனது பெயர் இளமை... 'எனது கோஷம் புரட்சி, புரட்சி, புரட்சி' என்பதே இப்பாடலின் பொருள்.

சாஹிர் லூதியான்வியும் எழுச்சிபற்றி மிக சக்தி வாய்ந்த கவிதையை எழுதினார். 'யே சல்தே ஹுவே கர் கிஸ்கே ஹேன்...' என்ற அந்தப் பாடலின் பொருள் :

உளுத்துப் போன அமைப்பை
நடுங்கச் செய்ததுதான் என்னவொரு உத்வேகம்!
மந்தமான, வறண்ட நிலத்தில்
நம்பிக்கைப் பூவைப் பூக்கச் செய்தது தான்
என்னவொரு உத்வேகம்!
மக்களின் குருதியை ராணுவத்தின் குருதியோடும்
ராணுவத்தின் குருதியை மக்களின் குருதியோடும்
கலக்கச் செய்ததுதான் என்னவொரு உத்வேகம்!

கப்பற்படை எழுச்சி இந்திய கடற்படை அதிகாரி ஜான் மாஸ்டர்ஸ் எழுதிய பவானி ஜங்ஷன் என்ற புகழ்பெற்ற நாவலில் இடம் பெற்றது. பின்னாளில் பெரிய நட்சத்திரங்கள் நடிப்பில் திரைப்படமாகவும் வந்தது. சல்மான் ருஷ்டி தனது *The Moor's Last sigh* நாவலில் எழுச்சிக்கு முக்கிய இடம் அளித்துள்ளார். அமிதவ் கோஷின் *Glass Palace* நாவல் இளம் விவசாயிகள் வீட்டுப் பிள்ளைகள் இரண்டாம் உலகப் போர் காலத்தில் கப்பற்படையில் சேர்ந்தது, பின்னர் எழுச்சியில் ஈடுபட்டது ஆகியவற்றை அற்புதமான விவரிக்கிறது.

உத்பல் தத் தனது நாடகம் பற்றி மிகவும் பெருமிதம் அடைந்ததால் தனது வீட்டிற்கே கல்லோல் என்று பெயரிட்டார். இந்த நாடகம் 850 காட்சிகள் நடந்து சாதனை புரிந்தது. தத் விடுதலை செய்யப்பட்ட அன்று 'மைதானத்தில் மிகப் பெரிய பேரணி நடந்தது. சிறப்பு மேடை அமைக்கப்பட்டு, கலோலின் சுருக்கப்பட்ட வடிவம் நிகழ்த்தப்பட்டது' என்று தத்தின் நெருங்கிய நண்பரான சமிக் பந்தோபாத்யாயா குறிப்பிடுகிறார். அந்த நிகழ்ச்சியில் ஜோதிபாசு, ஹரிகிஷன் சிங் அர்ஜித், பி.டி. ரணதிவே ஆகியோர் பங்கேற்றார்களாம். அந்த நாள் கல்லோல் விஜய் உத்சவ் என்ற பெயரில் கொண்டாடப்பட்டதாம்.

உத்பல் தத் 1993ல் இறந்தபிறகு மிக அற்புதமான செட்டிங்ஸ்களுடன் இரு பெரிய நிகழ்ச்சிகள் நடந்தன. ஹுக்ளி நதியின்மீது, நீரலைகளுக்கு மேலே இதற்காகவே வடிவமைக்கப்பட்ட மேடையில் அந்த நிகழ்ச்சி நடந்தது. பின்னர் 2005 நவம்பரில் கல்கத்தா சால்ட் லேக் ஸ்டேடியத்தில் நடந்த நாடகத்தை 50000க்கும் அதிகமானோர் கண்டுகளித்தனர். நாடகம் ஒவ்வொரு முறை நடக்கும்போதும், 'சரணடைய மாட்டோம்' *(No Surrender)* என்ற கோஷத்தில் அரங்கமே அதிருமாம்.

கப்பற்படை எழுச்சியின் சோக முடிவு என்னவென்றால், எழுச்சியில் பங்கேற்ற மாலுமிகள் மூன்றாம் வகுப்பு ரயில் டிக்கெட் தரப்பட்டு சொந்த ஊருக்குத் துரத்தப்பட்டதுதான். அவர்களது சம்பள பாக்கியும் தரப்படவில்லை. 'இனி பாம்பே பக்கம் தலைகாட்டக் கூடாது' என்ற எச்சரிக்கையோடு ரயிலில் ஏற்றி விடப்பட்டார்கள்.

அவர்கள் நடுத்தெருவில் நின்றார்கள். சுதந்திரம் வந்த பிறகும் அரசாங்கம் கண்டுகொள்ளவில்லை. மீண்டும் வேலை கிடைக்கும் என்ற நம்பிக்கையோடு அரசாங்கத்தை அணுகிய மாலுமிகளுக்கு 'இந்திய அரசாங்கம் மிக கவனமாகப் பரிசீலித்தது.... டிஸ்மிஸ் செய்யப்பட்டவர்களுக்கு மீண்டும் வேலை தர இயலாது என்பதற்காக வருந்துகிறது' என்ற கறாரான பதில் கிடைத்தது.

நேருவிற்கு எழுதிய கடிதத்திற்கு ஒரு பதிலும் வரவில்லை என்று புரட்சியாளர்களின் தலைவர் ஒருவர் புலம்பினார். 'சுதந்திரப் போராட்டத்தில் ஈடுபட்டதற்காக பணிநீக்கம் செய்யப்பட்டவர் மீண்டும் அதே பணியில் சேர சட்டத்தில் இடம் இல்லை என்றால், காங்கிரஸ் என்ற அரசியல் கட்சியின் தலைவராக இருந்த நீங்கள் மட்டும் எப்படி பிரதமர் பதவியில் அமரமுடியும் என்பதை நீங்கள் விளக்க வேண்டும்' என்று அவர் நேருவைக் கேட்டார்.

மஸ்டன் எழுதியது போல், 'எழுச்சியின் போதான அவர்களது நடவடிக்கைகளுக்காக சில கப்பற்படை அதிகாரிகள் கண்டிக்கப்பட்டார்கள். ஆனாலும் மாலுமிகளை கெட்ட வார்த்தைகளால் திட்டி, எழுச்சிக்கு மூல காரணமாக இருந்த கமாண்டர் கிங் ராணுவ நீதிமன்றத்தால் விடுதலை செய்யப்பட்டது பெரிய முரண். அவரது கெட்ட வார்த்தைகள் தான் இந்த எழுச்சிக்குக் காரணமாக இருந்து சுதந்திரப் போரில் பெரிய தாக்கம் ஏற்படுத்தின என்பதைப் பார்க்கும் போது இது பெரிய அதிர்ச்சியை அளிக்கிறது.

மாலுமிகள் சரணடைந்த சில வாரங்களுக்குப் பிறகு, பாட்னா உயர்நீதி மன்றத்தின் தலைமை நீதிபதியான நீதியரசர் ஃபஸல் அலி தலைமையில் ஒரு விசாரணைக் குழு அமைக்கப்பட்டது. (இவர் பின்னாளில் இந்திய உச்சநீதி மன்றத்தின் தலைமை நீதிபதியாக உயர்ந்தார்) இந்த குழு 229 சாட்சிகளை விசாரித்தது.

1946 ஜூலை 19 கடைசி விசாரணை முடிவடைந்தது. அதற்கு மூன்று மாதங்களுக்குப் பிறகு குழு தனது அறிக்கையை

அரசாங்கத்திற்கு அளித்தது. அக்டோபர் 22 அறிக்கை தயார் என்றாலும் 1947 ஜனவரி 20 அன்றுதான் பத்திரிகைகளில் அது குறித்து வெளியானது. முழு அறிக்கையும் வெளியானதா என்று தெளிவாகத் தெரியவில்லை.

598 பக்கமுள்ள அந்த அறிக்கை பணி நிலமைகள், நிர்வாகம், கட்டுப்பாடு ஆகியவற்றில் இருந்த பல்வேறு பிரச்சனைகளை வரிசைப்படுத்தியது. 'மோசமான பணிநிலை, மோசமாக நடத்தப்பட்டது குறித்து போராட்டத்தில் ஈடுபட்ட மாலுமிகள் கூறியவை உண்மைதான் என்பதற்கு போதுமான ஆதாரங்கள் உள்ளன.... தீர்க்கப்படாத பல்வேறு பிரச்சனைகள் காரணமாக மாலுமிகளிடம் ஏற்பட்ட பரவலான அதிருப்தி, அரசியல் சூழலால் மேலும் அதிகரித்ததே கிளர்ச்சிக்கான அடிப்படைக் காரணம் என்று குழு கருதுகிறது' என்று அந்த அறிக்கை முடிவாகக் கூறியது.

எழுச்சிக்குப் பிறகு பணிநீக்கம் செய்யப்பட்டவர்களுக்கு சுதந்திரப்போர் தியாகி அந்தஸ்தையும், ஓய்வூதியமும் 1973ல் தான் அரசாங்கம் வழங்கியது. இது மிக மிக மிக தாமதமான செயல். உண்மையில் இது இந்தியாவின் மறக்கப்பட்ட எழுச்சி. இன்று இந்த வீரஞ்செறிந்த போராட்டம் நமது வரலாற்றில் ஒரு அடிக்குறிப்பாக மட்டுமே இருப்பதும், பெரும்பாலான இந்தியர்களுக்குத் தெரியாமலேயே போனதும் பெரும் சோகம். மறக்கப்பட்ட அவர்களது வீரத்தின் மௌன சாட்சியாக மும்பையின் கொலாபாவில் ஒரு நினைவுச் சின்னம் நிறுவப்பட்டுள்ளது. நாள்தோறும் அதைக் கடந்து செல்லும் லட்சக்கணக்கான மக்களுக்கு அந்த நினைவுச் சின்னம் யாருக்காக நிற்கிறது என்பதே தெரியாது.

'ஒரு புரட்சியின் விளைவு அது ஏற்படுத்திய மாற்றத்தின் அளவால்தான் நிர்ணயிக்கப்படும். அதற்கு இந்த எழுச்சியே சாட்சி. ஏனெனில் மஹாத்மா காந்தியின் தாக்கத்தையும் மீறி, ரத்தம் சிந்தவே செய்தது' என்று பி.சி.தத் எழுதினார்.

இந்த விஷயத்தால் நடந்த மாற்றம் என்னவென்றால், ஒரு வழியாக பிரிட்டிஷார் தம் மூட்டை முடிச்சுகளைக் கட்ட ஆரம்பித்தார்கள். எழுச்சி நடந்த பதினெட்டே மாதங்களில் சுதந்திரம் வந்து விட்டது.

கப்பற்படை மேற்கு பிராந்தியத்தின் கரை அலுவலகமான ஐ.என்.எஸ். ஆங்க்ரே. மராட்டிய கப்பற்படையின் புகழ்பெற்ற தளபதியான கனோஜி ஆங்க் ரேயின் பெயரில் அமைந்தது. உள்படம் - கனோஜி ஆங்க்ரே (1669 - 1729). மராட்டிய கப்பற்படை தளபதி. இவர் எந்த கடல்போரிலும் தோற்றதில்லை, இந்திய கடற்பகுதிக்குள் நுழைந்த ஐரோப்பிய கப்பல்களுக்கு சிம்ம சொப்பனமாய் விளங்கினார் என்றும் கூறப்படுகிறது.

1

கடல் போர்கள் : கடலில் இந்தியரின் வீரம்

'ஜலைம் ஜஸ்யா, வலைம் தஸ்யா' (கடலை ஆள்பவன்தான் சக்தி மிக்கவன்) என்று மாபெரும் மராட்டிய அரசரான சிவாஜி மகராஜ் கூறியதாகச் சொல்லப்படுகிறது. இந்த மூதுரையில் அவர் மிகவும் நம்பிக்கை கொண்டிருந்தார் என்று சொல்கிறார்கள்.

பதினேழாம் நூற்றாண்டின் மத்தியில், கொங்கன் கடற்கரைகளில் போர்த்துக்கீசியர்கள் நடமாட ஆரம்பித்த காலத்தில் இந்த போராளி அரசர் 1654ல் மராட்டிய கப்பற்படையை உருவாக்கினார். ஐரோப்பியர்களை எதிர்கொள்ள கொங்கன் கடற்கரை முழுவதும் நிறைய கப்பல் தளங்களை ஏற்படுத்தினார்.

1667 வாக்கில் மாபெரும் தளபதிகளால் வழி நடத்தப்பட்ட வலிமையான கப்பற்படையாக மராட்டிய கப்பற்படை வளர்ந்தது. அவர்களில் ஒருவரான துகோஜி ஆங்க்ரே மராட்டிய கப்பற்படைக்கு 1689 வரை தலைமை தாங்கினார்.

தன்னிச்சையான கடற்போர் நிபுணர்களான ஆங்க்ரே குடும்பத்தின் முன்னோடி இந்த துகோஜிதான். இவரது புதல்வர்தான் புகழ்பெற்ற கனோஜி ஆங்க்ரே. இவரும், இவரது வாரிசுகளும் பதினெட்டாம் நூற்றாண்டின் நடுப்பகுதி வரை கொங்கன் கடற்பரப்பில் ஆதிக்கம் செலுத்தினார்கள்.

1674 ஜூன் 6 அன்று சிவாஜி முடி சூட்டிக் கொண்டபோது மராட்டிய கப்பற்படையில் சுமார் 5000 வீரர்களும் ஐம்பத்தேழு போர்க்கப்பல்களும் இருந்தன. கடற்கரை முழுவதும் சிவாஜி உருவாக்கிய தளங்களிலிருந்து இவை இயங்கின. இந்தியப் பெருங்கடலில் தங்களது ஆதிக்கத்திற்கு ஏற்பட்ட இந்த இடையூறை உணர்ந்த போர்த்துக்கீசியர்கள் மராட்டியரிடமிருந்து கடல் ஆதிக்கத்தைக் கைப்பற்ற கடுமையாக முயற்சி செய்தாலும், அதில் வெற்றி பெறவில்லை.

போர்த்துக்கீசியர்களுக்கு சித்திஸ் என்ற இனத்தினர் உதவி புரிந்தார்கள். இவர்கள் தக்காண சுல்தான்களுக்குப் பணிபுரிய

கிழக்கு ஆப்ரிக்காவிலிருந்து இறக்குமதி செய்யப்பட்ட அடிமைகளின் வழித்தோன்றல்கள். அக்கால கட்டத்தில் சித்திஸ் இனத்தினர் முகலாயர்கள் உதவியுடன் பெரிய கடற்படை சக்தியாக இருந்தார்கள். அவர்கள் ராய்காட் துறைமுகத்திற்கு அப்பால் இருந்த ஜஞ்ஜிரா என்ற தீவுக்கோட்டையை தலைமையிடமாகக் கொண்டு இயங்கினார்கள்.

பதினேழாம் நூற்றாண்டின் பிற்பகுதி அரசியல் குழப்பமும், ஸ்திரமற்ற தன்மையும் கொண்ட கால கட்டமாக இருந்தது. இதில் ஜஞ்ஜீரா முக்கிய பங்கு வகித்தது. அந்தத் தீவைப் பிடிக்க சித்திஸும், மராட்டியரும் இடைவிடாது போரிட்டுக் கொண்டிருந்தார்கள்.

சிவாஜி ஜஞ்ஜீராவைக் கைப்பற்ற போரைத் துவக்குவதற்கு முன்பே சித்தீஸ், மராட்டியரிடையே மோதல் இருந்து வந்தது. கல்யாண், பிவாண்டி, மாஹுலி, பன்வால் போன்ற பகுதிகளைக் கைப்பற்றிய பின்னரே சிவாஜி சித்தீஸுடன் நேரடியாக மோதினார்.

இந்த மோதலில் சித்தீஸ்கள், முகலாயர்கள், ஆங்கிலேயர்கள், போர்த்துக்கீசியர்கள் ஆகியோரிடம் உதவி பெற்றார்கள். அதிகாரபூர்வமாக ஐரோப்பியர்கள் நடுநிலை வகிப்பதாகச் சொல்லிக் கொண்டாலும், சிவாஜியின் கடல் நடவடிக்கைகளைக் கட்டுப்படுத்த சித்திஸ்கள் மற்றும் சில உள்ளூர் சக்திகளுக்கு ரகசியமாக உதவினார்கள்.

கடற்போரில் மராட்டியர்களின் வெற்றிக்கு இந்தியாவின் தலைசிறந்த கடற்போர் வீரர் ஒருவரே மிக முக்கிய காரணம். தனது இறுதி மூச்சுவரை கனோஜி ஆங்க்ரே (1669 – 1729) டச்சுக்காரர்களை, போர்த்துக்கீசியரை, ஆங்கிலேயரை தடுத்து நிறுத்துவதற்கான வீரத்தையும், விடாமுயற்சியையும், தந்திரத்தையும் வெளிப்படுத்தினார். சமீபத்தில் வெளியான The Rise and Fall of Brown Water Navy என்ற தனது நூலில் அனிருத் தேஷ்பாண்டே '1729ல் தனது மரணம் வரை கனோஜி மராட்டிய கப்பற்படையின் சுதந்திரமான தளபதியாகத் திகழ்ந்தார்' என்று குறிப்பிடுகிறார்.

தன் தந்தையார் துகோஜியிடம் பெற்ற பயிற்சி மூலம் கனோஜி கப்பற்படை போர்க்கலையை அறிந்தார். அவரது வீரம் காரணமாகத்தான் மராட்டியர்கள் ஜஞ்ஜிராவின் சித்தீஸ்கள், கோவாவின் போர்த்துக்கீசியர்கள், வெங்குர்லாவின் டச்சுக்காரர்கள்,

மிக முக்கியமாக ஆங்கிலேயர்கள் என்ற பல பலம் வாய்ந்த எதிரிகளை மீறி மேற்குக் கடலில் ஆதிக்கம் செலுத்த முடிந்தது.

ஆரம்பத்தில் ஆங்கிலேயர்கள் கனோஜியை பொருட்படுத்தவில்லை. 'திருடன், கடல் கொள்ளையன்,' என்று சாதாரணமாக நினைத்தார்கள். ஆனால் விரைவிலேயே அவரை ஒரு தலைசிறந்த கப்பற்படை போர்த்தந்திரியாகப் பார்க்க ஆரம்பித்தார்கள். அவரது தந்திரமான, துணிச்சலான எதிர் தந்திரங்கள் காரணமாக அவரது விரைந்து செல்லும் சிறு கப்பல்கள் அந்நியர்களின் பிரும்மாண்டமான கப்பல்களுக்கு சவால் விட்டன.

கனோஜி ஆங்க்ரேயின் தந்திரங்கள் எளிமையானவை. ஆனால் புத்திசாலித்தனமானவை. பெரிய கப்பல்களை விரைந்து செல்லக் கூடிய பாய்மரக் கப்பல்களால் சூழ்ந்துகொண்டு, மாட்டிக் கொண்ட எதிரிக் கப்பல்மீது எல்லாப் பக்கங்களிலிருந்தும் குறி தவறாத பீரங்கித் தாக்குதல் நடத்துவார். கிராண்ட் அட்மிரல் என்ற பட்டம் பெற்றவரான அவரது கப்பல்கள் சூரத்திலிருந்து கொங்கன் கடற்கரை முழுவதும் ஆதிக்கம் செலுத்தின. டச்சு, போர்த்துக்கீசியர், ஆங்கிலேயர் என அனைத்து அந்நியக் கப்பல்களையும் துவம்சம் செய்தன.

அவரது அனுபவம் காரணமாக குறுகிய காலத்திலேயே எட்டு. பத்து கப்பல்கள் கொண்ட அவரது படை நாற்பது கப்பல்கள் கொண்டதாக வளர்ந்தது.

கனோஜியின் போர்த் தந்திரங்கள் அற்புதமானவை என்பதால் பல பிரிட்டிஷ் வரலாற்றாளர்களே கூட அவரை அவர் காலத்தின் பிரிட்டிஷ் தளபதிகளுக்கு மேலாக மதிக்கிறார்கள். அந்த 'கடற்கொள்ளையன்' பிரிட்டிஷார், போர்த்துக்கீசியர், சித்தீஸ்கள் என அனைவரையும் தோற்கடித்தார். தனது மரணம் வரை வெல்ல முடியாதவராகத் திகழ்ந்தார். 1698 ல் அவர் மராட்டிய கப்பற்படையின் தலைவராக (அட்மிரலுக்கு இணையாக) சார்கேல் அல்லது தார்யா – சாரங் என்ற பதவியில் அமர்த்தப்பட்டார்.

ஐரோப்பிய கப்பல்களுக்கு அவர்மீது இருந்த அச்சம் காரணமாக, பிரிட்டிஷார் தமது வர்த்தகக் கப்பல்களுக்கு பாதுகாப்பிற்காக ஆயுதமேந்திய கப்பல்களை உடன் அனுப்ப நேர்ந்தது. அதற்கு கூடுதலாக பல்லாயிரக்கணக்கான பவுண்டுகள் செலவானது. ஆனாலும் கனோஜி டைமண்ட், பாம்பே, சக்சஸ், ஓட்டர் போன்ற

1940களில் கேஸில் பாரக்ஸ், இப்போது ஐ.என்.எஸ். ஆங்க்ரே.

ஆங்கிலக் கப்பல்களை தொடர்ந்து கொள்ளையடித்தார். பிரெஞ்சு, டச்சுக் கப்பல்களும் அவரிடமிருந்து தப்பவில்லை.

ஆங்க்ரே பிரிட்டிஷாரை கடுமையாக எதிர்த்த காலத்தில்தான், கிழக்கிந்தியக் கம்பெனி, அச்சமயத்தில் பல்வேறு கோஷ்டிகளாகப் பிரிந்திருந்த மராட்டிய ஆட்சியாளர்களுடன் பல்வேறு ஒப்பந்தங்களைப் போட்டுக் கொண்டிருந்தது. ஆனாலும் ஆங்க்ரே பிடிவாதமாக ஆங்கிலேயருக்கு அடிபணிய மறுத்தார். அவரது துணிச்சலும், தியாகமும் அவருக்கு இந்திய கடற்படை வரலாற்றில் ஒரு முக்கிய இடத்தைப் பெற்றுத் தந்தன. (தமிழ் வாசகர்கள் அவரை சாண்டில்யனின் ஜலதீபம் மூலம் அறிந்திருக்கக் கூடும் – மொழிபெயர்ப்பாளர்)

ஒரு தனி நபரிடம் ஆங்கிலேயர்கள் இப்படி பலமுறை தோல்வி கண்டதை இப்போதும் நம்பமுடியவில்லை. அவரது முக்கிய கோட்டையான விஜய்துர்க்கை (வெற்றிக்கோட்டை) திரும்பத் திரும்பத் தாக்கினாலும், அவரை வெல்ல முடியவில்லை.

ஆங்கிலேயர் விஜய்துர்க்கை 1717ல் கைப்பற்ற முயன்று தோற்றனர். 1719 ல் கந்தேரி தீவை (இன்று அதன் பெயர் கனோஜி ஆங்க்ரே தீவு) கைப்பற்ற முயன்று, தோற்றனர். பின்னர் கோவாவின் போர்த்துக்கீசிய வைசிராய் தொடர்ந்து தந்த

படைகளின் உதவியோடு, ஆங்கிலேயர் ஆங்க்ரேவின் பதினாறு கப்பல்களை எரித்தனர். ஆனாலும் விஜய்துர்க்கைப் பிடிக்க முடியவில்லை.

1729ல் கனோஜியின் மரணத்திற்குப் பிறகும், மராட்டியர்களின் வெற்றி தொடர்ந்தது. அவரது மரணத்திற்குப் பிறகு மேலும் இருபதாண்டுகளுக்கு மராட்டிய கப்பற்படை வலிமையான படையாகத் திகழ்ந்தது. ஆனால் அவரது மரணம் மராட்டியர்களின் வெற்றிகளின் முடிவிற்கான ஆரம்பமாக இருந்தது.

அவரது ஐந்து புதல்வர்களுக்கு இடையே எழுந்த பூசல்களை ஐரோப்பியர்களும், சித்தீஸ்களும் பயன்படுத்திக் கொண்டு ஒருவருக்கு எதிராக மற்றவரை சண்டையிடத் தூண்டினர். ஏராளமான இடையூறுகளுக்கு மத்தியிலும் துளாஜி ஆங்க்ரே போரிடுவதைத் தொடர்ந்தார். தனது விஜய்துர்க் கோட்டையிலிருந்து அவர் பிரிட்டிஷ் கப்பல்களைத் தாக்குவதைத் தொடர்ந்தார். பிரிட்டிஷார் கப்பற்படை பாதுகாப்போடு, கூட்டமாகவே பயணிக்க நேர்ந்தது.

துளாஜியின் பலவீனம் பேஷ்வாக்கள்தான். குறிப்பாக நானா சாகிப் பேஷ்வா. (இவர் பாலாஜி பாஜிராவ் என்றும் அழைக்கப்படுவார் – 1720 – 61). ஆங்கிலேயருடன் ஒப்பந்தம் செய்து கொண்டு இவர் 2000 பேர் அடங்கிய மராட்டியப் படையை விஜய்துர்க் கோட்டையைச் சுற்றி நிறுத்தினார்.

துளாஜிக்கும் பேஷ்வாவிற்கும் பேச்சுவார்த்தை நடந்து கொண்டிருக்கும்போதே, முன்னவர் ஒரு உடன்பாட்டுக்குத் தயாராக இருந்த நிலையில் பிரிட்டிஷ் கப்பற்படையும் அங்கு வந்தது. பேச்சுவார்த்தை நடந்து கொண்டிருக்கும்போதே, 1756 பிப்ரவரி 12 அன்று ஆங்கிலேயர் கோட்டையைத் தாக்கினர். அதிக எதிர்ப்பு இன்றி கோட்டையைக் கைப்பற்றினர்.

ஆங்கிலேயர் அனைத்துக் கப்பல்களையும் தீயிட்டுக் கொளுத்தினர். பேஷ்வாவிற்கும் வாக்குறுதியின்படி பணம் தராமல் ஏமாற்றினர். இவ்வாறாக ஆங்கிலேயரின் சதியால் மராட்டிய கப்பற்படையின் எதிர்ப்பின் கடைசிக் கோட்டையான விஜய் துர்க் ஆங்கிலேயர் வசமானது.

மும்பையின் பல கட்டிடங்கள் மராட்டிய கப்பற்படை வீரர்களின் பெயர் தாங்கி நிற்கின்றன. மும்பையின் முதல் நவீன

கட்டிடமான மேனர் ஹவுஸ் முதலில் கேசில் பேரக்ஸ் என்ற பெயரில் இருந்தது. பிறகு 1959ல் ஐ.என்.எஸ். ஆங்க்ரே என்று பெயரிடப்பட்டது. ஒரு காலகட்டத்தில் சித்தீஸ்கள் பாம்பே தீவின் பெரும்பாலான இடங்களை கைப்பற்றி இருந்தனர். அவர்களது கோட்டையான பாம்பே கேசில்தான் இப்போது கப்பற்படை முகாமாக உள்ளது. ஐ.என்.எஸ். ஆங்க்ரேவில் மீண்டும் கட்டப்பட்ட மேனர் ஹவுஸில்தான் மஹாராஷ்ட்டிர கப்பற்படை பகுதியின் கொடி அதிகாரியின் அலுவலகம் இருக்கிறது.

எனினும் 17, 18ஆம் நூற்றாண்டுகளில் மராட்டியர்களுக்கும், ஐரோப்பியர்களுக்கும் நடந்த கடல்போர்கள்தான் இந்தியா சந்தித்த முதல் கடல் வழி அபாயம் என்பதல்ல. உண்மையில் பதினைந்தாம் நூற்றாண்டின் இறுதியில் போர்த்துக்கீசிய கடற்பயணிகளின் வருகையின் போதே இந்த அபாயம் துவங்கிவிட்டது.

இந்தியாவிற்கு மிக நீண்ட கடற்கரை, அதோடு அவற்றில் தீவுக் கூட்டங்களும் உண்டு. இந்தியா ஆசியா, ஆப்பிரிக்கா, ஐரோப்பா ஆகியவற்றின் முக்கியமான வர்த்தகப் பாதையில் இருக்கிறது. ஹரப்பா காலத்திலிருந்தே மத்திய கிழக்கு, ரோமானியப் பேரரசு, இந்தோனேஷியா, கம்போடியா, போன்ற பகுதிகளுடன் வர்த்தகத் தொடர்புகள் இருந்தன.

வர்த்தகம் தான் ஐரோப்பியர்களை இந்தியாவிற்கு வர வைத்தது. ஆனால் ஆரம்பம் முதல் அவர்கள் கடலில் ஆதிக்கம் செலுத்தவும், வர்த்தக வழிகளைக் கட்டுப்படுத்தவும் முயன்றார்கள். இதன் விளைவாக இந்திய சுதந்திரத்திற்கு கடல் வழியாக ஆபத்து வந்தது.

ஐரோப்பியர்களின் வருகைக்கு ஒரு இந்தியர்தான் நேரடிக் காரணம் என்பது வரலாற்றின் ஒரு முரண். புகழ்பெற்ற போர்த்துக்கீசிய கடல்பயணியான வாஸ்கோ டா காமா நான்கு கப்பல்களுடன் இந்தியா நோக்கி கிளம்பினார். 1497 மார்ச் 25ஆம் தேதி அவர் கேப்ரியல் என்ற கப்பலில் புறப்பட, ரஃபேல் என்ற கப்பல் அவரது சகோதரர் பாலோ டா காமா தலைமையிலும், பெரியோ என்ற கப்பல் நிகோலஸ் கோலோ தலைமையிலும் வந்தன. உடன் 200 டன் சரக்குக் கப்பல் ஒன்றும் வந்தது.

கஞ்சி மலாம் என்ற குஜராத்தி வியாபாரி ஒருவரின் உதவியின்றி அவர்களால் இந்திய கடற்கரையை அடைந்திருக்க முடியாது. இவர் பற்றி அதிக விபரங்கள் தெரியவில்லை. கஞ்சி மலாமின் கதை கொச்சியில் ஐ.என்.எஸ். துரோணாச்சாரியாவில் உள்ள கப்பற்படை

அருங்காட்சியகத்தில் பதிவு செய்யப்பட்டுள்ளது. இக்கதை பற்றி பல்வேறு கருத்து மாறுபாடுகள் இருந்தாலும், பிரான்ஸ், இத்தாலி, போர்ச்சுகல், சீனா, சிங்கப்பூர் ஆகிய நாடுகளின் அறிஞர்களும், வரலாற்றாளர்களும் குஜராத்தின் கடற்கரை நகரமான மாண்ட்வியைச் சேர்ந்த கஞ்சி மலாம் என்பவர் வாஸ்கோ டா காமாவிற்கு கோழிக்கோட்டிற்கு வழிகாட்டினார் என்ற முடிவிற்கு ஒரு மனதாக வந்துள்ளனர். மாண்ட்வி கப்பல் கட்டும் தொழிலுக்குப் புகழ்பெற்றதாகும்.

கஞ்சி மலாம் கிழக்கு ஆப்ரிக்காவின் துறைமுக நகரமான மலிந்தியில் வாஸ்கோ டா காமாவைச் சந்தித்தார் என்றும், வாஸ்கோ டா காமா அவரை தனது வழிகாட்டியாக தனது கப்பலில் ஏற்றிக் கொண்டார் என்றும் சொல்லப்படுகிறது. இவர் வாஸ்கோ டா காமாவிற்கு கோழிக்கோட்டிற்கு வழிகாட்டினார்.

போர்த்துக்கீசியர்கள் உடனடியாக அந்தப் பகுதிக்கு உரிமை கோரினார்கள். அதற்கு போப்பின் ஒப்புதல் கிடைத்தது. இதன் பொருள் அவர்கள்தான் அந்த கடல் பகுதியின் தலைவர்கள். அந்த வழியே செல்லும் கப்பல்களைப் பறிமுதல் செய்யும் அதிகாரம் அவர்களுக்கு உண்டு.

குஞ்சாலி மரக்கார்

போர்த்துக்கீசிலிருந்து இந்தியாவிற்கு வரும் கடல் பாதையை முதன் முறையாக வாஸ்கோடா காமா கண்டுபிடித்தார். பின்னர் இந்தியக் கடல் பகுதிகளில் வர்த்தகத்தில் ஏகபோகத்தை நிறுவுவதற்கு போர்த்துக்கீசியர்கள் நடவடிக்கை எடுத்தார்கள். போர்த்துக்கீசிய அரசரிடமிருந்து இந்த கடல் பகுதி ஆதிக்கத்திற்கான உரிமையைப் பெற்றுக் கொண்டு, போர்த்துக்கீசிய அரசின் அனுமதி பெறாத கப்பல்களைத் தாக்க ஆரம்பித்தார்கள். கோழிக் கோட்டின் அரசரான ஜமோரின் இதை எதிர்த்தார். கடல் மீதான போர்த்துக்கீசியரின் உரிமையை அவர் ஏற்கவில்லை. போர்த்துக்கீசிய ஆக்கிரமிப்பாளர்களுக்கும், அரபு வர்த்தகர்களின் துணை கொண்ட ஜமோரின் படைகளுக்கும் இடையே பல போர்கள் தொடர்ந்து நடந்தன. இதில் சிலவற்றில் உள்ளூர் ஆட்களுக்கு குறிப்பிடத்தகுந்த வெற்றி கிடைத்தது.

1500ல் அட்மிரல் பெட்ரோ கேப்ரல் கோழிக்கோட்டை கைப்பற்ற முயன்றார். *1500* மாலுமிகளுடன் ஜமோரினின் எண்பது

கப்பல்களும், செல்வந்தரான அரபு வர்த்தகர் கோஜா அம்பர் என்பவரின் கப்பல்களும் சேர்ந்து அவரை விரட்டியடித்தன. இந்தப் போரில் குஞ்சாலி மரக்கார் முக்கிய பங்காற்றினார்.

போர்த்துக்கீசிய படையெடுப்பு துவங்கியபோது, முஸ்லிம் கடல் வர்த்தகர்களான மரக்கார்கள் ஜமோரினுக்கு, பணம், கப்பல்கள், வீரர்கள் என்று பலவிதங்களில் உதவினார்கள். அவர்களும் போரிட்டார்கள். அரசரால் கௌரவிக்கப்பட்டார்கள்.

குஞ்சாலி மரக்கார் என்பது அரசர் தனது கடற்படை தளபதிக்குத் தந்த பட்டமாகும்.

தொண்ணூறு ஆண்டுகளில் நான்கு குஞ்சாலி மரக்கார்கள் போர்ச்சுக்கீசியருக்கு எதிராகப் போரிட்டார்கள். இவர்கள் நெருங்கிய உறவினர்கள். வீரத்திற்குப் பெயர் பெற்ற குஞ்சாலி மரக்காரர்கள் போர்த்துக்கீசியரை நடுநடுங்க வைத்தார்கள். இரண்டாவது குஞ்சாலி மரக்கார் தனது காலத்தில் ஏராளமான போர்த்துக்கீசிய கப்பல்களை மூழ்கடித்தார் (ஒரு குறிப்பிட்ட ஆண்டில் மட்டும் அவர் ஐம்பது கப்பல்களை மூழ்கடித்ததாக ஒரு தகவல் கூறுகிறது) அவர்களது போர் முறை கெரில்லாத் தாக்குதல் போன்றது. பெரிய போர்த்துக்கீசிய கப்பல்களை நகர விடாதபடி சிறு கப்பல்களால் ஆழ்ந்து எல்லா பக்கங்களிலிருந்தும் தாக்குவார்கள். கிட்டத்தட்ட இரு நூற்றாண்டுகளுக்குப் பிறகு கனோஜி ஆங்க்ரே கடைப்பிடித்த அதே தந்திரம்.

தென்னிந்தியாவில் மரக்காரர்கள் மிகவும் புகழ் பெற்றவர்கள் என்பதால் மரக்கார் – அரபிக்கடலின்டே சிம்ஹம் என்ற மெகா பட்ஜெட் மலையாளத் திரைப்படம் நான்காவதும், கடைசி மரக்காருமான முகமது அலி மரக்காரின் வாழ்க்கை பற்றி சமீபத்தில் வந்துள்ளது. பிரியதர்ஷன் இயக்கியுள்ள இப்படத்தின் நாயகன் மோஹன்லால்.

பெருந்தொற்றால் பட வெளியீடு தாமதமானது. 2021 டிசம்பர் 2ல் வெளியானது. கடைசி மரக்காரின் கதை சோகமானது. ஏனெனில் 1595ல் அவர் பதவியேற்ற போது ஜமோரின்களுடனான உறவு சரியாக இல்லை. மரக்கார் தன்னை ஆட்சியிலிருந்து இறக்கி விடுவாரோ என்ற ஜமோரினின் அச்சத்திற்கு தூபம் போட்ட காரணத்தில்தான் போர்த்துக்கீசியர்களால் மரக்காரைத் தோற்கடித்து, பிடிக்க முடிந்தது என்று வரலாற்றாளர்கள் கூறுகிறார்கள்.

ஜமோரினின் இந்த அச்சம் காரணமாக அவரது நாயர் வீரர்கள் போர்த்துக்கீசிய படையோடு சேர்ந்து கொண்டதால் தான் வீரமிக்க

மரக்கார் வீரர்களை அடக்க முடிந்தது. இதுவுமே பல மாதம் போரிட்ட பிறகுதான் பிடிக்க முடிந்தது.

இறுதியாக 1597ல் கடைசி மரக்கார், தனது வீரர்களை கொல்லக்கூடாது என்ற நிபந்தனையோடு ஜமோரினிடம் சரணடைந்தார். இந்த நிபந்தனையை மதிக்காது போர்த்துக்கீசியர்கள் அவரை சிரச் சேதம் செய்தார்கள். அவரது வீரர்கள் பலரைக் கொன்றார்கள். இந்த துரோகத்தையும் மீறி மரக்கார்களது வீரம் பற்றிய கதைகள் இன்றும் பேசப்படுகின்றன. சுதந்திரப்போர், 1857 முதல் சுதந்திரப் போர் ஆகியவற்றிற்கு வெகுகாலம் முன்பே, காலனிய படையெடுப்பை எதிர்த்து இந்தியர்கள் தன்னலம் கருதாது போராடியிருப்பதை இவை காட்டுகின்றன.

காலனிய சக்திகளுக்கிடையே மோதல்

1600 டிசம்பர் 31 அன்று கிழக்கிந்தியக் கம்பெனி ஆரம்பிக்கப்பட்டதுதான் ஆங்கிலேயர் இந்தியா மீது ஆர்வம் காட்ட ஆரம்பித்ததின் துவக்கம். தி ஹெக்டர் என்ற கம்பெனிக் கப்பல் கேப்டன் ஹாக்கின்ஸ் தலைமையில் 1608ல் சூரத்திற்கு வந்தது. 1610 ஏப்ரல் 16 அன்று சூரத்திலிருந்து ஆக்ரா சென்ற ஹாக்கின்ஸ் முகலாயப் பேரரசர் ஜஹாங்கீரிடம் இந்தியாவுடன் வர்த்தம் செய்ய அனுமதி கோரும் கடிதத்தைக் கொடுத்தார். இதனால் ஆங்கிலேயர்களுக்கு போர்த்துக்கீசியருடன் தவிர்க்க முடியாத வகையில் மோதல் ஏற்பட்டது. இந்த மோதல்கள்தான் காலப்போக்கில் ராயல் இந்தியன் நேவி உருவாகக் காரணமானது.

Under Two Ensigns என்ற தனது நூலில் ரியர் அட்மிரல் சத்தியந்திர சிங் ஏவிஎஸ்எம் (ஓய்வு) பின்வருமாறு குறிப்பிடுகிறார் – கேப்டன் தாமஸ் பெஸ்ட் தலைமையில் டிராகன், ஓசியாண்டர், ஜேம்ஸ், சாலமன் என்ற நான்கு கப்பல்கள் 1612 செப்டம்பர் 5 அன்று சூரத் அருகில் உள்ள ஸ்வாலிக்கு வந்தன. இந்தப் போர்க்கப்பல்கள் இந்தியா வந்த நாள்தான் ராயல் இந்தியன் கப்பற்படையின் துவக்கமாக பிரிட்டிஷார் கருதுகின்றனர்.

போர்த்துக்கீசியர்கள் 1612 அக்டோபர் 29 அன்று இந்த போர்க்கப்பல்களைத் தாக்கினார்கள். ஆனால் தோல்வியடைந்தார்கள். இரண்டாவது போர் 1614ல் நடந்தது. இதிலும் இந்திய கடற்படை வென்றது. கிழக்கிந்தியக் கம்பெனி முகலாயப் பேரரசரிடமிருந்து மேலும் பல வர்த்தக உரிமைகளைப் பெற்றனர்.

இந்தியாவில் கப்பற்படை உருவான வரலாறு

1612 – இந்தியன் மரைன் என்றும் மாட்சிமை பொருந்திய கிழக்கிந்திய கம்பெனி மரைன் என்றும் அழைக்கப்பட்ட கப்பல்களின் ஸ்குவாட்ரன் ஒன்று சூரத்தின் ஸ்வாலிக்கு வந்து, இந்தியாவில் நிரந்தரமாகத் தங்குகிறது.

1686 – வர்த்தக நடவடிக்கைகள் பாம்பேக்கு மாறியதும் பாம்பே மரைன் என்று பெயர் மாற்றம்.

1829 – பாம்பே மரைனுக்கு பாம்பே மரைன் கார்ப்ஸ் என்று பெயர் மாற்றம்.

1830 – நான்காம் வில்லியம் என்ற அரசரின் பெயரால் ஹிஸ் மெஜஸ்டீஸ் இந்தியன் நேவி என்று பெயர் மாற்றம்.

1858 – விக்டோரியா அரசியின் கட்டுப்பாட்டில் ஹர் மெஜஸ்டீஸ் இந்தியன் நேவி என்று பெயர் மாற்றம்.

1863 – இந்தியக் கடற்பகுதிகளின் பாதுகாப்பை பிரிட்டிஷ் கப்பற்படை ஏற்கிறது. கிழக்கிந்தியக் கம்பெனியின் உரிமைகள் அரசருக்கு மாற்றப்பட்டதும் மேற்குக் கடற்பகுதிக்கு பாம்பே மரைன் என்றும் கிழக்குக் கடற்பகுதிக்கு பெங்கால் மரைன் என்றும் இரு கிளைகள் உருவாக்கப்படுகின்றன.

1871 – இந்தியன் டிஃபென்ஸ் ஃபோர்ஸ் உருவாக்கப்படுகிறது.

1877 – இதன் பெயர் ஹர் மெஜஸ்டீஸ் இந்தியன் மரைன் ஃபோர்ஸ் என்று மாற்றம்.

1892 – விக்டோரியா அரசியின் கீழ் ஹர் மெஜஸ்டீஸ் ராயல் இந்தியன் மரைன் என்று பெயர் மாற்றம்.

1928 – ராயல் இந்தியன் நேவி (காம்பாடண்ட்) என்று பெயர் மாற்றம்.

1934 அக்டோபர் 2 – ராயல் இந்தியன் நேவி (ஆர் ஐ என்) யின் அதிகாரபூர்வ பிறந்த தினம்.

1950 ஜனவரி 26 – (சுதந்திர இந்தியாவில்) இந்தியன் நேவியாக மாறுகிறது.

இருப்பினும் மிக தீர்மானகரமான போர் 1630ல் ஸ்வாலியில் நடந்ததுதான். இதில் போர்த்துக்கீசியர்கள் முற்றிலுமாக தோற்கடிக்கப்பட்டனர். இந்தியாவில் இருந்த போர்த்துக்கீசிய துறைமுகங்களில் பெரும்பாலானவற்றை கிழக்கிந்தியக் கம்பெனி கைப்பற்றியது. இப்போது ஆங்கிலேயர் இங்கேயே தங்க முடிவு செய்துவிட்டனர்.

இப்படியாக கிழக்கிந்திய கம்பெனி இங்கு தளமமைத்தது. ஸ்வாலிக்குப் பிறகு ஆங்கிலேயர் தெற்காசியாவிலும், தென்கிழக்கு ஆசியாவிலும் தமது பிடியை பலப்படுத்த ஆரம்பித்தனர்.

ஆனால் இது எளிதான நடந்துவிடவில்லை. எல்லாம் அவர்கள் விரும்பியபடியே நடக்கவில்லை. 1685ல் கம்பெனி நிர்வாகிகளின் ஆலோசனையை மீறி, கிழக்கிந்தியக் கம்பெனியின் நில,நீர் படைகளின் அட்மிரலான சர்.ஜான் சைல்ட் முகலாயர்களுக்கு எதிராக கடுமையான மோதல் நிலைபாட்டை எடுத்தார். இதன் விளைவுதான் ஆங்கிலோ-முகல் போர். சிலர் இதனை சைல்ட் போர் என்றும் குறிப்பிடுவர். இது 1686 முதல் 1690 வரை நடந்தது. இதுதான் இந்தியாவை ஆங்கிலேய காலனியமயமாக்க நடந்த முதல் முயற்சி.

இப்போரில் பேரரசர் ஔரங்கசீப் சித்தீஸ் உதவியுடன் பாம்பே தீவின் பெரும்பகுதியைக் கைப்பற்றினார். சைல்டை பாம்பே கேஸிலில் (இது இப்போது நேவல் பேரக்ஸ் என்று அழைக்கப்படுகிறது) சிறை வைத்தார். பிரிட்டிஷ் படை 10000 பவுண்ட் இழப்பீடாக ஔரங்கசீப்பிற்குத் தந்த பிறகு பாம்பே முற்றுமை நீக்கப்பட்டு அமைதி திரும்பியது. பிரிட்டிஷ் அதிகாரிகள் பேரரசரின் காலில் விழுந்து மன்னிப்புக் கேட்டதாக நம்பத்தகுந்த குறிப்புகள் கூறுகின்றன. அமைதிக்கான நிபந்தனைகளில் ஒன்று சைல்ட் நாடு கடத்தப்பட வேண்டும் என்பது. 1690 ல் சைல்ட் தனது மரணத்தால் இந்த அவமதிப்பிலிருந்து தப்பினார்.

இதேசமயம் தென்மேற்கு கொங்கன் பகுதியில் கடற்போர்கள் தொடர்ந்தன. மராட்டியர்கள் ஐரோப்பியர்களைத் தாக்க ஆரம்பித்தார்கள்.

ஆங்கிலேயர்கள் இந்தியாவை காலனி ஆக்க முயன்றார்கள். எனினும் சைல்டின் போர் தோற்றது. உண்மையில் கடல்வழி

எதிர்ப்பு பதினெட்டாம் நூற்றாண்டு முழுவதும் தொடர்ந்தது. இதில்தான் பாம்பே மரைன் முக்கிய பங்காற்றியது.

பாம்பே மரைனின் முக்கிய பணி சித்தீஸ் மற்றும் மராட்டியர்களின் தாக்குதலிருந்து நகரத்தைக் காப்பது. ஆனால் அதைவிட பெரிய நோக்கத்திற்கும் அது உதவியது. இந்தியப் பெருங்கடலில் கப்பற்படையின் ஆதிக்கத்தை நிறுவ பாம்பே துறைமுகம் மிக முக்கியமானது. சொந்த நாட்டிலிருந்து பல்லாயிரக்கணக்கான மைல் தூரம் தள்ளி இயங்கிய ராயல் நேவிக்கு இப்பகுதியில் பிரிட்டனின் வர்த்தகத் தேவைகளுக்குத் துணை புரிய உள்நாட்டில் உதவி தேவைப்பட்டது.

பாம்பே துறைமுகத்தில் படைகளை அதிகரித்தது. கடலில் ஆங்கிலேய ஆதிக்கத்திற்கு உதவி புரிய, கிழக்குப் பகுதி பேரரசு பற்றிய கனவு எழுந்தது. உண்மையில் கிழக்கிந்தியக் கம்பெனியின் கண்ணோட்டத்தில் மிகப் பெரிய மாற்றம் ஏற்பட்டது.

1661ல் இரண்டாம் சார்லஸ் என்ற அரசர் கம்பெனியின் நோக்கங்களை திருத்தினார். கிறிஸ்துவரல்லாத அரசர்களுடன் போரிடவும், அரசுகளை கைப்பற்றவும், சமாதானம் பேசவும், கவர்னர்களை நியமிக்கவும் கம்பெனிக்கு அதிகாரம் வழங்கப்படுகிறது. இந்த கவர்னர்கள் தமது கவுன்சில்களின் துணையோடு தமது எல்லைக்குட்பட்ட பகுதிகளில் சிவில், கிரிமினல் அதிகாரங்களோடு ஆட்சி செய்வார்கள் என்பதே இத்திருத்தம்.

இதன் மூலம் வர்த்தக லாபத்திற்காக இந்தியாவில் போர் நடவடிக்கைகளில் ஈடுபடவும், நாட்டின் பகுதிகளை கைப்பற்றவும், ஆட்சி செய்யவும் தமக்குத் தாமே அதிகாரம் வழங்கிக் கொண்டார்கள். 1756ல் முடிவடைந்த மராட்டியருடனான நீண்ட காலப் போரிலும், 1824ல் ஆரம்பித்த ஆங்கிலோ – பர்மியப் போரிலும் பாம்பே மரைன் கப்பல்கள் பயன்படுத்தப்பட்டதிலிருந்து இதை அறியலாம்.

வடகிழக்கு இந்தியாவின் ஆதிக்கத்திற்காக ஆங்கில பிரிட்டிஷ் போர் 1824ல் நடந்தது. பாம்பே மரைன் கப்பல்கள் பாஸின் நதி வழியே சென்று ஆங்கில தரைப்படைகளுக்கு உதவின. இதன் காரணமாக 1826ல் பர்மிய அரசர் சமாதானத்திற்கு இறங்கி வந்தார். பாம்பே மரைனின் சேவைகள் அங்கீகரிக்கப்பட்டு 1830ல் அது ஹிஸ் மெஜஸ்டீஸ் இந்தியன் நேவி என்று பெயர் மாற்றம்

பெற்றது. இதன் பொருள், பாம்பே மரைனின் அதிகாரிகளுக்கு இனிமேல் ராயல் நேவி அதிகாரிகளுக்கு இணையான ஊதியம் தரப்படும் என்பதாகும். மேலும் இந்த இரு கடற்படைகளும் ஒன்றின் மீது மற்றொன்று அதிகாரம் செலுத்த முடியாது.

1857ல் சிப்பாய்களின் எழுச்சியால் ஆரம்பித்த முதல் இந்திய சுதந்திரப் போரின் போது ஹர் மெஜஸ்டீஸ் இந்தியன் நேவி பாதிக்கப்படவில்லை. ஆனாலும் கப்பற்படை வரலாற்றாளர்கள் சுதந்திரத்திற்கு முன்பு இந்திய கப்பற்படை அதிகாரிகளுக்கு வழங்கப்பட்ட இரண்டு மிக உயரிய விருதுகள் 1857 எழுச்சியின் போது வழங்கப்பட்டவைதான் என்று குறிப்பிடுகின்றனர்.

இந்தியக் கப்பற்படையைச் சேர்ந்த 78 அதிகாரிகளும் 1740 வீரர்களும் சிப்பாய் எழுச்சியின்போது பணியில் ஈடுபடுத்தப்பட்டதாக வரலாற்றாளர்கள் பதிவு செய்துள்ளனர். கல்கத்தாவிலிருந்து வந்த கப்பல்களிலிருந்து துப்பாக்கிகளும், வெடி மருந்துகளும் வீரர்களுக்கு வழங்கப்பட்டன. கப்பற்படை அஸ்ஸாம் மற்றும் டாக்காவில் போரிட்டதாக நம்பப்படுகிறது.

இந்த ஒரே ஒரு சந்தர்ப்பத்தில்தான் இந்திய கடற்படையினருக்கு வழங்கப்படும் மிக உயரிய விருதான விக்டோரியா கிராஸ் நிலத்தில் நடந்த போருக்காக வழங்கப்பட்டது என்பது ஒரு வினோதம்.

எழுச்சியை அடக்கிய பிறகு இந்திய ஆட்சிப் பொறுப்பை பிரிட்டிஸ் அரசு நேரடியாக ஏற்றது. கிழக்கிந்திய கம்பெனி ஆட்சி முடிவிற்கு வந்தது. இது ஹர்மெஜஸ்டீஸ் இந்தியன் நேவியை மறுசீரமைப்பதற்கு இட்டுச் சென்றது. 1863 அக்டோபர் 30ல் அது போரில் ஈடுபடாத படையான பாம்பே மற்றும் கல்கத்தா என்ற இரு பிரிவுகளாக மறுசீரமைப்பு செய்யப்பட்டது. இவை முறையே பாம்பே மற்றும் பெங்கால் மரைன்ஸ் என்று அழைக்கப்பட்டன.

1800ன் பிற்பகுதியில் மீண்டும் அனைத்தும் மாறின. கடல் வழியே பேரரசை விரிவாக்க ஆங்கிலேயர் முயன்றபோது 1871ல் மரைன்களின் போரில் ஈடுபடாத படை என்ற தன்மை மாறியது. கடற்கரை பாதுகாப்பிற்காக மக்தாலா, அபிசீனியா என்ற இரு கப்பல்கள் இணைக்கப்பட்டன. இவைதான் இந்தியன் டிஃபன்ஸ் போர்ஸ் என்ற படையின் கரு.

அதே ஆண்டு இப்போது உள்ள எத்தியோப்பியா, எரித்ரியா என்ற நாடுகள் உள்ள அபீசீனியா மீது பிரிட்டன் படை எடுத்த

போது இவை படை வீரர்களை அங்கு அனுப்பப் பயன்படுத்தப்பட்டன. இந்த நிகழ்வுகளால் மறுபடியும் ஒரு பெயர் மாற்றம். இப்போது ஹர் மெஜஸ்டீஸ் இந்தியன் மரைன் என்ற பெயர் சூட்டப்பட்டது.

கல்கத்தா மற்றும் பாம்பேயிலிருந்து இயங்கிய கிழக்கு, மேற்கு பிரிவுகள் வங்காள விரிகுடாவிலும், அரபிக் கடலிலும் பணியாற்றின.

போர்க்கப்பல்கள் பராமரிப்பு, ரோந்து ஆகிய பணிகள் போக இந்தியன் மரைன்ஸ் 1882, 1885 எகிப்திய போரில் பெருமளவு பயன்படுத்தப்பட்டன. குறிப்பாக 1889ன் மூன்றாம் ஆங்கில – பர்மியப் போரில். இந்தப் படையெடுப்புகளில் ராயல் நேவியின் கேப்டன் அந்தஸ்துள்ள அதிகாரிகளின் தலைமையில் இதன் ஒரு ஸ்குவாட்ரன் கலந்துகொண்டது. அதிகாரிகள் அனைவரும் ஆங்கிலேயர் என்றாலும் ஏராளமான இந்திய மாலுமிகள் பயன்படுத்தப்பட்டார்கள். பிரிட்டிஷ் கப்பற்படையில் இந்தியர்களின் பங்கு குறிப்பாகத் தெரிய ஆரம்பித்தது. சிறிய அளவில் பங்கேற்பு என்றாலும், இந்த ஸ்குட்ரன்களின் சேவை கவனிக்கத் தகுந்ததாக இருந்தது. 1892ல் விக்டோரியா அரசி 'தி ராயல் இந்தியன் மரைன்' என்ற பட்டத்தை அளித்தார்.

போர்க்கப்பல்களில் இந்தியர்கள்

1934 அக்டோபர் 2 அன்று ராயல் இந்தியன் நேவி (ஆர் ஐ என்) முறையாகத் துவங்கப்பட்டது. சர்தார் கே.எம்.பணிக்கர் என்ற வரலாற்றாளர் ஆர் ஐ என் உருவாக்கத்தின் முக்கியத்துவம் பற்றி பின்வருமாறு குறிப்பிடுகிறார் – '1751ல் மராட்டியக் கப்பற்படை அழிக்கப்பட்ட பிறகு, முதன்முறையாக இந்தியர்கள் போர்க்கப்பல்களில் பயணிக்கிறார்கள். சிறிய, முக்கியமற்ற படையணிகள் என்பதில் ஐயமில்லை. ஆனால், இரு நூற்றாண்டுகளுக்கு இந்தியக் கடலில் ஆதிக்கம் செலுத்திய இந்தியர்களின் பழைய கப்பற்படை மீண்டும் உயிர்த்தெழுந்ததன் குறியீடு இது'.

ஆர்.ஐ.என்.னில் இந்தியர்கள், ஆங்கிலேயர்கள் இருவருமே சேரலாம் என்றாலும் கூட, இந்திய மாலுமிகளின் எண்ணிக்கை குறைவாகவே இருந்தது. இது ஒரு சிறிய படை. இந்தியர்களுக்கு இது ஒரு நல்ல வேலை வாய்ப்பாகத் தென்படவில்லை.

ஆர்.ஐ.என்.னில் சேர்ந்த முதல் இந்திய அதிகாரி பொறியாளரான சப்லெஃப்டினண்ட் டி.என்.முகர்ஜி 1921 ஜனவரி 6ல் சேர்ந்தார். கேப்டன் பதவி வரை உயர்ந்தார். 1950ல் பணி ஓய்வுக் காலத்திற்கு முன்பாகவே ஓய்வு பெற்றார்.

மிகக் குறைவான வசதிகளோடு இருந்த போதும் ஆர்.ஐ.என். சிறப்பாகச் செயலாற்றி, தனது சேவைக்காக 1935ல் King's Colours என்ற விருதையும் பெற்றது என்று கப்பற்படை வரலாற்றாளர்கள் பதிவு செய்கிறார்கள். இந்த அங்கீகாரம் 1934 முதல் 1939 வரை ஆர் ஐ என் சிறிய ஆனால் திறன் மிகுந்த கப்பற்படையாக வளர்ந்ததைக் காட்டுகிறது. எனினும் அது மேலும் விரிவுபடுத்தப்படுவதற்கான தேவை இருந்தது.

கப்பல்களை அதிகரித்து, கப்பற்படை டிப்போக்கள், பயிற்சி நிலையங்களைத் திறந்து மேலும் முன்னேற்றி, ஆர்ஐ என்னை வலுப்படுத்த வேண்டும் என்ற எண்ணம் உருவானது. ஆர்.ஐ.என். ஒரு நம்பிக்கையின் சின்னமாக இருந்தது. ஆனால் இந்திய சுதந்திரத்திற்கு இன்னும் சில ஆண்டுகள் இருந்தன. 1950 ஜனவரி 26ல் தான் அது உண்மையான இந்திய கப்பற்படையாக மாறியது.

❐

REFERENCES

Anirudh Deshpande, 'Limitations of Military Technology: Naval Warfare on the West Coast, 1650–1800', *Economic and Political Weekly*, Vol. 27, No. 17 (25 April 1992), pp. 900–04.

B.K. Apte, 'Sovereignty of the Sea as Practised in the Maratha Period', Proceedings of the Indian History Congress, Vol. 29, Part I (1967), pp. 255–61.

Dolly Purohit, 'Relation between Marathas and the Siddis of Janjira in the17th century', Ph.D Research Scholar Centre for Historical Studies.

M.S. Naravane, *Battles of the Honourable East India Company: Making of the Raj*. New Delhi: A.P.H. Publishing Corporation, 2006, p. 99.

N.K. Mishra, 'Some Aspects of Piracy in Early Eighteenth Century Western India', Proceedings of the Indian History Congress, Vol. 32, Part II (1970), pp. 131–37.

P.L. Saswadkar, 'The Siddi's Tyranny Over the Hindus in 18th Century Konkan', Proceedings of the Indian History Congress, Vol. 37, 1976, p. 224.

Prof. A.R. Kulkarni, *Medieval Maratha Country*. Pune: Diamond Publications, 2008.

Rear Admiral Satyindra Singh AVSM (Retd), *The Indian Navy 1951–65 Blueprint to Bluewater*. Delhi: South Asia Books, 1992.

Ruby Maloni, 'The Angres and the English—Contenders for Power on the West Coast of India,' Proceedings of the Indian History Congress, Vol. 66 (2005–2006), pp. 546–51.

2

கடலில் வீரமும், துரோகமும்

முதல் உலகப் போரில் இந்திய கப்பற்படை ஈடுபட்டாலும் கூட, அது இந்தியத் துருப்புகளை பல இடங்களுக்கும் கொண்டு செல்லத்தான் முக்கியமாகப் பயன்படுத்தப்பட்டது. இரண்டாம் உலகப்போர் தான் இந்திய மாலுமிகள், அதிகாரிகளின் வீரத்தை, கடல் அறிவை பரிசோதிக்கும் முதல் முக்கிய நிகழ்வாக இருந்தது. அந்தப் பரிட்சையில் அவர்கள் உண்மையாகவே மிக அற்புதமாகத் தேறினார்கள்.

1939 முதல் 1941 வரை ஆர்.ஐ.என். கடற்போர்களில் அசாதாரண வீரத்தை, துணிச்சலைக் காட்டியது. அதற்கு ஏராளமான வீர விருதுகள் கிடைத்தன. செங்கடல், ஈடன் வளைகுடா, பாரசீக வளைகுடா பகுதிகளில் இந்த மாலுமிகளின் சாகசங்கள் பற்றி ராயல் கப்பற்படையின் ஆவணக் காப்பகங்களில் ஏராளமான குறிப்புகள் உள்ளன. அவர்களது பணி வளைகுடாவில் நேச நாட்டுக் கப்பல்களை பாதுகாப்பதாகும்.

இரண்டாம் உலகப் போரின் ஆரம்பத்தில் ஆர்.ஐ.என்.னில் ஐந்து ஒற்றை பாய்மரக் கப்பல்கள், ஒரு சர்வே கப்பல், ஒரு ரோந்து கப்பல், பொருட்களை எடுத்துச் செல்லும் டெப்போ கப்பல், நிறைய சிறு கப்பல்கள் ஆகியன தான் இருந்தன. 1939 முதல் 1945 வரை போரில் பிரிட்டிஷ் கப்பல்படையின் பங்கு மிகவும் அதிகரித்தது. நேச நாடுகளின் அந்த வெற்றிக்கு ஆர் ஐ என்னின் இந்திய மாலுமிகளின் வீரமும், ஊக்கமும் மிக முக்கிய காரணங்கள். இவர்கள்தான் பல முக்கியமான போர் நடவடிக்கைகளில் ஈடுபட்டு நேசநாட்டுப் படைகளுக்கு உறுதுணையாக இருந்தார்கள்.

1940 ஜூன் முதல் 1941 நவம்பர் வரை நடந்த ஆப்பிரிக்க நடவடிக்கைகளில் கிழக்கு ஆப்ரிக்காவில் இத்தாலியப் படைகளை தோற்கடிக்க ஆர்.ஐ.என். மிக முக்கிய பங்காற்றியது. இத்தாலியர்கள் பிரிட்டனின் சோமாலிலாண்ட்டை ஆக்கிரமித்து இருந்தார்கள்.

நேச நாட்டுப் படைகளோடு நடந்த கூட்டு நடவடிக்கைகளில் ஆர்.ஐ.என். தனது வீரத்தை நிரூபித்தது.

உலகப் போரில் ஜப்பான் நுழைந்த பிறகு, ஆர்.ஐ.என். தென்கிழக்கு ஆசியாவில் ஏராளமான நடவடிக்கைகளில் ஈடுபட்டது. 1945 இந்தியக் கப்பற்படை கண்ணிவெடிகளை அகற்றும் அபாயகரமான பணியில் ஈடுபட்டது. இதனால்தான் நேச நாட்டுப் படைகள் ரங்கூனை விரைவில் கைப்பற்ற முடிந்தது. 'சாகச இளைஞர்கள்' என்று பிரிட்டிஷ் கப்பற்படையின் மேல்மட்ட அதிகாரிகள் இந்திய மாலுமிகளுக்கு புகழாரம் சூட்டினார்கள்.

ரங்கூனைக் கைப்பற்ற உதவிய ஆர்.ஐ.என். அதிகாரிகளை, மாலுமிகளை தலைமை தளபதியான லெப்.ஜெனரல் சர்.பிலிப் கிறிஸ்டென்சன் வெகுவாகப் புகழ்ந்தார். பர்மா போரில் ஆர்.ஐ.என். வீரர்கள் மிக உயர்ந்த ஒத்துழைப்பை நல்கியதாக அவர் கூறினார். பதினைந்தாவது இந்தியப் படைப் பிரிவிற்கு நன்றி தெரிவிக்கும்போது, 'இவர்கள் மிகப் பெரிய திறமையை, வீரத்தை வெளிப்படுத்தினார்கள். இதன் காரணமாக பிரிட்டன் படைகள் இதுவரை மேற்கொள்ளாத செயல்களை எல்லாம் செய்து வெற்றி பெற முடிந்தது' என்றார்.

பாரசீக வளைகுடாவில் இப்படியான ஒரு வீரச்செயலில் லெப். என்.கிருஷ்ணன் ஈடுபட்டது இன்றுவரை இந்திய கப்பற்படையில் பேசப்படுகிறது. 1941 ஆகஸ்டில் 12 மாலுமிகள் கொண்ட சிறிய இழுவைப் படகான லாரன்ஸின் கேப்டனாக கிருஷ்ணன் ஈரானின் துறைமுக நகரமாக கோராம்ஷாரைக் கைப்பற்றிய சாகசம் இன்றும் இந்திய கப்பற்படையின் பெருமிதமாக உள்ளது.

அந்த துறைமுக நகரத்தை பிடிப்பதற்கான நேசநாட்டுப் படையில் கிருஷ்ணனின் படகு இடம் பெற்றிருந்தது. அங்கே ஐந்து ஜெர்மன் கப்பல்களும், மூன்று இத்தாலிக் கப்பல்களும் காத்திருந்தன. கிருஷ்ணனின் படகு இவைபற்றி பிரிட்டிஷ் கப்பல்களுக்கு எச்சரிக்கை தந்ததோடு, ஒரு எதிரிக் கப்பலை சரணடையவும் வைத்தது.

இருளின் போர்வையில் அவர் துறைமுகப் பகுதியில் நுழையும்போது, எதிரியை நோக்கிச் சுட்டால், நமது வருகை தெரிந்துவிடும் என்பதால், சுடக் கூடாது என்று சொல்லி இருந்தார்கள். ஆனால் திடீரென்று எதிரிக் கப்பல்கள் இவரது

படகைச் சுட ஆரம்பித்தன. லெப். கிருஷ்ணன் தாக்குவதுதான் பாதுகாப்பானது என்று முடிவு செய்தார். பயனெட் செருகிய துப்பாக்கியுடன் நான்கு மாலுமிகளுடன் அவர் எதிரி கப்பலை நெருங்கினார். மற்ற மூன்று மாலுமிகள் இவர்களுக்கு பாதுகாப்பு தர சுட்டார்கள். கிருஷ்ணனுக்கு எல்லா பக்கங்களிலிருந்தும் துப்பாக்கித் தாக்குதல் வந்தது. ஆனாலும், அவர் எதிரிக் கப்பலில் இருவரை காயப்படுத்தினார். மூன்றாவது எதிரி துப்பாக்கியை கீழே போட, கிருஷ்ணன் எதிரிக் கப்பலில் ஏறிவிட்டார். இருளில் கடுமையான சண்டை. கப்பல் தளத்தில் ஒரு திறந்த கதவிலிருந்து குண்டுகள் சுடப்பட, கிருஷ்ணன் அதை நோக்கி ஓடினார். சிறிய சண்டைக்குப் பிறகு அவர் ஒற்றையாளாக எதிரியைப் பிடித்து, அவர்களைச் சரணடையச் செய்தார். இதில் கிருஷ்ணனுக்கு கழுத்திலும், தோளிலும் காயம் பட்டாலும், எவ்வாறோ எதிரிகளை வீழ்த்தினார்.

A Sailor's story என்ற தனது வாழ்க்கை வரலாற்று நூலில் கிருஷ்ணன் இந்த சண்டையை விரிவாகக் கூறியுள்ளார். "நடைபாதையில் இருந்த ஒரு கேபினில் நான் எதிரிகளை விரட்டிய சமயம், எனது மாலுமி, 'சார் இடது பக்கம் பாருங்க...' என்றார்... உள்ளுணர்வு தூண்ட நான் இரண்டு ரிவால்வர்களையும் சுட்டபடியே திரும்பினேன்.. பயங்கரமாக ஏதோ ஒன்று மோதியது. தலைக்குள் ஆயிரம் நட்சத்திரங்கள் வெடித்தது போல் இருந்தது. ஆனால் கடவுள் எனக்கு அப்போது அழைப்பு விடுக்கவில்லை... எதிரியின் குண்டு எனது ஹெல்மெட் மேல் பட்டு, உரசிச் சென்று விட்டது... என் இரு குண்டுகளும் தம் இலக்கை அடைந்தன. மறைந்து தாக்கிய எதிரியின் கழுத்திலும், மார்பின் பக்கவாட்டிலும் பாய்ந்தன... அவன் கழுத்திலிருந்து ரத்தம் பீறிட்டது. அவனது ரைபிளை எடுக்க நான் குனிந்தபோது என் மீது அவனது ரத்த அபிஷேகம். அவன்தான் அந்தக் கப்பலின் தலைவன்.. நான் கரைக்கு வந்த சமயம் அந்த நகரம் நேசநாடுகள் வசமானது." இந்த துணிச்சலான தாக்குதலில், நான்கு எதிரிகள் கொல்லப்பட்டார்கள். இருபது பேருக்கு படுகாயம். ஏராளமான ஆயுதங்களும், இவர்களை விட நான்கு மடங்கு வீரர்களும் இருந்த கப்பலில் ஒரு சிறு குழு ஏறி, அதைக் கைப்பற்றியது மிகப்பெரிய வீரச்செயல். கைத்துப்பாக்கிகளை வைத்தே எதிரியை பணியச் செய்து, இருபது பேரை கைது செய்திருக்கிறார்கள். இறந்தவர்களில் கப்பலின் கேப்டனும் உண்டு. அவனை கிருஷ்ணன் நேருக்கு நேர்

மோதலில் கொன்றார். கிருஷ்ணனுக்கு Distinguished Service Medal வழங்கப்பட்டது. இந்த மிகப்பெரிய விருதை ஆர்.ஐ.என்.னில் முதன்முதலில் பெற்றவர் கிருஷ்ணன்தான்.

போரில் இப்படிப்பட்ட சாகசங்களைச் செய்தவர் கிருஷ்ணன் மட்டுமல்ல; பொறியாளர் லெப். தயா சங்கரின் வீரமும் இவரது வீரத்திற்கு இணையானதே. தயா சங்கர் பின்னாளில் ரியர் அட்மிரலாக உயர்ந்தார். பாதுகாப்பு உற்பத்தியின் கட்டுப்பாட்டு ஜெனரலாக பணிபுரிந்தார். 1941ல் ஒரு கடற்போரில் அவர் இத்தாலியக் கப்பலான காபோட்டில் ஏறி, சீறி வரும் குண்டுகளுக்கு இடையே உயிரைப் பணயம் வைத்து ஓடி கப்பலின் அனைத்து வீரர்களையும் கைது செய்தார். அவருக்கும் இதே விருது தரப்பட்டது.

பெங்கால் என்ற கப்பலின் சாகசமும் அற்புதமானது. 1942 நவம்பர் 2 அன்று அது ஒடினா என்ற டச்சு டேங்கர் கப்பலுக்கு பாதுகாப்பாக டியாகோ கார்சியா வரை சென்றது. ஒரு வார பயணத்திற்குப் பிறகு எதிரே ஒரு கப்பல் வருவதைப் பார்த்தது. அதே சமயம் வேறொரு கப்பலும் அதை நோக்கி வந்தது. இரண்டுமே ஜப்பானிய கப்பல்கள். பெங்காலை விட பெரியவை. ஓடினா பெங்காலை சுதந்திரமாக இயங்குமாறு கூறியது. *Under Two Ensigns* என்ற தனது நூலில் அட்மிரல் சத்யேந்திர சிங், பெங்கால் கமாண்டர் டபிள்யு.ஜே.வில்சனின் வார்த்தைகளில் இந்தப் போரை வர்ணிக்கிறார். “ இரு கப்பல்களும் வேகமாக வர, பெங்கால் நேராக அவற்றை நோக்கிச் சென்றது. எதிரிகளும் வேகத்தை அதிகரித்தார்கள். 3500 கஜ தூரத்தில் தமது பீரங்கிகளை சுட்டார்கள். நாங்களும் பதிலடி தந்தோம். எங்கள் குண்டுதான் முதலில் பாய்ந்தது. 3000 கஜ தூரத்தில் எங்கள் குண்டுகள் அவர்களது ஆயுத அறையைத் தாக்கி விட்டன போலும். கப்பலின் பின்பகுதியில் கொடிமர உயரத்திற்கு பெரும் தீ உயர்ந்தது. நாங்கள் இன்னும் நெருங்கி 2500 கஜ தூரத்திற்கு வந்து விட்டோம். இப்போது மற்றொரு ஜப்பானியக் கப்பல் எங்களை நோக்கி தொடர்ந்து சுட ஆரம்பித்தது. முதல் கப்பல் சுடுவதைத் தொடர்ந்தாலும், தீ அதிகம் பரவியதால், வெடித்து மூழ்கியது. அது எங்களை நோக்கி 200 ரவுண்ட் சுட்டிருக்கும் என்று நினைக்கிறேன். எங்களது குண்டு இருப்பு குறைந்துகொண்டே வந்தது. கப்பலின் முன், பின் புறங்கள் சேதமடைந்து விட்டன. சண்டை இரண்டு மணி நேரத்திற்குமேல் நீடித்தாலும், உண்மையில்

முதல் மூன்று நிமிடங்கள்தான் சண்டையைத் தீர்மானித்தன. இந்த மோதலில் பெங்கால் பெரிய சேதம் எதுவுமின்றித் தப்பியது வியப்பு தான். பெங்காலின் வீரர்கள் அதுவரை மோதலில் ஈடுபட்டது இல்லை. ஆனால் மோதல் ஆரம்பித்த போது எல்லோரும் மிக நிதானமாக, உறுதியாக, கட்டுப்பாடுடன் செயலாற்றினார்கள். எல்லோருமே எதிரியை ஒருமுறையாது சுட்டுவிட வேண்டும் என்று ஆவலாக இருந்தார்கள்.."

பெங்கால் கொழும்பு வந்து சேர்ந்தபோது, துறைமுகத்தில் இருந்த அனைத்துக் கப்பல்களும் தாமாக அதிகாரபூர்வ வரவேற்பை அளித்தன. பாம்பேக்கு அவர்கள் வந்த போது உச்சபட்ச மரியாதை கிடைத்தது. அப்பகுதியில் இருந்த எல்லா ஆர்.ஐ.என். கப்பல்களும் கப்பற்படை சல்யூட் அடித்தன. கப்பலில் இருந்த 75 அதிகாரிகள், மாலுமிகளுக்கு மிகப் பெரிய வரவேற்பு அளித்து, சர் கௌசாஜி ஹாலில் விருந்தளித்து மரியாதை செய்தார்கள்.

கப்பலின் தலைமை அதிகாரியான வில்சனுடன், இரண்டு இந்திய மாலுமிகளுக்கும் விருதுகள் தரப்பட்டன. முன்னணி மாலுமியான இஸ்மாயில் முகமதுக்கு வீர தீரச் செயலுக்காகவும், கடமையுணர்வுக்காகவும் Indian Distinguished service Medal வழங்கப்பட்டது. 12 பவுண்டர் கன்னின் கேப்டனான பெட்டி ஆபீஸர் முகமது இப்ராஹிமுக்கு, 'நிதானத்திற்கும், உறுதிக்கும் மிகப் பெரிய உதாரணமாகத் திகழ்ந்து பெங்கால், எதிரி குண்டுகளால் சேதமடைந்த நிலையிலும், தனது ஆயுதங்களை மிக பயனுள்ள வகையில் பயன்படுத்தியதற்காக, Indian order of Merit விருது வழங்கப்பட்டது.

இலண்டன் பரேடில் மரியாதை: இந்தியாவிற்குப் பெருமை

இரண்டாம் உலகப் போர் முடிந்ததும் 1946 ஜுன் 8 அன்று லண்டனில் வெற்றிப் பரேட் நடத்தப்பட்டது. அதில் இந்தியாவின் முப்படைகளில் இருந்தும் பிரதிநிதிகள் கலந்து கொண்டனர். இதில் கலந்து கொண்ட இந்தியாவின் மூத்த கப்பற்படை அதிகாரி கமாண்டர் ஏ.சக்ரவர்த்தி என்பவர். (பின்னாளில் ரியர் அட்மிரல்) கப்பற்படை பிரிவுக்கு லெப்.பி.எஸ்.மகேந்துரு தலைமை ஏற்றார். (பின்னாளில் ரியர் அட்மிரல்) முப்படைகளில் இந்தியாவில் முதலில் உருவானது கப்பற்படை என்பதால் பரேடில் கப்பற்படை பிரிவு முன்னால் இடம் பெற்றது. பின்னாளில் ஐ.என்.எஸ். விக்ராந்தின் (நமது முதல் விமானம் தாங்கிக் கப்பல்) தளபதியாக

புதிய மாலுமிகளுக்கான முகாம் வாயிலில் இளைஞர்கள். இரண்டாம் உலகப்போரின் போது மாலுமிகள் ஆள் சேர்க்கைக்காக இப்படிப்பட்ட முகாம்கள் நிறைய நடத்தப்பட்டன.

இருந்த ரியர் அட்மிரல் மகேந்துரு இந்த கௌரவம் பற்றி பின்வருமாறு கூறினார். 'கப்பற்படையின் பிரிவுக்கு தலைமை தாங்கிய டர்பன் அணிந்த அதிகாரி என்பதால் நான் அனைவராலும் கவனிக்கப்பட்டேன். இந்த வரலாற்றுச் சிறப்பு மிக்க பரேடைப் பார்க்க ஆயிரக்கணக்கானோர் ஓரிரு இரவுகள் நடைபாதைகளில் படுத்துக் கிடந்து காத்திருந்தார்கள். நூற்றுக்கணக்கானோர் என்னிடம் ஆட்டோகிராப் வாங்கினார்கள்.'

இச்சம்பவங்கள் இந்தியக் கப்பற்படையினர் போர்ச்சூழலில் தமது வீரத்தை நிரூபித்ததைக் காட்டுகின்றன. ஆழ்கடலில் இந்த மாலுமிகள் கடும்போர் புரிந்துள்ளார்கள். இந்த அனைத்து போர்களிலும் ஆர்.ஐ.என்.னின் 105 வீரர்கள் வீரமரணம் அடைந்தார்கள். அவர்களில் 27 பேர் அதிகாரிகள்.

இத்தனை மாலுமிகள் தமது வீரத்திற்காக இப்படி உயரிய விருதுகளைப் பெற்ற நிலையில் ஒரு கேள்வி எழுகிறது. இப்படிப்பட்ட வீரமான, கட்டுப்பாடு மிக்க இளைஞர்கள் எப்படி கிளர்ச்சியில் இறங்கினார்கள்? அதற்கான காரணங்கள் யாவை?

எழுச்சியின் விதைகள்

இந்த மாலுமிகளை பணியில் சேர்த்த அன்றே எழுச்சிக்கான விதை விதைக்கப்பட்டது என்றே ஆவணங்கள் காட்டுகின்றன. 1940 வரை ராணுவத்தை பலப்படுத்துவதில் தான் கவனம் இருந்தது. கப்பற்படைக்கு ஆட்சேர்ப்பு ஆரம்பித்தபோது, பயிற்சி வசதிகள் போதுமானதான இல்லை. பயிற்சி நிலையங்களில் கடும் இட நெருக்கடி. ஊழியர் பற்றாக்குறை கடுமையாக இருந்தது. பயிற்சியிலிருந்து பாதியிலேயே ஓடுவதும் அதிகமாக இருந்தது. மூன்றில் ஒரு பகுதியினர் சேர்ந்த சிறிது காலத்திலேயே விலகினர். கடல் வாழ்க்கை சாகசம் நிறைந்ததாக இருக்கும் என்று புதிதாய் பணியில் சேர்ந்தவர்களை நம்ப வைக்க பிரிட்டிஷார் முயன்றாலும், கப்பற்படையில் வீரர்களை மோசமாக நடத்துவார்கள் என்ற செய்தி நாடு முழுவதும், கிராமங்கள் வரை பரவியது.

1939 செப்டம்பர் முதுல் 1945 வரை உலகப்போர் நடந்தபோது, புதிய ஆட்சேர்ப்புக்கான முயற்சி பன்மடங்கு அதிகரித்தது. அதிகாரிகளின் எண்ணிக்கை 114லிருந்து 269 ஆகவும், வாரண்ட் அதிகாரிகளின் எண்ணிக்கை 35லிருந்து 198 ஆகவும் உயர்ந்தது.

ஆரம்பத்தில் முஸ்லிம்களே அதிகமாகச் சேர்க்கப்பட்டாலும், 1945 வாக்கில் ஹிந்துக்களும் அதே எண்ணிக்கையில் இருந்தார்கள். போரின் துவக்கமான 1939 செப்டம்பரில் ஆர் ஐ என்னின்

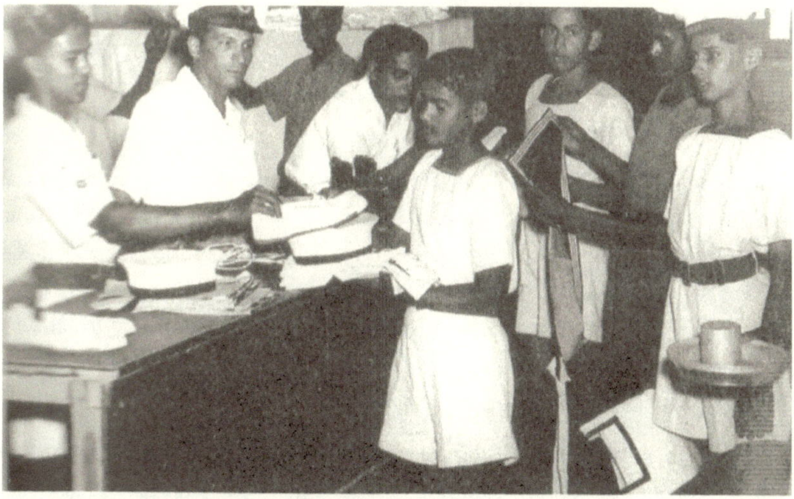

புதிதாய் சேர்ந்த மாலுமிகள் பெரும்பாலும் 14 – 15 வயது சிறுவர்களே. பெரும் எதிர்பார்ப்போடு மாலுமிகள் ஆள் சேர்க்கைக்காக இப்படிப்பட்ட முகாம்கள் நிறைய நடத்தப்பட்டன.

அழகான சீருடையில் மாலுமிகள், புதுவேலை குறித்த இந்த மகிழ்ச்சி விரைவில் காணாமல் போனது.

எண்ணிக்கை 1722 ஆக இருந்தது. போர் முடியும் போது இது 27,933 ஆக இருந்தது. ஆர் ஐ என் 1939ல் போரில் இணைந்தபோது 2 ஸ்லூப் கப்பல்கள், 1 சர்வே கப்பல், 4 பாதுகாப்பு ரோந்து கப்பல்கள், 33 ஆக்ஸிலரி வகை படகுகள் என அதனிடம் 40 கப்பல்களே இருந்தன. 1945 ஆகஸ்டில் போரின் முடிவில் இது 7 ஸ்லூப் கப்பல்கள், 3 கார்வெட் எனும் வழித்துணைக் கப்பல்கள், 3 போர் கப்பல்கள், 19 கண்ணிவெடி அகற்றும் கப்பல்கள், 16 ட்ராலர் படகுகள், 5 பெர்ஷியன் கன்படகுகள், 18 மோட்டார் லாஞ்சுகள், என 132 இருந்தன.

ஆனால் ஆள்சேர்ப்பு விதம் சரியாக இல்லை. இளைஞர்கள் கப்பற்படையில் சேர அவ்வளவாக ஆர்வம் காட்டவில்லை என்பதை உணர்ந்த பிரிட்டிஷார், சேர்க்கையை அதிகரிக்க ஏஜெண்டுகள் துணையை நாடினார்கள். கப்பற்படையில் சேர்ந்தால், போருக்குப் பிறகு நிரந்தரமான வேலை உறுதி என்று ஏராளமான விளம்பரங்கள் செய்யப்பட்டன. யதார்த்தத்தில் இந்த வாக்குறுதி நிறைவேற்றப்படவில்லை.

நூற்றுக்கணக்கான போஸ்டர்கள் ஒட்டப்பட்டன. துண்டுப் பிரசுரங்கள் விநியோகிக்கப்பட்டன. 'ஆர் ஐ என்னில் நிரந்தர வேலை. விட்டு விலகும்போது, கை நிறைய பணம்.... பயிற்சிக் காலத்தில் ரூ.100 சம்பளம். பிறகு ரூ.250 வரை உயரும்', என்று

நல்லவேலை, நல்ல எதிர்காலம் என்று கனவுகளுடன் வேலைக்குச் சேர்ந்த இளைஞர்கள். சில மாதங்களிலேயே கனவுகள் தகர்ந்தன.

விளம்பரம் செய்யப்பட்டது. ஆட்களைக் கவர இந்த போஸ்டர்கள் பல உள்ளூர் மொழிகளிலும் அச்சிடப்பட்டன.

'உங்கள் மகனைப் பற்றி பெருமை கொள்ளுங்கள். அவன் ஆர்.ஐ.என்.னில் சேர அனுமதியுங்கள்,' கப்பற்படை அவனுக்கு நல்லவேலை, நல்ல சம்பளம், நிறைய உணவு, நல்ல உடைகள் வழங்கும் ,' என்றது ஒரு விளம்பரம். அழகான சீருடை அணிந்த இளைஞர்களின் புகைப்படங்களுடன் கப்பற்படை பற்றிய நல்லெண்ணத்தை உருவாக்கும் 13 விதமான போஸ்டர்கள் ஒட்டப்பட்டன.

கப்பற்படை எழுச்சிக்கான காரணங்களை ஆராய அமைக்கப்பட்ட விசாரணைக் குழுவில் சாட்சியம் அளித்த கர்னல். ஏ.ஏ.ருத்ரா என்ற அதிகாரி, 'இந்த விளம்பரங்கள் அப்பட்டமாக தவறான தகவல்களைத் தந்தன,' என்றார். இந்த ஆட்சேர்க்கை குறுகிய காலப் பணிக்கானது என்பதால் வாரண்ட் அதிகாரி நிலைக்கு உயர்வதே கடினம் எனும்போது, அதிகாரியாக உயர வாய்ப்பேயில்லை,' என்றார் அவர்.

லெப்.கமாண்டர் ஷா என்ற அதிகாரி பின்வருமாறு சாட்சியம் கூறினார் – 'ஆட்சேர்க்கை அதிகாரிகள் கப்பற்படை வாழ்க்கைப் பற்றி மிகையாக, பொய்த் தகவல்களைச் சொல்லியே சேர்த்தார்கள்.'

மற்றொரு அதிகாரியான லெப்.ராவ் , 'சில சமயங்களில் இளைஞர்களை கையைப் பிடித்து இழுத்து வந்து ஒரு துண்டுக் காகிதத்தில் கைரேகை பதியச் செய்து, கடைநிலை ஊழியத்திற்கான கொத்தடிமைகளாக ஆக்கினார்கள் ,' என்றார்.

துண்டுப் பிரசுரங்கள் மூலம் ஆட்களைக் கவர்வது மற்றொரு வழிமுறை. 'கலீல் மற்றும் கிஷோரின் கதை இது' என்றது ஒரு துண்டுப் பிரசுரம். இது வேலை தேடுவோரின் ஆர்வத்தை ஈர்ப்பதற்காக எழுதப்பட்ட கற்பனைக் கதை. அந்த துண்டுப் பிரசுரம், 'கிஷோர் வீட்டைவிட்டு ஓடி வந்து, கப்பற்படையில் சேர்ந்தார். இப்போது மாதம் 60 ரூபாய் சம்பளம் வாங்குகிறார். கிஷோரின் தூண்டுதலால் கப்பற்படையில் சேர்ந்த கலீல் இப்போது கிஷோரை விட அதிகச் சம்பளம் வாங்குகிறார். கலீலின் பெற்றோருக்கு மிகவும் மகிழ்ச்சி,' என்றது.

கதை இன்னும் போகிறது. கலீல் வேலைக்கான ஒப்பந்தம் பத்தாண்டுகள் என்பார் – இது அப்பட்டமான பொய். அத்துண்டுப் பிரசுரத்தில் கலீல் தன் தந்தையிடம், 'மாலுமிகளுக்கு ஆரம்ப சம்பளம் 90 ரூபாயிலிருந்து, விரைவாக பதவி உயர்வுகள் கிடைத்து சம்பளம் 469 ரூபாயாக உயரும். சைவம், அசைவம் என்று நல்ல உணவு கிடைக்கும்,' என்பார். இவையும் பொய்யே.

1946 பிப்ரவரிக்கு முன்பே ஒன்பது முறை கிளர்ச்சிகள் நடந்துள்ளன என்று விசாரணைக் குழு கண்டுபிடித்ததில் வியப்பொன்றும் இல்லை. அவையாவன:

- பாம்பே 1942 மார்ச் 3 : சம்பள உயர்வு குறித்த அதிருப்தி. ஏழு பயிற்சியாளர்களுக்கு ராணுவ நீதிமன்ற விசாரணை. குற்றவாளிகள் அனைவரும் தண்டிக்கப்பட்டனர். 3 முதல் 15 மாதங்கள் வரை சிறைத் தண்டனை.
- பிரிட்டன், டோபர்மோரி, 1942 ஜுன் 22 : உணவு குறித்த புகார்கள். ஈடுபட்ட 17 மாலுமிகளுக்கும் 90 நாட்கள் சிறைவாசம்.
- எம்.ஐ.எஸ் ஒரிஸ்ஸா, கிழக்கு லண்டன், தென்னாப்பிரிக்கா : பரவலாக காணப்பட்ட ஒழுங்கீனங்கள். மாலுமிகளுக்கு 3 முதல் 7 ஆண்டுகள் வரை சிறை.
- பிரிட்டன் ஹெச்.எம்.ஐ.எஸ். கைபர், 1942 செப்டம்பர் : கிரீஸ் இடும் ஆறு, ஏழு மாலுமிகள், அது தமது மதவழக்கங்களுக்கு

எதிரானது என கிரீஸ் இட மறுப்பு. மூன்று பேர் பணி நீக்கம். கிரீஸர்கள் மீது நடவடிக்கை இல்லை.

- **ஹெ.ஐ.எம்.எஸ்.அக்பர், *1944* ஜூன் *27/28* :** மாலுமிகளுக்கு இடையே மதமோதல். கஞ்சா புகைத்தவர்கள் மீது நடவடிக்கை.

- **ஹெ.எம்.ஐ.எஸ். ஹம்லவார், *1944* ஜுலை *30* :** ஒரு மாலுமி அமர்ந்த நிலையில் இருந்தார். அதிகாரி வந்தபோது, அவர் பிரார்த்தனை செய்து கொண்டிருந்ததால், எழுந்து நிற்கவில்லை. அவர் அப்போது புனித குரானைப் படித்துக் கொண்டிருந்தார். அந்த மாலுமி கப்பலிலிருந்து வெளியேற்றப்பட்டார். அதிகாரிகளின் இந்தச் செயல் ஆட்சேபணைக்குரியது என்று கருதிய 13 மாலுமிகளுக்கு வெவ்வேறு கால அளவுகளில் சிறைத் தண்டனை.

- **ஹெ.எம்.ஐ.எஸ். சிவாஜி, *1944* ஜுலை *29, 30, 31* :** தமது உணவில் பன்றிக்கறி கலந்திருப்பதாக நம்பிய 17 முஸ்லிம் மாலுமிகள் உண்ண மறுத்தார்கள். பின்னர் மாமிசத்தில் கலப்படம் எதுவுமில்லை என்ற உறுதிமொழி தரப்பட்டது. ஆனாலும், உண்ண மறுத்த நான்கு மாலுமிகளுக்கு பின்னர் தண்டனை வழங்கப்பட்டது.

- **ஹெ.எம்.ஐ.எஸ். ஹிமாலயா, கராச்சி :** மூன்று தலைமை மாலுமிகள் கரைக்குச் சென்று மதியம் பிரார்த்தனையில் கலந்து கொள்ள வேண்டுகோள் வைத்தார்கள். அனுமதி மறுக்கப்பட்டது. ஆனாலும் அவர்கள் பிரார்த்தனை செய்ய கப்பலைவிட்டு வெளியேறினார்கள். மூவரும் பணிவின்மைக்கான விசாரிக்கப்பட்டு பணியிலிருந்து நீக்கப்பட்டார்கள்.

- **ஹெ.எம்.ஐ.எஸ். சிவாஜி, *1945* ஏப்ரல் *17*, அதைத் தொடர்ந்த சில நாட்கள் :** நேரடியாக மாலுமிப் பணியில் சேர்ந்தோர் கப்பலை சுத்தம் செய்ய மறுத்தார்கள். இவர்களில் ஹிந்து, முஸ்லிம், சீக்கியர் என அனைவரும் உண்டு. மறுப்பதற்கு மத ரீதியான காரணங்களைச் சொன்னார்கள். 38 மாலுமிகளுக்கு 90 நாள் கடுங்காவல் தண்டனை தரப்பட்டது. மேலும் ஆறு பேருக்கு 90 நாட்கள் கடுங்காவல் தண்டனை தரப்பட்டது. ஆனால் பின்னர் தண்டனை நிறுத்தி வைக்கப்பட்டது.

1946 மே மாதம், விசாரணைக் குழுவில் சாட்சியம் அளித்த லெப்.கமாண்டர் சோமன், '1942 செப்டம்பர் முதல் தென்பட்ட சமிக்ஞைகளை உயரதிகாரிகள் கவனிக்கவே இல்லை,' என்று சூழ்நிலையை சுருக்கமாகக் கூறினார்.

1945 ஏப்ரல் 23 அன்று கமாண்டர் கவர்டேல் ஸ்மித் எழுதிய கடிதம் ஒரு முக்கியமான ஒப்புதல் வாக்குமூலம். 'பணிக்கு சேரும்போது பணி நிலைமைகள் பற்றி தவறாகச் சொல்லி சேர்த்ததில் ஏற்பட்ட அதிருப்தியின் வெளிப்பாடே கப்பலை சுத்தம் செய்ய மறுத்தது என்று நான் நம்புகிறேன்... உயர் அதிகாரிகள் தமது குறைகளைத் தீர்ப்பார்கள் என்று நம்புவதை விட எதிர்த்து சிறை செல்வது மேல் என்பதே அவர்களது (மாலுமிகளின்) மனநிலையாக இருந்தது' என்று அவர் எழுதினார்.

அடிமைகளாக நடத்தப்படுதல்

கப்பற்படையில் சேர்ந்த நாளில் இருந்தே அங்கு வாழ்க்கை எப்படி இருக்கப் போகிறது என்பதை இந்திய மாலுமிகள் உணர்ந்து விடுவார்கள். மாலுமி ஒருவர் வீட்டிற்கு எழுதிய கடிதத்தில், 'அச்சடிக்கப்பட்ட விதிமுறைகளின்படி அதிகாரிகள் நடந்து கொள்வதில்லை. மாறாக தமது சொந்த விதிகளை அவர்கள் உருவாக்கிக் கொள்கிறார்கள்,' என்று எழுதினார். பிரிட்டிஷ் அதிகாரிகள்தான் இப்படி என்பதல்ல. இந்திய அதிகாரிகளும் மாலுமிகளை மோசமாகத்தான் நடத்தினார்கள். தவறு செய்த அதிகாரிகள் தண்டிக்கப்படாதது மட்டுமல்ல. இந்திய அதிகாரிகளிடம் வெள்ளை அதிகாரி பற்றி புகார் கூறினால், இந்திய அதிகாரியால் தனக்குக்கீழ் உள்ள வெள்ளை அதிகாரி மீது நடவடிக்கை எடுக்க முடியாது.

கெட்டவார்த்தைகள் சொல்லித் திட்டுவது அதிகாரத்தின் அடையாளமாகக் கருதப்பட்டது. 'தேவடியா மகனே, குரங்கே, பன்றியே' என்பதெல்லாம் சர்வ சாதாரணம். கறுப்பன், பிளடி, பெஹன்சோத், கறுப்புத் தேவடியா மகன் என்ற வசவுகளும் உண்டு.

ஒரு நாளைக்கு பலமுறை ஒரு இந்திய மாலுமி பிரிட்டிஷ் கொடிக்கு சல்யூட் செய்ய வேண்டியதாக இருக்கும். 'ஆண்டவர் அரசரைக் காப்பாற்றட்டும்,' என்று பாட வேண்டியதாக இருக்கும். ஆனால் இந்திய இசை ஒரு வெள்ளை அதிகாரி காதில் பட்டால் போதும். அவர் கோபத்தில் கொந்தளித்து விடுவார். இந்திய

அதிகாரிகள் பொதுவாக பிரிட்டிஷ் அதிகாரிகள் சார்பாகவே இருந்தார்கள். 1946 எழுச்சியின் போது லெப்.சொப்ஹானி என்ற ஒரே ஒரு இந்திய அதிகாரி மட்டும்தான் மாலுமிகளுக்கு ஆதரவாக கிளர்ச்சி செய்தார்.

பதின்பருவத்தைத் தாண்டாத இந்த இளம் மாலுமிகளை கேவலமான பணிகளைச் செய்ய கட்டாயப்படுத்தினார்கள்.

பலவிதமான பாகுபாடுகள் குறித்த பிரச்சனைகளால் அதிருப்தி நிலவியது. இந்திய மாலுமிகளை கழிப்பறைகளை சுத்தம் செய்யச் சொன்னார்கள். பிரிட்டிஷ் அதிகாரிகளின் பார்ட்டிகள் முடிந்த பிறகு காலி மது பாட்டில்கள், உணவுத் தட்டுகளை சுத்தம் செய்யச் சொன்னார்கள். விசாரணைக் குழுவில் சாட்சியம் அளித்த முகமது இஸ்மாயில் என்ற மாலுமி, 'அதிகாரிகள் கரையிலிருந்து பெண்களை அழைத்து வருவார்கள்..... இரவு முழுவதும் குடி. மேல்தளத்தில் கும்மாளம். இதனால் மாலுமிகள் தூங்க முடியாது. இந்த அதிகாரிகள், பெண்களுக்காக மாலுமிகள் இரவு முழுக்க படகு வலிக்க நேரிடும்,' என்றார். Revisiting Talwar என்ற நூலில் திலீப்குமார், இந்த பார்ட்டிகளுக்குப் பிறகு மாலுமிகளை தட்டுகள் பாத்திரங்கள், உணவு அறை, கழிப்பறை ஆகியவற்றைச் சுத்தம் செய்யச் சொல்வார்கள்,' என்று எழுதியுள்ளார்.

இந்தப் பிரச்சனைகள் போக, ஏராளமான ஆட்சேர்க்கையால், கப்பல்களிலும், இதர அலுவலகங்களிலும் கடும் இடநெருக்கடி. இந்திய மாலுமிகளுக்குத் தான் அதிக கஷ்டம். ஹெச்.எம்.ஐ.எஸ். தல்வாரில் இந்த நிலை மிக மோசம். மாலுமிகள் சமையலறையிலும், பரேட் மைதானத்திலும் உறங்க நேர்ந்தது.

தல்வாரின் தந்திப் பணியாளரும், பின்னாளில் போராட்டக் குழுவின் தலைவருமான எம்.எஸ்.கான், '80 சதவிகித மாலுமிகளுக்கு படுக்க கட்டில் கிடையாது.... மாலுமிகள் கிடைக்கும் இடங்களில் தரையில் படுத்தார்கள். படுப்பதற்கு எந்த ஏற்பாடும் கிடையாது. இந்தியர்களை அவர்கள் ஆடு, மாடுகள் போல் நினைத்தார்கள்.... படுக்கை என்பது இரண்டு முரட்டுப் போர்வை, வைக்கோல் திணித்த தலையணை ஒன்று, பெட்ஷீட் கிடையாது!

அவர் மேலும் கூறியதாவது: ‘கப்பல்களில் 100 – 120 பேர் தான் தங்க முடியும். போர்க்காலத்திலும், அமைதிக் காலத்திலும் 200 – 220 இந்தியர்களை கப்பலில் தங்க வைப்பார்கள். பாதி பேர் கப்பலின் மேல்தளத்தில், பாதி பேர் சமையலறையில் தூங்குவார்கள். மழை பெய்தால் தூங்க முடியாது. குளிரில் நடுங்கியபடி இரவு முழுவதும் உட்கார்ந்திருக்க வேண்டும்.’

எழுச்சியின் முக்கிய தலைவரான பி.சி.தத் தனது Mutiny od Innocents என்ற நூலில் கப்பற்படையில் தனது முதல் நாளைப் பற்றி பின்வருமாறு எழுதுகிறார். ‘நாள் முழுக்க உழைத்த களைப்பால் அசந்து தூங்கினேன்... முரட்டு போர்வை, கெட்டியான தலையணை, மரத்தாலான கப்பல்தளம் எதுவும் சிரமமாக இல்லை. காலை 5 மணிக்கு ஊதுகுழலின் கீச்சொலியில் திடுக்கிட்டு எழுந்தேன்.... படுக்கையை மடித்து வைத்துவிட்டு, கழிப்பறை சென்றேன். அது பயங்கரமான காட்சி. சுமார் ஒரு டஜன் இந்திய பாணி கழிப்பறைகள் கதவுகள் இன்றி இருந்தன. எல்லாவற்றிலும் ஆட்கள். அவர்களைப் பார்த்துக் கொண்டு ஒவ்வொருவர் முன்பும் ஒரு நீண்ட வரிசை. எனது முறை வந்தபோது என்னால் அதை பயன்படுத்தவே முடியவில்லை.’

பாம்பே மற்றும் கராச்சியில் கப்பற்படை தளங்களை பார்வையிட அனுப்பப்பட்ட லெப்.கர்னல். ஹக் நவாஸ் பின்வருமாறு குறிப்பிட்டார் : ‘500 பேர் தங்கக் கூடிய இடங்களில் 1500 பேர் தங்க வைக்கப்பட்டிருந்தனர். இதுபோன்ற தற்காலிக இடங்களை மேம்படுத்துவது சிரமம்தான் என்றாலும், ஆர்.ஐ.என். தனது மாலுமிகளுக்குத் தந்துள்ள இடம் மிகவும் மோசமானது.... அவர்கள் மிகக் கசப்பான உணர்வுடன் செல்கிறார்கள்.’ ஹெச்.எம்.ஐ.எஸ். தல்வாரில் கட்டுக்கட்டாக இருந்த துண்டுப் பிரசுரத்தில் ஒன்றை அவர் இணைத்திருந்தார். அதில்

“ தயவு செய்து இதைப் பாருங்கள்.
பாம்பேயின் மிகப் பெரிய நரகம்
– வெர்சோவா –
அல்லது டிமாப் முகாம்
இங்கே எங்களது துயரங்களைப் பாருங்கள்.
பசி.... அநீதி... ஒடுக்குமுறை...” என்று எழுதியிருந்தது.

மருத்துவ வசதிகள் பற்றிய வாக்குறுதியும் நிறைவேற்றப்படவில்லை. தமது சக பிரிட்டிஷ் வீரர்களுக்கு

இணையான உயர்தர மருத்துவ வசதிகள் தரப்படும் என்று இந்தியர்களுக்கு வாக்குறுதி தரப்பட்டது. விசாரணைக் குழுவில் தனது சாட்சியத்தில் எம்.எஸ்.கான் பின்வருமாறு குறிப்பிட்டார் : ‘ஒரு உதாரணம் கூற விரும்புகிறேன்.... வயிற்றுவலி என்று ஒருவர் மருத்துவரிடம் போனால் மருத்துவர் வெறும் உப்புக் கரைசலைத் தருவார். மற்றவர் கால் வலி என்று போனால் அவருக்கும் அதே கரைசல்தான். தலைவலி என்று போனாலும் அதே மருந்துதான். ஒரு மாலுமி உண்மையாகவே வயிற்றுவலி என்று மருத்துவரிடம் சென்றபோது, மருத்துவர் சிகிச்சை அளிக்காமல், அவர் நாடகம் ஆடுவதாகத் திட்டி, அவரது உயரதிகாரிக்கு அவரை தண்டிக்குமாறு குறிப்பு அனுப்பினார். சிகிச்சை தருவதற்குப் பதிலாக கடும் வெயிலில், இரண்டு மணி நேரம் மைதானத்தில் ஓடுமாறு தண்டனை தந்தார்கள்!.

ஆவணங்களைப் பார்க்கும் போது கப்பற்படையில் தரப்பட்ட உணவின் தரமும் அதிருப்திக்கு ஒரு முக்கிய காரணம் என்று தெரிகிறது. கற்கள் நிறைந்த தரமற்ற அரிசி, கோதுமை தரப்பட்டன. பருப்பு மிகவும் பழையதாக இருந்ததால் அதில் புழுக்கள் வந்துவிட்டன. பருப்பில் காய்கறிகளைத் தூக்கிப் போட்டு சரியாக வேக விடாமல், அரையும் குறையுமாக இறக்கி விடுவார்கள். பருப்பு பற்றாக்குறை என்றால் சமையல்காரர்கள் தாராளமாக தண்ணீரை, சேர்த்து விடுவார்கள். ஹெச்.ஐ.எம்.எஸ். டல்ஹௌசி, தல்வாருக்குச் சென்ற ஆய்வுக் குழு, ‘புழுங்கரிசியில் ஒரே கெட்ட வாடை. சாப்பிட்ட பிறகும் அதன் மோசமான சுவை வாயிலேயே நிற்கும்,’ என்று எழுதியது. பிய்ந்துபோன, தீய்ந்து போன சப்பாத்திதான் தருவார்கள்.

மரப்பலகையில் வைத்தே இறைச்சி வெட்டப்படும என்பதால், எலும்பு, கறியோடு சேர்ந்து மரத்துண்டுகளும் வரும். மாலுமிகள் சமையல்காரர்களிடம் புகார் கூறினால், அவர்கள் 1200 க்கும் அதிகமான மாலுமிகளுக்கு சமைக்க 10 சமையல்காரர்களும், இரண்டு அடுப்புகளுமே இருப்பதாகக் கூறுவார்கள். அரிசி, பருப்பில் இருக்கும் கற்களை நீக்கி, நன்கு கழுவக் கூட ஆட்கள் கிடையாது. அனுபவமற்ற உதவியாளை வைத்து, சிறிய சமையலறைகளில்தான் அசைவமும் சமைத்தார்கள்.

விசாரணைக் கமிஷன் முன்பு சாட்சியம் அளிக்கும் போது, கான், ‘கடலில் நான் பலமுறை பட்டினி கிடந்திருக்கிறேன்.... கத்தியவார் கப்பலில் கொழும்பில் இருந்த போது, கப்பலுக்கு

வாடி சுருங்கிய பூசணிக்காய்களைத் தான் அனுப்புவார்கள்... கத்திரிக்காய், வெண்டைக்காயெல்லாம் ஒரே பூச்சியாக இருக்கும்,' என்றார். இது பற்றி புகார் அளித்த போது இந்தியர்களுக்கு 'B' தர காய்கறிகள் தான் தர அனுமதிக்கப்பட்டுள்ளது என்றும் பிரிட்டிஷாருக்கு மட்டுமே 'A' தர காய்கறிகள் தரப்படும் என்றும் கூறப்பட்டது. நாங்கள் கறுப்பர்கள் என்பதால் 'B' தர காய்கறிகள் தான் தந்தார்கள்,' என்றார்.

குழுவின் பிரிட்டிஷ் உறுப்பினரான ஜெனரல். டி.டபிள்யு.ரீஸ் கேட்ட ஒரு கேள்விக்குப் பதிலளிக்கும் போது, கான், 'கிழக்கு பிராந்திய கப்பற்படையின் ஒரு ஆணையில் இது இருக்கிறது.... இந்தியர்களின் நிறம் கறுப்பு என்பதால் இப்படிப்பட்ட காய்கறிகள் தான் தரப்படும் என்று அந்த ஆணை கூறுகிறது. ஆனால் இந்தியர்களின் பணித் திறன் மட்டமானதல்ல. மற்றொரு விஷயத்தையும் கூற வேண்டும். ஒருநாள் மதியம் எங்களுக்கு ஹலால் இறைச்சி தர முடியாது என்று கூறினார்கள். ஒரு முஸ்லிமாக ஹராம் இறைச்சி சாப்பிடுவது எங்கள் மதத்திற்கு எதிரானது என்று நான் புகார் அளித்தபோது, 'சாப்பிடாவிட்டால் பட்டினி கிட... என்றார்கள். இந்தியா அல்லது கொழும்புக்கு அருகில் இருக்கும் போது ஹலால் இறைச்சியை அங்கிருந்து ஏன் கொண்டு வரக் கூடாது என்பது எங்கள் கேள்வி. எங்களை ஏன் ஆஸ்திரேலியாவிலிருந்து வந்த உறைந்துபோன ஹராம் இறைச்சியை சாப்பிடச் சொல்லி கட்டாயப்படுத்த வேண்டும்?' என்றார்.

தனது ரகசிய அறிக்கை ஒன்றில் அதிகாரி ஒருவர், 'அரிசியும், கோதுமை மாவும் கல்லும், மண்ணுமாக, கால்நடைகளுக்குத் தரும் தரத்தில்தான் உள்ளன. அதுகூட கால்நடை மருத்துவர்கள் ஒப்புதல் அளித்தால் தான் தர முடியும்!' என்று ஒப்புக் கொண்டுள்ளார்.

பணியிலிருந்து நீக்கப்படுவது எழுச்சிக்கான மற்றொரு முக்கிய காரணம். போர் முடிந்ததும் இந்திய மாலுமிகளை இரக்கமின்றி, மிக விரைவாக வேலையிலிருந்து நீக்கினார்கள். இதன் பொருள் நிரந்தரவேலை, ஓய்வூதியம் போன்ற வாக்குறுதிகள் நிறைவேற்றப்படவில்லை என்பதே. இதோடு எரிச்சலூட்டும் பல விதிகள் வேறு இருந்தன. வழங்கப்பட்ட சீருடைகள், இதர பொருட்களை திருப்பித் தர வேண்டும். அவை புதிதாய் இல்லாவிட்டால், அதற்கு அபராதம் வேறு விதிக்கப்படும்.

பல ஆண்டுகள் பணிபுரிந்துவிட்டு, வேலையைவிட்டுச் செல்லும் போது சீருடைகளை எப்படி புத்தம் புதிதாய் திருப்பித் தர முடியும்? *The Army of Occupation* என்ற தனது நூலில் குசும் நாயார், ‘வேலை இழந்து தெருவில் நிற்கப் போகும் மாலுமியிடம் அவனது சீருடைக்காக பணம் கேட்பது அவனது ரத்தத்தை உறிஞ்சுவது போன்றது’ என்று குறிப்பிடுகிறார்.

போர் முடிந்து சில மாதங்களுக்குப் பிறகு, டில்லியின் கப்பற்படை தலைமையகத்திற்கு ஒரு அநாமதேயக் கடிதம் வந்தது... அதிலிருந்து சில வரிகள் : ‘ஐயா! இங்கே நாங்கள் 50 பேருக்கான இடத்தில் 100 பேர் தங்கியிருக்கிறோம்... இந்த மாலுமிகளுக்கு கணக்கை முடிக்க தங்களிடம் நிதி ஆதாரம் இல்லை என்று மத்திய சம்பள அலுவலகம் கூறுகிறது. எங்களை கூலி கம்பெனியில் சேர்த்து, கல் உடைப்பது, சாலை போடுவது மாதிரியான பல மோசமான வேலைகளில் ஈடுபடுத்துகிறார்கள். சிறைக் கைதிகள் போல் நடத்துகிறார்கள்... இது ஒரு வதை முகாம் போல் உள்ளது... மற்றொரு கடிதம் : ‘கிட்டத்தட்ட 200 ரூபாய் எங்களுக்கு தரப்பட வேண்டும். எனவே முழு பணத்தை தந்தாலொழிய ரசீதில் கையெழுத்துப் போட மாட்டோம் என்ற நாங்கள் மறுத்து விட்டோம். கடும் தண்டனை தரப்படும் என்று மிரட்டினார்கள். பணியிலிருந்து விடுவிப்பதற்காக கையெழுத்திட நாங்கள் கட்டாயப்படுத்தப்பட்டோம்’ என்கிறது.

விசாரணைக் குழுவிடம் சமர்ப்பித்த ஒரு குறிப்பில் லெப். மெக்ரே, ‘காயமடைந்து பணியிலிருந்து விடுவிக்கப்பட்ட பல மாலுமிகளுக்கு பத்து மாதங்கள் கழித்தும்கூட அவர்களுக்கான காயமுற்றோர் ஓய்வூதியத்தில் ஓரணா கூட தரப்படவில்லை. லால் தின் என்ற மாலுமி ஒருவர் வெடிமருந்து விபத்தில் படுகாயம் அடைந்தார். 18 மாதங்கள் மருத்துவமனையில் இருந்த பிறகு சம்பள பாக்கி, ஓய்வூதியம் எதுவும் தரப்படாமல் அவர் டில்லிக்கு வந்தார். அவரிடம் தனக்கு காயம் பட்டதற்கோ, தான் கப்பற்படையில், வேலை பார்த்ததற்கோ ஒரு ஆதாரமும் இல்லை. மெல்லிய பருத்தி பேண்ட்டும், பனியனும் அணிந்து (கப்பற்படை சீருடையில் இதைமட்டுமே திருப்பித் தராமல் வைத்துக் கொள்ளலாம்) டிசம்பர் மாத குளிரில் ஐம்முவில் தனது வீட்டிலிருந்து டில்லி வந்திருக்கிறார்.... இப்படி நூற்றுக்கணக்கான மாலுமிகள் கப்பற்படையில் வேலை பார்ப்பதற்கு ஆதாரமாக ஒரு

அழுக்குத் துண்டுச் சீட்டுடன் வீட்டிற்கு அனுப்பப்பட்டிருக்கிறார்கள்' என்கிறார்.

இந்த அதிருப்திகளோடு தேச சுதந்திரம் பற்றி விவாதங்களும் சேர்ந்து கொண்டன. 1942 முதல் வெள்ளையனே வெளியேறு இயக்கம் மிகத் தீவிரமான நடந்து வந்தது. ஆங்கிலத்தில் ஃப்ரீ பிரஸ் ஜர்னல், பாம்பே கிரானிக்கிள் ஆகிய பத்திரிகைகளும், ஹிந்தியில் மதன் மோகன் மாளவியா ஆரம்பித்த ஹிந்துஸ்தான் தைனிக், பிரதாப் ஆகியவையும், திலகரின் கேசரியும், குஜராத்தி பத்திரிகையான சுதாரக்கும் ஏராளமான கட்டுரைகளை வெளியிட்டு சுதந்திர வேட்கையை அதிகரித்தன.

இதோடு நேதாஜியின் இந்திய தேசிய ராணுவம் வெளியிட்ட துண்டுப் பிரசுரங்கள் சுதந்திரக் கனலை மூட்டின. மஹாத்மா காந்தியும், நேதாஜியும் மிகப் பெரிய தலைவர்களாகத் திகழ்ந்தார்கள். நேதாஜியின் வீரர்கள் மாலுமிகளுக்கு மிகப் பெரிய நம்பிக்கைச் சின்னங்களாக இருந்தனர். இந்த பிரசுரங்கள் மாலுமிகளை ஆயுதம் ஏந்தத் தூண்டின.

மாலுமிகளிடம் இருந்த கோபம், அதிருப்தி, வெறுப்பு ஆகியவற்றோடு விடுதலை வேட்கையும் இணைய அவர்கள் ஒரு வெடிமருந்துப் பெட்டியாக இருந்தார்கள். அதுவே விரைவில் எழுச்சியாக வெடித்தது. 1946 பிப்ரவரியில் இந்த வெடிமருந்துப் பெட்டி வெடித்தது.

❐

REFERENCES

B.C. Dutt, *Mutiny of the Innocents*. Bombay: Sindhu Publications, 1971.

Biswanath Bose, *RIN Mutiny:1946*. New Delhi: Northern Book Centre, 1988.

Commander K. Shridharan, *Maritime History of India*. Delhi: Publications Division, Ministry of Information and Broadcasting, 1982.

Dr V.M. Bhagwatkar, *The Role of RIN Mutiny of Feb. 1946, (Royal Indian Navy Uprising), in the Indian Freedom Struggle*, 1989. PhD thesis approved for degree.

K.M. Pannikar, *India and the Indian Ocean*. London: Allen & Unwin, 1951.

Kusum Nair, *The Army of Occupation*. Delhi: Padma Publications, 1946.

Maj-Gen. Shahnawaz Khan, *My Memories of INA & its Netaji*. Delhi: Rajkamal Publications, 1946.

National Archives Files, Royal Indian Navy, 1943–1947, NAI.

Radha Kumud Mookherji, *A History of Indian Shipping*. Longman Green and Co., 1912.

Rear Admiral Satyindra Singh AVSM (Retd), *Under Two Ensigns: The Indian Navy 1945–1950*. New Delhi: Oxford and IBH Publishing Co., 1986.

Vice Admiral N. Krishnan, *A Sailor's Story: An Autobiography*. Gurugram: Punya Publishing, 2011.

வீரத் தலைவர் நேதாஜி சுபாஷ் சந்திரபோஸ் காந்தியடிகளிடமிருந்து கொள்கை ரீதியாக மாறுபட்டார்.

3

புயல் உருவாகிறது

கொந்தளிக்கும் எழுச்சி பற்றிய முதல் முன்னெச்சரிக்கை 1946 பிப்ரவரி 1ஆம் தேதி வந்தது. அன்று ஆர்.கே.சிங் (இவரது முழுப் பெயர் தெரியவில்லை) என்ற மாலுமி இதுவரை யாரும் செய்யாத ஒன்றைச் செய்தார். ஆர்.ஐ.என்.னிலிருந்து ராஜினாமா செய்தார். கப்பற்படையிலிருந்து அவர்கள் உங்களை பணி நீக்கம் செய்யலாம். ஓய்வு தந்து அனுப்பலாம். ஆனால் நீங்களாக ராஜினாமா செய்ய முடியாது.

இதற்கும் மேலாக, சிங் மிக வெளிப்படையாக, கோபமூட்டும் வகையில் தனது கோபத்தை, எதிர்ப்பை வெளிப்படுத்தினார். அவரது மேலதிகாரி அவரை கூப்பிட்டு விட்டபோது, தனது ராஜினாமாவை உரக்க அறிவித்தது மட்டுமின்றி, அந்தக் காலகட்டத்தில் நினைத்தே பார்க்க முடியாத ஒரு செயலைச் செய்தார். தனது மேலதிகாரியை நேருக்கு நேர் பார்த்தபடி, தனது தொப்பியைத் தூக்கி எறிந்து, காலால் எத்தினார்.

ஆர்.கே.சிங்கின் இதுவரை யாரும் செய்திராத இந்தச் செய்கை பிரிட்டிஷார் மீது அவருக்கு இருந்த வெறுப்பை மிக வலுவாக வெளிப்படுத்தியது. அவர் சிறையில் அடைக்கப்பட்டார். ஆனால் அவரது எழுச்சிகரமான செயல் ஒரு பெரிய செய்தியைச் சொன்னது.

இந்திய மாலுமிகள் இனிமேலும் பிரிட்டிஷ் அதிகாரிகளின் மோசமான அதிகாரத்தை பொறுத்துக் கொள்ளமாட்டார்கள் என்பதற்கான முதல் அறிகுறி இது.

எதிர்ப்பைக் காட்ட ராஜினாமா செய்த முதல் மாலுமி ‘கனவுகள் நிறைந்த இளைஞன்’ என்று சிலரால் குறிப்பிடப்பட்டார். இப்போது நினைத்துப் பார்த்தால் அவர் உறுதியான ஒரு தேசபக்தர் என்பது தெரியும். அவர் காந்திய வழியில் தன் எதிர்ப்பைக் காட்டினார். அவரது எதிர்ப்பு அவரது பிரிட்டிஷ் அதிகாரிகளுக்கும், அவரது சக மாலுமிகளுக்கும் ஒரு செய்தியைச் சொன்னது.

அவரது ராஜினாமாவின் நோக்கம் தனது சகாக்களை செயலில் இறங்கத் தூண்டுவதாக இருந்தது. அதற்கு அவர் வழி காட்டினார். அவரது துணிச்சலான எதிர்ப்புச் செயல் படைப் பிரிவுகள் அனைத்திலும் காட்டுத் தீயாகப் பரவியது. எழுச்சிக்கான அறைகூவலைத் தூண்டியது. சிங் விசாரிக்கப்பட்டு, மூன்று மாத சிறை தண்டனை தரப்பட்டு, குற்றவாளிகளுக்கான சிறைச் சாலையான ஆர்தர் ரோடு சிறையில் அடைக்கப்பட்டது மாலுமிகளுக்கு மேலும் கோபத்தை அதிகரித்தது.

நாடெங்கும் மாற்றத்திற்கான கோரிக்கைகள் எழும் நிலையில் இந்திய மாலுமிகள் மட்டும் தனிமைப்பட்டு இருக்க முடியாது. அவர்களது ஓய்வு நேரத்தில் (அதற்கு லிபர்டி என்று பெயர்) அவர்கள் அரசியல் நடவடிக்கைகள் பற்றி தூரக் கிழக்கிலிருந்து திரும்பி வந்த மாலுமிகளோடு அவர்கள் அங்குள்ள நிலைமை பற்றிப் பேசினார்கள். குறிப்பாக பிரிட்டிஷாரை எதிர்த்து ஆயுதம் ஏந்திய நேதாஜி, அவரது இந்திய தேசிய ராணுவம் பற்றி விவாதித்தார்கள். ரெட் ஃபோர்ட்டில் அடைத்து வைக்கப்பட்ட ஐ.என்.ஏ. போர்க் கைதிகள் பற்றிய அன்றாடச் செய்திகள் இந்த வீரர்களை கோபமடைய வைத்தன.

நான்காண்டுகளுக்கு முன்பு காந்தி விடுத்த வெள்ளையனே வெளியேறு அறைகூவல் இந்திய இளைஞர்கள் மனதில் பசுமையாக இருந்தது. தலைவர்களின் உரைகள் அவர்களை வேகப்படுத்தின. 1942 ஆகஸ்ட் 7ல் பாம்பேயில் நடந்த அகில இந்திய காங்கிரஸ் கமிட்டி கூட்டத்தில் காந்தி, ‘இதுதான் மந்திரம். நான் சுருக்கமான அந்த மந்திரத்தைச் சொல்கிறேன். ‘செய் அல்லது செத்து மடி’ என்பதே அந்த மந்திரம். ‘நாம் இந்தியாவை விடுவிப்போம். அல்லது அந்த முயற்சியில் செத்து மடிவோம்’ என்றார். வெளிப்படையான எழுச்சிக்கான அவரது அறைகூவலை சர்தார் படேலும் எதிரொலித்தார். ‘இந்த முறை ஒரு ரயில் தண்டவாளம் தகர்க்கப்பட்டாலோ, அல்லது ஒரு ஆங்கிலேயன் கொல்லப்பட்டாலோ, போராட்டம் நிறுத்தப்பட்டு விடாது.... இது நம் வாழ்நாளின் ஒரு அரிய வாய்ப்பாக இருக்கப் போகிறது’ என்றார் அவர்.

உணர்ச்சிகள் ஜுர வேகத்தில் அதிகரிக்க, எச்சரிக்கை அடைந்த பிரிட்டிஷ் அதிகாரிகள் சுதந்திரத் தீயை அணைக்க அரும்பாடுபட்டார்கள். ஆகஸ்ட் மத்தியில் காந்தி உள்ளிட்ட முக்கிய தலைவர்கள் அனைவரும் கைது செய்யப்பட்டார்கள்.

ஏற்கனவே கொதித்துப் போயிருந்த நாட்டிற்கு 1942 ஆகஸ்ட் 8 அன்று காந்தி கைது செய்யப்பட்டது பெரிய திருப்புமுனையாக மாறியது. 'காந்தி முதன்முறையாக கைது செய்யப்படவில்லை என்றாலும், அவரது கைது அவர் விரும்பும் அஹிம்சை எதிர்ப்பை வன்முறை எதிர்ப்பாக மாற்றி விட்டது' என்று அப்போது டைம் பத்திரிகை எழுதியது. அரசாங்க அலுவலகங்களுக்கும் காவல் நிலையங்களுக்கும் தீ வைக்கப்பட்டது. ரயில் போக்குவரத்து, தந்தி வேவை ஸ்தம்பித்தன. 'வாழ்க சுதந்திரம்' என்று கோஷமிட்டுக் கொண்டு மக்கள் கூட்டம் பிரிட்டிஷ் அரசு அதிகாரிகளை வெளிப்படையாகவே தாக்கியது.

பெரிய தலைவர்களின் கைது காரணமாக, அடுத்த கட்ட இளம், அனுபவமற்ற தலைமை சவாலைச் சந்திக்க எழுந்தது. '1942 இயக்கத்தின் நாயகி' என்று அழைக்கப்பட்ட இளம் அருணா அசஃப் அலி, மறுநாள் (ஆகஸ்ட் 9) பாம்பேயின் கௌவாலியா டாங்க் மைதானத்தில் காங்கிரஸ் கொடியை ஏற்றினார். பிரிட்டிஷ் அரசு மிக வேகமாக காங்கிரஸ் கட்சியைத் தடை செய்தது. ஆனால் சுதந்திரத் தீ ஏற்றப்பட்டது. இந்தியா முழுவதும் இளம் தலைவர்கள் அந்த புரட்சித்தீயை விசிறிவிட்டனர். அருணா, ராம் மனோகர் லோஹியா, பிஜு பட்நாயக், சுசேதா கிருபளானி மற்றும் காங்கிரஸ் கட்சியின் இடதுசாரி உணர்வு கொண்ட இந்த பல இளம் தலைவர்களும் தமது மூத்த தலைவர்களை விட பொறுமையற்றவர்களாக, அதிக வேகம் கொண்டவர்களாக இருந்தார்கள். அவர்கள் தூண்டிய ஒரு வன்முறை அலை நாடு முழுக்கப் பரவியது. ஒரு லட்சத்திற்கும் அதிகமான தேசியவாதிகள் கைது செய்யப்பட்டார்கள். ஆறாம் ஜார்ஜ் அரசருக்கு எழுதிய ஒரு கடிதத்தில், 'இது 1857 கிளர்ச்சியை விட மிகப் பெரிய கிளர்ச்சி' என்று வைசிராய் லின்லித்கோ பிரபு குறிப்பிட்டார்.

முக்கிய கட்சிகளுக்கிடையில் ஒற்றுமையில்லாததால், சுதந்திரம் வந்து விடும் என்ற நம்பிக்கை இருந்தாலும், உடனடியாக வருவதுபோல் இல்லை. பாகிஸ்தான் உருவாக காங்கிரஸ் ஒப்புக் கொள்ளும் வரை சுதந்திரம் பற்றி பேச முடியாது என்று முஸ்லிம் லீக் அறிவித்தது.

ஆர்.எஸ்.எஸ். மற்றும் இந்து மஹா சபா போன்ற அமைப்புகள் முழுமையாக பிரிட்டிஷ் எதிர்ப்பாக இல்லை. இந்திய கம்யூனிஸ்ட் கட்சி நடுநிலை வகித்தது. இவை சுதந்திரப் போரில் ஒரு ஒருமித்த கூட்டணி உருவாகுவதைத் தடுத்தது.

பொருளாதார ரீதியாக நாடு கடும் நெருக்கடியில் இருந்தது. ரூபாயின் மதிப்பு வீழ்ந்தது – வேண்டுமென்றே பணமதிப்பு குறைக்கப்பட்டது – பெரும் பணவீக்கத்தை உருவாக்கியது. இது ஏராளமான இந்தியர்களின், குறிப்பாக விவசாயிகளின் வாழ்வை சீரழித்தது.

தானியங்களின் விலை உயர்வு, அதீத பண வீக்கம், கறுப்புச் சந்தை உருவானது ஆகியவை வங்கப் பஞ்சத்தை உருவாக்கின. இதுதான் இந்தியாவின் மிகப் பெரிய விவசாய நெருக்கடி. 1942 – 43ல் விவசாயத்தையே பெரிதும் நம்பியிருந்த ஏராளமான கிராமப்புற ஏழைகள் பட்டினியால் உயிரிழந்தனர். பிரிக்கப்படாத வங்காளத்தின் சுமார் 60 மில்லியன் மக்கள்தொகையில் கிட்டத்தட்ட இரண்டரை முதல் மூன்று மில்லியன் மக்கள் வரை இறந்தார்கள். இந்தப் பிரச்சனை அதிகரிக்கும் போது பிரிட்டிஷார் இதை கவனிக்காது, போர் குற்றங்களில் கவனம் செலுத்தினார்கள்.

இத்தகைய கொடூரமான துயரம் கூட சுதந்திர வேட்கையைத் தணிக்கவில்லை. மாறாக சுதந்திரத் தீ கொழுந்து விட்டு எரிந்தது. குறிப்பாக நேதாஜியின் தலைமையிலான இந்திய தேசிய ராணுவத்தினரின் மனதில் அது வெகுவாகப் பதிந்தது. வீரமும், பலமும், சுய கௌரவமும் கொண்ட இந்த இளம் இந்தியர்கள் தேவைப்பட்ட அனைத்து வழிமுறைகளையும் கையாண்டு நாட்டை விடுவிக்க உறுதி பூண்டனர்.

இந்திய தேசிய ராணுவம் என்ற கருத்தை செயல்படுத்தியவர்களில் ஒருவர் முதலில் பிரிட்டிஷ் இந்திய ராணுவத்தில் சேர விரும்பியவர் என்பது ஒரு முரணான வினோதம்தான். ஆனால் விதி வேறு திட்டங்களைப் போட்டு வைத்திருந்தது. காரணம் ராஷ்பிஹாரி போஸ் புரட்சியாளனாக உருவாகவே பிறப்பெடுத்தவர். உயிரே போனாலும் இந்திய சுதந்திரத்திற்குப் போராடுவது என்று முடிவெடுத்தவர். 1915ல் தோல்வியுற்ற கதார் இயக்கத்தின் மூளையாக செயல்பட்டவர். இவர் தலைக்கு ஆங்கிலேயர் ரூ.1,00000/- விலை வைத்திருந்தனர். போலீசோடு கண்ணாமூச்சி ஆடிய அவர் ஜப்பான் சென்று விட்டார். பின்னர் இந்தியா திரும்பவே இல்லை.

அவர் ஜப்பான் போனது இந்தியாவிற்கு நன்மைதான். புதிய இடத்தில் குடியேறிவிட்டாலும் (அவர் ஒரு ஜப்பானிய பெண்ணை மணந்தார்) ராஷ் பிஹாரி போஸ் இந்திய தேசபக்தராகவே

இருந்தார். பிரிட்டிஷாருக்கு எதிராக இந்தியாவிற்கு ஜப்பான் துணை நிற்க வேண்டும் என்று விடாது முயற்சி செய்தார். இறுதியில் அந்த முயற்சியின் பயனாக இந்திய தேசிய ராணுவம் (ஐ.என்.ஏ.) பிறந்தது.

சிங்கப்பூர் சரணடைந்தது ஐ.என்.ஏ. பிறப்பிற்கு இட்டுச் சென்றது. இது இந்திய விடுதலைக்குப் போராடும் ஒரு படையாகும். சிங்கப்பூர் ஜப்பானிடம் சரணடைந்த போது கைது செய்யப்பட்ட இந்திய ராணுவத்தினரால் உருவானது. இதில் சுமார் 50000 வீரர்கள் இருந்தனர். 1942ல் பிரிட்டிஷாரும், அவர்களது கூட்டாளிகளும் தூரக் கிழக்கில் ஒவ்வொரு போராக தோற்று வந்த நிலையில் ஐ.என்.ஏ. இந்தியர்களுக்கு நம்பிக்கை தந்தது.

இந்தியர்களுக்கு ஒரு படை இருப்பது பற்றிய பிரச்சார துண்டுப் பிரசுரங்கள் இந்தியாவில் இருக்கும் மக்களுக்கு உற்சாகம் தந்தன. பிரிட்டிஷாருக்காக போரிட்டுக் கொண்டிருந்த பல இந்திய ராணுவ வீரர்கள், இந்தப் படையில் சேர விரும்பினார்கள். மோகன் சிங் இத்தகைய ஒரு வீரர். 1/14 பஞ்சாப் ரெஜிமண்டின் கேப்டனான அவர் மலேசியாவில் ஜப்பானியர்களால் கைது செய்யப்பட்ட வீரர்களில் ஒருவர். ஜப்பானியர்கள் இந்தியாமீது தமக்கு நாட்டைப் பிடிக்கும் ஆர்வமோ, பொருளாதார ரீதியான ஆர்வமோ இல்லை என்றும், இந்தியா தனது காலனிய எஜமானர்களை விரட்ட தம்மால் இயன்ற உதவிகளை செய்யத் தயார் என்றும் அவருக்கு உறுதியளித்தனர்.

1942 பிப்ரவரி 15 அன்று சிங்கப்பூர் ஜப்பானிடம் வீழ்ந்தது. அப்போது சிங்கப்பூரில் இருந்த 75000 நேச நாட்டுப் படை வீரர்களில் 45000 பேர் இந்திய வீரர்கள். அப்பகுதியில் ஜப்பானின் உளவுப் பிரிவுத் தலைவர் மேஜர் இவாய்ச்சி ஃபூஜிவாரா என்பவர் இந்தியக் கைதிகளின் பொறுப்பை ஏற்றார். அவர் இந்திய வீரர்களை மோகன் சிங் தலைமையில் இந்திய தேசிய ராணுவமாக உருவாக்குவதாக அறிவித்தார். 1942 செப்டம்பர் 1ல் இத்திட்டம் இறுதி செய்யப்பட்டது. ஐ.என்.ஏ. முறையாக அங்கீகரிக்கப்பட்டு, அதிகார பூர்வ அந்தஸ்து தரப்பட்டது.

நேதாஜிக்கும், காந்திக்குமான உறவு எப்போதுமே சிக்கலாகவே இருந்தது. அவர்கள் தத்துவார்த்த ரீதியாகவே மாறுபட்டவர்கள். தனிப் பெரும் தலைவரான நேதாஜியால் ஒருபோதும் நேருவைப் போல் காந்தியின் சீடராக ஆக முடியவில்லை. 1930களில்

காந்தியுடனான அவரது உறவில் ஒரு விரிசல் ஏற்பட்டது. பிரிட்டிஷ் நிர்வாகிகளுடன் பேச்சுவார்த்தை நடத்துவது குறித்து, 1944ல் முஸ்லிம் லீக் தலைவர்களுடன் பேச்சு வார்த்தை நடத்தியது குறித்து காந்தியை அவர் கடுமையாக விமர்சித்தார்.

எனினும் தாய்வானில் விமான விபத்தில் (அப்போது தாய்வான் ஃபார்மோசா என்று அழைக்கப்பட்டது) அகால மரணம் அடையும் வரை நேதாஜி காந்திமீது மிகுந்த மரியாதை வைத்திருந்தார். அவருடைய சகோதரர் மகனும் வாழ்க்கை வரலாற்றை எழுதியவருமான சிசிர்குமார் போஸ், தனது ராணுவத்தின் மகத்தான வெற்றி பற்றி நேதாஜி, 'தேசப் பிதாவே! இந்த இந்திய விடுதலைக்கான புனிதப் போரில் உங்கள் ஆசிகளை, வாழ்த்துகளைக் கோருகிறோம்' என்று உணர்ச்சி பொங்கக் கூறியதாகக் குறிப்பிடுகிறார்.

1943 ஜுலை 4 அன்று ஐ.என்.ஏ. முறையாக நேதாஜியிடம் ஒப்படைக்கப்பட்டது. அவர் இரு வார்த்தைகளை உச்சரித்து அந்தப் பொறுப்பை ஏற்றார். இன்றும் இந்தியர்களும் தம் தாய் நாட்டைத் துதிக்கப் பயன்படுத்தும் அந்த வார்த்தைகள், 'ஜெய் ஹிந்த்!'

பொறுப்பேற்றதும் நேதாஜி எழுப்பிய முதல் முழக்கம் 'டில்லி சலோ'. அவர் மனிதர்களை புரிந்து வைத்திருந்தவர். ஐ.என்.ஏ. விற்கு ஆஸாத் ஹிந்த் ஃபாஜ் என்று பெயர் மாற்றம் செய்தது அற்புதமானது. 'உங்களது ரத்தத்தை எனக்குத் தாருங்கள். நான் உங்களுக்கு சுதந்திரத்தைப் பெற்றுத் தருகிறேன்' என்ற அவரது எழுச்சிகரமான உரை நாட்டின் மூலைமுடுக்கு எங்கும் எதிரொலித்தது.

நேதாஜியின் வசீகரமும், அவரது ஐ.என்.ஏ.வும் ஆண், பெண், இந்து, முஸ்லிம் என அனைத்து தரப்பு இந்தியர்களையும் ஈர்த்தன. ஜெனரல் மோகன் சிங்கிற்கு ஆட்களைச் சேர்த்து ராணுவத்தை உருவாக்கும் பொறுப்பு தரப்பட்டது. லெட்சுமி மேனனுக்கு (பின்னர் சேகால்) பெண்கள் படைப்பிரிவை உருவாக்கும் பொறுப்பு. இது ஜான்சிராணி படைப் பிரிவு என்று அழைக்கப்பட்டது. ஜெனரல் ஷாநவாஸ்கான் சுபாஷ் பிரிகேடின் தலைவர். கர்னல் ஜி.எஸ்.தில்லான் நேரு பிரிகேடின் தலைவர். கேப்டன் பிரேம் குமார் சேகால் 2ஆம் காலாட்படையின் தலைவர்.

இது இந்தியாவின் படை. இதை ஒவ்வொரு இந்தியரும் அறிவதை நேதாஜி உறுதி செய்தார். அவர்களில் கப்பற்படை மாலுமிகளும் இருந்தார்கள். புத்தகங்கள், துண்டுப் பிரசுரங்கள், புகைப்படங்கள் ரகசியமாக கப்பல்களுக்கும், தரை அலுவலகங்களுக்கும் வந்தன. எல்லா இளம் மாலுமிகளும் அவற்றால் உத்வேகம் பெற்றார்கள். இது அவர்களை சுதந்திரப் போராட்ட வீரர்களாக மாற்றியது. 1946 பிப்ரவரி எழுச்சியில் பங்கேற்ற மாலுமிகள் தம்மை ஆஸாத் ஹிந்தி என்று கூறிக் கொண்டதில் வியப்பேதுமில்லை.

நேதாஜி பிரிட்டிஷ் ராணுவம், விமானப்படை, கப்பற்படையில் பணிபுரியும் அத்தனை இந்தியர்களையும் ஐ.என்.ஏ.வில் சேர்ப்பதற்கு எல்லா முயற்சிகளையும் மேற்கொண்டார். 'கதம் கதம் பதாயே ஜா' என்ற ஐ.என்.ஏ.வின் அணிவகுப்பு கோஷம் துண்டுப்பிரசுரம் வழியே அத்தனை இந்தியர்களையும் அடைந்தது. இன்று அதுதான் இந்திய ராணுவத்தின் அணிவகுப்பு கோஷம்.

அச்சு நாடுகளின் தோல்வியால் 1944-45ல் ஜப்பான் ராணுவம் இந்திய – பர்மா எல்லையிலிருந்து வெளியேறியது. 1945 ஏப்ரலில் தோல்வியடைந்து விடுவோம் என்பதை உணர்ந்த ஐ.என்.ஏ.வும் பின் வாங்கியது. எனினும் அதன் வீரர்கள் பலரை பிரிட்டிஷார் கைது செய்தனர். சுதந்திர வேட்கையை நசுக்க நினைத்த பிரிட்டிஷ் அரசு, ஐ.என்.ஏ. வீரர்களை வெளிப்படையாக விசாரித்து அவர்கள் மூலம் இந்தியர்களை அச்சுறுத்த நினைத்தது. ஆனால் இது அவர்களுக்கே எதிரானதாக முடிந்தது.

இந்திய வரலாற்றில் இது ஒரு மிகப் புகழ்பெற்ற விசாரணை என்பதில் ஐயமில்லை. 'அரசருக்கு எதிராக போர் தொடுத்தது', 'ராஜ துரோகம்' என்ற வழக்குகள் போடப்பட்டு ஐ.என்.ஏ. அதிகாரிகள் பிரேம் சேகல், குருபக்ஸ் சிங் தில்லான், ஷாநவாஸ்கான் ஆகிய மூவரும் ஒன்றாக திறந்த நீதிமன்றத்தில் விசாரிக்கப்பட்டனர்.

நாட்டின் சிங்கம் போன்ற ஐ.என்.ஏ. வீரர்களை விசாரிப்பதே ஒரு பெரிய தவறு. அதுவும், மூன்று மதங்களைச் மதங்களைச் சேர்ந்த வீரர்களை ஒன்றாக விசாரித்தது டைனமைட்டை பற்ற வைத்தது போலானது. இந்தியர்களின் உணர்வுகள் கொதித்தெழுந்தன. அதிலிருந்து நாட்டை கட்டுக்குள் வைப்பது பிரிட்டிஷாருக்கு மிகக்

கடினமானதாக ஆகி விட்டது. மக்களின் மத உணர்வுகளை மதிக்காத காரணத்தால்தான் 1857ல் முதல் இந்திய சுதந்திரப்போர் ஆரம்பித்தது. இப்போது அவர்கள் மற்றொரு கசப்பான பாடத்தைக் கற்றார்கள். இதை அவர்களால் சரி செய்ய முடியாமல் போனது.

ஒரு முஸ்லிம், ஒரு சீக்கியர், ஒரு இந்துவை சேர்த்து விசாரித்தது காலாவதியாகி விட்ட 'பிரித்தாளும் சூழ்ச்சியை' பொய்யாக்கியதோடு, மக்களையும் ஒன்றுபடுத்தியது. இந்த அதிகாரிகளின் வார்த்தைகள் தேசபக்தி நிறைந்த எளிய வார்த்தைகள். இராஜ துரோக குற்றத்திற்கு பதிலளித்த பிரேம் சேகல், 'கடுமையான சூழலிலும் இந்திய ராணுவம் வீரமாகப் போராடியிருக்கிறது. பதிலாக பிரிட்டிஷ் ராணுவம் இந்திய வீரர்களை ஜப்பானியரிடம் கருணை கோரும் நிலையில் வைத்து விட்டது. பிரிட்டிஷ் அரசாங்கம் எல்லா உறவுகளையும் தானே அறுத்துக் கொண்டு, எங்களது அத்தனை கடப்பாடுகளில் இருந்தும் எங்களை விடுவித்துவிட்டதாகவே நாங்கள் உணர்ந்தோம்' என்றார்.

டேராடூனில் உள்ள இந்திய ராணுவ அகடமியின் செட்வுட் ஹாலில் பொறிக்கப்பட்டுள்ள வாசகங்களை தில்லான் ராணுவ நீதிமன்றத்திற்கு நினைவூட்டினார். 'உங்கள் நாட்டின் மரியாதை நலன், பாதுகாப்புதான், எப்போதும், ஒவ்வொரு முறையும் முதலில் வரும். உங்கள் கட்டளைக்குப் பணிபுரியும் வீரர்களின் வசதி, பாதுகாப்பு, நலன் ஆகியன அடுத்து வரும். எப்போதும், ஒவ்வொரு முறையும் உங்களது சொந்த பாதுகாப்பும், வசதியும் கடைசியில்தான் கருதப்படும்' என்பதே அந்த வாசகம். இந்த வார்த்தைகள் இளம் மாலுமிகளிடம் ஒரு அச்சமற்ற கடப்பாட்டு உணர்வை எழுப்பின. நிரம்பி வழிந்த அந்த நீதிமன்றத்தில் ஷாநவாஸ் கான், 'நான் ஐ.என்.ஏ.வில் சேர முடிவு செய்த போது, எனது வாழ்வு, எனது வீடு, எனது குடும்பம், அரசருக்கு எனது விசுவாசத்தை உறுதி செய்யும் ராணுவ மரபு என எனது அனைத்தையும் தியாகம் செய்ய முடிவு செய்தேன்' என்றார்.

புலாபாய் தேசாய், நேரு உள்ளிட்டு, அக்காலத்தின் மிகப் புகழ் பெற்ற வழக்கறிஞர்கள் இந்த வீரர்கள் சார்பாக ஆஜரானார்கள். இருந்தாலும் அரசாங்க பலம் வென்றது. 1945 டிசம்பர் 29 அன்று இந்த மூவரும் அரசருக்கு எதிராக போர் தொடுத்த குற்றவாளிகள் என்று முடிவு செய்யப்பட்டு, நாடு கடத்தும் தண்டனை தரப்பட்டது. இது கிட்டத்தட்ட தூக்குத் தண்டனை போன்றதுதான்.

நாடு கடத்தல் என்றால் இந்தியாவிலிருந்து வெளியேற்றப்பட்டு, வேறு எங்கோ தொலைதூரத்தில், பெரும்பாலும் அந்தமானில் சிறையில் அடைக்கப்படுவார்கள் என்று பொருள்.

ஒரு இந்து, முஸ்லிம், சீக்கியர் என மூன்று அதிகாரிகள் திறந்த நீதிமன்றத்தில் தமது தேசபக்தியை துணிச்சலாக நியாயப்படுத்தி பேசியது நாட்டை கொழுந்து விட்டு எரியச் செய்தது. லால் கிலே கோ தோர் தோ, ஆஸாத் ஹிந்த் ஃபாஜ் கே சோர் தோ' என்ற போர் முழக்கம் நாடெங்கும் எதிரொலித்தது. நாடெங்கும் பதட்டம் நிலவியது.

ஐ.என்.ஏ.வின் பொதுத் தொடர்பு அமைச்சரும், விசாரணையின் முக்கிய சாட்சியுமான எஸ்.ஏ. அய்யர் தேசத்தின் அன்றைய மனநிலையை பின்வருமாறு குறிப்பிட்டார். 'ஐ.என்.ஏ. நாடு முழுவதும் பெரும் வெடியாக வெடித்தது.... இமயம் முதல் குமரி வரை வரலாறு இதுவரை காணாத வகையில் அது ஏற்படுத்திய உற்சாகம் கொழுந்து விட்டு எரிந்தது...' என்றார். அஹிம்சை தூதரான காந்தியே கூட, 'ஐ.என்.ஏ.வின் மந்திர சக்தி நம்மை மயக்கி விட்டது. நேதாஜியின் பெயர் ஒரு மந்திரச் சொல்லாக இருக்கிறது. அவரது தேசபக்தி எவருக்கும் குறைந்ததல்ல....' என்றார். சுதந்திர முழக்கம் கப்பல்களையும் அடைந்தது. முக்கியமாக ராயல் இந்தியன் நேவியின் மிகப் பெரிய சிக்னல் பயிற்சி நிலையமான, பாம்பேயின் கொலாபாவில் இருந்த ஹெச்எம் ஐ எஸ் தல்வாரையும் அடைந்தது.

மூன்று தீரமிக்க அதிகாரிகளை பிரிட்டிஷார் நியாயமற்ற முறையில் தண்டித்தது கோபத்தையும், வெறுப்பையும், வருத்தத்தையும் ஏற்படுத்தியது. படித்த மாலுமிகள் ரகசியமாகக் கொண்டு வந்த ஐ.என்.ஏ. துண்டுப் பிரசுரங்கள் இக்கோபத்தை மேலும் தூண்டின. ஒன்றிணைந்து தேச விடுதலைக்குப் போராடும் வேகத்தை ஏற்படுத்தின.

தல்வார் சிக்னல் பள்ளி குறிப்பாக பாதிக்கப்பட்டது. அங்கிருந்த மாலுமிகள் அதிகம் படித்தவர்கள். எனவே, பாசறைக்கு வெளியே நடந்துவந்த புரட்சிகர நடவடிக்கைகள் பற்றி கூடுதலாக அறிந்திருந்தார்கள். பிரிட்டிஷாரின் பாரபட்ச நடவடிக்கைகளால் ஏற்கனவே கோபமாக இருந்த அவர்கள் இப்போது மேலும் கொதித்து எழுந்தார்கள்.

பிரிட்டிஷாரோடு சமரசம் கொள்ளாத, திலகர் தலைமையிலான தீவிரவாத போக்கு பற்றி தல்வாரில் காரசாரமான விவாதங்கள் நடந்தன. ஐ.என்.ஏ. விசாரணை, ஐ.என்.ஏ. பிரசுரங்கள், பிரிட்டிஷ் படைகளை பல இடங்களில் ஐ.என்.ஏ. வென்றது ஆகியவை எல்லா இந்தியர்களுக்கும் நம்பிக்கை அளித்தன. இது நியாயமானதே. 1945 ஆகஸ்ட் 15 அன்று ஜப்பானியர்கள் நேச நாட்டுப் படைகளிடம் சரணடைந்த போதும், ஐ.என்.ஏ. இந்தியர்களை பெருமை கொள்ளச் செய்தது.

இந்த செய்திகளை எல்லாம் மாலுமிகள் தம் சகாக்களிடம் பகிர்ந்து கொண்டனர். இது தந்த செய்தி தெளிவாக இருந்தது – இங்குள்ள இந்தியர்கள் வீறு கொண்டு எழுந்து விடுதலைப் போரைத் துவக்க இதுவே சரியான தருணம்.

எழுச்சிக்கு மற்றொரு தூண்டுகோலாக இருந்தவர் சலீல் ஷியாம். ஷியாம் மலாயா காடுகளிலிருந்து இந்தியா திரும்பி வந்த மாலுமி. அவர் ஐ.என்.ஏ.வின் சாகசங்களை தனது சகாவான பி.சி. தத்திடம் பகிர்ந்து கொண்டார். புகைப்படங்கள், புத்தகங்கள், நேரு மற்றும் நேதாஜியின் சகோதரர் சரத் சந்திரபோஸ் ஆகியோருக்கு ஐ.என்.ஏ. வீரர்கள் எழுதிய கடிதங்கள் ஆகியவற்றைக் காட்டி, தன் நண்பரின் விடுதலை வேட்கையைத் தூண்டினார். தத்திற்கு இந்திய விடுதலை இயக்கத்தில் தானும் ஈடுபட வேண்டும் என்ற அடக்க முடியாத ஆவல் ஏற்பட்டது.

தனது வாழ்க்கை வரலாற்றில் – இன்று இந்திய வரலாற்றாளர்களால் பெரும்பாலும் கண்டுகொள்ளப்படாத நூல் – விடுதலை என்ற இறுதி லட்சியத்தை அடைவதற்கான புரட்சிக்கான தனது திட்டங்களை அவர் குறிப்பிடுகிறார். தல்வாரில் அவர் ஒரு மூத்த தந்தி அலுவலர். எனவே அவரால், செய்திகளை எளிதாக, ரகசியம் காக்க உறுதி பூண்ட தன் நண்பர்களிடம் பகிர முடிந்தது. இவ்வாறாக ஒரு ரகசிய இயக்கம் தோன்றியது.

தத்திற்கும், சலீலுக்கும் தமது செயல்களின் பின்விளைவுகள் பற்றி நன்கு தெரியும். பிடிபட்டால் ராஜதுரோகத்திற்கு தண்டனை கிடைக்கும், தூக்குத் தண்டனைதான் என்று தெரியும். ஆனால் அது அவர்களை தயங்கச் செய்யவில்லை. அவர்களது பணி செய்திகளைப் பரப்புவது என்பதற்கும் கூடுதலானது.

அடுத்த நடவடிக்கை என்ன என்பது பற்றி ரகசியக் கூட்டங்கள் நடந்தன. என்ன விலை தர நேர்ந்தாலும் சரி, பிரிட்டிஷாருக்கு ஒரு செய்தியைச் சொல்லிவிட வேண்டும் என்பதில் முக்கியத் தலைவர்களான சலீல் ஷியாம், பி.சி.தத், மதன் சிங், தேவ் என்ற ரிஷி தேவ் பூரி, எம்.எஸ்.கான் ஆகியோர் உறுதியாக இருந்தனர். இவர்கள் புரட்சி, விடுதலை பற்றிய செய்திகளை தம் சக மாலுமிகளிடம் பரப்பி, நாட்டிற்காக உச்சபட்ச தியாகம் செய்யத் தயாராக இருக்கும்படி வேண்டினார்கள்.

தல்வாரின் ரகசிய மூலைகளில் நடந்த இக்கூட்டங்கள் பற்றி தத்தின் புத்தகத்தில் படிக்கவே அற்புதமாக இருக்கும். இந்த ரகசியக் கூட்டங்கள் அடிக்கடி நடக்க ஆரம்பித்தன. கலந்து கொள்வோரின் எண்ணிக்கையும் அதிகரித்தது. தம்மை ஆஸாத் ஹிந்தி என்ற அழைத்துக் கொண்ட இவர்களிலிருந்து சில அசாதாரண வீரர்கள் முன்னணிக்கு வந்தார்கள். உதாரணமாக, ரிஷி தேவ் பூரி என்ற நாகரீகமான, கவர்ச்சியான இளைஞர், பின்னாளில் 'இந்திய ஜேம்ஸ்பாண்ட்' என்று பெயர் பெற்றார். பூரியும் அவரது சக புரட்சியாளர்களும் பிரிட்டிஷாரின் கவசத்தில் மென்மையான பகுதியாகிய அவர்களது கௌரவத்தில் கைவைக்க முடிவு செய்தார்கள்.

இந்த நெடுங்கதை மிகப் பொருத்தமாக கப்பற்படை தினமான 1945 டிசம்பர் 1 ம் தேதி ஆரம்பித்தது. பிரிட்டிஷ் கப்பற்படையின் மிக முக்கியமான ஒரு நாளில் அந்த காலனிய அதிகாரத்தை பி.சி. தத்தும், ஆர்.டி.பூரியும், மற்றவர்களும் எவ்வாறு அவமானப்படுத்தினர் என்பதை மாலுமிகள் பின்னாளில் பெருமையோடு நினைவு கூர்ந்தார்கள். முதன் முறையாக பாம்பேயின் அத்தனை முக்கிய பிரமுகர்களும் ஆர்.ஐ.என்.னின் பெருமையையும், சக்தியையும் காண அழைக்கப்பட்டிருந்தார்கள். தல்வார் ஆர்.ஐ.என்.னின் பெருமைக்குரிய இடமாகும். அங்கு வந்த விருந்தினர்கள் அங்கே தம்மால் நம்ப முடியாத காட்சி ஒன்றைக் கண்டார்கள்.

தத்தே அந்தக் காட்சியை தமது Mutiny of the Innocents நூலில் விரிவாக பின்வருமாறு வர்ணிக்கிறார்: 'கப்பற்படை தினம் தான் எங்கள் நடவடிக்கைகளின் துவக்கம். முதன்முறையாக எங்களது கப்பல்களை, தரை அலுவலங்களை பார்வையிட சிவிலியன்களை

அழைத்திருந்தார்கள். அதிகாரிகள் கனவான்களின் படையாக கப்பற்படையைக் காட்ட விரும்பினார்கள். கப்பல்கள் அழகாக அலங்கரிக்கப்பட்டிருந்தன.'

இது நடந்துவிடக் கூடாது என்பதற்காக தத்தும், பூரியும் அவரது சகாக்களும் இரவு முழுவதும் களைப்பின்றி வேலை பார்த்தார்கள். இதில் பல சவால்கள் இருந்தன. தல்வாரில் எப்போதும் பாதுகாப்பு அதிகம். அன்றிரவு காவலர்கள் கூடுதல் கவனத்தோடு இருந்தார்கள். பிரதான வாசலில் நிரந்தரமாக காவலர்கள் இருந்தார்கள். அரை டஜனுக்கும் மேலான காவலர்கள் மைதானத்திலும், பாசறையிலும் ரோந்து சென்று கொண்டிருந்தார்கள்.

இவர்களை ஏமாற்றுவது நினைத்துப் பார்க்க முடியாத அளவிற்கு எளிதாகிப் போனது. பிரதான வாசலை கப்பற்படை போலீஸ்தான் பாதுகாப்பார்கள். அந்தப் பணிக்கு தினமும் இரவு பாசறையிலிருந்து வீரர்களை அனுப்புவார்கள். அன்று தற்செயலாக தத்தின் கோஷ்டியைச் சேர்ந்த ஒருவர் அந்த பாதுகாப்புப் படைத் தலைவராக இருந்தார். அவரும், ரகசிய இயக்கத்தைச் சேர்ந்த சிலரும் யாரும் விரும்பாத நள்ளிரவு முதல் அதிகாலை 4 மணி வரைக்குமான ஷிஃப்டிற்கு தாங்கள் செல்வதாகச் சொன்னார்கள். மற்ற காவலர்களுக்கு சாக்லேட், சிகரெட் எல்லாம் தந்து அவர்களோடு அரட்டை அடித்து அவர்களது கவனத்தை திசை திருப்பினார்கள். இதன் விளைவாக, தத்தும் அவரது தோழர்களும் தம் திட்டத்தை முழு சுதந்திரத்தோடு நிறைவேற்ற முடிந்தது. நள்ளிரவு 2 மணி முதல் 4 மணி வரை அவர்கள் ஓய்வின்றி வேலை பார்த்தார்கள். விடிவதற்குள் பிரிட்டிஷாரை பகிரங்கமாக அவமதிப்பதற்கான திட்டம் நிறைவேறிவிட்டது.

தத் பின்வருமாறு நினைவுகூர்கிறார்: 'அந்த இரவு மாலுமிகளின் செயல் திறனுக்கு சாட்சியாக நின்றது. அதிகாலையில் பாம்பே மக்கள் கண்டுகளிப்பதற்காக இருந்த தல்வார் அலங்கோலமாக இருந்தது. பரேட் மைதானம் முழுவதும் எரிந்து போன கொடிகளும், தோரணங்களும், சிதறிக் கிடந்தன. கொடி மரத்தில் விளக்குமாறும், வாளியும் தொங்கின.' 'இது ஒரு நபர் செய்யக் கூடிய வேலை அல்ல என்பதை அதிகாரிகள் உணர்ந்தார்கள். செய்தவர்கள் யார் என்று கண்டுபிடிக்க அனைத்துத் தந்திரங்களையும்

கையாண்டார்கள். ஆனால் ஒருவரைக் கூட கைது செய்ய முடியவில்லை. கையாலாகாத கோபத்தில் கொந்தளித்தார்கள்.'

அரசியல் கோஷங்கள்தான் பிரிட்டிஷாருக்கு மிகப் பெரிய அவமானமாகி விட்டன. 'வெள்ளையனே வெளியேறு', 'ஏகாதிபத்தியம் ஒழிக', 'இப்போதே புரட்சி செய்', 'பிரிட்டிஷ்காரனைக் கொல்லுங்கள்,' போன்ற வாசகங்கள் ஒரு அடி உயர எழுத்துகளில் எல்லா சுவர்களிலும் எழுதப்பட்டிருந்தன. இது பிரிட்டிஷாரை பாம்பே முழுக்க கேலிக்குரியவர்களாக ஆக்கியது. இது நாடெங்கிலும் உள்ள தேசியப் பத்திரிகைகளிலும் செய்தியாக வந்தது. இது போன்ற ஒன்று அதுவரை நடந்ததில்லை. பிரிட்டிஷ் அரசாங்கம் ஆடிப் போய்விட்டது. கப்பற்படை தினத்தில் குழப்பம் விளைவிக்க மிகத் துல்லியமாகத் திட்டமிட்டு நிறைவேற்றப்பட்ட இச்செயல்கள் மாலுமிகளின் வீரத்தையும், அவர்களது அமைப்புச் செயல் திறனையும் காட்டின. இந்த சக்தியை அவர்கள் மீண்டும், மீண்டும் காட்டப் போகிறார்கள்.

பிரிட்டிஷார் தலைமையை மாற்றினர். லெப்.கமாண்டர் ஏ.டி. ஜே.கோலை மாற்றிவிட்டு, தல்வாரின் தலைமை தளபதியாக கெட்ட வார்த்தைகள் பேசும் இனவெறியரான கமாண்டர் ஆர்தர் பிரடெரிக் கிங் என்பவரை நியமித்தனர். கோலின் நிர்வாகத்தில் குறைந்துவிட்ட கட்டுப்பாட்டை கிங் நிலைநாட்டுவார் என்று அவர்கள் நினைத்தனர். கோலை அதிரடியாக நீக்கியது பேரரசு எந்த அளவிற்கு நடுங்கிவிட்டது, மாலுமிகள் திரும்ப ஏதாவது செய்வார்கள் என அஞ்சியது என்பதைக் காட்டியது. அது எப்போது என்பதுதான் கேள்விக் குறியாக இருந்தது.

1946 ஜனவரி *21* அன்று தல்வாரின் தலைமை தளபதியாக பொறுப்பேற்ற கிங் தனது அதிகாரத்தை விரைவாக நிலைநாட்ட விரும்பினார். ஆனால் அவர் அங்கு வந்து பொறுப்புகளை முறையாக ஏற்பதற்கான காலத்திற்குள்ளாகவே தனது முதல் பெரிய சவாலை சந்திக்க நேர்ந்தது. சகஜநிலை திரும்பி விட்டதாக காட்டுவதற்காக, பிரிட்டிஷ் அரசு, இந்தியாவின் பிரிட்டிஷ் படைகளின் தலைமை தளபதியான ஃபீல்ட் மார்ஷல் மாலுமிகள் இந்த சந்தர்ப்பதைப் பயன்படுத்திக் கொள்ள மிக ஆவலோடு இருந்தார்கள். கமாண்டர் கிங் அப்படி எதுவும் நடந்துவிடக் கூடாது என்பதில் உறுதியாக இருந்தார். தல்வார்

சுத்தப்படுத்தப்பட்டது. அணிவகுப்பு மரியாதையை ஏற்று, மாலுமிகளிடையே தலைமை தளபதி உரை நிகழ்த்த ஒரு சிறப்பு மேடை அமைக்கப்பட்டது. கப்பற்படை தினம் போல் அசாம்பாவிதம் ஏதும் நடந்துவிடக் கூடாது என்பதில் அரசாங்கமும், குறிப்பாக கிங்கும் கவனமாக இருந்தனர்.

இதற்காக, எங்கும் கடுமையான பாதுகாப்பு போடப்பட்டது. முதல்நாள் இரவு தல்வார் மைதானத்தின் ஒவ்வொரு அங்குலத்தையும் கண்காணிக்கும் விதமான, காவலர்கள், போலீசின் எண்ணிக்கை வழக்கத்தை விட நான்கு மடங்கு அதிகரிக்கப்பட்டது. மைதானம் முழுவதும் ஒளிவிளக்குகள் அமைக்கப்பட்டன. பாசறையின் நடைபாதை விளக்குகள் இரவு முழுவதும் எரிந்தன.

அதே சமயம் கப்பற்படை நாளை விட ஒரு பெரிய சம்பவம் செய்ய வேண்டும் என்பதில் மாலுமிகள் உறுதியாக இருந்தார்கள். தத் குறிப்பிடுவது போல ஒவ்வொரு நிமிடமும் பதட்டம் அதிகரித்தது. ஏதோ நடக்கப் போவது உறுதி என்று தெரிந்தது. ஆனால் இம்முறை அதைச் செய்த விதம் வேறு மாதிரி இருந்தது. அதிக பாதுகாப்பு என்பதால் மாலுமிகளால் கப்பற்படை தினத்தன்று செய்ததைப் போல திட்டமிட முடியவில்லை. ஆனால், என்ன நேர்ந்தாலும் சரி, தங்களது வேலை தொடரும் என்பதில் தத் உறுதியாக இருந்தார். எனவே, இருளுக்காகக் காத்திராமல், தத்தும், பூரியும் செயலில் இறங்கினார்கள்.

அது வீரமும், அதிருஷ்டமும் கலந்த ஒன்று. இரவு உணவிற்கான மணி ஒலித்ததும் மாலுமிகள் உணவு அறைக்கு விரைந்தார்கள். அப்போது தத்தும், அவரது தோழர்களும் தம் ‘முதல் தாக்குதலை’ ஆரம்பித்தார்கள். இரவுக் காவலர்கள் அனைவரும் இன்னும் பணிக்கு வந்திருக்கவில்லை. இருந்த இருவரும் பணிக்குப் புதியவர்கள். அவர்களை ஏமாற்றுவது எளிதாக இருந்தது என்கிறார் தத். இருள் கவிந்து கொண்டிருந்தது. அச்சமயம் ‘ஜெய்ஹிந்த்’, ‘வெள்ளையனே வெளியேறு’ என்ற வாசகங்களை தலைமை தளபதி உரையாற்ற இருந்த மேடையில் பெயிண்ட்டால் எழுதினார்கள். அந்தக் கணத்தில் முடிவு செய்யப்பட்டதுதான் என்றாலும், அது அருமையான திட்டம். இரவு நேரத்தில் மாலுமிகள் யாரையும் மேடை அருகே விடமாட்டார்கள் என்பதால், தலைமை தளபதி உரையாற்றும் வரை அதை யாரும்

கவனிக்கமாட்டார்கள் என்று தத்தும், பூரியும், அவர்களது தோழர்களும் நினைத்தார்கள். ‘வெள்ளையனே வெளியேறு’ என்று எழுதப்பட்ட மேடையிலிருந்து பிரிட்டனின் மிக மூத்த தளபதி உரையாற்றுவது பிரிட்டிஷாருக்கு பலத்த அடியாக இருக்கும்.

அது அப்படித்தான் இருந்தது. ஆனால் தத் அதோடு நிற்கவில்லை. மூத்த தந்தி அலுவலராக, அவர் தல்வாரில் எங்கு வேண்டுமானாலும் செல்லலாம். அவரை யாரும் தடுக்க மாட்டார்கள். இதை அவர் நன்கு பயன்படுத்திக் கொண்டார். முன்பே ஏராளமான ராஜதுரோக துண்டுப் பிரசுரங்களை தல்வாரில் ரகசியமாக கடத்திவந்து வைத்திருந்தார்கள். தத் அவற்றை சுவர்களில் ஒட்டினார். கோஷங்களையும் சுவர்களில் எழுதினார்.

இந்த பிரசுரங்களில் இருந்த வாசகம் பைபிள் வாசகம் என்பது ஒரு நகை முரண். ‘இரண்டு எஜமானர்களுக்கு ஊழியம் செய்ய ஒருவனாலும் கூடாது. ஒருவனைப் பகைத்து ஒருவனை சிநேகிப்பான் அல்லது ஒருவனைப் பற்றிக் கொண்டு மற்றவனை அசட்டை பண்ணுவான்’. தமது எஜமானர்களை வெறுக்கும்படி அறைகூவல் விட்ட தத், ‘சகோதரர்களே, இது வெறுப்பதற்கான நேரம். நேசிப்பதற்கான நேரமன்று. உங்கள் எதிரியை அடையாளம் கண்டு, அவளை வெறுக்க நீங்கள் அறிந்து கொள்ள வேண்டும். உங்கள் தாயை, பிறந்த மண்ணை நேசிக்க வேண்டும்’ என்று எழுதினார். இது ஆயுதமேந்துவதற்கான வலுவான அழைப்பு.

பல மணி நேரம் கழித்து காலை 5 மணிக்குத்தான் இந்த தேசபக்த சுவர் எழுத்துகள் கண்டுபிடிக்கப்பட்டன. எச்சரிக்கை மணிகள் ஒலித்தன. எல்லா மாலுமிகளையும் பரேட் மைதானத்திற்கு வருமாறு உத்தரவிட்டார்கள். அப்போதும், அந்த வீரமான தந்தி அலுவலர் ஒரு வெளிப்படையாகத் தெரிந்த தவறை செய்யாதிருந்தால் தப்பியிருப்பார். இரவு முழுக்க திட்டமிட்டு, காவலர்களை ஏமாற்ற தந்திரம் செய்த களைப்பில், அவர் தமது ரகசிய இடத்தில் வைத்திருந்த பசை பாட்டிலை எடுத்து வர மறந்து, வயர்லெஸ் அறையில் இருந்த பசை பாட்டிலை எடுத்து வந்துவிட்டார்.

தத்தின் அதிருஷ்டம் அவரைக் கைவிட்டது. கமாண்டர் கிங்குடன் இதற்கு முன் எந்த பிரச்சனையும் செய்து மாட்டாத அவரை நான்கு பயிற்சியாளர்கள் கண்டுபிடித்து விட்டார்கள். விரைந்து அவரது லாக்கரை சோதனையிட்ட போது ராஜதுரோக

பிரசுரங்கள், டைரிகள், துண்டுப் பிரசுரங்கள், மிக முக்கியமாக, அசோக் மேத்தா எழுதிய Indian Mutiny 1857 புத்தகத்தின் பிரதிகள் ஆகியவை சிக்கின.

1946 பிப்ரவரி 2ஆம் தேதி தத் கைது செய்யப்பட்டு, தனிமைச் சிறையில் அடைக்கப்பட்டார். அவர் கண்விழித்த போது தான் ஒரு ஆர்.ஐ.என். மாலுமி என்ற எண்ணம் அடியோடு அகன்றது. தன்னை சுதந்திரப் போரின் வீரனாக, ஒரு பேரரசின் அதிகாரத்தைத் தகர்த்த பெருமை மிக்க, சுதந்திரமான இந்தியக் குடிமகனாக உணர்ந்தார். அவரை ஆத்திரமூட்டுவதற்காக கமாண்டர் கிங் அவரை சத்தம் போட்டு, கேள்விகள் கேட்டபோது இந்த எண்ணம்தான் அவர் மனதில் இருந்தது.

கிங் : ‘இதன் பின்விளைவுகள் என்ன என்று தெரியுமா?’

தத் : ‘பதறாதீர்கள் ஐயா.... உங்கள் துப்பாக்கிப் படையைச் சந்திக்க நான் தயார்.’

❐

REFERENCES

Andrew Davis, *Identity and Assemblage of Protest.*

B.C. Dutt, *Mutiny of the Innocents.* Bombay: Sindhu Publications, 1971, pp. 74–110.

Dilip Kumar Das, *Revisiting Talwar: A Study in the Royal Indian Navy Uprising of February 1946.* Delhi: Ajanta Publications, 1993, pp. 61–89.

Dr V.M. Bhagwatkar, *Role of R.I.N Mutiny of Feb. 1946 (Royal Indian Navy Uprising), in the Indian Freedom Struggle. 'Beginning of Strike'*, 2004, pp. 22–32, PhD thesis approved for degree.

Famine Inquiry Commission (May 1945). Report on Bengal. New Delhi: Manager of Publications, Government of India Press.

HMIS *Talwar*, National Archives.

INA Trial, Lal Salaam - A Blog by Vinay Lal.

Interview with B.C. Dutt.

John Jukes, *Mutiny.*

Lt. Cdr G.D. Sharma, VSM (Retd), *The Untold Story of Naval Mutiny: Last War of Independence.* Delhi: Vij Books, 2015, pp. 48–57, 76–95.

Naval Headquarters, File No. NL 9987/ Mutiny Petitions.

Navy Day Celebration, NAI.

Pail R. Greenough, 'Indian Famines and Peasant Victims: The Case of Bengal in 1942-44'. *Modern Asian Studies,* Vol. 14 (2) 1980, pp. 227–28.

Percy S. Gourgey, *The Royal Navy Strike of 1946.* Hyderabad: Orient BlackSwan, 1996.

'The Unsung Heroes of 1946', *Mainstream Weekly.*

Newspaper clippings (January–February 1946) (*Blitz, Free Press Journal*).

https://swarajyamag.com/columns/the-forgotten-naval-mutiny-of-1946-and-indias-independence

மரைன் டிரைவில் ரிவைரா கட்டிடம். இங்குள்ள குஸும் மற்றும் பி. எம்.நாயரின் வீட்டில்தான் எழுச்சி திட்டமிடப்பட்டது.

4

எழுச்சிக்குத் திட்டமிடல்

ரகசிய நாயகர்கள்

மும்பை, மரைன் டிரைவின் பிளாட் எண் 2, ரிவைரா கட்டிடம் ஒரு முக்கியமான இடத்தில் அரபிக் கடலைப் பார்த்தவாறு இருந்தது. அதன் பால்கனியிலிருந்து பிரிட்டிஷ் கொடி படபடக்கும் பிரிட்டிஷ் போர்க்கப்பல்களைப் பார்க்கலாம். அந்தக் கட்டிடத்தில்தான் ஆர்.ஐ.என். இந்திய கப்பற்படை அதிகாரிகளை குடி வைத்திருந்தது.

இங்குதான் எழுச்சிக்கான ஆரம்ப கால திட்டமிடல் நடந்தது. பிளாட் 2ல் பிரான் மற்றும் குஸூம் நாயர் என்ற இளம் தம்பதி வசித்தனர். குஸூம் ஒரு பத்திரிகையாளர். தலைமறைவு விடுதலை இயக்கத்தில் தீவிரமாக செயல்பட்டு வந்தார். பிரான் பிரிட்டிஷ் இந்திய படைகளில் பல பிரிவுகளில் பணியாற்றியவர். எனவே அவருக்கு அவர்களது மனவோட்டம் நன்கு தெரியும்.

மாலுமிகளுக்கு அவர்களது வீடு நல்ல பாதுகாப்பான இடமாக இருந்தது. பின்னாளில் முக்கிய தலைவர்களான, ஆரம்பத்தில் திட்டமிட்டவர்களான, ஆர்.டி.பூரி, தத் ஆகிய இருவரும் நாயர்களுக்கு நண்பர்கள். இருவருமே நேதாஜி மற்றும் ஐ.என்.ஏ. குறித்த சாகசக் கதைகளால் உத்வேகம் பெற்றவர்கள்.

1941 ஜனவரியில் போஸ் கல்கத்தாவின் வீட்டுச் சிறையிலிருந்து துணிச்சலாக தப்பினார். ஆப்கனிஸ்தான், சோவியத் யூனியன் என தரைமார்க்கமாகப் பயணித்து ஜெர்மனி சென்றார். அங்கிருந்து நீர் மூழ்கிக் கப்பல் மூலம் ஜப்பான் சென்றார். அங்கு ஐ.என்.ஏ.வின் புதிய தளபதியாக மீண்டும் வெளியே முகம் காட்டினார்.

அவரது சாகசங்கள் அவரை ஒரு கதாநாயகனாக்கின. ஐ.என்.ஏ. தேசத்தின் பெருமையாக விளங்கியது. ஒரு எளிய இந்தியன் ஐ.என்.ஏ. வீரர்களை தனது முன் மாதிரியாகப் பார்த்தான். அதே சமயம், பிரிட்டிஷாருக்குக் கீழ் பாதுகாப்புப் படைகளில்

பணியாற்றிய இந்தியர்கள் அந்நிய எஜமானனிடம் வேலை பார்ப்பதை அவமதிப்பாகக் கருதினார்கள்.

பாதுகாப்புப் படைகளில் பணிபுரிவோரை கிளர்ச்சி செய்யத் தூண்டும் ஐ.என்.ஏ. பிரசுரங்கள் இந்தியாவிற்கு ரகசியமாக கடத்தப்பட்டு வந்தன. இவை கப்பற்படை தளங்களுக்கும் வந்தன. இவை பிரிட்டிஷ் ஆட்சியை இறுதியாக ஒழித்துக்கட்ட புரட்சி செய்யுமாறு பல இளைஞர்களையும் வேகப்படுத்தின.

இந்த புரட்சிகர மாலுமிகளின் தலைவர்களான பூரியும், தத்தும் நாயர்களின் நண்பர்கள். அடிக்கடி அவர்களது இல்லத்திற்குச் செல்பவர்கள். 1945ன் இறுதியில் இவர்கள், கிட்டத்தட்ட எல்லா வாரங்களிலும் தங்களது விடுப்பு நேரத்தில் நாயர் வீட்டுக்குச் சென்றார்கள்.

இப்படி சந்திக்கும்போது ஐ.என்.ஏ. வீரர்களின் தியாகக் கதைகள் பற்றிப் பேசுவார்கள். தமது போர் பற்றி ஐ.என்.ஏ. வீரர்கள் இந்திய அரசியல் தலைவர்களுக்கு எழுதிய கடிதங்களைப் பரிமாறிக் கொள்வார்கள்.

சுதந்திரப் போர் குறித்த உரைகளும் அங்கு நடக்கும். இதில் மாலுமிகள் கலந்து கொள்வார்கள். புகழ்பெற்ற வழக்கறிஞரான புருஷோத்தம் திரிகம்தாஸ், பத்திரிகையாளர் ஒய்.கே.மேனன் ஆகியோர் உரை நிகழ்த்துவார்கள். அருணா அஃஸப் அலியும் பேசியிருக்கக் கூடும். இதற்கு முன்பே இந்த இளைஞர்களுக்கு ஃப்ரீபிரஸ் ஜர்னலின் புகழ்பெற்ற பத்திரிகையாளரான மனோகர்லால் அருணாவை அறிமுகப்படுத்தி இருந்தார்.

இந்த உரைகள் மாலுமிகளை தாமும் சுதந்திரப் போரில் ஈடுபட வேண்டும் என்று வேகப்படுத்தின. ஏற்கனவே அவர்கள் தமது பணி நிலமை, மோசமான உணவு, இனப்பாகுபாடு ஆகியவற்றால் அதிருப்தியில் இருந்தனர்.

பல மாதங்களாகத் திட்டமிட்ட பின் ஆயுதமேந்திய புரட்சி என்ற இறுதி நடவடிக்கையை முடிவு செய்தார்கள். ஆர்.ஐ.என். னின் முக்கிய தலைவர்களான தத், பூரி, சலீல் ஷியாம், மதன் சிங், எம்.எஸ்.கான் ஆகியோர் கொண்ட ஒரு தலைமைக்குழு குஸூம், அவரது கணவர் பிரான் நாத் நாயர் போன்ற அரசியல் தெளிவு மிக்க இளைஞர்களோடு இணைந்து இயங்க முடிவானது. தத், மதன் சிங், சலீல் முதலானோர் கொலாபா பகுதியின்

உணவகங்களில் சந்தித்து வருங்கால எதிர்ப்பு இயக்கங்களைத் திட்டமிட ஆரம்பித்தார்கள்.

டிசம்பரில் அவர்கள் தல்வாரின் சுவர்களில் அரச எதிர்ப்பு கோஷங்களை எழுதினார்கள். இந்த இளைஞர்களின் துணிச்சலைக் கண்ட நாயர் தம்பதி, மாலுமிகளை வெளிப்படையான கிளர்ச்சிக்குத் தூண்டும் வகையில் (எழுச்சிக்கு முதல் நாளான) பிப் 17 இரவு தல்வாரில் இரவு உணவில் பரிமாறப்பட இருந்த பருப்பில் கற்களைக் கலந்து விடுமாறு தூண்டினார்கள்.

பாம்பேயிலும், அதைச் சுற்றியிருந்த பகுதிகளிலும் பிரிட்டிஷ் சாம்ராஜ்ஜியத்தின் ராணுவ பலத்தின் இதயமான கப்பற்படையின் கப்பல்களில், அலுவலகங்களில் ஏராளமான மாலுமிகள் பணி புரிந்தார்கள். பிரிட்டிஷ் கப்பற்படையை முடக்கும் எந்தவொரு புரட்சியும் பிரிட்டிஷ் சாம்ராஜ்ஜியத்தின் சக்தியைக் குறைத்து விடும் என்பது வெளிப்படை.

தம்பதியரில் குஸும் மிகவும் வீரமானவர். சாகசக்காரர், சிறிதும் அச்சமற்றவர், சமூக நலனில் அக்கறை கொண்டவர் என்பதால் இயல்பாகவே சுதந்திரப் போரின்பால் ஈர்க்கப்பட்டவர். மாலுமிகளை இறுதி நடவடிக்கை எடுக்க உத்வேகப்படுத்துவதற்கான வழிமுறைகளைப் பற்றி விவாதிக்கும் இடமாக அவர்களது வீடு இயல்பாகவே அமைந்து போனது.

இப்போது அவர்களுக்குத் தேவைப்பட்டதெல்லாம் ஒரு திட்டம்தான்.

முக்கியத் தலைவர்கள்

புரட்சியின் இரு இளம் தலைவர்களான பூரியும், தத்தும் வாரா வாரம் ரிவைரா வீட்டிற்கு வந்து புரட்சியின் இறுதிக் கட்டத்தை நிறைவேற்றும் தருணம் வந்து விட்டதை மாலுமிகளுக்கு உணர்த்துவதற்கான வழிமுறைகளைத் திட்டமிட்டார்கள்.

இதற்கான அரசியல் ஆதரவைத் தருவது, புரட்சிக்கான தலைமைக் குழுவைத் தேர்ந்தெடுப்பது ஆகிய பொறுப்பு நாயர்கள் மேல் விழுந்தது. குஸும் பத்திரிகையாளர் என்பதால் அன்றைய காலகட்டத்தின் அரசியல் சிந்தனைப் போக்கு குறித்த புரிதலும், தொடர்புகளும் அவருக்கு இருந்தன. காங்கிரஸின் புரட்சிகர தலைவரான அருணா அஸஃப் அலியுடனும் அவருக்கு நெருக்கம் இருந்தது.

பிரான் நாத் முதலில் ராணுவத்திலும் பின்னர் கப்பற்படையிலும் பணியாற்றியவர். எனவே அவருக்கு அங்குள்ள பணி நிலமைகள் தெரியும். மாலுமிகளின் முக்கியமான பிரச்சனைகள் பற்றிய புரிதலும் அவருக்கு உண்டு.

இருவரும் காங்கிரஸ் சோஷலிஸ இயக்கத்தைச் சேர்ந்தவர்கள் என்பதால் அருணா அஸஃப் அலி, மினு மஸானி, அசோக் மேத்தா போன்ற தலைவர்களுடன் நெருங்கிய தொடர்பு உண்டு. அதிலும் குஸும் அருணாவிற்கு மிகவும் நெருக்கம். குஸுமும், அவரது தங்கையும் அருணாவை அவரது செல்லப் பெயரான 'ரினி' என்ற பெயரில் அழைக்குமளவு நெருக்கமானவர்கள்.

அவர்களது வீட்டில்தான் முன்னாள் ராணுவத்தினர் சங்கமும் ஆரம்பிக்கப்பட்டது. இதற்கு கே.ஏ.அப்பாஸ், பால்ராஜ் சாஹ்னி, ஜோஹ்ரா சேகல், சலீல் செளதுரி, உத்பல் தத், பிரிதிவிராஜ் கபூர் போன்ற ஆளுமைகள் இருந்த இப்டாவின் தார்மீக, நிதி ஆதரவு இருந்தது. மாலுமிகள் பலருக்கும் புரட்சிகர சிந்தாந்தம், வழிமுறைகளின் பாலபாடம் இந்த வீட்டில் முக்கிய ஆளுமைகளின் உரைகளின் மூலம்தான் கிடைத்தது. இந்த நடவடிக்கைகள் கவனிக்கப்படாமல் இல்லை. பிரிட்டிஷார் பிரச்சினைக்குரியவர்களை உள்ளூர் இன்ஸ்பெக்டர்கள், சி.ஐ.டி.க்கள் மூலம் கண்காணித்து வந்தனர். இந்த விஷயத்தில் கண்காணிப்பது எளிதாக இருந்தது. நாயர்களின் வீட்டிற்கு மேல் தளத்தில் வசித்து வந்த கப்பற்படை அதிகாரியான சதாசிவ் கணேஷ் கர்மார்கர் என்பவரை கண்காணிப்பிற்கு அமர்த்தினார்கள்.

கர்மார்கர் தமது பிரிட்டிஷ் மேலதிகாரிகளின் உத்தரவின் படி குஸும் வீட்டிற்கு வந்து செல்பவர்களை குறித்து வைத்தார். தாம் கண்காணிக்கப்படுவோம் என்பதை அறிந்த தலைவர்கள் உணவகங்களில், கப்பலில் யாருமில்லாத இடங்களில், ரகசியமாக சந்தித்து திட்டமிட்டார்கள். கூடுதலாக பூரிக்கும், குஸுமின் தங்கை ஷைலாவிற்கும் காதல் ஏற்பட்டதில், வறட்டுத்தனமான புரட்சியாளர்களின் இந்தக் கூட்டம் சற்று வண்ணமயமானது.

எழுச்சிக்கான திட்டமிடலில் தலைமைப் பங்காற்றிய மற்றொருவர் முகமது சாஹிப் கான் (எம்.எஸ்.கான்) இவர்தான் என்.சி.எஸ்.சி. என்ற போராட்டக் குழுவிற்கு பின்னாளில் தலைவரானார்.

பலாய் சந்திர தத்

பொதுவாக பி.சி.தத் என்று அழைக்கப்பட்ட இவர் 1923ல் வங்கத்தில் ஒரு சிறு கிராமத்தில் பிறந்தவர். கல்கத்தாவில் தனது மெட்ரிக் படிப்பை முடித்ததும் 1941 பிப்ரவரி 28 அன்று, கடல் வாழ்க்கை பற்றிய கதைகளால் ஈர்க்கப்பட்டு கப்பற்படையில் சேர்ந்தார். அப்போது அவருக்கு பதினெட்டு வயதுதான்.

மற்ற பல இளைஞர்கள் போலவே, விரைவிலேயே கப்பற்படை வாழ்க்கை இவருக்கும் ஏமாற்றம் தந்தது. அப்போது சிக்னல் பள்ளியின் தலைமை அதிகாரியாக இருந்த கமாண்டர் பெய்லியின் வாக்குறுதிகளால் தான் ஏமாந்து போனதாக தத் பின்னாளில் குறிப்பிட்டார். நான்கே வருடங்களில் வாரண்ட் ஆபீசராகி விடலாம் என்று அவருக்கு சொல்லப்பட்டிருந்தது. ஆனால் ஐந்து வருடங்களுக்குப் பிறகும் மூத்த தந்தி அலுவராகத்தான் இருந்தார். இந்திய ராணுவத்தில் அதிகாரியாகி விடலாம் என்ற அவரது முயற்சியும் நிறைவேறவில்லை. விதிகளின்படி அனுமதிக்கப்பட்ட வயது வரம்பை விட ஆறு மாதம் இவரது வயது அதிகமாக இருந்தது என்று அந்த வாய்ப்பு மறுக்கப்பட்டது.

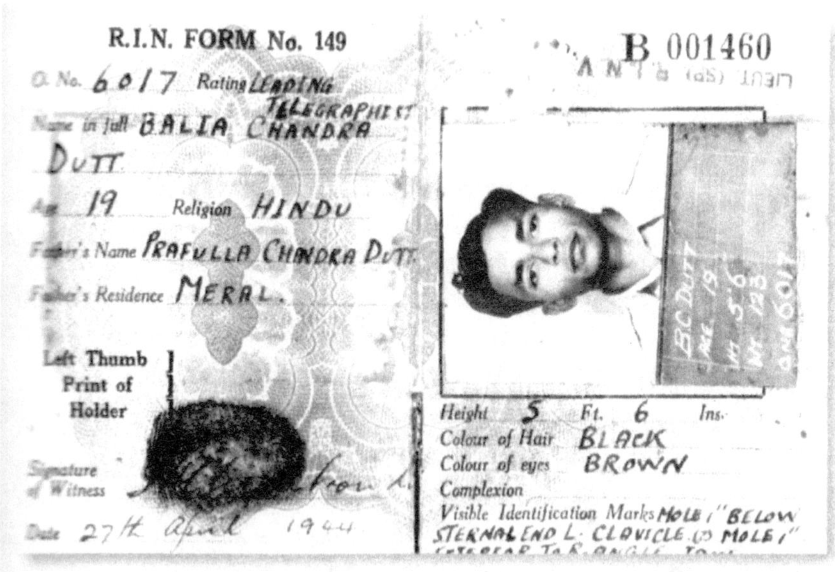

R.I.N. FORM No. 149

B 001460

O. No. 6017 Rating LEADING TELEGRAPHIST

Name in full BALIA CHANDRA DUTT

Age 19 Religion HINDU

Father's Name PRAFULLA CHANDRA DUTT

Father's Residence MERAL.

Left Thumb Print of Holder

Signature of Witness

Date 27th April 1944

Height 5 Ft. 6 Ins.

Colour of Hair BLACK

Colour of eyes BROWN

Complexion

Visible Identification Marks MOLE, "BELOW STERNAL END L. CLAVICLE (2) MOLE,"

எழுச்சியின் நாயகன் பி.சி.தத் 1941 பிப்ரவரியில் கப்பற்படையில் சேர்ந்தபோது தரப்பட்ட அடையாள அட்டை

பதவி உயர்வு இல்லாதது மட்டுமல்ல. தனது பணியில் அவர் ஏராளமான இனவெறிக் கொடுமைகளையும் சந்தித்தார். தத்தும் அவரது சக மாலுமிகளும் அப்போதுதான் பர்மாவில் கடுமையான போரில் ஈடுபட்டு விட்டு திரும்பி வந்திருந்தார்கள். அவர்களது அறையில் படுப்பது என்ன, உட்காரக் கூட இடம் இல்லாத அளவு இட நெருக்கடி. பிரிட்டிஷாருக்கு ஒதுக்கப்பட்ட பக்கத்து அறையில் பன்னிரண்டு பேருக்கு மேல் தங்கலாம். அது காலியாகத்தான் இருந்தது. தத் உயரதிகாரியிடம் புகார் கூறிய போது, அந்த அதிகாரி, 'நீங்கள் இந்தியர்கள். இப்போது தந்ததை விட நல்ல இடம் தர முடியாது. இஷ்டமிருந்தால் இருங்கள், இல்லை வெளியில் தங்குங்கள்,' என்று முகத்திலடிப்பது போல் கூறினார். இதுவும், 1941ல் கப்பற்படை வாழ்க்கை தனக்கு ஏமாற்றமளித்தது பற்றி தனது சகோதருக்கு கடிதம் எழுதியதற்காக ஹெச்ஐ எம் எஸ் டல்ஹௌசியின் தளபதி திட்டியது போன்ற சம்பவங்களும் அவரை மேலும் புரட்சிகரப் பாதையை நோக்கித் தள்ளின.

எனினும், தற்செயலாக பழைய நண்பர் சலீல் ஷியாமை சந்தித்ததுதான் புரட்சிக்குத் திட்டமிடுவதில் முக்கிய பங்காற்றுபவராக அவரை மாற்றியது. தத் தல்வாரில் பணிபுரிந்த சமயத்தில்தான் ஷியாம் தூரக் கிழக்கிலிருந்து நாடு திரும்பியிருந்தார். ஐ.என்.ஏ. வீரர்கள் நேருவிற்கும், சரத் சந்திரபோஸுக்கும் எழுதிய கடிதங்களை அவர் கொண்டுவந்திருந்தார். அவற்றை உரியவர்களிடம் சேர்க்கும்வரை பத்திரமாக ஒளித்து வைக்க பாதுகாப்பான இடத்தைத் தேடிக் கொண்டிருந்தார்.

தத் அவற்றை தமது லாக்கரில் ஒளித்து வைக்க ஒப்புக் கொண்டார். இது வெடிகுண்டை ஒளித்து வைப்பதற்கு சமமானது. காரணம் இது மிகப் பெரிய ராஜதுரோகக் குற்றம். இதற்கு மரண தண்டனை கூட கிடைக்கும். ஆனால் தத் உதவி செய்ய சிறிதும் தயங்கவில்லை. கப்பற்படை தினத்தன்று ஏற்கனவே தனது புரட்சிகர செயல்பாடுகளைக் காட்டியவரல்லவா!

தேசியப் பத்திரிகைகள் அவரை பெரும் நாயகராகப் புகழ்ந்தாலும், அவரது வீழ்ச்சி கடுமையாகத்தான் இருந்தது. அவரது லாக்கர் திறக்கப்பட்டது. அதில் ராஜதுரோக பிரசுரங்கள் மட்டுமின்றி, குஸும், பிரான் நாயர் உள்ளிட்ட பலரும் தொடர்புடைய பெரிய சதிக்கான ஆதாரங்கள் கிடைத்தன. தத் பின்னாளில் புரட்சியில் தனது பங்கு, சக புரட்சியாளர்கள் பற்றி *Mutiny of the Innocents* என்ற ஒரு புத்தகத்தை எழுதினார்.

ரிஷி தேவ் பூரி

புரட்சியின் மாலுமிகளில் எவரையேனும் நாம் எதற்கும் அஞ்சாத ஜேம்ஸ்பாண்ட் போன்றவர் என்று குறிப்பிடலாம் என்றால் அவர் ரிஷி தேவ் பூரிதான். நண்பர்கள் அவரை ஹாரி என்றழைப்பார்கள். செல்வமும், செல்வாக்கும் மிக்க ஒரு வர்த்தகக் குடும்பத்தில் பிறந்தவர். அவரது வீரமும், கவர்ச்சியும் அவர் ஒரு முக்கிய பங்காற்ற உதவின.

இவர் லாகூரின் மாடல் டவுனைச் சேர்ந்த தாஸுந்தி ராம் பூரியின் புதல்வர். அவர் அடுத்தடுத்து பார்த்த வேலைகள் நம்மை வியக்கச் செய்யும். இராணுவப் பணிதான் தனக்கு என்று முடிவு செய்து முதலில் ராணுவத்தில், பிறகு விமானப்படையில் பணி செய்து, கடைசியாக கப்பற்படையில் சேர்ந்தார்.

புரட்சிக்கு முன்பான இயக்கத்தில் அவர் கலந்துகொண்டதே அவர் எதையும் கண்டுகொள்ளாதவர் என்பதைக் காட்டும். கப்பற்படை தினத்தன்று தத் மற்றும் இதர நண்பர்களோடு சேர்ந்து தல்வார் முழுவதும் தேச துரோக கோஷங்களை எழுதினார். இதன் காரணமாக பணியிலிருந்து நீக்கப்பட்டார்.

பூரி மேல் அரசிற்கு சந்தேகம் இருந்தது. உண்மையில் சந்தேகிக்கப்பட்டவர்களில் முக்கியமானவர்களில் இவரும் ஒருவர். ஆனால் அதிகாரிகளால் அவரை சிக்க வைக்கும் விதத்தில் எந்த ஆதாரங்களையும் கண்டுபிடிக்க முடியவில்லை. ஆனாலும் அவர் பணி நீக்கம் செய்யப்பட்டார்.

பல தரப்பட்ட மக்களுடனும் பூரி நெருங்கிப் பழகியவர், அவர்களது நம்பிக்கைக்குப் பாத்திரமானவர் என்பதால் புரட்சி பற்றிய பல முக்கிய ரகசியங்கள் அவருக்குத் தெரியும். குறிப்பாக ஷைலாவுடனான காதல் காரணமாக எழுச்சி பற்றிய பல ரகசிய நடவடிக்கைகள், அதன் வீழ்ச்சி எல்லாம் அவருக்குத் தெரியும்.

1946 மார்ச் 3ல் ஷைலா இவருக்கு எழுதிய கடிதத்தில், 'போராட்டம் பற்றி ஒரு முக்கியமான விஷயத்தைச் சொல்ல விரும்புகிறேன். இன்று காலை கமாண்டர் கோல் சச்தேவிடம், கப்பற்படை தின சம்பவத்திற்கு நீ தான் காரணம் என்று தனக்குத் தெரியும் என்றும், நாயர் நல்ல மனிதர் தான் என்றாலும், அவரது மனைவி ஒரு மோசமான கம்யூனிஸ்ட் என்றும் சொல்லியிருக்கிறார். குஸுமிற்கு எழுச்சியில் தொடர்பு உண்டு என்று நிச்சயமாக

சந்தேகிக்கிறார்கள். கர்மார்கர் தனது பால்கனியில் நின்றபடி எங்கள் வீட்டிற்கு யார் வருகிறார்கள், போகிறார்கள் என்று கண்காணித்துக் கொண்டு இருக்கிறார். ஹாசனிடம், 'உனக்கு கப்பற்படை வேண்டுமா என்பதை முடிவு செய்து கொள், வேண்டாம் என்றால் நாயர் வீட்டுக்குப் போ. நீ இரண்டு இடங்களிலும் இருக்க முடியாது,' என்று சொன்னாராம்,' என்று எழுதியிருக்கிறாள்.

பூரியும் ஷைலாவிற்கு எழுதிய கடிதத்தில் தன் லட்சியத்தைக் குறிப்பிட்டுள்ளார். 'ஏகாதிபத்தியக் கொடியின் கீழான ராணுவத்தில் என்னால் இருக்க முடியாது. எனது ரத்தம் இந்திய தேசியப் படைக்குத்தான். நூறு சதவிகிதம் நமது சொந்த தேசியப் படையாக இருக்கும் படையைத் தவிர வேறு எதிலும் என்னால் சேர முடியாது. எனக்கு இன்றும் பத்து வருட ஒப்பந்தம் இருக்கிறது. தற்காலிகமாகத்தான் நீக்கப்பட்டுள்ளேன். போர் ஏதேனும் இப்போது வந்தால், நான் திரும்ப அழைக்கப்பட்டால், நான் மீண்டும் படையில் சேர மாட்டேன். மாறாக சிறைவாசத்தை ஏற்பேன்.'

காதலர்களின் கடிதங்களை உளவுப் பிரிவினர் கைப்பற்றியதாலும், அவர்களது அறிக்கைகளாலும் நமக்கு பூரியின் செயல்கள் பற்றியும், அவர் 'குக்கூபேபி' என்று காதலோடு அழைத்த ஷைலாவுடனான அவரது உறவு பற்றியும் அறிய முடிகிறது. அந்த கடுமையான நாட்களில் பாம்பேயில் மிக வேகமாக நடந்த நிகழ்வுகள் பற்றியும் அறிய முடிகிறது.

உளவுப் பிரிவினர்தான் பூரியை புகழ்பெற்றவராக ஆக்கி விட்டனர். அவரை தொடர்ந்து கண்காணித்து, அவரது கடிதங்களைக் கைப்பற்றி அறிக்கைகள் அளித்தனர். இல்லாவிட்டால், அவரது குடும்ப உறுப்பினர், நெருங்கிய நண்பர் வட்டத்தைத் தாண்டி எழுச்சியில் அவரது பங்கு பற்றி எவருக்கும் தெரிந்திருக்காது.

பாம்பே போலீஸ் டெபுடி கமிஷனர் ராவ் பகதூர் எம்.என். தேசாய்க்கு டில்லி உளவுப் பிரிவின் உதவி இயக்குனர் ஜி.சி. ரேயான் எழுதிய கடிதத்தில், 'கடிதங்களைக் கைப்பற்றியதன் மூலமாக 'குக்கூபேபி' என்பவர் பாம்பே மரன் டிரைவ் பகுதியின் 2, ரிவைராவில் வசிக்கும் குமாரி.ஷைலா பிரசாத் என்பதை பஞ்சாப் சிஐடியினர் கண்டுபிடித்துள்ளனர். ஆர்.டி.பூரிக்கும் இவருக்கும் காதல் இருப்பது போல் தெரிகிறது. 1946 மார்ச்சிலிருந்து மே வரை ஷைலா இவருக்கு 14 கடிதங்கள் எழுதியிருக்கிறார்' என்று குறிப்பிடுகிறார்.

ரிஷி தேவ் பூரி, மிக அழகும், நாகரீகமும் கொண்ட இவர் எழுச்சிக்கு இட்டுச் சென்ற போராட்டத்தில் பெரும் பங்காற்றினார்.

கமாண்டர் கிங்கும் பூரியை சந்தேகித்தார். லெப்.எஸ்.எம்.நந்தா போன்ற பல அதிகாரிகளும் அவரை சந்தேகித்தனர். 1946 மே 20ஆம் தேதியிட்ட கடிதத்தில் ஷைலா, 'இன்று மதியம் நான் நீதிமன்றம் சென்றிருந்தேன். அச்சமயம் கமாண்டர் கிங்கை குறுக்கு விசாரணை செய்து கொண்டிருந்தார்கள்.... தல்வாரில் அரசியல் ரீதியான விழிப்புணர்ச்சி ஏற்பட்டிருந்தது தனக்குத் தெரியும் என்றும், தல்வாரில் கோஷங்கள் எழுதியது யார் என்று தனக்குத் தெரியும் என்றும் ஆனால் துரதிருஷ்டவசமாக தன்னிடம் ஆதாரங்கள் எதுவும் இல்லை என்றும் கூறினார்... இங்கு ஐயங்கார் புத்திசாலித்தனமாக செயல்பட்டார். அவர் நந்தாவிடம் "ஒரு மனிதரை என்னால் சுட்டிக் காட்ட முடியும் என்றீர்களே. அந்த மனிதர் யார்?" என்றார்.

பதில் : தேவ், ரிஷி தேவ்

தத்தின் லாக்கரில் கைப்பற்றப்பட்ட அவரது டைரியில் தத் பின்வருமாறு எழுதியிருந்தார் : 'தேவ் ... (ஆர்.டி.பூரி).. என் வாழ்வில் நான் சந்தித்த ஒரு சில மிக அற்புதமான மனிதர்களில் ஒருவர்... என்னை ஒரு லட்சியவாதி எனக் குறிப்பிடலாம் என்றால் அவர் நிச்சயமாக ஒரு யதார்த்தவாதி. அவரை மறப்பது எளிதன்று.

SECRET.

Intergepted letter.

Name and address of the sender.	Rishi, Devico's Ltd., Simla.
Date on letter.	3.4.46
Sent from	Simla.
Date of posting	5.4.46
Language.	English.
Name of the addressee.	Miss Shaila Prasad.
Address.	2 Rivera-Marine Drive, Bombay.
Date of receipt.	5.4.46.
Photographed or not.	not.
Detained or passed.	Passed.
Name of the examiner.	Hari Chand, Head Constabl

** ** **

If there is a movement, I willbe up there before I dive in. Don't worry I will see you before something happens.

** ** **

I am not suited for the Army under the Imperial flag. My blood is for I.N.A. and if some one can take me now I am out for it. Now I shall never join any force unless it is hundred percent our own national force. Suppose there is a war now and I am called up again as I am still under the contract of ten years and temporarily released. I shall not join but prefer a cell behind the Imperial bars.

** ** **

உளவுத்துறையால் கைப்பற்றப்பட்ட ஆர்.டி.பூரியின் கடிதம்.
ஷைலா பிரசாதிற்கு எழுதியது.

SECRET.

R.D. No. 3062/H
21-6-46.

No. 12/A.I./46-IV
Intelligence Bureau,
(Home Department),
Government of India, 18 JUN 1946

My dear Desai,

Following is a copy of a letter dated 27-5-46, from Rishi Dev Puri, ex-R.I.N. rating, ~~Bombay~~, Simla to Miss Shaila Kumari, 10 Maskati Court, Queens Road, Bombay, intercepted by the Punjab C.I.D. It seems to indicate that Puri will be going to Bombay about the middle of this month.

" I have got your letter. My parents thought that I might play some more stunts with the Navy business if I go to Bombay and they therefore sent Puri Sahib to keep me calm here. I am sorry to have missed that golden opportunity of meeting you and all others. Puri Sahib did not want this hungry tiger to go out of his cage just yet. You know I was dying to give evidence in the Enquiry Commission and I alone know how I was tied up here.

I will be up there in the middle of June. Remember it is a great secret. Do not tell anyone that I am coming. "

Yours sincerely,

(G.C. RYAN.)

Rao Bahadur M.N. Desai, MBE.,
Dy. Commissioner of Police,
Special Branch I,
BOMBAY.

பூரி ஷைலாவிற்கு எழுதிய மற்றொரு கடிதம்.

பூரி தனது போராட்டத்தை வேறு வழிகளில் தொடர்ந்திருக்கக் கூடும். ஆனால் செல்வாக்கு மிக்க அவரது குடும்பம் அவரை போராட்டத்தை விட்டுவிடுமாறு வற்புறுத்தியது. பூரியின் அண்ணனான வி.வி.பூரி, அவரை சிம்லாவில் குடியேற சம்மதிக்க வைத்தார். அங்கு அவரது குடும்பத்திற்கு டேவிகோஸ் என்ற புகழ்பெற்ற நைட் கிளப் இருந்தது. அங்கு தினந்தோறும் இரவு விருந்தினர்களை மகிழ்விக்க பூரி பியானோ வாசித்தார். உயர்ந்த ரசனை உள்ளவராக புகழ் பெற்றார். பாம்பேயின் பல கப்பற்படை நண்பர்களுடான தொடர்பு விடுபட்டது. மேற்கொண்டு சிக்கல்களில் அவர் மாட்டிக் கொள்ளாதவாறு அவரது குடும்பம் பார்த்துக் கொண்டது.

மதன் சிங்

1920 ஏப்ரல் 24 அன்று பஞ்சாபின் லூதியானாவிற்கு அருகில் உள்ள சியாஹர் கிராமத்தில் சர்தார் ரோனக் சிங் – பகவான் கௌரின் மகனாகப் பிறந்தவர் மதன் சிங். ரோனக் சிங் படிப்பறிவற்ற விவசாயி. மதன் சிங்கின் சிறுவயது காலம் பெரும் போராட்டமாக இருந்தது. ஐந்து குழந்தைகளில் மூத்தவரான அவர் மட்டுமே படிக்க விரும்பினார். ஆர்யா உயர்நிலைப் பள்ளியில் படிக்க தினந்தோறும் பல மைல் தூரம் நடந்து செல்ல வேண்டியிருந்தது.

பின்னர் கப்பற்படையில் சேர விரும்பி லூதியானா சென்றார். பின்னாளில் எழுச்சி பற்றிய விசாரணையின் போது விசாரணை குழு ஏன் கப்பற்படையில் சேர விரும்பினீர்கள்? என்று கேட்ட போது அவர், ‘நான் உலகைப் பார்க்க விரும்பினேன்... மேலும் அது எனது கடமை என்று கருதியால் போரிலும் கலந்து கொண்டேன்.’ என்றார். பணி நிலைமை குறித்த ஏமாற்றங்களும், அதிருப்தியும் ஏற்பட, சுதந்திரப் போரில் ஈடுபட முடிவு செய்தார். என்சி எஸ் சியின் துணைத் தலைவராக, பல்வேறு இடையூறுகளுக்கு இடையில் மாலுமிகளை ஒருங்கிணைப்பதில் தலைவர் கானுடன் களைப்பின்றி உழைத்தார்.

ஒரு நேர்காணலில் புரட்சியின் நோக்கங்கள் பற்றி குறிப்பிடும்போது, தத்தை விடுவிப்பது, புனே அருகில் உள்ள புச்சர் தீவில் இருந்த பாம்பே மாகாணத்திற்கான ஆயுதங்களை சேமித்து வைத்திருக்கும் கிடங்கிலிருந்து ஆயுதங்கள், அனைத்து தந்தி, தொலைபேசி உபகரணங்களை கைப்பற்றுவது என

தங்களிடம் தெளிவான செயல் திட்டம் இருந்ததாகக் கூறினார். இதனால் அனைத்து கப்பல்களும் ஒன்றோடொன்று தொடர்பில் இருக்க முடியும். புரட்சியின் முக்கியமான கட்டத்தில் கூட்டு முடிவுகளை உடனுக்குடன் வேகமாக அனைவருக்கும் தெரிவிக்க முடியும்.

தனது தந்தை இரண்டாம் உலகப் போரின் போது பல வீரதீரச் செயல்களில் ஈடுபட்டதாகவும், அவை அவரது வீரத்தை மட்டுமின்றி, தனது சக வீரர்கள் மேல் அவருக்கு இருந்த அக்கறையையும் காட்டியதாகவும் அவரது புதல்வர் ரஞ்சித் பென்டர் குறிப்பிடுகிறார். போர்ட் பிளேர் அருகில் கண்ணிவெடியால் தாக்கப்பட்டு, மூழ்கிய தனது கப்பலிருந்து வீரர்களைக் காப்பாற்றியதில் மதன் சிங்கின் முக்கிய பங்கை அவர் நினைவு கூறுகிறார்.

'அப்பா எந்த கட்சியையும் சாராதவர். எப்போதுமே மிகவும் சுதந்திரமாக இருப்பவர். அரசியல்வாதிகள் ஜிலேபி போல நேராக இருப்பவர்கள் என்பார். நியாய உணர்வுக்கு பெரிதும் முக்கியத்துவம் தருவார். அவரது பார்வையில் பிரிட்டிஷார் இந்தியர்களை நியாயமாக நடத்தவில்லை. எனவே அவர் சுதந்திரப் போரை முழுமையாக ஆதரித்தார்' என்கிறார் அவர். மிகக் கடுமையான ஒழுக்கவாதி, கொள்கைப் பிடிப்புள்ளவர், பெரும் தேசபக்தர் என்று மாலுமிகளிடையே சிங் புகழ்பெற்றிருந்தார்.

கப்பற்படையில் நீங்கள் மகிழ்ச்சியாக இருந்தீர்களா? என்று விசாரணைக் குழு கேட்டபோது, 'எனது வீடு தந்த மகிழ்ச்சியை வேறு எந்த இடமும் தராது என்பதை உணர்ந்தேன். நான் பலுசிஸ்தான், நர்மதை ஆகிய கப்பல்களிலும், பின்னர் கேசில் பாரக்ஸிலும் இருந்த போது, உணவு மிக மோசமாக இருந்தது. அவர்கள் தங்களுக்கு நல்ல தரமான உணவை எடுத்துக் கொண்டார்கள். மாலுமிகளுக்கு மோசமான உணவு தந்தார்கள். உணவு வழங்குவதில் பெரிய ஊழல் இருந்தது. மேலும் அவர்களுக்கு மாதம் 3 ரூபாய் லஞ்சம் கொடுத்தவர்களுக்கு நல்ல உணவு கிடைத்தது. இலவசமாகத் தர வேண்டிய மருந்துகளை விற்றார்கள்,' என்றார்.

பிரிட்டிஷ் ஆதரவுப் பத்திரிகைகள் மீதான ஆயுதமேந்திய தாக்குதலை அவர் தடுத்து நிறுத்தியதாக அவரது புதல்வர் குறிப்பிடுகிறார். மாலுமிகளும் அவர்களது தலைவர்களும் தங்களது

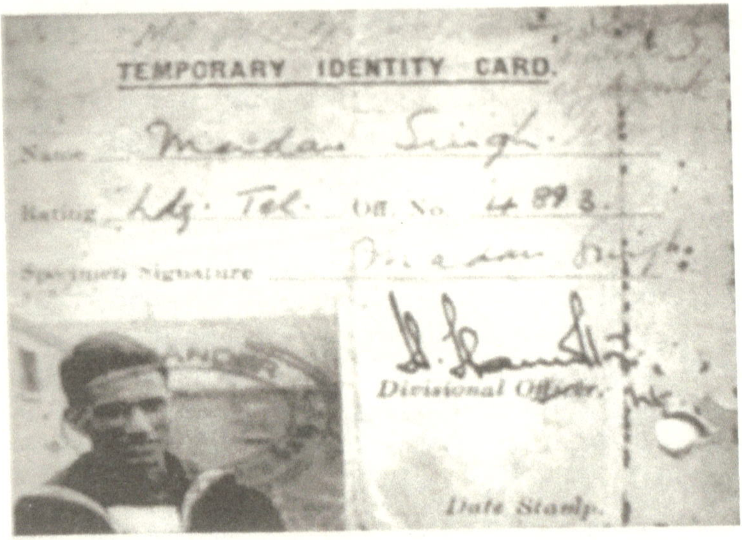

மற்றொரு தலைவரான மதன்சிங்கின் அடையாள அட்டை.

போராட்டத்திற்கு ஆதரவு தரும்படி முக்கியமான பத்திரிகைகளைக் கேட்டுக் கொண்டார்கள். பல பத்திரிகைகளும் ஆதரவு தெரிவித்தன. சில பிரிட்டிஷ் ஆதரவுப் பத்திரிகைகள் ஆதரிக்க மறுத்தன. அவற்றில் மிக முக்கியமானது 'டைம்ஸ் ஆஃப் இந்தியா.'

அதன் பிரிட்டிஷ் ஆதரவு நிலைபாட்டில் ஆத்திரமுற்ற மாலுமிகள் அதன் பாம்பே அலுவலகத்தை சூழ்ந்து கொண்டு, அதன் ஆசிரியரை வெளியே வருமாறு கோரினார்கள். பயந்து போன ஆசிரியர் சர் பிரான்சிஸ் லாயிட், தமது உயிரை காப்பாற்றிக் கொள்ள பின்புற வாசல் வழியே வெளியேறினார். அதன் பிறகு மாலுமிகள் டைம்ஸ் ஆஃப் இந்தியா கட்டிடத்தைத் தகர்க்க முடிவு செய்தார்கள்.

'அப்பா தலையிட்டு, மாலுமிகள் எந்த சேதமும் விளைவிக்காதபடி தடுக்க நேர்ந்தது. பத்திரிகையின் தலைமை ஆசிரியர் மிகவும் பதட்டமான தல்வாரை தொடர்பு கொண்டு, மாலுமிகள் தங்கள் துப்பாக்கிகளை தமது கட்டிடத்தை நோக்கி திருப்பியுள்ளதாகவும், தமது கட்டிடத்தை தகர்க்கப் போவதாகவும் தெரிவித்தார். அப்பாவிடம் இந்த தகவல் சொல்லப்பட்டது. அவர் உடனடியாக டைம்ஸ் ஆஃப் இந்தியா கட்டிடத்திற்குச் சென்று,

பத்திரிகையின் தலைவரைச் சந்தித்தார். அவர் அந்நாளில் மிகப் பிரபலமான ஒரு ஆங்கிலேயர். பயந்து போயிருந்த அவரிடம் எந்தத் தீங்கும் நேராது என்ற உறுதிமொழி தந்து, மாலுமிகளை அங்கிருந்து கலைந்து போகச் செய்தார்,' என்று அவரது புதல்வர் கூறுகிறார்.

இவ்வாறாக ஒரு பெரிய சேதம் தவிர்க்கப்பட்டது. 'கலவரம் வெடித்த பிறகு, எனது தந்தையார் பல மூத்த காங்கிரஸ் தலைவர்களை சந்தித்து போராட்டம் கட்டுக்குள் இருக்குமாறு செய்யத் தலையிடுமாறு வேண்டினார். இத்தலைவர்கள், மாலுமிகளின் பிரச்சினைகளை கையிலெடுக்க ஒரு தலைவரை நியமிப்பதாகவும், வன்முறை பரவாமல் பார்த்துக் கொள்ள வேண்டும் என்றும் அறிவுறுத்தினார்கள். என் தந்தை இதை போராட்டக் குழுவிடம் தெரிவித்தார். குழுவும் போராட்டத்தை அமைதியான வழியில் எடுத்துச் செல்ல முடிவு செய்தது,' என்கிறார்.

மொகமத் சாஹிப் கான்

எம்.எஸ்.கான் என்று அறியப்படும் இந்த நீலநிறக் கண்கள் கொண்ட பதான், பஞ்சாபின் புகழ்பெற்ற வழக்கறிஞர்கள் குடும்பத்தைச் சேர்ந்தவர். இவர்களது குடும்பம் இப்போது பாகிஸ்தானில் இருக்கும் சியால்கோட்டிற்கு அருகில் உள்ள டஸ்காவிலிருந்து வந்தது. இவருக்கு கப்பற்படையில் சேர விருப்பமாக இருந்தது. ஆனால் குடும்பத்தினர் ஒத்துக் கொள்ளவில்லை. எனவே 1939ல், வெறும் 13 வயதே ஆன அவர் கடல் வாழ்க்கையைத் தேடி வீட்டை விட்டு ஓடி வந்தார். எனினும் இரண்டே மாதங்களில் கடல் வாழ்க்கை மீதான காதல் அழிந்தது. பணிக்கு சேரும் போது தரப்பட்ட வாக்குறுதிகளுக்கும், யதார்த்த நிலைக்கும் சம்பந்தமே இல்லை. எனவே பணியை விட்டு விலகினார். ஆனால் அவரது தந்தை அவரை வீட்டில் சேர்த்துக் கொள்ளவில்லை. எனவே சில மாதங்களுக்குப் பிறகு, 1940ல் மீண்டும் ஒரு சாதாரண மாலுமியாக கப்பற்படையில் சேர்ந்தார். புரட்சியின் போது அவர் தலைமை சிக்னல் ஊழியராக மாதம் 91 ரூபாய் சம்பளம் பெற்று வந்தார்.

கான் பல கப்பல்களில் பணியாற்றி, திறமையான நம்பகமான மாலுமி என்ற மதிப்பைப் பெற்றிருந்தார். தனது பணிக்காலத்தில் அவர் இங்கிலாந்தில் 17 மாதங்களும், ஆப்ரிக்காவில் ஒரு

மாதத்திற்கு மேலாகவும் வசித்துள்ளார். அயர்லாந்து, ஸ்காட்லாந்து, பர்மா ஆகிய இடங்களுக்கு கப்பற்படையுடன் சென்றுள்ளார். அட்லாண்டிக், மத்திய தரைக்கடல் பகுதிகளில் ஆர்.ஐ.என் பங்கேற்ற அனைத்து போர்களிலும் பங்கேற்றவர். பகலில் விமானங்கள் மூலமாகவும், இரவில் நீர் மூழ்கிக் கப்பல்களாலும் அபாயம் ஏற்படும் என்பதால் தொடர்ந்து பல நாட்கள் இரவு, பகல் என உறங்காது கண் விழித்துப் போரிட்டவர்.

விசாரணைக் குழுவில் அவர் சாட்சியம் அளித்தபோது அவர் தெளிவான கண்ணோட்டம் உடையவர் என்பது தெரிந்தது. இந்திய, பிரிட்டிஷ் மாலுமிகளுக்கு இடையிலான வெளிப்படையான பாரபட்சத்தை ஒழிக்க வேண்டும் என்று விருப்பம் தனக்கு இருந்ததாக அவர் கூறினார். இரண்டாண்டுகளில் 350 ரூபாய் சம்பளத்தில் வாரண்ட் ஆபீசராக உயரலாம் என்று தான் வேலைக்குச் சேரும் போது பிரிட்டிஷ் அதிகாரிகள் பொய்யாக வாக்குறுதி தந்ததாகவும், அவ்வாறு நடக்கவில்லை என்றும் அவர் கூறினார். கிளப் வசதிகளை பயன்படுத்திக் கொள்ளவும், பெண்களோடு நடனம் ஆடவும் உங்களுக்கு அனுமதிக்கப்பட்ட போதும், பணி நிலைமைகள் குறித்து ஏன் புகார் கூறுகிறீர்கள் என்று விசாரணைக் குழு கேட்டது. 'ஐயா, நீங்கள் கையில் தண்ணீர் டம்ளருடன் நடனமாட முடியாது' என்று பதிலளித்தார் கான். கிளப்பில் இந்திய மாலுமிகள் மது அருந்தத் தடை இருந்ததைத் தான் அவர் இவ்விதமாகக் குறிப்பிட்டார்.

அவர் மெட்ரிகுலேஷன் வரை படித்தவர். நன்கு ஆங்கிலத்தில் பேசக் கூடியவர். அவரது ஆங்கிலப் பேச்சுத் திறமை, நாகரிக நடத்தை ஆகியவை காரணமாகவே, அவர் போராட்டக் குழுவின் தலைவராகத் தேர்ந்தெடுக்கப்பட்டார். அப்போது அவருக்கு வயது 23 தான். போராட்டத்திற்கு நான்கு நாட்கள் முன்பாகத்தான் அவர் தல்வாரில் பணியில் சேர்ந்தார். (அதற்கு முன்பு 45 நாட்கள் விடுப்பில் இருந்தார்) எனினும் மிக விரைவில் அதிகாரிகளுக்கும், மாலுமிகளுக்கும் இடையில் பேச்சு வார்த்தை நடத்தும் முக்கிய தலைவராக உயர்ந்தார்.

குஜும் மற்றும் பி.என்.நாயர்

இப்போது உத்திரப் பிரதேசத்தில் உள்ள இடாவில் 1919ல் ஜ்வாலா பிரசாத் அஷ்டானா, மனோரமா சாக்சேனா தம்பதியின் முதல் குழந்தைகயாகப் பிறந்தவர் குஸூம். ஒரு சுதந்திரமான

SECRET.

FROM ... THE FLAG OFFICER, BOMBAY.

AT ... BOMBAY.

DATE ... 23RD MAY, 1946.

TO ... THE DIRECTOR INTELLIGENCE BUREAU, HOME DEPARTMENT, GOVERNMENT OF INDIA.

LT.COL. D.M. HENNESSY, KEVAL MAHAL, MARINE DRIVE, BOMBAY.

THE COMMISSIONER OF POLICE, BOMBAY.

SUBJECT :- O.N.4988 LEADING SIGNALMAN M.S.KHAN

The above mentioned rating, who was the principal spokesman and ring-leader in the February R.I.N. mutiny, was sentenced to dismissal with disgrace yesterday 22nd May and was put in a train to return to his home.

2. Arrangements were made with Bombay C.I.D. to follow the rating as far as Igatpuri to ensure that he leaves the Bombay area and to watch him if he returns to Bombay without going home. The police authorities in his district have been requested by the Deputy Commissioner, Special Branch, Bombay, to report on this man's movements.

3. As he was leaving Kalyan he made it quite clear to the Naval Officers escorting him that he intended returning to Bombay at some future date.

4. Particulars of this rating are as follows :-

Home address	:-	Vill: & P.O. Dhaska Dist: Sialkot, Punjab.
Next of Kin	:-	Kurshed Jaw (wife)
Height	:-	5' 9"
Hair	:-	Black.
Eyes:-	:-	Brown.
Complexion	:-	Brown.
		Has a large mole one inch below mastoid process, right.
Date of birth	:-	1st July, 1922.

5. As far as is known he is not connected with any political movement, but has expressed violent anti-British views on a number of occasions. During the mutiny he almost certainly came under the influence of subversive political elements. He has an unusual amount of control and command over large numbers of men and undoubtedly averted several outbreaks of violence during the ...

எம்.எஸ்.கான் பற்றிய விபரங்கள் அடங்கிய கப்பற்படை ஆவணம்.

மனப்போக்குடன் வளர ஊக்குவிக்கப்பட்டார். அவரது தந்தை வழியேதான் குஸும் புரட்சிகர உணர்வைப் பெற்றார்.

ஜ்வாலா பிரசாத் குடும்பத்தினர் ஏற்பாடு செய்திருந்த திருமணத்தைத் தவிர்க்க வீட்டை விட்டு வெளியேறியவர். ஆக்ரா பல்கலைக்கழகத்தில் ஆசிரியராகப் பணியாற்றியவர். நிலச்சுவான்தார் குடும்பத்தைச் சேர்ந்தவரான மனோரமா சாக்சேனாவை மணந்தார். மனோரமா நன்கு படித்தவர். அக்காலத்தில் அது மிக அரிது. பின்னர் ஜ்வாலா கேம்ப்ரிட்ஜ் சென்று படித்தார். அங்கு அவரது வகுப்புத் தோழரான எஸ்.ராதாகிருஷ்ணன் பின்னாளில் இந்தியாவின் குடியரசுத் தலைவரானார்.

ராதாகிருஷ்ணன் இவர்கள் வீட்டிற்கு தினமும் வருவார். குஸும் அவரை ‘மாமா’ என்று அழைப்பாள். இந்தியா திரும்பிய ஜ்வாலா ஜபல்பூரியின் ராபர்ட்சன் கல்லூரியின் முதல்வரானார். அங்கிருந்த பெரிய மனிதர்கள் அனைவருடனும் நன்கு பழகினார். அவர்களில் ஒருவர் நேரு. கல்லூரி நண்பர்களின் சந்திப்பின் போது எடுத்துக் கொண்ட புகைப்படத்தில் ஜ்வாலாவிற்கு அருகில் அமர்ந்திருப்பவர் நேருவின் சகோதரி விஜயலட்சுமி பண்டிட். இது போன்ற தொடர்புகள் அவரது தேச பக்த உணர்வை மேலும் தூண்டின. கல்லூரியில் 'காட் சேவ் த கிங்' பாடலுக்குப் பதிலாக மாணவர்கள் வந்தே மாதரம் பாட வேண்டும் என்று இவர் உத்தரவிட, கல்லூரி நிர்வாகம் இவரை வேலையிலிருந்து நீக்கியது. இவரது மகள் குஸும் இதே வார்ப்பில் உருவானவர்தான் என்பது தெளிவு.

அரசியல்ரீதியாக தாம் சரி என்று நினைப்பதை செய்வதில் தந்தையும், மகளும் ஒன்றாக இருந்தார்கள். பானோ என்று அழைக்கப்பட்ட பிரான் நாத் நாயர் / நய்யாரின் விஷயம் முற்றிலும் வேறுபட்டது. அவர் (இப்போது பாகிஸ்தானில் உள்ள) பஞ்சாபில் குஜேரத் மாவட்டத்தின் குஞ்சாவில் 1913 அக்டோபர் 30 அன்று ஒரு கத்ரி குடும்பத்தில் பிறந்தார்.

பானோவின் தந்தை மகேஷ் தாஸ் நாயர் ஒரு பழமைவாதி. தந்தையின் மாறுபட்ட குணாதிசயங்களை வைத்துப் பார்க்கும்போது பானோவும், குஸுமும் திருமணம் செய்து கொள்ள வாய்ப்பே இல்லை. ஜ்வாலா பிரஸாத் புரட்சிவாதி. மகேஷ் தாஸ் பெரும் நிலவுடமைக் குடும்பத்தைச் சேர்ந்தவர். சட்டங்களை கடுமையாகக் கடைப்பிடிப்பவர்.

ஆனாலும் இருவரும் சந்தித்தவுடன் காதல் மலர்ந்தது. இருவரும் பேனா நண்பர்களானார்கள். ஜபல்பூரில் 1937ல் திருமணம் செய்து கொண்டார்கள். அப்போது குஸூமிற்கு வயது 16 தான். ஜாதி விட்டு ஜாதி, இனம் விட்டு இனம் என கலப்புத் திருமணம் என்பதால் அது எத்தகைய கொந்தளிப்பை குறிப்பாக, பானோ குடும்பத்தில் ஏற்படுத்தியிருக்கும் என்பதை நம்மால் உணர முடிகிறது.

டில்லி வந்தவுடன், பானோ, தன்னை எல்லோரும் தென்னிந்தியராகப் பார்ப்பதால் மனம் வெறுத்து தன்னை நய்யார் என்று குறிப்பிட்டுக் கொள்ள ஆரம்பித்தார். எனினும் குஸூம், நாயர் என்ற பெயரில் ஒரு எழுத்தாளராக அப்போதே புகழ்பெற்று விட்டதால் அவர் நாயர் என்பதையே தொடர்ந்தார். 1968ல் இருவரும் பிரிந்த பிறகும் கூட நாயர் என்ற பெயரையே குஸூம் பயன்படுத்தினார். 1941ல் நாக்பூர் பல்கலைக்கழகத்தில் தத்துவத் துறையில் குஸூம் தனது பட்டப் படிப்பை முடித்தார். அவர் படிப்பாளி மட்டுமல்ல. சிறந்த விளையாட்டு வீராங்கனை. பெல்காம், கராச்சி என பணி நிமித்தம் வாழ்ந்த எல்லா ஊர்களிலும் அவர் டென்னிஸில் ஆண்களைத் தோற்கடித்தார்.

குஸூம் நாயர் இரண்டாம் உலகப் போரின் போது ராணுவத்தில் இருந்தபோது.

பின்னர் இவர்கள் பாம்பேயில் குடியேறினர். விரைவிலேயே சுதந்திரப் போராட்டத்தில் ஈடுபட்டனர். காங்கிரஸ் சோஷலிச இயக்கத்தில் இணைந்த இவர்கள் விரைவிலேயே அருணா அஸஃப் அலி, மினூமஸானி, அசோக் மேத்தா போன்ற தலைவர்களுடன் நெருக்கமானார்கள்.

இந்த தலைவர்களுடன் குஸூம் நெருங்கிப் பழகினார் என்றாலும் அருணாவுடன் நெருக்கம் அதிகம். குஸூம் தன் மகளுக்கு அருணா என்று பெயர் சூட்டினார். சுதந்திரம் பெற்றே தீர வேண்டும் என்ற உறுதிப்பாட்டில் இருந்த நாயர் தம்பதியர் அதற்காக பல்வேறு திட்டங்களைத் தீட்டினார்கள். சுதந்திரப் போருக்கு நிதி திரட்ட சீட்டாட்டம் நடத்துவதிலிருந்து,

ராணுவத்தில் சேர்ந்து பிரிட்டிஷ் அரசைக் கவிழ்ப்பது வரை தம் சக்திக்கு உட்பட்ட அனைத்து வழிகளிலும் முயன்றார்கள்.

இராணுவத்தில் சேர்ந்து அரசைக் கவிழ்க்கும் குஸூமின் திட்டம் பலிக்கவில்லை. அவரை அலுவலக குமாஸ்தாவாக ராணுவம் நியமித்ததால் அவரால் தனது புரட்சிகர நோக்கத்தை செயல்படுத்த முடியவில்லை. மனம் வெறுத்த அவர் தனது மேலதிகாரியிடம் தான் ராஜினாமா செய்வதாகக் கூறினார். அவர் போர்க்காலம் முழுவதற்கும் பணியாற்றுவதாக ஒப்பந்தத்தில் கையெழுத்திட்டதால், ராஜினாமா செய்ய இயலாது என்றார் அதிகாரி. ஆனாலும் குஸூம் பிடிவாதம் பிடித்தார். வியப்பூட்டும விதமான அவரது ராஜினாமா ஏற்கப்பட்டது.

பானோவின் கப்பற்படை தொடர்புகள் மூலம் அவர்கள் புரட்சிகர மாலுமிகளை எளிதாக தயார்ப்படுத்த முடிந்தது. நாயர்கள் திட்டமிட்டு மாலுமிகளை போராடத் தூண்டினார்கள். மாலுமிகளுக்குத் தரப்படும் உணவில் கற்களைக் கலக்குமாறு புரட்சியாளர் மாலுமிகளுக்கு அவர்கள் ஆலோசனை சொன்னார்கள். இதுதான் உண்மையில் புரட்சிக்கு வித்திட்ட தல்வார் போராட்டத்திற்கு அடித்தளமாக அமைந்தது.

புரட்சிக்கு சில நாட்கள் முன்பு, 1946 பிப்ரவரி 12 அன்று இந்திய முன்னாள் ராணுவத்தினர் சங்கம் துவக்கப்பட்டது. பிரபல வழக்கறிஞரான புருஷோத்தம் திரிகம்தாஸ் தலைவராகவும், ஓய். கே.மேனன் பொதுச் செயலாளராகவும் தேர்ந்தெடுக்கப்பட்டார்கள். நிர்வாகிகள் குழுவில் நாயர்களும் இருந்தார்கள். இதன் தலைமையகம் நாயர்களின் வீடு தான். 1946 பிப்ரவரி 22ஆம் தேதியிட்ட பாம்பே கிரானிகிளில் வெளியான ஒரு செய்தியின்படி, இச்சங்கம் இரண்டு தீர்மானங்களை நிறைவேற்றி ஆர்.ஐ.என். மாலுமிகளுக்கு தனது ஆதரவைத் தெரிவித்தது. போராட்டத்தில் இறங்கி உள்ள ராயல் இந்தியன் நேவியின் வீரர்களை இச்சங்கம் வாழ்த்துகிறது. அவர்களது நிகரற்ற ஒற்றுமையையும், அவர்கள் கட்டிக் காக்கும் ஒழுக்கத்தையும் பாராட்டுகிறது. போராட்டக்காரர்களின் கோரிக்கைகளை இச்சங்கம் முழுமையாக் ஆதரிக்கிறது. எவ்வளவு விரைவாக முடியுமோ அவ்வளவு விரைவாக அவை தீர்க்கப்பட வேண்டும என்ற கோருகிறது. ஆர்.ஐ.என். வீரர்களை ஒடுக்க ராணுவத்தையும், போலீசையும் வரவழைப்பதை இச்சங்கம் வன்மையாகக் கண்டிக்கிறது’ என்று அதில் ஒரு தீர்மானம் கூறியது.

குஸூம் நாயரும், பி.என்.நாயரும்.

மாலுமிகள் அரசியல் செயல்பாட்டாளர்களோடு நெருங்கிப் பழகுவது பிரிட்டிஷ் அதிகாரிகளுக்குத் தெரிய வந்தது. குஸூம் கண்காணிக்கப்பட்டார். புரட்சிக்குப் பிறகான விசாரணைக் குழுவில் அவரை விசாரித்த போது, 'உங்களோடு அல்லது உங்கள் எழுத்துகளோடு தொடர்பு ஒருவருக்கு ஏற்பட்டால், அவர் தனது ராணுவ விசுவாசத்தை இழந்து விடும் வாய்ப்பு உள்ளது என்பதை ஏற்கிறீர்களா?' என்று கேட்டார்கள். 'அந்த அளவிற்கு அவர்களிடம் தாக்கம் ஏற்பட்டால், இழப்பார்கள் என்றே நினைக்கிறேன்' என்றார் அவர்.

குஸூம் சமூகப் பணிகளுக்காக தம்மை அர்ப்பணித்தவர். சிறிதும் அச்சமற்றவர். பிரானின் ஈடுபாடு அவரது கப்பற்படை தொடர்புகளால் ஏற்பட்டது. இப்போது கான்சாஸ் மாகாண பல்கலைக்கழகத்தில் கல்வியாளராக உள்ள குஸூமின் மாப்பிள்ளை பாரி மிஷியுடன் நான் மின்னஞ்சலில் தொடர்பு கொண்டபோது, அவர் எனக்கு பின்வருமாறு எழுதினார். 'புரட்சிக்கு முன்பு தேசியத் தலைவர்களுடன் அவர்களுக்கு இருந்த தொடர்பு, மாலுமிகளைப் போராடத் தூண்டுவதற்காக சாப்பாட்டில் கற்களை கலந்து விடுமாறு பிரான் தந்த யோசனை, விசாரணைக் குழு விசாரணையில் குஸூம் இது புரட்சியல்ல, வேலை நிறுத்தம்தான் என்று அப்பட்டமாகப் பொய் சொன்னது, வேலை நிறுத்தத்தின் நோக்கம் பிரிட்டிஷார் இனி மேலும் இந்திய கப்பற்படையை நம்ப முடியாது என்று நாட்டைவிட்டு கிளம்ப வைப்பதுதான் என்றது... என எங்கள் குடும்பம் பற்றி என்னிடம் நிறைய செய்திகள் உள்ளன.... புரட்சி நடக்கும் போது என் மாமனார் ஒரு கப்பலில் இருந்தார். மாமியார் அப்போது ஒரு செய்தியாளர் என்பதால் மாலுமிகளுக்கும், தேசியத் தலைவர்களுக்கும் இடையே தூதுவராகச் செயல்பட்டார். இந்த புரட்சி விடுதலைக்கான பேச்சு வார்த்தையை பாதித்தது என்பதால் காந்தி, நேருவிற்கு (இவர் எங்கள் மாமனார், மாமியாருக்கு மிக நெருக்கமானவர்)

பிடிக்கவில்லை என்பது உங்களுக்குத் தெரியும். பல ஆண்டுகளாக இந்த புரட்சியின் வரலாறை எழுதுமாறு என் மாமியாரிடம் நாங்கள் சொல்லிக் கொண்டே இருந்தோம். அவர் இந்திய கிராமப்புற மேம்பாடு, வேளாண் பொருளாதாரம் ஆகியவை தொடர்பான ஆய்வுகளில் முழுமையாக ஈடுபட்டிருந்ததால், அதற்கு நேரமே இல்லாமல் போனது பெரிய கொடுமை' என்று குறிப்பிட்டிருந்தார்.

பின்னாளில் குஸும் மிச்சிகன் பல்கலைக்கழகத்தில் பாகிஸ்தானின் புகழ்பெற்ற அறிஞரான ஹம்சா அலாவியைச் சந்தித்த போது, 1946 புரட்சியின் மிக நுட்பமான அம்சங்கள் வரை தனது பாம்பே வீட்டில் வைத்துதான் திட்டமிடப்பட்டது என்று கூறியிருக்கிறார். கப்பற்படை தின சம்பவத்திற்குப் பிறகு, தத்தின் லாக்கரிலிருந்து கைப்பற்றப்பட்ட ஆவணங்கள் வழியாக விசாரணைக்குழு தத்திற்கு லெப்டிண்ட் நாயர் மற்றும் முன்னாள் ராணுவத்தினர் சங்கத்தினர் சிலருடனும் தொடர்பு இருந்ததாக முடிவு செய்தது.

ஓய்.கே.மேனன்

முன்னாள் ராணுவத்தினர் சங்கத்தை நிறுவியவர். புரட்சியைத் திட்டமிடுவதில் தீவிரமாக பங்காற்றியவர். திரிகம்தாஸும் இவரும்தான் இச்சங்கத்தை உருவாக்கினார். மேனன் செயலாளராகவும், தாஸ் தலைவராகவும் செயலாற்றினர். இராணுவத்திலிருந்து வெளிவந்த ராணுவத்தினரின் மறுவாழ்விற்கு உதவுவதற்காக இச்சங்கம் அமைக்கப்பட்டது. ஆனால் தலைமறைவாக அது 1946 கப்பற்படை எழுச்சியில் மாலுமிகளுக்கு வழி காட்டியது.

மேனனின் தேசபக்தியை வைத்துப் பார்க்கும் போது, அவர் இதில் ஈடுபட்டதில் வியப்பேதுமில்லை. சுயாதீனப் பத்திரிகையாளரான அவர் 1942 வெள்ளையனே வெளியேறு இயக்கத்தில் பங்கேற்றவர். தீவிரமான தேசபக்தக் கட்டுரைகள் எழுதியவர். அவரது வெள்ளையனே வெளியேறு பங்கேற்பு, பத்திரிகை எழுத்துகள் காரணமாக காந்தி, நேரு, படேல் உள்ளிட்ட காங்கிரஸ் பெருந் தலைவர்களோடு தொடர்புகள் உள்ளவர்.

1945ல் நாசிக் சிறையிலிருந்து விடுதலை செய்யப்பட்டவுடன் (வெள்ளையனே வெளியேறு இயக்கத்தின் கைதிகளில் கடைசியாக விடுதலை செய்யப்பட்டவர்களில் இவரும் ஒருவர்) இவர்

காங்கிரஸ் கட்சியின் சோஷலிசக் குழுவினர்களான ஜெயபிரகாஷ் நாராயண், அருணா அஸஃப் அலி, மினூமஸானி போன்றோருடன் இணைந்து தீவிரமாகப் பணியாற்ற ஆரம்பித்தார். விடுதலையாகி பாம்பே வந்ததும், முதலில் லெப். நாயரையும், அவரது மனைவி குஸுமையும் சந்தித்தார். நாயர்கள் அவரிடம், 'கப்பற்படையில் தமக்குத் தெரிந்த சில பையன்கள் நல்ல தேசபக்தர்களாக உள்ளார்கள். தாம் நடத்தப்படும் விதம் பற்றி கோபமாக உள்ளார்கள்' என்ற தகவலைச் சொன்னார்கள்.

மேனன் இந்த இயக்கத்தை அதிகமாகப் புரிந்து வைத்திருந்தவர்களில் முக்கியமான ஒருவர். காரணம், அவர் இறுதிவரை இந்த இயக்கத்தோடு நின்றவர். மேலும் அதை அவர் அனைத்து கோணங்களிலிருந்தும் பார்த்தவர் என்பதால் அது குறித்த பாரபட்சமற்ற பார்வையும் அவரிடம் இருந்தது.

புரட்சி பற்றி ஒய்.கே.மேனன் எதுவும் எழுதவில்லை என்றாலும், பதிவு செய்யப்பட்டுள்ள அவரது ஒரு நேர்காணல் புரட்சி எப்படி நடந்தது என்பதை விவரிக்கிறது. நாயர்களின் ஆலோசனையின் பேரில் சற்று அதிக அரசியல் விழிப்புணர்வு கொண்ட மாலுமி பையன்களை அவர்களது ஓய்வு நேரங்களில் தான் சந்தித்ததாக மேனன் கூறுகிறார். அவர்களில் சிலர் திட்டமிட்ட பணிகளைச் செய்யுமளவு நிதானமற்றவர்களாக இருந்தாலும், தல்வாரில் இருந்த படித்த பையன்கள் அரசியல் ரீதியாக வளர்த்தெடுக்க தகுதியானவர்களாக இருந்ததாகக் கூறுகிறார்.

ராஜத் துரோகப் பிரசுரங்களை வினியோகித்தது, தல்வாரின் சுவர்களில் 'வெள்ளையனே வெளியேறு' போன்ற கோஷங்களை எழுதியது என்ற குற்றச்சாட்டுகளின் பேரில் கமாண்டர் கிங் இரண்டு மாலுமிகளை கைது செய்ய உத்தரவிட்ட போது, மேனன் நேரடியாக சம்பந்தப்பட நேர்ந்தது. பிப்ரவரி 17 அன்று அதிகாலையில் இந்த கைது பற்றித் தெரிவிக்க ஏராளமான மாலுமிகள் மேனன் வீட்டிற்கு வந்தார்கள்.

புரட்சியின் போக்கு எப்படி இருக்கப் போகிறது என்பது இக்கூட்டத்தில் தெளிவானது. ஒரு கமிட்டி உருவாக்கப்பட்டது. என்ன நடக்கிறது என்று மற்ற கப்பல்களுக்குத் தெரிவித்து, அவர்களது எதிர்வினை எப்படி இருக்கிறது என்று கணிக்க தலைவர்கள் தேர்ந்தெடுக்கப்பட்டார்கள். மறுநாள் மாலுமிகள் பாம்பேயின் வீதிகளில் கோஷம் எழுப்பியபடி செல்ல, பெரும்

அமளி ஏற்பட்டது. முக்கியமான தருணம் வந்து விட்டது போல் தெரிந்தது.

போராடும் பையன்களை சந்திக்குமாறு தான் காந்தியை வேண்டியதாகவும், காந்தி மறுத்துவிட்டதாகவும் அவர் கூறுகிறார். பின்னர் புருஷோத்தம் திரிகம்தாஸுடன் சென்று நேருவைச் சந்தித்தார். புரட்சிக்கு முந்தைய நாட்கள் பற்றிய மேனனின் தகவல்களில் நேரு, காந்தி போன்ற தலைவர்களை அவர் சந்தித்தது பற்றிய விபரங்கள் உள்ளன. சங்கத்தின் பங்கு பற்றிச் சொல்லும் போது, சங்கத்தின் முக்கியமான பணி ராணுவ நீதிமன்ற விசாரணைக்கு ஆளானோருக்கு சட்ட உதவி தருவதுதான் என்று குறிப்பிடுகிறார்.

இந்தப் புரட்சி மாபெரும் எழுச்சி ஒன்றிற்கு இட்டுச் சென்றிருக்குமா என்ற கேள்விக்கு அவர் அது அவ்வாறு ஆகி இருக்கலாம். ஆகி இருக்க வேண்டும் என்று தான் நம்புவதாகத் தெரிவித்தார். ஆனால் தேசிய இயக்கத்தின் தலைவர்கள் மரியாதைக் குரியவர்கள் என்றாலும், அவர்கள் களைப்படைந்த கிழவர்களாக, எந்த ரத்தவெள்ளத்தையும் சந்திக்கத் தயாராக இல்லாதவர்களாக இருந்தார்கள் என்றார். உர்லியில் இருந்த இயற்கை மருத்துவமனைக்குச் செல்லும் வழியில் அன்றிரவு காந்தி பாம்பேயில்தான் தங்கியிருந்தார் என்றார் அவர். காந்தியை சந்திக்க ஒரு குழுவோடு மேனன் சென்றார். மற்றவர்களைச் சந்திக்க மறுத்த காந்தி இவரோடு மட்டும் தனது படுக்கையறையில் உரையாடினார். 'நாட்டில் ஒரு சில விஷயங்களில் மட்டும்தான் கட்டுப்பாடு மிஞ்சியிருக்கிறது, கேஸு.... அந்த சில விஷயங்களையும் யாரும் அழித்துவிடுவதை நான் விரும்பவில்லை,' என்றாராம் காந்தி.

புருஷோத்தம் திரிகம்தாஸ்

1897ல் பாம்பேயில் பிறந்த திரிகம்தாஸ் பாம்பேயிலும், கேம்ப்ரிட்ஜிலும் படித்தார். அவர் பாம்பே ஹோம் ரூல் லீகின் உறுப்பினர். 1924ல் சுயராஜ்ஜியக் கட்சியின் பாம்பே கிளையின் இணைச் செயலாளராக இருந்தார். 1930 அவர் ஒத்துழையாமை இயக்கத்திலும், உப்புச் சத்தியாக்கிரகத்திலும் பங்கேற்றார். 1934ல் அவர் காங்கிரஸ் சோஷலிஸ்ட் கட்சியை உருவாக்கியவர்களில் ஒருவராகவும், அதன் தேசிய செயற்குழு உறுப்பினராகவும் இருந்தார். காந்திக்கு மிகவும் நெருக்கமானவரான இவர் 1948ல் காங்கிரஸ் கட்சியிலிருந்து விலகினார். சோஷலிஸ்ட் கட்சியின்

நாசிக் மாநாட்டுக்குத் தலைமை தாங்கினார். அதே ஆண்டு அவர் அந்தக் கட்சியின் பொருளாளராகத் தேர்ந்தெடுக்கப்பட்டார். (1951ல் அவர் மஹாராஷ்ட்டிரா சட்டமன்ற உறுப்பினராகத் தேர்வு செய்யப்பட்டார்)

தனது மலபார் ஹில்ஸ் இல்லத்தில் வைத்து மாலுமிகளை நேருவைச் சந்திக்க வைத்தது இவர்தான். இச்சந்திப்பின் போது மேனனும் இருந்தார். சந்திப்பு பலன் தரவில்லை. நேரு இவர்களை ஆதரிக்க மறுத்து விட்டார். மாலுமிகள் நேருவை வைசிராயைச் சந்தித்து தம் பிரச்சனைகள் குறித்து பேசுமாறு வேண்டினார்கள். ‘நான் எப்படி இந்த விஷயத்தை வைசிராயிடம் பேச முடியும்?’ என்று கூறி நேரு அவர்கள் கோரிக்கையை நிராகரித்தார்.

திரிகம்தாஸ் ஒரு வழக்கறிஞர். அவர் உச்சநீதி மன்றத்தில் வழக்குகள் நடத்தியவர். மிகப் பெரிய சட்டமேதை என்று புகழ்பெற்றவர். பேரரசர் எதிர் புருஷோத்தம் திரிகம்தாஸ் என்ற அவரது வழக்கு மிகவும் புகழ்பெற்றது. அவர் ஏராளமான நூல்களை எழுதியுள்ளார். அவை குஸூம் நாயருக்குச் சொந்தமான பத்மா பதிப்பகத்தால் வெளியிடப்பட்டன. புரட்சி பற்றிய விசாரணைக் குழுவில் இவர் மாலுமிகள் தரப்பில் ஆஜரானார்.

அருணா அஸஃப் அலி

1946 கப்பற்படை எழுச்சிக்கு உத்வேகமாக இருந்தவர். புரட்சியாளர்களுக்கு ஆதரவாக தைரியமாக வெளிப்படையாகப் பேசிய ஒரு சில கம்யூனிஸ்ட் அல்லாத அரசியல்வாதிகளில் ஒருவர். அருணா அஸஃப் அலி (திருமணத்திற்கு முன்பு அருணா கங்குலி) பஞ்சாபின் கால்காவில் (இப்போது ஹரியானா) அம்பாலிகா தேவி, உபேந்திர நாத் கங்குலியின் மகளாகப் பிறந்தார். அவரது தந்தை கிழக்கு வங்காளத்தின் பரிசால் மாவட்டத்தைச் சார்ந்தவர். பின்னர் ஐக்கிய மாகாணத்திற்கு (இப்போதைய உத்தரப் பிரதேசம்) குடிபெயர்ந்தார்.. உணவகம் நடத்தினார். இவரது தாயார் அம்பாலிகா புகழ்பெற்ற பிரும்ம சமாஜ் தலைவரான பிப்லபி த்ரைலோக்யநாத் சன்யாலின் மகள். சன்யால் ஏராளமான பிரும்ம சமாஜ் பாடல்களை இயற்றியவர். அருணாவின் தந்தையின் சகோதரர் கல்லூரிப் பேராசிரியர். ரவீந்திர நாத் தாகூரின் ஒரே மகளான மீராதேவியை மணந்தவர். அருணாவின் சகோதரி பூர்ணிமா பானர்ஜி அரசியலமைப்பு சபையின் உறுப்பினர். எனவே அருணாவிடம் சமூக சீர்திருத்தத்திற்கான ஆர்வமும், விடுதலை வேட்கையும் நிரம்பியிருந்ததில் வியப்பேதுமில்லை.

அருணா லாகூரின் சேக்ரட் ஹார்ட் கான்வென்ட்டில் படித்தார். பின்னர் நைனிடாவில் ஆல் செயிண்ட்ஸ் கல்லூரியில். பின்னர் கல்கத்தாவின் கோகலே மெமோரியல் பள்ளியில் ஆசிரியராக இருந்தார். அலகாபாத்தின் காங்கிரஸ் தலைவரான அஸஃப் அலியைச் சந்தித்தார். 1928ல் தனது பத்தொன்பதாவது வயதில் குடும்பத்தினரின் எதிர்ப்பை மீறி அஸஃப் அலியை மணந்தார். அஸஃப் அலி வேற்று மதத்தினர், அருணாவை விட 23 வயது பெரியவர் என்பதே எதிர்ப்பிற்குக் காரணம்.

அஸஃப் அலி பெரிய அரசியல் தலைவர். புகழ்பெற்ற வழக்கறிஞர். பகத் சிங்கிற்காக ஆஜரானதால் புகழ் பெற்றவர். திருமணத்திற்குப் பிறகு அருணாவும் காங்கிரஸ் கட்சியில் இணைந்தார்.

அருணா உப்புச் சத்தியாகிரகத்தில் பங்கேற்றார். நிரந்தரமான முகவரி இல்லாத நாடோடி என்ற குற்றச்சாட்டில் கைது செய்யப்பட்டார். 1931ல் எல்லா அரசியல் கைதிகளும் விடுவிக்கப்பட்ட போதும், அருணா முகவரி இல்லாத நாடோடி என்று கைதானதால் விடுதலை செய்யப்படவில்லை. அருணா மற்ற கைதிகளிடையே மிகவும் பிரபலமாக இருந்ததால், மற்ற பெண் கைதிகள் அருணா விடுதலை செய்யப்படும் வரை தாமும் சிறையிலேயே இருப்போம் என்று போராடினார்கள். மக்கள் கிளர்ச்சி, காந்தியின் நேரடி தலையீடு ஆகியவை காரணமாக அவர் பின்னர் விடுதலை செய்யப்பட்டார்.

1932 ல் அருணா மீண்டும் கைது செய்யப்பட்டு டில்லி திஹார் சிறையில் அடைக்கப்பட்டார். அங்கு அவர் பெண் கைதிகளின் நலன்களுக்காக உண்ணாவிரதம் இருந்தார். அதன் விளைவாக பெண் கைதிகளின் நிலையில் சில முன்னேற்றங்கள் ஏற்பட்டன. ஆனால் அருணா அம்பாலா சிறைக்கு மாற்றப்பட்டு தனிமைச் சிறையில் அடைக்கப்பட்டார்.

1942ல் அருணா 'வெள்ளையனே வெளியேறு' இயக்கத்தில் தீவிரமான ஈடுபட்டார். காந்தியின் 'செய் அல்லது செத்து மடி' என்ற அறை கூவல் அவரது அரசியல் சிந்தனைக்கு, செயல்களுக்கு ஏற்புடையதாக இருந்தது. 1942 ஆகஸ்ட் 8 அன்று பாம்பேயின் காங்கிரஸ் கட்சி வெள்ளையனே வெளியேறு தீர்மானத்தை நிறைவேற்றியதும் பிரிட்டிஷ் அரசு தனது சாட்டையை சொடுக்கியது. இயக்கம் வலுப்பெறுவதை தடுக்க காந்தி, நேரு உள்ளிட்ட அத்தனை முக்கிய தலைவர்களையும் கைது செய்தது.

ஆனால் இது இந்த இளம் சோஷலிஸ்ட்டின் உணர்ச்சிகளைத்

தடுக்கவில்லை. மாறாக, தலைவர்களின் கைது அவரை எந்த அளவிற்கு உத்வேகப்படுத்தியது என்றால், மறுநாள் ஆகஸ்ட் அன்று தொடர்ந்த அமர்விற்கு அருணா தலைமை தாங்கினார். பாம்பேயின் கௌவாலியா டேங்க் மைதானத்தில் (இப்போது ஆஸாத் மைதானம்) தடையை மீறி மூவர்ணக் கொடியை ஏற்றினார். அன்றைய நடைமுறையின்படி கைதாகாமல், தலைமறைவானார்.

இளம் அருணா அஸஃப் அலி 1940களில்.

அடுத்த மூன்றாண்டுகளுக்கு அவர் போலீசிடம் சிக்காமல் ஏமாற்றினார். பிரிட்டிஷ் அரசாங்கம் அவரது சொத்துக்களை எல்லாம் பறிமுதல் செய்து, ஏலம் விட்ட போதும் சரணடையாமல் தலைமறைவாக இருந்தார். மற்றொரு தீர மிக்க சோஷலிஸ்ட்டான ராம் மனோகர் லோஹியாவுடன் சேர்ந்து காங்கிரஸின் மாத இதழான இன்குலாபை நடத்தினார். தலைமறைவான சில நாட்களிலேயே பாம்பேயில் காங்கிரஸ் ரேடியோ என்ற தலைமறைவு வானொலி நிலையத்தை ஆரம்பித்து ஒலிபரப்பினார். இது அவர் தலைமறைவான இரண்டாவது வாரத்தில் ஆரம்பிக்கப்பட்டது. இது வெள்ளையனே வெளியேறு போராட்ட காலத்தில் 1942 ஆகஸ்ட் 20 முதல் அந்த ஆண்டு டிசம்பர் வரை இயங்கியது.

காங்கிரஸ் வானொலி பிரிட்டிஷ் அரசின் ஆல் இந்தியா ரேடியோவின் பொய் பிரச்சாரங்களுக்கு பதிலடி தந்தது. காங்கிரஸ் தலைவர்கள் ஆல் இந்தியா ரேடியோவை ஆன்டி இந்தியா ரேடியோ என்று கிண்டலாகக் குறிப்பிட்டனர். இந்த வானொலி மூலம் அருணா இளைஞர்களுக்கு வன்முறை, அஹிம்சை என்ற வீண் விவாதத்தை கைவிட்டு, புரட்சியில் இறங்குமாறு அறை கூவல் விடுத்தார். அருணா, அவரது தோழர்கள் ஜெயப்பிரகாஷ் நாராயண், ராம் மனோகர் லோஹியா போன்றோர் 'காந்தியின் அரசியல் வாரிசுகள், ஆனால் காரல் மார்க்ஸின் சமீபத்திய சீடர்கள்' என்று குறிப்பிடப்பட்டார்கள்.

பல காங்கிரஸ் தலைவர்களும் அருணாவை சரணடையுமாறு வேண்டினார்கள். ஆனால் அவர் சுதந்திரமான போக்கு உள்ளவர்

என்பதால், அதற்கு செவி சாய்க்கவிபல்லை. 'உன் வீரத்தை, சாகசத்தைப் பார்த்து பெருமை கொள்கிறேன். நீ எலும்பும் தோலுமாக ஆகிவிட்டாய். சரணடைந்து விடு,' என்று காந்தி கூட கேட்டுக் கொண்டார். ஆனால் அருணா பிடிவாதமானவர்.

1945ல் பிரிட்டிஷ் அரசு அவரது தலைக்கு வைத்திருந்த விலையை திரும்பப் பெற்ற பிறகே வெளியில் வந்தார். இந்த சமயத்தில் தான் பி.என்.நாயர், குஸும் நாயர், ஒய்.கே.மேனன் ஆகியோர் அவரைத் தொடர்பு கொண்டார்கள். நாயர்கள் தத், ஆர்.டி. போன்ற இளம் மாலுமிகளுக்கு அவரை அறிமுகம் செய்து அவர்களது திட்டங்களுக்கு வழிகாட்ட வேண்டினார்கள். அவர்களுக்கு வெளிப்படையான, தீவிரமான ஆதரவு தருவதாக அருணா உறுதியளித்தார். நாயர்களுக்கு அருணா மிகவும் நெருங்கியவரானார். அஸஃப் அலி மருத்துவமனையில் இருந்தபோது நாயர்கள் தான் அவரைக் கவனித்துக் கொண்டார்கள்.

ஜி.என்.எஸ். ராகவனுடன் இணைந்து தான் எழுதிய Resurgence of India Women என்ற நூலில் அருணா பின்வருமாறு குறிப்பிடுகிறார் : 'அரசியல் உணர்வு மட்டும் மேலெழுந்தபோது ராணுவப் படைகளில் இந்திய வீரர்களின் அதிருப்தியும் மேலெழுந்தது...' எழுச்சிக்குத் தனது முழு ஆதரவையும் தெரிவித்த அவர், 'வெள்ளையனே வெளியேறு, கப்பற்படை எழுச்சி ஆகிய இயக்கங்களில் நம் மக்கள் காட்டிய புரட்சிகர உணர்வுகளை விடுதலைப் போரின் இறுதிச் சுற்றிற்காக ஒன்று திரட்டியிருந்தால், தேசத்தின் பிரிவினையைக் கூடத் தவிர்த்திருக்கக் கூடும்' என்கிறார். காங்கிரஸின் முதிய தலைமையைத் தாக்கிய அவர் '1945 ஜூன் 15 அன்று பிரிட்டிஷார் விடுதலை செய்த காங்கிரஸின் முதிய, களைப்படைந்த தலைவர்கள்.... ஒரு புதிய போராட்டத்தில் ஈடுபடும் மனநிலையில் இல்லை' என்றார்.

மௌலானா ஆஸாத் (காங்கிரஸ் கட்சியின் அப்போதைய தலைவர்) சர்தார் படேல் போன்றோர் மாலுமிகள் சரணடைய வேண்டும் என்று சொல்லி வந்த நிலையில் மாலுமிகளின் போராட்டத்தை ஆரம்பத்தில் புகழ்ந்தவரான நேருவுடன் அருணாவிற்கு உடன்பாடு சற்று அதிகம். அருணா மாலுமிகளின் கோரிக்கை 'முற்றிலும் நியாயமானது,' என்று போராட்டம் பற்றிய தனது நிலைபாட்டை தெளிவாக அறிவித்தார். மாலுமிகள் சார்பாக சமாதானம் பேச உதவவும் முன் வந்தார்.

எழுச்சி உச்சபட்சத்தில் இருந்தபோது, இப்பிரச்சினையில் அருணா காந்தியுடன் வெளிப்படையாகவே முரண்பட்டார். அவர் 'ராணுவ ரோந்துகள் எவ்வித நிபந்தனையுமின்றி வாபஸ் பெறப்பட

வேண்டும்... சிவில் உரிமைகள் மீதான தடைகள் உடனடியாக நீக்கப்பட வேண்டும்' என்று கோரினார். அருணாவின் வீரமான, சுதந்திரமான பங்களிப்பை குறிப்பிடாவிட்டால் இந்திய விடுதலை இயக்க வரலாறும், 1946 கப்பற்படை எழுச்சி வரலாறும் முழுமை பெறாது.

எண்ணற்ற இளம் ஆண்களின், பெண்களின், குறிப்பிடத்தக்க தியாகம் புரிந்த புரட்சிகரமான மாலுமிகளின் வீரத்திற்கு ஒரு குறியீடாக அருணா திகழ்ந்தார். 1946ல் இத்தகைய தன்மையும், வீக்கம் கொண்ட ஒரு புரட்சி, அது நடந்து முடியும் வரை நம்ப முடியாததாகவே இருந்தது. பிரிட்டிஷ் அரசாங்கத்தின் அதிகாரத்தை எதிர்ப்பதற்கான இடையூறுகள் ஏராளம்.

ஆனாலும், இந்த அளவிற்கு எதிர்த்து, வெஸ்ட்மின்ஸ்டரில் மிகப் பெரிய அதிர்வை அவர்கள் ஏற்படுத்தியது அவர்களது வீரத்திற்கு, சுதந்திரப் போரில் அவர்களுக்கு இருந்த உறுதிக்கு சாட்சியாக இருக்கிறது. உண்மையில் பல கப்பற்படை வரலாற்றாளர்களும் 1946 கப்பற்படை எழுச்சிதான் 1947ன் வரலாற்றுச் சிறப்பு மிக்க நிகழ்வான, நேரு அகில இந்திய வானொலியில் சொன்ன வார்த்தைகளில் சொல்வதானால், 'இந்தியா தனது வாழ்விற்கும், சுதந்திரத்திற்கும் விழித்துக் கொண்ட' அந்த நிகழ்விற்குக் காரணம் என்று குறிப்பிடுகிறார்கள். ❒

REFERENCES

B.C. Dutt, *Mutiny of the Innocents*. Bombay: Sindhu Publications, 1971.

B.C. Dutt, Enquiry Report, NAI.

Copy of letter dated 29.4.46, from Kusum Nair to Aruna Asaf Ali, Secret document, Criminal Investigation Department, Delhi, 2 May 1946, File No. G-7.

Dilip Kumar Das. *Revisiting Talwar: A Study in the Royal Indian Navy Uprising of February 1946.* Delhi: Ajanta Publications, 1993.

INA Trial, Lal Salaam - A Blog by Vinay Lal.

Interview with B.C. Dutt, NAI.

John Adams, 'Obituary: Kusum Nair (1919–93)', *The Journal of Asian Studies*, Vol. 53, No. 3 (August 1994), pp. 1046–48.

'Lady Journalist appears before R.I.N. Commission', *Free Press Journal*.

Note on incidents connected with RIN Mutiny, NAI.

The Indian Annual Register (January–June 1946), Vol. 1., pp. 235, 289–98, 301–07.

Trotskiyst movement in India and Ceylon, RIN Mutiny.

Y.K. Menon, Eye-witness account recorded on 4.9.1969, NAI.

NAIDU. O.No.14029.

JUBBAR. O.No.21853.

RODRIGUEZ. O.No. 22913.

On the morning of 8th February, we were in our barracks. There were about 14 or 15 people there. I was combing my hair and pacing the locker. I heard some shouts. I turned back and saw Comdr. King standing at the door inside the barrack. Just then I heard him saying "You sons of bitches stand up". He also said "Whenever I come inside you must all stand up". I also heard him using the words, "You Junglies and Coolies". He asked one of them to throw away his cigarette but actually there was no cigarette in the hands of the rating. Next morning we gave a complaint to our immediate officer in C.C.O., who passed it on, and finally the complaint was forwarded to Lt.Comdr.Shaw. My complaint was taken by Mr. Asirvadam. I said I was keen on my complaint being forwarded to higher authorities. He said I should forgive and forget but I did not agree to drop the matter. As to why Comdr. King was using this abusive language, I did not know the reason. I did not get any reply to my complaints. Then we faced Comdr. King. He said, "I cannot deal with this matter as it was against himself but he said it was a false charge and he will take heed of the matter. He gave me permission to forward my request to higher authorities and we did so but we got no reply.

கமாண்டர் சிங் மீது எழுத்துபூர்வ புகார் அளித்த பதினான்கு மாலுமிகளில் ஒருவர் தந்த புகார் மனு.

5

தீப்பொறிகள்

'**எ**ந்திரிங்கடா கூலிப் பயல்களா, காட்டுமிராண்டிகளா, நாய்ப்பயல்களா' - கமாண்டர் கிங் தனக்குக் கீழ் பணிபுரிந்த இந்திய மாலுமிகளை இப்படித்தான் பேசி வந்தார். அவர் மீதான ஆத்திரம் கங்காகக் கனன்று கொண்டிருந்தது. அது பற்றி எரிந்த போது பிரிட்டிஷ் அரசையே அசைத்தது. எங்கோ இருந்த ஒயிட்ஹாலை பதறச் செய்தது.

பாம்பேயில் இருந்த தல்வார் இந்தியாவில் இருந்த பிரிட்டிஷ் படைகளுக்கு மிக முக்கியமான ஒரு அலுவலகமாகும். பிரிட்டிஷ் சாம்ராஜ்ஜியத்திற்கே இரண்டாவது பெரிய சிக்னல் பள்ளியாக அது திகழ்ந்தது.

அதுதான் 1946 பிப்ரவரியில் கப்பற்படை எழுச்சி துவங்கிய இடம். அங்கு சுமார் 2000 இந்திய மாலுமிகள் பணிபுரிந்தார்கள். அவர்கள் மிக மோசமான பணிச் சூழலில் மிகக் கேவலமாக நடத்தப்பட்டார்கள். அவர்களது கோபமும் வெறுப்பும் கொதிநிலையை அடைந்தது. சுதந்திரப் போராட்டமும், ஐ.என்.ஏ. வீரர்களின் வீரமும் அதை மேலும் தூண்டிவிட்டன.

போராட்டம் வெடிப்பதற்கான பொறியை பிரிட்டிஷாரே, அதாவது கமாண்டர் கிங்கே தந்தார். 1946 ஜனவரியில் மாலுமிகள் கொந்தளிப்பில் இருந்த காலகட்டத்தில் தல்வாரின் கமாண்டராக கிங்கை நியமித்து ஒரு மிகப் பெரிய தவறை பிரிட்டிஷ் நிர்வாகம் செய்தது.

'கிங் வாட்டசாட்டமான உருவமும், சிறிய மூளையும் உடையவர்' என்று தத் தனது நூலில் கிங் பற்றிக் குறிப்பிடுகிறார். இன்வெறியரான கிங், 'பிளடி இந்தியர்கள்' மீதான தம் வெறுப்பை வெளிப்படையாகவே காட்டினார். அவர் இனவெறியர் மட்டுமல்ல. படித்த மாலுமிகள் அவருக்குச் சரிசமமாக பதிலுக்குப் பதில் பேசுவதும் அவருக்குப் பிடிக்காது. நிர்வாகத் திறமை அவருக்குக் கிடையாது என்பதால் தனக்குக் கீழே பணிபுரிபவர்களை கட்டுப்படுத்த அவர் மிரட்டல் பாணியைக் கடைப்பிடித்தார். அதன் விளைவு தவிர்க்க முடியாததாக இருந்தது. மாலுமிகள் தங்களது வெறுப்பு, கோபத்தை அவர் மீது திருப்பினர்.

கமாண்டர் ஆர்தர் பிரடெரிக் கிங். இனவெறி பிடித்த அதிகாரி.

மாலுமிகள் அவரது கார் டயர்களை பஞ்சர் செய்தனர். அவரது காரில் 'வெள்ளையனே வெளியேறு' என்று எழுதினர். இவை அவரை கையாலாகாதவராக, முட்டாளாகக் காட்டின. பாம்பே கப்பற்படை வட்டாரங்களில் அவர் கேலிக்கு உரிய மனிதரானார். 1946 பிப்ரவரி வாக்கில் எதுவுமே அவரது கட்டுப்பாட்டில் இல்லை. அவருக்கு மிரட்டல் விடும் மொட்டைக் கடிதங்கள் வந்தன. கடும் மனஉளைச்சலுக்கு ஆளான அவர் மனமுடைந்து, சரி செய்ய முடியாத தவறுகளைச் செய்தார்.

காந்தி பிறந்த அதே அக்டோபர் 2ஆம் நாள் 1917ல் பிறந்தவரான கமாண்டர் ஆர்தர் பிரடெரிக் கிங் புரட்சித் தீயை மூட்டிவிட்ட தீப்பொறியாக என்றும் நினைக்கப்படுவார்.

1934ல் ராயல் நேவியில் கிங் கப்பற்படையில் சேர விண்ணப்பித்தார். அவருக்கு பிரெஞ்சு மொழி சரியாகத் தெரியாததால் எழுத்துத் தேர்வில் தோல்வி அடைந்தார். எனினும் ராயல் இந்தியன் நேவிக்கான நேர்முகத் தேர்வில் தேர்ச்சி பெற்று, அதில் சேர்ந்தார். ராயல் நேவியில் தரப்படும் அதே பயிற்சிதான் இங்கும் அவருக்குத் தரப்பட்டது. படையில் சேர்ந்த முதல் வாரத்திலேயே அட்லாண்டிக் பெருங்கடலில் ஒரு கப்பலைக் காப்பாற்றும் பணியில் அவர் பங்கேற்று நல்ல பெயர் பெற்றார்.

கிங்கின் முதல் கப்பல் 'கிளைவ்' என்ற பழைய ஒற்றைப் பாய்மரக் கப்பல். இது வங்காள விரிகுடாவில் ஜப்பானிய

உளவாளிகளைத் தேடும் பணியிலும், அந்தமான், நிகோபார் தீவுக் கூட்டங்களில் உளவுப் பணிகளிலும் ஈடுபட்டிருந்தது. கிங்கும், அவரது வீரர்களும் முத்துக் குளிப்பவர்கள் போல் வேடமிட்டு இப்பணிகளில் ஈடுபட்டிருந்தனர். 1938ல் ஆர்.ஐ.என். விரிவுபடுத்தப்பட்ட போது டல்ஹௌசி என்ற பயிற்சிக் கப்பலுக்கு கிங் அனுப்பப்பட்டார். இவரிடம் பயிற்சிக்கு வந்த முதல் பேட்ச் மாலுமிகள் பஞ்சாபிலிருந்து வந்த இளைஞர்கள். அந்த 40 பேரும் கடலையும் பார்த்ததில்லை. கப்பலையும் பார்த்ததில்லை. அவர்களோடு பேசுவதற்காக கிங் உருது கற்றார்.

1939ல் கிங் கப்பற்படை அலுவலகத்தை உருவாக்குவதற்காக டில்லிக்கு அனுப்பப்பட்டார். 1940ல் பீரங்கி நிபுணர் பயிற்சிக்காக லண்டன் சென்றார். 1941ல் ஸ்காட்லாந்தில் ஜும்னா என்ற கப்பலில் பணியாற்றினார். அருகில் உள்ள கிளாஸ்கோவில் தனது வருங்கால மனைவி ஆனியை சந்தித்தார். 1942ல் டில்லியில் சற்று கடினமான வாழ்க்கை. 1943ல் முதல் லெப்டினண்ட்டாக இங்கிலாந்துக்கு மாறுதல். 1944ல் காவேரி என்ற கப்பலில் பணியாற்றும் போது அந்த கப்பலின் கேப்டனுக்கு உடல்நிலை சரியில்லாது போக, கிங் கேப்டனாக்கப்பட்டார். காவேரியின் கேப்டனாக அட்லாண்டிக் பெருங்கடலில் செல்லும் கப்பல்களுக்கு பாதுகாப்பு அளித்தார். பின்னர் இந்தியப் பெருங்கடலில் ஜப்பானிய நீர்மூழ்கிகளை வேட்டையாடினார். இந்த சிறந்த சேவைகள் காரணமாக கமாண்டிங் ஆபீசராக உயர்ந்தார்.

1946 ஜனவரி 21 அன்று கிங் தல்வாரின் கமாண்டிங் ஆபீசராக (சி.ஓ.) பொறுப்பேற்றார். அவரது பணி சவால்கள் நிறைந்ததாக இருந்தது. இவருக்கு முன்பிருந்த கமாண்டர் கோல் இந்திய மாலுமிகளிடம் நற்பெயர் பெற்றவர் என்பதால் இவருக்கு பொறுப்புகள் அதிகமாக இருந்தன. இந்திய மாலுமிகளிடம் நற்பெயர் பெற்ற காரணத்தினாலேயே கோல் சற்று மென்மையானவராக, கெடுபிடியற்றவராகக் கருதப்பட்டார். தல்வாரின் சுவர்களில் பிரிட்டிஷ் எதிர்ப்பு கோஷங்கள் எழுதப்பட்ட சம்பவம் இதை உறுதி செய்தது.

பிரிட்டிஷார் அங்கு கெடுபிடியான அதிகாரி ஒருவரை நியமிக்க நினைத்தார்கள். கண்டிப்பானவரான கிங்கை அங்கு அனுப்பினால் அவர் தல்வாரில் ஒழுங்கை நிலை நாட்டுவார் என்று நினைத்தார்கள்.

இங்கும் தனது அதிகாரத்தை நிலைநாட்டுவதில் தாமதிக்கவில்லை. அவரது காரில் வெள்ளையனே வெளியேறு என்று எழுதி, டயர்களை

பஞ்சர் செய்ததற்கு மறுநாள், பிப்ரவரி 8ஆம் தேதி, அதிகாலையில் மாலுமிகளின் பாசறைகளை திடீரென பார்வையிட்டார். மாலுமிகள் அவரை கண்டுகொள்ளவே இல்லை. யாரும் எழுந்து நிற்கவில்லை. சல்யூட்டும் அடிக்கவில்லை.

ஆத்திரத்தில் கிங், 'இந்திய நாய்களே! கூலிப் பயல்களே!' என்று கூச்சலிட்டார். ஏற்கனவே கோபத்தில் இருந்த மாலுமிகளுக்கு இந்த வார்த்தைகளைக் கேட்டதும் வெறியேறியது. அவர்கள் உயரதிகாரிகளிடம் வாய்மொழியாக புகார் செய்தார்கள். ஆனால் இந்தப் புகார்கள் கமாண்டர் கிங்கிடம் தான் சென்றன. அவர் 'புகாரைத் திரும்பப் பெறுங்கள்' அல்லது 'கடுமையான பின்விளைவுகளைச் சந்தியுங்கள்' என்றார். ஒரு வாரமாகியும் ஒரு நடவடிக்கையும் இல்லை.

முன்னதாக பிப்ரவரி 2ஆம் தேதி, தல்வாரின் சுவர்களில் தேச துரோக கோஷங்களை எழுதியதற்காக தத் கைது செய்யப்பட்டிருந்தார். கிங் இவ்வாறு அடக்குமுறைகளை தொடர்ந்து செய்ய ஆரம்பித்ததில் மாலுமிகள் கடும் கோபமடைந்து விட்டார்கள்.

பிப்ரவரி 8

பெண் மாலுமிகளைப் பார்த்து மாலுமிகள் விசிலடித்து கிண்டல் செய்கிறார்கள் என்று கிங்கிற்கு தகவல் கிடைத்தது. கமாண்டிங் ஆபீசர் என்ற தனது அதிகாரத்தை யாரும் மதிப்பதில்லையே என்ற ஆத்திரத்தில் கிங் இந்த 'பிளடி இந்தியர்களை' ஒரு வழி செய்வது என்ற முடிவுக்கு வந்தார்.

அதனால்தான் அவர் பிப்ரவரி 8ம் தேதி திடீரென பாசறைக்கு வந்தார். அங்கு அதிர்ச்சியூட்டும் விதமாக ஒழுக்கக் குறைவு.

தல்வாரின் முதல் பரேட் காலை 9.15க்கு நடக்கும். ஆனால் கட்டிலில் படுத்தபடி, சிகரெட் குடித்தபடி, கெட்டவார்த்தை பேசிக் கொண்டு, மாலுமிகள் யாரும் பரேடுக்கு வரவில்லை. சி.ஓ.வின் மரியாதை அதளபாதாளத்திற்குப் போய்விட்டது.

ஆத்திரத்தில் கிங் வாய்க்கு வந்தபடி கெட்டவார்த்தைகள் பேசி திட்டிவிட்டார். இதுதான் பின்னர் அவரது தலைவிதியைத் தீர்மானிக்கப் போகிறது. பாசறையை விட்டு புயல் வேகத்தில் வெளியேறிய அவர் தனக்கு அடுத்த அதிகாரியான லெப்.கமாண்டர் ஷாவை அழைத்து, மாலுமிகளின் நடத்தை குறித்து தனது அதிருப்தியைத் தெரிவித்தார். எந்த தாமதமும் இன்றி உடனடியாக இதற்கு நடவடிக்கை எடுக்க வேண்டும் என்றார்.

லெப் கமாண்டர் ஷா சொல்லப்பட்டது போல் செய்தார். ஒவ்வொரு மாலுமிகயாக அழைத்து கிங்கின் கோபத்தைத் தெரிவித்தார். மாலுமிகளை விசாரித்த போது, கிங்கின் நடவடிக்கைதான் மாலுமிகளின் கோபத்திற்குக் காரணம் என்று அவருக்குத் தெரிந்தது. உடனடியாக ஏதேனும் செய்தாக வேண்டும் என்று நினைத்தார். 12.30க்கு கிங் அலுவலகம் சென்று அவரிடம் தனது விசாரணை பற்றியும், மாலுமிகளின் மனநிலை பற்றியும் கூறினார். அப்போது பின்னாளில் இந்திய கப்பற்படையின் தளபதியாக உயர்ந்தவரான லெப்.எஸ்.எம்.நந்தா உடனிருந்தார்.

பிப்ரவரி 9

மறுநாள் லெப் கமாண்டர் ஷா 14 மாலுமிகளை தனித்தனியாக சந்தித்துப் பேசியபோது, அவர்கள் தம் உணர்வுகளை தெளிவாகக் கூறினார்கள். தனித்தனியே பேசியபோதும் எல்லோரும் ஒரே விஷயங்களைத் தான் சொன்னார்கள். பின்னர் அவர்கள் இதுவரை நடந்திராத ஒன்றைச் செய்தார்கள். தமது கமாண்டிங் ஆபீசர் மீது முறையான எழுத்துபூர்வமான புகார் மனுவை ஷாவிடம் அளித்தார்கள்! கிங் தமக்கெதிராக அனைத்து மாலுமிகளையும் ஒன்றுசேர்த்து விட்டார்.

பிரச்சனை பெரிதாகி விட்டது. ஷா அழைத்துப் பேசிய 14 மாலுமிகளும் தமது சி.ஓ.விற்கு எதிராக முறையான புகாரை அளித்து விட்டார்கள். இது மிகப் பெரிய பிரச்சனை. தனிப்பட்ட முறையில் புகார் தருவதே ஆபத்தானது என்ற நிலையில் உயர் அதிகாரிக்கு எதிராக கூட்டாக புகார் அளிப்பது ராணுவப் புரட்சியாகக் கருதப்படும்.

நடுங்கிப் போன ஷா, மாலுமிகளுக்கு பிரச்சனையை புரிய வைக்கப் பார்த்தார். அவர்களது வாழ்க்கையே பாழாகி விடும் என்று மிரட்டிக் கூடப் பார்த்தார். ஆனால் அந்த வீரமான இளைஞர்கள் நிறைய அனுபவித்துவிட்டார்கள். தொடர்ந்து கேவலப்படுத்தப்பட்டு, அவமதிக்கப்பட்டுவிட்டார்கள். எனவே அவர்கள் இப்போது பின்வாங்குவதாக இல்லை. இப்போது பின் வாங்கினால் இந்த துயரம் அதிகரிக்கவே செய்யும்.

பிப்ரவரி 10

லெப்.கமாண்டர் ஷா இக்கட்டான சூழலில் மாட்டிக் கொண்டார். அவரால் இந்த புகார்களை ஒதுக்கித் தள்ளவும் முடியாது. தனது உயரதிகாரிக்கு எதிராக உத்தரவு போடவும் முடியாது.

இப்பிரச்சனையை நாசூக்காக, விரைவாக, சமயோஜிதமாக கையாளும்படி வேண்டி தனது சி.ஓ.விற்கு ஷா தனிப்பட்ட, ரகசயிக் கடிதம் ஒன்றை அனுப்பினார். இல்லாவிட்டால் பெரிய பிரச்சனை ஆகிவீடும் என்று கேட்டுக் கொண்டார். கடிதத்தின் நகலை பாம்பே கப்பற்படையின் தலைவரான ரியர் அட்மிரல் ஆர்தர் ரூலியன் ராட்ரேவிற்கு அனுப்பினார்.

நல்லறிவு உள்ள எந்த சி.ஓ.வும் ஷாவின் கடிதத்தைப் பார்த்தவுடன், மாலுமிகளை சமாதானம் செய்வதற்கு விரைவாக நடவடிக்கை எடுத்திருப்பார். ஆனால் ஆணவக்காரான கிங் அனைத்தும் தன் கட்டுப்பாட்டில் இருப்பதாக, தன்னை எவரும் எதிர்க்க முடியாது என்பதாக நினைத்தார். இந்தக் 'கூலிகள்' சீக்கிரத்திலேயே ஒழுங்குக்கு வந்து விடுவார்கள் என்று நினைத்தார். எனவே கடிதத்தை பாக்கெட்டில் போட்டுக் கொண்டு, எதுவும் செய்யாமல் இருந்து விட்டார்.

இவ்வாறாக கிங் தனது சக அதிகாரியின் ஆலோசனையைக் கேட்க மறுத்து பிடிவாதமாக இருந்து விட்டார். இவ்விஷயத்தை வழக்கமான முறையில் விசாரிக்க முடிவு செய்யப்பட்டது. வாரா வாரம் ஞாயிற்றுக்கிழமை சி.ஓ. புகார்களைக் கேட்டு முடிவு சொல்லும் கூட்டம் ஒன்று நடத்துவார். அதற்கு *Request men and Defaulters* என்று பெயர்.அதில் பேசிக் கொள்ளலாம் என்று கிங் முடிவு செய்தார்.

அவ்வாறாயின் சம்பவம் நடந்து 7 நாட்களுக்குப் பிறகு பிப்ரவரி 16 அன்று தான் இந்த விஷயம் பேசப்படும். கிங்கின் செய்தி தெளிவாக இருந்தது. இது ஒன்றும் பெரிய விஷயமல்ல என்பதே அது. ஏற்கனவே கோபமாக இருந்த மாலுமிகளுக்கு இது மேலும் ஆத்திரமூட்டியது. விஷயம் முக்கியமானது, உடனடி நடவடிக்கை தேவை என்ற ஷாவின் கடிதத்தையும் கிங் பொருட்படுத்தவில்லை.

இப்போது தல்வார் எந்த நேரமும் வெடித்து விடும் எரிமலை போல் இருந்தது. கோபமான மாலுமிகள். எதையும் கண்டுகொள்ளாத திமிர் பிடித்த சி.ஓ. பிரச்சனை தானாக சரியாகி விடும் என்ற பாம்பே கப்பற்படையின் தலைமையின் அக்கறையற்ற போக்கு. எரிமலை வெடிப்பதை தவிர்க்கவே முடியாது.

பேரழிவு ஏற்படுவதை தடுக்க இயன்ற அளவு ஷா முயன்றார். பிப்ரவரி 16க்கு முன்பே மாலுமிகளை அழைத்துப் பேசுமாறு கிங்கிடம் பலமுறை கெஞ்சினார். ஆனால் பலனில்லை. தன் கண்முன் நின்ற ஆபத்தைப் பார்க்க கிங் தவறினார். அதன் விளைவு

மாலுமிகளின் நியாயமான கோபம் கண்மண் தெரியாத ஆத்திரமாக மாறியது. பிப்ரவரி 9 முதல் 16 வரை திரண்ட அந்த புயல் வெளிப்படையான புரட்சியாக வெடித்தது. தனது பேச்சிற்காக கிங் பெரிய விலை தர நேர்ந்தது.

1946 பிப்ரவரி 16 சனிக்கிழமை

பிப்ரவரி 16 அன்று கிங் மாலுமிகளை அழைத்து, மிரட்டி பணிய வைக்கப் பார்த்தார். தங்கள் குற்றச்சாட்டுகளை திரும்பப் பெறுமாறு ஆணையிட்ட அவர், அவர்களுக்கு 24 மணி நேர கெடு தந்தார். ‘புகார் அளிப்பதில் பயனில்லை. அதை நிரூபிக்க முடியாவிட்டால், நீங்கள்தான் பிரச்சனையில் மாட்டிக் கொள்வீர்கள்,’ என்று மிரட்டினார்.

மாலுமிகள் பின்வாங்கி விடுவார்கள் என்று கிங் உறுதியாக நம்பினார். எந்த இந்தியனுக்கு ஒரு வெள்ளை அதிகாரிக்கு எதிராக புகார் கூற தைரியம் இருக்கும்? ஆனால் மாலுமிகள் இன்னும் கோபமுற்றார்கள். கிங் வருத்தப்படாதது மட்டுமின்றி, அவர்கள் தரப்பைக் கேட்கவும் அக்கறை காட்டாததும், அவர்கள் பொய் புகார் தருவதாக குற்றம் சாட்டியதும் அவர்களுக்கு கோபம் ஏற்படுத்தின. மொத்தத்தில் தம்மை பொய்யர்கள், பிரச்சனை செய்பவர்கள் என்று அவர் கூறுவதாகக் கருதினர்.

அனைவராலும் மிகவும் மதிக்கப்பட்ட தத், மிக இரக்கமற்ற வகையில் நடத்தப்பட்டது சூழலை மேலும் மோசமாக்கியது. விசாரணை செய்யப்பட்ட அவர் தல்வாரின் ஒரு மூலையில் இருந்த அறையில் சிறைவைக்கப்பட்டிருந்தார். (பின்னர் கிங் வெளியேறியதும் தத்தை கிங் வீட்டில் காவலில் வைத்தார்கள். அங்கு இரண்டு காவலர்கள் உள்ளே, நான்கு காவலர்கள் வெளியே என தத்திற்கு கடுமையான காவல் போடப்பட்டது. எனினும் அந்த காவலர்கள் புரட்சிக்கு ஆதரவானவர்கள். எனவே தத் பாசறையில் அனைவரோடும் தொடர்பில் இருந்தார். வெளியில் நடப்பவை அனைத்தும் அவருக்கு உடனே தெரிந்தன)

கிங் தத்தைச் சந்தித்து, கோபமாக இருக்கும் மாலுமிகளை சமாதானப்படுத்துமாறு தன்னை வேண்டியதாக தத் தனது நூலில் குறிப்பிடுகிறார். ‘இரண்டாம் நாள் இரவு எதிர்பாராத விதமாக தத் என்னை வந்து சந்தித்தார். மிகவும் சுமுகமாகப் பேசினார். காவலர்களை போகச் சொல்லி விட்டார்... வெளியே புல் தரையில் அமர்ந்து பேச என்னை அழைத்தார், ‘என்று எழுதுகிறார் தத். தத்தின் குடும்பம் பற்றி சற்று நேரம் மரியாதை நிமித்தம் பேசிய பிறகு,

'நான் ஒரு சிறைப்பறவை ஆகி விடக் கூடாதே... எனது இளம் வாழ்வு வீணாகிவிடக் கூடாதே என்று தம்மால் முடிந்த வரை உதவ நினைப்பதாகச் சொன்னார். கிட்டத்தட்ட ஒரு மணி நேரம் என்னிடம் பேசினார். என் தந்தை ஸ்தானத்தில் இருந்து பேசுவதாக, எனக்கு தந்தை இல்லாததால், எனது தந்தை போல் அறிவுரை சொல்வதாகக் கூறினார். கிளம்புவதற்கு முன் இதுவரை நடந்திராத ஒரு காரியத்தை கிங் செய்தார்... கைதியாக எனக்கு புகை பிடிக்க அனுமதி இல்லை. அவர் தன்னிடமிருந்த சிகரெட் டின்னை 'வைத்துக் கொள்' என்று தந்தார்.

பிறகு, பிரிட்டிஷ் அரசு தத்தை பதவியிறக்கம் செய்து பணி நீக்கம் செய்யும் முடிவை தெரிவித்து, அவரை பாசறைக்கு அனுப்பினார் கிங். வார இறுதி என்பதால் இது தொடர்பான உத்தரவுகள் திங்களன்று தான் தயாராகும். தத்தை பாசறைக்கு அனுப்பி விட்டால், அவர் மாலுமிகளை சமாதானம் செய்வார் என்று கிங் நினைத்தார். ஆனால் இம்முறையும் அவர் சூழலை தவறாகவே கணித்தார். புரட்சியின் வேகம் தடுத்து நிறுத்தும் நிலையைத் தாண்டிப் போய் விட்டது. தத்தும் அதை தடுக்க நினைக்கவில்லை என்பது வேறு விஷயம். 'அவமதிப்புகளை சகித்துக் கொள்ள வேண்டாம், எதிர்ப்போம்,' என்ற தத்தின் ஆலோசனை மாலுமிகள் கிளர்ந்து எழ போதுமானதாக இருந்தது. அவர்கள் வீறு கொண்டு எழுந்தார்கள். இனி அவர்களை அடக்க முடியாது. அன்றிரவு மாலுமிகள் தத்தை சந்தித்தார்கள். 'அன்றிரவு முழுவதும் நாங்கள் யோசித்தோம்.... விவாதித்தோம்... அதிகாலையில் சூழலை இன்னும் உன்னிப்பாகக் கவனிக்க கலைந்து சென்றோம்,' என்று தத் எழுதியுள்ளார்.

பிப்ரவரி 17 ஞாயிறு

முதல் நாள் இரவுக் கூட்டத்தில் உணவு சரியில்லை என்ற காரணத்திற்காக மாலுமிகளைப் போராடத் தூண்டுவது என்று தத்தும் அவரது தோழர்களும் முடிவு செய்தார்கள். தரப்படும் உணவை உண்ண மறுக்குமாறு அவர்களைத் தூண்ட வேண்டும். அது மிகப்பெரிய குற்றமாக – ராணுவப் புரட்சியாகக் கருதப்படும்.

இப்படியான எழுச்சிக்கான சூழல் தல்வாரில் இருப்பதை அவர்கள் அறிந்தார்கள். 'கப்பற்படையை கைப்பற்றி, அதை தேசியத் தலைவர்களின் கையில் ஒப்படைப்பது' என்ற தங்களது கனவு நிறைவேறப் போவதாக தத்தும் அவரது தோழர்களும் நினைத்தார்கள்.

பிப்ரவரி 17 விடிந்ததும் இந்தத் திட்டம் செயல்படுத்தப்பட்டது. இரண்டு உணவகங்களிலும் 29 மாலுமிகள் உணவு உண்ண

மறுத்தார்கள். எப்போதுமே அங்கு தரப்படும் உணவு உண்ணத் தகுந்ததாக இருக்காது. ரொட்டி கல் மாதிரி இருக்கும்.

அன்று உணவில் கற்கள் வேறு அதிகமாக இருந்தன. மாலுமிகளை போராட வைப்பதற்காக குஸுமின் யோசனைப்படி அன்று புரட்சியாளர்கள் வேண்டுமென்றே கற்களைக் கலந்திருந்தார்கள்.

பணியில் இருந்த அதிகாரியிடம் புகார் செய்தார்கள். அவர் பிரிட்டிஷ் கப்பற்படையைச் சேர்ந்த ஆங்கிலேயர். அவர் எப்போதுமே இந்திய மாலுமிகளை கேவலமாக நடத்துபவர்.

அவர் வழக்கம் போல, ‘பிச்சைக்காரர்களுக்கு விருப்பத் தேர்வு கிடையாது. தந்ததைத் தின்னுங்கள்,’ என்றார். பிரச்சனையை சி.ஓ. விடம் கூறவோ, நல்ல உணவு தரவோ அவர் எந்த நடவடிக்கையும் எடுக்க வில்லை. முதல்நாள் இரவு போட்ட திட்டப்படி மாலுமிகள் உண்ண மறுத்து பட்டினியோடு படுத்தார்கள். பிரச்சனை கொதி நிலையை அடைந்துவிட்டது என்று பிரிட்டிஷாருக்கு தெளிவாகத் தெரிவித்த எச்சரிக்கை இது.

❐

REFERENCES

Ajeet Jawed, ‘The Unsung Heroes of 1946’, 1 October 2008, *Mainstream*.

B.C. Dutt, *Mutiny of the Innocents*. Bombay: Sindhu Publications, 1971.

Dilip Kumar Das, *Revisiting Talwar: A study in the Royal Indian Navy Uprising of February 1946*. Delhi: Ajanta Publications, 1993.

Hyper War: The Royal Indian Navy (Chapter 1), https://www.ibiblio.org/hyperwar/UN/India/RIN/RIN-1.html.

Kusum Nair, *The Army of Occupation*. Delhi: Padma Publications, 1946.

Lt. Cdr G.D. Sharma, VSM (Retd), *The Untold Story of Naval Mutiny: Last War of Independence*. Delhi: Vij Books, 2015.

Ratnakar Sadasyula, ‘The Forgotten Naval Mutiny of 1946 and India’s Independence’, 19 February 2016, *Swarajya Magazine*.

Rear Admiral Satyindra Singh AVSM (Retd), *Under Two Ensigns: The Indian Navy 1945–1950*. New Delhi: Oxford and IBH Publishing Co., 1986.

RIN, GoI, pp. 326–30: Resettlement/ Demobalisatoin (https://www.ibiblio.org/hyperwar/UN/India/RIN/RIN-15.html)

The Indian Annual Register (January–June 1946), Vol. 1., pp. 235, 289–98, 301–07.

https://www.indiannavy.nic.in/sites/default/themes/indiannavy/images/pdf/chapter1.pdf

LARGEST NET SALES of any Daily Newspaper Printed in Northern, Southern, Central or Western India. REGD. No. B111

The Times of India

ESTABLISHED 1838

NO. 43. VOL. CVIII. BOMBAY: TUESDAY, FEBRUARY 19, 1946 PRICE TWO ANNAS

SOVIET TO DEMAND HIROHITO'S HEAD

General MacArthur's Bitter Opposition

TRIBUNAL TO TRY MAJOR JAP CRIMINALS FORMED

TOKIO, February 18.

GENERAL MacArthur, Supreme Allied Commander in Japan, today named Sir William Flood Webb, Chief Australian delegate and Chief Justice of Queensland, as President of the International Military Tribunal which is to try major Japanese war crimes suspects.

General Kuzma Derevyanko, Soviet representative to the Four Power Council which will rule Japan, today told General MacArthur that as soon as the Council operates Russia will press for Emperor Hirohito to be named as a war criminal, says the 'Globe.' General MacArthur bitterly opposes the demand for Hirohito's head.

He has repeatedly told Washington that the only way the Japanese can be ruled peaceably is through the Emperor, but the Soviet view is that if Hirohito as Number One Japanese escapes punishment the entire trial will become a mockery.

Emperor Hirohito in an interview with three American newspaper executives today said: "I hope you will report on conditions in Japan as you find them, because I believe that will contribute to international understanding."

[illegible]

BRITISH FORCES FOR JAPAN

First Troops Land In Kure

[illegible]

Zemindar's Sentence Commuted

[illegible]

SOUTH-EAST ASIA'S FOOD PROBLEM

Lord K. Hearn's New Post

[illegible]

Indian Ratings On Strike In Bombay

BETTER CONDITIONS DEMANDED

About 1,000 ratings in H. M. I. S. "Talwar," the signal training ship in Bombay, went on a sit-down and hunger strike on Monday morning with a view to seeking immediate redress of their grievances.

The strike was precipitated after the alleged insult to a rating by an officer on his attention being drawn to some of their problems.

One of the ratings told a representative of *The Times of India* that unless a categorical assurance from the authorities, backed by any well-known leader, to look into their demands was forthcoming the strike would not be given up, whatever the consequences. He referred to the detention at Arthur Road Prison of a telegraphist attached to the ship as the turning point in the relations between the ratings and the officers.

RATINGS DEMANDS

He also said that there was ground for complaint with regard to the food served to them. The demands listed by him included speedy demobilisation of R. I. N. personnel, with reasonable provisions for resettlement in peace-time employment, revision of scales of pay, allowances and other facilities, including travelling, as in the Royal Navy, no return of kit at the time of discharge and provision of the best type of Indian food.

An *A.P.I.* report says: Rear-Admiral A. R. Rattray, Flag Officer Commanding Bombay, stated on Monday: "Indian naval ratings of H. M. I. S. Talwar have since this morning refused to take their food. Meals have been prepared at regular times, but no one has entered the mess to eat. The men have been asked to state their grievances, but so far no one has come forward and no statement has been made. Immediately it is known what their grievances are a full inquiry will be put up in hand and every effort made to redress their grievances."

New Delhi: Rear Admiral Rattray, says a communique issued by Naval Headquarters, visited the establishment, but was unable to ascertain the nature of the grievances which have led to this collective indiscipline. Investigations are proceeding.—A.P.I.

U. S. Steel Strike Off

[illegible]

MOBS SET FIRE TO TRAINS

Disturbances Between Dacca and Narayanganj

[illegible]

Trouble In Delhi

[illegible]

British Cabinet Changes Likely

[illegible]

"GOVT. OF COUNTRY DID NOT SERVE INDIA"

Mr. Gandhi's Suggestions To Avert Food Famine

BRITISH and American troops had come to India to fight Japan and Germany. What he had told Government in 1942 and what he would repeat again was that they should have considered service to India as their prime consideration. But unfortunately, India had been looted. Whether that looting was deliberate or merely incidental he could not say. It was part of a Government's duty to exercise greater care than had been exercised in India, said Mr. Gandhi, who arrived in Bombay on Monday, in a speech after evening prayers.

"If the Government was of India and for the service of the Indian people, the story might have been different," added Mr. Gandhi.

The Calcutta Mail, in which Mr. Gandhi travelled from Wardha, was three-and-a-half hours behind schedule. Hundreds of people had gathered at a level crossing between Kurla [illegible]

MISHAP TO MR. GANDHI'S TRAIN

Engine Rod Breaks

[illegible]

GERMAN DISTRESS EXAGGERATED

[illegible]

Canada's Spy Ring

[illegible]

Fighting On South Of Mukden In China

COMMUNISTS' CHARGE AGAINST KOUMINTANG ARMIES

CHUNGKING, February 18.

FIGHTING between Kuomintang (Chinese Central Government) forces and Communist troops in Manchuria is spreading, stated a Communist spokesman on Monday. He reported fighting on a 40-mile front from the west of Liaoyang (south of Mukden).

The spokesman added that Kuomintang forces under the command of General Tu Yu-ming, commanding at least two American-trained and equipped armies, "continued to push against popular local forces."

[illegible]

BELGIAN CABINET RESIGNS

Catholic Party Tops Elections

[illegible]

On Other Pages

6
புரட்சி ஆரம்பித்தது

1946 பிப்ரவரி 18 திங்கள்

காலை 7.30 மணி

பிப்ரவரி 18 சாதாரணமாகத்தான் விடிந்தது. தல்வாரின் மாலுமிகள் காலை 5 மணிக்கு எழுப்பப்பட்டார்கள். இரவு உண்ணாமல் படுத்த மாலுமிகள் உணவுக் கூடத்தில் குழுமினார்கள். காலை 7.30க்கு நேற்றிரவு அவர்கள் உண்ண மறுத்த அதே உணவை காலை உணவாக வைத்திருந்ததைப் பார்த்ததும் அவர்களுக்கு ஆத்திரமானது. 8.45க்கு பரேடுக்கான அழைப்பு விடுக்கப்பட்ட போது யாரும் பரேட் மைதானத்திற்குச் செல்லவில்லை. கோபமான முணுமுணுப்புகள் ஆரம்பித்தன. ‘நோஃபுட், நோ ஒர்க் என்று யாரோ ஒருவர் கோஷம் போட ஆரம்பித்தார்.

இந்த நான்கு வார்த்தைகள் போர்க் கோஷமாக மாறின. எல்லோரும் தமது நாற்காலிகளை தள்ளிவிட்டபடி எழுந்து நின்று ‘நோ ஃபுட், நோ ஒர்க்’ என்று கோஷமிட ஆரம்பித்தனர். எல்லோரிடமும் உற்சாகம் தொற்றியது. ‘அவர்கள் கோட்டைத் தாண்டி விட்டார்கள்! செய்து காட்டி விட்டார்கள்’ என்று அந்த தருணத்தை தத் தனது புத்தகத்தில் வர்ணிக்கிறார். இப்போது அது வாழ்வா, சாவா பிரச்சனை. மாலுமிகள் சுதந்திரம் வேண்டும் என முடிவெடுத்து விட்டார்கள். கோஷமெழுப்பியபடி உணவுக் கூடத்திலிருந்து வெளியே வந்தார்கள்.

தத் சட்டப்படி இன்னும் காவலில்தான் இருந்தார். தனது பணி நீக்க உத்தரவிற்காகக் காத்திருந்தார். தனது அப்போதைய மனநிலை பற்றி அவர் எழுதியதாவது :

‘நான் சிறிது நேரம் படபடப்பாக இருந்தேன்... பார்ப்பவரை எல்லாம் கட்டித் தழுவினேன். நான் வெறி பிடித்தவன் போல் இருந்ததாகவும், ‘செய்து காட்டிவிட்டீர்கள்’ , ‘செய்து காட்டிவிட்டீர்கள்’ என்று கத்திக் கொண்டே இருந்ததாகவும் பின்னர் என் நண்பர்கள் என்னிடம் சொன்னார்கள்.’

இப்படியான வெளிப்படையான கிளர்ச்சி ஆர்.ஐ.என். வரலாற்றில் இதுவரை நடத்ததில்லை. இதுவரை இல்லாத வகையில் பிரிட்டிஷ் கப்பற்படையின் அதிகாரத்தை, வல்லமையை இந்திய மாலுமிகள் அசைத்து விட்டார்கள். இராணுவப்படையில் கிளர்ச்சி! பிரிட்டிஷாருக்கு எங்கு அடித்தால் அதிகமாக வலிக்குமோ அங்கு அடித்து விட்டார்கள் இந்த மாலுமிகள்.

பிரிட்டிஷார் அதிர்ச்சியில் உறைந்துபோனார்கள். பிரிட்டிஷ் அதிகாரிகளைவிட இந்திய அதிகாரிகள்தான் மாலுமிகளால் அதிகமாக வெறுக்கப்பட்டார்கள். 17 இரவும், 18ஆம் தேதி காலையிலும் பணிக்கு வந்த இந்திய அதிகாரிகளான லெப்டினண்ட்கள் ஏ.பத்ரா, எஸ்.என். சச்தேவ் இருவரையும் மாலுமிகள் கேலிக் கூச்சலிட்டு துரத்திவிட்டார்கள்.

மாலுமிகள் அனைவரும் ஒன்றுகூடினார்கள். தலைவர்கள் அவர்களிடம் இது உணவுத் தரத்திற்காக மட்டும் நடக்கும் போராட்டமல்ல என்பதைக் கூறினார்கள். இது தல்வாரை மொத்தமாகக் கைப்பற்றுவதற்கான போராட்டம் என்றார்கள். இனிமேலும், தாங்கள் குறிப்பிடப்படுவது போல் 'பேரரசின் கூலிப்படையாக' இருக்க போவதில்லை என்றார்கள்.

காலை 8.45 – 10.45 மணி

பரேடுக்கு அழைக்கும் ஊது குழல் ஊதப்பட்டும் எந்த மாலுமியும் பரேடுக்குப் போகவில்லை. எனினும் பிரிட்டிஷ் கப்பற்படை மாலுமிகளும், பெண் மாலுமிகளும் சென்றார்கள். அதிகாரிகள் தனித் தனியாக ஒவ்வொருவருக்கும் புத்தி சொல்ல முயன்றபோதும், எந்த மாலுமியும் அதை காதில் வாங்கவில்லை. 'இன்குலாப் ஜிந்தாபாத்' போன்ற தேச பக்த கோஷங்களோடு ஊர்வலமாகச் சென்றார்கள்.

இந்த அமளி பற்றி கேள்விப்பட்ட கமாண்டர் கிங் தல்வாருக்கு காலை 9.05க்கு வந்தார். சூழ்நிலையைப் பார்த்து விட்டு, யாரிடமும் பேசாமல், எந்த வழிகாட்டுதலும் தராமல் திரும்பிச் சென்றார். திரும்பவும் 9.45க்கு வந்தார். அப்போதும் எந்த மாலுமியும் பரேடுக்கு வரவில்லை. உடனே கிங் பெண் மாலுமிகளை தல்வாரை விட்டு வெளியேறும்படி உத்தரவிட்டார். 10.15க்கு அனைத்து அதிகாரிகளையும் அழைத்து ஆலோசனை நடத்தினார். சூழல் கடுமையாக இருந்தபோதும் அதிகாரிகள் மாலுமிகளை சமாதானம் செய்ய முயன்றார்கள். ஆனால் அதற்குப் பயனில்லை.

காலை 11.30 மணி

கூட்டத்தில் சிறிய ரக ஆயுதங்கள், தோட்டாக்களை கேஸில் பேரக்ஸிற்கு இடம் மாற்ற முடிவு செய்யப்பட்டது.

மதியம் 12.00 மணி

தல்வார் முழுவதும் 'இன்குலாப் ஜிந்தாபாத்', 'வெள்ளையனே வெளியேறு' என்ற கோஷங்கள் எதிரொலித்தன. கமாண்டர் கிங்கின் அதிகாரம் செல்லுபடி ஆகவில்லை. இப்போது தல்வார் முழுக்க மாலுமிகளின் அதிகாரம்தான். மதியம் பாம்பே தலைமை அதிகாரி ரியர் அட்மிரல் ராட்ரே, கேப்டன் இனிகோ – ஜோன்ஸ் உடன் தல்வாருக்கு வந்து கிளர்ச்சி பெரிதாகாமல் தடுக்க முயன்றார். கிங்கை தற்காலிகமாக நீக்கி விட்டு, அவரது இடத்தில் கேப்டன் ஜோன்ஸை நியமிப்பதாக உறுதி அளித்தார். நல்ல உணவு வழங்கப்படும் என்றும் உறுதியளித்தார். மாலுமிகளின் குறைகளை ஆராய ஒரு விசாரணைக் குழு அமைக்க யோசிப்பதாகச் சொன்னார். கோபத்தில் இருந்த கூட்டம் கூச்சலிட்டு அவரை விரட்டியது. எதுவும் செய்ய முடியாது என்ற நிலையில் 20 நிமிடத்தில் ராட்ரே தல்வாரிலிருந்து கிளம்பினார்.

மதியம் 3.00 மணி

இதனிடையே எப்படியாவது சரி செய்ய வேண்டும் என்று கிங் ஒரு காரியத்தில் இறங்கினார். 3 மணிக்கு தத்தை தனது அறைக்கு அழைத்த அவர், 'நீங்கள் எனக்கு உதவ வேண்டும். உதவினால், மீண்டும் கப்பற்படையில் பணியில் சேர நான் உதவுகிறேன்,' என்றார். எனினும் அவரது உள்ளார்ந்த திமிரால் அவரால் நிலமையை சரியாக உணர முடியவில்லை. தத் உதவ நினைத்தாலும் முடியாது என்ற சூழல் வந்துவிட்டது. மாலுமிகள் தத்தை மீண்டும் கைது செய்து விட்டார்களோ என்று சந்தேகப்பட்டு கிங் அலுவலகத்தை சூழ்ந்து கொண்டார்கள். நான் பத்திரமாக வெளியே செல்ல அனுமதிக்குமாறு உங்கள் ஆட்களிடம் சொல்லுங்கள் என்று தத்திடம் கெஞ்சியபடி, கிங் தல்வாரை விட்டு வேகமாக வெளியேறினார். பின்னர் அவர் தல்வாருக்கு வரவே இல்லை. மிகத் திறமையான, கட்டுப்பாடுமிக்க நிறுவனமாக இருந்த தல்வாரை தனது குறைந்த பதவிக் காலத்தில் நாசமாக்கி விட்டார் கிங். தல்வார் இப்போது முழுமையாக மாலுமிகளின் கட்டுப்பாட்டில் இருந்தது. அதிகாரிகளை தமது அறைகளிலேயே இருக்கச் சொன்னார்கள். மாலுமிகள் மட்டுமே வெளியில் செல்ல முடியும். தல்வார் இப்போது பிரிட்டிஷார் வசம் இல்லை.

மாலை 5 மணி

நிகழ்வுகள் வேகமாக நடந்தேறின. எந்த நிபந்தனையுமின்றி உடனடியாக வேலைக்குத் திரும்ப வேண்டும் என்ற கடுமையான செய்தியோடு மாலை 5 மணிக்கு ரியர் அட்மிரல் ராட்ரே மீண்டும் வந்தார். மறுநாள் (பிப் 19) காலை 9.30க்கு மாலுமிகள் தங்கள் பிரதிநிதிகள் மூலம் தங்களது கோரிக்கைகளைத் தெரிவிக்கலாம். இதனிடையே கிங் நீக்கப்பட்டு, இனிகோ – ஜோன்ஸ் பொறுப்பேற்றுவிட்டார்.

ஏற்கனவே கோபத்தில் இருந்த மாலுமிகள் ராட்ரே இவ்விதமாக கெடு கொடுத்ததும் மேலும் ஆத்திரமடைந்தார்கள். 1944ல் பாம்பே கப்பல்தளத்திற்கு அருகே உள்ள எம்.டி.பாரக்ஸில் நடந்த ஒரு வேலை நிறுத்தத்தை இரக்கமின்றி நசுக்கியவர் இந்த இனிகோ – ஜோன்ஸ். அந்தச் சம்பவம் காரணமாக அவருக்கு 'கசாப்புக்காரன்' என்று மாலுமிகள் பட்டப்பெயர் வைத்திருந்தனர். ராட்ரே கூறியதை மாலுமிகள் ஒருமனதாக நிராகரித்தால், ஜோன்ஸ் தல்வாரின் தலைமை அதிகாரியாக உள்ளே நுழைய முடியவில்லை.

பரஸ்பர நம்பிக்கை அடியோடு உடைந்து விட்டது. தமக்கு பாடம் புகட்ட வேண்டி தமது பிரதிநிதிகளைத் தண்டித்து விடுவார்கள் என்று மாலுமிகள் அஞ்சினர். அவர்கள் தம் சார்பாக ஒரு தேசிய தலைவரை பேச்சு வார்த்தைக்கு அழைக்க வேண்டும் என்று கோரினர். புரட்சி ஆரம்ப கட்ட திட்டமிடல் நிலையில் இருந்த காலத்தில் தமக்கு உதவிய அருணா அஸஃப்அலி பேசினால் நல்லது என்று கருதினர். ஆனால் இந்தக் கோரிக்கையை கப்பற்படை தலைமையால் ஏற்க முடியாது.

மாலை 6 மணி

இன்றைய நவீன தகவல் தொடர்பு வசதிகளால் கூட புரட்சி அத்தனை வேகமாகப் பரவ முடியாது என்று சொல்லுமளவு புரட்சி வேகமாகப் பரவியது. தல்வார் மாலுமிகள் முதலில் மத்திய தகவல் தொடர்பு அலுவலகத்தை (CCO) தொடர்பு கொள்ள முயன்றனர். ஆனால் முடியவில்லை. பின்னர் அவர்கள் கொலாபாவில் உள்ள தகவல் பெறும் மையத்தை தொடர்பு கொண்டனர். அங்கு தல்வார் வேலை நிறுத்தம் பற்றிய முதல் செய்தி ஏற்கனவே கிடைத்திருந்தது.

அங்குள்ளோரும் ஆதரவு வேலை நிறுத்தத்தில் ஈடுபட்டனர். இப்போது 2000க்கும் மேற்பட்ட மாலுமிகள் வேலை நிறுத்தத்தில் இருந்தனர். இதன் பிறகு வடகிழக்கு பாம்பேயின் மஹில் ஸ்டேஷன் மாலுமிகள், டாக்யார்ட் சிக்னல் ஸ்டேஷன் மாலுமிகள்

என அனைவரும் வேலை நிறுத்தத்தில் இணைந்தனர். டாக்யார்ட் சின்னல் ஸ்டேஷனில் இருந்த அதிகாரிகள் சில கருவிகளை எடுத்துக் கொண்டு, ஸ்டேஷனை விட்டு வெளியேறி விட்டார்கள். அதிகாரிகள் சிலர் தொலைபேசிகளை நிர்வகித்தார்கள். மத்திய தகவல் தொடர்பு அலுவலகத்தில் பிரிட்டிஷ் கப்பற்படையினர் சிக்னல் டவர்களை பராமரித்தார்கள். மொத்தத்தில் பாம்பே கப்பற்படை பெரும் குழப்பத்தில் ஆழ்ந்தது.

மாலை 6 மணிக்கு அகில இந்திய வானொலி செய்தியின் மூலம் நாடே இந்த வியப்பூட்டும் செய்திகளை அறிந்தது. அதற்குள் 11 தரை அலுவலகங்கள், 45 கப்பல்கள், 11 இதர வகை கப்பல்கள், 4 மிதவைக் கப்பல்கள் தல்வாரின் வீரர்களுக்காக எதையும் செய்யத் தயார் நிலையில் இருந்தன. அருகில் இருந்த கேஸில் பாரக்ஸ், ஃபோர்ட் பாரக்ஸில் மாலுமிகள் பரபரப்பாக ஆவலோடு இருந்தனர்.

தனது *The RIN Strike* நூலில் சுப்ரதா பானர்ஜி பின்வருமாறு கூறுகிறார் : ‘கேஸில் பாரக்ஸ், ஃபோர்ட் பாரக்ஸ் மற்றும் இதர தரை அலுவலகங்கள் எங்கும் ஒரே பரபரப்பு. மாலுமிகள் கூடிக் கூடி பேசிக் கொண்டிருந்தார்கள். இதெல்லாம் புதிதாக, இதுவரை கேள்விப்படாததாக இருந்தது.... ஒரு பெரிய போர் ஆரம்பிக்கப் போவது போல் தெரிந்தது. அவமதிப்பு, பாரபட்சம், துயரங்களுக்கு இந்த முறை ஒரேயடியாக முடிவு கட்டிவிட வேண்டும்.... தல்வார் மாலுமிகளுக்கு ஆதரவாக ஏதேனும் செய்தே ஆக வேண்டும்... இரவு முழுக்க ரகசிய கூட்டங்கள், முக்கியமான மாலுமிகளின் ஆலோசனைகள், நீண்ட விவாதங்கள்.... யாராலும் தூங்க முடியவில்லை. மறுநாள் அவர்களும் அந்த யுத்தத்தில் இணையப் போகிறார்கள்... இனியும் அவமதிப்புகளை, துன்பங்களை தாங்க முடியாது என்று எதிர்க்கக் போகிறார்கள்.

இந்த கோபக்கார இளைஞர்கள் பிரிட்டிஷ் கப்பற்படையையே அசைத்து விட்டார்கள். இதுவரை நடந்திராத காரியம் அது. அநீதி, இனப்பாகுபாடு, அடிப்படை உரிமைகள் மறுப்பு ஆகியவற்றால் வெறுத்துப் போன அவர்கள் பிரிட்டன் இதுவரை மிகவும் நம்பிக்கையோடு இருந்த ஒரு விஷயத்தை – அதன் கப்பற்படையை – முடக்கி விட்டார்கள். இப்போது கலங்கிப்போன பேரரசின் கண்களும், இந்தியாவின் இதரப் பகுதியினரின் கண்களும் இந்த மாலுமிகளின் மீதே இருந்தன. புரட்சியின் முதல் கட்டம் ஆரம்பமாகி விட்டது.

ஊடகங்களின் பார்வை

மாலுமிகள் தேசத்தோடு இணைந்து நிற்கவேண்டும் என்று விரும்பினர். ஆனால் அவர்கள் போராட வேறொரு எதிரியும் இருந்தான். அது ஊடகம் முழுவதுமாக இல்லாவிட்டாலும் அதன் ஒரு பகுதி பிரிட்டிஷாருக்கு ஆதரவாக நின்றது.

இந்திய செய்திக் குறிப்புகள் இரண்டு வகைகளாக பிரிந்திருந்தன. டைம்ஸ் ஆஃப் இந்தியா, ஸ்டேட்ஸ்மன் போன்றவை பிரிட்டிஷ் ஆதரவாகவும், ப்ரீ பிரஸ் ஜர்னல், பாம்பே கிரானிகிள் போன்றவை தேசியவாத ஆதரவாகவும் செய்திகளை வெளியிட்டன.

கடைசிவரை புரட்சியாளருக்கு ஆதரவாக நின்றது ப்ரீ பிரஸ் ஜர்னல்தான். தீவிர தேசியவாதியான அதன் ஆசிரியர் எஸ், நடராஜன் தனது பத்திரிகை மாலுமிகளின் கருத்துகளுக்கு நிறைய இடம் தரும் என்ற தத்திடம் உறுதி அளித்தார். இதன் காரணமாக புரட்சி கால கட்டத்தில் அனைவருமே இந்தப் பத்திரிகையைப் படித்தனர்.

1946 பிப்ரவரி 18ன் செய்திகள் பிப்ரவரி 19 அன்று கீழ்கண்டவாறு செய்திகளாக வந்தன.

ப்ரீ பிரஸ் ஜர்னல் முதல் பக்கத்தில் நான்கு அடுக்கு செய்தி வெளியிட்டது. 'நகரின் இந்திய மாலுமிகள் உண்ணாவிரதப் போராட்டம்...' தலைமை அதிகாரியின் கேவலப்படுத்தும் போக்கால் மாலுமிகள் ஆவேசம். அதிகாரிகள் பதட்டம். இந்திய – வெளிநாட்டு தகவல் தொடர்பு பாதிப்பு.... போராட்டத்தின் விளைவாக இந்தியா, இங்கிலாந்து, கொழும்பு இடையிலான தந்தித் தொடர்பு சீர்குலைவு.'

'ஜெய்ஹிந்த், வெள்ளையனே வெளியேறு', பிரிட்டிஷ் ஆட்சி ஒழிக' என்ற கோஷங்களால் தல்வார் அதிர்கிறது' என்ற உள்ளே செய்தி கூறியது. தலைப்புச் செய்தியோடு முதல் பக்கத்தில் தத் மற்றும் ஆர்.கே.சிங்கின் புகைப்படங்கள் இடம் பெற்றன. தலைப்புச் செய்திக்குக் கீழே 'திருமதி. அருணா அஸஃப் அலி தலையிட கோரிக்கை' என்று மற்றொரு முக்கியச் செய்தியும் இருந்தது.

மாறாக, பிரிட்டிஷாருக்குச் சொந்தமான டைம்ஸ் ஆஃப் இந்தியா முதல் பக்கத்தில் சின்னதாக ஒரு பத்திச் செய்தி வெளியிட்டது. 'இந்திய மாலுமிகள் போராட்டம் – நல்ல பணிச்சூழல் கோரி... என்று தலைப்பிடப்பட்டிருந்தது. பாம்பே கப்பற்படையில் தலைமை அதிகாரியான ரியர் அட்மிரல் ராட்ரே, 'தல்வாரின் இந்திய மாலுமிகள் இன்று உணவு உண்ண

மறுத்தார்கள். வழக்கமான நேரத்தில் உணவு தயாராகி விட்ட போதும் யாரும் உண்ண வரவில்லை... தங்களது பிரச்சனைகளை எடுத்துக் கூறுமாறு மாலுமிகளுக்கு வேண்டுகோள் விடுத்தும், யாரும் இதுவரை எதுவும் கூற முன் வரவில்லை... இது ஒட்டுமொத்த ஒழுங்கீனத்திற்கு இட்டுச் சென்றுள்ளது...' என்று கூறியதாக அது செய்தி வெளியிட்டது.

அரசியல் எதிர்வினைகள்

அரசியல் தலைமையிலும் புரட்சியின் தாக்கம் இருந்தது. மஹாத்மா காந்தி வார்தாவிலிருந்து பாம்பே வந்தார். அவரை சர்தார் படேலும், பாம்பே மாகாண காங்கிரஸ் கமிட்டி பொதுச் செயலாளர் எஸ்.கே.பாடீலும் சந்தித்தனர். நிலைமை பற்றி சர்தார் படேல் காந்தியிடம் விளக்கியிருப்பார் என்று நம்பப்படுகிறது. புரட்சியின் அடுத்தடுத்த கட்டங்களில் படேல்தான் முக்கியமான பங்காற்றப் போகிறார்.

❐

REFERENCES

Ajeet Jawed, 'The Unsung Heroes of 1946', 1 October 2008, *Mainstream*.

B.C. Dutt, *Mutiny of the Innocents*. Bombay: Sindhu Publications, 1971.

Dilip Kumar Das, *Revisiting Talwar: A Study in the Royal Indian Navy Uprising of February 1946*. Delhi: Ajanta Publications, 1993.

Hyper War: The Royal Indian Navy (Chapter 1), https://www.ibiblio.org/hyperwar/UN/India/RIN/RIN-1.html.

Kusum Nair, *The Army of Occupation*. Delhi: Padma Publications, 1946.

Lt. Cdr G.D. Sharma, VSM (Retd), *The Untold Story of Naval Mutiny: Last War of Independence*. Delhi: Vij Books, 2015.

Ratnakar Sadasyula, 'The Forgotten Naval Mutiny of 1946 and India's Independence', 19 February 2016, *Swarajya Magazine*.

Rear Admiral Satyindra Singh AVSM (Retd), *Under Two Ensigns: The Indian Navy* 1945–1950. New Delhi: Oxford and IBH Publishing Co., 1986.

Subrata Banerjee, *The RIN Strike*. Bombay: People's Publishing House, 1981.

The Indian Annual Register (January–June 1946), Vol. 1., pp. 235, 289–98, 301–07.

RIN, GoI, pp. 326–30: Resettlement/ Demobalisatoin (https://www.ibiblio.org/hyperwar/UN/India/RIN/RIN-15.html)

Evening News
OF INDIA

R.I.N. Ratings In Open Mutin

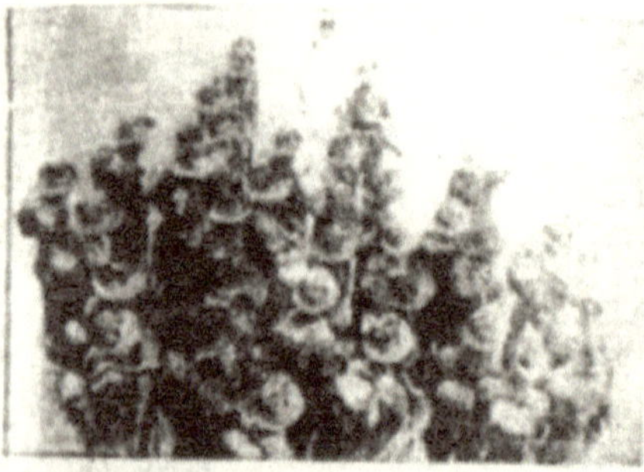

Seize Armoury In Bombay Barracks

MACHINE-GUNS, BREN-GUNS AND RIFLES WERE BROUGHT INTO ACTION TODAY IN CASTLE BARRACKS BEHIND THE TOWN HALL, BOMBAY, BY R.I.N. RATINGS WHO ARE NOW IN OPEN MUTINY FOLLOWING THE OVERNIGHT ROUND-UP BY THE MILITARY OF RATINGS WHO HAD FAILED TO RETURN TO THEIR ESTABLISHMENTS BY 3.30 P. M. YESTERDAY AS DIRECTED BY THE NAVAL AUTHORITIES.

The ratings barricaded themselves inside the barracks, and taking up positions on roofs and ramparts kept up firing continuously into the air from ten onwards this morning. So far there have been no casualties of any kind.

The barracks are surrounded by British and Indian troops whose strength was increased from hour to hour till the time of reporting, which is noon today.

Brigadier C. Southgate, Officer Commanding Bombay Sub Area, was in conference with the naval authorities at the Town Hall which has been turned temporarily into an "operational" headquarters to deal with the extraordinary situation.

FLAG OFFICER COMMANDING ON SITUATION

Warning To Public

Officers Leave

M. Molotov Sees Iran Premier

Soviet Scientists Atom Claim

7

சூறாவளி பரவியது பிரிட்டிஷ் கொடி இறங்கி, இந்தியக் கொடி உயர்ந்தது

பிப்ரவரி 19

காலை 5.30 மணி

தல்வாரின் காலை ஊதுகுழல் ஒலித்தபோது மாலுமிகள் யாரும் தமது அறைகளில் இருந்து வரவில்லை. எழுந்ததும் பரேடுக்கு வராமல் அன்று செய்ய வேண்டியது பற்றி விவாதிக்க ஆரம்பித்தார்கள்.

காலை 6.30 மணி

ஊதுகுழல் மீண்டும் ஒலித்தது. இரண்டாவது முறை ஒலிக்கும் போது 'சுத்தம் செய்யும்' பணிக்காக (Clean ship) கூட வேண்டும். மாலுமிகள் தம்மை 'நாய்மகன்கள்', 'கறுப்பு தேவடியா மகன்கள்' என்று திட்டும் அதிகாரிகளை எதிர்ப்பதற்காக திட்டமிட்டுக் கொண்டிருந்தார்கள். பிரிட்டிஷ் அதிகாரிகளின் கையாலாகாத தனத்தைப் பார்த்து சிரித்தபடி அன்றைய நாளுக்குத் தயாராகிக் கொண்டிருந்தார்கள். இதற்குள் பாம்பேயின் அனைத்து மாலுமிகளும் வேலை நிறுத்தத்தில் இணைந்து விட்டார்கள்.

பாம்பே மற்றும் அதன் புறநகர் பகுதிகளில் இருந்த 11 கப்பற்படை அலுவலங்களிலும் வேலை நிறுத்தச் செய்தி காட்டுத்தீ போல பரவியிருந்தது. தலைவர் எவருமின்றி, எந்தவித அரசியல் பின்னணியும் இன்றி, தங்கள் வாழ்வே கேள்விக்குறிதான் என்று அறிந்தும் 60 கப்பல்களில் இருந்த 20000 மாலுமிகள் தல்வாரில் இருந்த தமது சகோதரர்களுக்கு ஆதரவாக வேலை நிறுத்தத்தில் இறங்கினார்கள். ஆனால் இந்த எல்லாவற்றையும் விட அதற்கொரு பெரிய காரணம் இருந்தது – தேச விடுதலை.

காலை 8 மணி

இப்போது பகடை உருட்டப்பட்டு விட்டது. பெரும் உற்சாகக் கூக்குரல்களுக்கு மத்தியில் தல்வாரில் பறந்த யூனியன் ஜாக் கொடி இறக்கப்பட்டது. காங்கிரஸ் கொடி, கம்யூனிஸ்ட் கொடி, முஸ்லிம் லீக் கொடி ஆகிய மூன்றும் ஏற்றப்பட்டன. மாலுமிகள் சுற்றிலும் நின்று சல்யூட் செய்தார்கள். அதிகாரிகள் செய்வதறியாது நிற்க, வெளியில் நின்ற கூட்டம் கைதட்டி மகிழ்ந்தது.

காலை 8.15 மணி

கமாண்டர் கிங்கிற்குப் பதிலாக பொறுப்பேற்றிருந்த கேப்டன் இனிகோ - ஜோன்ஸிடம் ரியர் அட்மிரல் ராட்ரே சூழலை விளக்கி இருந்தார். அவர் தல்வார் வந்த போது மாலுமிகளின் கோஷம் அவரை வரவேற்றது. கோபக்கார மாலுமிகள் சிலர் அவர் வந்த திசை நோக்கி கற்களை வீசினார்கள். திரும்பிச் செல்வதுதான் இப்போது நல்ல நடவடிக்கை என ஜோன்ஸ் புத்திசாலித்தனமாக முடிவெடுத்தார்.

காலை 8.30 மணி

கேஸில் பேரக்ஸில் பதட்டம் அதிகரித்தது. துப்பாக்கி முனைக் கத்திகளால் தல்வாரின் மாலுமிகள் குத்தப்பட்டார்கள் என்ற பொய்யான வதந்தி பரவி, அங்கிருந்த மாலுமிகள் கடுங்கோபமடைந்தார்கள். அதிகாரிகள் செய்வதறியாது திகைக்க, சுமார் 300 மாலுமிகள் கொண்ட ஒரு கூட்டம் தல்வாரை நோக்கிக் கிளம்பியது. கேஸில் பேரக்ஸின் தலைமை தளபதியான கமாண்டர் ஸ்ட்ரீட்ஃபீல்டு ஜேம்ஸ் அவர்களுக்கு எதிரில் வந்து கொண்டிருந்தார். ஆனால் மாலுமிகளின் ஆவேசத்தைப் பார்த்து, புத்திசாலித்தனமாக ஒதுங்கிக் கொண்டார். கேஸில் பாரக்ஸின் வாயில் காப்புப் பணியில் இருந்த வீரர்கள் தங்கள் பெல்டை கழற்றி வைத்து விட்டு, ஊர்வலத்தில் சேர்ந்து கொண்டார்கள்.

விடுதலை உணர்வு, சகோதரத்துவம், எதிர்ப்புணர்வு எல்லாம் அந்த மாலுமிகளை ஒன்றிணைத்தன. ‘இந்து முஸ்லிம் ஒன்றே’, ‘இன்குலாப் ஜிந்தாபாத் போன்ற கோஷங்களை அவர்கள் முழங்கினார்கள். காங்கிரஸ், கம்யூனிஸ்ட், முஸ்லிம் லீக் கட்சிகளின் கொடிகளை ஏந்தி பெருமையுடன் அணிவகுத்துச் சென்றார்கள்.

தல்வாரின் வாசலில், தல்வாரின் மாலுமிகள் அவர்களோடு இணைந்தார்கள். மாலுமிகள் ஒருவரையொருவர் கண்ணீர் மல்க, தோளில் தட்டி, அணைத்துக் கொண்ட போது, வர்க்க, சமூகத் தடைகள் நொறுங்கின. அவர்கள் முதல் அடியை கொடுத்து விட்டார்கள். செய்ய வேண்டியவை இன்னும் ஏராளமாக இருந்தன.

பாம்பே முழுவதிலும் இருந்த 10000க்கும் மேற்பட்ட மாலுமிகள் துறைமுகம் நோக்கி ஊர்வலமாகச் சென்றார்கள். தமக்குள் அவர்கள் வேலைகளைப் பிரித்துக் கொண்டார்கள். பல குழுக்களாகப் பிரிந்து ஒவ்வொரு குழுவும் பிரார், மோதி, நீலம், ஜமுனா, குமான், அவுத் என அங்கிருந்த பல்வேறு கப்பல்களில் ஏறினார்கள். ஒவ்வொரு கப்பலிலும் பிரிட்டிஷ் ஏகாதிபத்தியத்தின் சின்னமாகப் பறந்து கொண்டிருந்த யூனியன் ஜாக் கொடியும், பிரிட்டிஷ் கப்பற்படை கொடியும் இறக்கப்பட்டன. அவற்றிற்கு பதிலாக காங்கிரஸ், கம்யூனிஸ்ட், முஸ்லிம் லீக் என மூன்று இந்தியக் கொடிகள் ஏற்றப்பட்டன. அடுத்தடுத்து மாலுமிகள் மெட்ராஸ், சிந்து, மராட்டா, தீர், தனுஷ், அஸ்ஸாம் என்று வரிசையாக கப்பல்களைக் கைப்பற்றி, மூன்று இந்தியக் கொடிகளை ஏற்றினார்கள். இப்போது பிரிட்டிஷ் கொடியை எங்குமே பார்க்க முடியவில்லை.

மாலுமிகள் கப்பல்களைக் கைப்பற்றியபோது, அதிகாரிகள் பயந்து போய் பதுங்கினார்கள். ஒரு கப்பலில் பிரிட்டிஷ் கொடி இறக்கப்பட்ட போது ஒரு அதிகாரி எதிர்க்க, அவருக்கு சரியான உதை விழுந்தது. அதன் பிறகு எந்தப் பிரச்சனையும் இல்லை. எங்கும் புரட்சி உணர்வும், பழி வாங்கும் உணர்வும் நிரம்பியிருந்தது. பிரிட்டிஷார் தம் கட்டுப்பாட்டை இழந்தனர்.

காலை 9.30 மணி

மாலுமிகளைச் சந்தித்து அவர்களது கோரிக்கைகளைக் கேட்க, ரியர் அட்மிரல் ராட்ரே தனது அதிகாரிகளுடன் தல்வார் வந்தார். ராட்ரேயிடம் தருவதற்காக மாலுமிகள் தமது கோரிக்கைகளை தயார் செய்து வைத்திருந்தனர். அவற்றில் கீழ்கண்டவையும் அடக்கம்.

1. போராட்டக்காரர்களை பழி வாங்கக் கூடாது.
2. ஆர்.கே.சிங்கை ஆர்தர் ரோடு சிறையிலிருந்து உடனடியாக விடுதலை செய்ய வேண்டும்.

3. வயது, பணி அடிப்படையில் விரைவாக மாற்றுப் பணிக்கு ஏற்பாடு செய்ய வேண்டும்.

4. மனிதாபிமானமற்ற முறையில் நடந்து கொண்டதற்காகவும், கெட்ட வார்த்தைகள் பேசியதற்காகவும் கமாண்டர் கிங் மீது உடனடி நடவடிக்கை.

5. தரமான உணவு, இந்திய உணவு வழங்க வேண்டும்.

6. பிரிட்டிஷ் கப்பற்படையினருக்கு வழங்கப்படும் அதே ஊதிய விகிதம், குடும்பப்படி, பயண வசதிகள், கப்பற்படை ஸ்டோர்ஸ் வசதி ஆகியவை இந்திய மாலுமிகளுக்கும் தரப்பட வேண்டும்.

7. பணியிலிருந்து விடுவிக்கப்படும் போது ஏற்கனவே வழங்கப்பட்ட சீருடை, காலணி போன்றவற்றை திரும்பக் கேட்கக் கூடாது.

8. பணியிலிருந்து விடுவிக்கப்படுவோருக்கு கூடுதல் பணிக்கொடை, டிரெஷரி ஊதியம்.

9. கீழ்மட்ட ஊழியர்களை அதிகாரிகள் மரியாதையாக நடத்த வேண்டும்.

10. கீழ்மட்ட ஊழியர்களுக்கு விரைவாக, குறிப்பிட்ட காலத்தில் அதிகாரிகளாக பதவி உயர்வு.

11. சிக்னல் பள்ளிக்கு ஒரு புதிய கமாண்டிங் அதிகாரி நியமிக்கப்பட வேண்டும்.

காலை 10 மணி

இவை அதிகாரிகளிடம் கோரிக்கைகளாக முன் வைக்கப்பட்டன. அவர்களது கோரிக்கைகளை, குறைகளை நியாயமாக பரிசீலிப்பதாக ராட்ரே உறுதியளித்தார். அவரது அதிகாரத்திற்கு மீறிய கோரிக்கைகளை டில்லியில் உள்ள கப்பற்படை தலைமையத்திற்கு அனுப்பி வைப்பதாகக் கூறினார்.

கப்பற்படை அதிகாரிகளும், ஒரு தேசியத் தலைவரும் சேர்ந்து மாலை 5 மணிக்குள் இக்கோரிக்கைகள் பற்றி முடிவெடுக்க வேண்டும் என்று மாலுமிகள் கோரினர். கீழ்கண்ட அரசியல் கோரிக்கைகளையும் முன்வைத்த அவர்கள், அவையும் அரசாங்கத்திற்கு அனுப்பப்பட வேண்டும் என்று வலியுறுத்தினர்.

1. அனைத்து அரசியல் தலைவர்களும், இந்திய தேசிய ராணுவ வீரர்களும் உடனடியாக விடுதலை செய்யப்பட வேண்டும்.

2. இந்தியா முழுவதிலும் மக்கள் மேல் நடத்தப்பட்ட துப்பாக்கிச் சூடுகள் குறித்து, உடனடியாக, பாரபட்சமற்ற விசாரணை வேண்டும்.

3. இந்தோனேசியா மற்றும் மத்திய கிழக்கில் உள்ள இந்திப் படைகள் திரும்பப் பெறப்பட வேண்டும்.

இப்போது ஊர்வலமாகச் செல்லும் போராட்டக்காரர்களின் எண்ணிக்கை அதிகரித்து விட்டது. போர்ட் பேரக்ஸ் வழியாக மற்ற அலுவலகங்களில் இருந்த மாலுமிகளும் கோஷமிட்டபடி தல்வாருக்கு வர ஆரம்பித்தார்கள். அவர்கள் தல்வாரின் பரேட் மைதானத்தில் கூடிய போது, எண்ணிக்கை 1000-ஐ நெருங்கியிருக்கும்.

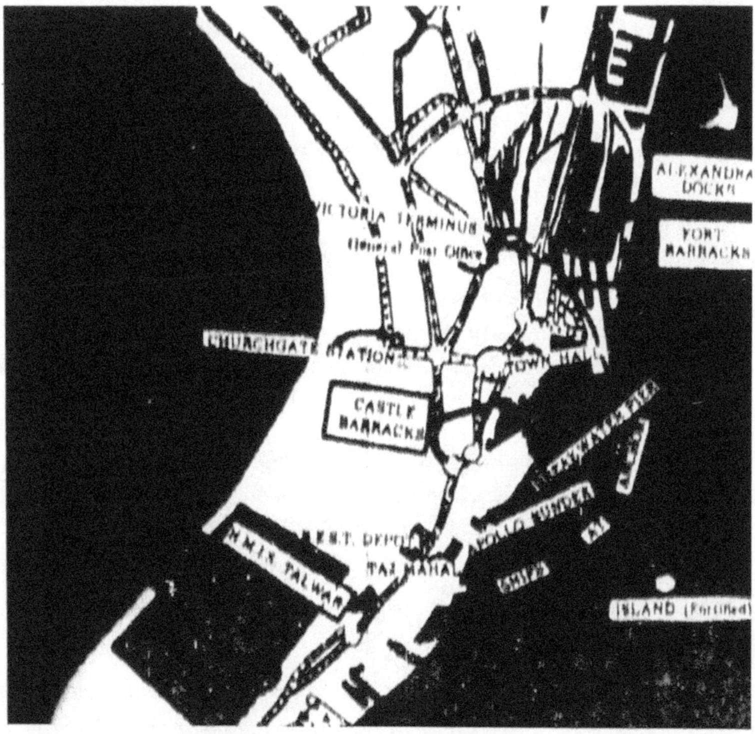

எழுச்சியால் பாதிக்கப்பட்ட இடங்களின் வரைபடம். 1946 பிப்ரவரியில் பீப்பிள் ஏஜில் வெளிவந்தது.

காலை 10.30 மணி

போராட்டக்காரர்களைச் சமாதானப்படுத்த இரண்டு மணி நேரத்திற்கும் மேலாக முயற்சி செய்து விட்டு ராட்ரே தல்வாரிலிருந்து கிளம்பினார். ஆலோசனை கூட்டத்தை முடித்துக் கொண்டு மாலுமிகள் கோஷமிட்டபடி கிளம்பினார்கள். போர்ட் பேரக்ஸை நோக்கிய சாலையை அடைந்ததும் சிலர் காங்கிரஸ், முஸ்லிம் லீக் கொடிகளை ஏந்தினார்கள். சிலர் 'நாம் உழைக்கும் வர்க்கத்தைச் சேர்ந்தவர்கள். அரிவாள், சுத்தியல் உள்ள செங்கொடியை ஏந்த வேண்டும்' என குரல் கொடுக்க, செங்கொடிகளும் பறந்தன. மூன்றுவிதக் கொடிகளும் பிரிட்டிஷாரின் முகத்திற்கு எதிரே தம் எதிர்ப்பைக் காட்ட காற்றில் வேகமாகப் படபடத்தன.

கப்பற்படையின் வாகனங்களைக் கைப்பற்றி அவற்றில் ஏறிக் கொண்டார்கள். போர்ட் பேரக்ஸில் காத்திருந்த மாலுமிகள் உற்சாக கோஷங்களோடு சேர்ந்து கொண்டார்கள். இன்னும் அதிகமான கொடிகளோடும், பதாகைகளோடும் மேலும் பல வாகனங்கள் சேர்ந்து கொண்டன.

தல்வார் செல்லும் வழியெங்கும் மக்கள் வீடுகளிலிருந்தும், சாலையோரம் நின்றும் மாலுமிகள் அணிவகுத்துச் செல்லும் இந்தக் கண்கொள்ளாக் காட்சியைப் பார்த்தார்கள். வழியில் ஹார்ன்பை சாலையில் மாலுமிகள் கடைகளை அடைக்கச் சொல்லிக் கேட்டுக் கொண்டார்கள். இந்திய வியாபாரிகள் கடைகளை அடைத்தார்கள். பிரிட்டிஷ் வியாபாரிகள் மறுத்தார்கள். கோபமுற்ற மாலுமிகள் அந்தக் கடைகளின் ஜன்னல்களை உடைத்தார்கள். பெருத்த சேதம் ஏற்பட்டது.

உணர்ச்சி மிகுதியால், அந்நியர் தொடர்பான அனைத்தும் அவர்களது இலக்காகின. அமெரிக்க தகவல் நூலகத்தின் வாயிலில் இருந்த அமெரிக்கக் கொடி இறக்கப்பட்டு, அதற்கு தீ வைக்கப்பட்டது. (இச்சம்பவத்திற்கு மாலுமிகள் பின்னர் வருத்தம் தெரிவித்தனர்) பிரிட்டிஷ் சின்னங்களுடன் சென்ற அஞ்சல் வாகனமும் சேதப்படுத்தப்பட்டது.

பிரிட்டிஷ் எதிர்ப்புணர்வு கொழுந்து விட்டு எரிந்தது. சகோதரத்துவமும், வலிமையாய் இருந்தது. எங்கும் சிரிப்பொலியும், உற்சாகமும், கோபமும், உற்சாகமும், மகிழ்ச்சியுமான அந்தக் கும்பல் நடைபோட்டது.

தல்வாரில் காலை பரேட் அழைப்பிற்கான ஊதுகுழலை ஊதுபவரே ஊர்வலத்தில் கலந்து கொண்டிருப்பதாக ஒரு மாலுமி சொன்னார்.

காலை 11.45 மணி

கிட்டத்தட்ட 10000 பேர் கொண்ட கூட்டம்! கப்பற்படை அலுவலங்கள் அனைத்திலும் பரபரப்பு. அக்கம்பக்கமுள்ள அனைத்து அலுவலகங்களின் மாலுமிகளும், ஆதரவு தந்த பொது மக்களும் கூடிவிட்டார்கள். மாலுமிகள் பரேட் மைதானத்தில் கூடி நிற்க, பொதுமக்கள் வெளியே கூடி நின்றார்கள். தத்தமது போராட்ட அனுபவங்கள் பற்றி சிரித்தபடி பேசிக் கொண்டார்கள்.

பாம்பேயில் ஆர் ஐ என் கப்பல்களை நிறுத்த இரண்டு இடங்கள் உண்டு. முதல் இடத்தில் பெரார், மோதி, நீலம், ஜமுனா, குமான், அவுத் ஆகிய கப்பல்களும் மற்றதில் நர்மதா, ஹீரா, கைபர், கிளைவ், லாரன்ஸ் ஆகிய கப்பல்களும் நங்கூரமிட்டு நின்றன.

இவற்றில் இருந்த மாலுமிகள் ஏற்கனவே இக்கப்பல்களின் அதிகாரத்தைக் கைப்பற்றி விட்டனர். பெரார், மோதி, நீலம், ஜமுனா, குமான், அவுத் ஆகியவற்றில் மூன்று கட்சிக் கொடிகளும் ஏற்றப்பட்டு விட்டன. நர்மதா,ஹீரா, கைபர், கிளைவ், லாரன்ஸ் ஆகிய கப்பல்களுக்கு கரையிலிருந்து மாலுமிகள் படகுகளில் சென்றார்கள். அவற்றிலும் மூன்று கட்சிக் கொடிகளை ஏற்றிவிட்டுத் திரும்பினார்கள்.

அருணா அஸஃப் அலிக்கு வேண்டுகோள் விடுக்கப்பட்டுள்ளதாகவும், அவர் மாலை 4 மணிக்கு மாலுமிகளிடையே உரையாற்றுவார் என்றும் அறிவிக்கப்பட்டது.

தல்வாரில் மதியம் 1 மணி வரை கூட்டங்கள் நடந்தன. அங்கு பிரிட்டிஷ் நிர்வாகத்தின் சுவடே இல்லை. அந்தப் பகுதியில் போக்குவரத்தைக் கூட மாலுமிகள்தான் ஒழுங்குபடுத்திக் கொண்டிருந்தார்கள். ஒவ்வொரு கப்பலிலிருந்தும், அலுவலகத்திலிருந்தும வந்த மாலுமிகள் கூட்டத்தை, உற்சாக கோஷம் எழுப்பி வரவேற்றார்கள்.

மதியம் 12.30 மணி

மதியவாக்கில் சற்று அமைதி திரும்பியது. தல்வாரில் கூடிய மாலுமிகள் அடுத்த கட்ட நடவடிக்கையை முடிவு செய்ய

விவாதித்தார்கள். சுமார் 10000 மாலுமிகள் தல்வாரின் மைதானத்தில் கூடி நிற்க, பல்வேறு கப்பல்கள், அலுவலகங்களில் இருந்து வந்திருந்த சில தலைவர்கள் பேசினார்கள்.

தாம் அனைவரும் தாய்நாட்டிற்காக எப்படி அணிதிரண்டு வந்தோம் என்பதை பெயர் தெரியாத அந்தத் தலைவர்கள் உணர்ச்சி பொங்கப் பேசியபோது பெருமிதமும், தேசபக்தியும் பெருக்கெடுத்து ஓடின. 'போராட்டத்தை ஆரம்பிக்கும் போது, மாலுமிகளிடம் இருந்து இத்தனை உற்சாகமான ஆதரவு கிடைக்கும் என்று நாங்கள் நினைக்கவே இல்லை. கிட்டத்தட்ட அனைத்து மாலுமிகளும் போராட்டத்தில் இணைந்து விட்டதாக செய்திகள் கிடைத்துள்ளன. நமது ஒற்றுமை குறித்து மிகவும் பெருமையாக இருக்கிறது' என்ற அவர்கள் கூறினார்கள்.

உடனடியாக மத்திய போராட்டக்குழு ஒன்றை அமைக்க வேண்டும் என்று தலைவர்கள் முடிவு செய்தார்கள். ஒவ்வொரு கப்பல் மற்றும் அலுவலகத்திலிருந்தும் குழுவிற்கான பிரதிநிதிகள் தேர்ந்தெடுக்கப்படுவார்கள். இந்தப் பிரதிநிதிகளை கப்பற்படை தலைமை தளபதி சந்தித்து கோரிக்கைகள் பற்றி பேச இருந்தார். ஒரு டஜனுக்கு மேற்பட்ட பிரதிநிதிகள் தேர்ந்தெடுக்கப்பட்டார்கள். தத், ஆர்.கே.சிங், சலீல் ஷியாம் ஆகியோர் சிறையில் இருந்தாலும் கூட, பிரதிநிதிகளாகத் தேர்ந்தெடுக்கப்பட்டார்கள்.

குறியீட்டளவில் முக்கியமான ஒரு முடிவும் கூட்டத்தில் எடுக்கப்பட்டது. 'ராயல் இந்தியன் நேவி' என்பது 'இந்தியன் நேஷனல் நேவி' என்று பெயர் மாற்றம் செய்யப்பட வேண்டும் என்பதே அந்த முடிவு. இந்த முடிவுகள் எல்லாம் எடுத்த பின்னர் மிகப் பெரிய கேள்வி ஒன்று முன்னால் நின்றது.

போராட்டத்திற்கான ஒட்டுமொத்தத் தலைமைப் பொறுப்பை யார் வகிப்பது? மாலுமிகள் இது குறித்து நீண்ட நேரம் விவாதித்த பிறகு, மூத்த சிக்னல் ஊழியரான எம்.எஸ்.கானை தலைவராகத் தேர்ந்தெடுத்தனர். தந்தி ஊழியரும், கொண்டை, தாடியை மழித்து விட்ட சீக்கியருமான மதன் சிங் துணைத் தலைவராக தேர்ந்தெடுக்கப்பட்டார். இருவரும் ஆங்கிலம், இந்தி, பஞ்சாபியில் தேர்ந்தவர்கள், அரசியல் நாகரிகம் அறிந்தவர்கள். இந்தப் பண்புகள் தமக்கு உதவிகரமான இருக்கும் என மாலுமிகள் நினைத்தனர்.

இருவரும் 25 வயதிற்கு உட்பட்ட இளைஞர்கள், இவர்களால் அரசியல் தலைவர்களிடமும், பொது மக்களிடமும் நல்ல

அபிப்ராயத்தை ஏற்படுத்த இயலும் என மாலுமிகள் கருதினர். அதிகாரிகளோடு பேச்சுவார்த்தை நடத்துவதோடு, தல்வாருக்கு வெளியே இருந்த அலுவலகங்களில் நடவடிக்கைகளை ஒருங்கிணைப்பதும் இவர்களது பணியாகும். ஒவ்வொரு அலுவலகத்திலும் போராட்டக் குழுவின் முக்கியமான தலைவர்கள் உரையாற்றினார்கள்.

யார் இந்த இருவர்? கான் மிக மென்மையான குணம் கொண்டவர் என்றாலும் கடந்த காலத்தில் மோசமான உணவு, மற்ற பிரச்சனைகள் பற்றி அதிகாரிகளிடம் பலமுறை எதிர்ப்புத் தெரிவித்தவர். அமைதியானவர் என்றாலும் அந்நிய ஆட்சியை வெறுத்தவர். முறையான கப்பற்படை பயிற்சி பெற்றவர் என்பதாலும் அவர் மற்ற மாலுமிகளை விட தனித்துத் தெரிபவர்.

மதன் சிங் ஒரு வலுவான, திறமையான மாலுமி. தனது கொண்டை, தாடியை நீக்கி ஆங்கில பாணியில் மாறிவிட்டவர். மிகத் திறமையான மாலுமி. கப்பல்களில் பல்வேறு சவால்களை சந்தித்த போதும் நிதானம் இழக்காதவர். மூழ்கும் கப்பல்களைக் காப்பது, புயல்களைச் சமாளிப்பது என கடலில் அவர் காட்டிய தீரத்தால் சக மாலுமிகளால் பெரிதும் மதிக்கப்பட்டவர். இந்த இருவரின் தேர்வையும் மாலுமிகள் உற்சாகமாக வரவேற்றனர்.

மதியம் 1.30 மணி

வேலைநிறுத்தம் பற்றி கேள்விப்பட்ட சில பத்திரிகையாளர்கள் நிலவரம் பற்றி அறிய அங்கு வந்தனர். பிரதான வாயிலின் வழியாக அவர்கள் வருவதைத் தடுத்த மாலுமிகள், அவர்களை ராயல்கேட் என்ற மற்றொரு வாயில் வழியே அழைத்துச் சென்றனர், (இப்போது இது ஆஸாத் கேட் என்று அழைக்கப்படுகிறது) சில பத்திரிகையாளர்களை தல்வாரின் சுற்றுச்சுவரில் ஏணிகளை வைத்து அவற்றின் மூலம் ஏறி உள்ளே வர வைத்தனர். வழக்கம் போல மோசமான உணவு போன்ற குற்றச்சாட்டுகளை மாலுமிகள் சொல்வார்கள் என்ற நினைத்த அந்த செய்தியாளர்களுக்கு அதிர்ச்சி காத்திருந்தது.

செய்தியாளர்களை 'ஜெய்ஹிந்த்', 'வெள்ளையனே வெளியேறு' போன்ற கோஷங்களுடன் மாலுமிகள் வரவேற்றார்கள். மாலுமிகளின் தேசபக்த உணர்வை செய்தியாளர்கள் நேரடியாகப் பார்த்தார்கள். சுவர் முழுக்க எழுதப்பட்டிருந்த கோஷங்களும் அவர்களது உணர்வுகளுக்குச் சாட்சியாக நின்றன.

இதுபோன்ற ஒரு காட்சியை அவர்கள் எதிர்பார்த்திருக்கவில்லை. இதுவரை பார்த்ததும் இல்லை. பிரிட்டிஷாருக்காக வேலை பார்க்கும் இந்தியர்களும், பிரிட்டிஷ் சாம்ராஜ்யத்தின் ஒரு பகுதியாகவே நீண்ட காலமாக கருதப்பட்டு வந்ததால், இந்தக் காட்சிகளை நம்பவே முடியவில்லை.

சிறு சிறு குழுக்களாக கூடியிருந்த மாலுமிகளிடம் ஒரு மேஜை மீது நின்று மைக்கைப் பிடித்தபடி தலைவர்கள் பேசினார்கள். செய்தியாளர்களின் கேள்விகளுக்கு விரிவாக பதிலளித்தார்கள்.

அரசாங்கத்திற்கும் தங்களுக்குமிடையே பேச்சுவார்த்தை நடத்த ஒரு தேசியத் தலைவரை ஏன் அவர்கள் கேட்கிறார்கள் என்ற கேள்விக்கு உடனடியாக பதில் வந்தது. ‘துரதிருஷ்டவசமாக பிற நாடுகளின் சுதந்திரத்தை எவ்வாறு பாதுகாப்பது என்ற கலையை நாங்கள் கற்றுவிட்டோம்.... இப்போது எங்களது நாட்டிற்கு எங்கள் சேவையை அளிக்கத் தயாராகிவிட்டோம். அதற்காகத்தான் இந்தப் போராட்டத்தில் எங்களுக்கு வழிகாட்டவும், எங்களது கோரிக்கைகளை சுதந்திரத்திற்கான கோரிக்கையோடு இணைக்கவும் நமது தேசியத் தலைவர்கள் வர வேண்டும் என்று கேட்கிறோம்’ என்று மாலுமிகள் பதிலளித்தார்கள்.

இப்போராட்டம் பற்றிய கருத்தில் பத்திரிகைகள் இரண்டாகப் பிரிந்து நிற்கின்றன என்பதை செய்தியாளர்கள் மாலுமிகளுக்கு விளக்கினார்கள். பாம்பே கிரானிகிள், ஃப்ரீ பிரஸ் ஜர்னல் ஆகியவை போராட்டம், கோரிக்கைகளை மிகச் சரியாக வெளியிட்டன. அதே சமயம் ஈவினிங் நியூஸ், டைம்ஸ் ஆஃப் இந்தியா, ஸ்டேட்ஸ்மன் ஆகிய பிரிட்டிஷ் ஆதரவுப் பத்திரிகைகள் நிகழ்வுகளின் பிரிட்டிஷ் தரப்புப் பார்வையை வெளியிட்டன.

போராட்டம் இப்போது நாடு தழுவிய ஒன்றாக மாறிவிட்டது. கல்கத்தா, கராச்சி, விசாகப்பட்டினம், மெட்ராஸ் போன்ற ஆர்.ஐ.என். மாலுமிகளிடமும் பரவி விட்டது.

மதியம் 2.30 மணி

இதற்கிடையில், பிரச்சனைகள் எதிர்கொள்ள பிரிட்டிஷ் கப்பற்படை அதிகாரிகள் திட்டமிட ஆரம்பித்து விட்டனர். அவர்கள் பாதுகாப்பை பலப்படுத்திக் கொண்டிருந்தார்கள். அப்பகுதியின் கமாண்டர் ராணுவ போலீசிடம் அதிகரித்து வரும் பதட்டம் குறித்து விளக்கி, குறுகிய கால அவகாசத்திலும் தயாராக

இருக்கும்படியாக 18 மராட்டா படையின் இரண்டு கம்பெனிகளை அனுப்புமாறு வேண்டினார்.

ஆயுதங்களை பத்திரமான இடத்திற்கு அப்புறப்படுத்த முடிவு செய்யப்பட்டது. தெருக்களில் சுற்றித் திரியும் மாலுமிகளைப் பிடிக்க ரோந்துப் படைகளையும் ஏற்பாடு செய்தனர். உத்தரவு வந்த ஒரு மணி நேரத்திற்குள் தயாராகி விட வேண்டும் என்று 18 மராட்டா படைக்குச் சொல்லப்பட்டது.

ஃபோர்ட் பேரக்ஸ் வாசலில் மாலுமிகள் மற்றும் பொதுமக்களின் ஆவேசமான கூட்டம் திரண்டிருப்பதாக ரியர் அட்மிரல் ராட்ரேக்கு தகவல் வந்தது. அவர்கள் கதவை உடைத்துக் கொண்டு உள்ளே நுழைந்து கைதிகளை விடுவிக்கப் போவதாகத் தகவல் வந்தது. இது மிகைப்படுத்தப்பட்ட தகவல். ஒரு கட்டிடத்திலிருந்து வீசப்பட்ட கல்லால் ஒரே ஒரு போலீஸ்காரருக்கு காயம் ஏற்பட்டதைத் தவிர இதுவரை வேறு எந்த அசம்பாவிதமும் நடக்கவில்லை.

மாலை 3 மணி

தல்வாரில் மீண்டும் கூட்டம். சில அரசியல் தலைவர்களை சந்திக்கச் சென்று வந்த பிரதிநிதிகள் அந்த சந்திப்புகள் பற்றி விளக்கினார்கள். பேச்சுவார்த்தை துவங்கி விட்டது. மாலுமிகள் தரப்பு என்ன சொல்கிறது என்பதை கேட்க வேண்டும் என்று ராட்ரேவிற்கு கூறப்பட்டது. சூழ்நிலையை ஆராய அவர் தல்வார் வந்தார். அவரிடம் கோரிக்கை சாசனம் வைக்கப்பட்டது.

அவர் எந்த வாக்குறுதியும் தரவில்லை. கோரிக்கைகளை டில்லியில் உள்ள கப்பற்படைதலைமையகத்திற்கு அனுப்புவதாகக் கூறினார். நல்ல உணவு தர வேண்டும் என்ற கோரிக்கையை மட்டும் ஏற்றார். அவர் கிளம்பும் போது பல பிரிட்டிஷ் அதிகாரிகளும் அவருடன் செல்ல அனுமதிக்கப்பட்டனர். பல இந்திய அதிகாரிகளும் வெளியேறினர். மாலுமிகளுக்கு கோபமாக இருந்தாலும் வியப்பாக இல்லை. இந்திய அதிகாரிகள் பிரிட்டிஷாரின் கைக் கூலியாக இருப்பதை அவர்கள் அறிவார்கள்.

இப்படி பிரச்சனைகள் இருக்கும்போது, அதிகாரிகள் எந்த அளவிற்கு இறங்கிவருவார்கள்? ராட்ரே மாலுமிகளின் கோரிக்கைகளை அக்கறையோடு கேட்பதாகவும், அதற்காக ஒரு குழு அமைப்பதாகவும் சொல்லியிருந்தார். ஆனால், தன்னைச்

சுற்றி நின்ற மாலுமிகள் அனைவரும் தேசபக்தியில் துடித்துக் கொண்டு நிற்பது அவருக்கும், பிற பிரிட்டிஷ் அதிகாரிகளுக்கும் புதிய அனுபவமாக இருந்தது.

1942லிருந்தே வேலை நிறுத்தங்கள் நடந்துள்ளன. பெரும்பாலும் அவை மோசமான உணவு தரப்பட்ட காரணத்தால் நடந்தவைதான். ஆனால் இம்முறை போராட்டம் மாறுபட்டிருந்தது. இந்த மாலுமிகள் இனி மேலும் பிரிட்டிஷ் சாம்ராஜ்ஜியத்தின் வேலைக்காரர்களாக இருக்கத் தயாராக இல்லை. சமமாக மதிக்கப்பட வேண்டும் என்றார்கள். பிரிட்டிஷாரின் மீதான கோபம், வெறுப்பு, போராட்டத்திற்கான அறைகூவல், தம் போராட்டத்திற்கும் சுதந்திரப் போருக்குமான இணைப்பு எல்லாம் கோஷங்களாக வெளிப்பட்டன. அவை கரவொலியோடு வரவேற்கப்பட்டன.

இந்தக் கோபமும், வெறுப்பும், ராட்ரேயும் அவரது அதிகாரிகளும் எதிர்பாராதவை. இப்போதுதான் அவர்கள் சூழலின் தீவிரத்தை உணர ஆரம்பித்தார்கள்.

மாலை 4 மணி

இதனிடையே ராட்ரே கிளம்பிச் சென்ற பிறகும், போராட்டக்குழுவின் கூட்டம் தொடர்ந்தது. மாலுமிகள் எப்போதும் தங்களுக்கு ஆதரவாக நின்ற அரசியல் தலைவரான அருணா அஸஃப் அலிக்காகக் காத்திருந்தார்கள். அவர் மாலை 4 மணிக்கு வருவதாக இருந்தது. ஆனால் அவர் வரவில்லை. அது மட்டுமல்ல. அவர் தன்னை சந்திக்க வந்த மாலுமிகள் தலைவர்களிடம் 'அமைதி காக்குமாறு' அறிவுரை கூறியிருந்தார். இது என்ன மாதிரியான அறிவுரை? ஆனால், தேசியத் தலைவர்களால் மாலுமிகள் ஏமாற்றப்படப் போவது இந்த ஒரு முறை மட்டுமல்ல.

அருணா வராவிட்டாலும், காந்திய அஹிம்சை வழியில் போராட்டத்தைத் தொடர்வது என அந்த வீரமிக்க மாலுமிகள் முடிவு செய்தார்கள். அவர்களது நடவடிக்கைகள் அனைத்தும் தேசியத் தலைவர்கள் சுதந்திரப் போராட்டத்தில் கடைப்பிடித்த கொள்கைகளின்படியே இருக்கும்.

அஹிம்சை என்ற கருத்தைப் புரிந்து கொள்வது மாலுமிகள் பலருக்கும் கடினமாக இருந்த போதிலும், இதை ஏற்றார்கள்.

அவர்கள் தமது பணிக்காலம் முழுவதிலும் தங்களது ஆயுதம் கொண்டு போரிட்டு, எதிரியைப் பணிய வைத்தவர்கள். இந்தப் போராட்டம் எப்படி இருக்கும்? இந்த வழியில் வென்றுவிட முடியுமா? என்று பலருக்கும் குழப்பம்.

மாலை 6 மணி

மாலுமிகளிடையே கட்டுப்பாட்டை நிலைநாட்ட நிர்வாகம் எந்த முயற்சியும் செய்யவில்லை. உண்மையில் அங்கு அதிகாரிகள் யாருமே இல்லை. போராட்டக் குழு உடனடியாக உத்தரவுகளை இட ஆரம்பித்தது. ஒவ்வொருவரும் என்ன செய்ய வேண்டும் என்று தெளிவாகக் கூறப்பட்டது. முதல் மற்றும் முக்கியமான பணி பொதுமக்கள் ஆதரவைப் பெறுவது. மாலுமிகள் குழு ஒன்று மூன்று லாரிகளில் மூன்று கட்சிக் கொடிகளை கட்டிக் கொண்டு, ஒலிபெருக்கிகளோடு, பாம்பே நகரம் முழுவதும் முக்கிய இடங்கள் வழியே ஊர்வலமாகச் சென்று பிரச்சாரத்தில் ஈடுபட்டது. பிரிட்டிஷார் தொடர்பான அனைத்தையும் கைவிடுமாறு மக்களை வேண்டியது. ஆங்கிலபாணி தொப்பிகளைக்கூட புறக்கணிக்குமாறு கேட்டுக் கொண்டது.

அரசியல்வாதிகள் மட்டும் இவர்களைக் கைவிடவில்லை. ஊடகங்களில் பெரும்பாலானவை இவர்களுக்கு எதிரானவைகளாக இருந்தன. ஆங்கிலேயரின் அடிவருடிப் பத்திரிகைகள் இந்த மாலுமிகளை 'கொடூரமான அரக்கர்கள்' போல் சித்தரித்தன. மாலுமிகள் தங்கள் கப்பல்களுக்குத் திரும்பி, அடுத்த கட்ட நடவடிக்கைகள் பற்றி திட்டமிட்ட காலத்திலும் இப்பொய்யுரைகள் தொடர்ந்தன.

இந்த மாலுமிகள் தங்களது பாசறைகளில் தீக்கணப்பைச் சுற்றி கட்டிலில் அமர்ந்து பாட்டுப்பாடி, சிரித்துப் பேசிக் கொண்டு இருந்த அதே நேரத்தில், இவர்களை எப்படித் தாக்குவது என்று தம் பென்சில்களைச் சீவியபடி ஆங்கிலேய ஜால்ரா பத்திரிகைகள் யோசித்துக் கொண்டிருந்தன. இதை மாலுமிகள் ஒருபோதும் எதிர் பார்த்திருக்கவில்லை.

இரவு 7 மணி

பத்திரிகைச் செய்திகள் மீதான கோபத்தின் முதல் அறிகுறி இந்த நேரத்தில்தான் தெரிந்தது. ஈவினிங் நியூஸ் பத்திரிகையை எடுத்துக் கொண்டு வந்த ஒரு மாலுமி கோபத்தோடு அதில் உள்ள செய்திக்கு

விளக்கம் கேட்டார். முதல் பக்கத்தில் ‘மாலுமிகள் வெறியாட்டம்’ என்ற தலைப்பு. மாலுமிகளுடன் பேசிக் கொண்டிருந்த செய்தியாளர்களிடம், ‘இதற்கு என்ன அர்த்தம்?’ என்று அவர் கேட்டார்.

செய்தியாளர்களுக்கு வியப்பு. சிலர் தேசிய பத்திரிகைகள், ஆங்கிலேயர் சார்பு பத்திரிகைகள் இரண்டிற்கும் உள்ள வேறுபாடு பற்றி விளக்கி, தமக்கும் இச்செய்திக்கும் தொடர்பு இல்லை என்று விளக்க முயன்றனர். ஆனால் மாலுமிகள் அதை கேட்கும் மனநிலையில் இல்லை. செய்தியாளர்களை உடனடியாக வெளியேறுமாறு கூறினர். அவர்களும் மௌனமாக வெளியேறினர்.

அடுத்து என்ன நடக்குமோ என்று செய்தியாளர்கள் யோசிக்க, மாலுமிகளும் தங்களுக்குள் இதே கேள்வியை எழுப்பினர். அவர்கள் ஏற்கனவே வெகுதூரம் கடந்து, இதுவரை யாரும் அடைந்திடாத ஒரு இடத்திற்கு வந்து விட்டனர். ஆனாலும் நம்பிக்கையோடு இருந்தனர்.

பத்திரிகைச் செய்திகள் புண்படுத்தின. ஆனால் அவை குழப்பத்தில் இருக்கும் ஒரு சிறுபான்மையினரின் கருத்துகள். நடந்தவற்றால் எல்லோருமே குழப்பத்தில் தானே உள்ளனர். விரைவில் எல்லாம் சரியாகிவிடும். மக்கள் நம் பக்கம், தேசம் நம் பக்கம். நாம் வென்றுவிடலாம் என்று நம்பினர்.

இப்படியாகத்தான் அந்த இரவு முடிந்தது. கொண்டாட்டமும், நம்பிக்கையும் மேலோங்கி இருந்தன. எது நடந்தாலும் ஒன்றாகச் சந்திப்போம். வழிகாட்ட தலைவர்கள் இருக்கிறார்கள் என தம் நாட்டின் விடுதலைக்கான முழு நம்பிக்கையோடு காத்திருந்தார்கள்.

எவ்வளவு கொடூரமாக தமக்கு நம்பிக்கை துரோகம் செய்யப்பட இருக்கிறது என்பது அப்போது அவர்களுக்குத் தெரியாது.

REFERENCES

Admiral Godfrey's letters, NAI.

Andrew Davis, *Identity and Assemblage of Protest.*

B.C. Dutt, *Mutiny of the Innocents.* Bombay: Sindhu Publications, 1971, pp. 151–85.

Biswanath Bose, *Royal Indian Navy.* New Delhi: Northern Book Centre, 1988, pp. 10-38, 41–47, 77–79, 87, 92–111, 134, 167–69, 180, 182, 197–99, 202–03, 207–08.

Dilip Kumar Das, *Revisiting Talwar: A Study in the Royal Indian Navy Uprising of February 1946.* Delhi: Ajanta Publications, 1993, pp. 90–158.

Kusum Nair, *The Army of Occupation.* Delhi: Padma Publications, 1946, pp. 40–48.

Legislative Assembly proceedings (Strike at Bombay and Karachi, RIN), NAI.

Lockhart-RIN Mutiny; Hour by hour event description, 1946, NAI.

Note on incidents connected with RIN Mutiny, NAI.

Opinion of Board of Enquiry Held to Investigate the Cause & Circumstances of the Mutiny on HMIS SIND and MAHARASHTRA, 1946, NAI.

Report on Royal Indian Navy, NAI.

The Indian Annual Register (January–June 1946), Vol.1., pp. 235, 289–98, 301–07.

'The Unsung Heroes of 1946', *Mainstream Weekly.*

Top Secret Cypher Telegram, NAI, 1946.

The Hindustan Times
LARGEST CIRCULATION IN NORTHERN, NORTH-WESTERN & CENTRAL INDIA. DELHI EDITION
VOL. XXIII. NO. 50 NEW DELHI: WEDNESDAY, FEBRUARY 20, 1946. PRICE 1½ ANNAS

3 BRITISH CABINET MINISTERS FOR INDIA

PETHICK-LAWRENCE, CRIPPS & ALEXANDER IN MISSION

NEGOTIATIONS WITH POLITICAL LEADERS TO BEGIN BY END OF MARCH

DELEGATION GIVEN FREE HAND EXCEPT ON MATTERS OF MAJOR POLICY

LONDON, FEB. 19.—THREE BRITISH CABINET MINISTERS ARE GOING TO INDIA TO DISCUSS WITH LEADERS OF INDIAN OPINION THE FRAMING OF AN INDIAN CONSTITUTION. THEY ARE LORD PETHICK-LAWRENCE, SECRETARY FOR INDIA, SIR STAFFORD CRIPPS, PRESIDENT OF THE BOARD OF TRADE, AND MR ALBERT ALEXANDER, FIRST LORD OF THE ADMIRALTY. THIS WAS OFFICIALLY ANNOUNCED IN THE HOUSE OF LORDS TODAY BY LORD PETHICK-LAWRENCE.

The Prime Minister, Mr Clement Attlee, in making a similar statement in the House of Commons added that the mission would go to India towards the end of March.

Lord Pethick-Lawrence

SIR STAFFORD CRIPPS

Lord Pethick-Lawrence said: "The House will recall that on September 19 last year, on his return to India after discussions with the British Government, the Viceroy made a statement of policy in the course of which he outlined the positive steps to be taken immediately after the Central and Provincial elections ...

Sind Premier Denies Plan To Arrest Or Intern Mr Syed

MUNSHI REJOINS CONGRESS

LATE NEWS

NEED FOR DEFINITE PURPOSE

Sorensen On Cabinet Mission's Task

DUTCH ATROCITIES IN JAVA

Indian Troops Threaten Direct Action

JAI PRAKASH MAY BE RELEASED IN MARCH

AZAD TO MEET VICEROY ON THURSDAY

GANDHIJI IN POONA

PROCLAMATION OF INDEPENDENCE MUST COME FIRST

NEHRU OUTLINES COUNTRY'S DEMAND AFTER ELECTIONS

ALLAHABAD, Feb. 19.—Reports that Lord Pethick-Lawrence and other officials were soon coming to India were met today by the comment from Pandit Jawaharlal Nehru that such a group might help to fill in the details of arrangements for independence, but the first requirement is "recognition and proclamation of India's right of full independence."

R.I.N. RATINGS' REVOLT SPREADS: 7,000 NOW ON STRIKE

Wild Demonstrations In Bombay: U.S. Protest Against Insult To Flag

VITAL ATOM BOMB SECRETS ALREADY LOST BY U.S.

BRITAIN & RUSSIA DRIFTING APART

Divergent Policies May Lead To Catastrophe

Tikka Ram Loses To Congressman

8

நேருக்கு நேர் : தலைமை தளபதி பறந்து வந்தார்

மூன்றாம் நாள் : 1946 பிப்ரவரி 20 புதன்கிழமை

'கப்பற்படை வேலை நிறுத்தம் பரவுகிறது'.... 'ஃபோர்ட் பகுதியில் பெரும் ஆர்ப்பாட்டம்'... 'கப்பல்களில் இந்தியக் கொடிகள்'.... என்ற பத்திரிகை தலைப்புச் செய்திகளோடு புதன்கிழமை விடிந்தது.

'கப்பல்களில் இந்தியக் கொடிகள்' என்ற தலைப்பில் ஃப்ரீ பிரஸ் ஜர்னலில் வந்த செய்தி விரிவாக இருந்தது. 'இந்திய மாலுமிகளின் வேலை நிறுத்தத்தின் இரண்டாம் நாளில் சுமார் 20000 பேர் கலந்து கொண்டனர்.... பாம்பேயின் போராட்டக்காரர்களுக்கு ஆதரவாக களம் இறங்கினார்கள் என்று கூறலாம். இவர்களோடு துறைமுகத்தில் இருக்கும் சுமார் 20 கப்பல்களின் மாலுமிகளும் சேர்ந்து கொண்டனர்.... இந்திய மூவர்ணக்கொடி பறக்கவிடப்பட்டது... கப்பல்களில் பறந்த யூனியன் ஜாக் கொடி இறக்கப்பட்டது.

அக்பர், பெரோஸ், மச்லிமார், ஹம்லா ஆகியவற்றின் ஆயிரக்கணக்கான மாலுமிகளும், கொலாபா, பரோல் தந்தி அலுவலகங்கள் மற்றும் பல்வேறு கப்பல்களில் மாலுமிகளும் தல்வார் போராட்டக்காரர்களுக்கு ஆதரவாக தெருவில் இறங்கினார்கள். அவர்கள் ஆஸாத் மைதானத்தில் கூடினார்கள். பல்லாயிரக்கணக்கான மாலுமிகள் (சிலரது கையில் ஹாக்கி மட்டைகள்) ஜெய்ஹிந்த, இன்குலாப் ஜிந்தாபாத் கோஷங்களோடு ஹார்ன்பை தெரு வழியே மியூசியம் நோக்கி ஊர்வலமாகச் சென்றார்கள். ஐரோப்பியர்கள் துரத்தப்பட்டார்கள். அமெரிக்க தகவல் நூலகத்தில் பறந்த அமெரிக்கக் கொடி இறக்கப்பட்டது. இராணுவ தபால் வாகனம் தாக்கப்பட்டது. தபால்கள் சாலை முழுவதும் சிதறிக் கிடந்தன' என்று அது கூறியது.

டைம்ஸ் ஆஃப் இந்தியா இந்த போராட்டத்திற்கு 8ஆம் பக்கத்தில் இடம் தந்தது. 'வேலைநிறுத்த மாலுமிகளின் பயங்கரச் செயல்கள் என்றது.' சாலைப் போக்குவரத்து, பாதசாரிகள் மீது

கண்மண் தெரியாத தாக்குதல். பாம்பே மாலுமிகள் வேலை நிறுத்தம் வன்முறையாக மாறுகிறது.' 'அரசு விசுவாசப் படைகள் மீது தாக்குதல்',' ஐ.என்.ஏ. வழக்குகளை திரும்பப் பெற விடுத்த வேண்டுகோளை அரசு நிராகரித்தது'. என்று தலைப்புகள் தந்தது.

உள்ளே செய்தியில், 'படைகளில் இருக்கும் பிரிட்டிஷாரை போராட்டத்தில் ஈடுபட்டுள்ள கும்பல் சுத்தியல் கடப்பாறை, ஹாக்கி மட்டை, குண்டாந்தடி மற்றும் பல்வேறு ஆயுதங்களால் பயங்கரமாக தாக்கியது. இதில் இரண்டு பிரிட்டிஷ் படை வீரர்கள், மூன்று போலீஸ் அதிகாரிகள், இரண்டு கான்ஸ்டபிள்கள் காயமடைந்தனர்' என்றது.

பிரிட்டன், அமெரிக்கா மற்றும் பல இடங்களிலும் வேலை நிறுத்தச் செய்திகளை முக்கியப் பத்திரிகைகள் வெளியிட்டன. 'இந்திய மாலுமிகள் வேலை நிறுத்தம் பாம்பேயில் வன்முறையை தூண்டுகிறது' என்று நியூயார்க் டைம்ஸ் எழுதியது. ஆங்கில வெறி பிடித்த டெய்லி மெய்ல், 'இந்திய கப்பற்படை கிளர்ச்சி,நமது கொடிகள் இறக்கப்பட்டன' என்று புலம்பியது.

கருத்துகளைத் தாண்டி, செய்தி என்ற அளவில் இந்திய கப்பற்படையில் தலைமை தளபதி (Flag officer Commanding Royal Indian Navy - FOCRIN) அட்மிரல் ஜே.ஹெச். காட்ஃபிரே பிப்ரவரி 20 புதனன்று பாம்பேக்கு விமானம் மூலம் வருகிறார் என்ற செய்தி வந்திருந்தது.

பிப்ரவரி 19ன் வேகமான நிகழ்ச்சிப் போக்குகள் அனைவருக்குமே அன்றிரவு பதட்டமாகக் கழிந்ததைக் காட்டுகிறது. இதுவரை மாலுமிகளின் செயல்கள் வெற்றிகரமாகத்தான் இருந்துள்ளன. அவர்களுக்கு மக்கள் ஆதரவு கிடைத்துள்ளது. இது அவர்களுக்கு நம்பிக்கை அளித்தது. ஆனால் அடிப்படை வசதியான உணவு கிடைப்பது சிரமமாகி விட்டது. இரண்டு நாட்களில் கையிருப்பு குறைந்துபோய் விட்டது. மேலும் அவர்கள் இந்திய அரசியல் பெருந்தலைகளிடம் தலைமையையும், வழிகாட்டுதலையும் எதிர்பார்த்துக் கொண்டிருந்தனர்.

ஆனால், பிரிட்டிஷ் அதிகாரிகளின் அதிகாரத்திலிருந்து விடுபட்டு, சுதந்திரமான உணர்ந்த முதல் நாள் அது. பிரிட்டிஷாரும் நிகழ்ச்சிகள் இத்தனை வேகமாகவும், இத்தனை உணர்வு பூர்வமாகவும் நடப்பதைக் கண்டு பதட்டமாகவே இருந்தனர். அவர்கள் சிறிதும் எதிர்பார்க்காத நிகழ்வுகள் இவை.

நள்ளிரவு 1 மணி

அன்றிரவு முழக்க பிரிட்டிஷ் அதிகாரிகள் பதட்டமும், நடுக்கமுமாக இருந்தனர். நள்ளிரவில் மார்வேயில் இருந்த ஹம்லா கப்பலின் தலைமை அதிகாரி தனது கப்பலின் மாலுமிகள் அனைவரும் வெளியேறிவிட்டதாகவும், வாகனங்களைக் கைப்பற்றி பாம்பே நோக்கிச் செல்வதாகவும் சப்-ஏரியா கமாண்டண்டிற்கு தொலைபேசியில் தெரிவித்தார். இதனால் இரவு முழுவதும் பதட்டமாக விவாதங்களும், தொலைபேசி அழைப்புகளுமாக பிரிட்டிஷார் கழித்தார்கள்.

நள்ளிரவு 2.15 மணி

இரண்டாம் உலகப் போரின் போது ரியர் அட்மிரல் ராட்ரே திறமையான வியூங்கள் வகுப்பவராகப் புகழ் பெற்றிருந்தார். போராட்டக்காரர்களை கையாளும் போதும் அவர் தமது புகழுக்கு ஏற்றவாறு நடந்து கொண்டார். கைவசமிருக்கும் படை பலம் ஆயிரக் கணக்கான கோபக்கார மாலுமிகளைச் சமாளிக்க போதுமானதாக இருக்காது என்று அவர் உணர்ந்தார்.

எனவே சுமார் 2 மணியளவில் அவர் 18 மராட்டா படையின் சப் ஏரியா கமாண்டண்டையும், போலீஸ் துணை கமிஷனரையும் தொலைபேசியில் அழைத்து நிலமையின் தீவிரத்தை விளக்கி, உடனடியாக உதவி வேண்டும் என்றார்.

நள்ளிரவு 2.45 மணி

18 மராட்டா படையின் ஏரியா கமாண்டரும் சப் ஏரியா கமாண்டரும் உடனடியாக கேஸில் பாராக்ஸிற்குக் கிளம்பினார்கள். நூற்றுக்கும் மேற்பட்ட மாலுமிகள் நகருக்கு வெளியே இருந்த கப்பற்படை அலுவலகங்களின் லாரிகளை கைப்பற்றி, அவற்றில் ஏறி தகவல் தொடர்பு மையத்திற்கு வந்து அங்குள்ள மாலுமிகளையும், பெண் கப்பற்படை வீரர்களையும் மிரட்டியதாகவும், அங்கு சற்று சேதங்கள் விளைவித்ததாகவும் தகவல்கள் வந்தன.

அதிகாலை 3.15 – 4.30 மணி

ரியர் அட்மிரல் ராட்ரே இல்லத்தில் ஒரு கூட்டம் நடந்தது. இதில் ஏரியா கமாண்டர், சப் ஏரியா கமாண்டர், போலீஸ் துணை கமிஷனர் ஆகியோர் கலந்து கொண்டனர். இக்கூட்டத்தில்,

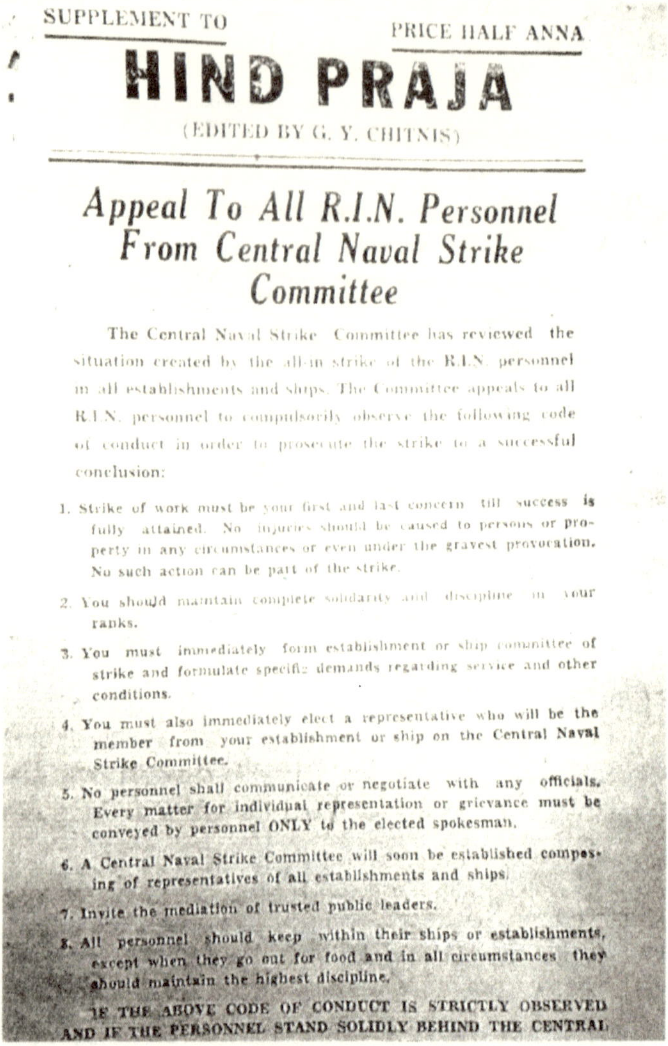

SUPPLEMENT TO

PRICE HALF ANNA

HIND PRAJA

(EDITED BY G. Y. CHITNIS)

Appeal To All R.I.N. Personnel From Central Naval Strike Committee

The Central Naval Strike Committee has reviewed the situation created by the all-in strike of the R.I.N. personnel in all establishments and ships. The Committee appeals to all R.I.N. personnel to compulsorily observe the following code of conduct in order to prosecute the strike to a successful conclusion:

1. Strike of work must be your first and last concern till success is fully attained. No injuries should be caused to persons or property in any circumstances or even under the gravest provocation. No such action can be part of the strike.
2. You should maintain complete solidarity and discipline in your ranks.
3. You must immediately form establishment or ship committee of strike and formulate specific demands regarding service and other conditions.
4. You must also immediately elect a representative who will be the member from your establishment or ship on the Central Naval Strike Committee.
5. No personnel shall communicate or negotiate with any officials. Every matter for individual representation or grievance must be conveyed by personnel ONLY to the elected spokesman.
6. A Central Naval Strike Committee will soon be established composing of representatives of all establishments and ships.
7. Invite the mediation of trusted public leaders.
8. All personnel should keep within their ships or establishments, except when they go out for food and in all circumstances they should maintain the highest discipline.

IF THE ABOVE CODE OF CONDUCT IS STRICTLY OBSERVED AND IF THE PERSONNEL STAND SOLIDLY BEHIND THE CENTRAL

எழுச்சியை வெற்றி பெறச் செய்ய மாலுமிகள் கடைப்பிடிக்க வேண்டியவை பற்றி போராட்டக்குழு வெளியிட்ட துண்டுப் பிரசுரம்.

1. தகவல் தொடர்பு அலுவலகங்களைப் பாதுகாப்பது.
2. வெளியிலிருந்து மாலுமிகள் பாம்பேக்குள் நுழைவதை தடுப்பது என்ற முடிவுகள் எடுக்கப்பட்டன.
3. பாசறையை விட்டு வெளியே செல்லக் கூடாது என்ற உத்தரவு இச்சமயத்தில் பிறப்பிக்கப்பட்டால், அது தலைமை

தளபதியின் கொள்கைக்கு மாறானதாக இருக்கும் என்பதால் அத்தகைய உத்தரவு பிறப்பிக்க வேண்டாம் என்று முடிவு செய்தனர்.

தகவல் மையம், கேஸில் பாரக்ஸ், மஹீல் வயர்லஸ் நிலையம், கொலாபா தகவல் நிலையம் ஆகியவற்றிற்கு கூடுதல் படைகளை அனுப்ப முடிவு செய்தார்கள். பாம்பேக்குள் மாலுமிகள் வருவதைத் தடுக்க, மாஹீம், சியான் பாதைகளில் ஒரு படைப்பிரிவை நிறுத்த முடிவு செய்தார்கள்.

போலீஸ் பாதுகாப்பு பற்றி விரிவாக விவாதிக்கப்பட்டது.

கேஸில் பாரக்ஸில் உள்ள பிரிட்டிஷ் கப்பற்படையினருக்கு உதவியும், ஓய்வும் தர 18 மராட்டா படைப்பிரிவு ஒன்றையும், போலீஸ் படைப்பிரிவு ஒன்றையும் அனுப்ப முடிவு செய்தார்கள்.

இறுதியாக பாம்பேயின் அனைத்து கப்பற்படை நிறுவனங்களும் உயர்ந்தபட்ச விழிப்போடு இருக்க வேண்டும், அவற்றைப் பாதுகாக்க அனைத்து முயற்சிகளும் செய்யப்பட வேண்டும் என்றும் முடிவானது.

காலை 6 மணி

தல்வாரிலும், கேஸில் பாரக்ஸிலும் மாலுமிகள் யாருமே தூங்கவில்லை. அந்த காட்சியே ஏதோ கனவு போல் இருந்தது. வழக்கமாக அவர்களை எழுப்ப ஒலிக்கும் சங்கோ, ஊதுகுழலோ ஒலிக்கவில்லை.

தல்வார் போராட்டம் பற்றியும், கமாண்டர் கிங் கெட்ட வார்த்தைகள் திட்டியது பற்றியும் காலைச் செய்திகள் என்ன சொல்லப் போகின்றன என்பதை அறிய மாலுமிகள் ஆர்வமாக இருந்தனர்.

பாம்பேயின் அசோசியேட்டட் பிரஸ் செய்தியாளர் விரிவான செய்தியைத் தந்திருந்தார். 'பிப்ரவரி 19 இரவில் துறைமுகப் பகுதியில் சுற்றியபோது கப்பற்படையின் 20 கப்பல்களிலும் ஆட்களே இல்லாமல் இருப்பதை தான் பார்த்ததாகக் கூறியிருந்தார். 'எல்லாக் கப்பல்களிலும் காங்கிரஸின் மூவர்ணக் கொடிகள் பறந்தன.... கொலாபா மற்றும் கப்பற்படை சுற்றுவட்டாரங்கள் முழுக்க பலவிதமான வதந்திகள் உலவின' என்று அவர் குறிப்பிட்டிருந்தார்.

மேற்கு ஆஸ்திரேலியாவின் பெர்த் பகுதியின் 'தி டெய்லி நியூஸ்' என்ற பத்திரிகை 'பாம்பே டெய்லி மெயிலின்' செய்தியாளரை மேற்கோள் காட்டி பின்வருமாறு எழுதியிருந்தது: 'இரண்டு போராட்டக்காரர்கள் சுடப்பட்டதாக கரை அலுவலகம் ஒன்றிலிருந்து ஒரு தவறான தகவல் வயர்லெஸில் பரவியது. போர் கப்பல்கள் இந்த செய்தியை கேட்டதும், சைரன்கள் அலற பெரும் அமளி ஏற்பட்டது. கப்பல்களிலிருந்து மாலுமிகள் படகுகளில் கரை நோக்கி வர, அதிகாரிகள் செய்வதறியாது நின்றார்கள். இச்செய்தி பொய் என்ற தகவல் வெளிவரும்வரை நாள் முழுவதும் ஆர்ப்பாட்டம் நடந்தது.'

போராட்டத்தால் எச்சரிக்கை அடைந்த பிரிட்டன் அரசு பிரிட்டிஷ் அமைச்சரவையின் மூன்று உறுப்பினர்களைக் கொண்ட உயர்மட்ட கேபினட் தூதுக்குழுவை இந்தியாவிற்கு அனுப்ப முடிவு செய்தது. 1857 கிளர்ச்சி திரும்பவும் நடந்து விடும் அபாயத்தை அது தடுக்க நினைத்தது.

இச் செய்தியை ஃப்ரீ பிரஸ் ஜர்னல் வெளியிட்டிருந்தது. 'பிரிட்டிஷ் பெருந்தலைகள் இந்தியா வருகை.... அரசியலமைப்பு உருவாக்கும் பணிக்காக மார்ச் இறுதியில் பெதிக் – லாரன்ஸ் பிரபு இந்தியா வருகிறார். சர் ஸ்டாஃபோர்ட் கிரிப்ஸ், அலெக்சாண்டர் ஆகியோர் உடன் வருகிறார்கள்' என்றது.

சமீபத்தில் பாதுகாப்புப் படையின் மூன்று பிரிவுகளிலும் ஏற்பட்ட எழுச்சிதான் இந்த வருகைக்குக் காரணம் என்று அது குறிப்பிட்டது.

இந்தியாவிற்கான அமைச்சராகிய பெதிக் லாரன்ஸ் பிரபு பிரபுக்கள் சபையில் உரையாற்றும்போது, 'இந்தியா, பிரிட்டனுக்கு மட்டுமின்றி, உலக அமைதிக்கே மிக முக்கியமானதாகிய, இந்திய தலைவர்களுடனான பேச்சு வார்த்தை வெற்றிகரமாக முடிவதற்காக, மாட்சிமை தாங்கிய மன்னரின் ஒப்புதலோடு, பிரிட்டிஷ் அரசாங்கம் இந்தியாவிற்கான அமைச்சர் (பெதிக் லாரன்ஸ் பிரபு) வர்த்தக போர்டின் தலைவர் (சர் ஸ்டாஃபோர்ட் கிரிப்ஸ்), கப்பற்படை முதன்மை தளபதி (ஏ.வி.அலெக்லாண்டர்) ஆகியோர் கொண்ட ஒரு சிறப்புக் குழுவை இந்தியா அனுப்ப முடிவு செய்துள்ளது. இவர்கள் வைசிராயுடன் இணைந்து பணியாற்றுவார்கள். இம்முடிவிற்கு வேவல் பிரபுவின் முழு சம்மதம் உள்ளது' என்றார்.

அதே நாளில் பிரதமர் கிளமெண்ட் அட்லி மக்களவையில் இதே போன்ற அறிக்கையை அளித்தார். மார்ச் இறுதியில் ஒரு கேபினட் குழு இந்தியா செல்லும் என்றும், இந்தியத் தலைவர்களுடன் விவாதித்து இந்தியாவில் முழுமையான சுயாட்சியை விரைவில் ஏற்படுத்துவது இக்குழுவின் நோக்கம் என்றும் அவர் தெரிவித்தார்.

டைம்ஸ் ஆஃப் இந்தியா, 'இந்தியர்கள் தம் விதியை தாமே நிர்ணயித்துக் கொள்ள உதவும் ஏற்பாடு' என்று இது பற்றிக் கூறியது. ஹிந்துஸ்தான் டைம்ஸ் மூன்று முக்கியமான அம்சங்களை இக்குழுவின் நோக்கங்களாகக் குறிப்பிட்டது. 'ஒரு அரசியலமைப் உருவாக்கும் வழிமுறை பற்றி பரந்துபட்ட உடன்பாடு ஏற்படும் வகையில் இந்திய சமஸ்தானங்களுடனும், பிரிட்டிஷ் இந்தியாவின் தேர்ந்தெடுக்கப்பட்ட பிரதிநிதிகளுடனும் தயாரிப்புப் பேச்சுவார்த்தைகள் நடத்துவது, இரண்டாவதாக, அரசியலமைப்பை உருவாக்கும் குழுவை அமைப்பது, மூன்றாவது முக்கியமான இந்தியக் கட்சிகளின் ஆதரவு உள்ள ஒரு செயற்குழுவை உருவாக்குவது ஆகியவை அந்த மூன்று அம்சங்கள்.

காலை 6.30 மணி

மாலுமிகளைப் பொருத்தவரை தல்வாரின் விவாதங்களில் உணவுதான் பெரிய கவலை தரும் விஷயமாக இருந்தது. உணவு இருப்பு குறைந்துகொண்டே வந்தது. குறைந்த சம்பளம் என்பதால், மாலுமிகளுக்கு வெளியே சாப்பிட்டால் கட்டுப்படி ஆகாது. உணவகத்தில் சமையல் செய்யவும் போதுமான ஏற்பாடுகள் கிடையாது. மேலும் சமையல்காரர்களும் வேலை நிறுத்தத்தில் இணைந்திருந்தனர். இருப்பதைக் கொண்டு சமைத்துத் தருமாறு சமையல்காரர்களுக்கு வேண்டுகோள் விடுப்பது என்று முடிவு செய்யப்பட்டது.

'உரிய நேரம் வரும்போது, மாலுமிகளுடன் இணைந்து போரிட எங்களுக்கு ஆயுதம் தரப்பட வேண்டும்' என்ற நிபந்தனையோடு சமையல்காரர்கள் இந்த கோரிக்கையை ஏற்றார்கள். கேஸில் பாரக்ஸின் கதை வேறுவிதமாக இருந்தது. அங்கு உணவே இல்லாததால், மாலுமிகள் ரகளையில் ஈடுபட்டார்கள்.

ஒரு ராணுவம் தனது வயிற்றில்தான் இயங்குகிறது என்று நெப்போலியன் கூறுவாராம். படைகளுக்கு உணவளிப்பது

அத்தனை முக்கியமானது. மாலுமிகளுக்கு அதில் பிரச்சனை ஏற்பட்டது.

முதல் நாள் இரவே யாரும் சாப்பிடவில்லை. காலை உணவும் கிடைக்கவில்லை. வெளியில் சென்று சாப்பிடலாம் என்றால் தல்வாரைச் சுற்றி நின்ற ராணுவ போலீஸ் மாலுமிகளை வெளியே விட மறுத்தது. பதட்டம் அதிகரித்தது. பசி, ஆத்திரத்தில் படைவீரர் குடும்பத்தினருக்கான கேண்டீனை உடைக்க முடிவு செய்தார்கள். பிரிட்டிஷ் எதிர்ப்பு கோஷங்களுடன் அனைத்தையும் உடைக்க ஆரம்பித்தார்கள்.

அவர்களது நாசவேலைகளைத் தடுக்க, ராணுவ போலீஸ் துப்பாக்கிச் சூடு நடத்தியது. மாலுமிகளை எச்சரிப்பதுதான் இதன் நோக்கம். ஆனால் இதன் விளைவு எதிர்மறையாகி விட்டது. மாலுமிகள் ஆயுதக் கிடங்கை உடைத்து, துப்பாக்கிகளை எடுத்துக் கொண்டு, சுவர்களில் ஏறி நின்று, ராணுவ போலீஸை நோக்கிச் சுட ஆரம்பித்தார்கள்.

காவலர்களை நோக்கி ஒரு கைக்குண்டு வீசப்பட்டதாக ஒரு செய்தி கூறியது. இது தவறான தகவல் என்று பின்னர் தெரிந்தாலும், நிலைமை வேகமாக கட்டுக்கு அடங்காமல் சென்று கொண்டிருந்தது. தம் மீது தாக்குதல் நடக்கலாம் என்ற எதிர்பார்த்த மாலுமிகள், ராணுவ போலீஸ் திரும்பப் பெறப்படாவிட்டால், தம் பீரங்கிளை சுட வேண்டும் என்று கரையில் நின்ற கப்பல்களுக்குச் செய்தி அனுப்பினர்.

காலை 8

போர்ட்பேரக்ஸ், கேஸில் பேரக்ஸ் மாலுமிகள் தல்வார் நோக்கி மீண்டும் அணிவகுத்தனர். ஆனால் முதல்நாள் போல் தன்னெழுச்சியாக அல்ல. இம்முறை அவர்கள் அதிகாரபூர்வ பரேடில் அணிவகுத்துச் செய்வது போல முழு சீருடையில் மும்மூன்று பேராக அணிவகுத்தனர். யூனியன் ஜாக் கொடிக்கு பதிலாக காங்கிரஸ், முஸ்லிம் லீக், கம்யூனிஸ்ட் கொடிகள், தேசபக்தி கோஷங்களோடு அவர்கள் சீராக நடைபோட, சாலைகளின் இருபுறமும் கூடியிருந்த மக்கள் அவர்களை உற்சாகப்படுத்தினர்.

மாலுமிகள் தம் இஷ்டம் போல் உள்ளே வருவதும், வெளியே செல்வதுமான இருப்பதை, ஒன்றும் செய்ய முடியாத நிலையில் வேடிக்கை பார்த்தபடி பிரிட்டிஷ் அதிகாரிகள் நின்றனர்.

காலை 8.30 மணி

தல்வாரில் கூட்டம் அதிகரித்தது. நிறைய புதுமுகங்கள் தென்பட்டன. கோண்ட்வானா கப்பலில் இருந்து வந்த புதியவர்களை மாலுமிகள் 'ஏன் முன்பே நீங்கள் போராட்டத்தில் இணையவில்லை' என்ற கேட்டனர். பிப்ரவரி 18 அன்று தங்களுக்கு வதந்திகளாகத்தான் செய்திகள் வந்தன என்றும் பிப்ரவரி 19 அன்றுதான் பஞ்சாப் கப்பலின் மாலுமிகள் வந்து தங்களுக்கு முழுமையான தகவல்களைத் தந்தனர் என்றும் அவர்கள் சொன்னார்கள்.

மற்ற கப்பல்களிலிருந்தும், அலுவலகங்களிலிருந்தும் தல்வார் வந்த மாலுமிகள் ஓவல் மைதானத்தில் கூடினார்கள். பல்லாயிரக்கணக்கானோர் கூடிய அக்கூட்டத்தில் கோஷங்கள் எழுப்பப்பட்டன. தேசபக்தப் பாடல்கள் பாடப்பட்டன. மாலுமிகள் நேற்றைய தினம் தம்மில் சிலர் ஒழுக்கக்குறைவாக நடந்து கொண்டு, அமெரிக்கக் கொடிக்குத் தீ வைத்ததற்காக வருத்தம் தெரிவித்தார்கள். பின்னர் அவர்கள் தல்வார் நோக்கிச் சென்றார்கள்.

அக்பர், தானா காலை 9 மணி

சுமார் 2000 மாலுமிகள் அணிவகுத்துச் சென்றனர். பரேட் மைதானத்தை அடையும்போது அந்த எண்ணிக்கை 3500 ஆக உணர்ந்தது. அவர்கள் தானா ரயில் நிலையம் செல்ல போக்குவரத்து வசதி கேட்டனர். ஆனால் அதிகாரிகள் மறுத்தனர். அதிகாரிகளின் உத்தரவை மீறி மாலுமிகள் அங்கு நிறுத்தப்பட்டிருந்த லாரிகளைக் கைப்பற்றினர். அவர்கள் முடிந்தவரை விரைவாக தல்வாரில் உள்ள தம் தோழர்களோடு இணைந்து கொள்ள விரும்பினர். டிராம்பேயின் சீட்டாவின் மாலுமிகளும் வேலை நிறுத்தத்தில் கலந்து கொண்டிருப்பதாகவும், அவர்களை ராணுவம் சூழ்ந்து கொண்டது என்பதையும் அறிந்ததும் மாலுமிகள் மேலும் ஆவேசமுற்றார்கள். கோபத்தில் காவலர் அறையை உடைத்து, கைதிகளை விடுவித்தார்கள். அந்த அறைக்குத் தீ வைத்தார்கள்.

மூன்று கட்சிக் கொடிகளையும் ஏந்தி, தேச பக்த கோஷங்களோடு ஊர்வலமாகச் சென்றார்கள். தானா பகுதி மக்கள் அவர்களை வியப்போடும், பெருமிதத்தோடும் பார்த்தார்கள். இப்படிப்பட்ட ஒரு நிகழ்வை அவர்கள் ஒருபோதும் பார்த்ததில்லை. ‘பிரிட்டிஷார் ஒழிந்தார்கள்’ என்று அவர்கள் மாலுமிகளை வாழ்த்தினார்கள்.

இரயில் நிலையத்தில் அவர்கள் இரண்டாகப் பிரிந்தார்கள். பாம்பே செல்லும் ரயிலைப் பிடிக்க ஒரு குழு விக்டோரியா டெர்மினஸ் செல்ல, மற்றொரு குழு சர்ச்கேட் சென்றது. பயணிகள் எழுந்து மாலுமிகளுக்கு தமது இருக்கைகளைத் தந்தார்கள். ரயில் நிலையம் முழக்க கோஷங்கள். அது சுதந்திரத்திற்கான போர் முழக்கம். மதியம் சுமார் 1 மணிக்கு அவர்கள் தல்வாரை அடைந்தார்கள்.

தல்வார் காலை 10 மணி

தல்வாரில் கூட்டம் அதிகமாகி விட்டது. புதிதாய் வந்தவர்கள் தல்வாரின் வீரர்களை அணைத்துக் கொண்டார்கள். யாரோ சொல்லி வைத்ததுபோல, இக்பாலின் 'சாரே ஜஹான் அச்சா.... பாடலைப் பாட, அது எல்லோரும் இணைந்த கோஷ்டிகானமானது.

அக்கூட்டத்தில் போராட்டக் குழுவின் தலைவர் எம்.எஸ்.கான் எழுச்சிகரமாக உரை ஆற்றினார். 'நமது கோரிக்கைகள் நிறைவேறும் வரை நமது போராட்டம் தொடரும். நாம் உறுதியாக நின்று போராடுவோம்....' என்றார் அவர்.

மோசமான உணவு, அசிங்கமாக திட்டு வாங்குதல், கேவலமாக நடத்தப்படுதல் ஆகியவற்றை மீறி, மாலுமிகள் ஒரு பெரிய லட்சியத்தில் கவனம் செலுத்தினார்கள். பல கூட்டங்களிலும் முக்கியமான கோரிக்கைகளில் ஒன்றாக அனைத்து அரசியல் கைதிகள், குறிப்பாக ஐ.என்.ஏ. வீரர்கள் விடுதலை செய்யப்பட வேண்டும் என்பது முன் வைக்கப்பட்டது.

போராட்டக் குழுவின் உறுப்பினர் ஒருவர்' ஐ.என்.ஏ. வீரர்களின் விடுதலை ஒரு மிக முக்கியமான கோரிக்கையாகும். அவர்களை விசாரிக்க பிரிட்டிஷாருக்கு அதிகாரம் கிடையாது. நாம் நமது சகோதரர்களின் பின்னால் நிற்க வேண்டும். எல்லா ஐ.என்.ஏ. வழக்குகளும் திரும்பப் பெறப்பட வேண்டும் என்று கோர வேண்டும்' என்றார்.

மற்றொரு பேச்சாளர், 'கடந்த ஆறு வருடங்களாக, எல்லா பிரிட்டிஷ் அதிகாரிகளும் நம்மை மனிதர்களாக நடத்தாமல், நாயைப் போல நடத்தினார்கள். நாம் நமது கோரிக்கைகளுக்காக மட்டுமின்றி, நாட்டின் விடுதலைக்கான அந்த பெரிய போரில் கலந்து கொண்டு போராட வேண்டும். அதற்கு நாம் அனைத்து ஐ.என்.ஏ. வீரர்களையும் விடுதலை செய்ய கோரிக்கை வைக்க வேண்டும்' என்றார்.

மற்றொருவர், 'நாம் இந்த வெள்ளை நாய்களை விட சிறப்பாகப் போர் செய்பவர்கள்.... நாட்டின் விடுதலைக்காக, தேவைப்பட்டால் உயிரையும் தரவேண்டுமேயன்றி, பிரிட்டிஷ் அடிமைகளாக வேலை பார்க்கக் கூடாது. நாம் ஒருபோதும் சரணடையக் கூடாது' என்றார்.

பெரும்பாலான உரைகள் 'இன்குலாப் ஜிந்தாபாத்' என்ற முழக்கத்தோடு முடிந்தன. நிறைய செய்தியாளர்கள் வந்தார்கள். எல்லாக் கூட்டங்களிலும் கலந்து கொள்ள அனுமதி கேட்டார்கள். மாலுமிகள் அவர்களில் பெரும்பாலானவர்களை வரவேற்றார்கள். போராட்டத்திற்கு எதிரான செய்திகளை வெளியிட்ட டைம்ஸ் ஆஃப் இந்தியா செய்தியாளரை மட்டும் அனுமதிக்க மறுத்தார்கள். அவர் மன்னிப்புக் கேட்டு, இனிமேல் எதிர்மறையான செய்திகளை போட மாட்டோம் என உறுதி அளித்த பின் அவரை அனுமதித்தார்கள்.

காலை 11 மணி

போராட்டக் குழுவின் வரலாற்றுச் சிறப்பு மிக்க கூட்டத்தில் அனைத்து உறுப்பினர்களும் கலந்து கொண்டார்கள். எம்.எஸ். கானின் தலைவர் நியமனம் உறுதி செய்யப்பட்டது. நான்கு பேர் கொண்ட பேச்சுவார்த்தைக் குழு அமைக்கப்பட்டது. இக்குழு கப்பற்படை அதிகாரிகளுடன் பேச்சுவார்த்தை நடத்துவதோடு பல்வேறு அரசியல் கட்சித் தலைவர்கச் சந்தித்து, ஆதரவு திரட்டும்.

பின்னர் கோரிக்கைகள் விவாதிக்கப்பட்டன. மோசமாக நடத்தப்படுதல், மட்டமான உணவு, இனவெறி, குறைந்த ஊதியம், பணிவிட்டுச் செல்லும் போது உள்ள கடும் நிபந்தனைகள் ஆகியவற்றோடு, மிக முக்கியமான கோரிக்கைகளாக அரசியல் கோரிக்கைகளும் இருந்தன.

அவற்றில் அனைத்து ஐ.என்.ஏ. கைதிகள் விடுதலை, அவர்கள் மீதான வழக்குகள் திரும்பப் பெறப்படுதல் ஆகியவையும் உண்டு.

அட்மிரல் ஜான் ஹென்றி காட்ஃபிரே. 1903ல் கப்பற்படையில் சேர்ந்த இவர் மிக இளம் வயதில் கமாண்டர் ஆனவர். எழுச்சியின் போது இவர்தான் கப்பற்படைத் தலைவர். இவரது உதவியாளரான இயான் பிளெமிங் தான் எழுதிய ஜேம்ஸ் பாண்ட் நாவல்களில் இவரை வைத்ததுதான் 'எம்' என்ற கதாபாத்திரத்தை உருவாக்கினார்.

மற்றொரு முக்கியக் கோரிக்கை இந்தோனேசியாவில் உள்ள இந்தியப் படைகளை திரும்பப் பெறுதல். இரண்டாம் உலகப் போரில் ஜப்பானியர் கைப்பற்றிய தீவுகளை டச்சு காலனியவாதிகள் மீண்டும் கைப்பற்ற, இந்திய வீரர்களை பயன்படுத்தினார்கள். அதுபோலவே, எகிப்தில் உள்ள இந்தியப் படைகளும் திரும்பப் பெறப்பட வேண்டும் என்ற கோரிக்கையும் வைக்கப்பட்டது.

பிரிட்டிஷ் இந்தியக் கப்பல் படையின் தலைமை தளபதி அட்மிரல் காட்ஃபிரே டில்லியிலிருந்து மாலுமிகளுடன் நேரடி பேச்சுவார்த்தைக்காக பாம்பே வரும் தகவலும் கூறப்பட்டது.

அட்மிரல் ஜான் ஹென்ரி காட்ஃபிரே (10.7.1888 – 29.8.1971) 1943ல் இந்திய கப்பற்படையின் தலைமை தளபதியாக நியமிக்கப்பட்டார். புரட்சி நடந்த சமயத்தில் அவர்தான் தலைமை தளபதி.

இந்தியா வருவதற்கு முன்பும் அவர் சிறந்த பொறுப்புகளை வகித்தவர். 1903ல் மாலுமியாகச் சேர்ந்த அவர், தமது 32வது வயதில் ராயல் கப்பற்படையின் மிகக் குறைந்த வயது கமாண்டராக உயர்ந்தார். 1939ல் அவர் கப்பற்படை உளவுப் பிரிவின் இயக்குநராக பதவி உயர்த்தப்பட்டார். இரண்டாம் உலகப் போரின் போது இது மிக முக்கியமான பதவியாகும்.

சர்ச்சிலோடு எல்லா சமயங்களிலும் உடன்படவில்லை என்றாலும் கூட, அவரோடு நெருங்கிப் பணியாற்றியவர். அமெரிக்க அதிபர் பிராங்க்ளின் டி.ரூஸ்வெல்ட்டுடன் நடந்த 90 நிமிட சந்திப்பில், ஒரு கூட்டு உளவுப் பிரிவை உருவாக்குவதில் மிக முக்கியப் பங்காற்றியவர்.

கப்பற்படை உளவுப் பிரிவின் இயக்குநராக இருந்தபோது தான் 1939ல் தனது உதவியாளராக இயான் ஃபிளெமிங்கை நியமித்தார். இயான் ஃபிளெமிங் 'ஜேம்ஸ் பாண்ட்' என்ற கதாபாத்திரத்தை உருவாக்கிய புகழ்பெற்ற எழுத்தாளர். இருவரும் மிக அருமையான ஜோடியாகப் பணியாற்றினார்கள். காட்ஃபிரே ஃபிளெமிங்கை தனது சொந்த மகனைப் போல் நடத்தினார். ஒருசமயம், 'இயான் உளவுப் பிரிவின் இயக்குனராகவும், நான் அவரது உதவியாளராகவும் இருந்திருக்க வேண்டும்,' என்று கூறுமளவு இயான் மீது அன்பு கொண்டவர். தன் பங்கிற்கு ஃபிளெமிங்கும் காட்ஃபிரேக்கு இறவாப் புகழ் தந்தார். ஜேம்ஸ் பாண்டின் மேலதிகாரியான 'எம்' என்ற பாத்திரத்தை காட்ஃபிரே சாயலில் படைத்தார்.

மூன்றாண்டு பதவிக் காலத்தில் 1943ல் காட்ஃபிரே இந்தியா வந்தார். இந்தியாவில் கப்பற்படை சீர்திருத்தங்களுக்கு கணிசமான பங்களிப்பு செய்தார். எனினும், இரண்டாம் உலகப் போரின் போது நியமிக்கப்பட்ட ஏராளமான வீரர்களை போர் முடிந்ததும், பணியிலிருந்து நீக்கும் கடினமான பணியில் சிரமப்பட்டார். அவர் பதவி ஏற்றபோது இந்திய கப்பற்படையில் 27000 மாலுமிகள் இருந்தனர். வாரத்திற்கு 500 பேர் என்ற அளவில் வீட்டுக்கு அனுப்பி, அமைதிக்காலப் படையில் 11000 பேர் இருப்பதாக அளவை சுருக்க அவருக்கு அரசாங்கம் உத்தரவிட்டது.

இப்பணி அவசர கோலமாக, நியமற்ற விதத்தில் செய்யப்பட்டது. வீட்டிற்கு அனுப்பப்பட்டோர் தமக்குத் தரப்பட வேண்டிய தொகையை விட குறைவாகவே பெற்றனர். நல்ல எதிர்காலம், பதவி உயர்வு என்று வாக்குறுதி தந்துவிட்டு, இப்போது விரட்டுகிறார்களே என்று அவர்கள் வருந்தினார்கள். மாலுமிகளிடம் இதன் காரணமாக பெரிய அதிருப்தி ஏற்பட்டது. புரட்சிக்கு இதுவும் ஒரு முக்கிய காரணம்.

புரட்சி பற்றிய தகவல் கிடைத்தபோது காட்ஃபிரே உதய்பூர் விமான நிலையத்தில் இருந்தார். 'நான் உதய்பூரை அடைந்தபோது, விமானதளத்தில் விமானப்படை விமானம் ஒன்றைப் பார்த்தேன். ஏதோ சரியில்லை என்ற தோன்றியது. நிலைய அதிகாரி கிரிக்பிரைட் முத்திரையிடப்பட்ட ஒரு கவரோடு நின்று கொண்டிருந்தார். பாம்பேயில் ராணுவப்புரட்சி வெடித்துள்ளதாக அவர் தெரிவித்தார். மதியம் நான் டில்லிக்கும் பறந்தேன். அங்கிருந்து பிப்ரவரி 20 அன்று பாம்பேக்கு...' என்று தன் நினைவலைகளில் அவர் குறிப்பிடுகிறார்.

தனது தலைமை அதிகாரி பீல்ட் மார்ஷல் கிளாட் அசின்லெக்கின் ஆலோசனையை மீறி, அவர் ராட்ரேயை போராட்டக்காரர்களின் தலைவர்களோடு பேச்சுவார்த்தையைத் தொடரவும், அதே சமயம், தேவைப்பட்டால், இரும்புக்கரம் கொண்டு புரட்சியை அடக்க தயாரிப்புகளைச் செய்யுமாறும் கேட்டுக் கொண்டார். பிப்ரவரி 21 மதியம் தான் நிகழ்த்திய உரையில் இதை மிகத் தெளிவாகக் குறிப்பிட்டார்.

மதியம் 11.15 மணி

ஒரு வியப்பூட்டும் நிகழ்வாக, போராட்டக்குழு கூட்டம் நடந்து கொண்டிருந்த அறைக்குள் ஒரு இந்திய அதிகாரி நுழைந்தார். எல்லோரும் அதை நம்ப முடியாமல் பார்த்தனர். ஆரம்பத்தில்

அவரை வெறுப்போடு தான் வரவேற்றனர். இந்திய அதிகாரிகளின் விசுவாசம் யார் பக்கம் என்று தெரியும் என்பதால், இந்திய அதிகாரி எவரும் அந்த அறையில் இருப்பதை பேச்சுவார்த்தைக்கான நால்வர் குழு விரும்பவில்லை. வியப்பூட்டும் வகையில், அந்த அதிகாரி தன் சீருடையில் இருந்த அதிகாரச் சின்னங்களை பிய்த்து எறிந்தார். 'நான் உங்களோடு சேர விரும்புகிறேன்' என்றார். அறையில் அதிர்ச்சியான மௌனமும், அவ நம்பிக்கையும் நிலவியது. 'நீங்கள் என்னை நம்பமாட்டீர்கள் என்பதை அறிவேன்.... உங்களை உளவு பார்ப்பதற்காக நான் வந்திருப்பதாக நீங்கள் நினைக்கலாம்... நான் உங்கள் விடுதலைப் போரில் இணைய வந்திருக்கிறேன்... உங்களுக்கு நம்பிக்கை தரவும், எனது நேர்மையைக் காட்டவும், எனது பதவிக்கான சின்னங்களை நான் துறக்கிறேன்' என்றார் அவர்.

அவர் பெயர் லெப்டினண்ட். இஷாக் சோபானி. புரட்சியில் இணைந்த ஒரே இந்திய கப்பற்படை அதிகாரி அவர் மட்டும்தான். குழுவின் கூட்டத்திற்கு அவர் வரவேற்கப்பட்டார். அதன்பின் பாம்பேயின் தொழிலாளர்களும், மாணவர்களும், நகரில் ஒரு ஆதரவு வேலை நிறுத்தத்தை – ஹர்த்தால் – நடத்த முடிவு செய்திருக்கிறார்கள் என்று அறிவிக்கப்பட்டது. இவர்கள் பெரும்பாலும் கம்யூனிஸ்ட் கட்சியுடன் தொடர்பு உள்ளவர்கள்.

மதியம் 12 மணி

ஏதேனும் அவசரம் இருந்தாலன்றி, அடுத்த கூட்டம் மறுநாள் காலை 10 மணிக்கு நடக்கும் என்ற முடிவோடு போராட்டக்குழுவின் முதல் கூட்டம் முடிந்தது.

அப்பகுதியின் கட்டிடங்களில், மாடிகளில், ஜன்னல்களில், பால்கனிகளில், பெண்கள், குழந்தைகள் உட்பட பொதுமக்கள் திரளாக நின்று, கோஷங்கள் எழுப்பி, தமது ஆதரவைக் காட்டி, மாலுமிகளை உற்சாகப்படுத்தினர்.

புதிதாய் உருவாக்கப்பட்ட பேச்சுவார்த்தைக் குழுவிற்கும், ரியர் அட்மிரல் ராட்ரேக்கும் இடையில் நடக்கப் போகும் கூட்டம் பேச்சுவார்த்தையில் ஒரு முக்கியமான கட்டமாக கருதப்பட்டது. மாலுமிகளின் கோரிக்கைகளை தலைமை தளபதி காட்ஃபிரேயிடம் முன் வைக்கவும் போராட்டக் குழுவிற்கு அனுமதி தரப்பட்டிருந்தது.

பேச்சுவார்த்தை அறைக்குள் நுழையும் முன்பாகவே மாலுமிகள் ஒரு முக்கிய கோரிக்கையை வைத்தார்கள். எந்தச் சூழ்நிலையிலும் தம்மை புரட்சியின் 'முக்கியத் தலைவர்களாகக்' கருதக்கூடாது என்பதே அது. காட்ஃபிரே பேச்சுவார்த்தைக்காக தல்வாருக்கு

வரமாட்டார், குழுதான் அவரைச் சென்று சந்திக்க வேண்டும் என்ற தகவல் வந்ததுமே சூழல் சாதகமாக இல்லை என மாலுமிகள் உணர்ந்தனர்.

மாபெரும் ராணுவ ராஜதந்திரியும், பல பேச்சுவார்த்தைகளில் வெற்றி கண்டவருமான ஒரு பெரிய அதிகாரியுடன் இளம் மாலுமிகளை சரிக்குச் சரி அமர்ந்து பேச அனுமதிப்பார்கள் என எதிர்பார்க்க முடியுமா? ‘மாலை 3.30க்குள் எல்லா மாலுமிகளும் தங்களது பணி இடங்களுக்கு திரும்ப வேண்டும்’ என்ற தலைமை தளபதியின் ‘வேண்டுகோளுடன்’ குழு திரும்பி வந்தது.... ‘தலைமை தளபதியின் ‘வேண்டுகோள்’ நிலைமை சரியில்லை என்பதன் முதல் அறிகுறியாக வந்தது’ என்று எழுதுகிறார் பி.சி.தத்.

இந்த நிபந்தனையைக் கேட்டதும் மாலுமிகள் ஆவேசமானார்கள். ஆனால் போராட்டக் குழு தலைவர்கள் அவர்களை தமது கப்பல்களுக்கு, அலுவலகங்களுக்குத் திரும்பிச் செல்லுமாறு வேண்டினார்கள். ‘கப்பற்படை மத்திய போராட்டக் குழுவின் சார்பாக உங்களை திரும்பிச் செல்லுமாறு வேண்டுகிறேன். அதிகாரிகள் நம் மீது குற்றம் கூற இடம் தர வேண்டாம். பொறுப்பை நீங்கள் தேர்ந்தெடுத்துள்ள தலைவர்களிடம் விட்டு விடுங்கள். அதைதியாக, கட்டுப்பாட்டோடு, ஒற்றுமையோடு, அஹிம்சை வழியில் நில்லுங்கள்’ என்று போராட்டக் குழுவின் முக்கியமான தலைவர் ஒருவர் வேண்டுகோள் விடுத்தார்.

எல்லா மாலுமிகளும் இதை ஏற்கவில்லை. உண்மையில் பெரும்பாலானோர் கோபமுற்றார்கள். ‘பேச்சுவார்த்தை என்று சொல்லிக் கொண்டே நம்மை மிரட்டுகிறார்கள். இது ஒரு தந்திரம் .... நாம் ஒரு காலக்கெடுவை நிர்ணயித்து, அதன் பிறகு ஆயுதம் ஏந்தவேண்டும்’ என்றார் ஒரு மாலுமி. ‘நாம் ஏன் திரும்பிச் செல்ல வேண்டும்? நாம் திரும்பவும் போராட வேண்டும்’ என்றார் மற்றொருவர்.

இப்படி கருத்து வேறுபாடுகள் இருந்தாலும், பெரும்பாலான மாலுமிகள் தம் தலைவர்களின் முடிவிற்கு கட்டுப்பட முடிவு செய்தனர். இந்தச் சுற்று பிரிட்டிஷாருக்கு சாதகமாக முடிந்தது. அவர்கள் உடனடியாக தல்வார், கேஸில் பேரக்ஸ், மற்றும் கப்பல் தளங்கள் அனைத்தைச் சுற்றியும் ராணுவக் காவலர்களை நிறுத்தி விட்டார்கள்.

இராணுவக் காவல்படை நிறுத்தப்பட்ட பிறகே மாலுமிகளுக்கு இது பற்றித் தெரிந்தது. கப்பல்கள், அலுவலங்களுக்கு வெளியே

யார் திரிந்தாலும், அவர்கள் உள்ளே அனுப்பப்படுவார்கள் என்று கூறப்பட்டது. தெருக்களில் ஏற்கனவே ரோந்து செல்ல ஆரம்பித்துவிட்டார்கள். இதனால் மாலுமிகளுக்கு பெரிய பின்னடைவு.

மதியம் 1 மணிக்கு சற்று நேரம் கழித்து

பாம்பே புறநகரான தானாவில் உள்ள பயிற்சி அலுவலகமான அக்பரில் சுமார் 3500 மாலுமிகளை வரவேற்க ஒரு சிறப்புக் கூட்டம் நடந்தது. அக்பருக்கு புரட்சிகர பாரம்பரியம் ஒன்று உண்டு. 1944ல் அங்கு முஸ்லிம் மாலுமிகளுக்கு பிரார்த்தனை செய்ய அனுமதி மறுக்கப்பட்ட போது, அங்கிருந்த இந்து, முஸ்லிம் மாலுமிகள் இணைந்து வேலை நிறுத்தம் செய்திருக்கிறார்கள். அக்பரில் இருந்த மாலுமிகளுக்கு புரட்சி பற்றி சற்று தாமதமாக பிப்ரவரி 19 மதியம்தான் தகவல் கிடைத்தது. அவர்கள் உடனடியாக வேலை நிறுத்தத்தில் ஈடுபட்டார்கள்.

பதிலடியாக, கப்பற்படை அதிகாரிகள், 'அக்பர் மாலுமிகள் தல்வார் மாலுமிகளோடு சேர்ந்தால், கடும் நடவடிக்கை எடுக்கப்படும்' என்று எச்சரித்தார்கள். இந்த மிரட்டல் மாலுமிகளின் கோபத்தை மேலும் அதிகரித்தது. ஆனால் பேச்சுவார்த்தைக்கு இடையூறு நேர்ந்துவிடக் கூடாது என்று அவர்கள் வேலைக்குத் திரும்பினார்கள். பிப்ரவரி 20 அன்றுதான் பாம்பேக்கு அணிவகுத்துச் சென்றார்கள்.

அதிகாரிகள் மிக கவனமாக இருந்தார்கள். ஆயிரக்கணக்கான மாலுமிகளிடையே கோபமும், வெறுப்பும் அதிகரிப்பது வெளிப்படையாகத் தெரிந்தது. கேஸில் பேரக்ஸில் மட்டும் 6000 முதல் 8000 மாலுமிகள் இருந்தார்கள்.

முன்னெச்சரிக்கை நடவடிக்கையாக மதியம் 2.30 மணிக்கு தலைமை தளபதி ஒரு பத்திரிகைச் செய்தியை வெளியிட்டார். 19 பிப்ரவரி செவ்வாயன்று நடந்த பல்வேறு வன்முறை சம்பவங்கள் காரணமாக, பொதுமக்கள் மட்டுமின்றி, மாலுமிகளின் பாதுகாப்பையும் கருதி, இன்று மாலுமிகள் தத்தமது கப்பல்களுக்கு, அலுவலகங்களுக்குத் திரும்புவது அவசியமாகும்' என்று அந்தக் குறிப்பு கூறியது.

இச்செய்தியை வலியுறுத்த ஒலிபெருக்கி பொருத்தப்பட்ட வேன்கள் நகர் முழுவதும் சுற்றி வந்து இச்செய்தியை அறிவித்தன. இந்த உத்தரவை மீறுபவர்கள் கைது செய்யப்பட்டு, தண்டிக்கப்படுவார்கள் என்றும் அறிவித்தன. அலுவலக வாயில்களில்

போலீஸ் படைகள் நின்றன. உத்தரவை மீறும் மாலுமிகளை பிடித்து விலங்குகள் போல் அடைத்து வைக்க பெரிய கூண்டுகளும் வைக்கப்பட்டன.

புறநகர் அலுவலகங்களிலிருந்து நகருக்குள் மாலுமிகள் வருவதைத் தடுக்க ரயில் நிலையங்களில் கூடுதல் காவலர்கள் நிறுத்தப்பட்டார்கள். மாலுமிகளின் வெளி உலகத் தொடர்பைத் துண்டிப்பதுதான் முக்கியமான திட்டமாக இருந்தது.

இதற்கான பதிலடி தவிர்க்க முடியாததாக, விரைவானதாக இருந்தது. கேஸில் பேரக்ஸில் ஆயுதமற்ற மாலுமிகள் கூட கற்களையும், கைக்குக் கிடைத்த பொருட்களையும் வைத்து ராணுவக் காவலர்களைத் தாக்கினார்கள். காவலர்கள் மேல் வீச காலி பீரங்கி குண்டுகள், பூந்தொட்டிகள் போன்றவை பயன்பட்டன. பின்னர் பிரிட்டிஷார் கவசப் படையைக் கொண்டுவந்தனர். கேஸில் பாரக்ஸின் அனைத்து வாயில்களிலும் இயந்திரத் துப்பாக்கிப் படை நிறுத்தப்பட்டது.

போர்ட் பேரக்ஸில் சில மாலுமிகள் அங்கு நிறுத்தப்பட்ட மராட்டா படை வீரர்களை தாக்க ஆரம்பித்தனர். பின்னர் அந்த வீரர்கள் தமது போராட்டத்தை ஆதரிப்பவர்கள் என்பதை அறிந்து அமைதியானார்கள். மராட்டா வீரர்களை இந்து – முஸ்லிம் மோதலை கட்டுப்படுத்த அழைத்துச் செல்வதாகக் கூறி பிரிட்டிஷார் அழைத்து வந்திருந்தனர். தாம் மாலுமிகளோடு போரிட அழைத்து வரப்பட்டதை அறிந்ததும், அந்த வீரர்களின் மனது மாறிவிட்டது.

மதியம் 3 மணி

கெடு நேரம் நெருங்கியதும், தலைவர்கள் சொல்படி நடப்பது என்று மாலுமிகள் தத்தமது கப்பல்களுக்குச் சென்றார்கள். மதியம் 3.30க்கு மேல் வெளியில் இருந்த மாலுமிகளை ராணுவப் போலீஸ் முறையாக கைது செய்யவில்லை என்றாலும், அவர்களை தல்வாருக்கு அழைத்துச் சென்று விட்டது. நகரில் பதட்டம் நிலவியது. எல்லா இடங்களிலும் ராணுவ வீரர்களைப் பார்க்க முடிந்தது.

சூழல் மிகவும் பதட்டமாக இருந்ததால், மத்திய போராட்டக்குழு கீழ்கண்ட அறிக்கையை வெளியிட்டது. ‘அதிகாரிகள் ஆயுதமேந்திய போலீஸை பாசறைகள், கப்பல்களைச் சுற்றி நிறுத்தியதால், போராட்டத்தில் ஈடுபட்டுள்ள மாலுமிகள் கோபம் அடைந்துள்ளனர் என்பது போராட்டக்குழுவின் கவனத்திற்கு வந்துள்ளது. இது தேவையற்ற செயலாகும். கோபமூட்டும் செயலாகும். ‘இந்த

அறிக்கை எல்லா கப்பல்கள், அலுவலகங்களுக்கும் சிக்னல் மூலம் அனுப்பப்பட்டது.

தெருக்களிலும், அலுவலகங்களிலும் ராணுவப் போலீஸ் குவிக்கப்பட்டதால் கோபமடைந்த மாலுமிகள், தாம் பின்வாங்கி விடக் கூடாது. திரும்பப் போரிட தயாராக வேண்டும் என்று முடிவு செய்தனர். பதிலடி தரும் தேவை ஏற்பட்டால், தயார் நிலையில் இருப்பதற்காக ஆயுதங்களின் கையிருப்பை கணக்கிட ஆரம்பித்தனர். பாம்பே துறைமுகத்தில் இருந்த கப்பல்கள் 4 அங்குல துப்பாக்கிகள், இயந்திரத் துப்பாக்கிகள், கைக்குண்டுகள், சிறு துப்பாக்கிகள் என ஏராளமான ஆயுதங்களைக் கொண்டிருந்தன. கப்பல்கள் மாலுமிகளின் கட்டுப்பாட்டில் என்பதால், இந்த பயங்கர ஆயுதங்களும் அவர்கள் கட்டுப்பாட்டில்தான் இருந்தன.

எனினும், போராட்டக்குழு மீண்டும் உத்திரவாதம் தந்தது. அமைதியாக இருக்குமாறு வேண்டியது. அன்று மாலை எம்.எஸ். கான் தலைமையில் போராட்டக்குழு அட்மிரல் காட்ஃபிரே, ரியர் அட்மிரல் ராட்ரே ஆகியோரைச் சந்தித்து ராணுவக் காவலர்களை திரும்பப் பெறுமாறு கேட்டுக் கொண்டது. இக்கோரிக்கை மறுக்கப்பட்டது. சரண் அடைவதாக உத்திரவாதம் தந்தால் மட்டுமே ராணுவக் காவலர்களை திரும்பப் பெற தான் பரிந்துரைக்க முடியும் என்று காட்ஃபிரே பிடிவாதமாகக் கூறினார். ‘என்னால் ராணுவக் காவலர்களை திரும்பப் பெற முடியாது. அதை தலைமையகம்தான் முடிவு செய்ய வேண்டும். என்னால் பரிந்துரை செய்ய முடியாது. என்றாலும், சரணடைவதாக, எந்த நிபந்தனையுமின்றி வேலைக்குத் திரும்புவதாக நீங்கள் உத்திரவாதம் தந்தால் ராணுவக் காவலர்களை எடுப்பது பற்றி யோசிக்கலாம்’ என்றார் அவர்.

வேலை நிறுத்தம் திரும்பப் பெறப்பட்டால் உணவு, தண்ணீர் வசதிகள் மீண்டும் தரப்படும் என்று காட்ஃபிரே உறுதியளித்ததாக சுப்ரதா பானர்ஜி கூறுகிறார். இது போராட்டக்காரர்களின் ஒற்றுமையைக் குலைப்பதற்கான தந்திரம். மாலுமிகள் பலரும் இரண்டு நாட்களாக பட்டினி என்பது பிரிட்டிஷ் அதிகாரிகளுக்குத் தெரியும். உணவு வழங்குவதாகக் கூறுவது நன்கு வேலை செய்யும் என்று அவர்கள் நினைத்தார்கள். போராட்டம் உணவுக்காகத்தான், அரசியல் காரணங்களுக்காக அல்ல என்று காட்டவும் இது உதவும்.

இரு உயரதிகாரிகளும் எந்த அரசியல் கோரிக்கை பற்றியும் விவாதிக்க மறுத்தார்கள். இது இவ்விஷயத்தில் இந்திய அரசியல் தலைமைக்கு இருந்த ஆர்வமின்மை பற்றி அந்த அதிகாரிகளுக்குத் தெரியும் என்பதைத் தெளிவாகக் காட்டுகிறது.

இந்த முட்டுக்கட்டையும், வன்முறைக்கான அதிக சாத்தியமும் அப்படியே தொடர்ந்தன. வேகத்தை சற்றே தணிக்க போராட்டக்குழு மற்றொரு அறிக்கையை வெளியிட்டது. “சில மாலுமிகளை வைத்து நமது அமைப்பை உடைப்பதற்காக கப்பற்படை அதிகாரிகள் பொய் வதந்திகளைப் பரப்பி வருகிறார்கள். எந்தப் பிரச்சாரத்தையும் நம்ப வேண்டாம். நீங்கள் போராட்டக் குழுவின் கீழ் இருக்கிறீர்கள் என்பதை மனதில் கொள்ளுங்கள். மறுஉத்தரவு வரும்வரை முழு அமைதியுடன், அஹிம்சை வழியில் நடந்து கொள்ளுங்கள்” என்றது அந்த அறிக்கை.

பேச்சுவார்த்தை தோல்விக்குப் பிறகு தல்வார் வந்த பேச்சுவார்த்தைக் குழு தலைவர்கள் நடந்தவற்றை மாலுமிகளிடம் எடுத்துரைத்தார்கள். கோபமடைந்த மாலுமிகள் ஆயுதமேந்திய போராட்டம் பற்றிப் பேச ஆரம்பித்தார்கள்.

பேச்சு வார்த்தைக் குழு பின்னர் போராட்டக் குழுவின் அனைத்து உறுப்பினர்களையும் சந்தித்தது. அவர்கள் மிக இக்கட்டான சூழ்நிலையில் இருந்தார்கள். ஒருபுறம் தனது அனைத்து அதிகாரங்களோடும் பிரிட்டிஷ் அரசாங்கத்தின் வலிமை. ஆனால் மாலுமிகளிடம் அவர்களது உறுதியும், மக்கள் ஆதரவும் இருந்தது.

நடுக்கடலில் சென்றுகொண்டிருந்த கப்பல்கள் உட்பட, இந்தியா முழுவதும் போராட்டம் பற்றிய செய்தி பரவி விட்டது. உற்சாகமூட்டும் ஆதரவு வந்து கொண்டே இருந்தது. உணவும், தண்ணீரும் கையிருப்பு குறைந்து வந்த நிலையிலும், போராட்டக்குழு அரசியல் தலைவர்கள் தலையிடுவார்கள், ஆயுத மோதல் தவிர்க்கப்படும் என்று நம்பியது.

பி.சி.தத் பின்வருமாறு எழுதுகிறார் : ‘நாங்கள் மொத்தமாக கையாலாகாத நிலையில் இருக்கவில்லை. அத்தனை கப்பல்களின் ஆயுதங்களும் எங்களிடம்தான் இருந்தன. இந்திய விமானப்படை மற்றும் ராணுவத்திடமிருந்தும் நம்பிக்கையூட்டும் செய்திகள் வந்தன.. பாம்பேயின் விமானப்படையின் சில வீரர்கள் வேலை நிறுத்தத்தில் ஈடுபட்டிருப்பதாக வதந்திகள் வந்தன. துப்பாக்கிச் சூடு என்ற நிலை வந்தால் அவர்கள் எங்களோடு இணைவார்கள் என்பது போல் தெரிந்தது.

மாலுமிகள் திரும்பி வரத் துவங்கியபோது கேஸில் பாரக்ஸிக்கு வெளியே பதட்டமான சூழ்நிலை நிலவியது. இராணுவ வீரர்களை விலக்கிக் கொள்ளக் கோரியும், உள்ளே இருக்கும் மாலுமிகளை உணவு வாங்க வெளியே அனுமதிக்கக் கோரியும் ஆர்ப்பாட்டம்

பிப்ரவரி 20 அன்று மாலை 3.30க்கு தம் கப்பல்களுக்குத் திரும்பாத மாலுமிகளை ராணுவ போலீஸ் கைது செய்தல்.

நடந்தது. இராணுவ வீரர்கள் வாயிலில் துப்பாக்கியோடு தயாராக நிற்க, பதட்டம் அதிகரித்தது. மாலுமிகள் பாரக்ஸிக்குள் செல்லாவிட்டால், தாம் சுடப் போவதாக ஒரு பிரிட்டிஷ் கமாண்டர் வந்து மிரட்டினார்.

பதட்டம் பற்றி அறிந்த தலைவர் எம்.எஸ்.கான் வாயிலுக்கு வந்து, ஆவேசமாக நின்ற மாலுமிகளிடையே உரையாற்றினார். அப்போது வாயிலை நோக்கி பெரும் தள்ளுமுள்ளு ஏற்பட்டது. அந்த ரகளையில் 48 மணி நேரமாக எதும் சாப்பிடாமல் பணியாற்றிய கான் மயங்கி விழுந்தார். அவருக்கு முதலுதவி தந்து மயக்கத்தை தெளிவித்தனர்.

மறுநாளான பிப்ரவரி 21ற்கான திட்டம் குறித்து அனைத்து கப்பல்கள், அலுவலகங்களுக்கு சிக்னல் மூலம் தகவல் அனுப்ப போராட்டக்குழு முடிவு செய்தது. அத்திட்டம் பின்வருமாறு:

1. இராணுவம் விலக்கிக் கொள்ளப்பட்டால், தல்வாரிலிருந்து தகவல் வரும் வரை காத்திருக்கவும்.
2. நாம் விரும்பிய செய்தி வராவிட்டால் காலை 7.30 முதல் உண்ணாவிரதப் போராட்டம்.
3. சொல்லிலும், செயலிலும் வன்முறை கூடாது.
4. இராணுவம் விலக்கிக் கொள்ளப்படும் வரை உண்ணாவிரதம் தொடரும்.

5. போராட்டக் குழு உறுதி செய்யாத எந்த செய்தியையும் நம்ப வேண்டாம்.

நீண்ட விவாதத்திற்குப் பின், போராட்டக்குழுவின் கூட்டம் இரவு 10 மணிக்கு முடிந்தது.

தல்வாரில் மாலுமிகள் தம் இஷ்டம்போல் வெளியில் போவதும், வருவதுமான இருந்தனர். பிரிட்டிஷ் அதிகாரிகளால் பொய்யான காரணங்கள் கூறி வரவழைக்கப்பட்ட மராட்டா படை வீரர்கள் தம் கடமையைச் செய்யத் தயங்கினார்கள். அவர்கள் தமது சக இந்தியர்கள் மீது, சக வீரர்கள்மீது அனுதாபம் கொண்டிருந்தார்கள்.

'தல்வாரின் பிரதான வாயிலில் வீரர்கள் நிறுத்தப்பட்டதும், பின் வாயிலில் ஏணிகளை சாய்த்து, புரட்சிகரமான பெயராகிய 'ஆஸாத்ஹிந்த் கேட்' என்ற பெயரை பின்வாயிலில் பிரும்மாண்டமாக மாலுமிகள் எழுதினார்கள். பிரதான வாயிலில் நின்ற வீரர்களுக்கு இது தெரியும். ஆனால், அவர்கள் எதுவும் சொல்லவில்லை' என்று தத் குறிப்பிடுகிறார்.

விரைவிலேயே மராத்தா வீரர்களின் விசுவாசத்தைச் சந்தேகித்த அதிகாரிகள், அவர்களுக்குப் பதிலாக பிரிட்டிஷ் ராணுவ வீரர்களை நியமித்தார்கள். நல்லதாகவோ, கெட்டதாகவோ பிப்ரவரி 21 வியாழக்கிழமை முக்கியமானதாக இருக்கப் போவதை அனைவருமே உணர்ந்தார்கள். 20ஆம் தேதி இரவு வந்தது. யாரும் உறங்கவில்லை. உண்மையில் மறுநாள் பதட்டம் வெடித்தது.

❑

REFERENCES

B.C. Dutt, *Mutiny of the Innocents*. Bombay: Sindhu Publications, 1971.

General RMM Lockhart report on Indian Navy Mutiny, National Army Museum London, accession number 8310-154.

Subrata Banerjee, *The RIN Strike*. Bombay: People's Publishing House, 1981.

Talwar Commission of Enquiry report, NAI.

National Herald
AVAILABLE IN
KASHMIR
M/S DIAMOND
NEWS AGENCY
&
THE HINDU SRINAGAR
KASHMIR

EARLY MORNING EDITION

NATIONAL HERALD

BRIDES
LILARAM'S

LUCKNOW FRIDAY, FEBRUARY 22, 1946

PRICE TWO ANNAS

R. I. N. RATINGS MUTINY

INDIA SECRETARY CONFIDENT

Cabinet Mission Is Bound to Succeed

REGULAR WARFARE IN BOMBAY

STRIKERS CAPTURE ARMOURY AND HOLD TWENTY SHIPS

ONE KILLED AND NINE INJURED AT KARACHI

THE STRIKE OF INDIAN RATINGS OF THE ROYAL INDIAN NAVY, WHICH BEGAN ON FEBRUARY 18 IN BOMBAY AND THEN SPREAD TO CALCUTTA, KARACHI AND DELHI, TOOK A NEW TURN ON THURSDAY WHEN THE STRIKERS MUTINEED IN BOMBAY AND KARACHI.

A kind of regular warfare was in progress in Bombay from 10 a.m. when Indian ratings took possession of the armoury in the Castle Barracks containing a large quantity of ammunition.

There were repeated exchanges of fire between the mutineers and British troops, who have been considerably reinforced. It is understood that twenty ships in the possession of the ratings have given an ultimatum that unless firing British squads are withdrawn immediately they will open fire.

The situation in Karachi deteriorated when military police opened fire on the strikers of H.M.I.S. Hindustan, who retaliated with naval guns and other weapons at their disposal. Nine persons were injured and one killed. The strikers have given an ultimatum that they will open fire on the military if their demands are not conceded by 6 p.m.

R. I. N. STRIKERS' DEMANDS

WARNING TO RATINGS

GOVT. WON'T GIVE IN TO VIOLENCE

PANT TO MEET GOVERNOR TODAY

CAVEESHAR TO BE RELEASED

Latest

LATHI-CHARGE ON R.I.A.F. MEN

JAIPRAKASH'S CASE STILL UNDER REVIEW

RIOTS AND CLASHES ALL OVER CAIRO

British Barracks Attacked: Pitched Battle Rages

PUNJAB SEATS TO CONGRESS

9
ரத்தமும், துரோகமும்

பிப்ரவரி 21 வியாழக்கிழமை

புரட்சி இப்போது பாம்பேக்கு மட்டுமானதாக இல்லை. முழுக்க முழுக்க கப்பற்படை விவகாரமாகவும் இல்லை. இந்தியா முழுவதுமுள்ள கப்பற்படைத் தளங்கள் ஸ்தம்பித்தன. கராச்சி, கல்கத்தா, மெட்ராஸ், டில்லி போன்ற பல இடங்களில் பரவலாக பொதுமக்களின் ஆதரவு ஆர்ப்பாட்டங்களும், வன்முறையான மோதல்களும் நிகழ்ந்தன.

இந்திய விமானப்படை வீரர்களும் ஆதரவு வேலை நிறுத்தத்தில் ஈடுபட்டார்கள். இராணுவத்தில் சற்று தீவிரமான வீர்கள் மாலுமிகளுக்கு தமது ஆதரவைக் காட்டினார்கள். இந்திய ராணுவத்தில், பிரிட்டனுக்காக இரண்டாம் உலகப் போரில் பல முனைகளில் போரிட்ட அனுபவமிக்க இந்திய வீரர்கள் ஏராளமானோர் இருந்தார்கள். அவர்கள் கப்பற்படையில் உள்ள தமது புரட்சிகர சகோதரர்களை நோக்கி சுட விரும்பவில்லை.

பாம்பேயில் ஆரம்பித்த போராட்டம் 78 கப்பல்கள், 20 கரை அலுவலகங்களில் இருந்த சுமார் 20000 மாலுமிகளிடம் பரவி விட்டது. பலவிதங்களில் அது பிரிட்டிஷ் ஆட்சியிலிருந்து இந்தியாவை விடுவிப்பதற்கான போராக இருந்தது. இந்த மாலுமிகள் காட்டிய வீரமும், அவர் தம் தியாகமும் வரலாற்றில் ஒரு அடிக் குறிப்பாக சுருங்கிப் போனதுதான் துயரம்.

இந்தியா மற்றும் உலகம் முழுவதும் உள்ள செய்தித்தாள்கள் இந்நிகழ்வுகள் குறித்து முதல் பக்கத்தில் ஏராளமான செய்திகளை வெளியிட்டன.

மாலுமிகள் 20 கப்பல்களை, ஆயுதக் கிடங்குகளைக் கைப்பற்றினர் – பாம்பேயில் பிரிட்டிஷ் ராணுவத்துடன் துப்பாக்கிச் சண்டை – பதட்டமான பகுதிகளுக்கு பிரிட்டிஷ் விமான, கப்பற்படை அணிகள் அனுப்பப்படுகின்றன – பிரிட்டிஷ் பிரதமர் பிரிட்டிஷ் கப்பற்படையை பாம்பே அனுப்புகிறார் – இந்திய

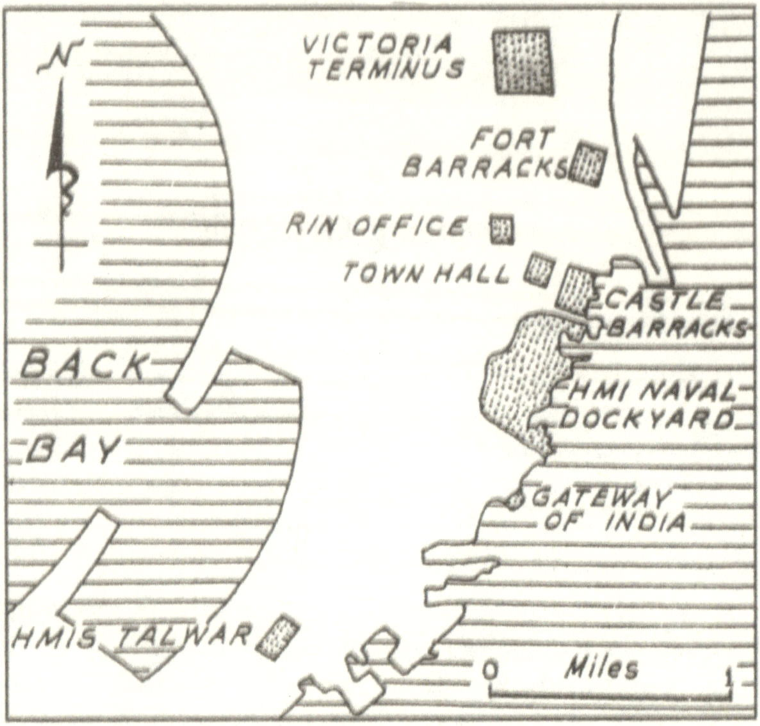

எழுச்சியின் போது பாம்பே துறைமுகத்தின் பழைய வரைபடம்.

விமானப்படை ஆதரவு வேலைநிறுத்தம் - கப்பற்படை போராட்டம் டில்லிக்குப் பரவியது - கராச்சியில் துப்பாக்கி சூடு - கப்பற்படை துப்பாக்கிகளுக்கு மாலுமிகள் பதிலடி - பதட்டமான சூழ்நிலை - எல்லாப் பகுதிகளிலும் துணை ராணுவத்தினர் குவிப்பு - பாம்பே, கராச்சி நிகழ்வுகள் - என பிப்ரவரி 21 அன்று அம்ரித் பஜார் பத்ரிகா ஏராளமான தலைப்பு, துணைத் தலைப்புகளோடு விரிவாக செய்தி வெளியிட்டது.

அப்போது டில்லியிலிருந்து வெளிவந்து கொண்டிருந்த 'தி டான்' தனது முதல் பக்கம் முழுவதையும் கப்பற்படை போராட்டத்திற்கு ஒதுக்கியது. 'மாலுமிகள் துப்பாக்கிகளோடு ராணுவத்தோடு மோதல்' என்று எட்டு கால தலைப்பு வெளியிட்டது. 'அட்மிரலின் கெடுவைத் தொடர்ந்து பாம்பேயில் அமைதி. கராச்சி மாலுமிகள் பிரிட்டிஷ் வீரர்கள் மீது குண்டுவீச்சு: ஒருவர் மரணம்.... கல்கத்தாவிலும், டில்லியிலும் ஆதரவு வேலை நிறுத்தம், என்றும் துணைத் தலைப்புகள்.

பாம்பே போர்ட் பாரக்ஸ்
காலை 7.30 மணி

வியாழனன்று காலை மாலுமிகள் புத்துணர்வுடன் உற்சாகமாக இருந்தார்கள். அவர்கள் வலிமையான எதிர்ப்புகளைச் சந்தித்தார்கள். ஆனால், விடுதலைக்காக, தமது அனைத்து உடமைகளையும் தியாகம் செய்யத் துணிந்த ஆவலால், அவர்கள் உற்சாகமாக இருந்தார்கள். அவர்களது வேலை நாட்களில் அவர்களை விரட்டும் அதிகாலை ஊதுகுழலுக்குப் பதிலாக இப்போது புரட்சிகர கோஷங்களும், தேசபக்திப் பாடல்களும் அவர்களைச் செலுத்தின.

புரட்சிக்கு ஆதரவான சமையல்காரர்களால் சமைக்கப்பட்ட காலை உணவை உண்டனர். பின்னர் அன்றைய நாளுக்கான திட்டங்கள் பற்றிய விவாதங்கள், எதிரியை சமாளிக்க யோசனைகள், ஆலோசனைகள், சக மாலுமிகளை உற்சாகப்படுத்தும் உரைகள். வன்முறை வழியோ, அஹிம்சை வழியோ, இந்தப் போரில் வெல்வது என்று அவர்கள் முடிவெடுத்தனர்.

காலை 8 மணி

அப்போதுதான் டீ குடித்து முடித்தார்கள். ‘கேஸில் பாரக்ஸில் நம் சகோதரர்களை சுட்டுக் கொல்கிறார்கள். நாம் உடனே உதவிக்குச் செல்ல வேண்டும்’ என்று ஒரு மாலுமி கத்திக்கொண்டே ஓடி வந்தார். திடீரென வந்த இந்தச் செய்தியை புரிந்து கொள்ளவே சில நிமிடங்கள் ஆனது. அதன் பெருங்கொடுமை புரிந்ததும், விவாதங்களுக்கான நேரம் முடிந்துவிட்டது என்பதை அனைவருமே உணர்ந்தனர். இது செயலுக்கான நேரம்.

சிலர் தாம் சேகரித்துள்ள ஆயுதங்கள் எவையானாலும், அவற்றை எடுத்துக் கொண்டு கேஸில் பாரக்ஸுக்கு விரைந்து செல்ல வேண்டும் என்று நினைத்தனர். அதிக பக்குவம் உள்ள தலைவர்கள் அவர்களுக்கு புரிய வைக்க முயன்றனர். கேஸில் பாரக்ஸ் சற்று தொலைவில் உள்ள இடம். ஆயுதங்களோடு அங்கு எப்படிச் செல்ல முடியும் என்பதுதான் பிரச்சனை. அவர்களிடம் குறைவான ஆயுதங்களே இருக்கின்றன. வாயிலைத் தாண்ட முயன்றால், தல்வாரின் வாயிலில் உள்ள ராணுவத்தினரால் நிச்சயமாகச் சுடப்படுவார்கள்.

சிறிது விவாதத்திற்குப் பிறகு, ஒரு ஒருமித்த கருத்து உருவானது. அவர்கள் பொது மக்களுக்கு வேண்டுகோள் விடுப்பார்கள். காலை செய்தித்தாள்கள் முழுக்க மாணவர் சங்கங்கள், மில் தொழிலாளர்கள்

செய்த ஆதரவு வேலை நிறுத்த செய்திகளால் நிரம்பியிருந்தன. எனவே அவர்களிடம் உதவி கேட்பது சரியாக இருக்கும்.

முதல்நாள் இரவு முழுக்க பாம்பேயில் பரவலாக பதட்டம் நிலவியிருந்தது.

ஃப்ரீ பிரிஸ் ஜர்னல் இது பற்றி 'நகரில் பதட்டம்' என்று தலைப்பிட்டு எழுதியது. 'நேற்று நள்ளிரவில் தோபி தாலோ, கிர்காம் பகுதிகளில் மூன்று அரசு பேருந்துகள் நொறுக்கப்பட்டன. அதே பகுதியில் ஒரு டிராமும், தபால் நிலையமும் தீக்கிரையாகின. பாம்பேயின் விமானப்படை வீரர்கள் சிலர் மாலுமிகளுக்கு ஆதரவாக வேலை நிறுத்தத்தில் ஈடுபட்டனர். அந்தேரி பகுதி விமானப்படை வீரர்கள் மரைன் டிரைவ் பகுதி விமானப்படை வீரர்களுடன் இணைந்து அமைதியாக ஊர்வலம் சென்றனர்.... போலீஸ் அவர்களைக் கைது செய்ய முயன்றபோது, ஊர்வலத்தின் போலீஸ் மீது கற்களை வீசி அவர்களை பின்வாங்கச் செய்ததாகக் கூறப்படுகிறது' என்று செய்தி வெளியிட்டது.

மில் தொழிலாளர்கள், ரயில்வே ஊழியர்கள், மற்ற துறைமுக ஊழியர்கள், குறிப்பாக கம்யூனிஸ்ட் கட்சியோடு தொடர்புடையவர்கள் வேலை நிறுத்தம் செய்தனர். அவர்கள் ஊர்வலம் சென்றனர். வங்கிகள் தாக்கப்பட்டன. கடைகள் சூறையாடப்பட்டன. ஏமாற்றமளிக்கும் வகையில், இரு பிரதான கட்சிகளை காங்கிரஸும், முஸ்லிம் லீக்கும் போராட்டத்திற்கு ஆதரவாக ஒரு வார்த்தை கூட சொல்லவில்லை.

கேஸில் பாரக்ஸ் தாக்குதல் பற்றி செய்தி வந்ததும், என்ன நடந்தது என்று நேரில் சென்று அறிந்துவர இரு மாலுமிகள் அனுப்பப்பட்டார்கள். மற்றவர்கள் சாதாரண உடைக்கு மாறி, நட்பாகப் பழகிய காவலர்களை ஏமாற்றி வெளியே வந்து மாணவர் தலைவர்கள், தொழிற்சங்கத் தலைவர்களைப் பார்க்கச் சென்றார்கள்.

தூரத்தில் கேட்ட குண்டு முழக்கங்கள் நிலமையின் தீவிரத்தைக் காட்டின. மூத்த மாலுமிகளுக்கு தம்மிடம் உள்ள ஆயுதங்களின் எண்ணிக்கை பிரிட்டிஷாரை எதிர்கொள்ள போதுமானவை அல்ல என்று தெரியும்.

பாம்பே கப்பல்தளம்

காலை 9 மணி

அருகில், பாம்பே கப்பல்தளத்தில், ரைபிள்கள், இயந்திரத் துப்பாக்கிகள் சுடப்படும் ஓசை கேட்டது. டவுன் ஹாலைச்

சுற்றியுள்ள பகுதிகளில் ராணுவ நடவடிக்கை பரபரப்பாக இருந்ததை மாலுமிகளால் பார்க்க முடிந்தது. கேஸில் பாரக்ஸின் உச்சியிலிருந்து ஒரு மாலுமி பதட்டமாக தகவல் அனுப்புவதைப் பார்க்க முடிந்தது. அத்தகவல் பிரிட்டிஷ் படைகள் எல்லா பக்கங்களில் இருந்தும் தாக்குவதாகவும், தாங்கள் குண்டுக்கு குண்டு என்று பதிலடி தருவதாகவும் கூறியது.

டெக் சிக்னல் ஸ்டேஷனின் உதவியோடு இச்செய்தி எல்லா கப்பல்களுக்கும், தரை அலுவலகங்களுக்கும் அனுப்பப்பட்டது. எல்லா கப்பல்களிலும், அலுவலகங்களிலும் மாலுமிகள் ஆயுத அறையை உடைத்து, கைக்குக் கிடைத்த ஆயுதங்களை எடுத்துக் கொண்டார்கள். ஒரு மணி நேரத்திற்குள், மாலுமிகள் அடுத்த கட்டத்திற்குத் தயாராகி விட்டார்கள். வசதியான நிலையில் நின்ற மாலுமிகளால் பெரிய பிரிட்டிஷ்படை கேஸில் பாரக்ஸ் நோக்கிச் செல்வதைப் பார்க்க முடிந்தது.

கேஸில் பாரக்ஸ்

காலை 9 மணி

ஃபோர்ட் பகுதியில் டவுன்ஹாலுக்கும், இந்திய ரிசர்வ் வங்கிக் கட்டிடத்திற்கும் எதிரே உள்ள கேஸில் பாரக்ஸ் அன்று மாலுமிகளால் நிரம்பி வழிந்தது. அங்குள்ள மாலுமிகளோடு, மற்ற கப்பல்கள், அலுவலகங்களிலிருந்து ஏராளமான மாலுமிகள் முதல்நாள் இரவே வந்து விட்டார்கள். அன்று காலை அங்கு சுமார் 5000 மாலுமிகள் இருந்தார்கள்.

கேஸில் பாரக்ஸ்ஸைச் சுற்றி பிரிட்டிஷ் படைகள் நிலை கொண்டு நின்றதால் பதட்டமான சூழல் நிலவியது. அருகில் உள்ள அலுவலகங்களில் பணியாற்றிய சிவிலியன்களை அந்த இடத்தை விட்டுச் செல்லுமாறு விரட்டி விட்டு, அப்பகுதி முழுவதையும் பிரிட்டிஷ் ராணுவம் தன் கட்டுப்பாட்டில் கொண்டு வந்தது.

இராணுவம் பெரிய தாக்குதல் நடவடிக்கைக்குத் திட்டமிட்டிருந்தது வெளிப்படையாகத் தெரிந்தது. டவுன் ஹாலின் மேலும் ராணுவ வீரர்கள் நின்றார்கள்.

அஹிம்சை, வன்முறை என்பது பற்றி விவாதிக்க இப்போது நேரமில்லை என்று மாலுமிகள் உணர்ந்தார்கள். பிரிட்டிஷ் படைகள் தாக்கினால், தக்க பதிலடி தர தயாரானார்கள்.

அதற்கு முன்பே வாயிலில் இருந்த வீரர்கள் மாலுமிகளை உணவு வாங்கவோ, செய்தித்தாள் வாங்கவோ வெளியே செல்ல அனுமதிக்க மறுத்தார்கள்.

மாலுமிகள் பொறுமையிழந்தார்கள். காவலுக்கு நின்ற வீரர்களோடு இளம் மாலுமிகள் மோத, நிலைமை கட்டுக்கடங்காமல் சென்றது. அவர்கள் ஆயுதக் கிடங்கிற்குச் சென்று, அங்கிருந்த காவலர்களிடம், 'நீங்களும் இந்தியர்கள் , நாங்களும் இந்தியர்கள். நீங்கள் எங்களோடு மோதக் கூடாது. நாங்கள் எங்களுக்காக அல்ல, உங்களுக்கும் சேர்த்துதான் போராடுகிறோம் என்பதைப் புரிந்து கொள்ளுங்கள்' என்றார்கள். ஒரு வீரரைத் தவிர மற்றவர்கள் யாரும் எதுவும் பேசவில்லை. ஒருவர் மட்டும், 'நாங்கள் எங்களுக்கு இடப்பட்ட உத்தரவை நிறைவேற்ற வேண்டும். ஆனால் எங்களால் உங்களுக்கு ஆபத்து நேராது. நாங்கள் வெற்றுத் தோட்டாதான் (blank ammunition) வைத்துள்ளோம்' என்றார்.

பிரிட்டிஷார் டவுன்ஹாலை ராணுவத் தலைமையகமாக மாற்றினார்கள். அது ஒரு போர்க்கால அறை போலவே இருந்தது. பிரிட்டிஷ் வீரர்கள் முழுவீச்சான தாக்குதலுக்காக வரைபடங்களை ஆராய்வதை, பாரக்ஸின் மேற்கூரையிலிருந்து மாலுமிகளால் பார்க்க முடிந்தது. கேஸில் பாரக்ஸின் பிரதான வாயிலுக்கு சில நூறு கஜங்கள் தள்ளி மராத்தா படையின் இந்திய வீர்கள் நிறுத்தப்பட்டிருந்தார்கள்.

தாக்குதல்களுக்காக இந்தத் தயாரிப்புகளைப் பார்த்ததும், மாலுமிகள் ஆயுதக் கிடங்கிற்குச் சென்று, ஆயுதங்களை எடுத்துக் கொண்டார்கள். காலை 9 மணிக்கு சிறிது நேரம் கழித்து, பிரிட்டிஷ் அதிகாரிகளின் உத்தரவின்படி இந்திய ராணுவ வீரர்கள் மாலுமிகளைப் பார்த்து சுட ஆரம்பித்தார்கள். மராத்தா படையினர் சுடுவது போல் நடித்தனர். அவர்களில் பெரும்பாலானோர் வெற்றுத் தோட்டாக்களைப் போட்டு சுட்டனர்.

'பல மாலுமிகளும் மராத்தா வீரர்களை நோக்கிப் பாய்ந்தார்கள். தம் வயிற்றைக் காட்டி, 'உங்கள் துப்பாக்கி முனை கத்தியால் எமது வயிற்றைக் கிழியுங்கள். எங்கள் ரத்தம் இந்த இந்திய மண்ணில் சிந்தட்டும்' என்று உரக்கக் கூவினார்கள்' என்று திலீப்குமார் தாஸ் தனது Revisiting Talwar என்ற நூலில் குறிப்பிட்டுள்ளார்.

இச்சமயத்தில் மராத்தா வீரர்கள் நின்றிருந்த பகுதியிலிருந்து சிறிது குண்டுச் சத்தம் கேட்டது. மராத்தா வீரர்கள் வாயிலில் நுழைய முயற்சி செய்தார்கள். ஒரு பெரும் போர் ஆரம்பிக்கப் போவது போல் இருந்தது.

மாலுமிகள் சிறைக் கூடங்களைத் திறந்து, கைதிகள் அனைவரையும் விடுவித்தார்கள். மராத்தா வீரர்களும், பிரிட்டிஷ் அதிகாரிகளும் சுட, மாலுமிகள் திருப்பிச் சுட்டார்கள். மாலுமிகள் நடுத்தர வகை இயந்திரத் துப்பாக்கிகள் (*Medium machine guns–MMGS*) வைக்கப்பட்டிருந்த அறையை உடைத்து அவற்றை எடுத்துக் கொண்டார்கள். கடலைப் பார்த்த திசையில் இருக்கும் கேப்டனின் அறை, கடலைப் பார்த்த திசையில் இருக்கும் மருத்துவமனையை ஒட்டிய இடம் என முக்கியமான இடங்களில் அவற்றை வைத்தார்கள்.

பிரிட்டிஷ் படையும் இப்படியேதான் செய்தது. கேந்திரமான இடங்களில் இயந்திரத் துப்பாக்கிகளை நிறுத்தியது. மராத்தா வீரர்கள் மாலுமிகள் மீது சுடத் தயங்குவதைக் கண்ட அதிகாரிகள் அவர்களை அனுப்பிவிட்டு, அவர்களுக்கு பதிலாக லீசெஸ்டர் படைப் பிரிவை நிறுத்தினார்கள்.

மாலுமிகள் பின்வாசல் வழியாக வெளியேறுவதாக, ஏற்கனவே ஒரு லாரி முழுக்க மாலுமிகள் வெளியேறிவிட்டதாக பிரிட்டிஷாருக்குத் தகவல் வந்தது.

இரு தரப்பும், கேந்திரமான இடங்களில் தம் ஆயுதங்களை நிறுத்தியதும் போர் தீவிரமாகத் துவங்கியது. 'பிரிட்டிஷார் தரப்பில் பெரும் பரபரப்பு.... அவர்கள் பாரக்ஸை தாக்க வேண்டும் அல்லது மாலுமிகளின் சுடுதிறனையாவது ஓரளவு மட்டுப்படுத்த வேண்டும் என்று நினைத்தார்கள். டிராஃப்ட் ரிசர்வ் பாரக்ஸில் ராணுவம் குவிக்கப்படுவதாக தகவல் வந்தது. உடனே நான்கு மாலுமிகள் ரைபிள்கள், கைக்குண்டுகளோடு அங்கு விரைந்தார்கள் என்று சுப்ரதா பானர்ஜி எழுதியிருக்கிறார்.

நடவடிக்கைகளுக்கு வழிகாட்டுவதற்காக ஒரு அதிகாரி ரிசர்வ் வங்கி கட்டிடத்தின் பால்கனியில் ஏறி நின்றார். உடனடியாக அவர் ஒரே குண்டில் வீழ்த்தப்பட்டார். அவருக்கு அடுத்ததாக மற்றொரு பிரிட்டிஷ் வீரர் வந்து நிற்க, அவரும் சுட்டு வீழ்த்தப்பட்டார். இச்சமயத்தில் கேஸில் பாரக்ஸை எல்லாப் பக்கங்களிலிருந்தும் தாக்கி, உள்ளே நுழையும் நோக்கத்தோடு அதிக எண்ணிக்கையில் பிரிட்டிஷ் ராணுவம் குவிக்கப்பட்டது.

இக்கூட்டத்தைக் கலைக்கவும், குறி பார்த்து சுடுவதற்காக மரங்களில் ஏறி நின்ற ராணுவத்தினரைக் கொல்லவும் மாலுமிகள் கைக்குண்டுகளை வீசினார்கள். இராணுவத்தினர் மதில் மேல் நின்று கூட, மாலுமிகள் இயந்திரத் துப்பாக்கிகள், கைக்குண்டுகளால் பதிலடி தர போர் தீவிரமானது.

முதல் மோதலைத் தொடர்ந்து ஒரு சிறு இடைவேளை, இராணுவத்தினர் மீண்டும் வெளியே அணிதிரள, மாலுமிகள் உள்ளே தமது இயக்கப் பிரச்சனைகள், ஆயுதங்கள், உணவு கையிருப்பு பற்றி விவாதித்தார்கள்.

உணவு, தண்ணீர் கையிருப்பு குறைந்து வருவது ஒரு கவலைக்குரிய விஷயமாக இருந்தது. முன்பே பிரிட்டிஷார் உணவு தர முன் வந்தனர். ஆனால் மாலுமிகள் அதை ஏற்க மறுத்து விட்டனர். அதிருஷ்டவசமாக, உணவு பெரிய பிரச்சனையாக மாறவில்லை. பாம்பே முழுவதுமிருந்து பொதுமக்கள் உணவுப் பொட்டலங்களுடன் பாரக்ஸின் வாசலில் கூடி விட்டனர். ஆண்கள், பெண்கள், குழந்தைகள் என்று, அங்கு ஏதோ திருவிழா போல இருந்தது. உணவுப் பொட்டலங்கள் மட்டுமின்றி, மக்கள் கூடை கூடையாக பழங்கள், காய்கறிகள், கேக், பிரட், பால் என்று கொண்டு வந்து தந்தார்கள். தமது வீரர்களை பிரிட்டிஷார் பட்டினி போடுவதை அனுமதிக்கக் கூடாது என்பதில் பொதுமக்கள் உறுதியாக இருந்தார்கள்.

உணவுப் பொருட்களை கப்பல்களுக்கு எடுத்துச் செல்ல மோட்டார் படகுகள் அனுப்பப்பட்டன. ‘மாலுமிகள் கடற்கரைக்கு வந்ததுமே, மக்கள் புரட்சிகர கோஷங்களுடன் அவர்களை வரவேற்றார்கள்’ என்று, கப்பற்படை எழுச்சி பற்றிய தனது கட்டுரையில் டாக்டர்.வி.எம்.பக்வத்கர் குறிப்பிடுகிறார்.

உள்ளூர் உணவங்களின் இந்து, முஸ்லிம், பார்ஸி உரிமையாளர்கள் மாலுமிகள் தமது உணவகங்களுக்கு வந்து, வேண்டியதை எடுத்துச் செல்லலாம் என்று அறிவித்தார்கள். பாம்பே முழுவதுமே மாலுமிகளுக்கு ஆதரவாக நிற்பது போல் இருந்தது. உணவுப் பொருட்கள் மோட்டார் படகுகள் மூலம் கப்பல்களுக்கு அனுப்பப்பட்டன. அங்கு காவலுக்கு நின்ற மராத்தா படையினர் இவை எவற்றையும் தடுக்கவில்லை.

‘மாலுமிகளுக்குத் தேவையான உணவை பொதுமக்கள் எடுத்துச் செல்லலாம் என உணவக உரிமையாளர்கள் அறிவித்தனர். ஒரு

பிச்சைக்காரர் கூட மாலுமிகளுக்குத் தர ஒரு சிறிய உணவுப் பொட்டலத்தை எடுத்துச் சென்றதாக பத்திரிகைகளில் செய்தி வந்தது. துறைமுகப் பகுதியில் ஒரு விநோதமான காட்சி... அப்பகுதி முழுவதும் நின்றது. தூரத்தில் நின்ற கப்பல்களுக்கு உணவு அனுப்ப, உணவுப் பொருட்களை படகுகளில் ஏற்ற, தம் துப்பாக்கியை தோளில் மாட்டியபடி இந்திய ராணுவ வீரர்கள் உதவினார்கள். பிரிட்டிஷ் அதிகாரிகள் எதுவும் செய்ய முடியாமல் இதை வேடிக்கை பார்த்தார்கள்' என்கிறார் பி.சி.தத்.

'தல்வாரிலும், சில நிமிடங்களில் சில நாட்கள் வைத்திருந்து சாப்பிடும் அளவிற்கு ஏராளமான உணவுப் பொருட்கள் சேர்ந்து விட்டன. இந்திய ராணுவ வீரர்கள் காவலுக்கு நின்ற வாயில் வழியாகவே நிறைய உணவுப் பொருட்கள் சேர்ந்து விட்டன. இவ்வாறாக பாம்பே மக்கள் தேசியத் தலைவர்களோடு அல்லாமல், மாலுமிகளோடு தம்மை அடையாளப்படுத்திக் கொண்டார்கள்' என்று தத் மேலும் குறிப்பிடுகிறார்.

குமான், பாம்பே

காலை 10 மணி

மோதல்கள் இப்போது கப்பல்களுக்கும் பரவின. காலை பத்துமணிக்கு கான் துறைமுகப் பகுதிக்கு வந்தார். அவர் வந்த செய்தி கிடைத்ததும், மாலுமிகள் அவரது வழிகாட்டுதல்களுக்காக தத்தம் கப்பல்களில் காத்திருந்தனர். சிலருக்கு கேஸில் பாரக்ஸ் மோதல் பற்றி இன்னும் தெரியவில்லை.

குமான் கப்பலில் ஏறிய கான், ஒலிபெருக்கி மூலம் கேஸில் பாரக்ஸ் போர் பற்றித் தெரிவித்தார். உணர்ச்சிவசப்பட்ட குரலில், அவர் 'இந்த வாழ்வா, சாவா போராட்டத்தில் இணைய உங்களை அழைக்கிறேன். இது நமது பொதுவான எதிரிக்கு எதிரான பொதுவான போர். எனினும் எங்களோடு இணைய விருப்பம் இல்லை என்றால், இந்தக் கப்பல்களை விட்டு விட்டு, உங்கள் வெள்ளை எஜமானர்கள் பின் செல்லலாம்,' என்றார்.

ஒரு மாலுமி கூட செல்லவில்லை. போருக்குத் தயாராகுமாறு கான் கூறியதை கவனமாகக் கேட்டார்கள். 'நீராவியைப் பெருக்குங்கள். குண்டுகளை நிரப்புங்கள். சுடுவதற்கான உத்தரவிற்குத் தயாராக இருங்கள். தேவைப்பட்டால், நீங்கள் பாம்பே முழுவதிலும் நின்று போரிட நேரும். எவ்வாறாயினும்

நமது கப்பல்களையும், கப்பல் தளங்களையும் காப்போம்' என்றார் கான்.

கான் 10.30 மணிக்குக் கிளம்பிச் சென்றார். அவரது வார்த்தைகள் மாலுமிகளை செயலில் இறக்கின. துப்பாக்கிகளில் தோட்டாக்கள் நிரப்பப்பட்டன. பாய்லர்களில் அதிக விறகுகளைப் போட்டு கொதிக்க வைத்தார்கள். உற்சாகப்படுத்துவது போல எல்லா கப்பல்களும் ஒன்றாக தம் ஒலிப்பான்களை முழக்கின. போருக்கு வேண்டிய தயாரிப்பு வேலைகள் அனைத்தையும் மாலுமிகள் செய்தார்கள். தூரத்தில் எங்கேனும் ஒரு பிரிட்டிஷ் இலக்கு தென்பட்டால், அதை நோக்கி தம் பீரங்கிகளைத் திருப்பினார்கள். நிலத்தில் போர் ஏற்கனவே ஆரம்பித்து விட்டது. கடலில் போர் வெடிக்க எவ்வளவு நேரமாகும்?

கோண்ட்வானா கப்பலை நோக்கி ஒரு பிரிட்டிஷ் கப்பற்படை கப்பல் வேகமாக வந்ததும், கோண்ட் வானாவில் பதட்டம் அதிகரித்தது. மாலுமிகள் தமது துப்பாக்கிகளை அந்தக் கப்பலை நோக்கித் திருப்பி தயாராக நின்றார்கள். பிரிட்டிஷ் கப்பல் தம்மீது சுடுமா? எனினும் அந்தக் கப்பல் தனது திசையை மாற்றிக் கொண்டு, தூரமான விலகிச் சென்றது. அதன்பின் மாலுமிகள் தமது துப்பாக்கிகளை கரை நோக்கித் திருப்பி, இந்த ஆபத்தான சதுரங்க விளையாட்டின் அடுத்த காய் நகர்த்தலுக்காகக் காத்திருந்தார்கள்.

எழுச்சி பற்றிய காரணங்களை ஆராய அமைக்கப்பட்ட விசாணைக்குழு பிரிட்டிஷார் தான் முதலில் சுட்டார்கள், காஸில் பாரக்ஸில் வன்முறையை ஆரம்பித்தார்கள் என்பதைக் கண்டு பிடித்தது.

'பிரிட்டிஷ் படைகளை பின் வாங்குமாறு மாலுமிகள் திரும்பத் திரும்ப வேண்டிக் கொண்டாலும் கூட அவர்கள் பின் வாங்கவில்லை. மாறாக, தலைமை தளபதியின் கட்டளையின்படி முதல் குண்டை அவர்கள்தான் சுட்டார்கள். பகல் 12 மணிக்கு கேஸிலிலும், கரையில் நின்ற கப்பல்களிலும் இருந்த மாலுமிகளுக்கு, அவர்கள் சரணடையாவிட்டால், பிரிட்டிஷ் படையினர் சுடுவார்கள் என்ற எச்சரிக்கை விடப்பட்டது' என்று அந்தக் குழு கூறியது.

நல்ல ஆயுதங்கள், தகவல் தொடர்புத்திறன் ஆகியவை மாலுமிகளுக்குச் சாதகமாக இருந்தன. மத்திய போராட்டக் குழுவின் துணைத் தலைவராக இருந்த மதன்சிங் 1999 பிப்ரவரி

25 அன்று தி ட்ரிப்யூன் பத்திரிகையின் ரீட்டா சர்மாவிற்கு ஒரு விரிவான நேர்காணல் அளித்தார். அதில் அவர் '(பாம்பே மாகாணத்தின் ஆயுதங்கள் முழுவதும் வைக்கப்பட்டிருந்த) புட்சர் தீவை நாங்கள் கைப்பற்றி இருந்தோம். தொலைபேசியிகள், தந்தியில்லா கம்பி உபகரணங்கள், புனா அடுகே உள்ள கிர்கியில் இருந்த டிரான்ஸ்மீட்டர்கள் அனைத்தும் எங்கள் கட்டுப்பாட்டில் இருந்தன' என்றார்.

அதே நேர்காணலில் மேலும் அவர் 'கேஸில் பாரக்ஸிற்கு அருகே டவுன்ஹாலை ஒட்டி ஒரு 'இரும்பு கேட்' இருந்தது. அது மிகத் திறமையாக வெடி மருந்துகளோடு இணைக்கப்பட்டிருந்தது. எதிரி பாம்பேயை கைப்பற்றி விடும் சூழல் வந்தால், ஒரு ஸ்விட்சைத் தட்டினால், அந்த கேட் வெடித்து முழு பாம்பேயையும் அழித்து விட ஏற்பாடு செய்யப்பட்டிருந்தது' என்றார்.

இங்கு எதிரி என்று சொல்லப்படுவது இரண்டாம் உலகப் போர் காலத்து அச்சு நாட்டுப் படைகள். இச்செய்தி உண்மையானால், பிரிட்டிஷார் இறுதி நடவடிக்கையாக ஏராளமான உயிர்சேதம், பொருள்சேதம் விளைவிக்கவும் தயாராக இருந்தனர் என்பதை இது காட்டுகிறது.

'அதிருஷ்டவசமாக, தென் பிராந்திய தலைமை தளபதி ஜெனரல் ஆர்.எம்.எம். 'ராப்' லாக்ஹார்ட் இந்த கேட்டை கைப்பற்ற முயன்றபோது, அதற்குக் காவலாக நின்ற இந்திய வீரர்கள் நமக்குக் கட்டுப்பட்டவர்கள். லாக்ஹார்ட் இந்த கேட்டை நெருங்கியபோது, போராட்டக்குழு சுட உத்தரவு தந்தது. இதில் பிரிட்டிஷ் படையினர் நிறையபேர் இறந்தனர் (இதை அவர்கள் ஒப்புக் கொள்ள மாட்டார்கள்)... 21ம் தேதி புரட்சி பெரிதாக பரவி விட்டது. அதை தடுப்பது கடினமாகி விட்டது' என்றார் அவர்.

அதிகாரிகள் தமது செயல் திட்டத்தை, போர் தந்திரத்தை தொடர்ந்து ஆய்வு செய்து, மாற்றியமைத்துக் கொண்டே இருந்தார்கள். பிப்ரவரி 21 மாலை 6 மணி முதல் தென் பிராந்திய தலைமை தளபதி லெப்.ஜெனரல் ஆர்.எம்.எம். (ராப்) லாக்ஹார்ட் பாம்பேயின் முப்படைகளுக்கும் தலைமை தளபதியாக பொறுப்பேற்றார் என்று தலைமை தளபதி ஜெனரல்.சர்.கிளாட் அச்சின்லெக் ஒரு உத்தரவு பிறப்பித்தார். காட்ஃபிரே இவருக்குக் கீழ் பணி புரிய வேண்டும்.

புரட்சி பற்றிய தனது 1944 மார்ச் 5 தேதியிட்ட சிறப்பு ரகசிய அறிக்கையில் ராப் லாக்ஹார்ட் பின்வருமாறு குறிப்பிடுகிறார் : 'அச்சமயம் அட்மிரல் காட்ஃபிரே பதவியில் அவரை விட குறைந்தவனான எனக்குக் கீழ் பணிபுரிய பெருந்தன்மையுடன் ஒப்புக் கொண்டார். மிகவும் விருப்பத்தோடு ஒத்துழைத்தார்,' இதன் விளைவாக காட்ஃபிரே பிப்ரவரி 25 அன்று பாம்பேயை விட்டுக் கிளம்பினார்.

கேஸில் பாரக்ஸ்
காலை 11 மணி

பிரிட்டிஷ் படைகள் அதிரடியாக உள்ளே நுழைய தயாரானதால் மாலுமிகள் பாரக்ஸை காக்கும் நடவடிக்கைகளில் இறங்கினார்கள். மராத்தா படைகள் மூலம் நடத்திய முதல் தாக்குதல் தோல்வியடைந்தது. சரியாக காலை 11 மணிக்கு பிரிட்டிஷ் படைகள் இரண்டாவது தாக்குதலைத் துவக்க, போர் துவங்கியது.

தி பாம்பே கிரானிகின் அக்காட்சியை பின்வருமாறு வர்ணித்தது: 'சாலைக்கு வெளியே பெருங்கூட்டமாக மக்கள் நின்று வேடிக்கை பார்த்தனர். சாலையின் இரு கட்டிடங்கள் மேல் குண்டுகள் விழுந்தன. குண்டுவீச்சு குறையும் போது முன்னே வருவதும், அதிகரித்தால் பின்வாங்குவதுமான மக்கள் இருந்தனர். சுவர் பக்கமிருந்து இதைத் தவிர வேறு எதையும் காணமுடியவில்லை. காரணம் கேஸில் பாரக்ஸை சுற்றியிருந்த கட்டிடங்கள் மறைத்தன. எனினும் மக்கள் எலிஃபண்டைன் சர்க்கிள் பகுதியின் கட்டிடங்களின் மாடியில் ஏறி நின்று நடப்பதை கவனித்தனர்.

பின்னர் கப்பல்களும் போரில் இணைந்தன. பஞ்சாப் கப்பலில் குண்டுகள் குறைவாக இருந்தன. அது தன் அருகில் நின்ற பிரிட்டிஷ் கப்பல் ஒன்றைத் தாக்கி அதிலிருந்த ஆயுதங்கள் அனைத்தையும் எடுத்துக் கொண்டது. பின்னர் பஞ்சாப் தனது 12 பவுண்ட் பீரங்கியைச் சுட ஆரம்பித்தது. தொடர்ந்து ஓர்லிகான் கப்பலும் பாரக்ஸைச் சுற்றி பிரிட்டிஷ் படைகள் நின்ற இடங்களில் தனது விமான எதிர்ப்பு பீரங்கியை சுட்டது. இக்கப்பலிலிருந்து 120 ரவுண்ட்கள் சுடப்பட்டன.

மற்ற கப்பல்களும் தமது பீரங்கிகளை அதே பகுதி நோக்கித் திருப்பின. ஔத் (oudh) கப்பல் தனது 12 பவுண்ட் பீரங்கியைச் சுட்டது. அப்பகுதியிலிருந்த ராணுவத்தினர் விரட்டப்பட்டனர். நீண்ட நேரத்திற்கு அவ்வப்போது யாரோ ஒருவர் சுட்டார். இவ்வாறாக பெரும் தாக்குதல் கப்பல்கள் மற்றும் பாரக்ஸில்

இருந்தவர்களின் ஒன்றிணைந்த செயல்பாட்டில் எதிர்கொள்ளப்பட்டு, எதிரி துரத்தப்பட்டான். சிறிது நேரத்தில் கட்டுவது நின்றது.

பின்னர் பிரிட்டிஷார் மற்றொரு தாக்குதலை ஆரம்பித்தனர். வாயிலில் காவலுக்கு நின்ற மாலுமிகளை நோக்கிச் சுட்டினர். மாலுமிகள் பதிலுக்குச் சுட்டனர். மதியம் வாக்கில் அப்பகுதியில் மேலும் அதிகமாக படைகள் குவிந்தன. குறைந்தபட்சம் ஏழு லாரிகளும் கவச வண்டிகளும் ஏராளமான வீரர்களுடன் வந்தன. அவர்கள் இயந்திரத் துப்பாக்கி, ரைபிள் மற்றும் பல்வேறு ஆயுதங்களுடன் தயாராக இருந்தார்கள்.

புரட்சிக்குப் பிறகு தானளித்த அறிக்கையில் ஜெனரல் ராப் லாக்ஹார்ட் 'மதியம் 12 மணிக்கு கேஸில் பாரக்ஸிலிருந்து மாலுமிகள் வெளியேறியதும், அதை நோக்கிச் சுடுவதற்காக ஜமுனா கப்பலின் பீரங்கிகள் தயாராக இருந்தன' என்று குறிப்பிட்டார். 'மாலுமிகள் மிண்ட் சாலையில் போலீஸை நோக்கிச் சுட்டதாகச் சொல்லப்பட்டது. தற்காப்பிற்காக போலீஸ் படை திரும்பச் சுட்டது' என்று அவர் குறிப்பிட்டார்.

லயன் கேட் வழியாக மாலுமிகள் வெளியேறாமல் தடுக்க 34 ராயல் மரைன் ஆம்ஃபிபீயன் ரெஜிமண்ட்டின் 4 பிளாட்டூன்கள், 2 லெய்செஸ்டரின் 5 பிளாட்டூன்கள் மற்றும் ஒரு கம்பெனி, 13 மராத்தா படையின் ஒரு பிளாட்டூன் மற்றும் 2 கம்பெனி கொண்ட படை நிறுத்தப்பட்டது என்று லாக்ஹார்ட் குறிப்பிட்டார். கேட் வே ஆஃப் இந்தியா, யாட்ச் கிளப், ஃபுளோரா ஃபவுண்டன், ஷாண்டி டாவர்ன், டவுன் ஹால், எல்ஃபின்ஸ்டோன் சர்க்கிள், பலார்ட் பியர், ஃபோர்ட் தெரு, ஃபிரெரி சாலை சந்திப்பு ஆகிய இடங்களில் ராணுவ வீரர்கள் நிறுத்தப்பட்டார்கள்.

பிரின்ஸ் ஆஃப் வேல்ஸ் மியூசியத்திலும், கொலபாவிலும் தலா ஒரு கம்பெனி அவசர உதவிக்காக நிறுத்தப்பட்டது. ஃபோர்ட் பகுதியிலிருந்து மாலுமிகள் செல்வதை அல்லது வருவதைத் தடுக்க 13 மராத்தா படை சீயான் மற்றும் டங்கள் பாலமவுகள், கொலாபா ரயில் நிலையம், தல்வார் ஆகிய இடங்களைச் சுற்றி வளைத்தது.

கேஸில் பாரக்ஸ்

மதியம் 12 மணி

உறுதியோடு நின்ற மாலுமிகளால் காக்கப்பட்ட பகுதிகளை பிரிட்டிஷாரால் எளிதில் கைப்பற்ற முடியவில்லை. பாரக்ஸைச்

சுற்றி வந்த பிரிட்டிஷ் படைகள் தாம் நுழைவதற்கு பலவீனமான பகுதி ஏதாவது இருக்கிறதா என்று பார்த்தது. ஆனால், மாலுமிகள் அவர்கள் மீது சுட்டனர். கைக் குண்டுகளை வீசினர். எனவே பிரிட்டிஷ் படைகள் பின் வாங்கின.

இச்சமயத்தில், மாலுமிகள் சமையல்காரர்கள் அனைவரையும் அழைத்து, அவர்கள் செய்ய வேண்டியதைக் கூறினார்கள். மாலுமிகள் அனைவருக்கும் உணவளிப்பதும், போரிடுவோருக்கு முதலில் உணவளிப்பதும் அவர்களது கடமை. காட்ஃபிரே தந்து, முன்பு மாலுமிகள் ஏற்க மறுத்த உணவுப்பொருட்கள் இப்போது பயன்பட்டன. இது போர்க்களம். கிடைக்கும் அனைத்து வளங்களையும் பயன்படுத்த வேண்டியதுதான்.

இப்போது இரு தரப்பும் தீவிரமாகச் சுட, போர் கடுமையானது. எதிரியின் ஆயுதபலம் அதிகம் என்று மாலுமிகளுக்குத் தெரியும் என்றாலும், 'இந்திய கப்பற்படையின் பாரம்பரியத்தின்' படி, கடைசி வரை போரிட்டு, நாட்டின் விடுதலைக்காக தம் உயிரைத் தியாகம் செய்ய அவர்கள் தயாராக இருந்தார்கள். அதிகாரிகள் யாரும் இல்லை. அவர்களுக்கு வழிகாட்ட யாரும் இல்லை. சமீபத்தில் முடிந்த போரில் பெற்ற அனுபவம், அடிமைத்தளையில் இருந்து தாய்நாட்டை விடுவிக்கும் உறுதி ஆகியவற்றால் எதிரியைத் தடுத்து நிறுத்தினார்கள்.

ஜெனரல் லாக்ஹார்ட்டின் அறிக்கையின்படி, "12.55க்கு அதிகாரிகளின் கூட்டம் நடந்தது. ஏற்கனவே திட்டமிட்டபடி பிரிட்டிஷ் விமானப்படையின் மஸ்கிடோ ரக விமானங்கள் வந்து சேர்ந்தன" என்ற தகவலும், ஆயிஸ்டர் ராக், மிடில் கிரவுண்ட் ஆகிய தீவுகளில் (கரையோரம் சுமார் ஒரு ஏக்கர் பரப்பளவிற்கும் குறைவான சிறு தீவுகள்) இந்தியக் கப்பல்களை நோக்கி 3 பீரங்கிகள் நிறுத்தப்பட்ட தகவலும் அதில் தெரிவிக்கப்பட்டது.

சுற்றித் திரியும் மாலுமிகளைப் பிடிக்க படைகள் அமைக்கவும் திட்டமிடப்பட்டது. கப்பல்தளம், கேஸில் பாரக்ஸ், தல்வாரில் 34 ராயல் மரைன் ஆம்ஃபிபீயன் ரெஜிமண்ட்டின் படைகள் நிறுத்தப்படும். இந்தப் படை வெர்ஸோவா ஃபெர்ரி, மார்வே பாலம் மற்றும் மலாடில் சோதனைச் சாவடிகளை அமைத்தது.

தல்வார் – காலை 10 மணி

தல்வாரிலும் பதட்டமான நிலைதான். ஆனால் சம்பவங்கள் கேஸில் பாரக்ஸிலும், அதைச் சுற்றியும்தான் நடந்தன. இரு தரப்பின் துப்பாக்கிச் சூட்டையும் தடுத்து, அமைதியை நிலைநாட்ட முயற்சி செய்ய தல்வாரிலிருந்து இனிகோ – ஜேன்ஸ், கான் மற்றும்

இரு போராட்டக்குழு உறுப்பினர்களோடு கேஸில் பாரக்ஸ் சென்றார். ஜோன்ஸ் பல முறை தல்வாருக்கு வந்து சென்ற போதும், கான் மாலையில்தான் தல்வாருக்கு அழைத்து வரப்பட்டார்.

மாலுமிகள் மற்ற கப்பல்களுடனும், அலுவலகங்களுடனும் தொடர்பு கொள்ள கப்பற்படையில் தகவல் தொடர்பு சாதனங்களை தடையின்றி பயன்படுத்திக் கொண்டிருந்தார்கள். பிரிட்டிஷ் அதிகாரிகள் இந்த தகவல்களை ஒட்டுக் கேட்டதால் அவர்களுக்கு இது தெரியும். ஆனால் இவர்களது தகவல்களை அறிந்து கொள்வதற்காக தகவல் தொடர்பு சாதனங்களில் இடையூறு செய்யாமல் இருந்தனர்.

நர்மதா – மதியம் 12 மணி

போராட்டக்குழு தனது பலங்களை ஒருங்கிணைத்து, போர் திட்டங்களை வகுத்துக் கொண்டிருந்தது. மதியம் நர்மதா என்ற கப்பலில் போர் குறித்த கூட்டம் நடந்தது.

நர்மதா தளபதி காட்ஃபிரேயின் கொடிக் கப்பலாகும். அதைக் கைப்பற்றி, பிரிட்டிஷ் கொடியை இறக்கி, மூன்று கட்சிகளின் கொடியை ஏற்றியது மாலுமிகளின் முக்கிய வெற்றியாகும்.

நர்மதா தான் ஆலோசனைக் கூடமாக இருந்தது. கேஸில் பாரக்ஸில் பிரிட்டிஷ் படைகள் தாக்குவது பற்றிதான் விவாதம் பெரிதும் நடந்தது. உணவு, தாக்குதல் அதிகரித்தால் எதிர்ப்பதற்குச் செய்ய வேண்டிய தயாரிப்புப் பணிகள் ஆகியன விவாதிக்கப்பட்டன.

விவாதம் நடக்கும் போதே ஒரு அவசரச் செய்தி தல்வாருக்கு வந்தது. கேட்வே ஆஃப் இந்தியாவில் பிரிட்டிஷ் படைகள் குவிக்கப்படுவதாக அத்தகவல் குறிப்பிட்டது. விரைவில் தம்மீது கடல்வழித் தாக்குதல் நடக்கலாம் என போராட்டக்குழு ஊகம் செய்தது.

நேரத்தை வீணடிக்க முடியாது. புதிய கப்பல்களை போரில் ஈடுபடுத்த போதிய அவகாசம் இல்லை. அப்பகுதியில் இருக்கும் கப்பல்களை வைத்து, இருக்கும் ஆயுதங்களைக் கொண்டு தாக்குதலை எதிர்க்க வேண்டியதுதான். போராட்டக் குழு இதற்கான துல்லியமான உத்தரவுகளை அளித்தது.

ஆயுதங்கள் தீர்ந்து போனாலும், சரணடைய வேண்டாம் என்று கேஸில் பாரக்ஸ் மாலுமிகளுக்கு தந்திச் செய்தி அனுப்பப்பட்டது. அவர்களுக்கு உதவ கப்பல்கள் வரும். நர்மதா தனது ஒலிபெருக்கி மூலம் மற்ற கப்பல்களுக்கு, ‘எல்லா பீரங்கிகளும் இங்கு தயார் நிலையில் உள்ளன. நீங்களும் பீரங்கிகளைத் தயாராக வைத்திருங்கள்.

கரையிலிருந்து சுட்டால், பதிலுக்குச் சுடுங்கள்' என்று உத்தரவிட்டது.

ஒரு மணி நேரத்திற்கு ஒரு முறை கப்பல்கள் கேஸில் பாரக்ஸின் ஆயுத இருப்பு பற்றி விசாரித்து, தங்கள் ஆதரவை தெரிவித்து செய்தி அனுப்பின. மாலுமிகளின் போர் குழு கூட்டம் சுமார் 12,30க்கு முடிந்தது.

இத்தகைய செய்திகளால் உற்சாகமடைந்த கேஸில் பாரக்ஸ் மாலுமிகள் கேஸில் பாரக்ஸில் நுழைய முயன்ற பிரிட்டிஷ் படைகளின் அத்தனை முயற்சிகளையும் முறியடித்தார்கள். பிரிட்டிஷார் கோபமூட்டும்படி நடந்து கொண்டாலும், மாலுமிகள் கப்பல்களின் குண்டுகளை வீணடிக்காமல், நிதானமாக, கவனமாகப் பயன்படுத்தினார்கள். கண்மூடித்தனமாகச் சுட்டால், நிறைய பிரிட்டிஷ் வீரர்களைக் கொல்லலாம் என்றாலும், அது பெரும் சேதத்தையும், பொதுமக்களின் உயிரிழப்பையும் ஏற்படுத்தும் என்று அவர்களுக்குத் தெரியும்.

பிரிட்டிஷாருக்கும் தாம் எவ்வளவு தூரம் போகலாம் என்று தீர்மானிக்க முடியவில்லை. அவர்கள் தரப்பில் குண்டு மழையை அதிகரித்தால், மாலுமிகளும் அதே அளவிற்கு பதிலடி தருவார்கள். எனவே இரு தரப்புமே பொறுத்திருந்தது பார்ப்போம் என்று நிதானமாகவே போரிட்டன.

பி.சி.தத் போர் பற்றி பின்வருமாறு குறிப்பிடுகிறார்: 'நாங்கள் கப்பல்களின் பீரங்கிகளைப் பயன்படுத்தவில்லை. அவற்றைப் பயன்படுத்தினால் நம் சொந்த மக்களைக் கொல்ல நேரிடும். இச் சூழலில் கப்பலின் பீரங்கிகளைச் சுட்டால் ஏராளமான பொருள் சேதமும், பொதுமக்கள் உயிரிழப்பும் நேரிடும். பிரிட்டிஷாரும் கப்பல்கள், அலுவலங்களுக்குள் விரைந்து நுழைய தீவிர முயற்சி எடுக்கவில்லை. அவர்கள் காத்திருந்தது போல் தெரிந்தது. ஆனால் பின்வாங்கவும் விரும்பவில்லை. அவர்கள் செயலில் இறங்கத் தயாராக இல்லை என்பதை அவர்களது தயக்கம் காட்டியது. ஒருவேளை தம்மால் எந்த அளவிற்குப் போக முடியும் என்பது பற்றி அவர்களுக்கு உறுதியாகத் தெரியாமல் இருந்திருக்கலாம். எவ்வாறாயினும் கப்பல்களின் பீரங்கிகள் எங்கள் கைகளில், அவர்கள் ஏதேனும் செய்தால் எங்கள் பீரங்கிகள் சுடக்கூடும்.'

எனினும் மாலுமிகள் எந்த விதமான தாக்குதலுக்கும் தயாராக இருக்க வேண்டிய நிலை. போராட்டக் குழு உத்தரவுகளைப் பிறப்பித்தது. கேட் வே ஆஃப் இந்தியா பகுதியில் நிற்கும் கிளைவ், கைபர், லாரன்ஸ் ஆகிய கப்பல்கள் அந்தப் பக்கத்திலிருந்து வரும் தாக்குதலை எதிர்க்க வேண்டும். பாலார்ட் எஸ்டேட்

பகுதியிலிருந்து வரும் தாக்குதலை நர்மதா, ஜமுனா, குமான் ஆகிய கப்பல்கள் எதிர்க்க வேண்டும்.

உத்தரவுகள் ஜமுனாவிற்கு அனுப்பப்பட்டன. ஜமுனா மற்ற கப்பல்களுக்கும் இந்த உத்தரவுகளை தெரிவித்தது. இந்தக் கப்பல்களுக்கு அருகே எதிரி நடமாட்டம் தெரிந்தால் உடனே சுடுமாறு உத்தரவு தரப்பட்டது. தேவைப்படும் கப்பல்களுக்கு கூடுதல் ஆயுதங்கள் தரவும், கப்பல்களுக்கு இடையே தகவல் பரிமாற்றம் செய்யவும் நர்மதா தயார் நிலையில் வைக்கப்பட்டது.

தமது பரபரப்பில், சூழலின் கொந்தளிப்பில், மாலுமிகள் தாங்கள் உருவாக்கிய சங்கேத மொழியில் தகவல்களை அனுப்ப மறந்து விட்டனர். தகவல்கள் ஆங்கிலத்தில் அனுப்பப்பட்டன. அவற்றை பிரிட்டிஷார் எளிதில் ஒட்டுக் கேட்டுப் படித்து விட்டனர்.

இத்தகவல்களை இடைமறித்துக் கேட்டறிந்ததும், கப்பற்படை தளபதியின் விளம்பரப் பிரிவு வேகமாக செயலில் இறங்கியது. விரைவிலேயே தேசியத் தலைவர்களுக்கு, ‘கிளர்ச்சிக்கார’ வன்முறையாளர்களான மாலுமிகள் பாம்பேயின் வரலாற்றுச் சின்னமான கேட்வே ஆஃப் இந்தியாவைத் தகர்க்கப் போவதாக செய்தி சென்றது. அது உண்மையல்ல.

மாலுமிகள் 'கேட்வ ஆஃப் இந்தியா' பகுதியில் குவிந்திருந்த படைகளை நோக்கித் தமது பீரங்கிகளை திருப்பி வைத்திருந்தது உண்மையே. ஆனால் அதன் நோக்கம் தற்காப்பு. கேட்வே ஆஃப் இந்தியாவை தகர்ப்பதல்ல.

சம்பவங்களின் பிரிட்டிஷ் தரப்புக் கூற்றை நம்பிய இந்தியத் தலைவர்கள் கோபமாக எதிர்விளையாற்றினார்கள். அந்த இளைஞர்கள் நாட்டிற்காக தம் உயிரையும் பொருட்படுத்தாது போராடுவது பற்றிக் கவலைப்படாது, அவர்களை கடுமையாகத் தாக்கி அறிக்கை விட்டார்கள்.

இந்திய கப்பற்படையை அழித்து விடுவதாக காட்ஃபிரேயின் மிரட்டல்

மதியம் 2.30 மணி

தலைமை தளபதி காட்ஃபிரே மதியம் 2.30க்கு அகில இந்திய வானொலியில் பேசினார். மாலுமிகள் சரணடையாவிட்டால் ‘கடும் விளைவுகளை’ சந்திக்க நேரும் என்று எச்சரித்தது, ‘யாரையும் கைது செய்யப் போவதில்லை’ (கொல்லப் போகிறோம்) என்ற பிரிட்டிஷாரின் மனநிலையைக் காட்டியது.

இந்தியக் கப்பற்படையே அழிந்தாலும் பரவாயில்லை என்று மாலுமிகளை நசுக்க, மிகப் பெரிய படை தன் வசம் இருப்பதாக அவர் கூறினார்.

'மாலுமிகள் தம் புத்தியை இழந்து விட்டார்கள். பாம்பேயில் வெளிப்படையான ராணுவக் கிளர்ச்சி நடக்கிறது' என்று கூறிய காட்ஃபிரே, மாலுமிகளின் 'நியாயமான புகார்களைப்' பற்றி பிரிட்டிஷார் விசாரித்துக் கொண்டிருந்த போதும், மாலுமிகள் தொடர்ந்து கிளர்ச்சி செய்வதாகக் கூறினார்.

நிபந்தனையின்றி சரணடையாவிட்டால், கடுமையான படையை மாலுமிகள் எதிர்கொள்ள நேரும் என்று அவர் எச்சரித்தார். 'அரசாங்கத்திடம் உள்ள படை பலம், பற்றி அறிந்ததும் கிளர்ச்சி செய்வது மூடத்தனம். நாங்கள் மிகவும் பெருமையாகக் கருதும் இந்தியக் கப்பற்படை அழிந்து போனாலும் பரவாயில்லை என்று அதை நாங்கள் மாலுமிகளுக்கு எதிராகப் பயன்படுத்துவோம்' என்றார் அவர்.

அவரது வானொலி உரை பெரும் சர்ச்சைக்குள்ளானது. அது வெறுப்பைக் காட்டும் செயலாகக் கருதப்பட்டது. அது எதிர்பார்த்த விளைவை ஏற்படுத்தவில்லை. காட்ஃபிரே உரிய காலத்திற்கு முன்பே பணி ஓய்வில் அனுப்பப்பட்டது உட்பட அதன் பாதிப்புகள் அதிகம்.

இந்த உரைக்கு பரந்த வேறுபட்ட எதிர்வினைகள் இருக்கும் என்று பிரிட்டிஷ் அதிகாரிகளுக்குத் தெரியும். பாதுகாப்புத் துறையின் மிக உயர்ந்த அதிகாரிகள் அந்த உரையை தயாரித்திருந்தனர். ஐந்துமுறை திருத்தி எழுதப்பட்ட உரை அது.

இந்த மிரட்டல்களுக்கு பணிவதற்குப் பதிலாக, மாலுமிகள் கோபமாக எதிர்வினை ஆற்றினார்கள். ஆனால் இந்த உரை இந்திய அரசியல் தலைமையிடம் பெரிய பதட்டத்தை ஏற்படுத்தியது. உரையின் அச்சுறுத்தும் தொனி கண்டு பொதுமக்களும் அஞ்சினர்.

பிரிட்டிஷ் ராணுவத்தின் மிக உயர்ந்த அதிகாரிகளை இந்திய ராணுவத்தின் தலைமை தளபதி சர்.கிளாட் அசின்லெக், தென் பிராந்திய தலைமை தளபதி லெப்.ஜெனரல்.ஆர்எம்எம் லாக்ஹார்ட் போன்றோர், நயந்து பேசியோ அல்லது அடக்குமுறையாலோ ஒழுங்கை நிலைநாட்ட வேண்டும் என்று நினைத்ததை இந்த உரை பிரதிபலித்தது. அடக்குமுறையை பயன்படுத்த வேண்டும் என்றால், மாலுமிகளின் புரட்சியை 'ராணுவக் கிளர்ச்சி' என்ற முத்திரையிட்டு, அடக்குமுறையை நியாயப்படுத்த வேண்டும்.

அன்று மதியம் ஜெனரல் லாக்ஹார்ட் தல்வாருக்கும், கேஸில்

பாரக்ஸிற்கும் சென்று பார்வையிட்டார். காட்ஃபிரேயுடன் விவாதித்தார். பிரிட்டிஷ் ராணுவத்தின் பல்வேறு கிளைகளும் மாலுமிகளைக் கையாள்வது குறித்து ஒரே கருத்தில் இருந்தனர்.

மதியம் 2 மணியளவில் பிரிட்டிஷ் நடவடிக்கைகள் கப்பற்படை வசமிருந்து முற்றிலுமாக ராணுவத்தின் கைகளுக்குப் போய் விட்டது. பிரிட்டிஷ் நிறுவனத்திற்குச் சொந்தமான டைம்ஸ் ஆஃப் இந்தியா மறுநாள் முதல் பக்கத்தில் இதுபற்றி ஐந்து செய்திகளை வெளியிட்டது.

முக்கியச் செய்தி கூறியதாவது: வியாழனன்று முழுவதும் மாலுமிகள் எல்லாக் கப்பல்களையும், அலுவலகங்களையும் கைப்பற்றி, வெளிப்படையாக கிளர்ச்சியில் ஈடுபட்டதால் பாம்பே தனது சொந்த கப்பற்படையின் துப்பாக்கிகளாலேயே மிரட்டப்பட்டது.'

'தாஜ்மஹால் ஹோட்டல், யாட்ச் கிளப் மற்றும் கரையோர கட்டிடங்கள் அனைத்தையும் நோக்கி காலை முதல் நான்கு அங்குல பீரங்கிகள் குறி வைத்திருந்தன. மாலையில்தான் கலகக்காரர்கள் 'போர் நிறுத்தம்' அறிவித்தார்கள்.'

பிரிட்டிஷார் தமது கப்பற்படையைக் கொண்டு வந்தது பற்றி அச்செய்தி, 'கலகத்தை அடக்குவதற்காக பிரிட்டிஷ் கப்பற்படையின் ஈஸ்ட் இண்டீஸ் ஸ்குவாட்ரனின் கப்பல்கள் வரவழைக்கப்பட்டன..... கலகக்காரர்கள் பெரிய வெள்ளைக்கொடியை ஏந்திக் கொண்டு பாசறைக்குள் வந்தார்கள். எந்தச் சமாதான முயற்சிக்கும், நிபந்தனையற்ற சரண் அடைதலை கப்பற்படை அதிகாரிகள் முன் நிபந்தனையாக விதித்ததாகத் தெரிகிறது.

மாலை 4 மணி

ஒருபுறம் பேச்சுவார்த்தைக்கான அழைப்பு, மறுபுறம் மிரட்டல் என்று பிரிட்டிஷாரின் புகழ்பெற்ற இரட்டை வேடம் இதிலும் காணப்பட்டது. மாலை 4 மணிக்கு எம்.எஸ்.கான் கீழ்கண்ட செய்தியை அனுப்பினார் :

பெறுநர்

அனைத்து அலுவலகங்கள்

கப்பல்கள்

அனைவரும் அஹிம்சை வழியில் செல்கிறீர்கள் என நம்புகிறேன். கேஸில் பாரக்ஸில் தளபதிகளைச் சந்திக்க உள்ளேன். பின்னர் அது குறித்த தகவல்களைத் தெரிவிக்கிறேன். அதுவரை அனைவரும் முழுமையான அமைதி காக்க வேண்டும்.

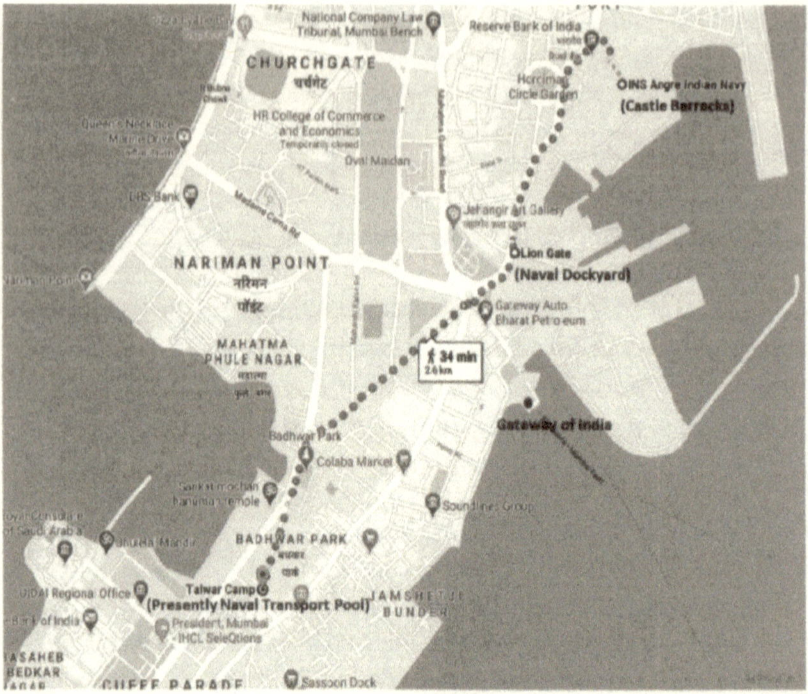

தல்வார் – கேஸில் பாரக்ஸிற்குமான தூரத்தைக் காட்டும் இப்போதைய வரைபடம்.

கானின் செய்தியை உறுதிப்படுத்துவது போல் கேஸில் பாரக்ஸிற்கு பிரிட்டிஷ் தூதர் ஒருவர் வந்தார். கப்பற்படை தலைமை தளபதி நேரில் வருவதாகவும், உடன்பாடு எட்டப்பட்டு, கையெழுத்திடப்படும் என்றும் கூறினார். மாலுமிகள் இன்னும் சந்தேகத்தில்தான் இருந்தனர். இது ஏதேனும் சதியோ என்று கவலைப்பட்டனர். அவசர அவசரமாக விவாதித்தனர். பின்னர் மாலுமிகளின் மூன்று பிரதிநிதிகள் வெள்ளைக் கொடியுடன் கேஸில் பாரக்ஸிற்கு வெளியே வருவார்கள் என்றும் தலைமை தளபதியும் அவ்வாறே வரவேண்டும் என்றும் தூதரிடம் தெரிவித்தனர். அவர் அவ்விதம் வந்தால்தான் அவரது நல்லெண்ணத்தை நம்ப முடியும் என்றனர்.

மாலை 5.30 மணி

மாலை 5.30க்கு ஏற்கனவே ஒப்புக் கொண்டபடி மாலுமிகளின் மூன்று பிரதிநிதிகள் வெள்ளைக் கொடியுடன் கேஸில் பாரக்ஸிற்கு வெளியே வந்தனர். துப்பாக்கி சூடு முற்றிலுமாக நின்றுவிட்டது.

ஆனால் தலைமை தளபதியோ, வேறு பிரிட்டிஷ் அதிகாரியோ யாரும் வரவில்லை. மாலுமிகள் 45 நிமிடம் காத்திருந்தனர். பின்னர் லெப். இந்தர்சிங், சப்லெப், எஸ்.எஸ்.சௌதிரி என்ற இரு இந்திய கப்பற்படை அதிகாரிகளும், ஹதீம் தர்பாரி என்பவரும் கொண்ட ஒரு குழு மாலுமிகளைச் சந்திக்க வந்தது.

தலைமை தளபதி பேச்சுவார்த்தைக்கு தயாராக இருப்பதுபோல் தெரிந்தது. போர் நிறுத்தம் ஏற்பட்டு விட்டாலும், சரணடையும் பேச்சுக்கே இடமில்லை என்று மாலுமிகள் தெளிவாகக் கூறிவிட்டார்கள். எல்லா கப்பல்கள், அலுவலகங்களிலும் போர் நிறுத்தக் கொடிகள் பறந்தன. எனினும், தளபதியின் மிரட்டல் காரணமாக, மாலுமிகள் தமது ஆயுதங்களை ஒப்படைக்கத் தயாராக இல்லை.

இதற்கு முதல்நாள் மாலுமிகள் மூன்று பிரிட்டிஷ் அதிகாரிகளை பிடித்து வைத்திருந்தனர். அவர்களை விடுவிப்பது பற்றி கடுமையான வாக்குவாதம் நடந்தது. ஒரு மணி நேரத்திற்குப் பிறகு மாலுமிகள் லெப்.கமாண்டர் மார்டின், லெப்.கே.சி.திவான் ஆகியோரை விடுவிக்க ஒப்புக் கொண்டார்கள். ஆனால் லெப். வில்லியமை விடுவிக்க மறுத்தார்கள்.

போராட்டக்குழு தலைவர்களின் பாதுகாப்பின், லெப்.இந்தர் சிங்கும், சுப்.லெப், சௌதிரியும் ஆயுதங்கள் அறையை பார்வையிட அனுமதிக்கப்பட்டனர். இந்த நடவடிக்கைகளையும் மீறி பிரிட்டிஷாரின் நோக்கம் பற்றிய சந்தேகமும், அவநம்பிக்கையும் தீரவில்லை. ஒரு தற்காலிக போர் நிறுத்த உடன்பாடு கையெழுத்தானது. ஆனாலும் அது ஒரு சங்கடமான அமைதிதான்.

லெப்.ஜெனரல்.லாக்ஹார்ட் பாம்பேயின் முப்படைகளின் கூட்டுத் தளபதியாக பொறுப்பேற்பார் என்றும் கப்பற்படையில் ஒழுக்கத்தை நிலைநாட்ட அவருக்கு முழு அதிகாரமும் தரப்பட்டுள்ளது என்று பிரிட்டிஷ் அதிகாரிகள் போராட்டக் குழுவிடம் தெரிவித்தனர். அடக்குமுறையைப் பயன்படுத்துவதை அதிகரிக்க அதிகாரிகள் தயாராக உள்ளதற்கான அறிகுறி இது.

தளபதி ராட்ரே டெக் சிக்னல் ஸ்டேஷனில் ஆய்வு மேற்கொள்ளச் சென்றார். மாலுமிகள் அவரை தேசபக்த கோஷங்களுடன் வரவேற்றனர். இந்த வெளிப்படையான எதிர்ப்புதான் அவருக்கு அதிக அவமானகரமாக இருந்தது.

மாலுமிகளால் நியமிக்கப்பட்ட காவலர் படையின் கேப்டன், தளபதியையும், அவருடன் வந்தவர்களையும் தொப்பியைக் கழற்றுமாறு கூறினார். இது மிகப் பெரிய அவமதிப்பு. ஆறு

ஆயுதமேந்திய வீரர்களால் பத்திரமாக அழைத்துச் செல்லப்பட்ட ராட்ரேயால் பிரிட்டிஷார் மீது மாலுமிகள் கொண்டிருந்த வெறுப்பை உணர முடிந்தது. 'இன்குலாப் ஜிந்தாபாத்', 'தளபதியே, திரும்பிப் போ', 'கோரிக்கைகளை நிறைவேற்று' என்று மாலுமிகள் உரக்க முழக்கமிட்டனர். மாலுமிகளின் இந்த வரவேற்பு தாங்க முடியாததாக இருந்தது. ராட்ரேயும் அவரது குழுவும் வேகமாகத் திரும்பிச் சென்றனர்.

முட்டுக்கட்டை நீடித்தது

இச்சமயத்தில், கராச்சியில் நிற்கும் ஹிந்துஸ்தான் மற்றும் சில கப்பல்களிலும் ஆயுதமேந்திய புரட்சி பற்றிய செய்திகள் பாம்பே வந்தன. இந்திய விமானப்படையினரும் தமக்கு ஆதரவாக இருப்பதை மாலுமிகள் அறிந்தனர்.

டில்லியில் அறிவித்தபடி வலிமையான கப்பல் மற்றும் ராணுவப் படைப் பிரிவுகள் பாம்பே, கராச்சி, புனா நோக்கி வருவதாகவும் மாலுமிகள் அறிந்தனர். இலண்டனில் பிரதமர் அட்லி திருகோணமலையிலிருந்து கிளாஸ்கோ கப்பல் உள்ளிட்ட ஏழு கப்பல்கள் முழு வேகத்தில் பாம்பே நோக்கிச் செல்வதாக அறிவித்தார்.

கிளாஸ்கோ என்பது போர்க்கப்பலாகும். அதில் எட்டு 40 மிமி போஃபோர்ஸ் பீரங்கிகள், பல்வேறு திறனுள்ள 16 விமான எதிர்ப்பு பீரங்கிகள், 6 டார்பிடோ குழாய்கள், பல்வேறு திறனுள்ள 20 எம்.கே. கப்பற்படை பீரங்கிகள் ஆகியவை இருந்தன. இது அப்பகுதியில் இருந்த பயங்கரமான கப்பல்களில் ஒன்றாகும்.

கிழக்கிந்திய கப்பற்படைக்கு அனுப்பப்பட்டு, இந்துமாக்கடலில் அதன் பணி அத்தனை சிறப்பானதாக இல்லை. 1941 டிசம்பர் 9 நள்ளிரவில் அது தவறுதலாக பிரபாவதி என்ற இந்திய கப்பற்படைக் கப்பலையே மூழ்கடித்து விட்டது. அதை ஜப்பானிய நீர்மூழ்கிக் கப்பல் என்று நினைத்துவிட்டது. அதில் ஏராளமானோர் இறந்தனர். 1946 எழுச்சியில் தீவிர பங்கேற்ற மாலுமியின் சகோதரர் ஒருவர் கூட இறந்தார்.

பிரிட்டிஷார் படைகளுக்கு உதவ இவ்வாறு உதவிகள் வரும் தகவலை அறிந்ததும், தல்வாரில் மாலுமிகளின் உணர்வு குன்றியது. இதை எப்படி எதிர்கொள்வது? சூழ்நிலை பற்றி விவாதித்து, எதிர்காலத் திட்டங்களை விவாதித்து, பத்திரிகையில் அறிக்கை வெளியிட போராட்டக் குழு கூடியது.

விமானப் படையினரின் வேலை நிறுத்தம், சில ராணுவப் பிரிவுகளின் ஆதரவு ஆகியவை சற்று உற்சாகம் அளித்தன. பி.சி. தத், 'பாம்பே செல்லுமாறு உத்தரவிடப்பட்டு அனுப்பப்பட்ட ஸ்குவாட்ரன் ஒன்று ஜோக்பூரில் தரை இறங்கி விட்டது. ஸ்குவாட்ரனின் எல்லா விமானங்களிலும் ஏதோ மர்மமமான இஞ்சின் கோளாறு ஏற்பட்டு விட்டன....' என்று கூறியதாக ஏபிஐ செய்தி வெளியிட்டது.

பொதுமக்கள் ஆதரவு, படைகளின் மற்ற பிரிவினரின் ஆதரவு ஆகியன மாலுமிகளை உற்சாகப்படுத்தின. பொதுமக்கள், அரசியல் தலைவர்களை விளித்து போராட்டக் குழு ஒரு அறிக்கை வெளியிட்டது. அது கூறியதாவது :

'தல்வாரிலிருந்து செய்தி'.

நேற்றிரவு இந்திய ராணுவ பாதுகாப்பு குழுக்கள் கேஸில் பாரக்ஸ் போராட்டக்காரர்களுக்கு ஆதரவாக மாறிவிட்டன. எனவே இன்று காலை 9 மணிக்கு பிரிட்டிஷ், பதான் வீரர்களைக் கொண்ட ராணுவப் பிரிவுகள் அனுப்பப்பட்டன.

காலை 9 மணிக்கு கேஸில் பாரக்ஸில் துப்பாக்கி சூடு ஆரம்பித்தது. அதனால் துறைமுகத்துடனான தொடர்பு தடைப்பட்டது. சுமார் 10 மாலுமிகளும், 15 பிரிட்டிஷாரும் கொல்லப்பட்டிருக்கலாம். துப்பாக்கிச் சண்டை இன்றும் தொடர்கிறது... மாலை வரை ..

'மதியம் 1200 விமானப் படையினர் போராட்டத்திற்கு ஆதரவாக ஊர்வலம் சென்றனர்.... துறைமுகத்தில் துப்பாக்கி சூடு இல்லை. கப்பல்கள் போரில் இறங்கத் தயாராக உள்ளன.... போராட்டக் குழு தலைவர் கானுக்கும், தலைமை தளபதிக்கும் இடையிலான பேச்சுவார்த்தையின் முடிவிற்குக் காத்திருக்கின்றன... பொதுவாக, மாலுமிகளின் உறுதியும், உற்சாகமும் அதிகமாக இருக்கிறது'.

தி ஃப்ரீ பிரஸ் ஜர்னல் மாலுமிகளின் மற்றொரு அறிக்கையோடு, 'அட்மிரல் கப்பற்படையை அழித்து விடுவதாக மிரட்டல்' என்ற தலைப்பில் ஒரு செய்தியும் வெளியிட்டிருந்தது.

அது பொதுமக்களுக்கும், அரசியல் தலைவர்களுக்கும் விடப்பட்ட நேரடி வேண்டுகோள். 'இந்திய கப்பற்படையின் போராட்டக்குழு இந்திய அரசியல் கட்சிகளுக்கும், மக்களுக்கும்

இந்த வேண்டுகோளை வைக்கிறது… நாங்கள் பல துன்பங்கள், குறைந்த ஊதியம், மட்டமான உணவு, மிக கீழ்த்தரமான இனப்பாகுபாடுக் கொடுமைகள் ஆகியவற்றை அனுபவிக்கிறோம்… எனினும் அதிகாரிகள் நாங்கள் கோருவதை செவிமடுப்பதாக இல்லை.

‘மாறாக அவர்கள் ராணுவத்தை வரவழைத்துள்ளார்கள். இந்திய ராணுவ வீரர்களை நம்பமுடியாது என்று பிரிட்டிஷ் வீரர்களை வரவழைக்கிறார்கள். கேஸில் பாரக்ஸில் எங்கள் மீது சுட்டார்கள். எங்களைக் காப்பாற்றிக் கொள்ள நாங்களும் ஆயுதம் ஏந்த நேர்ந்தது. இப்போது தலைமை தளபதி பேரரசின் ராணுவத்தை வைத்து ஒட்டுமொத்தமாக எங்களை அழிக்கப் போவதாக மிரட்டுகிறார்… எங்கள் கோரிக்கைகளுக்காக பேச்சுவார்த்தைக்காக எப்போதும் நாங்கள் தயார் என்றாலும், நாங்கள் இந்த மிரட்டல்களுக்குப் பணிய மாட்டோம்… ஆனால் எங்கள் சகோதரர்கள், எங்கள் மக்கள், எங்கள் அன்புக்குரிய தலைவர்களாகிய நீங்கள் அனைவரும் எங்கள் உதவிக்கு வராவிட்டால், தளபதி தனது மிரட்டலை செயல்படுத்தி விடுவார் என்பதை நாங்கள் அறிவோம்.

உங்களது இந்தியச் சகோதரர்கள் பிரிட்டிஷ் குண்டுகளுக்கு இரையாவதை நீங்கள் விரும்ப மாட்டீர்கள். எங்கள் கோரிக்கைகள் நியாயமானவை என்பதை நீங்கள் அறிவீர்கள். நீங்கள் எங்களை ஆதரிக்க வேண்டும்… உங்கள் அனைவரையும், குறிப்பாக காங்கிரஸ், லீக், கம்யூனிஸ்ட் கட்சிகளின் தலைவர்களை நாங்கள் வேண்டுகிறோம். பாம்பேயில் ரத்த ஆறு ஓடாமல் தடுக்க உங்கள் அனைத்து சக்தியையும் பயன்படுத்துங்கள்…. கப்பற்படை அதிகாரிகளை சுடுவதை நிறுத்திவிட்டு…. எங்களோடு பேச்சுவார்த்தை நடத்த நிர்ப்பந்தம் செய்யுங்கள். எங்களுக்கு ஆதரவாக மக்களைத் திரட்டுங்கள். எங்களது சகோதர, சகோதரிகளாகிய உங்களை நாங்கள் வேண்டிக் கேட்டுக் கொள்கிறோம். உங்கள் பதிலுக்குக் காத்திருக்கிறோம்.’

இந்த உணர்ச்சிமயமான வேண்டுகோளைப் பார்த்த பிறகும், காங்கிரஸூம், முஸ்லிம் லீக்கும் ஆதரவு தரவில்லை. மௌலானா ஆஸாத்திற்கும், பிரிட்டிஷ் ராணுவ அமைச்சருக்கும் இடையில் நடந்த பேச்சு வார்த்தையும் உற்சாகம் தருவதாக இல்லை.

இரவு வந்தது. தமது சொந்த பாதுகாப்பு பற்றிய கவலையின்றி சாதாரண பொதுமக்கள் மாலுமிகளுக்கு ஆதரவாக ஏராளமான எண்ணிக்கையில் திரண்டு வந்தது மட்டுமே மாலுமிகளுக்கு உற்சாகம் தந்தது.

மாலுமிகள் இரவு முழுவதும் களத்தில் நிற்க நேர்ந்த மிக மோசமான இரவு அது.

❐

REFERENCES

B.C. Dutt, *Mutiny of the Innocents*. Bombay: Sindhu Publications, 1971.

Biswanath Bose, *RIN Mutiny: 1946*. New Delhi: Northern Book Centre, 1988.

Court Martial of Mutineers at Karachi, NAI.

Dilip Kumar Das, *Revisiting Talwar: A Study in the Royal Indian Navy Uprising of February 1946*. Delhi: Ajanta Publications, 1993.

Dr V.M. Bhagwatkar, *The Role of RIN Mutiny of Feb. 1946, (Royal Indian Navy Uprising), in the Indian Freedom Struggle*, 1989.

HMIS CHAMAK (events & statements), Karachi, NAI.

HMIS TALWAR, NAI.

Kusum Nair, *The Army of Occupation*. Delhi: Padma Publications, 1946.

Legislative Assembly proceedings (Strike at Bombay and Karachi, RIN), NAI.

Lockhart-RIN Mutiny; Hour by hour event description, NAI.

Navy Day Celebration, NAI.

National Archives of India, Karachi Statements (97 pages).

Ratnakar Sadasyula, 'The Forgotten Naval Mutiny of 1946 and India's Independence', 19 February 2016, *Swarajya Magazine*.

Rear Admiral Satyindra Singh AVSM (Retd), *Under Two Ensigns: The Indian Navy 1945–1950*. New Delhi: Oxford and IBH Publishing Co., 1986.

Subrata Banerjee, *The RIN Strike*. Bombay: People's Publishing House, 1981.

The Indian Annual Register (January–June 1946), Vol. 1, pp. 235, 289–98, 301–07.

'The Unsung Heroes of 1946', *Mainstream Weekly*.

LARGEST NET SALES of any Daily Newspaper Printed in Northern, Southern, Central or Western India. REGD. No. B111

The Times of India

ESTABLISHED 1838

NO. 46. VOL. CVIII. BOMBAY: FRIDAY, FEBRUARY 22, 1946 PRICE TWO ANNAS

R. I. N. MUTINEERS' REPORTED SURRENDER OF ARMS

Vice-Admiral Godfrey's Stern Warning

STRIKERS TRAIN GUNS ON CITY

BOMBAY lay under the threat of the guns of its own Royal Indian Navy for the greater part of Thursday when thousands of naval ratings broke into open revolt to take undisputed possession of every shore establishment and ship anchored in the port.

Indian Naval sloops and minesweepers in the hands of rebel crews had their four-inch guns and lesser armament trained on the Taj Mahal Hotel, the Yacht Club and buildings along the shore line from morning till evening when the mutineers finally hoisted a "cease fire" signal.

A cruiser squadron and a destroyer flotilla of the East Indies Squadron, it is learnt, has been summoned by radio to the aid of the authorities in their task of putting down the mutiny. These ships are making at full speed for the port.

In a radio warning to the mutineers, Vice-Admiral J. H. Godfrey, Flag-Officer Commanding the Royal Indian Navy, warned the men that Government would use the utmost force to suppress the uprising, even if it involved the destruction of the navy of which India has been so proud.

[illegible]

REINFORCEMENTS TO CURB MUTINY

Royal Navy Units For Bombay

[illegible]

Premier's Statement

[illegible]

NO "HARTAL" IN CITY TODAY

Mr. V. Patel's Appeal

PANIC CAUSED BY FORT CLASH

[illegible]

Principal Place In London Press

[illegible]

R.I.A.F. Men's Sympathy With Mutineers

ABOUT 1,000 MEN of the R.I.A.F. camped at Marine Drive, Bombay, and Andheri, struck work on Thursday in sympathy with the mutineers of the R.I.N. The picture shows R.I.A.F. men marching in procession through the streets of Bombay on Thursday afternoon.

Raising Of Railway Fares & Rates

DEBATE IN UPPER HOUSE

[illegible]

EGYPTIAN MOBS RAID BRITISH BARRACKS

Pandemonium In Cairo

CAIRO, February 21.

[illegible]

Indian Troops In Iraq

[illegible]

Reforming Viceroy's Council

BILL IN LORDS

LONDON, February 21.

[illegible]

PERSIAN MAJLIS UPROAR

Members Call Each Other "Thieves"

[illegible]

On Other Pages

[illegible]

WIDESPREAD HOOLIGANISM IN BOMBAY

Demonstration To Sympathise With R. I. N. Mutineers

MOB rule held sway over large sections of Bombay late on Thursday evening when demonstrations in sympathy and support of the Royal Indian Naval mutineers were staged.

[illegible]

10

இந்திய விமானப்படையும், ராணுவமும் புரட்சியில் இணைதல்

மோசமான உணவு, இனவெறி பிடித்த அதிகாரிகள், மோசமான பணி நிலைமை போன்றவை கப்பற்படையில் மட்டும்தான் என்பதில்லை. விமானப்படையிலும், ராணுவத்திலும் இவை இதே அளவில் இருந்தன. இரண்டாம் உலகப் போருக்குப் பின் பெங்களூர், கான்பூர், லாகூர், கராச்சி, டில்லி போன்ற பல்வேறு இடங்களில் இந்த இரு பிரிவுகளிலும் வரிசையாக பல வேலை நிறுத்தங்கள் நடந்தன. புரட்சிகரமான ராணுவ வீரர்களும், விமானப்படை வீரர்களும், கப்பற்படை மாலுமிகளின் கோரிக்கைகளை முழு மனதுடன் ஆதரித்தனர்.

கப்பற்படை எழுச்சிக்கு சற்று முன்னதாக, விமானப்படையினரின் ஒரு வேலைநிறுத்தம் நடந்தது பரவலாக வெளியே தெரியவில்லை. 1946 பிப்ரவரி 7ம் நாள் இந்திய விமானப்படை வீரர்கள் இனப்பாகுபாடுக்கு எதிராக வேலை நிறுத்தம் செய்தனர். தம்மை பிரிட்டிஷ் விமானப்படை வீரர்களுக்குச் சமமாக நடத்த வேண்டும் என்று கோரினர். மேலும் அந்தேரி விமானதளத்தில் 400 ஏர்மேன்கள் நல்ல வசதிகளும், ஊதியமும் கேட்டு வேலை நிறுத்தம் செய்தனர். எனினும் இது பரவுவதற்குள் தந்திரமாக கையாளப்பட்டதால் பெரிய அளவில் கவனம் பெறவில்லை.

கப்பற்படை போராட்டம் தலைப்புச் செய்திகளாக வந்தது. தல்வாரில் காவலுக்கு நிறுத்தப்பட்ட இந்திய வீரர்கள், கேஸில் பாரக்ஸில் மாலுமிகள் மீது சுட உத்தவிடப்பட்ட இந்திய வீரர்கள் அந்த உத்தரவுகளுக்கு சரியாக கட்டுப்படாத போதுதான் இப்போராட்டம் பிற படைகளிலும் தாக்கம் ஏற்படுத்தும் என்பது தெரிந்தது. கராச்சியிலும், மற்ற இடங்களிலும் மராத்தா, கர்வாலி, கூர்க்கா, பஞ்சாபி, பலுசிஸ் போன்ற இந்திய ராணுவ படைப் பிரிவினர் தம் சக இந்தியரை சுட மறுத்தார்கள்.

மாலுமிகளின் வீரச் செயல்களும் மற்ற படைகளில் ஆதரவு வேலை நிறுத்தங்களைத் தூண்டிவிட்டது. இந்திய ராணுவ, விமானப்படையினரின் பல ஆதரவு வேலை நிறுத்தங்கள் பற்றிய தகவல்கள் பாதுகாப்பு தலைமைகத்தில் ‘மிக ரகசியம்’ என்ற தலைப்பில் மறைத்து வைக்கப்பட்டுள்ளன.

பாம்பே மாலுமிகளுக்கு ஆதரவாக ஆரம்பத்தில் வேலை நிறுத்தம் செய்தவர்கள் மரைன் டிரைவ் மற்றும் அந்தேரி விமானநிலைய முகாம்களின் ஏர்மேன்கள்தான். பிப்ரவரி 21 அன்று பாம்பே துறைமுகத்திலும், கேஸில் பாரக்சிலும் கடுமையான

சண்டை நடந்தபோது இந்த ஏர்மேன்கள் தம் ஆதரவைக் காட்ட வேலை நிறுத்தம் செய்தார்கள். இரத்தம் தோய்ந்த வெள்ளைக்கொடியோடு, தேசபக்த கோஷங்களை முழங்கியவாறு அவர்கள் கப்பற்படைப் போராட்டத்திற்கு ஆதரவாக ஊர்வலம் சென்றார்கள். இந்த தன்னெழுச்சியான போராட்டத்தை பொதுமக்கள் உற்சாகமாக வரவேற்றார்கள்.

அதே நாள் குர்லாவில் உள்ள இந்திய ராணுவப் பிரிவும் வேலை நிறுத்தம் செய்தது. தம் ஆதரவைக் காட்ட அருகில் உள்ள கப்பற்படை தளமான அக்பருக்கு ஊர்வலம் சென்றார்கள், மறுநாள் அவர்கள் உண்ணாவிரதம் இருந்தார்கள். அடுத்த இரண்டு நாட்களுக்கு அந்தேரி, மரைன் டிரைவ், செவ்ரி முகாம்களின் சுமார் 1500 விமானப்படை வீரர்கள் வேலை நிறுத்தம் செய்தார்கள். தி ஃப்ரீ பிரஸ் ஜர்னல், நமது வீரமிக்க, தேசபக்த கப்பற்படை மாலுமிகளுக்கு ஆதரவளிக்கும் வகையில் அந்தேரி, மரைன் டிரைவ் மற்றும் பாம்பேயின் இதர முகாம்களைச் சார்ந்த விமானப்படை வீரர்களாகிய நாங்கள் 21ம் தேதி முதல் வேலை நிறுத்தம் செய்து வருகிறோம்.... கப்பற்படை மாலுமிகளையும், ஒன்றுபட்ட ஆதரவை வழங்கும் பாம்பே மாணவர்கள், பொதுமக்களையும் நாங்கள் வாழ்த்துகிறோம். அவர்கள் தேசத்தின் சுயமரியாதைக்காகவும், விடுதலைக்காகவும் பிரிட்டிஷ் குண்டுகளை எதிர்கொண்டு போராடி வருகிறார்கள்,' என்ற அவர்களது அறிக்கையை வெளியிட்டது.

அதிகாரிகள் அவர்கள் மீது நடவடிக்கையை ஏவினர். அவர்களது முகாம்களில் ஆயுதமேந்திய பிரிட்டிஷ் வீரர்கள் நிறுத்தப்பட்டார்கள். அவர்களது தகவல் தொடர்புகள் துண்டிக்கப்பட்டன. செய்தித்தாள்கள் அனுமதிக்கப்படவில்லை.

பாம்பேயில் மாலுமிகள் சரணடைந்தபின், கல்கத்தாவில் 1386 இந்தியன் பயனீர் கம்பெனி என்ற ராணுவப் பிரிவு வேலை நிறுத்தம் செய்தது. இது பெஹாலா என்ற புறநகர்ப் பகுதிக்கு அருகே மஜெர்ஹட் என்ற இடத்தில் இருந்தது. இவர்களது பணிநிலைமை மிகவும் பரிதாபகரமானது. இவர்களுக்கு உளுத்துப்போன கோதுமையும், கல்லும், உமியும் கலந்த அரிசியும் வழங்கப்பட்டன. சம்பளமும் மிகவும் குறைவு. அதில் 'கம்பெனி பண்ட்' என்ற நிதிக்கு பிடித்தம் வேறு செய்யப்பட்டது. இந்த நிதி இவ்வீரர்களின் நலனுக்காக செலவிடப்பட வேண்டியது. என்றாலும் அதில் ஒரு பைசா கூட வீரர்களுக்காக செலவிடப்படவில்லை.

சில காலமாகவே அதிருப்தி அதிகரித்துக் கொண்டிருந்தது. அச்சமயத்தில்தான் கப்பற்படை வேலை நிறுத்தம் நடந்தது. இவர்களது முகாமிற்கு அருகில் இருந்த மாலுமிகளும் வேலை

நிறுத்தம் செய்தனர். தொடர்ந்து 1519 பயனீர் கம்பெனி வீரர்கள் வேலை நிறுத்தம் செய்தனர். இவர்கள் பெரும்பாலும் கீழ் – நடுத்தர வர்க்கத்தைச் சேர்ந்தவர்கள். இவர்களது வாழ்க்கை எப்போதுமே போராட்டம் நிறைந்ததுதான் என்பதால், அவர்கள் போராட அஞ்சவில்லை.

பிப்ரவரி 24 அன்று வீரர்கள் காலை பரேடில் கலந்து கொண்டனர். ஆனால் மதியத்தில் நிலைமை மாறியது. தலைமை அதிகாரி பரேடுக்கு வந்ததும், வீரர்கள். 'நாங்கள் எங்களது கோரிக்கைகள் நிறைவேறும் வரை பரேடில் கலந்து கொள்ள மாட்டோம். நாங்கள் வேலை நிறுத்தம் அறிவிக்கிறோம்' என்றனர்.

தலைமை அதிகாரி கேப்டன் கிரிஃபித் பிரமித்துப் போனார். 'முட்டாள்களே! இது ராணுவக் கிளர்ச்சியாகும்!' என்றார். 'அப்படியானால் கிளர்ச்சியாக இருந்துவிட்டுப் போகட்டும்' என்றனர் வீரர்கள். கிரிஃபித் அவர்களை சமாதானம் செய்ய முயன்றார். மிரட்டியும் பார்த்தார். எல்லாம் வீண். அவர்கள் பொறுமையிழந்து விட்டார்கள். இப்போது மாலுமிகளால் உத்வேகம் பெற்று 'செய் அல்லது செத்து மடி' என்று தயாராகி விட்டார்கள்.

கடைசியாக கேப்டன் கிரிஃபித், 'உங்கள் தலைவர் யார்?' என்று கேட்டார். ஒரு இளைஞர் முன் வந்தார். அவர் பெயர் நாயக் பூதான் சாஹிப். அவர் அதிகாரிகள், வீரர்கள் அனைவராலும் மதிக்கப்பட்ட சிறந்த நான் – கமிஷன்ட் அதிகாரி. கேப்டன் கிரிஃபித் சற்று தயங்கினார். பின்னர் 'உங்களது ஆயுதங்கள், பொருட்கள், கோப்புகளை ஒப்படையுங்கள்' என்று உத்தரவிட்டார்.

சிப்பாய்கள்,' நாங்கள் மறுக்கிறோம்' என்றனர் உடனடியாக. பூதான் தலைமை அதிகாரி முன் நின்றிருந்தார். கோபமுற்ற கேப்டன் கிரிஃபித் பூதானின் கன்னத்தில் அறைந்தார். பூதான் அவரை திருப்பி அறைந்தார். அந்த வெள்ளை அதிகாரி அதிர்ச்சி அடைந்தார். இச்சம்பவம் ராணுவ வட்டாரங்களில் பெரும் கொந்தளிப்பை ஏற்படுத்தியது. ஒரு இந்தியன் வெள்ளை அதிகாரியை தைரியமாக அறைவதா?

கேப்டன் உடனடியாக வேலை நிறுத்தத்தை ஒடுக்குமாறு பஞ்சாபி மற்றும் கர்வாலி படையினருக்கு உத்தரவிட்டார். அவர்கள் தம் சகோதர இந்தியரைத் தாக்க மறுத்தனர். மதியம் 1.30க்கு பீரங்கிகள், கவச வாகனங்கள், பிரிட்டிஷ் காலாட்படை புடைசூழ ஏரியா கமாண்டர் அங்கு வந்தார். இந்திய வீரர்களுக்கு சரணடைவதைத் தவிர வேறு வழியில்லை. பூதான் ராணுவ நீதிமன்ற விசாரணைக்கு அனுப்பப்பட்டார். அவருக்கு ஆயுள்

தண்டனை தரப்பட்டது. பூதானின் கதை கிராமம்தோறும் பரவியது. சுப்ரதா பானர்ஜி தனது *The RIN Strike* ல் இதை விரிவாக எழுதியிருக்கிறார்.

‘வங்கத்தின் விமானப்படையினரும் மாலுமிகளின் எழுச்சியால் உத்தேவகம் பெற்றனர். மாலுமிகள் வேலை நிறுத்தம் பற்றி அறிந்ததும், மாலுமிகளுடனான தமது ஒற்றுமையை அறிவிக்கும் தீர்மானம் ஒன்றை நிறைவேற்றினர் .’

‘அவர்கள் பின்வரும் அறிக்கையை வெளியிட்டனர் : ‘மாலுமிகளின் வேலை நிறுத்தம் கப்பற்படை அதிகாரிகளின் முட்டாள்தனமான செயல்களின் நேரடி விளைவாகும். பிரிட்டிஷ் படைகளால் எங்கள் நாட்டுமக்கள் மோசமாக நடத்தப்படுவதை ஆயுதம் தாங்கி எதிர்ப்பது முற்றிலும் அவசியமானது என்று நாங்கள் உறுதியாக நம்புகிறோம். எனவே, எங்களது முழுமையான ஆதரவை மாலுமிகளுக்குத் தெரிவிக்கிறோம். உடனடியாக, பாரபட்சமற்ற விசாரணை வேண்டும் என்று கோருகிறோம். பிரிட்டிஷ் படைகளுடனான எங்களது உறவு மேம்பட, எங்களுக்கும் அவர்களுக்கு இணையான உரிமைகள், சலுகைகள், ஊதியம் தரப்பட வேண்டும். எங்களது தேர்ந்தெடுக்கப்பட்ட பிரதிநிதிகளுடன் விவாதித்து, எங்கள் பிரச்சனைகளைத் தீர்க்க வேண்டும்.

எனினும் மாலையில் தம்மை கைது செய்ய பிரிட்டிஷ் படைகள் வரும் தகவலை அறிந்தார்கள். ஆயுதம் ஏந்தி போரிடத் தயாரானார்கள். பிரிட்டிஷ் படைகள் முகாமை சுற்றி வளைத்தன. சிப்பாய்கள் பதிலடி தரத் தயாராக இருந்தனர். ஆனால் பிரிட்டிஷ் படைகளின் தளபதி சுட உத்தரவு தரவில்லை. மாறாக ஒரு சிறு பீரங்கி வாயிலை நோக்கி வந்தது. ஹவில்தார் கிருஷ்ணன் தமது ஆட்களை ‘தயாராக இருக்குமாறு’ உத்தரவிட்டார். உடனடியாக அந்த அதிகாரி, ‘நாங்கள் சுட விரும்பவில்லை. எங்களை உள்ளே விடுங்கள். நாங்கள் உங்களோடு பேச விரும்புகிறோம், என்றார்.’

வேகமாக ஆலோசனை செய்த பிறகு, ஏழு மூத்த அதிகாரிகளை முகாமிற்குள் அனுமதித்தார்கள். இதனிடையே அடுத்த முகாமில் துப்பாக்கிச் சூடு ஓசைகள் கேட்டன. முகாமில் தமது துப்பாக்கிகளை தரை நோக்கித் திருப்பி வைத்துக் கொள்ளுமாறு அதிகாரிகளிடம் சொல்லப்பட்டது. அவர்களும் சிப்பாய்களின் உத்தரவிற்கு மனமின்றி பணிந்தார்கள். கம்பெனி கமாண்டர், சிப்பாய்களின் கோரிக்கைகளைப் பரிசீலிக்க மேலும் சற்று கால அவகாசம் வேண்டும் என்றார். சிப்பாய்கள் அதை ஏற்றனர். அதுவரை சிப்பாய்கள் அமைதி காக்க வேண்டும் என்றும் அதிகாரி வேண்டினார்.

அடுத்த இரு தினங்களுக்கு ஒன்றும் நடக்கவில்லை. முகாமின் 1500 வீரர்களும் ஏதேனும் நடக்கும் என்று ஆவலோடு காத்திருந்தனர். இது காலத்தைக் கடத்தும் தந்திரம் என்பதை அவர்கள் உணரவில்லை. பிப்ரவரி 27 அன்று மாலுமிகள் சரணடைந்ததாக செய்தி வந்தது. தலைமை அதிகாரி இரு பிளாட்டூன்களை பனாகருக்கும், மூன்றாவதை கஞ்ரபாராவிற்கும் செல்ல உத்தரவிட்டார். புதிய முகாமில் அவர்களது கோரிக்கைகள் பரிசீலிக்கப்படும் என்று உறுதியளிக்கப்பட்டது. இவ்வாறு அவர்கள் தந்திரமாக ஒருவரிடமிருந்து ஒருவர் பிரிக்கப்பட்டார்கள்.

படைகள் இவ்வாறு பிரிந்ததும், தலைவர்களை படைத் தலைமையகத்திற்கு அழைத்துச் சென்றார்கள். அவர்கள் 45 பேரும் ஆயுதங்கள் பறிக்கப்பட்டு, கைது செய்யப்பட்டார்கள். 48 நாட்களுக்கு எந்த விசாரணையும் இன்றி சிறையில் இருந்தார்கள். இறுதியாக ஏப்ரல் 16 அன்று அவர்களது தலைமை அதிகாரி முன் நிறுத்தப்பட்டார்கள். ஒரு கண்துடைப்பு விசாரணை நடந்தது. எல்லோருக்கும் வெவ்வேறு கால சிறை தண்டனை தரப்பட்டது.

இந்தச் சம்பங்களை எல்லாம் வரலாறு முற்றிலும் புறக்கணித்து விட்டது. தமது கப்பற்படை சகாக்களுக்கு ஆதரவாக பிற படைகளின் வீரர்கள் காட்டிய வீரம் அங்கீகரிக்கப்பட வேண்டும். இந்தச் சம்பவங்கள் தான் நாட்டை விட்டு வெளியேறும் பிரிட்டிஷாரின் முடிவிற்குத் தூண்டுதலாக இருந்தன. தமக்காக இரண்டாம் உலகப் போரில் தீரமாகப் போரிட்ட இந்த படைகளை தம்மால் இனி நம்ப முடியாது என்பதை அவர்கள் உணர்ந்தார்கள்.

❐

REFERENCES

B.C. Dutt, *Mutiny of the Innocents*. Bombay: Sindhu Publications, 1971, pp. 186–193.

Biswanath Bose, *RIN Mutiny: 1946*. New Delhi: Northern Book Centre, 1988, pp. 39, 110, 170, 181, 224.

Dilip Kumar Das, *Revisiting Talwar: A Study in the Royal Indian Navy Uprising of February 1946*. Delhi: Ajanta Publications, 1993, pp. 159–88.

Kusum Nair, *The Army of Occupation*. Delhi: Padma Publications, 1946, pp. 40–48, 49–56.

Legislative Assembly proceedings (Strike at Bombay and Karachi, RIN), NAI.

Lt. Cdr G.D. Sharma, VSM (Retd), *The Untold Story of Naval Mutiny; Last War of Independence*. Delhi: Vij Books, 2015, p. 86.

Subrata Banerjee, *The RIN Strike*. Bombay: People's Publishing House, 1981.

SECOND DAK EDITION

Hindusthan Standard

VOL. IX. NO. 145

CALCUTTA :—TUESDAY, FEBRUARY 26, 1946 FALGOON 14, 1352 B. S.

QUIET IN BOMBAY AFTER THREE DAYS OF UNR

STEEL RING PLACED AROUND THE CITY

BRITISH CRUISER LYING OFF THE HARBOUR

TOMMIES WITH DRAWN BAYONETS PATROLLING AFFECTED AREAS

BOMBAY, FEB. 24.—After three days of rioting, looting, arson and destruction of property leading to repeated shootings by the police and military Bombay had a comparatively quieter day today. Except for three or four minor incidents there were no acts of mass violence.

A virtual steel ring has been placed around Bombay since morning. Large contingents of troops both British and Indian, have arrived in the city from outside and have taken up positions all over the city.

The six-inch gun cruiser of the Royal Navy 'Glasgow' arrived in Bombay today and is standing off the Bombay Harbour. Other units of the British fleet are expected today.

Two destroyers of the Royal Navy have also arrived in the Bombay Harbour. Heavier units are reported to be near Bombay and will be brought to Bombay, if required.

Matunga Rly. Station Destroyed

KARACHI NORMAL

Firing Casualties Mounting

Shooting At Tollygunge

MAHATMA ON HYPNOTISM OF I.

NO HARTAL BY STUDENTS

PATEL'S APPEAL

PEOPLE WARNED AGAINST INTERESTED PARTIES

Gandhiji is crossing an overbridge at Wardha Railway Station to entrain for Poona.

NO FORMATION OF BRITISH TROOPS IN INDIA?

WAR OFFICE DECLINES TO DISCLOSE STRENGTH

50 P.C. OF WAR-TIME FORCES IN MIDDLE EAST

LONDON, FEB. 23.—Both the War Office and the India Office today refused to discuss British and Indian army strengths in the British Empire's storm centres of India, Palestine and Egypt.

However, according to the best information, at least 50 per cent of war-time forces are being maintained in the Middle East area—about six to seven divisions, some Indian.

In India itself it was admitted there are not likely to be any organised formations of British troops. The job of maintaining internal security, therefore, falls on the Indian Army which at the war's end had a strength of 3,000,000 and is now estimated at least half—about fifteen war-time divisions are believed available.

B. A. Railway

NORMAL TRAIN SERVICE RESUMES

No Incidents In Calcutta - Shops Remain Closed

NEHRU LEAVES FOR BOMBAY

COMPOSITE CABINET IN PUNJAB

Azad To Explore Possibilities

Azad-Wavell Meeting

POLICE USE TEAR GAS ON WORKERS OF DHAKESWARI MILLS

STRIKE IN NARAINGANJ FACTORY CONTINUES : SEVERAL ARRESTS MADE

HOW TO CANA HATRED

ADVICE TO IMPA LOVERS OF COUN

STRESS ON POLICY OF AND NON-VIOLENC

11

எழுச்சியும், அரசியல் கட்சிகளும்

விசாரணைக் குழு கூறியதுபோல தலைமை தளபதி போராட்டக் குழுவுடன் நேரடியாக விவாதிப்பதாகக் கூறினார். ஆனால் அதற்குமுன் அவர் சர்தார் படேலைத் தொடர்பு கொண்டு அமைதியான தீர்வு ஏற்பட உதவுமாறு வேண்டினார்.

'தி ஃப்ரீ பிரஸ் ஜர்னல்' சர்தார் படேல் டில்லியுடன் பேசி வருகிறார் என்று செய்தி வெளியிட்டது. சர்தார் படேல் பாம்பே ஆளுனருடனும், டில்லியில் திரு.அஸஃப் அலியுடனும் ஆலோசனை நடத்தினார். பின்னவர் தலைமை தளபதியுடன் பேசியதாகவும், தளபதி போராட்டத்தில் ஈடுபட்டோர் மீது பழிவாங்கும் நடவடிக்கை இருக்காது என்று உறுதியளித்தாகவும் அவர் கூறியதாக அச்செய்தி குறிப்பிட்டது.

சர்தார் படேலைப் பயன்படுத்திக் கொள்ளும் முயற்சி பிரிட்டிஷார் நல்ல நோக்கத்தோடு செயல்படவில்லை என்பதைக் காட்டுகிறது. உளவுப் பிரிவு அறிக்கைகள் மூலம் அருணா அஸஃப் அலியைத் தவிர மற்ற தலைவர்கள் எல்லோருமே போராட்டத்தை எதிர்ப்பவர்கள் என்று அவர்களுக்கு நன்கு தெரியும். சர்தார் படேல் மாலுமிகளின் போராட்டத்தை குண்டாயிசம், அராஜகம் என்று வெளிப்படையாகக் கண்டித்திருந்தார்.

தி ஃப்ரீ பிரஸ் ஜர்னலின் மற்றொரு செய்தி, 'அருணா அமைதி நிலைநாட்ட உதவுவதாகக் கூறியுள்ளார்' என்றது. அவர் மாலுமிகளுக்கு ஆதரவானவர் என்பதால் அவரது உதவியை காங்கிரஸ், பிரிட்டிஷார் இருவருமே நிராகரித்தனர்.

மூன்று முக்கிய கட்சிகளின் தலைவர்களுக்கும் இந்தப் புரட்சி ஒரு குழப்பத்தை ஏற்படுத்தியது. மக்கள் ஆதரவு மாலுமிகளுக்கு வலுவாக இருந்தது, அதற்கு எதிராகப் பேசுவது அரசியல் ரீதியாக லாபகரமாக இருக்காது என்று அவர்களுக்குத் தெரியும். எனவே, ஒரு மட்டத்தில் அந்த இயக்கத்திற்கு தமது ஆதரவைக் காட்ட வேண்டியதாக இருந்தது. ஆனால் மற்றொரு மட்டத்தில், அமைதியான வழியில் அதிகார மாற்றம் கைக்கெட்டும் தூரத்தில் இருப்பது போல் தெரிந்த நிலையில் ஒரு புரட்சியை ஆதரிப்பதும் பொருத்தமாக இருக்காது என்று பட்டது.

புரட்சிக்கு கம்யூனிஸ்டுகள் வெளிப்படையாக, தீவிரமாக ஆதரவளித்தார்கள். மாணவர்கள், தொழிற்சங்கங்கள், பொதுமக்களை போராட்டத்தில் ஈடுபட அழைப்பு விடுத்தார்கள். மாலுமிகள்

சரணடையக் கூடாது என்று வேண்டினார்கள். மாறாக, முஸ்லிம் லீக் தனது வாக்கு வங்கியில் கவனமாக இருந்தது. முஸ்லிம்களை நோக்கித்தான் அதன் அறிக்கைகள், வேண்டுகோள்கள் இருந்தன.

சுதந்திரமும், அதிகார மாற்றமும் விரைவில் வந்து விடும் என்பதை உணர்ந்த காங்கிரஸ், இந்த முக்கியமான நேரத்தில் எந்த சிக்கலும் வேண்டாம் என்று நினைத்தது. எனவே காங்கிரஸ் தலைவர்கள் மாலுமிகளை அமைதி காக்குமாறும், நிபந்தனையின்றி சரணடையுமாறும் வேண்டினார்கள். தம்மால் நிறைவேற்ற முடியாத வாக்குறுதிகளை மாலுமிகளுக்கு வழங்கினார்கள்.

ஒரே ஒரு தலைவருக்கு மட்டும்தான் தான் நம்புவதில் உறுதியாக நிற்கும் துணிச்சல் இருந்தது. அவர் அருணா அஸஃப் அலி. அவர் அமைதி காக்க மறுத்தார். மாலுமிகள் வேறு வழியின்றி வன்முறையில் ஈடுபட்டதை கண்டிக்க மறுத்தார்.

காங்கிரஸ் சோஷலிஸ்ட் கட்சியின் துடிப்பான தலைவரான அருணா, 1942 வெள்ளையனே வெளியேறு இயக்கத்தில் அவரது பங்களிப்பிற்காக இன்றும் போற்றப்படுகிறார். வெள்ளையனே வெளியேறு இயக்கத்தின் போது கவாலியா டேங்க் மைதானத்தில் காங்கிரஸ் கொடியை ஏற்றினார். பின்னர் தலைமறைவானார். தலைமறைவாக இருந்தபடி ஒரு பத்திரிகையையும், ரகசிய வானொலி நிலையத்தையும் நடத்தினர்.

ஜெயபிரகாஷ் நாராயணின் நண்பரான அவர் தத்துவார்த்த ரீதியாக படேலை விட நேருவிற்கு நெருக்கமானவர். அவரைப் பொருத்தவரை சுதந்திரம் பெறுவது அதை அடைவதற்கான வழிமுறைகளை விட முக்கியமானது. முன்பே குறிப்பிட்டது போல் அவர் நாயர்களின் நண்பர். எழுச்சிக்கு சில வாரங்களுக்கு முன்பிலிருந்தே அவர் மாலுமிகள், முன்னாள் ராணுவத்தினர் சங்கத்தினர் ஆகியோருடன் தொடர்பில் இருந்தவர்.

அவருக்கு போராட்டம் எப்போது ஆரம்பிக்கும் என்று துல்லியமாகத் தெரியும். உண்மையில் எழுச்சி துவங்கிய பிப்ரவரி 18ஆம் தேதியன்றே மாலை 4 மணிக்கு தல்வாரில் அவர் மாலுமிகளுக்கு இடையே உரையாற்றுவதாக இருந்தது. எனினும் இன்று வரையிலும் வெளிவராத காரணங்களுக்காக அன்று அவர் உரையாற்ற வரவில்லை. இது மாலுமிகளுக்கு பெரும் ஏமாற்றத்தை அளித்தது.

எனினும் அவர் ஒரு நிலைப்பாட்டை எடுத்தார். பிப்ரவரி 19 அன்று, மாலுமிகள் தாங்கள் உருவாக்கியிருக்கும் கட்டுப்பாடு மிக்க இயக்கத்தை ஒருங்கிணைப்பு இல்லாத, தன்னெழுச்சியான

செயல்களால் கெடுத்து விடக் கூடாது என்று வேண்டுகோள் விடுத்தார்.

பத்திரிகைகளுக்கு விடுத்த அறிக்கையொன்றில் அவர், ‘பாம்பேயின் சுமார் 15000 மாலுமிகள் ஞாயிறு (பிப்ரவரி 17) மாலை முதல் கேண்டீன் உணவை உண்ண மறுத்து போராட்டத்தில் ஈடுபட்டு வருகிறார்கள். அவர்களது கோரிக்கைகள் முற்றிலும் நியாயமானவை... ஒரு வழியாக, பாதுகாப்புப் படைகளில் இருக்கும் இளம் இந்தியர்கள் தம் பிரிட்டிஷ் ஆட்சியாளர்களின் வசவுகளுக்கும், கொடுமைகளுக்கும் அடிபணிந்து இருக்க முடியாது என்று முடிவு செய்து விட்டார்கள். இதுபோன்ற எல்லா கூட்டு இயக்கங்களுக்கும் ஒற்றுமையும், கட்டுப்பாடும் மிக முக்கியமானவை. அவர்கள் தமது கோரிக்கைகளை தெளிவாக வடிவமைத்து, தமது போராட்டத்தை கண்ணியத்தோடு நடத்த வேண்டும். மாலுமிகள் தங்களது மத்திய போராட்டக்குழுவின் மூலம் தமது பேச்சுவார்த்தைகளை நடத்த வேண்டும்’ என்று கூறினார்.

பிரிட்டிஷ் ஆட்சியாளர்களுக்கும் அவர், ‘போராட்டக் குழுவினரின் வேண்டுகோளின்படி கப்பற்படை அதிகாரிகளுக்கு நான் இந்த அறிவுரையை வழங்குகிறேன். காங்கிரஸும், பாம்பேயின் மாணவர், தொழிலாளர் அமைப்புகளும், மாலுமிகளின் நியாயமான கோரிக்கைகளுக்கு தமது தார்மிக ஆதரவை வழங்குவார்கள் என்று நம்புகிறேன்’ என்ற செய்தியைச் சொன்னார்.

அவர் பிப்ரவரி 20ஆம்தேதி புனா சென்று காந்தியைச் சந்தித்தார். அது சுமார் இரண்டு மணி நேரத்திற்கு நீடித்த நீண்ட சந்திப்பு. அவர் நேருவிற்கும் ஒரு தந்தி அனுப்பினார். தந்தி ‘கப்பற்படை போராட்டம், பதட்டம், நிலைமை கடுமை, உச்சகட்டம் நெருங்குகிறது. உங்களால் மட்டுமே கட்டுப்படுத்த முடியும். தீங்கைத் தடுக்க முடியும். பாம்பேக்கு உடனே வர வேண்டுகிறேன்’ என்றது.

இத்தந்தியால் படேல் கோபமுற்றார். இது குறித்து காந்திக்கு கடிதம் எழுதினார். அக்கடிதத்தில் மாலுமிகளைச் சந்திக்க பாம்பே வருமாறு நேருவிற்கு அழைப்பு விடுக்கப்பட்டது குறித்து அதிர்ச்சி தெரிவித்தார். ‘அருணா நேருவிற்கு தந்தி கொடுத்திருக்கிறார். அந்த தகவலை பத்திரிகைகளுக்கும் அளித்துள்ளார். இப்போதைய சூழலில் மாலுமிகளை வழி நடத்த ஜவஹர் மட்டுமே ஒரே தலைவர் என்று கூறியுள்ளார். அவருக்கு எனது ஆதரவு கிடைக்காததால் இவ்வாறு கூறியுள்ளார். ஜவஹர் என்னிடம் தான் வரவேண்டியது அவசியமா என்று கேட்டு தந்தி அடித்துள்ளார். அவ்வாறாயின், தனது ஏற்கனவே முடிவான நிகழ்ச்சிகளை ரத்து செய்து விட்டு வரவேண்டும் என்றார்.

நான் அவரை வர வேண்டாம் என்றேன். ஆனாலும் வருகிறார். தான் ஏதோ சங்கடமான உணர்வதாகவும், அதனால் வருவதாகவும் தந்தி அடித்துள்ளார். அவர் இங்கு மதியம் 3 மணிக்கு வருகிறார். நல்லது! வரட்டும். ஆனால், அவர் அருணாவின் தந்தி காரணமாக வருவதுதான் சோகம்! இப்படித்தான் அருணாவிற்கு இடம் தருகிறோம். இவர்களின் அவசரக்குடுக்கைத்தனத்தைத் தடுக்காவிட்டால் நிலைமை மேலும் மோசமாகி விடும்' என்று அவர் எழுதினார்.

நேரு முதல் ரயிலைப் பிடித்து பாம்பே வந்தார். ஆனால், போராடும் மாலுமிகளைச் சந்திக்க வேண்டாம் என்று படேல் அவரை வற்புறுத்தினார். நேரு அன்றிரவே அலகாபாத் திரும்பினார். இதுதான் முடிவின் ஆரம்பம். இதன் பிறகு, காங்கிரஸிடமிருந்து ஆதரவிற்குப் பதிலாக சரணடையும்படி தான் தொடர்ந்து நெருக்கடி வந்தது.

மேலும், தேசத்தின் மனசாட்சியான மகாத்மா காந்தி, சுதந்திரம் பெறுவதற்கு அஹிம்சை வழியில் உறுதியாக இருந்தார். தற்செயலாக அவர் பிப்ரவரி 18 அன்று வார்தாவிலிருந்து கல்கத்தா மெயிலில் பாம்பே வந்தார்.

பிப்ரவரி 19 ஹிந்துஸ்தான் டைம்ஸ் இது பற்றிய தனது முதல் பக்கச் செய்தியில், 'சர்தார் படேல் மகாத்மா காந்தி பயணித்த ரயில் பெட்டிக்குள்ளேயே சென்று அவ்ரை வரவேற்றார். ரயில் மூன்று மணி நேரத்திற்கும் மேலாக தாமதமாக வந்ததால் ஏராளமான கூட்டம் கூடிவிட்டது. பிர்லா ஹவுஸ் செல்லும் வழியில் மஹாத்மா காந்தி சர்தார் படேலுடன் உடல்நலம் குன்றியிருக்கும் திரு.புலாபாய் தேசாயைச் சந்தித்தார்,' என்றது.

டைம்ஸ் ஆஃப் இந்தியா 'திரு. காந்தி பிரார்த்தனை செய்த ருங்டா ஹவுஸ் வளாகத்தில் பெரும் கூட்டம் திரண்டது. அன்று தல்வாரில் நடந்த கப்பற்படை போராட்டம் பற்றி காந்திக்கு முழுமையாக சொல்லப்பட்டிருக்க முடியாது என்றாலும் அவர் பாம்பே, கல்கத்தாவில் நடந்த சமீபத்திய வன்முறை, பற்றிக் குறிப்பிட்டார். 'அமைதியின் பாதையிலிருந்து விலகிச் செல்ல வேண்டாம்' என்று மக்களை அவர் கேட்டுக் கொண்டார். பிரிட்டிஷார் மீது கற்களை வீசுவதால் என்ன நம்மை? கற்களை வீசுவதால் அரசாங்கத்தை மாற்ற முடியாது. சுதந்திரத்தை சத்தியம், அஹிம்சை மூலம் மட்டுமே அடைய முடியும்...' என்று செய்தி வெளியிட்டது.

பிப்ரவரி 18,19 இரு தினங்களிலும் காந்திக்கு ஓய்வின்றி நிகழ்ச்சிகள் இருந்தன. பிர்லா ஹவுஸில் அவர் பி.ஜி.கெர், கே.எம்.முன்ஷி, லீலாவதி முன்ஷி போன்ற பல முக்கிய காங்கிரஸ் தலைவர்களை

சந்தித்தார். பாம்பேயில் அவர் தங்கியிருந்த நேரம் முழுவதும் சர்தார் படேல் அவர் கூடவே இருந்தார். கண்டிப்பாக அவர்கள் தல்வார், கேஸில் பாரக்ஸ் பிரச்சனைகள் பற்றி பேசியிருப்பார்கள். பிப்ரவரி 19 மாலை கப்பற்படை எழுச்சி பற்றி எதுவும் பேசாது காந்தி புனா கிளம்பிச் சென்றார். அவர் தமது அகிம்சைக் கொள்கையிலிருந்து விலகமாட்டார் என்பது தெரிந்தது.

இதனிடையே, போராட்டம் நடந்து கொண்டிருக்கும் போது, காங்கிரஸ் தலைவரான மௌலானா ஆஸாத், 'எந்தப் பகுதியிலும் தேசிய உணர்வை நசுக்குவது போன்ற எந்தச் செயலையும் பொறுத்துக் கொள்ளும் மனநிலையில் இந்தியா இல்லை. எதிர்பாராத கப்பற்படை போராட்டம் வருந்தத் தக்க அளவில் பின்விளைவுகளுக்கு இட்டுச் சென்றுள்ளது... அதிகாரிகளுடன் நான் தொடர்பில் இருக்கிறேன்.. போராட்டம் விரைவாக, நடைமுறை சார்ந்து முடிய முயற்சி செய்கிறேன்,' என்று அறிக்கை விடுத்தார்.

காங்கிரஸுக்குள் நிறைய விவாதங்கள் நடந்தன. இப்புரட்சி அரசியல் கணக்குகளைக் கெடுத்து விட்டது. நேருவும், படேலும், அமைதியான ஒரு அதிகார மாற்றம் பெறுவதில் கவனமாக இருந்தார்கள். இரத்தம் சிந்தும் மோதல் மூலம் சுதந்திரத்தை வலிந்து பெறக் கூடாது என்று அவர்கள் நினைத்தனர். இந்தச் புரட்சி இந்தியத் தலைவர்களிடம் அமைதியான வழியில் அதிகாரத்தை ஒப்படைப்பதை தாமதப்படுத்தி விடுமோ என்ற அச்சமும் இருந்தது.

தனது *Revisiting Talwar* நூலில் திலீப்குமார் தாஸ் பின்வருமாறு குறிப்பிட்டுள்ளார் : 'போராட்டம் துவங்கியதிலிருந்து காங்கிரஸ் தலைவர்கள் டில்லியிலும், பாம்பேயிலும் பிரிட்டிஷ் நிர்வாகத்துடன் தொடர்பில் இருந்தனர். போராட்டத்திற்கு தமது ஒப்புதலின்மையைத் தெரிவித்த அவர்கள் பிப்ரவரி 21 வரையில், பொது வெளியில் நடுநிலைமை வகித்தார்கள். தலையிடாமல் இருந்தார்கள். நிலைமையை சரிசெய்ய காங்கிரஸ் எடுத்த பல்வேறு நடவடிக்கைகள் பற்றியும் பாம்பேயின் ஆளுனருக்குத் தெரிவித்தார்கள். 22ஆம் தேதி மாலை படேல் தலையிட்டு, பிரிட்டிஷார் விதித்த அதே நிபந்தனைகளின்படி மாலுமிகள் ஆயுதங்களை கீழே போட்டு விட்டு, சரணடைய வேண்டும் என்று வற்புறுத்தினார்.'

தலைவர்களின் அறிக்கைகளே அவர்களது நோக்கத்தை தெளிவாகக் காட்டின. பலரும் தாங்கள் ஒரு நியாயமான கோரிக்கையை ஆதரிப்பதாகக் கூறினர். ஆனால் மோதல் முற்றியபோது, அடக்கி வசிக்க ஆரம்பித்தனர்.

எழுச்சியின் ஆரம்ப கட்டங்களில், எழுச்சி தொடர்பான அரசியலில் கம்யூனிஸ்ட் கட்சி முன்கை எடுக்க விட்டு விட்டது.

மாலுமிகள் போராட்டத்தில் இறங்கியதற்கு அடுத்த நாள் பிப்ரவரி 19 அன்று கம்யூனிஸ்ட் கட்சியின் பாம்பே கமிட்டியின் செயலாளரான டி.எஸ்.வைத்யா ஒரு துண்டுப் பிரசுரம் வெளியிட்டார். ‘நேற்று இந்திய கப்பற்படையின் 5000 மாலுமிகள் வேலை நிறுத்தத்தில் இறங்கியுள்ளனர். பல்வேறு பகுதிகளைச் சேர்ந்தவர்கள். பல்வேறு மொழிகளைப் பேசுபவர்கள். எல்லோரும் தம் கோரிக்கைகளுக்காக ஒன்றிணைத்து நிற்கிறார்கள். பாம்பேயின் அனைத்து அரசியல் கட்சித் தலைவர்களும் அவர்களது கோரிக்கைகளை ஆதரிக்க வேண்டும் என்று வேண்டுகோள் விடுக்கிறோம்’ என்றது அப்பிரசுரம்.

கட்சிப் பத்திரிகையான பீப்பிள்ஸ் ஏஜின் ஆசிரியரான ஜி.அதிகாரி பிப்ரவரி 21 அன்று பாம்பேயின் அனைத்து மக்களுக்கும், மாணவர்களுக்கும், மில் மற்றும் போக்குவரத்துத் தொழிலாளர்களுக்கும் ஒரு வேண்டுகோள் விடுத்தார்.’ கப்பற்படை தலைமை தளபதியின் ‘சரணடை அல்லது செத்துமடி’ என்ற திமிரான மிரட்டல் கண்டு ஒவ்வொரு இந்தியனும் கோபமுறுகிறான். இந்த முரட்டுத்தனமான ஒடுக்குமுறையை அனுமதிக்கக் கூடாது என்று நம் மக்களையும், அனைத்து அரசியல் கட்சிகளையும் வேண்டுகிறேன்... நாளை (பிப்ரவரி 22 வெள்ளிக்கிழமை) அனைத்து கடைகள், பள்ளிகள், கல்லூரிகள், ஆலைகளிலும் முழு ஹர்த்தால் நடத்த வேண்டுகிறேன்.

மறுநாள் அவர் மற்றொரு அறிக்கை விடுத்தார் : ‘ஆயுதமேந்திய வாகனங்களில் பிரிட்டிஷ் படையினர் சுற்றி வந்து, மக்கள் கூட்டமாக நிற்கும் இடங்களில் தாறுமாறாகச் சுடுகிறார்கள்.... இவ்வாறாக அவர்கள் பல அப்பாவி மக்களைக் கொன்றுள்ளார்கள்.... துப்பாக்கிகளும், பீரங்கிகளும் இந்தியாவை அச்சுறுத்திய காலமெல்லாம் போய் விட்டது. நமது நகரங்களில் மற்றொரு ‘ஜாலியன்வாலாபாக் வாரத்தை’ நடத்தி தமது ஆட்சியைத் தக்க வைத்துக் கொள்ளலாம் என்று ஏகாதிபத்தியவாதிகள் நினைத்தால், அவர்கள் தவறு செய்கிறார்கள். அந்த ரத்த ஆறு நமது ஒற்றுமையை வலுப்படுத்தவே உதவும். அந்த பயங்கர ஆட்சிக்கு முடிவு கட்டும் நம் உறுதியை வலுப்படுத்தவே செய்யும்.’

பீப்பிள்ஸ் ஏஜ் தனது தலையங்கத்தில், ‘வெள்ளையனே வெளியேறு போராட்டத்தின் விளைவாக சுதந்திரம் தருவதற்காக கேபினட் அமைச்சர்கள் இந்தியா வருவதாகத்தான் காந்தி முதல் அனைவருமே நினைக்கிறார்கள். அவர்கள் சுதந்திரத்தை பிரிட்டிஷார் தரும் பரிசாக நினைக்கிறார்கள். அதனால்தான் அவர்கள் மாலுமிகள் போராட்டத்தைக் கைவிட வேண்டும் என்றும், பாம்பே மக்கள் ஹர்த்தால் மூலம் அவர்களை ஆதரிக்கக் கூடாது என்றும் நினைக்கிறார்கள்,’ என்று எழுதியது.

அந்தத் தலையங்கம் காங்கிரஸையும், சர்தார் படேலையும் விமர்சித்தது. 'சர்தார் படேல் இறந்தவர்களுக்காக கண்ணீர் வடித்தார். போக்கிரித் தனத்தைக் கண்டித்தார். எனினும் தாறுமாறாகச் சுட்டு, நூற்றுக்கணக்கான அப்பாவிகளைக் கொன்ற பிரிட்டிஷ் 'போக்கிரித்தனத்தைக்' கண்டித்து ஒரு வார்த்தை சொல்லவில்லை' என்றது அது.

தலையங்கம் காந்தியையும் விமர்சித்தது. 'இப்போராட்டத்தின் கூட்டு வன்முறையில் ஏற்பட்டுள்ள இந்து - முஸ்லிம் ஒற்றுமை பரஸ்பர வன்முறைக்கே இட்டுச் செல்லும் என்று காந்திஜி கூறியுள்ளார்.... இவ்வாறு கூறுவதன் மூலம் போலீஸ் மற்றும் ராணுவத்தின் ஒடுக்குமுறையை எதிர்ப்பதில் உருவான அற்புதமான இந்து முஸ்லிம் ஒற்றுமையை அவர் நிராகரிக்கிறார்..... காங்கிரஸ் தலைவர்கள் கூட்டுப் போராட்டம் பற்றிச் சிந்திக்கவே இல்லை.... போராட்டம் பற்றியே சிந்திக்கவில்லை என்பதே உண்மை.'

நேரு பற்றிக் குறிப்பிடும்போது, 'அடிமைகளின் துப்பாக்கிகள் ஒடுக்குவோரின் துப்பாக்கிகளை விட சிறியவை என்பதற்காக அடிமைகள் துப்பாக்கி தூக்கக் கூடாது என்று சொல்வது அறிவான ஆலோசனையல்ல, கோழைத்தனமான ஆலோசனை' என்றது.

மாலுமிகள் கல்கத்தாவில் ஜின்னாவை சந்தித்து ஆதரவு கோரியபோது.

கம்யூனிஸ்ட் கட்சி சார்பாக எஸ்.ஏ.டாங்கே மாலுமிகளுக்கு ஆதரவாக அனைத்து அரசியல் கட்சிகளும் முன் வர வேண்டும் என்று வேண்டுகோள் விடுத்ததாக டாக்டர்.வி.எம் பகவத்கர் தனது கட்டுரையொன்றில் குறிப்பிடுகிறார்.

பிப்ரவரி 21 அன்று காங்கிரஸ் வரிசையாக பல அறிக்கைகளை வெளியிட்டது. பாம்பே மாகாண காங்கிரஸ் கமிட்டியின் பொதுச் செயலாளர் எஸ்.கே.பாடீல் விடுத்த அறிக்கையில், 'பாம்பே காங்கிரஸ் மாலுமிகள் மற்றும் கப்பற்படை அதிகாரிகளுக்கு இடையிலான பதட்டச்சூழலை கவலையோடும், வருத்தத்தோடும் கவனித்து வருகிறது. நிலைமை மிக பயங்கரமானதாக மாறிவிட்டது. அதன் பின்விளைவுகள் மிகவும் மோசமாக இருக்கும், பதட்டம் மற்ற பகுதிகளுக்கும் பரவும் என்று காங்கிரஸ் கருதுகிறது. பதட்டம் மிக வேகமாகப் பரவுகிறது. பாம்பே முழுவதுமாக கை மீறிப் போய் விட்டது' என்றார்.

மாலுமிகளில் ஒரு பகுதியினர் காங்கிரஸை தொடர்பு கொண்டதாகக் கூறிய அவர், 'நாங்கள் மாலுமிகளின் நியாயமான கோரிக்கைகளை கப்பற்படை அதிகாரிகள் நிறைவேற்ற வேண்டும் என தீர்மானம் இயற்றியுள்ளோம்' என்றார். சில கட்சிகள், குறிப்பாக கம்யூனிஸ்ட்கள் சூழலைப் பயன்படுத்திக் கொண்டு ஆலைகளை மூடச் செய்கின்றன. தம் கட்சி சார்பு மாணவர்களை போராடத் தூண்டுகின்றன' என்றார். சில வர்த்தக நிறுவனங்களும் கதவடைப்பு செய்யக் கூடும். ஆனால் ஹர்த்தாலுக்காக அல்ல, கஸ்தூரிபாயின் நினைவு நாளுக்காக' என்றார். (காந்தியின் மனைவி 1944 பிப்ரவரி 22ல் இறந்தார்).

காங்கிரஸ் அமைதி, கட்டுப்பாட்டிற்காக அறைகூவல் விடுத்தது. மக்கள் ஹர்த்தால் எண்ணத்தைக் கைவிட்டு வழக்கமான பணிகளில் ஈடுபட வேண்டும் என்று கேட்டுக் கொண்டது. நமது கப்பற்படை சகோதரர்கள் மீது நமக்கு முழு அனுதாபம் உண்டு. ஆனால் பதட்டத்தை அதிகரிப்பது அவர்களுக்கு உதவிகரமாக இருக்காது என்றது.

அன்று மாலை காங்கிரஸ் மற்றொரு அறிக்கை வெளியிட்டது. இது சர்தார் படேலின் அறிக்கை. படேல் பாம்பே ஆளுநர் ஜான் கால்விலுடன் ஆலோசனை நடத்தினார். டில்லியில் தலைமை தளபதி சர் அச்சின்லெக்குடன் தொடர்பில் இருந்த அஸஃப் அலியுடனும் ஆலோசனை நடத்தினார்.

இப்போது படேல் கப்பற்படை எழுச்சி தொடர்பான காங்கிரஸின் அதிகாரபூர்வ நிலைபாட்டை அறிவித்தார். அவரது அறிக்கை மாலுமிகளை அமைதியாக, பொறுமையாக இருக்குமாறும்,

பொதுமக்கள் கட்டுப்பாடோடு நடந்து கொள்ள வேண்டும் என்றும் அறிவுறுத்தியது. மாலுமிகள் - ராணுவ மோதல் காரணமாக ஏற்பட்டுள்ள பதட்டம் பற்றிப் பேசிய அவர் காங்கிரஸ் 'மாலுமிகளின் நீண்டகால நியாயமான கோரிக்கைகளுக்கு ஒரு அமைதியான தீர்வு காண்பதற்கான அனைத்து சாத்தியப்பட்ட முயற்சிகளையும்' எடுத்து வருகிறது என்றார்.

பிப்ரவரி 21 அன்று, பதட்டம் அதிகரித்ததால், அருணா அஸஃப் அலி மீண்டும் தலையிடுவது அவசியம் என்று உணர்ந்தார். அவர் சமாதானத் தூதுவராக தான் செயல்பட விரும்புவதாக அறிக்கை வெளியிட்டார். மாலுமிகளுக்கு தனியாக சிறப்பு அறிக்கை ஒன்றையும் வெளியிட்டார். அதில் அவர், 'மாலுமிகளின் போராட்டம் நான்காவது நாளாக நடக்கிறது. அதிகாரபூர்வ செய்தி இன்னும் வரவில்லை என்றாலும், நேற்று சில துப்பாக்கி சூடுகள் நடந்துள்ளன.'

'வைஸ் அட்மிரல் ஜான் ஹென்றி காட்ஃபிரேயின் வானொலிப் பேச்சு மேலும் ரத்தஆறு ஓடும் என்று மிரட்டுகிறது. நான் கப்பல், கப்பலாக, ஒவ்வொரு அலுவலகமாகச் சென்று மாலுமிகளிடம் பேசி, மேற்கொண்டு வன்முறை நிகழாது தடுப்பதற்குத் தயாராக இருக்கிறேன். மாலுமிகளின் வன்முறை காரணமாகவே நாங்கள் மாலுமிகளை ஒடுக்கினோம் என அட்மிரல் பின்னாளில் சொல்லப் போவதை இது தடுக்கும்.'

பிப்ரவரி 22 அன்று எல்லா முக்கிய பத்திரிகைகளும் கம்யூனிஸ்ட் கட்சியும் போராட்டக் குழுவும் போராட்டத்தைத் தொடர விடுத்த அறிக்கைகளுக்கு பெரும் முக்கியத்துவம் தந்தன. இதற்கு பதில் தருவது போல 'சர்தார் படேல்' மாலுமிகள் தமது ஆயுதங்களை கீழே போட்டு விட்டு, சரணடைய வேண்டும் என்று அறிக்கை விடுத்தார்.

காங்கிரஸ் தலைவர் மௌலானா ஆஸாதும் மாலுமிகள் வேலை நிறுத்தத்தை திரும்பப் பெற வேண்டும் என்று வற்புறுத்தினார். அவரது அறிக்கை, 'எதிர்பாராத இந்த கப்பற்படை மாலுமிகள் வேலை நிறுத்தம், வருந்தத்தக்க அளவில் பெரும் விளைவுகளை ஏற்படுத்தியுள்ளது... நான் அதிகாரிகளோடு தொடர்பு கொண்டுள்ளேன். வேலை நிறுத்தம் உடனடியாக, நடைமுறை சார்ந்து நிறுத்தப்பட வேண்டும் என்று கோருகிறேன்' என்றது.

பின்னர், மாலுமிகள் சரணடைந்ததற்குப் பிறகு ஒரு நேர்காணலில் அவர், 'தேசிய சுயமரியாதைக்கு இழுக்கானவை என்று கருதப்பட சில விஷயங்களுக்காகவே மாலுமிகள் போராட்டத்தில் ஈடுபட்டார்கள்' என்று ஒப்புக் கொண்டார்.

அருணாவும் ஒரு பத்திரிகையாளர் சந்திப்பு நடத்தினார். அப்போது அவர், 'இராணுவ ரோந்துகளை நிபந்தனையின்றி திரும்பப் பெறுதல், மனித உரிமைகளுக்கான தடைகளை உடனடியாக நீக்குதல் ஆகியவைதான் சரணடையும் நடைமுறையை முழுமை செய்து பாம்பே நகரில் சகஜநிலையை உருவாக்கும்,' என்றார்.

'சீருடை வீரர்கள்' பல சந்தர்ப்பங்களில் தன்னைச் சந்தித்து, ஆலோசனை கேட்டதாக அவர் கூறினார். ஒற்றுமையையும், கட்டுப்பாட்டையும் கடைப்பிடிக்க வேண்டும், தமது செயல்களை வழிநடத்த ஒரு மத்தியக் குழுவை அமைக்க வேண்டும் என்று மாலுமிகளை வேண்டினார். பாம்பேயின் காங்கிரஸின் பெரிய தலைவரான சர்தார் படேலை சந்திக்கும்படி அறிவுறுத்தினார்.

கேஸில் பாரக்ஸ் மற்றும் பாம்பேயின் தெருக்களில் நடந்த 7 மணி நேர போர் பற்றிக் குறிப்பிட்ட அவர், ராணுவ அதிகாரிகள் மக்களிடம் அரசியல் உணர்வு இருப்பதை விரும்பவில்லை என்றார். அந்த உணர்வை நசுக்க அவர்கள் கைது போன்ற நடவடிக்கைகளில் இறங்கி, இந்த உணர்வை மேலும் தூண்டிவிடுகிறார்கள் என்றார். 'இந்திய மக்கள் இயந்திரத் துப்பாக்கிகளின் குண்டுகளைச் சந்திக்குமளவு தைரியம் பெற்று விட்டது வரவேற்புக்குரிய அம்சம்... ஒரு காலத்தில் தடியடிக்கே நம் மக்கள் நடுங்கினர். அது இப்போது பழங்கதையாகி விட்டது' என்றார்.

அன்றே எம்.எஸ்.கான் தலைமையில் போராட்டக்குழுவினர் படேலை சந்தித்தனர். அவர் மாலுமிகளை நிபந்தனையின்றி சரணடையச் சொன்னார். படேல் அவர்களை நிபந்தனையின்றி சரணடையச் செய்தால், அவர்கள் மீது பழிவாங்கும் நடவடிக்காக இல்லாமல் பார்த்துக் கொள்ளலாம் என்று பிரிட்டிஷ் நிர்வாகம் அவருக்கு வாக்குறுதி தந்ததாக பரவலாக நம்பப்படுகிறது.

கான் இந்த வாக்குறுதியை எழுத்துப்பூர்வமாகத் தருமாறு சர்தார் படேலைக் கேட்டதும், சர்தார் படேல் கோபமுற்றார் என்கிறார் திலீப்குமார் தாஸ். தனது புத்தகத்தில் இது பற்றி அவர், 'சர்தார் படேல் கோபத்தின் உச்சிக்குச் சென்றார்.' என் வார்த்தைகளை நம்பாத நீங்கள் நான் எழுதித் தருவதை மட்டும் எப்படி நம்புவீர்கள்?... ஒருவர் மீது கூட பழிவாங்கல் நடவடிக்கை இருக்காது என்று காங்கிரஸ் சார்பாக நான் வாக்குறுதி தருகிறேன்' என்றார் மேஜையைத் தட்டி,' என்று குறிப்பிடுகிறார்.

இறுதியாக பிப்ரவரி 23 அன்று மத்திய போராட்டக்குழுவின் தலைவர் எம்.எஸ்.கான் பின்வரும் அறிவிப்பை வெளியிட்டார்: 'தற்போதைய துரதிருஷ்டவசமான சூழலில் மாலுமிகள் தம்

ஆயுதங்களை கீழே போட்டுவிட்டு, சரணடைய வேண்டும் என்பதே காங்கிரஸின் வழிகாட்டுதல்.'

போராட்டம் முடிந்து ஒருமாதம் கழித்து, 1946 மார்ச்சில் படேல் ஃப்ரீ பிரஸ் ஜர்னலில் எழுதிய கட்டுரையில், 'மிகவும் சிரமப்பட்டுதான் மாலுமிகளை நிபந்தனையின்றி சரணடைய அறிவுறுத்தினேன். அவர்களது எந்த நியாயமான கோரிக்கையையும், காங்கிரஸ் முன்னெடுக்கும் என்று உறுதியளித்தேன்' என்று எழுதினார். வன்முறைச் செயல்கள் இந்தியா சுதந்திரம் பெறுவதை தாமதப்படுத்தி விடும் என்று அவர் கவலைப்பட்டதுபோல் தெரிகிறது.

தனது பங்கிற்கு முஸ்லிம் லீக் தனது சொந்த வாக்காளர்களை மனதில் கொண்டு நிலைபாடு எடுத்தது. அகில இந்திய முஸ்லிம் லீக்கின் பொதுச் செயலாளரான இளவரசர் லியாகத் அலிகான் அச்சின் லெக்குடன் நீண்ட பேச்சுவார்த்தை நடத்தினார். மாலுமிகள் மீது பழிவாங்கல் நடவடிக்கை இருக்காது என்று அச்சின்லெக் உறுதி கூறினர்.

இளவரசர் 'தலைவர் ஜின்னாவின் அறிவுரையை ஏற்று, சகஜநிலை திரும்ப உதவ வேண்டும்,' என்ற முஸ்லிம்களுக்கு வேண்டுகோள் விடுத்தார். 'கல்கத்தாவிலிருந்து விடுத்த அறிக்கையில் திரு.ஜின்னா மாலுமிகளின் நியாயமான கோரிக்கைகள் நிறைவேற தன்னால் இயன்றதைச் செய்வதாகக் கூறியுள்ளார்... எந்தப் பிரச்சனையும் செய்ய வேண்டாம், சூழலை தமக்குச் சாதகமாக பயன்படுத்திக் கொள்ள நினைப்போரின் சதியில் சிக்கி விட வேண்டாம் என்ற முஸ்லிம் மக்களுக்கு அவர் வேண்டுகோள் விடுத்துள்ளார்' என்றும் அவர் குறிப்பிட்டார்.

ஜின்னா கப்பற்படை எழுச்சியை சுதந்திரப் போருடன் தொடர்பு படுத்தாமல் தெளிவாக இருந்தார். பாம்பே மாகாண முஸ்லிம் லீகின் தலைவரான இப்ராஹீம் சுந்திரிகர் போராட்டத்தை 'ஒரு துரதிருஷ்டவசமான சூழ்நிலை' என்றார். சுந்திரிகர் லியாகத் அலிகானைச் சந்தித்த பிறகு, மாலுமிகளின் எல்லா நியாயமான கோரிக்கைகளும் நிறைவேற முஸ்லிம் லீக் இயன்ற உதவிகளைச் செய்யும் என்று உறுதியளித்தார் என்று பாம்பே கிரானிகிள் செய்தி வெளியிட்டது.

பாகிஸ்தானின் ஓய்வுபெற்ற ரியர் அட்மிரலான மியான் ஜாகிர் ஷா *Bubbles of water* என்ற தனது நூலில் சொல்லும் ஒரு சுவையான சம்பவம் ஜின்னாவின் மனநிலையைக் காட்டுகிறது. 'கல்கத்தாவில் இருந்த புரட்சியாளர்கள் ஜின்னாவின் ஆதரவைப் பெற நினைத்தார்கள். ஜின்னா அவர்களுக்கு ஒரு மணி நேரம் ஒதுக்கியிருந்தார். தனது

செயலாளர் கே.ஹெச்.குர்ஷித்திடம், 'பத்திரிகை புகைப்படக்காரர்கள் யாரும் வரமால் பார்த்துக் கொள்ளுங்கள்,' என்று கூறியிருந்தார். காங்கிரஸ் தலைவர்கள் போலன்றி, ஜின்னா இவ்விஷயத்தை பத்திரிகைகளில் தவிர்க்க நினைத்தார்.

'பிப்ரவரி 21ஆம் தேதி, போராட்டத்தின் மூன்றாம் நாள் எட்டு மாலுமிகள் ஜின்னாவைச் சந்தித்தனர். இச்சந்திப்பின்போது - மாலுமிகளை அவர்களது ஆயுதங்களை வெளியே வைக்கச் சொல்லிவிட்டார்கள் - ஜின்னா அவர்களது கோரிக்கைகளைக் கூறும்படி கேட்டார். அவருக்கு முன்பாக அன்றைய நாளின் பத்திரிகைகள் இருந்தன. எல்லாவற்றிலும் எழுச்சி பற்றிய தலைப்புச் செய்திகள்.

மாலுமிகள் தம் கோரிக்கைகளைச் சொன்னார்கள். ஜின்னா சில குறுக்குக் கேள்விகள் கேட்டதும், மாலுமிகள் உற்சாகம் இழந்தனர். அதற்கும் மேலாக, மாலுமிகள் போராடுவதை தான் ஆதரிக்க முடியாது என்று ஜின்னா தெளிவாகக் கூறினார்.

"ஒத்துழையாமை, அரசியல் போராட்டம் எல்லாம் அரசியல்வாதிகளுக்கானது, பாதுகாப்புப் படையினர், மாணவர்களுக்கானது அல்ல" என்றார் அவர்.

மாலுமிகள் சங்கடமாக உணர்ந்தார்கள். 'நாங்கள் என்ன செய்யலாம்?' என்று கேட்டார்கள். 'கண்ணியமாக பின்வாங்கி விடுங்கள். உங்களுக்கு நல்ல விளம்பரமும், மக்களிடம் ஆதரவும் கிடைத்துவிட்டது. உங்கள் நோக்கம் நினைவேறிவிட்டது' என்றார். செய்தித்தாள்களைக் காட்டி, 'மாட்சிமை பொருந்திய ஆறாம் ஜார்ஜ் அரசர் கூட இந்த நாட்களில் நிம்மதியாகத் தூங்கவில்லை' என்றார்.

விரைவிலேயே மாலுமிகள் பதட்டமடைந்தார்கள். லேசான சமிக்ஞை கிடைத்தாலும், அங்கிருந்து ஓடிவிடத் தயாராக இருந்தார்கள். ஆனால், ஜின்னா தனது கடிகாரத்தைப் பார்த்தார். "உங்களுக்குத் தரப்பட்ட நேரம் இன்னும் நிறைய இருக்கிறது.... நீங்கள் எந்த விஷயம் பற்றி வேண்டுமானாலும் கேளுங்கள், விளக்கம் தருகிறேன்" என்றார். எனவே அவர்கள் பல்வேறு விஷயங்களைப் பற்றிப் பேசினார்கள். ஜின்னா தனது கிராவன் ஏ சிகரெட்டைப் புகைத்தபடி தனது அரசியல் வாழ்க்கை, இந்திய அரசியல் சூழல், பாகிஸ்தான் பற்றியெல்லாம் பேசினார்.

நேரம் முடியும் நேரத்தில் ஜின்னா, 'சரி, நீங்கள் என்ன அணிந்திருக்கிறீர்கள்?' என்றார். 'சீருடை சார்', என்றார் ஒரு மாலுமி. 'இல்லை' என்றார் ஜின்னா. 'இது சீருடை இல்லை. சீருடை என்றால் ஒன்றுபோல் இருக்க வேண்டும்! ஏக் ஜைசா! (ஏக் ஜைசா

– ஒன்றுபோல) தன் ஆள்காட்டி விரலை உயர்த்தி, மூன்று முறை 'ஏக் ஜைசா' என்றார். 'இதை சீருடை என்றா சொல்கிறீர்கள்? சிலர் காக்கி அணிந்துள்ளீர்கள். சிலர் வெள்ளை. சிலரது உடை குட்டை. சில நீளம். சிலர் ஷூ, சிலர் பூட்ஸ். சீருடை என்பது ஒரு ஒழுக்க உணர்வு என்பதை மனதில் கொள்ளுங்கள். ஒழுக்கம் இல்லாவிட்டால் நல்வாழ்வு இல்லை' என்றார்.

மாலுமிகள் சங்கடத்தோடு ஒருவரையொருவர் பார்த்துக் கொண்டனர். "இந்தத் தலைவர் அவர்களது தலைமை தளபதியை விட மோசம்!" பின்னர் ஜின்னா எங்கோ தொலைவில் வெறித்துப் பார்த்தபடி, 'பாகிஸ்தான் ராணுவத்தில் எனக்குச் சீருடையும், ஒழுக்கமும் வேண்டும்' என்றார்.

சரணடைந்ததற்கு மறுநாள், அதாவது பிப்ரவரி 24 அன்று, அருணா அஸஃப் அலி தனது ஈடுபாடு பற்றியும், பிற காங்கிரஸ் தலைவர்களோடு தான் முரண்பட்டது பற்றியும் விளக்கம் அளிப்பது அவசியம் என்று கருதினார்.

அவர் பின்வரும் அறிக்கையை வெளியிட்டார்: 'கப்பற்படை எழுச்சியின் துவக்கத்தில் எனது பங்கு பற்றி நிறைய ஊகங்கள் உள்ளன... பாம்பேயிலும், பிற இடங்களிலும் நான் பேசும் கூட்டங்களில் பாதுகாப்புப் படையினர் பலரும் கலந்து கொள்வதை நான் பார்த்திருக்கிறேன்.. சனிக்கிழமை (பிப்ரவரி 16) அன்று மாலுமிகள் கப்பற்படையில் நிலவும் பதட்டம் பற்றியும், தமது குறைகள் பற்றியும் என்னிடம் தெரிவித்தார்கள். திங்களன்று (பிப்ரவரி 18) அவர்கள் வேலை நிறுத்தம் செய்யும் தகவல் கிடைத்தது.'

மாலுமிகள் அவரது ஆலோசனையைக் கேட்டதாக அவர் தெரிவித்தார். அவர்கள் தமது உணவு, இனப்பாகுபாடு போன்ற கோரிக்கைகளையும், அரசியல் கோரிக்கைகளையும் கலந்து முன் வைப்பதைக் கவனித்தார். இரண்டையும் தனித் தனியே பிரிக்குமாறு ஆலோசனை தந்ததாகச் சொன்னார்.

'தம் சார்பாக தலையிடுமாறும், மாலுமிகளிடையே உரையாற்றுமாறும் என்னிடம் கேட்டார்கள். பாம்பே கப்பற்படை தலைமை அதிகாரியிடம் தம் சார்பாக நான் பேச வேண்டும் என்று கேட்டார்கள்... நான் இது குறித்து சர்தார் படேலிடம் தெரிவித்தேன்' என்றார். பின்னர், தான் அவர்களுக்கு ஒரு 'தெளிவான திட்டத்தைத்' தந்ததாகவும், 'முழுமையான ஒற்றுமையைக்' காக்குமாறு வேண்டியதாகவும் தெரிவித்தார். '12 மணி நேரத்தில் குண்டு வீசி எல்லாவற்றையும் அழித்து விடுவதாக பிரிட்டிஷ் அதிகாரிகள் மிரட்டல் விடுத்ததால் சூழ்நிலை பயங்கரமான இருந்தது. எனவே,

சூழ்நிலையை சரி செய்ய பண்டித நேருவிற்கு தந்தியடிக்கும் சூழலுக்குத் தள்ளப்பட்டேன்' என்றார்.

'மஹாத்மா காந்தி தனது அஹிம்சைக் கொள்கையில் சமரசம் செய்ய மாட்டார் என்பது தெளிவு. பிப்ரவரி 23 அன்று பிரிட்டிஷ் படைகள் சுட்டது, அதனால் நூற்றுக்கணக்கானோர் இறந்தது பற்றிய தகவல் கிடைத்ததும் அவர். 'இந்த யோசனையற்ற வன்முறை வெறியாட்டத்தை' நிறுத்துமாறு வேண்டுகோள் விடுத்தார். 'காங்கிரஸின் இந்தியா அஹிம்சை வழியில் சுதந்திரம் பெறுவதாகப் பேசிக் கொண்டு, ஒரு முக்கியமான கட்டத்தில் தன் சொல்லிலிருந்து மாறிவிட்டது என்று கூறும் நிலை வரவேண்டாம்' என்றார்.

மேலும், 'மிகவும் வேதனையோடு நான் நிகழ்வுகளைத் கவனித்து வருகிறேன்... எவரேனும் ஒருவரை மட்டும் 'ஜெய்ஹிந்த்' போன்ற முழக்கத்தைச் சொல்லும்படி கட்டாயப்படுத்தினாலும், சுயராஜ்ஜியத்தின் சவப்பெட்டியில் ஒரு ஆணி அடிக்கப்பட்டு விடும். சர்ச் போன்றவற்றைத் தகர்ப்பது சுதந்திரம் பெறுவதற்கு காங்கிரஸ் காட்டிய வழியல்ல. டிராம்களை எரிப்பது, கொள்ளையடிப்பது, ஐரோப்பியரைத் தாக்குவது, அவமதிப்பது எல்லாம் காங்கிரஸ் பாணி அஹிம்சையல்ல, என் பாணி அஹிம்சையுமல்ல. இந்த வன்முறை வெறியின் அறியப்பட்ட, அறியப்படாத தலைவர்கள் தாம் என்ன செய்கிறோம் என்பதை அறிய வேண்டும்... இப்போது நான் பார்க்கும் நிகழ்வுகள் எந்த யோசனையும் இன்றி செய்யப்படுபவை. பணி அவர்களுக்கோ (மாலுமிகளுக்கு) அல்லது இந்தியாவிற்கோ, இழிவுபடுத்துவதாக இருந்தால், அந்தப் பணியை அவர்கள் ஏன் தொடர்ந்து செய்கிறார்கள்? ... இது போன்ற செயலை நான் அஹிம்சை, ஒத்துழையாமைக்கு ஒத்துழையாமை என்கிறேன்... வன்முறைச் செயலுக்காக இந்து – முஸ்லிம் மற்றும் பிறரும் இணைவது புனிதமற்றது. இது பரஸ்பர வன்முறைக்குத்தான் இட்டுச் செல்லும். இது இந்தியாவிற்கும், உலகிற்கும் தீங்கானது' என்றார்.

மேலும் அவர், 'வேலை நிறுத்தத்தில் ஈடுபடும் விஷயத்தில் அவர்களுக்குத் தவறான வழிகாட்டுதல் தரப்பட்டுள்ளது. அவர்களது குறைகள், கற்பனையானதோ, அல்லது உண்மையானதோ, அவர்கள் தமது விருப்பத்திற்குரிய அரசியல் தலைவர்களின் வழிகாட்டுதலுக்கு, தலையீட்டிற்கு காத்திருந்திருக்க வேண்டும். இந்திய சுதந்திரத்திற்காக போராடுகிறார்கள் என்றால் அது இரு மடங்கு தவறு. தயார் நிலையிலுள்ள புரட்சியாளர்களின் அறைகூவலின்றி இதுபோல் அவர்கள் செய்யக் கூடாது. தமது பலத்தால் இந்தியாவை அந்நிய ஆதிக்கத்திலிருந்து விடுவித்து விடலாம் என்று அவர்கள் நினைத்தால், அவர்கள் யோசனையற்றவர்கள், எதுவும் அறியாதவர்கள்' என்றார்.

இந்த இடத்தில்தான் காந்தியுடன் அருணா வெளிப்படையாக முரண்பட்டார். பணி நிலைமை மோசமாக இருந்தால் மாலுமிகள் வேலையை ராஜினாமா செய்யலாம் என்ற காந்தி கூறியதை தன்னால் புரிந்து கொள்ள முடியவில்லை என்றார்.

'அப்படி ராஜினாமா செய்தால் பிழைப்பதற்கான ஒரே வழியும் அவர்களுக்கு இல்லாமல் போய் விடும். மேலும் அவர்கள் கொள்கைகளுக்காகப் போராடுகிறார்கள். சட்ட மன்றங்களுக்கு தாமே செல்லக் கூடியவர்களை காங்கிரஸ் தலைவர்கள் மாலுமிகளை வேலையைவிடச் சொல்வது சரியல்ல... ஆட்சியாளர்கள் விரைவில் வெளியேறப் போவதாக அறிவித்துள்ளதாகவும் காந்தி கூறுகிறார். இதுவுமே உண்மையல்ல. இந்திய தேசிய ராணுவம், கப்பற்படை தினம், தற்போதைய கப்பற்படை எழுச்சி ஆகியவையெல்லாம் அவர்கள் கிளம்புவதற்கான பீடிகை என்றால், அது உண்மையிலேயே அது ஆட்சியைத் தருவதற்கான ஒரு சோகமாக வழிமுறை. துறத்தல் என்பது துறவிகளின் வழி. துப்பாக்கியின் வழியல்ல. எனவே காந்தியின் நம்பிக்கையை நியாயமானதாக நான் நினைக்கவில்லை. மக்கள் இனிமேலும் வன்முறை, அஹிம்சை பற்றிய பாடங்களைக் கேட்கத் தயாராக இல்லை. அவர்கள் ஒடுக்குமுறையை எதிர்க்க விரும்புகிறார்கள். இனியும் கோழைகளாக இருக்க மாட்டார்கள். அவ்வளவுதான்... தமது எதிர்ப்பில் அவர்கள் ஓரளவிற்கு இரக்கமின்றி இருந்து விட்டார்கள். அவர்கள் செத்துக் கொண்டிருக்கிறார்கள். ஆனால் புகார் கூறவில்லை...

இந்துக்களும், முஸ்லிம்களும் வன்முறைக்காக இணைந்தது புனிதமற்றது என்று காந்தி கூறியதற்காக அருணா வருந்தினார்.'இந்துக்களையும், முஸ்லிம்களையும் அரசியலமைப்பிற்கு முன்பாக ஒருங்கிணைப்பதை விட பிரிட்டிஷ் போலீஸின் தடுப்பரணுக்கு முன்பாக ஒருங்கிணைப்பதை 'தான் விரும்புவதாக அவர் கூறினார். 'இந்து முஸ்லிம் ஒற்றுமை, உண்மையானதாக, நீடித்து நிலைப்பதாக, ஒட்டுப் போட வேண்டிய அவசியமில்லாது இருப்பதாக இருக்க வேண்டும் எனில், பிரிட்டிஷ் எதிர்ப்பு என்ற தளத்தில் மட்டுமே அதை உருவாக்க முடியும்' என்றார்.

அதேநாள் (பிப்ரவரி 24) ஒரு பத்திரிகையாளர் சந்திப்பில் அவர் மத்திய குழு சர்தார் படேலின் சரணடையும் அறிவுரையை ஏற்றபிறகு, சரணடைவதை எதிர்த்த ஒரு புரட்சிகர மாலுமிகள் குழு தன்னை தொடர்பு கொண்டதாகக் கூறினார்.

பிளவைத் தவிர்க்குமாறு நான் கூறினேன். சரணடைவதை பெரும்பாலானோர் ஏற்றதாலும், கோரிக்கைகள் நிறைவேற்றப்படும் என்ற சர்தார் படேல் உறுதி அளித்திருப்பதாலும், அவர்களும் அந்த

முடிவை ஏற்கவேண்டும் என்று தான் கூறியதாகத் தெரிவித்தார். அதிகாரிகள் தமது வாக்குறுதியை நிறைவேற்றாவிட்டால், மீண்டும் அவர்கள் போராட்டத்தில் இறங்கலாம் என்றார்.

பிப்ரவரி 26 அன்று காந்தி புனாவில் இருந்து மற்றொரு நீண்ட அறிக்கையை வெளியிட்டார். அதில் அவர் "மார்ச்சில் இந்தியா வரும் கேபினட் குழு மீது நம்பிக்கை வைக்க வேண்டும்" என்றார். 'காத்திருப்பதால் எதையும் இழக்கப் போவதில்லை... பிரிட்டிஷ் அறிவிப்பை நம்பாது பிரச்சனை செய்வது தொலைநோக்குப் பார்வை இல்லை என்பதையே காட்டும்... அதிகாரபூர்வமான ஒரு குழு ஒரு பெரிய தேசத்தை ஏமாற்றுவதற்கா வரும்? அப்படி நினைப்பது ஆண்மையுமல்ல...பெண்மையுமல்ல...' என்றார்.

காந்தி – அருணா மோதல் பொது வெளியில் நடந்தது. வன்முறை – அஹிம்சை பற்றிய பாடங்களில் மக்களுக்கு அக்கறை இல்லை என்று அருணா கூறியதை காந்தி விமர்சித்தார். 'மக்கள் எந்த வழி தமக்குச் சுதந்திரம் பெற்றுத் தரும் என்பதை அறிய மிகவும் ஆர்வமாக உள்ளனர். அஹிம்சை வழி இந்தியாவை அதன் நீண்ட உறக்கத்திலிருந்து எழுப்பி, அதனுள் ஒரு ஏக்கத்தை ஏற்படுத்தியதா, இல்லையா என்பதை அருணாவும், அவரது தோழர்களும் நினைத்துப் பார்க்க வேண்டும்... பாம்பே நிகழ்வுகள் குறித்த எனது அறிக்கையை தைரியமாக நிராகரித்த அவரை; நான் ஒரு புரட்சியாளராக இருந்தால் நான் அவரது நிராகரிப்பை கண்டுகொண்டிருக்க மாட்டேன். அவர் தலைமறைவாக இருக்கும் ஏராளமான தொண்டர்களின் பிரதிநிதி என்பதற்காகவே அவரது நிராகரிப்பை நான் கண்டுகொண்டேன்... அவரது வீரத்தை, தேச பக்தியை, அறிவுக் கூர்மையைப் பார்த்து வியக்கிறேன். ஆனால் எனது வியப்பு அத்தோடு நின்றுவிடுகிறது. அவர் தலைமறைவாக இருப்பதை நான் விரும்பவில்லை. அருணா இந்துக்களையும், முஸலீம்களையும் அரசியலமைப்பிற்கு முன்னால் இணைப்பதை விட போலீஸ் தடுப்பரணுக்கு முன்னால் இணைப்பதை விரும்புகிறார். இது தவறானது. தடுப்பரணுக்கு முன்பு ஏற்படும் ஒற்றுமை நேர்மையானதாயின், அரசியலமைப்பு முன்பாகவும் ஒற்றுமை ஏற்பட வேண்டும். போராளிகள் எல்லா நேரங்களிலும் தடுப்பரணிகளின் முன்னால் மட்டுமே வாழ்வதில்லை. அவர்கள் தற்கொலை செய்து கொள்ளுமளவு அறிவற்றவர்கள் அல்ல. தடுப்பரண் வாழ்வைத் தொடர்ந்து, அரசியலமைப்பு வரவேண்டும். அருணாவும், அவரது நண்பர்களும், அவர்களுடைய வீரமும், தியாகமும் அவர்களுக்கு அளித்துள்ள சக்தியை நல்ல விதத்தில் பயன்படுத்தட்டும்.

கப்பற்படை எழுச்சியில் இருந்த இந்த அரசியல் பிளவு பிரிட்டிஷாருக்கு வசதியாக இருந்தது. போராட்டத்தையும், அதன் தலைவர்களையும் ஒடுக்க உதவியது. சர்.கிளாட் அச்சின்லெக் விடுத்த அறிக்கையில் பாதுகாப்புப் படைகளில் அரசியல் கலப்புக்கு எதிராகப் பேசினார். ‘கூட்டு ஒழுங்கீனம் எந்த வடிவை எடுத்தாலும் – வேலை ஆர்ப்பாட்டம் போன்ற நேர்மறையாகவோ – அது வன்முறைச் செயல்தான். உத்தரவுகளுக்குப் பணிய மறுப்பதன் மிக மென்மையான வடிவங்கள் எளிதில் பரவக் கூடியவை. அவை எளிதாக வன்முறைக்கு இட்டுச் செல்லும்’ என்றார் அவர்.

பிப்ரவரி 24 அன்று அஸஃப் அலி தலைமை தளபதி அசின்லெக்கையும், போர் மந்திரி பிலிப் மேஸனையும் பலமுறை சந்தித்தார். முன்பே மத்திய சட்டசபையில் விவாதிக்கப்பட்ட பாதுகாப்பு ஆலோசனைக்குழு செயல்பாடுகள் பற்றி விவாதிக்க என்று வெளியில் சொல்லப்பட்டாலும், உண்மையில் தலைமை தளபதி காங்கிரஸின் ஒத்துழைப்பைப் பெற ஆர்வமாக இருந்ததால், அது பற்றியும் பேசினார்கள். காங்கிரஸும் விரைவில் ஆட்சி மாற்றத்தை எதிர்பார்த்ததால், குழுவில் இணைந்தது. எனினும் முஸ்லிம் லீக் இதில் ஆர்வம் காட்டவில்லை. பத்து புதிய அதிகாரிகளல்லாத உறுப்பினர்களை நியமிப்பது பற்றி பேசினாலும், அதன் இரு உறுப்பினர்கள் மட்டுமே கலந்து கொண்டனர்.

கப்பற்படை போராட்டத்திற்கான அரசியல் எதிர்வினையின் நோக்கம், வழிமுறை என்னவாக இருப்பினும், மக்கள் ஆதரவு என்ற விஷயத்தில் லீக், காங்கிரஸை விட கம்யூனிஸ்ட்களுக்கு நல்ல பெயர் கிடைத்தது. இதை உணர்ந்த காங்கிரஸ் பிப்ரவரி 26 செவ்வாய் மாலை 6 மணிக்கு சௌபாத்தி கடற்கரையில் ஒரு பொதுக்கூட்டத்திற்கு ஏற்பாடு செய்தது.

பண்டிதநேரு பீஹார், ஐக்கிய மாகாணங்களில் தனது தேர்தல் பிரச்சார பயணத்தை ரத்து செய்துவிட்டு பிப்ரவரி 25 திங்களன்று பாம்பே வந்தார். விக்டோரியா டெர்மினஸில் அவருக்காக பெரும் கூட்டம் காத்து நின்றது. எனினும் ஒரு சிறப்புத் தூதுவர் மூலம் சர்தார் படேல் அனுப்பிய தகவலின் அடிப்படையில் அவர் பைகுல்லா நிலையத்திலேயே இறங்கிவிட்டார். அக்கால கட்டத்தின் விஷயமறிந்தவர்கள் படேல் நேருவிடம் கடுமையான வார்த்தைகளில் பேசினார், போராட்டக்காரர்களுக்கு உதவுவது முட்டாள்தனம் என்று அறிவுறுத்தினார் என்கிறார்கள். நேருவை படேல் தனது பக்கமாக இழுத்துவிட்டார்.

Ten Years of Freedom என்ற நூலில் காஞ்சி துவாரகதாஸ் எழுதியிருப்பதாவது : ‘பைகுல்லாவிலிருந்து நேரு நேராக மரைன்

டிரைவில் இருந்த சர்தார் படேல் வீட்டிற்கு வந்தார். கிட்டத்தட்ட இரண்டு மணி நேரம் இருவரும் விவாதித்தார்கள். பாம்பேயின் பதட்டமான சூழல் பற்றி படேல் நேருவிடம் விளக்கினார். பொதுக் கூட்டத்திற்கு முன்பாக நேரு பத்திரிகையாளர்களை சந்தித்தார். அப்போது மாலுமிகள் மீது அனுதாபம் இருப்பதை ஏற்ற அவர், கம்யூனிஸ்ட்கள் தூண்டிவிட்ட வன்முறையைக் கண்டித்தார். கேஸில் பாரக்ஸில் நடந்த துப்பாக்கிச் சூடு மக்களை பாம்பேயில் பெரிய போர் நடந்ததாக நினைக்க வைத்து விட்டது என்றார்.

"பதட்டம் நிலவும் சூழலில், அதில் சிறு நெருப்பை பற்ற வைப்பது எளிது " என்றார் அவர். 'மாலுமிகளின் அறைகூவலுக்கு இணங்க பாம்பேயில் ஹர்த்தால் நடத்த வேண்டாமா?' என்று கேட்டதும் நேரு கோபமடைந்தார். 'மாலுமிகளின் போராட்டக் குழு இப்படி ஒரு வேண்டுகோள் விடுக்க முடியாது. இது மாதிரியான விஷயங்களை நான் பொறுத்துக் கொள்ள மாட்டேன்' என்றார்.

அவர் கோபப்பட்டது இந்த ஒருமுறை மட்டுமல்ல. அவர் மாலுமிகள், கப்பற்படை அதிகாரிகள், அரசியல்வாதிகள் என பல குழுக்களை சந்தித்தார். இச்சந்திப்புகளில் ஒன்றைப் பற்றி அட்மிரல் சத்யேந்திர சிங் தனது *Under Two Ensigns* என்ற நூலில் எழுதியுள்ளார். பண்டித நேரு கார்மைக்கேல் சாலையில் இருந்த தனது சகோதரி கிருஷ்ணா ஹத்திசிங் இல்லத்தில் இப்படியொரு குழுவைச் சந்தித்தார். தல்வாரின் தலைமை தளபதியாக பொறுப்பேற்றிருந்த கமாண்டர் எஸ்.ஜி.கார்மர்கர், அவரது நண்பர் வெங்கட்ராவ் ஓகல் என்ற தொழிலதிபர், அரசியல்வாதியான ராவ் சாஹிப் பட்வர்தன், அவரது சகோதரர் ஜனார்தன் பட்வர்தன், அப்பா பந்த், லெப்.எஸ். என்.கோலி (பின்னாளிக் கப்பற்படையின் தளபதி) ஆகியோர் ஒரு குழுவாக வந்திருந்தனர்.

கமாண்டர் கார்மர்கர் இச்சந்திப்பு பற்றிக் கூறியதாவது : 'அது சுவாரஸ்யமான கூட்டம். போராட்டத்தின் முக்கிய அம்சங்கள் பற்றி திரு.நேருவிற்கு சொல்லப்பட்டன. திரு நேரு திசை மாறி இளமை, உற்சாகம், குறிக்கோள் போன்றவை பற்றியெல்லாம் பேச ஆரம்பித்தார். ஒரு அருமையான கட்டுப்பாடான ராணுவத்தை இளைஞர்கள் தாறுமாறாக நடந்துகொண்டு நாசம் செய்தால், அவர் அந்த இளைஞர்களை ஆதரிப்பதா? என்று கேட்டதும், அந்தப் பெரியவர் கோபமுற்றார். அதன் விளைவாக சந்திப்பு சீக்கிரமாக முடிந்து விட்டது'.

அதே சந்திப்பு பற்றி எஸ்.என்.கோலி கூறும்போது, 'திருமதி. ஹத்திசிங் வீட்டில், எங்களது முறைக்காக காத்திருந்தோம். எங்கள்

முறை வந்து, உள்ளே சென்றதும், நேரு, 'உங்களுக்கு என்ன வேண்டும்?' என்றார். எனக்கு அதிர்ச்சி. காரணம் அவர்தான் எங்களை அழைத்திருந்தார் என்று நினைத்திருந்தேன் நான். 'நாட்டின் குழப்பமான அரசியல் சூழலில் எப்படி நடந்து கொள்ள வேண்டும் என்று ராணுவத்தினருக்கு எந்தச் சந்தர்ப்பத்திலும் காங்கிரஸ் தெளிவாக வழிகாட்டுதல் அளித்ததில்லை' என்று சொன்னேன். பண்டிட்ஜி முகம் சிவந்தார். 'என் வேலை என்ன என்று கற்றுத் தந்ததற்கு நன்றி' என்றார் கோபமாக. பிறகு போராட்டத்தின் காரணங்கள் பற்றி பேச்சை மாற்றிவிட்டோம்.'

பாம்பே சௌபாத்தி கூட்டம் பற்றி நாடே எதிர்பார்ப்போடு காத்திருந்தது. அதற்கு படேல் தலைமை தாங்கினார். நேரு உரையாற்றினார்.

'சமீபத்தில் நகரம் மீண்டு வந்திருக்கும் சோக நிகழ்ச்சி' பற்றிதான் பொதுக்கூட்டம் என்று முடிவாகி இருந்தது. கூட்டத்தில் மக்கள் அமைதி காக்க வேண்டும் என்று வேண்டுகோள் விடுக்கப்பட்டது.

படேல், நேரு இருவருமே உணர்ச்சிகரமாக உரையாற்றினார்கள். இரண்டு லட்சம் பேருக்கு மேல் கலந்து கொண்ட மாபெரும் கூட்டம்.' ஏகாதிபத்திய எதிர்ப்புணர்வையும், அரசியல் விழிப்புணர்வையும் பயன்படுத்தி மக்களை தவறான திசையில் செலுத்தும் முயற்சிகளுக்கு இரையாக வேண்டாம். அத்தகைய வழி முழுமையான அராஜகத்திற்கும், குழப்பத்திற்கும் இட்டுச் செல்லும். அப்பாவி மக்களை ராணுவம் சுட்டுக் கொன்றதைத் தொடர்ந்த மூன்று நாட்களின் அராஜகத்திற்குப் பிறகு இந்த துயரச் சம்பவங்கள் குறித்து நாம் யோசிக்க வேண்டிய நேரம் இது. 300 பேருக்கு வேதனைகளும் எதற்காக?.. காங்கிரஸ் ஒரு போராட்டத்திற்கு அறைகூவல் விடுக்காமல், வழக்கம் போல் அமைதியான ஆக்கபூர்வ நடவடிக்கைகளில் ஈடுபட்டிருக்கும்போது, மக்கள் ஏன் இப்படி ஒரு எழுச்சி பற்றி யோசித்தார்கள் என்பதை என்னால் புரிந்து கொள்ள முடியவில்லை. தம்மை காங்கிரஸ்காரர்கள் என்று சொல்லிக் கொண்டு இப்படி அராஜகத்தை, குழப்பத்தை ஏற்படுத்துவோரின் வார்த்தைகளை கேட்க வேண்டாம் என்று மக்களை வேண்டுகிறேன்... காங்கிரஸ் தலைமை தவறு செய்கிறது என்று நீங்கள் கருதினால், தலைமையை மாற்றுவது உங்கள் பொறுப்புதான்' என்றார் படேல்.

கம்யூனிஸ்ட் கட்சி மக்களுக்குத் தவறான பாதையைக் காட்டி, அவர்களது தேசபக்தியைச் சுரண்ட நினைக்கிறது என்றார் படேல். 'மக்களிடையே இழந்து வரும் தமது செல்வாக்கிற்குப் புத்துயிர் தருவதற்காக அவர்கள் செய்யும் சிறு முயற்சிதான் இது' என்றார்.

மாலுமிகளின் நடவடிக்கைகளை 'போக்கிரித்தனமன்றி வேறொன்றுமில்லை' என்று படேல் கண்டித்தார். 'சுதந்திரம் எனும் கப்பல் இந்தியக் கரையை நெருங்கி வருகிறது. மக்கள் ஏதேனும் செய்து அதைக் கவிழ்த்துவிடக் கூடாது' என்றார். மாலுமிகள் மீது பழிவாங்கல் நடவடிக்கை இருக்காது என்ற தனது வாக்குறுதியை மீண்டும் வலியுறுத்தினார். 'சட்டப்படி பார்க்கப் போனால், இப்படியான கூட்டுச் செயல் குற்றமாகத்தான் பார்க்கப்படும். ஆனால் அந்தஸ்து, சம்பளம், வாழ்க்கைத் தரம் போன்றவற்றில் இனப்பாகுபாடு இருக்கும்போது, இத்தகைய குற்றத்திற்கு தண்டனை எதுவும் இருக்காது' என்றார்.

பண்டிதநேரு இன்னும் வெளிப்படையாகப் பேசினார். 'அரசியல் என்பது சுதந்திரத்தின் மீதான விருப்பம் என்றால், நான் ராணுவத்தில் அரசியலை 100 சதம் ஆதரிக்கிறேன்,' என்றார். 'இந்தியாவில் ஒரு போர்வீரனாகவும், ஒரு குடிமகனாகவும் ஒருவரது கடமைகளுக்கு இடையே முரண்பாடு உள்ளது' என்றார். 'அப்படியான முரண்பாட்டில், மேலதிகாரிக்கு அடிபணிவதைவிட சுதந்திரத்திற்காகப் போராடும் கடமை முன்னுரிமை பெறுவது சரிதான் என்பது தனது கருத்து' என்றார். 'நாட்டின் விடுதலைக்காக அந்நிய ஆட்சியாளரை எதிர்த்துப் போராட நம் ராணுவத்தினருக்கு எல்லா உரிமைகளும் உள்ளன' என்றார்.

'நமது பையன்கள் அரசியலை விடுத்த, அந்நிய அரசின் கூலி இயந்திரமாக வேலை செய்ய முடியாது. நமது ராணுவம் முற்றிலும் அரசியல் உணர்வு பெற்றிருக்க வேண்டும். ஏனெனில் படைவீரர்களாக இருப்பதோடு, அவர்கள் இந்நாட்டின் குடிமகன்களாகவும் இருக்க வேண்டும். நாட்டின் குடிமகன்களாக தம் மக்களுக்கு சில கடமைகளை ஆற்ற வேண்டும் என்பதையும் அறிந்து கொள்ள வேண்டும்... தம் சொந்த மக்களை ஒடுக்கும் அந்நிய அரசின் படையாக இருக்காமல், தம் மக்களுக்கு பொருத்தமான வகையில் சேவை செய்யும் வழிமுறையைக் கண்டுபிடிக்கும் பிரச்சனைதான் இப்போது. அவர்கள் நாட்டிற்கான தமது கடமை, தங்களது படைவீரருக்கான கட்டுப்பாடு இரண்டிற்கும் நடுவே குழம்பி நிற்கிறார்கள்' என்றார்.

கலவரங்களையும், இறப்புகளையும் பற்றிக் குறிப்பிடும் போது, 'அதிகரித்துவரும் இறப்புகள் பற்றிய செய்திகளைப் படிக்கும்போது என் இதயத்தில் ரத்தம் வடிகிறது. என்னால் பாம்பே வராமல் இருக்க முடியவில்லை. கப்பற்படைச் சம்பவம் பாதுகாப்புப்படைகளின் வரலாற்றில் முற்றிலும் புதிய ஒரு அத்தியாயத்தை ஆரம்பித்துள்ளது... நமது ராணுவம் நமது மக்களோடு நெருக்கமாக இருக்க வேண்டும்

என்பது என் ஆழமான நம்பிக்கை... இதுவரை ராணுவம் ஒரு ஆக்கிரமிப்பு ராணுவமாகத்தான் பணியாற்றியுள்ளது. நமது அந்நிய ஆட்சியாளர்களால் ஒடுக்குமுறை கருவியாகப் பயன்படுத்தப்பட்டது... இப்போதைய கப்பற்படை எழுச்சி வெள்ளையர் இந்தியருக்கு இடையிலான பாரபட்சம், இழிவுபடுத்தலுக்கு எதிரான கடும் போராட்டத்தின் வெளிப்பாடாகும்' என்றார்.

'ஐ.என்.ஏ. சம்பவம், சமீபத்திய விமான, கப்பற்படை எழுச்சி ஆகியவை நாட்டிற்கு மிகப் பெரிய சேவை செய்துள்ளன. மக்களுக்கும், ராணுவத்திற்கும் இடையில் இருந்த இடைவெளி நிரப்பப்பட்டு விட்டது. மக்களும், ராணுவத்தினரும் இணைந்து விட்டனர். நாட்டை அந்நிய ஆட்சியிலிருந்து விடுவிப்பதே நமது ஒரே பொது நோக்கம் என்பதை இருவரும் உணர்ந்து விட்டனர்' என்றார்.

சர்தார் படேலும், மௌலானா ஆஸாதும் பழிவாங்கல் நடவடிக்கை இருக்காது என்று உறுதி தந்ததை அவரும் ஒப்புக் கொண்டார். 'இன்றைய அடிமை நிலையில் படேலோ, ஆஸாதோ இப்படியொரு உத்திரவாதம் தரும் நிலையில் இல்லை' என்றார்.

'பழிவாங்கல் நடவடிக்கை இருக்காது' என்ற உத்திரவாதம் தந்து சரணடையச் செய்த நான்கே நாட்களில் காங்கிரஸ் தனது வார்த்தைகளிலிருந்து பின்வாங்கி விட்டது.

நகரில் நிகழ்ந்த வன்முறை சம்பவங்கள் பற்றி, வேண்டுமென்றே, இரக்கமின்றி நடத்தப்பட்ட துப்பாக்கி சூட்டில் அப்பாவி மக்கள் பலியானது பற்றி அவர் ஆழ்ந்த வருத்தம் தெரிவித்தார். கம்யூனிஸ்ட்களைத் தாக்கிய அவர், 'நகரத்தில் மாலுமிகள் மீது பெரிய அனுதாபம் இருப்பது வெளிப்படை. பரபரப்பான நேரத்தில், அந்தப் பரபரப்பில் தீயைக் கொளுத்திப் போடுவது எளிது. இப்படியொரு சூழலை தமக்குச் சாதகமாகப் பயன்படுத்திக் கொள்ள பல கோஷ்டிகள் உள்ளன. சில கோஷ்டிகள் தம்மை புரட்சிகரமானவர்கள் என்று சொல்லிக் கொள்கின்றன. அவர்களால் பொதுவெளியில் இயல்பாகச் செயல்பட முடியாது. காரணம் அவர்களது புரட்சி 18ஆம் நூற்றாண்டின் வகை' என்றார்.

'சில வெளிநாட்டினரிடம் பொறுப்பற்ற முறையில் தவறாக நடந்துகொண்டு, அவர்களது கழுத்துப்பட்டி, தொப்பி ஆகியவற்றை எரித்து தமது இனவெறியைக் காட்டிக் கொண்டோரை' அவர் கண்டித்தார். தனது சுதந்திரப் போராட்டத்தில் இந்தியாவிற்கு வன்முறை தேவையில்லை. வன்முறைதான் தேவை என்று நான் உணர்ந்தால், அதற்கான அறை கூவலை விடுக்கும் முதல் நபராக நான்தான் இருப்பேன்' என்றார் நேரு.

பிப்ரவரி 27 அன்று ஆளுனர் கால்வில்லி வைசிராய் வேவலுக்கு எழுதிய கடிதத்தில் ஒரு சுவையான செய்தி உள்ளது. 'இந்தக் கடிதம் எழுதும்போது எஸ்.கே.பாடீல் (பாம்பே மாகாண காங்கிரஸ் பொதுச் செயலாளர்) படேலிடமிருந்து ஒரு செய்தியை எடுத்து வந்ததாகச் சொல்லி என்னைப் பார்க்க அனுமதி கேட்டார். கப்பற்படை போராட்டத்திற்கு பழி வாங்கக் கூடாது, கனிவான போக்கு கடைப்பிடிக்கப்படும் என்ற நம்பிக்கையை தெரிவிப்பதற்கான சந்திப்பு'.

பாம்பேயின் சற்று தீவிரமான காங்கிரஸ்காரர்களின் அழைப்பின் பேரில், படேலின் அறிவுரையை மீறி நேரு பாம்பே வந்ததாக கால்வில்லி கூறுகிறார். இங்கே வந்ததும், வன்முறையை அடக்க வேண்டியதன் அவசியம் பற்றி அவருக்கு எடுத்துரைக்கப்பட்டதால், நிலமையை மேலும் தீவிரமாக்குவதிலிருந்து அவர் தடுக்கப்பட்டார். இப்போது மீண்டும் நகரம் அமைதியாகி விட்டது. பல சக்திகள் கப்பற்படை எழுச்சியை சாதகமாகப் பயன்படுத்தி, அதன் தலைவர்களை தியாகிகளாகச் சித்தரிக்க முயற்சி செய்கின்றன.

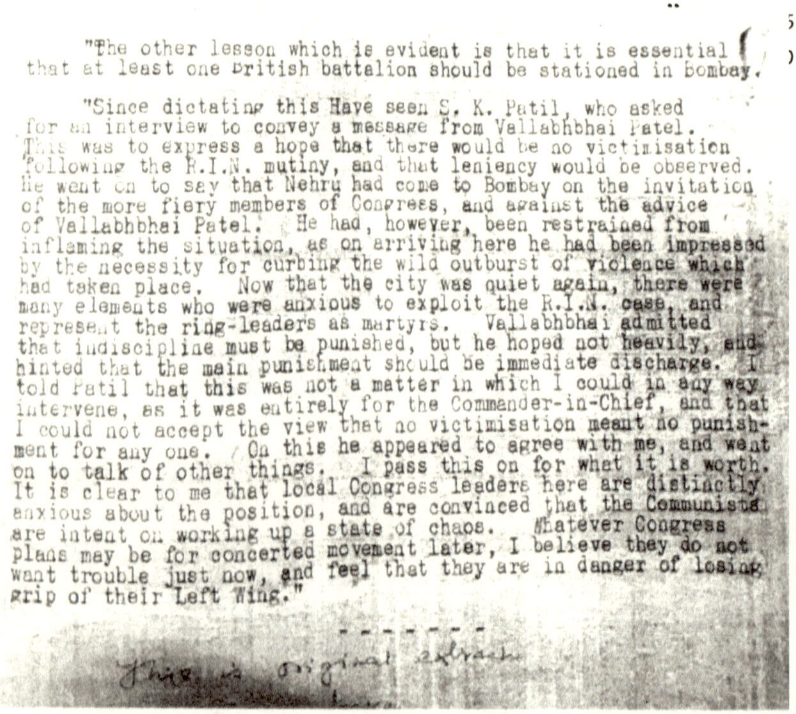

"The other lesson which is evident is that it is essential that at least one British battalion should be stationed in Bombay.

"Since dictating this Have seen S. K. Patil, who asked for an interview to convey a message from Vallabhbhai Patel. This was to express a hope that there would be no victimisation following the R.I.N. mutiny, and that leniency would be observed. He went on to say that Nehru had come to Bombay on the invitation of the more fiery members of Congress, and against the advice of Vallabhbhai Patel. He had, however, been restrained from inflaming the situation, as on arriving here he had been impressed by the necessity for curbing the wild outburst of violence which had taken place. Now that the city was quiet again, there were many elements who were anxious to exploit the R.I.N. case, and represent the ring-leaders as martyrs. Vallabhbhai admitted that indiscipline must be punished, but he hoped not heavily, and hinted that the main punishment should be immediate discharge. I told Patil that this was not a matter in which I could in any way intervene, as it was entirely for the Commander-in-Chief, and that I could not accept the view that no victimisation meant no punishment for any one. On this he appeared to agree with me, and went on to talk of other things. I pass this on for what it is worth. It is clear to me that local Congress leaders here are distinctly anxious about the position, and are convinced that the Communists are intent on working up a state of chaos. Whatever Congress plans may be for concerted movement later, I believe they do not want trouble just now, and feel that they are in danger of losing grip of their Left Wing."

- - - - - - -

பாம்பே ஆளுநர் ஜான் கால்வில்லி வைசிராய் வேவல் பிரபுவிற்கு எழுதிய கடிதம்.

நம்புகிறார். முக்கியமான தண்டனை வேலையை விட்டு நீக்குவதாக இருக்கக் கூடாது என்று கோடிட்டுக் காட்டினார். நான் படேலிடம், இவ்விஷயத்தில் நான் எந்த விதத்திலும் தலையிட முடியாது. அது முழுக்க தலைமை தளபதிதான் முடிவு செய்ய வேண்டும் என்றேன். பழிவாங்கல் கூடாது என்பதற்காக, யாருக்கும் எந்த தண்டனையும் இருக்கக் கூடாது என்ற கருத்தை என்னால் ஏற்க முடியாது என்றேன்.... நிலைமை பற்றி உள்ளூர் காங்கிரஸ் தலைவர்கள் மிகவும் பதட்டமாக இருக்கிறார்கள். கம்யூனிஸ்ட்கள் குழப்பம் விளைவிப்பார்கள் என்று நினைக்கிறார்கள். பின்னர் ஒருங்கிணைந்த இயக்கத்திற்காக காங்கிரஸ் ஏதேனும் திட்டம் வைத்திருக்கவும், இப்போதைக்கு எந்த பிரச்சினையும் வேண்டாம் என்ற அவர்கள் நினைப்பதாக நான் நம்புகிறேன். அவர்கள் தமது இடதுசாரி சார்புள்ளவர்கள் மீதான பிடிமானத்தை இழந்துவிடும் அபாயத்தில் இருப்பதாக நினைக்கிறார்கள் என்று உணர்கிறேன்'.

இளம் மாலுமிகளின் வெள்ளந்தியான தேசபக்திக்கும், பல்வேறு தலைவர்களின் அரசியல் நோக்கங்களுக்கும் இடையிலான முரண்பாடு கப்பற்படை எழுச்சியின் மீது மிகப் பெரிய ஒரு நிழலைப் போர்த்தியது. அதன் விளைவாக, பரிதாபகரமாக அது, சுதந்திரத்திற்குப் பிறகு இருளுக்குள் தள்ளப்பட்டது.

REFERENCES

B.C. Dutt, *Mutiny of the Innocents.* Bombay: Sindhu Publications, 1971, pp. 151–85.

Dilip Kumar Das, *Revisiting Talwar: A Study in the Royal Indian Navy Uprising of February 1946.* Delhi: Ajanta Publications, 1993, pp. 234–370.

Kanji Dwarkadas, *Ten Years of Freedom.* Delhi: Popular Prakashan, 1968.

Kusum Nair, *The Army of Occupation.* Delhi: Padma Publications, 1946.

Lockhart-RIN Mutiny; Hour by hour event description, NAI.

Lt. Cdr. G.D. Sharma, VSM (Retd), *The Untold Story of Naval Mutiny: Last War of Independence.* Delhi: Vij Books, 2015.

Memoranda for Board of Enquiry Commission by Sub. Lieut. M.M. Qasin, RINVR. National Archives of India (NAI).

Mian Zahir Shah, *Bubbles of Water.* Islamabad: PN Book Club, 2001.

Rear Admiral Satyindra Singh AVSM (Retd), *Under Two Ensigns: The Indian Navy 1945–1950.* New Delhi: Oxford and IBH Publishing Co., 1986.

The Indian Annual Register (January–June 1946), Vol. 1, pp. 235, 289–98, 301–07.

(138)

The Hindustan Times

LARGEST CIRCULATION IN NORTHERN, NORTH-WESTERN & CENTRAL INDIA. DELHI EDITION
Regd. No. L. 1752
VOL. XXIII. NO. 53 NEW DELHI: SATURDAY, FEBRUARY 23, 1946. PRICE 1½ ANNAS

BOMBAY IN REVOLT : CITY A BATTL

CONTINUOUS FIRING BY POLICE AND MILITARY

CASUALTIES UNOFFICIALLY LISTED AT 60 KILLED, 600 INJURED

MOBS LOOT BANKS AND POST OFFICES BURN POLICE POSTS

Bombay witnessed for 12 hours on Friday the fiercest mob fury in its history leading to repeated clashes between the police and military armed with rifles, machine-guns and armoured cars on the one side and angry mobs on the other. The police and military resorted to repeated firing at frequent intervals.

All the city's workers were on the streets and the disturbance became more and more widespread as the day wore on till it enveloped the entire city from the Fort to Dadar and Mahim, a distance of 10 miles.

Naval ratings going out in a truck on the first day of their strike.

BOMBAY RATINGS DECIDE ON SURRENDER

STRIKE CALLED OFF ON SARDAR PATEL'S ADVICE

THE SURR 'HINDU

6 RATINGS BATTLE W

ENTIRE SHIP'S CO ALL QUIET

IT IS OFFICIALLY ANNO IS QUIET AT KARACHI. H.M.I. RENDERED, HAS BEEN EVACU

The Statesman.

NORTHERN INDIA EDITION
PUBLISHED SIMULTANEOUSLY FROM CALCUTTA AND DELHI
DELHI, SATURDAY, FEBRUARY 23, 1946

RIOTERS MACHINE-GUNNED IN BOMBAY

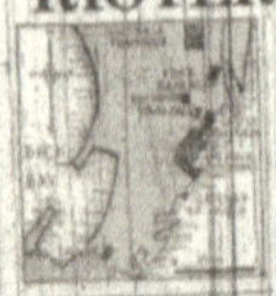

MOBS ATTACK POLICE AND MILITARY

60 KILLED, 600 WOUNDED IN ALL-DAY FIRING

CURFEW IMPOSED IN

R.I.N. STRIKERS AT BOMBAY TO SURRENDER

R.I.N. MUTINEERS IN BOMBAY

WORLD STA PLEAD ENDURING

"NOBODY IS AGAINST RU

STRONG U.N.O. & ACCORD ESS

Dawn

CITY EDITION
Founded by MOHAMMAD ALI JINNAH
Edited by ALTAF HUSAIN
VOL. V NO. 54 DELHI: SUN. FEB. 24, 1946. 21 RABI-UL-AWWAL, 1365 A.H. PRICE 1½ ANS.

NIGHTMARE GRIPS BOMB

FRESH TROUBLE BREAKS OUT IN MANY PARTS OF THE CITY

Two Trains Set On Fire At Dadar Station

MILL AREA MOST AFFECTED: REPEATED FIRING ON CROWDS

Unconditional Surrender of RIN Ratings

CENTRAL ASSEMBLY

GOVERNMENT C ON RIN RIS

RACIAL DISCRIM THE ROOT

By 'Dawn' Gallery Corres

THE Central Assembly censured the Go 74 votes to 60 for the grave situati result of the mishandling of the R.I.N. s

The Assembly met in a tense atmos the gravity of the situation, the Deputy

12

இரத்தம், கண்ணீர், வேதனை

பிப்ரவரி 22 வெள்ளிக்கிழமை

எழுச்சியில் அதிக ரத்தம் சிந்தப்பட்ட நாளாக அந்த நாள் விடிந்தது. வெள்ளியன்று, அரசியல் தலைமை, மாலுமிகளைக் கைவிட்ட பிறகும், எளிய பொதுமக்கள் தடைகளை மீறி பீரங்கிகளையும், குண்டுகளையும் வீரமாக எதிர் கொண்டார்கள்.

சுமார் 350 முதல் 700 பேர் வரை கொல்லப்பட்டிருக்கலாம். 1000 முதல் 1500 பேர் வரை காயமடைந்திருக்கலாம், அதில் சிலருக்கு கடுமையான காயங்கள் என பத்திரிகைச் செய்திகள் கணக்கிட்டன.

அந்தத் தியாக நாள் பாம்பேயின் தொழிலாளர்கள், மாணவர்களின் நாளாகும். அன்று பொதுமக்கள் இறப்பு எண்ணிக்கையை 1919 ஏப்ரல் 13 ஜாலியன்வாலாபாக் படுகொலையின் இறப்பு எண்ணிக்கையோடு ஒப்பிடலாம். பாம்பேயின் பொதுமக்கள் - மில் தொழிலாளர்கள், மாணவர்கள் - பிரிட்டிஷ் படைகள், போலீஸை எதிர்த்து கடுமையாகப் போரிட்டார்கள் என்பதே வித்தியாசம். மேலும், ஜாலியன்வாலாபாக் போல 1946 பிப்ரவரி 22 எந்த நினைவுச் சின்னத்தாலோ, நினைவு நாட்களாலோ கொண்டாடப்படுவதில்லை. இந்திய சுதந்திர இயக்கத்தின் ‘அங்கீகரிக்கப்பட்ட’ வரலாற்றிலிருந்து அது துண்டிக்கப்பட்டு விட்டது.

பிரிட்டிஷ் பத்திரிகைகள் இதை விரிவாக எழுதியது, பிரிட்டனில் இது குறித்த பரந்துபட்ட கருத்தை பிரதிபலிக்கிறது. ‘இந்திய மாலுமிகள் சரணடைய மறுப்பு. மக்கள் போலீஸுடன் மோதல்’ என்று டெய்லி டெலிகிராஃப் தலைப்புச் செய்தி வெளியிட்டது. ‘கிளர்ச்சியாளர்கள் பாம்பே கடைகளை கொள்ளை - பாம்பே கும்பல் கட்டுப்பாட்டை மீறியது’ என்றது மான்செஸ்டர் கார்டியன்.

லங்காஷையர் டெய்லி போஸ்ட்டின் முதல் பக்கம் மிகைப்படுத்தி செய்தி வெளியிட்டபோதும், அதன் பெட்டிச் செய்தி ஒரு முரணை

சுட்டிக் காட்டியது. 'பாம்பேயின் பயங்கரக் காட்சிகள் : வன்முறைக் கும்பல், கலவரம், கொள்ளை... பதட்டம் அதிகரிப்பால் படைகள் விரைந்தன' என்றது முதல் பக்கம். பெட்டிச் செய்தி 'கிரிக்கெட் தொடர்கிறது' என்றது. 'பாம்பேயின் பிரச்சனைகளுக்கு நடுவே அமைதியான இடமும் ஒன்று உண்டு – ஃபோர்ட் பகுதியில் உள்ள இந்திய கிரிகெட் கிளப்பின் மைதானம். அங்கு மண்டல கிரிக்கெட் போட்டிகள் தடையின்றி நடந்து வருகின்றன' என்றது அச்செய்தி.

குஸோசெஸ்டரிலிருந்து வெளிவந்த சிட்டிசன் ஓரளவிற்கு நடுநிலையான தலையங்கத்தை வெளியிட்டது. 'இந்திய கப்பற்படையில் எழுந்துள்ள கிளர்ச்சியை அடக்க அரசாங்கம் உடனடியாக நடவடிக்கைகள் எடுத்துள்ளது. நிலம், கடல், வான்வழியே கூடுதல் படைகள் பாம்பே செல்கின்றன. படைகளைக் கொண்டு கிளர்ச்சியாளர்களை அடக்குவோம் என்று வைஸ் அட்மிரல் காட்ஃபிரே கூறினார்' என்றது.

மேலும் அது, 'நாம் இதைப் பாராட்டினாலும்... இதற்கான தேவை ஏற்பட்டது குறித்து வருந்துகிறோம். மிகச் சமீபத்தில் ஒரு பொது எதிரியை எதிர்த்துக் கைகோர்த்திருந்த பிரிட்டிஷாரும், இந்தியரும் ஒருவரையொருவர் சுட்டுக் கொள்வது வேதனைக் குரியது. இந்தியர்களின் வீரம், வெற்றிக்கு அவர்களது பங்களிப்பு ஆகியவற்றை பிரிட்டிஷ் மக்கள் ஒருபோதும் மறக்க மாட்டார்கள். இந்தியர்களின் அரசியல் விருப்பங்களுக்கு பிரிட்டிஷ் மக்களின் ஆதரவு முழுமையாக உண்டு. இந்தியாவின் சுயாட்சிக்கு உதவ அவர்கள் உறுதியேற்றுள்ளனர்....' என்றது.

இச்சமயத்தில், தேசியத் தலைவர்கள் தம் பக்கம் இல்லை என்பதை மாலுமிகள் உணர்ந்து விட்டார்கள். காங்கிரஸ், முஸ்லிம் லீக் ஆகிய இரண்டு முக்கிய கட்சிகளும் அக்கறை காட்டவில்லை. மாலுமிகள் போராட்டத்தை தொடர்வதை ஊக்குவிக்கவில்லை. கம்யூனிஸ்ட்கள் மட்டுமே இந்த வீரமான இளைஞர்கள் பின்னால் உறுதியுடன் நின்றார்கள்.

கம்யூனிஸ்ட் கட்சி விடுத்த அறிக்கை, 'தமது நியாயமான கோரிக்கைகளுக்காகப் போராடும் மாலுமிகளை இரும்புக் கரம் கொண்டு ஒடுக்கும் அந்நிய அரசாங்கத்தின் செயலை ஒவ்வொரு இந்தியனும் கண்டிக்கிறான். இந்த வீர இளைஞர்களை 'சரணடை அல்லது அழிந்து போ' என்று மிரட்டிய தலைமை தளபதியின்

ஆணவத்தை ஒவ்வொரு இந்தியனும் வெறுக்கிறான்.... நாளை (23 வெள்ளிக்கிழமை) அனைத்து பள்ளிகள், கல்லூரிகள் மற்றும் ஆலைகளில் அரசாங்கத்தின் இந்த ஒடுக்குமுறையை எதிர்த்தும், பேச்சுவார்த்தை மூலம் மாலுமிகளின் நியாயமான கோரிக்கைகளை நிறைவேற்றக் கோரியும் ஹர்த்தால் நடத்துமாறு இந்தியக் கம்யூனிஸ்ட் கட்சி சார்பாக நான் (கட்சியின் பாம்பே கமிட்டி செயலாளர்) அனைத்து கட்சிகளையும் வேண்டுகிறேன்' என்றது.

கம்யூனிஸ்ட் கட்சியின் வேண்டுகோளை காங்கிரஸ் எதிர்த்தது. கம்யூனிஸ்ட்களும் மாலுமிகளும் மக்கள் ஆதரவு பெறுவதைக் கண்டு பயந்த சர்தார் படேல் காங்கிரஸ் அவர்களது குறைகளைத் தீர்க்கும் முழுமையான தகுதி பெற்றது என்றார்.

திட்டமிட்டோ, அல்லது தற்செயலாகவோ, படேல் போராட்டத்திற்கு எதிராகப் பேசியதன் மூலம் மாலுமிகளின் கோரிக்கைகளை வலுவிழக்கச் செய்து விட்டார். காங்கிரஸ் தெளிவாக, பிரிட்டிஷாருடன் தான் பேச்சுவார்த்தை நடத்தி தீர்வு காண்பதை விரும்பியது.

சுதந்திரம் வாங்கித் தந்த பெருமையை, போராட்டத்தில் இப்போது வந்து சேர்ந்திருக்கும் இந்த புதிய பையன்களோடு பகிர்ந்து கொள்வதை காங்கிரஸ் விரும்பவில்லை என்று ஒரு கருத்து நிலவுகிறது. சுதந்திரத்திற்குப் பிறகும், பிரிட்டிஷார் தம் பக்கம் நிற்கவேண்டும் என்று அவர்கள் விரும்பினார்கள் என்பது மற்றொரு சாத்தியக் கூறு. காரணம் எதுவாகினும், போராட்டத்தை எதிர்த்ததன் மூலம் படேல் மாலுமிகளின் கோரிக்கைகளை வலுவிழக்கச் செய்தார். தனது சொற்களின் பின் விளைவுகள் பற்றி அறிந்தே அதை செய்தார்.

பிப்ரவரி 22 காலையில் பத்திரிகைகளில் சர்தார் படேலின் அறிக்கை வெளியானது. 'ஹார்த்தால், ஆலைகள், பள்ளிகள், கல்லூரிகளை மூட எந்த முயற்சியும் செய்யக் கூடாது. மத்திய சட்டசபையில் காங்கிரஸ் தான் பெரிய கட்சி. அவர்களுக்கு (மாலுமிகளுக்கு) உதவ இயன்ற அனைத்தையும் செய்து வருகிறது... ஹர்த்தால் தமது குறைகளை களைய மாலுமிகள் எடுக்கும் முயற்சிகளுக்கு உதவாது.... அவர்களது துயர் தீர்க்க, நியாயமான கோரிக்கைகள் உடனடியாக நிறைவேற காங்கிரஸ் அனைத்து முயற்சிகளையும் எடுக்கிறது. எனவே அவர்களை, பொறுமையாக, அமைதியாக இருக்குமாறு வேண்டுகிறேன். மக்கள் முழு கட்டுப்பாடு காக்க வேண்டும். நகரத்தின் இன்றைய பதட்டமாக

சூழலில் அமைதிக்குப் பங்கம் விளைவிக்கும் எதையும் செய்யக் கூடாது,' என்றது அந்த அறிக்கை.

சர்தார் மிக மூத்த தலைவர். அவரது வார்த்தைகளுக்கு பெரிய மதிப்பு உண்டு. அவரது அறிக்கை, 'ஒரு பிரச்சனையில் நடுநிலை' என்பதற்கு மிகச் சிறந்த உதாரணம். அந்த அறிக்கை அதன் நோக்கத்தை நிறைவேற்றியது – மக்களை குழப்பியது.

ஆனால் சர்தார் படேலும், பிரிட்டிஷாரும், தலைமை தளபதியின் பேச்சு, மக்களிடம் அது ஏற்படுத்திய தாக்கம் என்ற ஒரு முக்கியமான அம்சத்தை கவனிக்கவில்லை. எல்லா காலை பத்திரிகைகளிலும், அகில இந்திய வானொலியிலும் வந்த அவரது வெறிபிடித்த உரை சாதாரண மக்களுக்கு யதார்த்தத்தை அப்பட்டமாகக் காட்டியது. பெரும்படை கொண்டு மாலுமிகளை ஒடுக்குவோம் என்ற அவரது பேச்சு மக்களை வெறிகொள்ள வைத்தது. படேலின் அறிவுரையை யாரும் கேட்கவில்லை.

இதுகுறித்து அட்மிரல் காட்ஃபிரேயின் உரையை மக்கள் திமிர்பிடித்த மிரட்டலாகவே பார்த்தார்கள்.

'இந்திய அரசாங்கம் இது மாதிரியான ஒழுங்கின்மை தொடர்வதை அனுமதிக்காது என்பதை முதலிலேயே சொல்லி விடுகிறேன்... தம்மிடமுள்ள மிகப் பெரிய படைகளைப் பயன்படுத்தி ஒழுங்கை நிலைநாட்ட மிகக் கடுமையான நடவடிக்கைகளை எடுப்பார்கள்... பிப்ரவரி 19 செவ்வாயன்று பாம்பே தலைமை தளபதியிடம் நீங்கள் அளித்த வேண்டுகோள்கள் குறித்து, உங்கள் அனைத்து நியாயமான குறைகளும் முழுமையாக ஆய்வு செய்யப்படும் என்று உறுதி அளிக்கிறேன். பாம்பேயில் இன்று காலையில் கரையிலும், கடலிலும் நிலவும் சூழல் மிகவும் வருந்தத்தக்கது. ஒரு வெளிப்படையான கலவரச் சூழல்... மாலுமிகள் தங்களது சிந்தனையை முழுமையாக இழந்தது போல் தெரிகிறது.... மாலுமிகளை அவர்களது பாசறைகளிலேயே தங்க வைப்பதற்காக... நேற்றிரவு தல்வார் மற்றும் கேஸில் பாரக்ஸ் வாசல்களில் சிறு ராணுவப் படையை நிறுத்தும் அவசியம் நேர்ந்தது. இன்று காலை கேஸில் பாரக்ஸின் மாலுமிகள் அந்த ராணுவ வீரர்களை தாண்டி வெளியே செல்ல முயன்றதால் சுட வேண்டிய கட்டாயம் ஏற்பட்டது. பதிலுக்கு உள்ளேயிருந்த மாலுமிகள் சுட்டார்கள்... இந்திய அரசாங்கம் வன்முறைக்கு ஒருபோதும் பணிந்து போகாது என்று மீண்டும் நான் தெளிவாகக்

கூறுகிறேன். இன்று அரசாங்கம் வசம் உள்ள மிக பிரும்மாண்டமான படை பலத்தைப் பார்த்த பிறகும் போராட்டத்தைத் தொடர்வது முட்டாள்தனத்தின் உச்சம். எங்களது பதிலடியால் நாங்கள் மிகவும் பெருமையாகக் கருதும் இந்திய கப்பற்படையே அழிந்து போனாலும் சரி, எங்கள் படைபலத்தை முழுமையாகப் பயன்படுத்துவோம்' என்றார் அவர்.

அவரது வார்த்தைகளும், உயர்ந்த பீடத்திலிருந்து தாழ்ந்தவரைப் பார்த்துப் பேசுவது போன்ற அவரது தொனியும், சர்தார் பட்டேலின் பூசிமெழுகும் அறிக்கைக்குப் பிறகும் கூட எதிர்பார்த்ததற்கு மாறான எதிர்மறை விளைவையே ஏற்படுத்தின. அரசியல் தலைவர்களால் கைவிடப்பட்டு, பிரிட்டிஷாரின் படை பலத்தால் மிரட்டப்பட்ட மாலுமிகள் மக்களிடம் நேரடியாக வேண்டுகோள் விடுப்பதுதான் நல்லவழி என்று முடிவு செய்தார்கள்.

ஆதரவு வேலை நிறுத்தம் செய்து தம்மை ஆதரிக்கும்படி அவர்கள் வேண்டுகோள் விடுத்தார்கள். மக்களும் அதை ஏற்று வீதிகளில் இறங்கினார்கள்.

இரு முக்கிய அரசியல் கட்சிகளின் மாறுபட்ட நிலைபாட்டால் குழப்பம் அடைந்தாலும், மக்கள் மாலுமிகள் பக்கம் நின்றார்கள். தலைமை தளபதியின் அறிக்கை அவர்களது பார்வையை தீவிரமாக்கியது. மக்கள் தன்னிச்சையாக ஆதரவு நடவடிக்கைகளில் இறங்கினார்கள்.

பிரிட்டிஷ் படையில் உள்ள இந்திய வீரர்கள் தம் இந்திய சகோதரர்களைச் சுடக் கூடாது என்று வேண்டும் சுவரொட்டிகள் ஒட்டப்பட்டன. தேசபக்த முழக்கங்களோடு மக்கள் கேட்வே ஆஃப் இந்தியா பகுதியில் கூடினார்கள். இச்சமயத்தில், மாலுமிகள் கரைக்கு வருவதைத் தடுக்க இந்திய வீரர்களுக்கு பதிலாக அதிகாரிகள் பிரிட்டிஷ் வீரர்களை நிறுத்தி விட்டார்கள். இது மக்களின் ஆத்திரத்தை மேலும் அதிகரித்தது. மக்கள் அதை அந்த வீரர்கள் மேல் காட்டினார்கள்.

பாம்பே கிரானிக்கிள், ப்ரீ பிரஸ் ஜர்னல் போன்ற தேசியப் பத்திரிகைகள் மாலுமிகளின் வேண்டுகோளை வெளியிட்டு, மக்களிடம் தேசபக்தியைத் தூண்டின. 'கப்பற்படை அதிகாரிகள் மாலுமிகளை சுடாமல், பேச்சு வார்த்தைக்கு வரும்படி நெருக்கடி தர வேண்டும்' என்பதே பத்திரிகைகளின் செய்தியாக இருந்தது.

தம் சார்பாக மக்கள் கோஷமிட்டு ஆர்ப்பாட்டம் செய்வதைப் பார்த்த மாலுமிகள் பலர் தமது சீருடையிலிருந்து சாதாரண உடையில் மாறி படகுகள் மூலம் கேட்வே ஆஃப் இந்தியா பகுதிக்கு வந்தனர்.

படைவீரர்கள் தம் துப்பாக்கிகளை மாலுமிகளை நோக்கித் திருப்பி, அவர்களை இறங்க விடாமல் தடுத்தனர். கோஷங்கள் விண்ணை முட்டின. பிரிட்டிஷ் படைகள் கூட்டத்தின் பயங்கர மனநிலையை உணர்ந்தனர். ஏதாவது செய்து, அது தமக்கே ஆபத்தாகி விடுமோ என்று தயங்கினர்.

கப்பலில் இருந்த மாலுமிகளால் கரைக்கு வர முடியவில்லை... ஆனால் கரை அலுவலகங்களில் இருந்தோருக்கு எந்த பிரச்சனையும் இல்லை... ஃபோர்ட் பாரக்ஸில் இருந்தோர் காலையிலேயே சாதா உடையில் நகருக்குள் வந்துவிட்டனர். மக்கள் திரளின் கோஷத்தால் உணர்ச்சிவசப்பட்டு, படைவீரர்களைத் தாக்க இருந்தனர்.

அவர்கள் பெரும் அநீதிகளை, கணக்கற்ற அவமதிப்புகளைச் சந்தித்தவர்கள் என்பதால், தெருச் சண்டையில் பிரிட்டிஷாரை ஒரு வழி செய்ய ஏங்கினர்! பேச்சு வார்த்தை நடந்து கொண்டிருந்ததால், மிகவும் கஷ்டப்பட்டுத் தம்மை அடக்கிக் கொண்டனர். அவர்களில் தெளிவான சிந்தனை கொண்டோர் வன்முறை, தம்மீது நடவடிக்கை எடுக்க சரியான காரணமாகிவிடும் என்பதை உணர்ந்திருந்தனர்.

மாறாக அவர்கள் ஹர்த்தால் தாக்கத்தைப் பார்க்க தெருக்களில் உலா வந்தனர். வழியெங்கும் போராடும் மக்கள், போலீஸுக்கு இடையே பதட்டம் அதிகரிப்பதை அவர்களால் உணர முடிந்தது.

மாலுமிகள் இப்படி தெருக்களில் சுற்றிக் கொண்டிருந்த அதே வேளையில் எம்.எஸ்.கான் ஒவ்வொரு இடமாக ஓடிக் கொண்டிருந்தார். அவர் சர்தார் படேல் இல்லத்திற்கும், முஸ்லிம் லீக்கின் இப்ராஹிம் சுந்த்ரிகர் இல்லத்திற்கும் சென்று அவர்களை தலையிட்டு, பெரும் ரத்தவெள்ளத்தை தவிர்க்குமாறு கெஞ்சினார். 'தயவு செய்து எங்கள் கோரிக்கைகள் மீது பிரிட்டிஷாரை உடனடியாக நடவடிக்கை எடுக்க வையுங்கள். இல்லாவிட்டால் வன்முறை வெடிக்கும்,' என்றார். அவர் சொன்னது சரிதான். பாம்பே வெடிமருந்துப் பெட்டகமாக இருந்தது. எந்தக் கணத்திலும் வெடித்து விடலாம்.

அட்மிரல் ராட்ரே மூலம் காலை 11 மணிக்கு தலைமை தளபதி மற்றொரு செய்தி விடுத்தபோது முறுக்கேறிய நரம்புகள், வெடித்தன. ஒலிபெருக்கிகள் மூலம் அறிவிக்கப்பட்ட இந்த செய்தி முந்தைய அறிக்கையை விட இன்னும் மிரட்டலாக இருந்தது.

மாலுமிகளுக்கான அந்தச் செய்தி, 'ஒழுங்கை நிலைநாட்ட எங்களிடம் ஏராளமான படைகள் உள்ளன என்று நேற்றே நான் கூறியிருந்தேன். தலைமை தளபதி தென் பிராந்திய தளபதியை பாம்பேயின் முழு பொறுப்பையும் ஏற்குமாறு உத்தரவு பிறப்பித்துள்ளார்.. எங்களது படை பலத்தை காட்ட, இன்று கடற்கரைக்கு மேலாக விமானப்படை விமானங்களை அணிவகுத்துப் பறக்குமாறு அவர் உத்தரவிட்டுள்ளார். தம் மீது தாக்குதல் நடக்காதவரை, இந்த விமானங்கள் கப்பல்கள் மீது பறக்காது. அவற்றின் மீது தாக்குதலிலும் ஈடுபடா. நிபந்தனை இன்றி சரணடையுமாறு நான் விடுத்த எச்சரிக்கையின்படி நீங்கள் நடந்து கொள்ள முடிவு செய்திருந்தால், உங்கள் கப்பல்களில் கருப்பு அல்லது நீல நிறக்கொடியை ஏற்றுங்கள். கப்பலில் உள்ள அனைவரும் கப்பலின் பாம்பேயைப் பார்த்த பக்கத்தில் மேல்தளத்தில் நின்று, அடுத்த உத்தரவிற்கு காத்திருங்கள்.' என்றது.

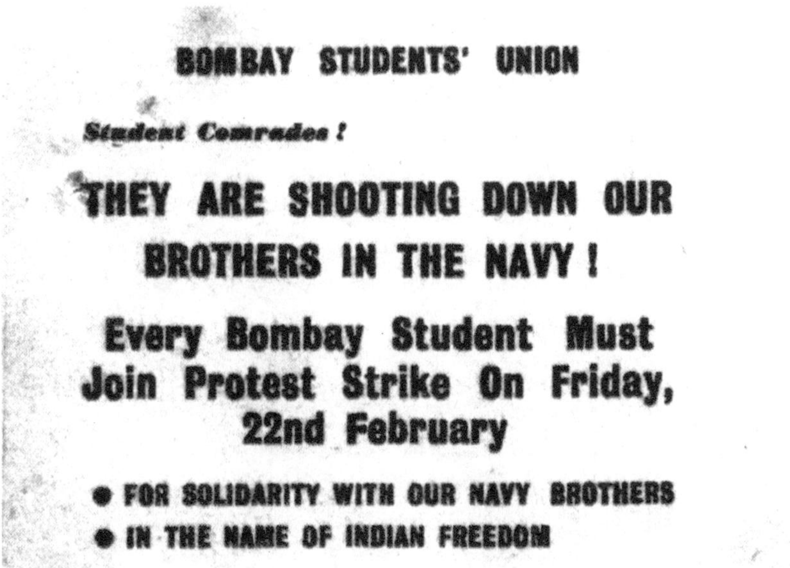
BOMBAY STUDENTS' UNION

Student Comrades !

THEY ARE SHOOTING DOWN OUR BROTHERS IN THE NAVY !

Every Bombay Student Must Join Protest Strike On Friday, 22nd February

- FOR SOLIDARITY WITH OUR NAVY BROTHERS
- IN THE NAME OF INDIAN FREEDOM

மாலுமிகளுக்கு ஆதரவாக பிப்ரவரி 22 வேலைநிறுத்தம் செய்ய பாம்பே மாணவர் சங்கம் விடுத்த அறைகூவல்.

இச்செய்தியை வலியுறுத்த, மாலுமிகளுக்கு உளவியல் ரீதியாக நெருக்கடி தர பிரிட்டிஷ் விமானப்படையின் மஸ்கிடோ ரக விமானங்கள் மதியம் 2.30 மணியளவில் நகரத்தின் மீதும், துறைமுகத்தின் மீதும் பறந்தன.

இந்த உரை ஒலிபரப்பாவதற்கு முன்பாகவே, காட்ஃபிரே காலை 10.30க்கு தல்வார் வாயிலுக்கு வந்தார். இனிகோ ஜோன்ஸுடன் சிறிது ஆலோசனை நடத்திவிட்டு, இனிகோ ஜோன்ஸிற்கு பதிலாக தல்வாரின் தலைமை அதிகாரியாக கமாண்டர் கார்மர்கர் பொறுப்பேற்பார் என்று அறிவித்தார். இவர் பிரிட்டிஷ் ஆதரவு அதிகாரியாக அறியப்பட்டவர். ரிவேராவில் தனது வீட்டு பால்கனியிலிருந்து மாலுமிகளை உளவு பார்த்தவர். இவரை நியமித்தது மாலுமிகளின் கோபத்தை மேலும் அதிகரித்தது.

பாம்பேயின் பொதுமக்களும் சமாதானத்திற்கான மனநிலையில் இல்லை. தலைமை மாகாண மாஜிஸ்திரேட் மற்றும் போலீஸ் அதிகாரிகளின் ஆலோசனைக் கூட்டத்தைத் தொடர்ந்து, ஃபோர்ட் பகுதி முழுக்க இரும்புத் தொப்பியும், கத்தி பொருத்திய துப்பாக்கியும் ஏந்திய பிரிட்டிஷ் படை வீரர்கள் நிறுத்தப்பட்டனர். மதியம் சுமார் 1.30 வாக்கில் முதல் குண்டு சுடப்பட்டது. ஜே ஜே மருத்துவமனை சந்திப்பு அருகே கல்வீச்சில் ஈடுபட்ட கும்பலைக் கலைக்க நடந்தது.

மதியம் சுமார் 2.30 மணியளவில் நகரமே வெடித்துக் கொண்டிருந்தது. பல இடங்களில் கடுமையான மோதல். கல்பா தேவி, கிர்காம், புலேஷ்வர் போன்ற பல இடங்களில் பலமுறை போலீஸ் துப்பாக்கிச் சூடு நடத்தியது. கோபம் கொண்ட மக்கள் கூட்டம் பிரிட்டிஷார், ஐரோப்பியருக்கு சொந்தமான ஜவுளி, பலசரக்கு, நகைக் கடைகள் என சுமார் நாற்பது கடைகளை கொள்ளையடித்தது.

சாண்ட்ஹர்ஸ்ட் பிரிட்ஜில் இருந்த திமே & பேக்கர் ஸ்டோர் கல்வீச்சில் முற்றிலும் சேதமடைந்தது. பிரோஷ்ஷா மேத்தா சாலையும், ஹார்ன்பை சாலையும் போர்க்களமாக மாறின. வொயிட் அவே லெய்ட்லா பல்பொருள் அங்காடியின் கண்ணாடி ஷோரூம்கள் முற்றிலுமாக நொறுக்கப்பட்டன. மதுபானக் கடைகள் கொள்ளையடிக்கப்பட்டு, தீ வைக்கப்பட்டன. மும்பாதேவி அஞ்சல் அலுவலகமும் தீக்கிரையானது. போலீஸ் ரோந்துப் படைகள் மீது கடுமையான கல்வீச்சு.

பாம்பே தெருக்களில் தயார் நிலையில் பிரிட்டிஷ் படைவீரர்கள்

மதியம் 3.30 மணியளவில் அதிகாரபூர்வ தகவலின்படி 18 பேர் மரணம். 250க்கும் மேற்பட்டோருக்குப் படுகாயம். இவை பெரும்பாலும் குண்டுக் காயங்கள்தான். 'நகரின் மூன்று முக்கிய மருத்துவமனைகளிலும் தொடர்ந்து காயம் பட்டோரின் பெரும் கூட்டம். மருத்துவர்கள், செவிலியர்களால் சமாளிக்கவே முடியவில்லை. மேலும் அதிக எண்ணிக்கையில் மருத்துவர்கள், செவிலியர்கள் வரவழைக்கப்பட்டார்கள் என்று ஆண்டுப் பதிவேடு கூறுகிறது.

நகரின் பல பகுதிகளிலும் மக்கள் தடுப்பரண்களை நிறுத்தினார்கள். அவற்றின் பின் காங்கிரஸ், முஸ்லிம் லீக், கம்யூனிஸ்ட் கொடிகள் பறந்தன. மக்கள் இந்தக் கொடிகளையும், அதன் மூலம் இந்தியத் தாயையும், எது வரினும் காப்பதற்காக தயாராக நின்றார்கள்.

ஃபோர்ட் பகுதியில் இந்த தடுப்பரண்களால் போலீஸ் லாரிகள் தடுக்கப்பட்டு, தீ வைக்கப்பட்டபோது, போலீஸ் இருபது முறைக்கும் மேலாக துப்பாக்கி சூடு நடத்தியது. போராட்டத்தில் கலந்து கொண்ட போக்குவரத்து ஊழியர்கள் போர்வீரர்களையும்,

பிரிட்டிஷாரின் பீரங்கிகளை, கவச வாகனங்களை கையில் கற்கள், கம்புகள் மட்டுமே கொண்டு பாம்பே மக்கள் எதிர்த்தார்கள்.

பிரிட்டிஷ், ஐரோப்பிய மக்களையும் தாக்கினார்கள். ஐரோப்பிய உடையில் இருந்தோரின் கழுத்துப்பட்டிகள், தொப்பிகள் பிடுங்கப்பட்டன. ஹார்பை சாலை மற்றும் அதன் சுற்றுவட்டாரங்களில் அனைத்துப் போக்குவரத்தும் தடை செய்யப்பட்டது. ஃபோர்ட் பகுதியில் இருந்த அலுவலங்கள், கடைகள் மூடப்பட்டன. வங்கிகள் கொள்ளை போவதைத் தடுக்க, பாம்பே அரசாங்கம் வங்கிகளுக்கு அரைநாள் விடுமுறை அறிவித்தது.

மாலுமிகளின் புரட்சிகர ஆவேசம் மக்களைத் தொற்றிக் கொண்டது. சாமானிய மக்களின் முன்னால் பிரிட்டிஷ் ராணுவ பலத்தால் நிற்க முடியவில்லை. இக்கடும் போரில் ஏராளமான ரத்தம் சிந்தியது. மக்கள் – போலீஸ் மோதலில் பாம்பே இதுவரை கண்டிராத குழப்பத்தைக் கண்டது. வான்வழித் தாக்குதல் அபாயம் பற்றி மக்கள் கண்டுகொள்ளவில்லை. மக்களின் கோபத்தை ராணுவம் துப்பாக்கிகளால், இயந்திரத் துப்பாக்கிகளால், கவச வாகனங்களால் எதிர்கொண்டது.

பாம்பே மூன்று நாட்களுக்குப் பற்றி எரிந்தது. 400 பேர் மரணம், 1500 பேர் படுகாயம் என்பது அதிகாரபூர்வ தகவல்.

நேரமாக ஆக போரின் வேகம் அதிகரித்தது. ஃபோர்ட் பகுதியைத் தாண்டி தாதர், மாஹிம், அதற்கு மேலும் பரவியது. பெண்டி பஜாரை பைதோனியுடன் இணைத்த இப்ராஹிம் ரஹிமிதுல்லா சாலையை பெண்டி பஜார் முஸ்லிம்கள் தடுப்பரண்கள் கொண்டு மூடிவிட்டனர்.

பாரெல் ஓர்க் ஷாப் அருகே ரயில், பேருந்துகள் மீது கல்வீச்சு, இதனால் பலர் காயமடைந்தனர். எல்ஃபைன்ஸ்டோன் பிரிட்ஜ் அருகே போலீஸ் துப்பாக்கிச் சூட்டில் கம்யூனிஸ்ட் கட்சியின் முக்கிய தொண்டரான கமல் தோனே கொல்லப்பட்டார். குஸும் ரணதிவே காயமுற்றார். மக்கள் நடமாட்டத்தை தடை செய்யும் விதமான இரவு 9 மணி முதல் காலை 6 மணி வரை ஊரடங்கு உத்தரவு பிறப்பிக்கப்பட்டது.

பிப்ரவரி 22 முதல் மூன்று நாட்களுக்கு பாம்பே பற்றி எரிந்தது. மக்களின் கோபத்திற்கு அளவே இல்லை. இயந்திரத் துப்பாக்கி ஏந்திய பிரிட்டிஷ் படைகளுக்கும், கல் வீசும் பொதுமக்களுக்கும் நகர் முழுக்க சண்டை.

கலவரம் நகர் முழுவதும் பரவி விட, சாண்ட்ஹர்ஸ்ட் சாலை, ரிப்பன் சாலை, நார்த் புரூக் கார்டன்ஸ், அப்துர் ரஹ்மான் தெரு. கல்பாதேவி ஆகிய இடங்களில் கொள்ளை, தீ வைப்பு, கல்வீச்சு ஆகியவை அதிகமாக இருந்தன. அப்துர் ரஹ்மான் தெருவில் இருந்த இம்பீரியல் வங்கி கொள்ளையடிக்கப்பட்டது. சிவாஜி பார்க்கில் ராணுவ லாரிகளுக்குத் தீ வைக்கப்பட்டது. கிராஃபோர்ட் மார்க்கெட், இப்ராஹிம் ரஹீமிதுல்லா சாலை, கிர்காம், தோபி தாலோ, சங்கிலி தெரு போன்ற இடங்களில் டிராம் தண்டவாளங்கள் மீது காலி டிராம்கள், கற்கள் வைக்கப்பட்டு டிராம் செல்வது தடுக்கப்பட்டது.

பம்பாய் முழுவதும் குறிப்பாக, ஃபோர்ட் பகுதி தாதர் வரையிலும் கண்மண் தெரியாமல் துப்பாக்கி சூடு நடந்ததால், சடலங்கள் குவிந்தன. ஆனாலும் அடங்காத மக்கள் தடுப்புகளுக்குப் பின்னாலிருந்து கல்வீசியதால் சண்டை தொடர்ந்தது. நல்ல பயிற்சியும், போதுமான ஆயுதங்களும் கொண்ட பிரிட்டிஷ் படைகளால் கல்லை ஆயுதமாகக் கொண்ட மக்களைக் கட்டுப்படுத்த முடியவில்லை. பல வருட அடக்குமுறையால் வெறுத்துப் போயிருந்த மக்கள் அடங்க மறுத்தார்கள்.

அந்த 72 மணி நேர மக்கள் வெறி, ராணுவ மடத்தனம் ஆகியவற்றால் ஏற்பட்ட இறப்புகளின் சரியான எண்ணிக்கையை ஒருபோதும் கண்டுபிடிக்க முடியாது. அதிகாரபூர்வமற்ற தகவல்கள் இறப்பு 250 முதல் 700 வரை இருக்கலாம், காயமடைந்தோர் 1500 இருக்கலாம் என்கின்றன. 'சவக்கிடங்கில் இருந்த 31 உடல்களில் ஒரு இளம்பெண்ணின் உடலும், 10 வயதுச் சிறுவனின் உடலும் இருந்தன என்று ஒரு குறிப்பு கூறுகிறது.

அது வீரமான செயல்தான். ஆனால் மடத்தனமானது. ஆயிரக்கணக்கான மக்கள் ஆத்திரத்தோடு தெருக்களில் இறங்க, அடிபட்ட பிரிட்டிஷ் நிர்வாகம் இந்த ஆயுதமற்ற, தலைவர்களற்ற கூட்டத்தை கட்டுப்படுத்த கவச வாகனங்களையும், பீரங்கிகளையும் இறக்கியது. இதனால் அது கேலிக்கு ஆளானது.

நகரம் எந்த அளவிற்கு அராஜகத்தில் இறங்கியிருந்தது என்பதை பத்திரிகைச் செய்திகள் தெளிவாகக் காட்டின. பிப்ரவரி 23 தேதியிட்ட பாம்பே கிரானிகிள், 'நேற்று கடலில், கடற்கரையில் இருந்த பதட்டம் இன்று காலை முதல் நகரத்திற்கு பரவியது....

போக்குவரத்து முற்றிலும் சீர்குலைந்தது. வர்த்தக நிறுவனங்கள், கடைகள் மூடப்பட்டிருந்தன. லத்தியும், கைத்துப்பாக்கியும் ஏந்திய நகர போலீசார், ரைபிள் ஏந்திய ஆயுதப் போலீஸ் மற்றும் பிரிட்டிஷ் ராணுவத்தினர் தெருக்களில் ரோந்து சுற்றி குண்டு மழைக்கு இடையே கூடியிருந்த மக்களை விரட்டினார்கள். ஒவ்வொரு முறையும் ஒரு கல் வீசப்பட்டபோது, அவர்கள் அங்கு சென்று சுட்டார்கள்.... பிரோஷ்ஷா சாலையில் ஒரு ஐரோப்பிய ராணுவ லாரி ஓட்டுனர் ஒரு கூட்டம் கூச்சலிட்டபடி அவரை நோக்கி ஓடியதும் நிதானம் இழந்தார். அவர் பதட்டத்தில் லாரியின் வேகத்தை அதிகப்படுத்தி, தாறுமாறாக ஓட்டி, சாலையைக் கடந்து கொண்டிருந்த சிலர் மீது லாரியை ஏற்றிவிட்டார்... (மூவர் அந்த இடத்திலேயே இறந்தனர்) பிரிட்டிஷ் லைப்ரரி அருகே காலை 10.20க்கு போலீஸ் முதன்முறையாக சுட்டது... வாகனங்கள் எரிந்து கொண்டிருந்ததால், ஃபோர்ட் மற்றும் பாலார்ட் எஸ்டேட் பகுதிகளில் அடர்ந்த புகை..... ஃபோர்ட் பகுதியில் மட்டும் ஒரு விமானப்படை கார் உட்பட 11 லாரிகள் எரிந்து கொண்டிருந்தன.. இந்த எல்லா பகுதிகளிலும் மக்கள் காங்கிரஸ், முஸ்லிம் லீக் கொடிகளுடன் தான் சென்று கொண்டிருந்தார்கள். குண்டுகள் சீறிப் பாய்வது பற்றி கவலைப்படாமல் கொடிகளோடு சென்றார்கள்...' என்று செய்தி வெளியிட்டது.

நகரில் இருந்த 16 ஜவுளி ஆலைகளில் பிப்ரவரி 23 அன்று 5 மட்டுமே முழு ஊழியர்களுடன் இயங்கின என்றும் எஞ்சிய 11ல் ஊழியர்கள் வேலைக்கு வரவில்லை அல்லது பெயருக்கு வேலை செய்தார்கள் என உள்ளூர் பத்திரிகைகள் தெரிவித்தன. மக்கள் கோபத்தில் கொதித்துக் கொண்டிருந்தனர். எந்த நேரத்திலும் மீண்டும் வன்முறை வெடித்துவிடும் சூழல் இருந்தது.

போலீஸ் முன்னெச்சரிக்கையாக, நடுத்தர வர்க்கப் பகுதிகளுக்கும், தொழிலாளர் பகுதிகளுக்கும் சென்று போராட்டத் தலைவர்களைப் பிடித்தது. அடித்து கூட்டம் கூட்டமாக கைது செய்தது. பெண்கள், குழந்தைகளையும் விட்டு வைக்கவில்லை. தடுப்பரண்களை வைப்போரை கண்டதும் சுட அரசாங்கம் உத்தரவிட்டது.

கிர்காம், லாமிங்டன் சாலை, வட பாம்பே பகுதிகளில் சிறுவர்களும், இளைஞர்களும் ஒவ்வொரு வாகனத்தையும் நிறுத்தினார்கள். ரகசியச் சொல்லான 'ஜெய்ஹிந்தை' சொன்னவர்களை மட்டும் மேற்கொண்டு செல்ல அனுமதித்தார்கள்.

அவர்களுக்கு வழியில் உள்ள ஆபத்துகள் பற்றியும் சொன்னார்கள்.

'பிரிட்டிஷ் குண்டுகளுக்கு 100 பேர் பலி... போராட்டக்காரர்கள் மீது இயந்திரத் துப்பாக்கி சூடு, ராணுவ வாகனங்களுக்கு தீ வைப்பு, அஞ்சலகங்கள் சாம்பலாயின, வங்கிகள் எரிப்பு...' என்றெல்லாம் ப்ரீ பிரஸ் ஜர்னல் அந்த மூன்று நாட்களின் கொடிய காட்சிகளை வர்ணித்தது.

'ஆம்புலன்ஸ்கள் வந்துகொண்டே இருக்கின்றன. காயமுற்றோரின் உறவினர்கள் கவலையோடு காத்திருக்கின்றனர். கே.ஈ.எம் மருத்துவமனை மிக கோரமாகக் காட்சியளிக்கிறது... அங்குள்ள ஏழு அறுவை சிகிச்சை அறைகளும் முழுவீச்சில் செயல்படுகின்றன.. சாகும் நிலையில் 50 பேர் கொண்டு வரப்பட்டார்கள்... இன்னும் 100 பேருக்கு படுகாயங்கள் என்கிறார் டாக்டர் ஜிவ்ராஜ் மேத்தா... இரவிலும் நடுரோட்டில் வாகனங்கள் எரிந்து கொண்டிருக்கின்றன... சாலையில் தடுப்பரண்கள் போடப்பட்டுள்ளன... ஏராளமான காவல் சோதனை சாவடிகளும், டிராம் ஷெட்டுகளும் எரிகின்றன...' என்று அதன் செய்தி கூறியது.

பாரத் ஜ்யோதி என்ற பத்திரிகை, 'குறி வைத்து துப்பாக்கி சூடு... மாஹிம் அஞ்சலக பகுதியில், கோஹினூர் ஆலை அருகே... தானியக் கிட்டங்கிகளில் கொள்ளை தொடர்கிறது... தோபி தாலோவிற்கும் பாரெலுக்கும் நடுவீல் பல இடங்களில் ராணுவம் துப்பாக்கி சூடு... சாலையில் தடுப்புகள்... தடுப்பு ஏற்படுத்துவோரை கண்டதும் சுட உத்தரவு.... அதிக உயிரிழப்பு சிவாஜி பார்க் மற்றும் லேடி ஜாம்ஷெட்ஜி ரோடு பகுதிகளில்தான்... லேடி ஜாம்ஷெட்ஜி ரோடு முழுக்க இடிபாடுகள், டிரம்கள், குப்பைத் தொட்டிகள், முள் வேலிகள், எரியும் காகிதக் குவியல்கள்... தானிய கிட்டங்கி.. கொள்ளை...' என்று எழுதியது.

பாம்பே கிரானிகிளும் இதே போன்ற செய்தியை வெளியிட்டது. 'மரணங்கள் பெரும் உச்சத்தைத் தொட்டதால்... மருத்துவமனைகளில் இடமே இல்லை. இறந்தவர் குடும்பத்தினர் மயானத்திற்கு வெளியே இறந்தவரை எரியூட்டக் காத்து நிற்கின்றனர்.

இந்தப் போர் எவ்வளவு இரக்கமற்றதாக, ரத்தம் சிந்தியதாக இருந்தது என்பதை பிரிட்டிஷார் பின்னர்தான் ஒப்புக் கொண்டனர். உள்துறையின் அறிக்கையொன்று பல்வேறு சவக்கிடங்குகளில் 236 க்கும் மேற்பட்ட பொதுமக்கள் உடல்கள் வைக்கப்பட்டிருந்ததை

உறுதி செய்தது. இவர்களில் பெண்கள், குழந்தைகள், மாணவர்கள், தொழிலாளர்கள் அனைவரும் அடக்கம். மேலும் போலீஸ் தரப்பில் அதிகாரிகள் உட்பட சுமார் 100 இறப்புகள்.

பிப்ரவரி 26 அன்று பிரதமர் அட்லி, மக்களவையில், 'கடந்த வாரத்தில் பாம்பேயில் 9 வங்கிகள் கொள்ளையடிக்கப்பட்டன அல்லது சேதப்படுத்தப்பட்டன. 32 அரசாங்க தானியம் மற்றும் துணிக் கடைகள், 30 பிற கடைகள், 10 அஞ்சலகங்கள், 10 காவல் நிலையங்கள், 1200 தெரு விளக்குகள் சேதமடைந்தன. சேதப்படுத்தப்பட்ட வாகனங்களின் எண்ணிக்கை இன்னும் கணக்கிடப்படவில்லை' என்று தெரிவித்தார்.

காங்கிரஸ், முஸ்லிம் லீக் தொண்டர்கள் "மக்கள் ஹர்த்தாலில் பங்கெடுக்க வேண்டாம்" என்று தடுத்ததையும் மீறி இந்த மோதல்கள் நடந்தன. கட்சிகள் இப்படி கேவலமாக பிரிட்டிஷாருக்கு பணிந்ததையும் மீறி நாடெங்கிலும் எளிய மக்கள் தம் உயிரை பணயம் வைத்து மாலுமிகளுக்கு ஆதரவாக களமிறங்கினார்கள்.

இந்தியா முழுவதும் மக்கள் போராட்டம்

மாலுமிகள் எழுச்சி நான்கு நாட்கள் மட்டுமே நடந்தது. ஆனால் அது பொதுமக்களை எழுச்சி பெற வைத்தது. அவர்கள் வீதிகளில் இறங்கினர். பாம்பேதான் எழுச்சியின் மையம், அதிகம் பாதிக்கப்பட்டது என்றாலும், கராச்சி, விசாகப்பட்டினம், மெட்ராஸ், கல்கத்தா, அஹமதாபாத், திருச்சிராபள்ளி, மதுரை, கான்பூர் என்று பல இடங்களிலும் பதட்டம் நிலவியது. கப்பற்படை எழுச்சியால் உத்வேகம் பெற்ற மக்கள், உயிரை பணயம் வைத்து சுதந்திரப்போரில் குதித்தார்கள்.

தெருக்களில் கூடிய மக்கள் கூட்டத்தைக் கட்டுப்படுத்த முடியாது பிரிட்டிஷார் திணறினர். கண்மூடித்தனமாகச் சுட்டாலும் மக்கள் பின்வாங்கவில்லை. மாலுமிகளின் வீரம் சாதாரண மக்களுக்கும் பரவி விட்டது.

விசாகப்பட்டினத்தில் கம்யூனிஸ்ட் கட்சி ஊர்வலம் நடத்தியது. 'ஏகாதிபத்தியம் ஒழிக', 'கைது செய்யப்பட்ட மாலுமிகளை விடுதலை செய்' என்ற பதாகைகளை ஏந்தி தொழிலாளர்களும், பொதுமக்களும் ஊர்வலம் சென்றனர். அரசாங்கம் 144 தடை

உத்தரவு பிறப்பித்து ஒரு மாதத்திற்கு எந்தக் கூட்டமும் நடத்தக் கூடாது என்று உத்தரவிட்டது.

கல்கத்தாவில் இதுவரை இல்லாத வகையில் கல்கத்தா டிராம் தொழிலாளர் தலைமையில் வேலை நிறுத்தம் நடந்தது. டிராம், பஸ், டாக்சி, ரயில் என அனைத்து வகை போக்குவரத்தும் முழுமையாக நின்றது. கிட்டத்தட்ட ஒரு லட்சம் மாணவர்கள், தொழிலாளர்கள் ஊர்வலம் சென்றனர். ஊர்வலத்தினர் காங்கிரஸ், முஸ்லிம் லீக், கம்யூனிஸ்ட் ஆகிய மூன்று கட்சிகளின் கொடியோடு கோஷமிட்டுச் சென்றனர். மூன்று கட்சிகளும் இணைந்து மாலுமிகளுக்கு உதவ வேண்டும் என்று வேண்டினர். ஊர்வலம் முடிந்த வெல்லிங்டன் ஸ்கொயரில் நடந்த கூட்டத்தில் மூன்று கட்சித் தலைவர்களும் உரையாற்றினர்.

பிப்ரவரி 24,25 ல் அஹமதாபாத்திலும் மாபெரும் பேரணிகள் நடந்தன. சுமார் 6000 கம்யூனிஸ்ட் தொண்டர்கள் காம்தார் மைதானத்திற்கு ஊர்வலமாகச் சென்று, ஹர்த்தாலுக்கு அறைகூவல் விடுத்தனர். கம்யூனிஸ்ட்களின் வேண்டுகோளுக்கு இணங்க, பெரும்பாலும் காங்கிரஸ், முஸ்லிம் லீக்கைச் சார்ந்த 10000ற்கும் மேற்பட்ட ஆலைத் தொழிலாளர்கள் வேலை நிறுத்தம் செய்தனர். 18 ஆலைகள் முழுவதுமாக அடைக்கப்பட்டன.

திருச்சினாபள்ளியில் சுமார் 10000 மில் தொழிலாளர்கள், அலுவலக ஊழியர்கள் கிட்டத்தட்ட ஒன்றரை மைல் தூரம் ஊர்வலமாகச் சென்று, மாலுமிகளுக்கு ஆதரவு தெரிவித்தனர். மதராஸில் முழு ஹர்த்தால் நடந்தது. மாணவர்கள், தொழிலாளர்கள் ஊர்வலம் சென்றனர். எலியட் சாலையிலும், ராயபுரத்திலும் போலீஸுடன் மோதல் நடந்தது. பிப்ரவரி 27 அன்று மதுரையில் முழுநாள் பந்த். அன்று நடந்த கூட்டத்தில் 50000க்கும் மேற்பட்டோர் கலந்து கொண்டனர்.

கராச்சியிலும் பரவலாக எதிர்ப்பியக்கங்களும், வன்முறையும் நடந்தன. கடும் சண்டைக்குப் பிறகு ஹிந்துஸ்தான் கப்பல் சரணடைந்ததற்குப் பிறகு, மக்கள் வீதிகளில் இறங்கினர். பிப்ரவரி 22 அன்று கம்யூனிஸ்ட் கட்சி சார்பாக நடந்த பொதுக் கூட்டத்தில் ஊரே ஸ்தம்பித்தது. சுமார் 5000 பேர் இதில் கலந்து கொண்டனர்.

பிப்ரவரி 22 அன்று கம்யூனிஸ்ட் கட்சி தலைமையில் நடந்த ஊர்வலம், ஈத்கா மைதானத்தில் நடந்த கூட்டம் ஆகியவற்றில்

இந்து, முஸ்லிம், ஆலைத் தொழிலாளர், மாணவர் என 30000 பேர் கலந்து கொண்டனர். இதை காங்கிரஸ், முஸ்லிம் லீக் இரண்டும் கவனமாகத் தவிர்த்தன. பதறிப் போன மாவட்ட மாஜிஸ்திரேட் 144 தடையுத்தரவு போட்டார். ஆனாலும் மக்கள் வீதிகளில் இறங்கினர்.

12.30 மணியளவில் போலீஸ் தொடர்ந்து கண்ணீர் புகை குண்டுகளை வீசியது. பெண்கள் வாளி வாளியாக நீரைக் கொட்டி அந்த குண்டுகளை செயலிழக்கச் செய்தார்கள். 2 மணியளவில், மக்கள் போலீஸ் மீது கற்களை வீச, அவர்கள் இயந்திரத் துப்பாக்கியால் சுட்டார்கள். நான்கு போராட்டக்காரர்கள் அந்த இடத்திலேயே மடிந்தார்கள். ஆனால் போர் தொடர்ந்தது. மனோரா தீவிலிருந்து படகுகளில் ஏராளமானோர் வந்து, கலந்து கொண்டார்கள். போலீஸ் பலமுறை துப்பாக்கிச் சூடு நடத்தியது. அதிகாரபூர்வ தகவல் 8 பேர் மரணம், 26 பேர் படுகாயம் என்றது. அடிபட்டவர்களை மருத்துவமனைக்குக் கொண்டு சென்ற வாகன ஓட்டிகள் பணம் வாங்க மறுத்தார்கள்.

கராச்சி பதட்டம் பற்றி முதல்பக்கத்தில் டான் பத்திரிகை 'கராச்சி போலீஸ் துப்பாக்கி சூடு' என்று செய்தி வெளியிட்டது. 'பிப்ரவரி 22 வெள்ளியன்று ஈத்கா மைதானத்தில் போலீஸை நோக்கி முன்னேறி வந்த கூட்டத்தை நோக்கி போலீசார் மூன்று முறை சுட்டனர்,. ஒவ்வொரு முறையும் இரண்டு ரவுண்டுகள் சுடப்பட்டன. சிந்து செயலகத்தில் பிப்ரவரி 23 சனிக்கிழமை சம்பவம் குறித்து அரசாங்க செய்தித் தொடர்பாளர் பத்திரிகையாளர் கூட்டத்தில் தெரிவித்தார். கப்பற்படை போராட்டம் பற்றி மக்களை தூண்டும் பேச்சுகள் பேசப்படும் என்பதால் சனிக்கிழமை காலை 6 மணி முதல் காலவரையற்று அந்த மைதானத்தில் 144 தடையுத்தரவு பிறப்பிக்கப்பட்டுள்ளது. ஹர்த்தால் நடத்துமாறு அறைகூவல் விடுத்த மூன்று கம்யூனிஸ்ட் தலைவர்கள் சனிக்கிழமை கைது செய்யப்பட்டார்கள். பின்னர் ஆறு பள்ளி மாணவர்களும், பால் வியாபாரிகளும் கைது செய்யப்பட்டார்கள்... இவர்கள் போலீஸ் மீது கல் வீசியதற்காகவும், முனிசிபல் அலுவலகத்தை கைப்பற்ற முயன்றதற்காகவும் கைது செய்யப்பட்டார்கள்.'

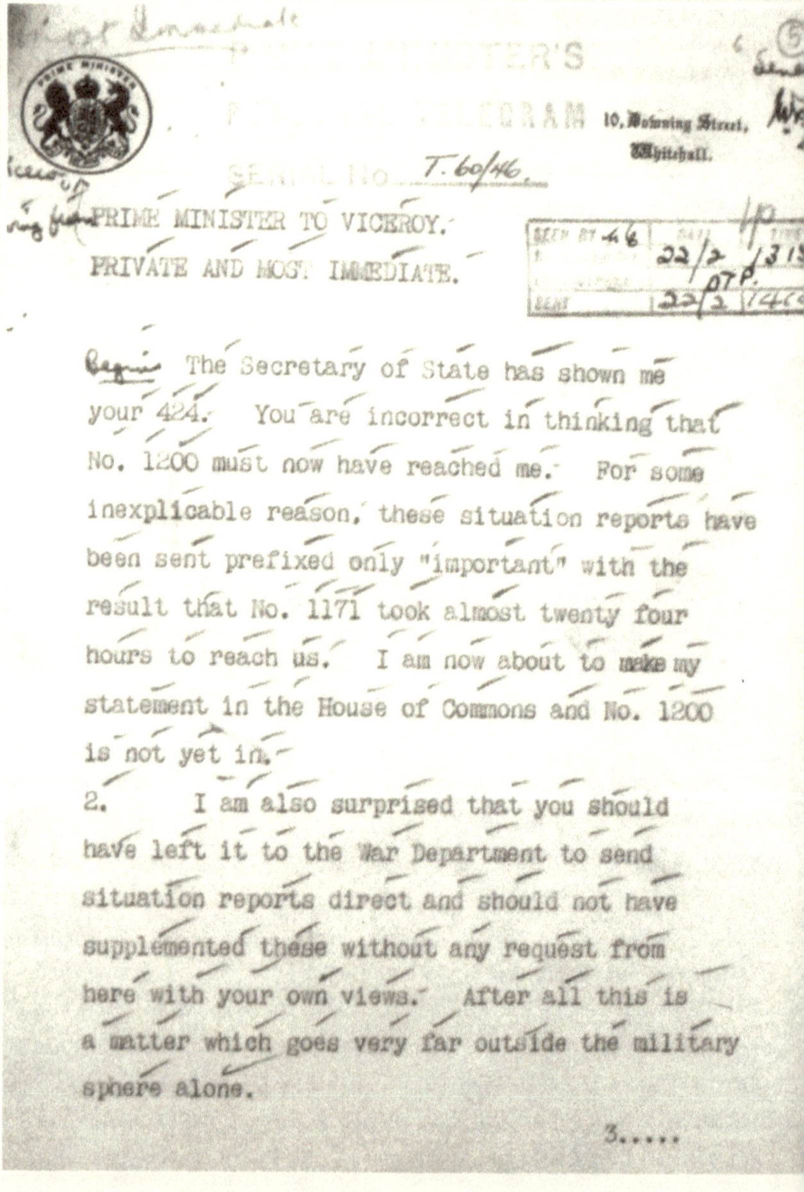

10, Downing Street,
Whitehall.

SERIAL No. T.60/46.

PRIME MINISTER TO VICEROY.

PRIVATE AND MOST IMMEDIATE.

Begin The Secretary of State has shown me your 424. You are incorrect in thinking that No. 1200 must now have reached me. For some inexplicable reason, these situation reports have been sent prefixed only "important" with the result that No. 1171 took almost twenty four hours to reach us. I am now about to make my statement in the House of Commons and No. 1200 is not yet in.

2. I am also surprised that you should have left it to the War Department to send situation reports direct and should not have supplemented these without any request from here with your own views. After all this is a matter which goes very far outside the military sphere alone.

3.....

பிரிட்டிஷ் பிரதமர் அட்லி வைசிராய் வேவலுக்கு பதட்டமாகத் தந்த தந்தி.

பெண்கள், குழந்தைகள் உள்ளிட்ட பொதுமக்கள் தன்னெழுச்சியாக, பரந்துபட்ட அளவில் போராட்டத்தில் இறங்கியதும், இந்தியாவை விட்டு வெளியேறும் பிரிட்டிஷாரின் முடிவை விரைவுபடுத்திய மற்றொரு அம்சமாகும். தமது நவீன ஆயுதங்களை வைத்து மக்களை இனிமேலும் பணிய வைக்க முடியாது என்பதை அவர்கள் உணர்ந்தார்கள். இந்திய போலீஸ் மற்றும் ராணுவத்தினர் தம் நாட்டு மக்களை சுட மறுத்த சம்பவங்களும் பல நடந்தன.

❐

National Herald

NATIONAL HERALD

EARLY MORNING EDITION

Insure with CALCUTTA INSURANCE LTD.

R. I. N. MUTINY LEADERS TO BE TRIED

NO COLLECTIVE PUNISHMENT

Commander-in-Chief's Broadcast

"POLITICAL INTRIGUES IN ARMY CAN'T BE COUNTENANCED"

NEW DELHI, Feb. 25.—General Sir Claude Auchinleck, Commander-in-Chief, in a broadcast tonight on the RIN mutiny, said that there would be no collective punishment, no vindictive action or indiscriminate retribution but ringleaders and others would be individually tried and those found guilty would be punished.

DR. KHAN SAHIB ASKED TO FORM NEW GOVT.

ALL QUIET IN BOMBAY

NEHRU'S TALKS WITH CONGRESS LEADERS

TOMMIES QUITTING THE SCENE

WELL DONE, PATHANS

AZAD CONGRATULATES FRONTIER PEOPLE

RIAF STRIKE IN BOMBAY SPREADS

LAHORE STRIKE

GENERAL STRIKE IN MADRAS

Crowd Lathi-Charged Twice

MADRAS, Feb. 25.— There is a general strike of workers and students in the city today as a protest against military firing at Bombay and to express their sympathy with the RIN ratings.

SEVEN DEAD AND 33 INJURED IN KARACHI FIRING

BRITISH FREE TO FRATERNIZE IN JAPAN

CITY EDITION

Dawn

Founded by MOHAMMAD ALI JINNAH

Edited by ALTAF HUSAIN

CHERISHED LETTER OF REFERENCE

DELHI: TUES, FEB. 26, 1946

RIN RINGLEADERS TO BE PUNISHED

AUCHINLECK'S HINT IN BROADCAST TALK

NO PREMIUM TO BE PAID ON INDISCIPLINE

C-IN-C will not Tolerate Political Intrigue in Army

INDONESIAN PAPER ON BOMBAY RIOT

THE FRENCH DISMISS 20 GENERALS

Paris Talks on Troops Withdrawal from Levant

NAWABZADA LEAVES FOR LAHORE

YENAN FORCES MERGE WITH CHUNGKING ARMY

CHIANG TO BE C-IN-C: 15 YEARS' RIVALRY ENDS

Calcutta Ratings See Mr. Jinnah

Central Assembly

LEAGUE MEMBER CRITICISES DECLINE IN PERCENTAGE OF MUSLIMS IN RAILWAYS

By "Dawn" Gallery Correspondent

No Hope of Soviet Withdrawal from Manchuria Soon

2 LEAGUERS RETURNED UNOPPOSED IN C.P.

Bombay Situation Improves: Life in the City Steadily Returning to Normal

CITY life in riot-torn Bombay is slowly returning to normal after a week of naval uprising and civilian rioting.

MAMDOT LIKELY TO LEAD LEAGUE PARTY

Punjab League To Observe

13

சரணடைதல் : துரோகம், வாக்குறுதி மீறல்

பிப்ரவரி 22 மதியம் 3 மணிக்கு மத்திய போராட்டக் குழு தல்வாரில் கூடியது. அதற்கு முன்பே பாம்பே மக்கள் தமக்காகப் புரிந்த தியாகங்களை மாலுமிகள் பார்த்து விட்டார்கள். பெருமிதத்தாலும், கோபத்தாலும் அவர்கள் உணர்ச்சிவசப்பட்டிருந்தார்கள். ஒருவரைப் பார்த்து ஒருவர் கூச்சலிட்டபடி இருந்தார்கள்.

மக்களின் தியாகம் இந்த முரட்டு மனிதர்கள் பலரையும் கண் கலங்க வைத்தது. 'அவர்கள் மாலுமிகள் அல்ல, படைவீரர்கள் அல்ல, பயிற்சி பெற்ற வீரர்கள் அல்ல. அவர்கள் நம் மக்களின் சாதாரண புதல்வர்கள். ஆனால் தங்களாலும் போரிட முடியும், அதுவும் ஆயுதங்கள் இன்றி, என்று நமக்குக் காட்டிவிட்டார்கள். இனிமேல் சரணடையக் கூடாது. இரத்தம் சிந்தப்பட்டு விட்டது. நமக்காக அவர்கள் தமது விலைமதிப்பற்ற உயிரை தியாகம் செய்துள்ளார்கள். அந்தக் கடனை நூறு மடங்காக திரும்பிச் செலுத்த வேண்டும. இனி நாங்கள் ஒருபோதும் சரணடைய மாட்டோம். அவ்வாறு செய்தால், மக்களின் முகத்தில் முழிக்க முடியாது. போராட்டத்தைத் தொடர வேண்டும். முழு நாடும் எங்கள் பின்னால் இருக்கிறது. எங்கள் வெற்றி உறுதி' என்றார் ஒரு பேச்சாளர் உணர்ச்சி பொங்க.

மாலுமிகளின் போர்க்குணம் எல்லா கப்பல்களிலும், அலுவலங்களிலும் எதிரொலித்தது. ஆனால் இந்த வீரமும், தியாகமும் வேறு கணக்கைப் போட்டுக் கொண்டிருந்த அரசியல்வாதிகளை அசைக்கவில்லை. பொதுமக்களின் இறப்பு எண்ணிக்கை மிக அதிகமாக இருந்த சூழலிலும் இத்தலைவர்கள் மாலுமிகளை சரணடையுமாறு நிர்ப்பந்தம் செய்தார்கள்.

சரணடைய வாய்ப்பு உள்ளது என்பதை கோடிட்டுக் காட்டும் வகையில் கான் மாலுமிகளுக்கு தகவல் அனுப்பினாலும், அது போராட்ட உணர்வைத் தணிக்கவில்லை. 'எது வரினும் சரி. நிபந்தனையின்றிச் சரணடைய வேண்டாம். அமைதியாக

போராட்டத்தை முன்னெடுத்துச் செல்வோம்' என்பது அவரது செய்தி.

இதைப் பார்த்த பலரும் போராட்டம் தொடரும் என்றே நினைத்தனர். மக்கள் ஆதரவு இருப்பதால், போராட்டத்தை தொடரலாம் என்று புரட்சிகர கோஷத்துடன் இச்செய்தியை வரவேற்றனர்.

ஆனால் விரைவில் இந்த நம்பிக்கை தகர்ந்தது. மாலை சுமார் 6 மணிக்கு கான் மற்ற போராட்டக் குழு உறுப்பினர்களோடு வந்தார். மாலுமிகள் ஆவலோடு அவரைச் சுற்றிக் கூடினர். எனினும் அவரது இறுக்கமான முகத்தைப் பார்த்ததும், அமைதியாகினர்.

கிட்டத்தட்ட அழும் குரலில் அவர் சர்தார் படேலிடமிருந்து வந்த செய்தியை வாசித்தார்.

> 'தற்சமயத்தின் இந்த துரதிருஷ்டமான சூழலில், மாலுமிகள் ஆயுதங்களைக் கீழே போட்டுவிட்டுச் சரணடையுமாறு காங்கிரஸ் அறிவுறுத்துகிறது. பழிவாங்கல் நடவடிக்கைகள் இல்லாதிருக்கவும், மாலுமிகளின் நியாயமான கோரிக்கைகள் விரைவில் ஏற்கப்படவும் காங்கிரஸ் தன்னால் இயன்றதைச் செய்யும்.
>
> நகர் முழுக்க பெரும் பதட்டம் நிலவுகிறது. ஏராளமான உயிர்ச்சேதமும், பொருட்சேதமும் ஏற்பட்டுள்ளது. மாலுமிகள், கப்பற்படை நிர்வாகிகள் இரு தரப்பிற்கும் பெரும் மன அழுத்தம் இருக்கிறது.
>
> மாலுமிகளின் வீரம், உணர்வை முழுமனதோடு பாராட்டுவதோடு, அவர்களது தற்போதைய நிலை குறித்து முழுமையான அனுதாபமும் கொண்டுள்ள காங்கிரஸ் இப்போதைய சூழலில் இந்தப் பதட்டத்தை உடனடியாக முடிவுக்குக் கொண்டு வர வேண்டும் என்று அறிவுறுத்துகிறது. சம்பந்தப்பட்ட அனைவரின் நலன் கருதியே இந்த அறிவுரை'.

இக்கடிதம் மாலுமிகளின் நம்பிக்கைமீது பேரிடியாக இறங்கியது. வாளால் குத்தியது பிரிட்டிஷார் அல்ல. காங்கிரஸ். கான் இந்தக் கடிதத்ததைப் படித்த போது அந்த இளம் மாலுமிகள் எப்படி உணர்ந்திருப்பார்கள் என்பதைக் கற்பனை செய்யவே முடியவில்லை.

அவர்களின் தேசியத் தலைவர்கள் அவர்களை ஓநாய்களுக்கு இரையாக்கி விட்டார்கள்.

படேலின் வார்த்தைகள் ஒரு புயலை உருவாக்கி விட்டன. அது புது விவாதங்களைத் துவக்கி வைத்து விட்டது. அவர்கள் எப்படிச் சரணடைய முடியும்? சரணடைந்த பிறகு, பொதுமக்கள் முன்பு எப்படி முகத்தைக் காட்டுவது?

'நாம் சண்டையிட விரும்பவில்லை. ஆனால் போராட்டத்தை விடக் கூடாது' என்று ஒரு மாலுமி கத்தினார்.

ஆனால் பகடை உருட்டப்பட்டு விட்டது. பிரிட்டிஷ் தாக்குதல்களை எதிர்த்து அஞ்சாது நின்ற அந்த வீர இளைஞர்கள். கானின் வார்த்தைகளைக் கேட்டதும், கட்டுப்படுத்த முடியாதபடி அழுதார்கள். 'இந்த உத்தரவாதத்தைப் பெற்ற பிறகு, நமது ஆயுதங்களை கீழே போட்டு விட்டு, நாம் சரணடைய வேண்டும் என்பதே என் கருத்து. நியாயம் கிடைக்க நம் தலைவர்கள் உதவுவார்கள் என்று நம்புவோம். நாம் பிரிட்டிஷாரிடம் சரணடைவதாக நினைக்க வேண்டாம். நாம் நமது மக்களிடம்தான் சரணடைகிறோம். ஏனெனில் நாடே நம்முடன் இருக்கிறது.' என்றார் கான்.

கான் பெருந்தன்மையாக தேசியத் தலைவர்களை நம் தலைவர்கள் என்று குறிப்பிட்டார். ஆனால் மாலுமிகளைப் பொருத்தவரை, தலைவர்கள் அவர்களுக்கு நம்பிக்கைத் துரோகம் செய்ததாகவே நினைத்தார்கள். சரணடைதல் என்றால் அவர்களது விதி, எதிர்காலம் பிரிட்டிஷாரின் கையில் என்று பொருள். எங்கும் போக முடியாது. தொடர்ந்து கப்பற்படையில் வேலை பார்க்க முடியுமா என்பது கூடத் தெரியாது.

முஸ்லிம் லீக் என்ன வாக்குறுதி தந்துள்ளது என்று முதன்முறையாக மாலுமிகள் கானிடம் கேள்வி கேட்டார்கள். எதவும் தரவில்லை என்று அவர் தெரிவித்தார். ஜின்னா கல்கத்தாவில் இருப்பதாகவும், அவரது வழிகாட்டுதல் ஏதேனும் இருந்தால், சில நாட்களில் தெரியும் என்றும் அவர் கூறினார். தான் இப்ராஹிம் சுந்திரிகரை சந்தித்ததாகவும், லீகின் மேலிடத்திலிருந்து தகவல் வரும் வரை தான் எந்த உறுதிமொழியும் தர முடியாது என்று அவர் கூறியதாகவும் கான் தெரிவித்தார்.

'ஒரு கட்சியின் வாக்குறுதியை மட்டும் நம்பி நாம் எதுவும் செய்யக்கூடாது. முஸ்லிம் லீகிடமிருந்து வாக்குறுதி பெற்ற பிறகு சரணடையலாம்' என்று முஸ்லிம் மாலுமிகள் கூறினார்கள்.

கானின் செய்தி எல்லா கப்பல்களுக்கும் காட்டுத் தீயாகப் பரவியது. நொறுங்கிப் போன மாலுமிகள் கதறினார்கள். அவர்களது போராட்டங்கள், அன்னை இந்தியாவின் விடுதலைக்கான முயற்சிகள் அத்தனையும் வீணா? பெரும் கோபமும், வேதனையும், ஏமாற்றமுமாக போராட்டக்குழு இரவு சுமார் 11.30க்கு கடைசி முறையாகக் கூடியது.

பத்திரிகைகளுக்கு அறிக்கையொன்று வெளியிடப்பட்டது. அது கூறியதாவது :

'பாம்பேயின் சகோதர, சகோதரிகளே! அன்பிற்குரிய பாம்பேயின் தொழிலாளர்களே, மாணவர்களே, பொதுமக்களே, இன்று எங்களுக்கு நீங்கள் காட்டிய மாபெரும் ஆதரவிற்காக உங்களை வாழ்த்துகிறோம். பிரிட்டிஷ் ராணுவம் வெறித்தனமாக சுட்டதில் பலரும் இறந்ததற்கு இரங்கலைத் தெரிவித்துக் கொள்கிறோம். ஏகாதிபத்தியவாதிகள் வேண்டுமென்றே செய்த கொலைகளைக் கண்டிக்கிறோம். எங்கள் போராட்டம் தொடர்கிறது. உங்கள் உதவி உள்ளவரை தொடரும். நாங்கள் உறுதியாக இருக்கிறோம்.

எங்களது கோரிக்கைகள் வெற்றி பெற, உங்கள் துணை தரும் கூடுதல் பலத்தோடு எங்களால் இயன்ற அனைத்தையும் செய்கிறோம். அந்த வெற்றி உங்களுடையதாக, நம்முடையதாக இருக்கும்.

'பேச்சு வார்த்தை நடத்தி வருகிறோம். வெற்றி பெறுவோம் என நம்புகிறோம். ஆனால் அந்த வெற்றிக்கு உங்களது உதவி, உங்களது கட்டுபாடுடன் கூடிய போராட்டங்கள் தொடர வேண்டும். அது மட்டுமே, கொடூரமான இந்த பிரிட்டிஷ் ராணுவ, நிர்வாக அதிகாரிகள் எங்களை ரத்த ஆற்றில் மூழ்கடிக்க நினைத்தால், உங்களையும் சேர்த்துக் கருத வைக்கும்.

போராட்டக்குழுவின் கடைசிக் கூட்டம் அந்த இரவு முழுவதும், கிட்டத்தட்ட சரணடைவதற்கான கெடு முடிவும் பிப்ரவரி 23 காலை 6.30 வரை நடந்தது. போராட்டக் குழுவின் தூதர் ஒருவர்

கப்பல் கப்பலாகச் சென்று கப்பல்களின் பிரதிநிதிகள் தல்வாருக்கு வர வேண்டும் என்று அழைத்தார். போராட்டக்குழுவில் அப்போது சில மாலுமிகள் இருந்தனர். பிரிட்டிஷாரின் கெடுபிடி காரணமாக, ஒவ்வொருவராக 1.30 – 2 மணி போலத்தான் வந்தனர்.

கான் உட்பட அவர்களில் பலரும் கடந்த நான்கு நாட்களாக தூங்கவே இல்லை. களைப்பாலும், பசியாலும் அவர்களால் நிற்கக் கூட முடியவில்லை. ஆனாலும் கூட்டம் தொடர்ந்தது. மாலுமிகள் பலரும் தொடர்ந்து போராட வேண்டும் என்றனர்.

கானும், மதன்சிங்கும் வெறுத்துப் போய் தலைகுனிந்து உட்கார்ந்திருந்தனர். கடைசியில் கான் கண்ணீரை அடக்கப் போராடியபடி, குரல் தழுதழுக்கப் பேசினார். சர்தார் படேல், ரியர் அட்மிரல் ராட்ரேயுடன் தான் பேசியது அனைத்தையும் விளக்கி, மீண்டும் ஒருமுறை சரணடையுமாறு வேண்டினார். காலை 6.30க்குள் சரணடையாவிட்டால், பிரிட்டிஷ் படைகள் அவர்களை கொன்று குவித்து விடும். போரா, சரணாகதியா, எதுவானாலும் காலை 6.30க்கு ராட்ரேயிடம் தெரிவிக்க வேண்டும்.

கான் சரணடைவதை ஆதரித்தாலும், மதன்சிங் கருத்து மாறுபட்டார். இதனால் பெரும் சர்ச்சை ஏற்பட்டது. பெரும்பாலானோர் சரணடைவதை எதிர்த்தனர்.

‘சரணடைந்தால் நம் பையன்களிடம் எப்படி முகத்தைக் காட்டுவது?’ என்று கத்தினார் ஒருவர்.

பெரும் குழப்பம் நிலவியது. வெற்றி கிட்டப் போகும் நேரத்தில் ஏன் சரணடைய வேண்டும்? மேலும், நாட்டு மக்களுக்காக அவர்கள் ஆற்ற வேண்டிய கடமையும் இருக்கிறதல்லவா?

ஒரு மாலுமி கோபமாக, ‘இப்போது நாம் சரணடைய முடியாது. நம் கோரிக்கைகளை வெல்லப் போகிறோம். மக்கள் நம் பின்னால் நிற்கிறார்கள். நமது போராட்டம் மக்களின் விடுதலைப் போராட்டத்தின் ஒரு பகுதியாக மாறி விட்டது. இப்போது சரணடைவது அவர்களுக்கு துரோகம் செய்வதாக ஆகி விடும். நாம் அவர்களை உதவிக்கு அழைத்தோம். அவர்கள்

வந்தார்கள். உயிர் நீத்தார்கள். பிரிட்டிஷ் படை ஆண்கள், பெண்கள், குழந்தைகள் அனைவரையும் இயந்திரத் துப்பாக்கியால் சுட்டுப் பொசுக்கியது. மக்களின் எதிர்ப்புணர்வு மேலோங்கி நிற்கிறது. அவர்கள் போராட்டத்தை தொடரப் போகிறார்கள். இப்போது நாம் எப்படி பின் வாங்க முடியும்?' என்றார்.

மற்றொருவர் 'நாம் சரணடைந்தால், கப்பல்களை அதிகாரிகளிடம் ஒப்படைக்க நேரும். போராட்டம் தொடர வேண்டும். கோரிக்கைகள் நிறைவேறும் வரை பின்வாங்க முடியாது. நமது தேசியத் தலைவர்கள் மத்திய சட்டசபையில் ஒரு ஒத்தி வைப்புத் தீர்மானத்தை கொண்டு வருகிறார்கள். நாம் போராட்டத்தை தொடர்வதன் மூலம் அவர்கள் கரங்களை வலுப்படுத்த வேண்டும்' என்றார்.

விவாதம் நடந்துகொண்டே இருந்தது. ஆனால், அரசியல் தலைவர்கள் ஆதரவு இல்லை. ராணுவத்தின் மிருக பலம்,அடுத்த நடவடிக்கையாக செய்வதற்கு எதுவும் இல்லாதது ஆகியவற்றை யோசித்த போது, நம்பிக்கை குறைந்தது.

அரசியல் ஆதரவு பற்றிய கடைசி நம்பிக்கையும் காலையில் கரைந்தது. ஜின்னா கல்கத்தாவிலிருந்து பிப்ரவரி 22 மாலை ஒரு அறிக்கை வெளியிட்டிருந்தார். அது போராட்டக் குழு கூட்டம் நடந்து கொண்டிருந்த போதுதான் தல்வாரை அடைந்தது.

'அந்தச் சமயத்தில் தான் (நள்ளிரவு 2.30 வாக்கில்) மாலுமி ஒருவர் ஒரு செய்தியோடு வந்தார். ஜின்னா கல்கத்தாவிலிருந்து வெளியிட்ட அறிக்கையை ப்ரீ பிரஸ் ஜர்னல் தொலைபேசி மூலம் தெரிவித்திருந்தது.

ஜின்னா மாலுமிகளுக்கு தன் ஆதரவைத் தெரிவித்திருந்தார். மாலுமிகளுக்கு மிக நியாயமான கோரிக்கைகள் இருப்பதை ஏற்ற அவர், அவர்களுக்கு நியாயம் கிடைக்க தனது சேவையை தயக்கமின்றித் தரத் தயாராக இருந்தார். எனினும் அதற்கு அவர்கள் 'அரசியல் ரீதியான, சட்டபூர்வமாக, அமைதியான வழிமுறைகளை கடைப்பிடிப்பதாக உறுதியளிக்க வேண்டும். அவ்வாறு செய்ய அவர்கள் தயாரென்றால், அவர்களது கோரிக்கைகள் நிறைவேற அவரும் தன்னால் இயன்றதைச் செய்வார்.

ஜின்னா அவர்கள் போராட்டத்தை உடனடியாக திரும்பப் பெற வேண்டும் என்றார்.

‘வேலை நிறுத்தத்தை தங்களுக்குச் சாதகமாகப் பயன்படுத்திக் கொண்டு, பிரச்சனை செய்ய நினைப்போரிடம் மாலுமிகள் சிக்கிக் கொள்ள வேண்டாம் என்று வேண்டுகிறேன். சகஜ நிலைக்குத் திரும்ப வேண்டுகிறேன். பிரச்சனையை எங்கள் கைகளில் விடுங்கள். அது உங்களுக்கு நன்மையாக முடியும்.’

‘எனவே மாலுமிகளை போராட்டத்தை திரும்பப் பெறுமாறு வேண்டுகிறேன். பொதுமக்களும் நிலமையை மேலும் சிக்கலாக்காமல் இருக்கும்படி கேட்டுக் கொள்கிறேன். குறிப்பாக, இந்தக் கடுமையான சூழலை நாங்கள் சரிசெய்யும் வரையிலும் மேற்கொண்டு பிரச்சனைகளை உருவாக்க வேண்டாம் என்று முஸ்லிம்களை வேண்டுகிறேன். நமது நியாயமான கோரிக்கைகளை அரசாங்கத்திற்கு புரிய வைக்க இயலவில்லை என்றால், அப்போது நம் ஒன்றுபட்டு அரசாங்கத்தை நிர்ப்பந்தம் செய்யலாம் .’

முதலில் முஸ்லிம் லீக்கின் அறிக்கையை மாலுமிகள் உற்சாகமாக வரவேற்றார்கள். சரணடைதல் என்ற பேச்சை இல்லை என்று சிலர் கூவினர்கள். கம்யூனிஸ்ட்களும், லீக்கும் ஆதரிக்கின்றன. அவர்கள் விரும்புவது இதுதானே?

ஆனால் ஜின்னா கூறியதன் முழு தாக்கமும் புரிந்தபோது கொண்டாட்டம் அடங்கியது. ஜின்னாவும் ‘வேலை நிறுத்தத்தை கைவிடவே’ கேட்டுக் கொண்டுள்ளார். ‘இப்போது சரணடைய வேண்டாம் என்ற பேச்சுக்கே இடமில்லை’ என்றார் கான்.

உற்சாகம் குன்றி, மிகவும் களைப்போடு, கானும், மதன் சிங்கும் முடிவற்ற வாக்குவாதத்தில் ஈடுபட்டார்கள். கடைசியில் கான் எழுந்து, ‘சகோதரர்களே!குழந்தைத்தனமாக நடந்து கொள்ளாதீர்கள், தயவு செய்து, நீங்கள் குழந்தைகள் போல் பேசிக் கொண்டிருக்கிறீர்கள். இனி எதுவும் செய்ய முடியாத அளவிற்கு காலம் கடந்து விட்டது. இப்போது விரைந்து முடிவு செய்யுங்கள். கால அவகாசம் அதிகம் இல்லை’ என்றார்.

தல்வார் குழுவைப் பொருத்தமட்டில் முடிவு எடுக்கப்பட்டு விட்டது என்றார் கான். அவர்கள் நிபந்தனையின்றி சரணடைய முடிவு செய்துவிட்டார்கள். ‘யாரேனும் போராட்டத்தை தொடர விரும்பினால், தொடரலாம்’ என்றார் கான்.

உற்சாகம், பரவசம், வேதனை என்று அனைவரது உணர்ச்சிகளும் மாறி மாறி கொந்தளித்தன. தம்மை வழி நடத்தியவரே 'துரோகம்' செய்து விட்டது போல் அவர்களுக்குத் தோன்றியது. ஆனால் கான் பேசப் பேச, அவர் கசப்பான உண்மைகளை ஒளிவு மறைவின்றி வெளிப்படையாகச் சொல்வது தெரிந்தது.

மாலுமிகள் பிரிட்டிஷ் ராணுவத்தை, கப்பற்படையை தடுத்து நிறுத்தியிருக்கிறார்கள். இச் செயலை அவர்களது தேசியத் தலைவர்கள் விரும்பவில்லை. மாலுமிகள் தேசியத் தலைவர்களுக்கு அடிபணிந்து, அவர்கள் கூறுவதுபோல் நடக்க உறுதி ஏற்றவர்கள். இப்போது போராட்டத்தைத் தொடர்ந்தால், தலைவர்கள் இவர்களைக் குறைகூற மாட்டார்களா? மாலுமிகள் அரசியல் அதிகாரம் பெற விரும்புகிறார்கள் என்று குற்றம் சாட்டமாட்டார்களா?

இப்படிப்பட்ட பிடிவாதம் அவர்களது கோரிக்கைகளை மட்டுமின்றி, ஒட்டு மொத்த சுதந்திரப் போராட்டத்தையும் பாதிக்கும். கானின் குரல் நடுங்கியது. கண்களில் நீர் ததும்பியது. ஆனால் அவரது வாதம் நியாயமாக இருந்தது. அதற்கு மாலுமிகளிடம் பதிலில்லை. தமது செயல் தமது தலைவர்களை காயப்படுத்தும், விடுதலை இயக்கத்திற்கு ஊறு செய்யும் என்பது அவர்களுக்குத் தோன்றவேயில்லை. கான் கூறுவது சரிதான். கசப்பு மருந்தை முழுங்க வேண்டும் என்றால், முழுங்கித்தான் ஆக வேண்டும். இயக்கத்தை பிளவுபடுத்துவதை விட அவர்கள் தேசத்தின், சக மாலுமிகளின் இகழ்ச்சியைப் பொறுத்துக் கொள்வார்கள்.

தேச விடுதலை தான் முக்கியம். அதற்கே முன்னுரிமை. எனவே மாலுமிகள் நிச்சயமற்ற விதியிடம் தம்மை ஒப்புவித்தார்கள். சரணடைதல் குறித்த விதிமுறைகள் மட்டுமே பாக்கி. பிரிட்டிஷாரிடம் ஏதேனும் சமரசம் செய்ய முடியுமா?

கெடுநேரம் நெருங்கிக் கொண்டிருக்க, சரணடைதல் குறித்த வாக்கெடுப்பை மாலுமிகள் நடத்தினார்கள். இறுதியில் போராட்டக்குழுவின் ஆறு உறுப்பினர்கள் மட்டுமே சரணடைதலை எதிர்த்தார்கள். மேலும் அஸ்ஸாம், கைபர், ஜமுனா, எம்எம்எஸ் 129, கேஸில் பாரக்ஸ் ஆகியவை சரணடைதலை எதிர்த்தன. கேஸில் பாரக்ஸிற்கு இரண்டு பிரதிநிதிகள் இருந்தனர். அவர்களது வாக்கு பிரிந்திருந்தது. சரணடையலாம் என்ற முடிவு எட்டப்பட்ட

போது மணி கிட்டத்தட்ட காலை 6 ஆகிவிட்டது. தலைமைத் தளபதியின் கெடு முடிய அரைமணி நேரம் தான் பாக்கி இருந்தது.

முடிவை தலைமை தளபதிக்கு தெரிவிக்க கான் சென்றார். அதே சமயம் பத்திரிகைகளுக்கும் அறிக்கை அனுப்பப்பட்டது. பின்னர் விரிவான அறிக்கை வெளியிடலாம். இப்போது பிரதிநிதிகள் தமது மாலுமிகளுக்கு தகவல் தெரிவிக்க விரைந்து செல்ல வேண்டும் என்று முடிவானது.

“கனத்த இதயத்தோடு, உறுப்பினர்கள் ஒருவரையொருவர் தழுவிக் கொண்டு, தத்தம் கப்பல்களுக்கு விரைந்தார்கள். இப்படியாக எல்லாம் முடிந்தது. நான் மிகவும் மன வேதனையோடு எனது கடைசி முக்கிய வேலை என்று நான் கருதியதை செய்வதற்குச் சென்றேன். எல்லா ஆவணங்களையும், போராட்டக் குழு உறுப்பினர்கள் பயன்படுத்திய ஒவ்வொரு துண்டுக் காகிதத்தையும் சேகரித்து, கண்ணீர் கண்களை மறைக்க, தீ வைத்து அழித்தேன். அவை அனைத்தும் பயனற்ற ஆவணங்களாகி விட்டன. எங்கள் நம்பிக்கைகள் தகர்ந்து விட்டன. கனவுகள் குப்பைத் தொட்டியில் வீசப்பட்டன. நெருப்புதான் எங்கள் பயனற்ற முயற்சியின் ஆவணங்களுக்கு சரியான இடமாகப்பட்டது. எங்களது வேதனைக்குரிய தோல்வியின் அத்தனை ஆதாரங்களையும் நான் அழித்துவிட விரும்பினேன். என்னைப் பொருத்த வரை, இது மாபெரும் தோல்வி” என்று பி.சி.தத் குறிப்பிடுகிறார்.

சரணடைதல் பற்றி மாலுமிகளிடம் தெரிவிப்பது எளிதான காரியமாக இல்லை. அதுவும் அதை எதிர்த்த பிரதிநிதிகளுக்கு அது மிகவும் கடினமாக இருந்தது.

‘எங்கள் பையன்களிடம் என்னால் சொல்லவே முடியவில்லை’ என்றார் ஒருவர். ஆனால் முடிவை சொல்லித்தான் ஆக வேண்டும். முதலில் மாலுமிகள் அதை நம்பமுடியாமல், அதிர்ச்சியுடன் கேட்டார்கள். சிலர் கோபத்தில் கத்தினார்கள். சிலர் அழுத்தார்கள். சிலர் வெறுப்போடு அந்த இடத்தை விட்டு நகர்ந்து சென்றார்கள். ஆனால் கட்டுப்பாடு மிக்க படைவீரர்கள் என்பதால், மாலுமிகள் தம் பிரதிநிதிகள் எடுத்த முடிவை மதித்தார்கள்.

கடைசியில், மாலுமிகளுக்கு ‘எல்லா கப்பல்களிலும் கறுப்புக்கொடி ஏற்றுங்கள். கப்பலிலேயே இருங்கள். உணவுப் பொருட்கள் அனுப்ப முயற்சி செய்கிறோம்’ என்ற செய்தி

அனுப்பப்பட்டது. காலை 6.13 வாக்கில் காங்கிரஸ், முஸ்லிம் லீக், கம்யூனிஸ்ட் கொடிகள் இறங்க ஆரம்பித்தன. எல்லாம் முடிந்தது. கப்பல்களில், அலுவலகங்களில் மாலுமிகள் போராட்டக் குழுவிலிருந்து வந்த கடைசிச் செய்தியைப் படித்தனர். அது சுதந்திரப்போர் வரலாற்றில் இடம் பெற வேண்டிய உத்வேகமளிக்கும் ஒரு ஆவணமாகும்.

அது கூறியதாவது :

'இந்திய மக்களுக்கு குறிப்பாக பாம்பே மக்களுக்கு, கப்பற்படை மத்திய போராட்டக்குழு போராட்டத்தை கைவிட முடிவு செய்ததைத் தெரிவிக்க விழைகிறது. சர்தார் வல்லபாய் படேலுடன் விவாதித்த பிறகு இந்த முடிவு எடுக்கப்பட்டது. அவர் போராட்டக்காரர்கள் மீது பழிவாங்கும் நடவடிக்கைகள் இல்லாது காங்கிரஸ் பார்த்துக் கொள்ளும் என்று உறுதியளித்துள்ளார். மாலுமிகளின் நியாயமான கோரிக்கைகள் முன்னெடுத்துச் செல்லப்படும் என்று உறுதியளித்துள்ளார். காங்கிரஸ் ஆதரவு தரும், திரு.ஜின்னா அவர்களின் ஆதரவான அறிக்கை வழியே முஸ்லிம் லீக்கின் ஆதரவும் உள்ளது என்ற நம்பிக்கையில் குழு போராட்டத்தை விலக்கிக் கொள்ள முடிவு செய்துள்ளது.

எனினும், அதிகாரிகள் ஒரே ஒரு போராளியைப் பழிவாங்க முயன்றாலும், மீண்டும் வேலை நிறுத்தத்தில் ஈடுபட போராட்டக்குழு ஒரு கணமும் தயங்காது என்பதை கப்பற்படை அரசாங்க அதிகாரிகளுக்கும், மக்களுக்கும், அனைத்து அரசியல் கட்சித் தலைவர்கள், குறிப்பாக சர்தார் வல்லபாய் படேலுக்கும், ஜின்னாவிற்கும் நினைவூட்டுகிறோம்.

பாம்பே மக்களை, குறிப்பாக தொழிலாளர்கள், மாணவர்களை, கடந்த இரண்டு நாட்களின் ஆதரவு வேலை நிறுத்தத்திற்காக போராட்டக்குழு வாழ்த்துகிறது. இந்தப் போராட்டங்கள் தான் மாலுமிகளுக்கு, தமது போராட்டம் நியாயமானதே என்று இந்தியா முழுமையும் ஆதரிப்பதை உணர்த்தியது.

பிரிட்டிஷ் படைகள் அப்பாவி ஆண்கள், பெண்கள் மீது கொடூரமாக துப்பாக்கி சூடு நடத்தியதில் பலியான நூற்றுக்கணக்கானோருக்கு, மக்களோடு இணைந்து போராட்டக்குழு அஞ்சலி செலுத்துகிறது. இந்தியா இதுவரை பார்த்திராத வகையில் பாம்பேயை ரத்த வெள்ளத்தில் மூழ்கடித்த ராணுவத்தை, அரசாங்கத்தை போராட்டக்குழு வன்மையாகக் கண்டிக்கிறது.

இறுதியாக, நம் மக்களுக்கு ஒரு வார்த்தை :

'நீங்கள் எங்களோடு நின்றீர்கள். அதற்காக நாங்கள் மகிழ்ச்சியடைகிறோம். பெருமையடைகிறோம். நன்றி கூறுகிறோம். உயிரிழப்புகளுக்கு வருந்துகிறோம். நீங்கள் மட்டும் ஆயிரக்கணக்கில் திரண்டு எங்களுடன் இணைந்து போராடாவிட்டால், எங்கள் போராட்டம் ரத்த வெள்ளத்தில் மூழ்கடிக்கப்பட்டிருக்கும். இப்போதும் அதிகாரிகள் எங்களை பழிவாங்க, தண்டிக்க முயற்சி செய்யலாம். அதையும் எதிர்த்து நாம் போராடுவோம். அதை எதிர்த்துப் போராடி சர்தார் படேல். திரு.ஜின்னா அவர்களின் வாக்குறுதிகளைக் காப்பாற்றவும் தயாராக இருக்கும்படி வேண்டுகிறோம்.

நம் தேசத்தின் சரித்திரத்தில் எங்கள் போராட்டமானது ஒரு பெரும் வரலாற்று நிகழ்வாகும். ஒரு பொதுவான கோரிக்கைக்காக படைவீரர்களின் ரத்தமும், பொது மக்களின் ரத்தமும் முதன்முறையாக ஒன்றாகச் சிந்தியுள்ளன. படைவீரர்களாகிய நாங்கள் ஒருபோதும் இதை மறக்க மாட்டோம். எங்கள் சகோதர, சகோதரிகளான நீங்களும் அதை மறக்க மாட்டீர்கள் என்பதை அறிவோம். இந்திய மக்கள் வாழ்க. ஜெய்ஹிந்த்.'

ஐந்து நாட்களாக போராட்ட செய்திகளை சேகரித்து வந்த பத்திரிகையாளர்கள் போராட்டக் குழு கூட்டத்தின் ஒவ்வொரு காட்சியையும் பற்றி தம் அலுவலகங்களுக்கு தகவல் தெரிவித்துக் கொண்டே இருந்தனர். இது மிக முக்கியமான கட்டம் என்பதால் பெரிய பத்திரிகைகள் 'பிரேக்கிங் நியூஸ்'காக தம் முதல் பக்கத்தை காலியாக வைத்துக் கொண்டு காத்திருந்தன.

ஃப்ரீ பிரஸ் ஜர்னலின் நகரத்திற்கான கடைசிப் பதிப்பு மாலுமிகள் சரணடைய சம்மதம்' என்று கொட்டை எழுத்தில் முதல்பக்க செய்தி வெளியிட்டது. 'சர்தாரின் ஆலோசனைப்படி, உள்ளிருப்பு வேலை நிறுத்தம் தொடரும்' என்றது. டில்லியிலிருந்து வந்த ஹிந்துஸ்தான் டைம்ஸ் 'மாலுமிகள் சரணடைய முடிவு என்று இரண்டு கால செய்தியை முதல் பக்கத்தில் வெளியிட்டது. டில்லிலிருந்து வரும் டான், 'மாலுமிகள் நிபந்தனையின்றி சரண்' என்று ஒற்றைக்கால முதல் பக்கச் செய்தி போட்டது. கல்கத்தாவிலிருந்து வந்த ஹிந்துஸ்தான் ஸ்டாண்டர்ட் 'போர் முடிந்தது' என்று முதல் பக்கத்தில் ஒற்றைக் கால செய்தி போட்டது. டைம்ஸ் ஆஃப் இந்தியா முதல் பக்கத்தின் நடுவில் ஒற்றைக் காலத்தில் 'கப்பற்படை கிளர்ச்சி முடிந்தது . மாலுமிகள் முடிவு. திரு.வி.படேலின் அறிவுரை ஏற்கப்பட்டது' என்றது.

1946 பிப்ரவரி 23 சனிக்கிழமை

காலை 8 மணிக்கு தலைமை தளபதி கப்பல்களை, அலுவலகங்களை பார்வையிட வந்தார். சரணடையும் நிகழ்ச்சி முடிந்தது. ஆயுதங்கள் சேகரிக்கப்பட்டன. போராட்டக்காரர்களை அவர்களது இடங்களிலிருந்து நீக்கி விட்டு, அந்த இடங்களில் பிரிட்டிஷ் வீரர்களை நிறுத்தினார்கள். அவர்களது ஆயுதங்கள் பறிக்கப்பட்டு கணக்கெடுப்பு நடத்த, மாலுமிகள் திறந்தவெளி சிறையில் இருப்பது போல. செய்வதறியாது நின்றார்கள்.

தெருக்களில் இந்த தலைப்புச் செய்திகளைக் கூவிக் கூவி சிறுவர்கள் செய்தித்தாள்களை விற்றுக் கொண்டிருந்தார்கள். மக்களால் இந்த செய்தியை நம்பவே முடியவில்லை. போராட்டக்குழுவின் தீர்மானமும் முதல் பக்கங்களில் பெரிதாக வந்திருந்தது.

1946 பிப்ரவரி கப்பற்படை எழுச்சியை பிரிட்டிஷ் ஆட்சியின் முடிவின் துவக்கமாக வரலாறு பதிவு செய்யப் போகிறது. விடுதலைக்கான இந்த மகத்தான போராட்டம் 18 மாதங்களுக்குப் பிறகு பலன் தரப்போகிறது. அதற்கு இந்த மாலுமிகளின் தீரமிக்க போராட்டம் மிக முக்கிய காரணம் என்பதில் ஐயமில்லை.

நான்கு பகல்கள், இரவுகளுக்கு மாலுமிகள் பிரிட்டிஷ் ராணுவத்தின் வலிமையை எதிர்கொண்டார்கள். அதில் கிட்டத்தட்ட வெற்றியும் பெற்றார்கள். இந்தியக் கப்பற்படையைக் கைப்பற்றி, அதை இந்திய தேசியத் தலைவர்கள் வசம் ஒப்படைக்கும் மகத்தான சாதனையை கிட்டத்தட்ட செய்துவிட்டார்கள். தலைவர்கள் ஆதரித்திருந்தால் முழு வெற்றி பெற்றிருப்பார்கள்.

பாம்பேயின் தெருக்களில் நடந்த போரின் இறப்பு எண்ணிக்கை அக்காலத்து போராட்டங்களிலேயே மிக அதிகமானதாகும். இந்த மோதல்கள் இன்னும் பல நாட்களுக்குத் தொடரப் போகின்றன.

மாலுமிகளுக்கு சரணடைதல் மிகக் கடுமையான, மனதைக் கிழித்து விடும் தருணமாக இருந்தது. இதற்குப் பிறகு, முக்கியத் தலைவர்களுக்குக் கிடைத்த தண்டனை இன்னும் பெரிய கொடுமை.

அடுத்த நாற்பத்தெட்டு மணி நேரத்தில், அதிகாரிகள் பெரிய அளவில் கைதுப் படலத்தை மேற்கொண்டு, எழுச்சியில் பங்கேற்ற அத்தனை மாலுமிகளையும் கைது செய்துவிட்டார்கள். கான், மதன் சிங், மற்றும் போராட்டக்குழுவின் முக்கிய உறுப்பினர்கள்

அனைவரும் கைது செய்யப்பட்டு, தடுப்புக்காவல் முகாம்களுக்கு அனுப்பப்பட்டார்கள்.

பிப்ரவரி 23 அன்று பீல்ட் மார்ஷல் அச்சின்லெக் வானொலியில் 'ஒட்டுமொத்த தண்டனை என்பது இருக்காது. ஆனால் தனிநபர்கள் தண்டிக்கப்படுவார்கள்.' என்றார். 'தண்டிக்க வேண்டிய இடத்தில் தண்டிக்காமல் விட்டுவிட்டால் அது கீழ்ப்படியாமையை ஊக்குவிக்கும்' என்றார்.

குஸூம் நாயர் தனது *The Army of Occupation* நூலில், 'எல்லாம் சரியாக இருந்தன. கேஸில் பேரக்ஸ் அலுவலகத்தில் மட்டும் ரொக்கமாக ரூ.80000 இருந்தது. ஒரு பைசா கூட காணாமல் போகவில்லை. நாசம் செயவதற்கான பொருட்கள் அலுவலகங்களில் ஏராளமாக இருந்தன. ஆனால் எதுவும் தொடப்பட வில்லை' என்று எழுதியுள்ளார்.

இதனிடையே வீதிகளில் மோதல்கள் தொடர்ந்தன. பத்திரிகைகள் தமது ஆசிரியர் குழுவிற்கு இருந்த சுதந்திரத்தைப் பொருத்து இவை பற்றி பல்வேறு விதமான எழுதின. பிப்ரவரி 24 நேஷனல் ஹெரால்ட் " பாம்பே தெருக்களில் கவச வாகனங்கள், 210 பேர் மரணம், 1200 பேர் படுகாயம். 3 லட்சம் மில் தொழிலாளர் வேலை நிறுத்தம்' என்று முதல் பக்க செய்தி போட்டது. பாம்பே மாலுமிகள் சரண். படேலின் அறிவுரை ஏற்பு. பழிவாங்கல் இருக்காது எனது தளபதி உறுதிமொழி' என்று 2 கால செய்தியும் வெளியிட்டது.

டான் பத்திரிகையும் முதல் பக்கத்தில், 'பாம்பேயில் பதட்டம். தாதர் நிலையத்தில் இரு ரயில்களுக்கு தீ வைப்பு. மில் பகுதிகள் அதிக பாதிப்பு. கூட்டத்தின் மீது மீண்டும் மீண்டும் துப்பாக்கி சூடு' என்றது. உள்ளே செய்தியில், 'பாம்பே மாலுமிகள் நிபந்தனையின்றி சரணடைந்ததாக சனிக்கிழமையன்று (பிப்ரவரி 23) டில்லியிலிருந்து அதிகாரபூர்வ தகவல் வெளியானது. சரண் ஏற்றுக் கொள்ளப்பட்டது. சனிக்கிழமை காலை 6.13க்கு கப்பல்கள் சரணடையத் தயார் என்று போராட்டக் குழுவிடமிருந்து தந்திச் செய்தி வந்தது. பின்னர் தலைமை தளபதியின் நிபந்தனைகளின் படி கப்பல்கள் ஒவ்வொன்றாக சரணடைந்தன. ரியர் அட்மிரல் ராட்ரே மற்றும் லெப்.சௌதுரி ஆகிய இருவரும் கப்பல்களுக்குச் சென்று மாலுமிகளிடையே உரையாற்றினார்கள். வைஸ் அட்மிரல் காட்ஃபிரேயின் கொடிக் கப்பலான நர்மதாவில் வைஸ் அட்மிரலின் கொடி ஏற்றப்பட்டது.

பிப்ரவரி 25 தேதியிட்ட டைம்ஸ் ஆஃப் இந்தியாவும் முதல் பக்கச் செய்தி வெளியிட்டது. சரண் அடைந்தது பற்றி அது விரிவாக எழுதியிருந்தது. 'பாம்பே சகஜ நிலைக்குத் திரும்பியது.... தீயவர்கள் கைது... இப்போதைய நிலவரம் – 270 சாவு : 1260 படுகாயம். இரண்டாவது தலைப்பு 'மாலுமிகள் சரண் ஏற்பு. மாலுமிகள் வேலைக்குத் திரும்பினார்... பாம்பே துறைமுகத்திற்கு பிரிட்டிஷ் போர்கப்பல் வருகை' என்றது.

உள்ளே செய்தி, 'பாம்பே துறைமுகத்தில் நிற்கும் அனைத்து ரக இந்திய கப்பற்படைக் கப்பல்களிலும் வெள்ளை கப்பற்படைக் கொடி மீண்டும் பறக்கிறது. ஞாயிறு மதியம் சரணடைதலைக் குறிக்க மாலுமிகள் பெரிய கறுப்புக் கொடிகளை பறக்க விட்டனர். பின்னர் அதிகாரபூர்வமாக பொறுப்பேற்க அதிகாரிகள் கப்பல்களுக்குச் சென்றனர். இந்த அதிகாரிகளுடன் ஆயுதமேந்திய பிரிட்டிஷ் வீரர்களின் சிறு குழுக்களும் சென்றன. இவர்கள் கப்பல்களில் உள்ள ஆயுதங்கள், ஆயுத அறைகளை பாதுகாப்பார்கள். வைஸ் அட்மிரல் காட்ஃபிரே தனது கொடிக் கப்பலான நர்மதாவிற்குச் சென்றார். அப்போது பிரிட்டிஷ் கப்பற்படையின் கிளாஸ்கோ கப்பல் தனது பீரங்கிகளை கரையை நோக்கி திருப்பி பாதுகாப்பு அளித்தது. வைஸ் அட்மிரல் தனது கொடிக்கப்பலில் ஏறும்போது, அவரது கொடி அக்கப்பலில் தற்காலிகமாக ஏற்றப்பட்டது.'

மாலுமிகள் அனைவரையும் வரவழைத்து அவர் உரையாற்றினார். 'இப்போது மீண்டும் ஒழுங்கு நிலைநாட்டப்பட்டுவிட்டதால், தாமதமின்றி, நீங்கள் உங்கள் பணிகளுக்கு அமைதியாகத் திரும்ப வேண்டும். கடமை செய்வதில் மறைமுகமான எதிர்ப்பு காட்டினால் அது சகித்துக் கொள்ளப்பட மாட்டாது... உங்கள் குறைகள், புகார்கள் குறித்து, பாரபட்சமற்ற, முழுமையான விசாரணை நடத்தப்படும்' என்றார்.

ஃப்ரீ பிரஸ் ஜர்னல், 'தலைமை தளபதி இந்தியாவிற்கு நம்பிக்கை துரோகம்... அச்சின்லெக் வாக்குறுதியை மீறினார்... போராட்டக்குழு உறுப்பினர்கள் கைது' என்று செய்தி வெளியிட்டது.

சனிக்கிழமையன்று, கேசில் பேரக்ஸில் மாலுமிகள் தம் அதிகாரிகள் முன்பு பரேடில் நின்றார்கள். மாலுமிகளுக்கு ரேஷன் வழங்கப்பட்டது. 'கிளீன் ஷிப்' எனும் சுத்தப்படுத்தும் உத்தரவு தரப்பட்டது. மாலுமிகள் குப்பைகளை அகற்றி வளாகத்தை சுத்தம் செய்தனர். வளாகத்தில் சேதம் எதுவுமில்லை. முக்கியமான

கப்பற்படை ஆவணங்கள் பத்திரமாக இருந்தன. போரில் மரணமடைந்த சப்.லெப் கிருஷ்ணனின் உடலை அப்புறப்படுத்த அதிகாரிகள் அனுமதித்தனர்.

பாம்பேயிலிருந்து வெளியாகும் பாரத் ஜோதி, 'மாலுமிகளின் போராட்டம் நியாயமானது. மத்திய சட்டசபை அரசாங்கத்தின் தவறை கண்டிக்கிறது' என்று தலைப்புச் செய்தி வெளியிட்டது. உள்ளே செய்தி, 'இன்று மதியம் நடந்த சட்டசபையின் சிறப்பு அமர்வு, 'அரசின் தவறான அணுகுமுறையால் இந்திய கப்பற்படையில் ஏற்பட்டுள்ள மோசமான நிலையைப் பற்றி விவாதிக்க' அஸஃப் அலியால் கொண்டு வரப்பட்ட ஒத்திவைப்புத் தீர்மானத்தை 74க்கு 40 என வாக்கு எண்ணிக்கையில் நிறைவேற்றியது,' என்றது. இத் தீர்மானத்தில் கலந்துகொண்டு பேசிய மினூமஸானி, 'பாம்பே மக்கள் ஏன் போராட்டக்காரர்களை ஒரு மனதாக ஆதரிக்கிறார்கள்? காரணம் ஒழுக்கம் குறித்த பிரிட்டிஷ் பார்வையும், இந்தியப் பார்வையும் மாறுபடுகின்றன. உங்கள் அதிகாரத்திற்கான தார்மிக அடிப்படையை நாங்கள் ஏற்கவில்லை. உங்களது சட்டம் எங்கள் சட்டம் அல்ல. காரணம் அதற்கு மக்களின் ஒப்புதல் கிடையாது' என்றார்.

பிப்ரவரி 25 திங்களன்று வெளிவந்த ஃப்ரீ பிரஸ் ஜர்னலில் முதல் பக்கத்திலேயே கப்பற்படை போராட்டம் பற்றி பன்னிரெண்டு செய்திகள் இருந்தன. 'சகஜநிலை திரும்புகிறது... ராணுவத்தை வாபஸ் பெற தலைவர்கள் கோரிக்கை... வடக்கு பாம்பேயில் சில இடங்களில் துப்பாக்கிச் சூடு... என்று பல செய்திகள். 'மாலுமிகள் போராட்டம் பற்றி அதிகாரபூர்வ ஆய்வு... ராணுவம் நுழைந்தது குறித்து மாலுமிகள் அதிருப்தி... கப்பல்களில் ஆயுதமேந்திய காவல்' என்ற தலைப்புச் செய்திகள்.

இரத்த வெள்ளம் ஓடிய ஒரு வாரத்திற்குப் பிறகு பாம்பேயும், கப்பல்களும், கப்பற்படை அலுவலங்களும் மெதுவாக சகஜநிலைக்குத் திரும்பின. இந்திய விடுதலை இயக்க வரலாற்றின் ஒரு மிக முக்கியமான அத்தியாயம் கண்ணீரோடு முடிந்தது.

அரசியல் துரோகத்தின் முழுத் தாக்கமும் பல ஆண்டுகளுக்கு வெளிப்படையாகத் தெரியப் போவதில்லை. ஆனால், காங்கிரஸும், முஸ்லிம் லீக்கும் விஷயத்தை கைகழுவி விட்டன. மாலுமிகளை முழுக்க பிரிட்டிஷ் நிர்வாகத்தின் கைகளில் விட்டுவிட்டன என்பது விரைவிலேயே தெரிந்தது.

மாலுமிகள் சர்தார் படேலும், ஜின்னாவும் தந்த வாக்குறுதிகளை பெரிதும் நம்பினார்கள். காங்கிரஸ், முஸ்லிம் லீக், தலைமை தளபதி ஆகியோரின் வாக்குறுதிகளுக்கு மாறாக, மாலுமிகள் கைது செய்யப்பட்டு, தண்டிக்கப்பட்டபோது இத்தலைவர்கள் மாலுமிகளை சுத்தமாக மறந்து போய்விட்டார்கள். எந்தத் தலைவர்களின் பெயரால், எந்தத் தலைவர்களின் நோக்கங்களுக்காக மாலுமிகள் போராடினார்களோ, அந்தத் தலைவர்களே அவர்களை மறந்தார்கள்.

மாலுமிகளைச் சிறைப் பிடிக்க பிரிட்டிஷ் வீரர்கள் தல்வாருக்கு வந்தபோது கான் கூறிய சொற்கள் மிகத் துணிச்சலானவை. தாம் தனியாக நிற்கிறோம் என்பதை உணர்ந்தபின்னும், தாம் தடம் மாறப் போவதில்லை என்று அவர் அறிவித்தார்.

'நாங்கள் இந்தியாவிடம் சரணடைந்தோம். பிரிட்டிஷாரிடம் அல்ல. அவர்கள் எங்களை எங்கே கொணடுசெல்கிறார்கள் என்பது தெரியவில்லை... அனால் நாங்கள் பணிய மாட்டோம். விடைபெறுகிறேன்,. வாழ்த்துக்கள்' என்று கைதாகும் போது கான் கடைசியாகச் சொன்னதாக சுப்ரதா பானர்ஜி குறிப்பிடுகிறார்.

அதிகாரபூர்வமான எண்ணிக்கை இதுவரை வெளியிடப்படவில்லை என்றாலும், பல்வேறு மையங்களிலும் சேர்த்து 2000க்கும் அதிகமான மாலுமிகள் கைது செய்யப்பட்டதாக தத் கூறினார். அவர்கள் வரலாற்றின் பக்கங்களிலிருந்து மாயமாய் மறைந்து போனார்கள். இது ஓரளவிற்கு நியாயமான நம்பகமான எண்ணிக்கைதான். ஏனெனில் முதல் கைது அலையில் பாம்பேயில் மட்டும் சுமார் 400 மாலுமிகளும், கராச்சியில் சுமார் 500 பேரும் கைது செய்யப்பட்டார்கள்.

கைதுப் படலம் மிக வேகமாக நடந்தது. சரணடைந்த 10 மணி நேரத்திற்குள், பாம்பேயில் 396 மாலுமிகள் கைது செய்யப்பட்டார்கள். அவர்களில் சுமார் 80 பேர் தல்வார், கேஸில் பாரக்ஸ் போன்ற கரை அலுவலக மாலுமிகள். கப்பல்களில் இருந்தோரில் 180 பேர். மாஹூல் வயர்லெஸ் நிலையம், மற்றும் பாம்பே துறைமுக சிறு கப்பல்களில் இருந்தோரில் 130க்கும் மேற்பட்டோர்.

பின்னர் கானுக்கு நேர்ந்தது மிகவும் கொடூரமாக இருந்தது. மதன் சிங் போன்ற மற்ற முக்கிய தலைவர்களும், அவரும் பிரிட்டிஷாரின் பழிவாங்கும் வெறித்தனத்தை முழுமையாக அனுபவித்தார்கள்.

முதலில் அவர்கள் சமையலர்கள், இதர உதவியாளர்களோடு (இவர்களுக்கு என்ன நடக்கிறது என்பதே புரியவில்லை) தடுப்புக் காவல் மையங்களில் அடைக்கப்பட்டார்கள். சமையலர்கள், மற்றும் சில மாலுமிகள் தம்மை வேறு அலுவலகம் அல்லது கப்பல்களுக்கு இடமாற்றம் செய்வார்கள் என்றுதான் நினைத்தார்கள். ஆனால் இது பொய்த்துப் போனது.

கானுக்கும், சிங்கிற்கும் பிரிட்டிஷார் தமக்கு இரக்கம் காட்டமாட்டார்கள் என்று நன்றாகத் தெரியும். வடகிழக்கு பாம்பேயில் இருந்த முலுந்த் முகாமிற்கு ரகசியமாக மாற்றப்பட்ட 396 மாலுமிகளில் இவர்கள் இருந்தார்கள். உயரமான முள்வேலியால் பாதுகாக்கப்பட்ட அந்த முகாமில் சக மாலுமிகள், வெளியுலகு பற்றிய எந்த செய்தியும் கிடைக்கவில்லை. இனி புரட்சி என்ற பேச்சே எடுக்கக் கூடாது என்ற அளவிற்கு அவர்களை மனதளவில் நொறுக்கி விட வேண்டும் என்று பிரிட்டிஷார் நினைத்தார்கள்.

அந்த முகாமில் அவர்கள் கூட்டம் கூட்டமாக, மிக மோசமான நிலையில் தகரக் குடிசைகளில் அடைக்கப்பட்டார்கள். அடித்து உதைத்துச் சித்ரவதை செய்யப்பட்டார்கள். உணவும், தண்ணீரும், மருந்துகளும் கூட மறுக்கப்பட்டன. பலரும் உடைந்து போய் நோய்வாய்ப்பட்டார்கள். பசியோடு, மயக்க நிலையில் சுகாதாரமற்ற மூட்டைப்பூச்சிகள் நிறைந்த மருத்துவமனை படுக்கைகளில் ஆயுதமேந்திய காவலரின் கண்காணிப்பில் கிடந்தார்கள்.

கைதுக்குத் தப்பிய அதிருஷ்டசாலி மாலுமிகள், தம் மீது இரக்கம் கொண்ட மராட்டா படைவீரர்கள் உதவியோடு தேசபக்த பத்திரிகைகளை ரகசியமாகக் கடத்தி வந்து, தம் எதிர்ப்பைத் தொடர்ந்தார்கள். இப்பத்திரிகைகளில் அவர்களது வீரத்தைக் குறித்த செய்திகள் நிறைய இருந்தன. இவை இந்த மாலுமிகளின் நம்பிக்கையை, உற்சாகத்தை உயர்த்தின. இவர்கள் பழிவாங்கல் இருக்காது என்று உறுதியளித்த தேசியத் தலைவர்கள் தம்மைக் காக்க வருவார்கள் என்று இப்போதும் நம்பினர். இது மிகவும் அப்பாவித்தனமான நம்பிக்கை.

இந்த வீரமான இளைஞர்கள் பலருக்கு பின்னர் என்ன நேர்ந்தது என்று இன்றுவரை தெரியவில்லை. சிறையில் அல்லது தடுப்புக்காவல் முகாமில் சில காலம் இருந்த பின்னர் அவமானகரமான முறையில் பணி நீக்கம் செய்யப்பட்டார்கள். பலரும் அப்படியே காணாமல் போனார்கள். அவர்களைக்

கண்டுபிடிக்க முடியவில்லை. அவர்களுக்கு என்ன ஆனது என்று இன்றுவரை தெரியவில்லை. வரலாற்று ஆவணங்களில் உள்ள இந்த இடைவெளி எளிதில் மன்னிக்க முடியாதது.

காலப்போக்கில், சிறையில் இருந்தோருக்கு தம் கதை முடிந்தது என்பது தெரிந்தவுடன் அவர்கள் மன உளைச்சலுக்கு ஆளானார்கள். ஃப்ரீ பிரஸ் ஜர்னல், பிளிட்ஸ், பீப்பிள்ஸ் ஏஜ் ஆகியவற்றை பிரிட்டிஷ் மற்றும் இந்திய அதிகாரிகள் ஆர்வத்தோடு படித்தார்கள். புரட்சியை சரியாகக் கையாளவில்லை என்பதற்காக தலைமை தளபதி மிக கேவலமாகத் தண்டிக்கப்பட்ட செய்தியை மாலுமிகள் அறிந்திருந்தால், மகிழ்ச்சியடைந்திருப்பார்கள்.

அட்மிரல் காட்ஃபிரேயின் வானொலி உரை லண்டன் தலைமையை கோபம் கொள்ள வைத்தது. இனிமேல் அவரது அறிக்கைகளை கப்பற்படையின் மக்கள் தொடர்பு அதிகாரி கண்காணிக்க வேண்டும் என்று முடிவு செய்தது. ஆனாலும் இதனால் அவரது கப்பற்படை வாழ்வைக் காக்க முடியவில்லை. ‘காட்ஃபிரே பதவி விலக வேண்டும்’ என்று ஃப்ரீ பிரஸ் ஜர்னல் அப்பட்டமாக தலைப்பு செய்தி வெளியிட்டது. இதில் பல இந்திய, பிரிட்டிஷ் அதிகாரிகளுக்கு தனிப்பட்ட முறையில் உடன்பாடு உண்டு. அவர் தோல்வியடைந்து விட்டார்.

இதனிடையே சற்றும் மனந்தளராத முக்கியத் தலைவர்கள், இரக்கமனமுள்ள காவலர்கள் மூலம் கைதாகாமல் இருந்த மாலுமிகளுடன் ரகசியத் தொடர்பில் இருந்தனர். கைதாகி ‘வதை முகாம்களில்’ இருக்கும் மாலுமிகளுக்காக அவர்கள் மீண்டும் போராட திட்டமிட்டிருப்பதாக அறிந்தனர்.

வெளியில் உள்ள மாலுமிகளின் வீரம் உற்சாகம் அளித்தாலும், சிறையில் இருந்த தலைவர்கள் இத்திட்டம் பற்றி மகிழ்ச்சி கொள்ளவில்லை. இது சரியான சந்தர்ப்பம் அல்ல. மற்றொரு போராட்டம் எதிரிடையான விளைவைத்தான் ஏற்படுத்தும் என்று நினைத்தனர்.

குழப்பமான ஆலோசனைகளுக்குப் பிறகு, தலைவர்கள் தம் தோழர்களுக்கு ஒரு கடிதம் எழுதினர்.

தோழர்களே,

முகாமில் எங்கள் நிலைமை பற்றி உங்களுக்கு விபரங்கள் தெரியாது என்றாலும், நீங்கள் செய்ய நினைப்பவை பற்றி நாங்கள் அறிவோம். நமது அனைத்து இடங்களிலும் பதட்டம் இருப்பதை

அறிவோம். முன்பு நீங்கள் அளித்த ஆதரவு, தற்போது தரும் தார்மீக ஆதரவு எங்களை பெருமை கொள்ள வைக்கிறது.

மற்றொரு போராட்டத்தை துவக்க ஏற்பாடுகள் செய்வதில் தற்போதுள்ள அபாயங்கள் பற்றி உங்களுக்கு நினைவூட்டுவது அவசியம் என்று நினைக்கிறோம். இராணுவ நீதிமன்ற விசாரணை போன்ற தேசத்தையே கிளர்ந்து எழ வைக்கக் கூடிய நடவடிக்கைகள் முடியும் வரை புதிய முயற்சிகளை நிறுத்தி வைக்குமாறு வேண்டுகிறோம்.

அதுவரை உங்களது பணி இந்த உத்வேகத்தை தக்க வைத்துக் கொள்வது தான். படியுங்கள், அடுத்த போராட்டத்திற்கு தயாராகுங்கள் (அறைகூவல் வந்த பிறகே போராட்டத்தில் இறங்க வேண்டும்)

நீங்கள் செய்ய வேண்டியது இதுதான். இக்கடிதத்தின் நகல்களை அனைத்து கப்பல்கள், அலுவலகங்களில் சுற்றுக்கு விடுங்கள். மாலுமிகளிடம் தோல்வியில் முடியக் கூடிய எந்த யோசனையற்ற, இங்குமங்குமாக தனியாக நடந்துவிடக் கூடிய எந்த போராட்டத்தையும் உணர்ச்சிவசப்பட்டு செய்யவேண்டாம் என்று சொல்லுங்கள்.

சம்பந்தப்பட்ட அனைவருக்கும் இச்செய்தியை தர முடியவில்லை என்றால் எங்களுக்கு தகவல் கொடுங்கள். இக்கடிதத்தின் நகல் எங்கெங்கெல்லாம் தரப்பட வில்லை என்ற தகவலை தெரிவியுங்கள்.

எங்களுக்கு ஏதேனும் தகவல் தர விரும்பினால், நாங்கள் செய்தது போலவே நீங்களும் தகவல் தரலாம்.

சிறையில் இருக்கும் உங்கள் நன்றியுள்ள தோழர்கள்.

தேசிய போராட்டக் குழு

“பொறுத்திருங்கள்” என்று தலைவர்கள் கூறியபோதும், ஒரு உடனடியான காரணம் புதிய சிக்கலை உருவாக்கியது. அது மோசமான உணவு. சரியான உணவு இல்லாமல், அடி வாங்கிக் கொண்டிருந்த கைதிகள், தனக்கும், சக மாலுமிகளுக்கும் போதுமான உணவு வேண்டும் என்று கேட்ட ஒரு மாலுமி அடித்து நொறுக்கப்பட்டதும் ஆவேசமடைந்தார்கள்.

கோபத்தோடு தேசபக்த கோஷங்களை எழுப்பினார்கள். அதுவரை பொறுமை காக்குமாறு கூறி வந்த கான், மார்க் 12 அன்று உண்ணாவிரதத்தை அறிவித்தார். மனம் வெறுத்திருந்த சில மாலுமிகள், வெளியுலகிற்கு இந்த உண்ணாவிரதம் பற்றி தெரியாது என்பதால், அதனால் பயனில்லை என்று கூறி கானின்

அறைகூவலை ஏற்கவில்லை. ஆனாலும் அவர்கள் போர் வீரர்கள் என்பதால், கானின் உத்தரவிற்கு அடிபணிந்தார்கள். ஏற்கனவே சரியாக உணவு இல்லாத அவர்கள், எதிர்ப்பைக் காட்ட பட்டினி கிடந்தார்கள்.

ஃப்ரீ பிரஸ் ஜர்னலின் மார்ச் 14 இதழில் இந்த உண்ணாவிரதம் பற்றி விரிவாக முதல் பக்கச் செய்தி வந்தது. 'முலுந்த் முகாமில் 300க்கும் மேற்பட்ட மாலுமிகள் உண்ணாவிரதம்' என்று தலைப்புச் செய்தி வந்தது.

அச்செய்தி பின்வருமாறு:

செவ்வாய் (மார்ச் 12) காலை முதல் முலுந்த் முகாமில் அமைக்கப்பட்டுள்ள 390 மாலுமிகள் உண்ணாவிரதம் மேற்கொண்டுள்ளனர்.

செவ்வாய் அன்று காலை மாலுமிகள் வழக்கம்போல் காலையுணவு உட்கொண்டனர். பின்னர் ஒவ்வொரு பாசறையிலிருந்தும் மதிய உணவு வாங்குவதற்காக மாலுமிகள் உணவகத்திற்குச் சென்றனர். எல்லோரும் உணவை வாங்கியபோது, ஹெச் பிளாக்கின் மாலுமி, தம்மிடம் வழங்கப்பட்ட உணவு தனது பிளாக்கில் உள்ள 50 பேருக்கு போதுமானதாக இல்லை என்றார். அவரை உணவகத்தின் பொறுப்பு அதிகாரியிடம் முறையிடச் சொன்னார்கள்.

ஹெச் பிளாக் மாலுமி, உணவக பொறுப்பு அதிகாரியான பஞ்சாப்பைச் சேர்ந்த லெப்.சிங்கிடம் முறையிட்டார். அவர் இந்த மாலுமியை காதைப் பிடித்து நான்கைந்து கஜ தூரம் தரதரவென்று இழுத்துச் சென்று தள்ளி "வெளியே போ" என்றார். மாலுமி தனது பிளாக்கிற்குச் சென்று நடந்ததை அனைவரிடமும் கூறினார். அவர்கள் அந்த அதிகாரி மன்னிப்புக் கேட்டு, அதிக உணவு தராத வரை உணவு உண்பதில்லை என்று முடிவு செய்தார்கள்.

முகாமின் 396 மாலுமிகளும் இந்தப் போராட்டத்தில் சேர்ந்து கொண்டு உண்ண மறுத்தார்கள். இவ்வாறாக அவர்கள் கடந்த 48 மணி நேரமாக உணவின்றி இருக்கிறார்கள். அதிகாரிகள் உணவு அனுப்பிய போதும், யாரும் அதைத் தொடவில்லை. புதனன்று காலை 10 மணிக்கு ரியர் அட்மிரல் ராட்ரேயும் ஒரு ராணுவ பிரிகேடியரும் போராட்டக்காரர்களைச் சந்தித்தார்கள்.

அவர்கள் போராட்டக்காரர்களோடு பேச்சுவார்த்தை நடத்தினார்கள். 1. லெப்.சிங் தனது நடத்தைக்கு மன்னிப்புக்

கேட்க வேண்டும். 2. முகாமிற்கு வெளியே இருக்கும் மாலுமிகளுக்குத் தரப்படும் அதே உணவை முகாமில் இருப்பவர்களுக்கும் தர வேண்டும். இந்த இரண்டையும் ஏற்றால்தான் போராட்டம் திரும்பப் பெறப்படும் என்று மாலுமிகள் கூறினர்.

'கோரிக்கைகளை ஏற்பதற்கு பதிலாக, அதிகாரிகள் போராட்டத்தை முறியடிக்கப் பார்த்தனர். தலைமை தளபதி முகாமை விட்டுச் சென்றதும் லெப்.சிங், லெப்.சையத் என்ற இரு இந்திய அதிகாரிகளும் போராட்டத்தை முறியடிக்க அனைத்து முயற்சிகளையும் செய்தனர். மாலுமிகளை ஒவ்வொரு குழுவாக அழைத்துச் சென்று, பழங்கள், இனிப்புகளைத் தந்து ஆசை காட்டினர். ஆனாலும் இதுவரை ஒரு மாலுமி கூட அந்த ஆசை வார்த்தைகளுக்கு மயங்கவில்லை. எல்லோரும் போராட்டக்குழுவின் பின்னால் உறுதியாக நின்றார்கள்.'

உண்ணாவிரதப் போராட்டத்தின் சக்திமிக்க அரசியல் முக்கியத்துவத்தால், இந்தியாவில் உண்ணாவிரதம் என்றாலே பிரிட்டிஷார் அஞ்சுவார்கள். மாலுமிகள் இறந்துவிடக் கூடும் என்ற செய்தி பிற மாலுமிகளுக்கும், ஏற்கனவே தேசபக்தியில் கனன்று கொண்டிருக்கும் தேசத்திற்கும் தெரிந்துவிடக் கூடாது என்று நினைத்தனர். மாலுமிகளிடையே பிளவை ஏற்படுத்தி, போராட்டத்தை முறியடிக்க முகாமிற்குள் ஒற்றர்களை அனுப்பினர்.

மறுநாள் மார்ச் 13 அன்று, கேப்டன் நாட் என்பவரும், ஒரு பிரிகேடியரும் முக்கியத் தலைவர்களைச் சந்தித்து, அவர்களின் கோரிக்கைப் பட்டியலைத் தருமாறு கேட்டனர். அவற்றை அவர்கள் குறைந்தபட்ச அக்கறையோடு கூட பரிசீலிக்கவில்லை. போராட்டம் விரைவில் பிசுபிசுத்துவிடும் என்று நினைத்தனர்.

மற்றொரு முறையாக, பிரிட்டிஷார் மாலுமிகளின் உறுதியை தவறாக எடைபோட்டு விட்டனர். சில மாலுமிகளுக்கு மட்டும் நல்ல உணவு தருவது, நல்ல திரைப்படத்தை திரையிட்டது போன்ற முயற்சிகளும் வீணாகின. மாலுமிகளில் சிலர் தலைவர்களின் அறிவுரையை மீறி கோபமுற்றனர். அஸ்லம் என்ற இளைஞன் கோபத்தில் திரையைக் கிழித்து விட்டான்.

அஸ்லம் நர்மதா கப்பலின் வீரமான பதின்பருவ மாலுமி. எழுச்சி முடிந்ததும் நர்மதாவில் நடந்த விசாரணையின் போது தைரியமாகப் பேசியவன். (ஒவ்வொரு கப்பலிலும் இதுபோல் விசாரணை நடந்தது)

அந்த விசாரணையில், அதிகாரி ஒருவர் கோபமான, உரத்த குரலில் போராட்டம் பற்றி அறிக்கை தருமாறு கேட்டபோது, ‘எல்லா இந்திய மாலுமிகளும் கலந்து கொண்ட போராட்டத்தில் நான் ஒரு இந்தியனாகக் கலந்து கொண்டேன் என்பதே எனது அறிக்கை. போராட்டத்தில் இணைவது எனது தார்மீக மற்றும் தேசியக் கடமையாகும்’ என்றான் அஸ்லம். அதிகாரி இன்னும் தனது குரலை உயர்த்தி, ‘எனக்கு விரிவான அறிக்கை வேண்டும்’ என்றார்.

அஸ்லம் அவருடைய முகத்திற்கு நேராக, ‘எல்லா இந்திய மாலுமிகள் போலவே நானும் போராட்டத்தில் கலந்து கொண்டேன். கறுப்பர், வெள்ளையர் என்ற பேதம் இருக்கும் வரை, நாங்கள் தாழ்ந்தவர்களாக நடத்தப்படும் வரை ஓய்வதில்லை என்று இந்திய வீரர்களாகிய நாங்கள் முடிவெடுத்திருப்பதை இந்த நாடும், உலகம் முழுமையும் அறியும். வெறுப்பின், விரோதத்தின் தீ எங்கள் இதயங்களில் கனன்று கொண்டே இருக்கும். உரிய நேரத்தில் அது உங்களுக்குத் தெரியும். இதற்கும் மேலாக உங்களுக்கு வேறு கூடுதல் விபரங்கள் தரட்டுமா? என்றான்.

திரையைக் கிழித்து, பெரிய ரகளை செய்ததும், இதற்கு மேல் எதையும் அனுமதிக்கக் கூடாது என்று பிரிட்டிஷார் முடிவு செய்தனர். முக்கியத் தலைவர்களை வேறு முகாமிற்கு மாற்ற முடிவு செய்தனர். நள்ளிரவில் அவ்வாறே மாற்றினர்.

தான் வேறு முகாமிற்குச் செல்ல முடியாது என்று கான் ஒற்றையாளாக எதிர்த்து நின்றார். அவரை துப்பாக்கி முனைக் கத்தியால் குத்தி லாரியில் ஏற்றினர். தனது தலைவர் இவ்வாறு நடத்தப்படுவதைக் கண்டு ஆத்திரமுற்ற அஸ்லம் கேப்டன் நாட் மீது பாய, மிகவும் சிரமப்பட்டு அஸ்லமை இழுத்துச் சென்றனர்.

காவலுக்குப் போடப்பட்ட மராட்டா படை வீரர்கள் மாலுமிகள் மீது சுட மறுத்து விட்டனர். ஆவேசம் கொண்ட மாலுமிகள் வாயில் கதவுகளை உடைத்துத் திறக்க முயன்றனர். பிரிட்டிஷ் படை வீரர்கள் அவர்களை நோக்கிச் சுட்டனர். அது எளிமையான போர். பசி மயக்கத்தில் இருந்த மாலுமிகள் அப்படியே சுருண்டு விழுந்தனர். அவர்கள் மருத்துவமனைக்குக் கொண்டு செல்லப்பட்டார்கள். பெரிய அளவில் இறப்புகள் ஏற்பட்டுவிடுமோ என்று பதறிய பிரிட்டிஷ் அதிகாரிகள் அவர்களுக்கு வலுக்கட்டாயமாக உணவு ஊட்டமுயன்றனர்.

எனினும், இதுதான் கடைசியாக நடந்த கூட்டு எதிர்ப்பு. மாலுமிகளின் வீரமான எதிர்ப்பு விரைவிலேயே சிதைந்தது. பசியால் பலவீனமான சிலர் உணவை, நீரை ஏற்றனர். சிலர் மறுத்தனர்.

முப்பது முக்கியமான தலைவர்களை இப்போது கல்யாணில் மற்றொரு முகாமில் அடைத்து வைத்தனர். இந்த முகாமிலும், விரைவிலேயே பிரிட்டிஷார் தமது 'பிரித்தாளும் சூழ்ச்சியை' கையாண்டனர். ஓரிடத்தில் ஆறு முதல் எட்டு மாலுமிகள் மட்டும் இருப்பதாக முகாம் மேலும் பிரிக்கப்பட்டது. காவல் படையினர் மாற்றப்பட்டார்கள். முகாம் வெளியுலகிலிருந்து முற்றிலுமாகத் துண்டிக்கப்பட்டது.

இந்த நேரத்தில்தான் முழுந்தில் பெரும்பாலானோரின் உறுதி குலைய ஆரம்பித்தது. எந்த நம்பிக்கையும் இன்றி, மனச்சோர்வடைந்து பலரும் போராட்டத்தைக் கைவிட, சுமார் இருபது மாலுமிகள் மட்டுமே உண்ணாவிரதத்தைத் தொடர்ந்தனர்.

உண்ணாவிரதம் மிகத் தீவிரமாக இருந்ததால், இரு மாலுமிகள் மயக்கமடைந்தனர். அவர்கள் இறந்து விடுவார்கள் என்ற நிலை. உண்ணாவிரதம் ஆரம்பித்து மூன்று நாட்கள் ஆன பிறகு, மார்ச் 15 ம் தேதி இரவு 9 மணியளவில், ஒரு வழியாக தலைமை அதிகாரி 'உங்களுக்கு என்ன வேண்டும்?' என்று கேட்க, மாலுமிகள் 'எங்கள் தலைவர்களைப் பார்க்க வேண்டும் என்றனர்.

எனவே, இரவு 10 மணிக்கு, இரு மாலுமிகள் கல்யாண் முகாமிற்கு அழைத்துச் செல்லப்பட்டார்கள். அவர்கள் உண்ணாவிரதத்தை திரும்பப் பெறுங்கள் என்ற தலைவர்களின் ஆலோசனையோடு நள்ளிரவிற்குமேல் முகாமிற்கு திரும்பி வந்தார்கள். மார்ச் 16 அன்று, நான்கு நாள் பட்டினிக்குப் பிறகு, போராட்டத்தில் இருந்த கடைசி மாலுமிகள் காலை உணவை உட்கொண்டார்கள். இவர்களது உறுதியைக் கண்ட பிரிட்டிஷ் நிர்வாகம், சில கோரிக்கைகளை ஏற்க முடிவு செய்தது. உணவிலும், முகாமின் நிலைமைகளிலும் சில முன்னேற்றங்கள் வந்தன.

இச் சம்பவத்தால், பத்திரிகைகளின் கூக்குரலால் பிரிட்டிஷார் மிகவும் அசிங்கப்பட்டனர். உண்ணாவிரதம், முகாம் நிலைமைகள் குறித்து ஃப்ரீ பிரஸ் ஜர்னல், ஈவ்னிங் ஸ்டாண்டர்டு, பாம்பே கிரானிகிள், மார்னிங் ஸ்டாண்டர்டு, பாரத் ஜ்யோதி, டைம்ஸ் ஆஃப் இந்தியா ஆகியவற்றில் விரிவான செய்திகள் வந்திருந்தன.

இச்செய்திகளால் நிலைகுலைந்து போன, பாம்பே ஆளுநரின் செயலாளர், இப்பத்திரிகை ஆசிரியர்களோடு பேசுமாறு உள்துறை செயலாளர் ஜே.ஜி.சிம்ஸ், ஐ சி எஸ்க்கு கடிதம் எழுதினார். உள்துறை செயலாளர் (அரசியல்) ஃப்ரீ பிரஸ் ஜர்னல் ஆசிரியர் எஸ்.சதானந்த், பிளிட்ஸ் ஆசிரியர் ஆர்.கே.கரஞ்சியா, மார்னிங் ஸ்டாண்டர்ட் ஆசிரியர் கே.சீனிவாசன் ஆகியோருக்கு அவர்களது செய்திக் கட்டுரைகள் தொடர்பாக தம்மை வந்து சந்திக்குமாறு கடிதம் எழுதினார். இச் சந்திப்பில் இந்த ஆசிரியர்கள் தவறான, ஆதாரமற்ற செய்திகளை வெளியிடுவது பற்றி எச்சரிக்கப்பட்டார்கள். இந்த ஆசிரியர்கள் இன்னும் கவனமாக இருக்க வேண்டும் என்று எச்சரிக்கப்பட்டதாக, துறைக்கு மட்டுமான அறிக்கை ஒன்று குறிப்பிடுகிறது. மார்ச் 2 பிளிட்ஸ் இதழில் வந்த ‘கல்லுக்குப் பதிலாக தோட்டா, கோஷத்திற்கு பதிலாக துப்பாக்கிச்சூடு’ என்ற தலைப்பிலான செய்தி, ‘காங்கிரஸ் கப்பற்படையை மற்றொரு இந்திய தேசிய ராணுவமாக ஆக்குமா?’ என்ற தலைப்பிலான செய்திகள் பற்றி குறிப்பாக இச்சந்திப்பில் எச்சரிக்கப்பட்டதாகச் சொல்லப்படுகிறது.

முலுந்தில் நிலைமை சற்று முன்னேறினாலும், கல்யாண் முகாமில் நிலைமை எப்போதும் போல் மோசமாக இருந்தது. கானும், சக தலைவர்களும் தினமும் அடித்து உதைக்கப்பட்டார்கள். மோசமாகத் திட்டப்பட்டார்கள். மூத்திரவாடை அடிக்கும் அறைகளில் அடைக்கப்பட்டார்கள். பிரிட்டிஷ் படை வீரர்கள் அவர்களை ‘ஜெய்ஹிந்த் தேவடியா மகன்கள்’ என்றே அழைத்ததாக சில குறிப்புகள் கூறுகின்றன.

72 மணி நேரம் பட்டினி கிடந்தவர்களையும், துப்பாக்கி முனையில் ஓடச் சொன்னார்கள். மிகவும் சுகாதாரமற்ற, குறைவான உணவு தந்தார்கள். இவர்கள் நாசக்காரர்கள், பயங்கரவாதிகள் என்றே பிரிட்டிஷார் கருதினார்கள். முடிந்த வரை மிக மோசமாக நடத்தினார்கள். பல நாட்களுக்குப் பிறகுதான் இவர்கள் சூரியனையே பார்க்க முடிந்தது.

போராட்டத்தின் காரணங்கள் குறித்து ஆராய அமைக்கப்பட்ட விசாரணைக் குழு போராட்டத்தை தூண்டியவர்களின் துயர் பற்றி சிறிதும் அக்கறை கொள்ளவில்லை. எனவே விரைவாகவே கழுத்தில் கத்தி விழுந்தது.

ஏப்ரல் 5 அன்று அடுத்து என்ன என்று தெரியாத நிலையில் முலுந்த் முகாமிலிருந்து ஒரு மாலுமி குழு வெளியே அழைத்துச்

செல்லப்பட்டது. பெரும்பாலும் பதின்பருவத்தினரான அந்த மாலுமிகள் குழந்தைகள் போல் அழுதனர். அவர் இந்துவா, முஸ்லிமா, சீக்கியரா என்பது பிரச்சனையாக இல்லை. பொதுவான போராட்டத்தால் அவர்கள் எல்லோரும் சகோதரர்களாக ஆகியிருந்தார்கள். துப்பாக்கி முனையில் முகாமிலிருந்து வெளியே அழைத்துச் செல்லப்பட்டபோது இனி நாம் ஒருவரையொருவர் சந்திக்கும் வாய்ப்பு இருக்காது என்பதை அவர்கள் உணர்ந்தனர்.

ஆனாலும் சுதந்திரத்திற்கான வேட்கை அவர்களிடம் பிரகாசமாக ஒளிர்ந்தது. இது பிரிட்டிஷாரால் அடக்க முடியாத ஒன்றாகும். லாரிகளில் ஏற்றப்படும் போது இன்குலாப் ஜிந்தாபாத், ஜெய்ஹிந்த் என்ற முழக்கங்கள் அதிர்ந்தன. ஆனாலும், நம்பிக்கையான இந்த கோஷங்களையும் மீறி, சுதந்திரப் போரில் அவர்களது பங்கு முடிந்துவிட்டது என்பது தெளிவு. தாம் நம்பிய தேசியத் தலைவர்களால் துரோகமிழைக்கப்பட்டு, கொடூரமான, அக்கறையற்ற அமைப்பால் நசுக்கப்பட்டு அவர்களில் பெரும்பாலானவர்கள் எந்த மரியாதையுமின்றி பணிநீக்கம் செய்யப்பட்டார்கள்.

அவர்கள் பல படிவங்களை நிரப்ப வேண்டியிருந்தது. கற்பனையான குற்றச்சாட்டுகளைச் சந்திக்க வேண்டியதாக இருந்தது. முக்கியமாக, மாலுமிகள் தமக்குத் தரப்பட்ட அனைத்தையும் திரும்ப ஒப்படைக்க வேண்டியதாக இருந்தது. ஆறாண்டுகளுக்கு முன்பு அவர்களுக்கு வழங்கப்பட்ட பொருட்கள் அனைத்தையும் திருப்பித் தர வேண்டும். கப்பற்படையின் கணக்குப் பிரிவு, அவர்களுக்கு கப்பற்படை தரவேண்டிய தொகை எதுவுமில்லை என்றது. முறையீட்டுக்கு வழியில்லை. குறைகளை கேட்போர் யாருமில்லை.

இவர்களுக்கு கப்பற்படையில் பணியாற்றி விடுவிக்கப்பட்டது குறித்த சான்றிதழ் கூட தரப்படவில்லை. எனவே இதுநாள் வரை கப்பற்படையில் பணியாற்றியதாகக் கூறி, புதிய வேலை பெறுவதற்கும் வாய்ப்பு இல்லை. மாலுமிகளைப் பொருத்தவரை பிரிட்டிஷாரின் நீதி உணர்வு என்பது இல்லலவே இல்லை. மாலுமிகளால் செய்ய முடிந்ததெல்லாம் தலைமை அதிகாரி பெயரைப் படிக்கும் வரை வரிசையில் நிற்பதுதான். பெயரைப் படித்ததும் அவர்களை ரயில் நிலையத்துக்கு இழுத்துச் சென்றார்கள். அவரவரவது சொந்த ஊருக்கு மூன்றாம் வகுப்பு ரயில் டிக்கெட் ஒன்று தரப்பட்டது. ‘உங்களது கப்பலின் தலைமை அதிகாரி நீங்கள் கிளர்ச்சியில் முக்கிய பங்கு வகித்ததாகக் குற்றம் சாட்டி,

உங்களை பணி நீக்கம் செய்ய பரிந்துரைத்துள்ளார். அது உறுதி செய்யப்படுகிறது' என்று ஒரு கடிதம் தந்தார்கள். இந்த மனிதர்கள் எல்லோரும் தமக்குச் சம்பந்தமே இல்லாத போரில் பல ஆண்டுகள் போரிட்டவர்கள். இன்று கையில் ஒரு பைசா இல்லாமல், துணியும், உணவும் இல்லாமல் நின்றார்கள்.

இப்படியாகத்தான் இவர்களில் பெரும்பாலானவர்கள் வரலாற்றிலிருந்து காணாமல் போனார்கள்.

பாம்பேயில் நடந்ததுதான் கிட்டத்தட்ட கராச்சியிலும் நடந்தது. அங்கு மாலுமிகள் மாலிர் முகாமிற்குக் கொண்டு செல்லப்பட்டார்கள். இதை முகாம் என்பதைவிட கூண்டு என்று சொல்லலாம். சுவர்களைச் சுற்றி முள்வேலிகள். காவலுக்கு நின்ற பிரிட்டிஷ் வீரர்கள், மாலுமிகளை மத அடிப்படையில் பிரிக்க தம்மால் இயன்றதைச் செய்தார்கள்.அங்கிருந்த 500 மாலுமிகளும் கடுமையாக சித்ரவதை செய்யப்பட்டார்கள். விசாரணைக் குழுவில் பின்னாளில் சாட்சியம் அளித்த அவர்களில் சிலர், அந்த முகாம் ஒரு வதை முகாம் என்றனர். தினசரி அடி, உதை. கொடூரமான உடல் ரீதியான, மன ரீதியான தாக்குதலால் இந்த மாலுமிகள் தமது பாம்பே சக மாலுமிகள் போலவே நொறுங்கிப் போனார்கள்.

இவர்களில் சுமார் 350 பேர் கருணை காட்டும்படி வேண்டியதை மீறி 'லாயக்கற்றவர்கள்' என்று துரத்தப்பட்டார்கள். எஞ்சிய 150 பேர் மீது ராணுவ நீதிமன்ற விசாரணை. இவர்களும் பாம்பே மாலுமிகள் போலவே தண்டிக்கப்பட்டார்கள். இவர்கள் பற்றியும், அதன் பிறகு எதுவுமே தெரியவில்லை.

REFERENCES

B.C. Dutt, *Mutiny of the Innocents*. Bombay: Sindhu Publications, 1971.

Dilip Kumar Das, *Revisiting Talwar: A study in the Royal Indian Navy Uprising of February 1946*. Delhi: Ajanta Publications, 1993, pp. 234–370.

Kusum Nair, *The Army of Occupation*. Delhi: Padma Publications, 1946.

Lockhart-RIN Mutiny; Hour by hour event description, NAI.

Lt. Cdr G.D. Sharma, VSM (Retd), *The Untold Story of Naval Mutiny: Last War of Independence*. Delhi: Vij Books, 2015.

Ratnakar Sadasyula, 'The Forgotten Naval Mutiny of 1946 and India's Independence', 19 February 2016, *Swarajya Magazine*.

Role of RIN Mutiny (Thesis), Role of political parties and their leaders towards RIN uprising, pp. 212–16.

Subrata Banerjee, *The RIN Strike*. Bombay: People's Publishing House, 1981.

Sub. Lieut. M.M. Qasin, Memoranda for Board of Enquiry Commission by RIN. National Archives of India (NAI).

The Indian Annual Register (January–June 1946), Vol. 1, pp. 301–07.

https://www.indiannavy.nic.in/sites/default/themes/indiannavy/images/pdf/chapter1.pdf

HISTORY OF NAVAL STATION (THANE) ERSTWHILE HMIS AKBAR (RIN Training Establishment, Bombay) 10.09.1945 to 04.1946

Introduction

1. The history of Naval Station Thane could be traced back to pre independance when approximately 260 acres 17 gunthas land for the Station was acquired and HMIS Akbar was established on 20 Feb 1945. All the land that was acquired was for The Govt. of India War Dept (Navy Branch) and was notified in Bombay Gazette on 16 Feb 1953. In July 1966, approximately 150 acres of land was given to Indian Airforce to establish 26 Wing/AF Station, Thane.

HMIS Akbar.

2. HMIS Akbar was situated at Kolshet (Thane), 28 miles away from Bombay HMIS Akbar housed the New Entry Ratings Training School, Officer's Training School and the Cookery School. The initial combined training duration was of one month during which the trainees were taught general seamanship and other disciplines. On completion of this combined training, the executive branch, personal stayed back at HMIS Akbar for a future 11 week training course, while the others proceeded to their respective schools for professional training. Its glorious years, HMIS Akbar undertook the basic training of 3000 recruits at a time for Special Service Ratings.

3. The hustle bustle of HMIS Akbar could be judged from the excerpts of a trainee's account:

> "The new rating at HMIS Akbar the training centre at Akbar was a horrible place. Trucks loads of rating were brought and deposited here from morning till evening. They had to collect their kit bags; the all time companion till death or discharge. They were to forget completely about their civilian identity. Anything that grew in His Majesty's Indian soil was cooked and passed on as vegetarian dish. Similarly, flesh of any quadruped domesticated animal went of as non-vegetarian dish."

4. **1946 Indian Naval Mutiny.** The personnel of station played a very important and causative role in the Royal Indian Naval Mutiny of 1946. The mutiny was initiated by the ratings of Indian Navy on 18 February, 1946.

> "On January 16, 1946, at 1600 in the evening a contingent of 67 ratings of various branches from the Basic Training Establishment, HMIS Akbar, arrived at Castle Barracks, Mint road, in Fort Mumbai. The officer on duty inform the galley staff of this arrival .Quite casually, the duty cook, without winking an eyelid, took out 20 loaves of bread from the large cupboard and added three liters of tap water to the mutton curry as well as the gram dal which was lying already cooked before as per the morning strength of the ratings. On that day, only 17 ratings ate the watery, tasteless meals while the rest went ashore and ate in an act of mutiny.

'The lesser- known Mutiny By Trilochan Singh Trewn'

"The new rating at HMIS Akbar the training centre at Akbar was a horrible place. Trucks loads of rating were brought and deposited here from morning till evening. They had to collect their kit bags; the all time companion till death or discharge. They were to forget completely about their civilian identity. Anything that grew in His Majesty's Indian soil was cooked and passed on as vegetarian dish. Similarly, flesh of any quadruped domesticated animal went of as non-vegetarian dish."

1946 Indian Naval Mutiny. The personnel of station played a very mportant and causative role in the Royal Indian Naval Mutiny of 1946. The mutiny was nitiated by the ratings of Indian Navy on 18 February, 1946.

"On January 16, 1946, at 1600 in the evening a contingent of 67 ratings of various branches from the Basic Training Establishment, HMIS Akbar, arrived at Castle Barracks, Mint road, in Fort Mumbai. The officer on duty inform the galley staff of this arrival .Quite casually, the duty cook, without winking an eyelid, took out 20 loaves of bread from the large cupboard and added three liters of tap water to the mutton curry as well as the gram dal which was lying already cooked before as per the morning strength of the ratings. On that day, only 17 ratings ate the watery, tasteless meals while the rest went ashore and ate in an act of mutiny.

'The lesser- known Mutiny By Trilochan Singh Trewn'

14

தனித்துப் போராடிய அக்பரும், கத்தியவாரும்

தல்வார் போராட்டம் பாதுகாப்புப் படையின் பல்வேறு பிரிவுகளும் போராட்டங்களைத் தூண்டியது. இந்தோனேசியா, பஹ்ரைன் போன்ற தொலைதூர இடங்களிலும் போராட்டங்களை உருவாக்கியது.

விசாரணைக் குழுவின் கூற்றின்படி போராட்டம் 54 கப்பல்களையும், 22 கரை அலுவலகங்களையும் பாதித்தது. எனினும் விசாரணைக்குழு போராட்டம், கிளர்ச்சி, பதட்டம் என்று பலவிதமான சட்டச் சொற்களைக் கையாண்டு போராட்டத்தின் வீச்சை குறைத்துக் காட்டியது என்று கருதலாம். ஏனெனில் குழுவின் அறிக்கையின் முதல் பாகம் 12 கப்பல்கள் மற்றும் கூரை அலுவலகங்கள் மட்டுமே அந்த 1946 பிப்ரவரியின் துயரமான வாரத்தில் பதட்டத்தை சந்திக்கவில்லை என்கிறது. ஆனால் எழுச்சியில் 20000 மாலுமிகள், 78 கப்பல்கள், 24 கரை அலுவலகங்கள் ஈடுபட்டதாக பி.சி.தத் குறிப்பிடுகிறார்.

கப்பற்படையின் ஒவ்வொரு போராட்டத்திற்கும் ஒரு தனி கதை இருக்கிறது. ஹெச்.எம்.ஐ.எஸ். ஹம்லா என்ற கரை அலுவலகம் பாம்பேயிலிருந்து 20 மைல் தொலைவில் இருக்கிறது. பிப்ரவரி 19 அன்று கேஸில் பாரக்ஸின் மாலுமிகள் இங்கு வந்த போது, அப்போது நடந்து கொண்டிருந்த சினிமா நிகழ்ச்சி தடைப்பட்டது. மாலுமிகள் கோஷமிட்டு, கல் வீசி காவலர் அறையை சேதப்படுத்தினர். ஆயுத அறையைக் கைப்பற்றினர்.

லெப்.சுபானி (புரட்சியில் இணைந்த ஒரே அதிகாரி) நூற்றுக்கணக்கான மாலுமிகளோடு தல்வாரின் புரட்சியாளர்களோடு இணைந்தார். ஹெச்எம்ஐஎஸ் மச்லிமர் என்ற நீர்மூழ்கி எதிர்ப்புப் பள்ளி பாம்பேயிலிருந்து சுமார் 12 மைல் தொலைவில் இருந்த வெர்கோவாவில் இருந்தது. இங்கிருந்த மாலுமிகள்

ஹெச்.எம்.ஐ.எஸ். கக்கௌரி மாலுமிகளுடன் இணைந்து பிரிட்டிஷ் கொடியை இறக்கி, கிழித்துப் போட்டு, 'ஜெய் ஹிந்த்' கொடியை ஏற்றினார்கள். ஜன்னல்களை உடைத்தார்கள். தகவல் பலகையை உடைத்தார்கள். நிறுத்தியிருந்த வாகனங்களின் கண்ணாடிகளை உடைத்தார்கள்.

எல்லா இடங்களிலும் இதுபோன்ற நிகழ்வுகள் நடந்தன. கரை அலுவலகங்களான ஹெச்.எம்.ஐ.எஸ். ஃபெரோஸ், சிந்த், மராட்டா, அஸ்ஸாம், சிவாஜி, சீட்டா ஆகிய இடங்களில் உண்ணாவிரதங்கள், காங்கிரஸ், லீக், கம்யூனிஸ்ட் கொடிகளை ஏற்றுதல், ஆயுதக் கிடங்கை கைப்பற்றுதல், தேசபக்த கோஷங்களை முழங்குதல், தேசபக்தியைத் தூண்டும் உரை வீச்சுகள் போன்றவை நடந்தன.

கப்பல்களிலும் இதே நிலைமைதான். தலைமை தளபதியின் கொடிக்கப்பலான நர்மதா போராட்டக்காரர்களின் கட்டுப்பாட்டு அறையாக மாறியது. போராட்டம் நடந்த 78 கப்பல்களில் கிளைவ், பஞ்சாப், குமான், ஜமுனா, தனுஷ், கைபர், கோண்ட்வானா, கிஸ்ட்னா ஆகியவை முக்கியமானவை. மோட்டார் படகுகளைக் கைப்பற்றிய மாலுமிகள், அவற்றின் மூலம் கரைக்குப் போய் வந்து கொண்டிருந்தார்கள்.

பஞ்சாபிலிருந்து மாலுமிகள் துப்பாக்கிகள் கட்டைகளோடு கரைக்குச் சென்றார்கள். குமானில் பிரிட்டிஷ் அதிகாரிகள் கப்பலிலிருந்து வெளியேற்றப்பட்டார்கள். மாலுமிகள் சிறு ஆயுதங்களை ஏந்தியதோடு ஓர்லிகான் 200 மிமி பீரங்கிகளையும் தயார் நிலையில் வைத்திருந்தார்கள். பாம்பே துறைமுகத்தில் பல கப்பல்களும் தங்கள் பீரங்கிகளை பாம்பே நோக்கி திருப்பி, பாம்பேயின் வரலாற்றுச் சிறப்பு மிக்க கட்டிடங்களை தகர்க்கப் போவதாக மிரட்டின.

தானேயில் இருந்த தரை அலுவலகமான அக்பரிலும், குஜராத்தின் மோர்வியில் நின்றிருந்த கத்தியவார் கப்பலிலும் மனதை உருக்கும் இரு சம்பவங்கள் நடந்தன. இரண்டிலுமே இவற்றின் மாலுமிகள் சக மாலுமிகளிடம் இருந்து பிரிக்கப்பட்டார்கள். ஆனாலும் அவர்கள் தனியாகவே போராட்டத்தில் இறங்க முடிவு செய்தார்கள். இரண்டிலுமே தல்வாரில் சரணடைந்த பிறகும் போராட்டம் தொடர்ந்தது. இரண்டு சம்பவங்களும் போதிய ஆயுதபலம் இல்லாதவர்கள் கூட

உறுதியுடன் எதிர்த்தால் எதிரியைத் திணறச் செய்ய முடியும் என்பதைக் காட்டின.

ஹெச்.எம்.ஐ.எஸ். அக்பர் என்பது தானே கடற்கழியில் நிரந்தரமாக நிறுத்தி வைக்கப்பட்டிருந்த ஒரு பயிற்சிக் கப்பலாகும். (இப்போது இது 'தானே ரிசீவிங் ஸ்டேஷன்' என்று அழைக்கப்படுகிறது) இதில் சுமார் 3500 மாலுமிகள் இருந்தனர். இது தனது பெயருக்கு ஏற்ற வீரத்தைக் காட்டப் போகிறது.

பிப்ரவரி 21 காலையில் மாலுமிகள் கப்பலின் கட்டுப்பாட்டைக் கைப்பற்றினர். பிப்ரவரி 19 காலையில்தான் அவர்களுக்கு போராட்டம் பற்றிய தகவல் கிடைத்தது. அன்று முழுவதும் அவர்கள் தாம் என்ன செய்யலாம் என்று விவாதித்தனர்.

பிப்ரவரி 19 அன்று மாலையில் தல்வாரிலிருந்து சில மாலுமிகள் வந்து போராட்டம் பற்றி எடுத்துக் கூற வந்தனர். ஆனால் அக்பரின் தலைமை அதிகாரி அவர்களை உள்ளே வர அனுமதிக்கவில்லை. இது அக்பர் மாலுமிகளுக்கு ஆத்திரமூட்டியது. அன்றிரவு முழுக்க அடுத்த கட்ட நடவடிக்கை பற்றி அவர்கள் விவாதித்தனர்.

மறுநாள் பிப்ரவரி 20, புதன்கிழமை அக்பரின் மாலுமிகள் சிலர் பாம்பே சென்றனர். அங்கு தமது சக மாலுமிகளைச் சந்தித்து நிலைமையை அறிந்தனர். அட்மிரல் காட்ஃபிரே கடுமையாக எச்சரித்திருந்ததால், அவர்கள் மதியம் 3.30க்கு தானே திரும்ப நேர்ந்தது.

மறுநாள் (பிப்ரவரி 21) காலையில், மாலுமிகள் கோபமாக, எதிர்ப்பு மனநிலையில் உள்ளதை கவனித்த அதிகாரிகள், அங்கிருந்து வெளியேறி விட்டனர். இதன் விளைவாக கப்பல் முழுவதும் மாலுமிகளின் கட்டுப்பாட்டில் வந்துவிட்டது. அவர்கள் தல்வார் மாலுமிகளோடு தொடர்பு கொண்டனர். தொடர்ந்து ஒரு லாரியில் பிரதிநிதிகள் குழு ஒன்றை பாம்பேக்கு அனுப்பினர். இவர்களை குர்லாவில் இருந்த சோதனைச்சாவடி வீரர்கள் தடுத்து நிறுத்தினர்.

மாலுமிகள் அந்த அதிகாரிகளிடம் தாங்கள் மிக முக்கியமான கூட்டத்திற்குச் செல்ல வேண்டும் என்று வாதிட்டனர்கள். அவர்கள் மேற்கொண்டு செல்ல அனுமதிக்க மறுத்து, தானே திரும்புமாறு உத்தரவிட்டனர். கடும் வாக்குவாதம் நடந்தது. மாலுமிகளிடம்

ஆயுதங்கள் இல்லை. பிரிட்டிஷார் ஏராளமான ஆயுதங்களோடு இருந்தார்கள். எனவே மாலுமிகள் திரும்ப நேர்ந்தது. இப்போது இந்த மாலுமிகளுக்கு பாம்பேயுடன் தொடர்பு இல்லாமல் போனது.

பிப்ரவரி 21 அன்று கேஸில் பேரக்ஸில் நடந்த துப்பாக்கிச் சண்டை பற்றி இவர்களுக்கு மறுநாள் காலை 11 மணிக்குத்தான் தெரிந்தது. தம்மிடம் ஆயுதங்கள் இல்லாததால் அவர்கள் வெறுப்புற்று இருந்தனர். நள்ளிரவிற்குப் பிறகு, பிரிட்டிஷ் படைகள் தாக்கக்கூடும் என்று எதிர்பார்த்து ஆயுதக் கிடங்கை உடைத்துத் திறந்தார்கள். அது காலியாக இருந்தது கண்டு அதிர்ச்சி அடைந்தார்கள். இவர்களது போராட்ட மனநிலையை அறிந்து பிரிட்டிஷ் அதிகாரிகள் 19ம் தேதியே அனைத்து ஆயுதங்களையும் அப்புறப்படுத்தி இருந்தார்கள். ஏதாவது செய்தே ஆக வேண்டும் என்ற தீர்மானத்தோடு, அவர்கள் உண்ணாவிரதத்தை அறிவித்தார்கள். தம் சக மாலுமிகளோடு இணைந்து நிற்க இதுவே சரியான வழியாக அவர்களுக்குத் தெரிந்தது.

ஆனால், என்ன இருந்தாலும் அவர்கள் படைவீரர்கள் அல்லவா? போர்க்களத்தின் மத்தியில் தாம் இருக்க வேண்டும் என்று துடித்தார்கள். மாலையில் அந்த ஆசை நிறைவேறிடும் போல இருந்தது.

அடுத்து நடந்தவை, கப்பற்படை எழுச்சி பற்றி எப்போது குறிப்பிடப்பட்டாலும், வரலாற்றின் பக்கங்களில் கட்டாயமாக இடம் பெறுபவையாக இருந்தன. குர்லாவில் இருந்த ராயல் இந்தியன் ஆர்மி சப்ளை கார்ப்ஸ் – R I A S C – முகாமின் சுமார் 300 சிப்பாய்கள் அக்பர் நோக்கி அணிவகுத்து வந்தார்கள். அக்பரில் அதிகாரிகள் எவருமில்லை. மாலுமிகள் தான் பொறுப்பு. எந்த எதிர்ப்புமின்றி வந்த அந்த சிப்பாய்கள், 'நாங்கள் போராட்டத்தில் இறங்கி விட்டோம். உங்களோடு சேர்ந்து கொள்கிறோம்' என்று அறிவித்தார்கள்.

இவர்களது வருகை உற்சாகம் தந்தது. இந்த சிப்பாய்கள் தமது முகாமை விட்டு வெளியேற முடிவு செய்ததும், தமது ஆயுதக் கிடங்கை உடைத்து, ஆயுதங்களை எடுத்துக் கொண்டார்கள். எனவே அவர்களிடம் ரைபிள்களும், சிறு ஆயுதங்களும் இருந்தன.

அவர்கள் 'இன்குலாப் ஜிந்தாபாத்', 'ஜெய்ஹிந்த்' முழக்கங்களோடு மாலுமிகளைத் தழுவிக் கொண்டார்கள்.

இப்போது அக்பர், மாலுமிகள் மற்றும் சிப்பாய்களின் முழு கட்டுப்பாட்டில், உற்சாகத்தோடும், நம்பிக்கையோடும், மாலுமிகள் இந்தச் சிப்பாய்களுக்கு உணவளித்தார்கள். மாலுமிகளின் தலைவர்கள் நாற்காலிகள்மீது ஏறி நின்று வரவேற்புரை நிகழ்த்தினார்கள். இராணுவச சிப்பாய்கள் இதுபோலவே மற்ற கப்பல்களுக்கும் சென்று ஆதரவு தர வேண்டும் என்று வேண்டினார்கள்.

பதிலுக்கு சிப்பாய்கள் மாலுமிகளுக்கு நன்றி கூறினார்கள். ‘நீங்கள் சரணடையக் கூடாது. இறுதிவரை போராட வேண்டும். நாங்கள் எங்களது மற்ற படைப் பிரிவுகளுக்கும் தகவல் அனுப்பி, போராட்டத்தில் இணையச் செய்கிறோம். நம் நாட்டை விடுவிப்பதற்கான இறுதிப்போரில் நாங்கள் உங்களோடு இணைகிறோம்’ என்றனர்.

கூட்டம் இரவு 9 மணிக்கு முடிந்தது. சிப்பாய்கள் திரும்பிச் செல்ல மாலுமிகள் வாகனங்களை ஏற்பாடு செய்தார்கள். கோஷங்கள் முழங்க அவர்கள் திரும்பிச் சென்றார்கள்.

அவர்களது திட்டம் எளிமையானது. சிப்பாய்களின் தலைவர்கள் மற்ற ராணுவ முகாம்களுக்குச் சென்று போராட்டத்தில் இணைய வேண்டுவார்கள். அதனிடையே மாலுமிகள் இறுதிவரை போராடுவார்கள்.

சுப்ரதா பானர்ஜியின் *The RIN Strike* நூலில் குறிப்பிடப்பட்டது போல, ஒரு மாலுமி உரையாற்றிய போது எல்லோருமே உணர்ச்சி வசப்பட்டார்கள். அந்த மாலுமி ‘இந்திய வீரர்களுக்கு பாசிஸ்ட்களை அழித்து பிற நாடுகளை விடுவிக்கத் தெரிந்ததோடு, தமது சொந்த நாட்டையும், விடுவிக்க, ஒடுக்குவோரை எதிர்த்துப் போராடத் தெரியும் என்று உலகிற்குக் காட்ட இன்று நாம் கூடி இருக்கிறோம்’ என்றார்.

‘எது நேர்ந்தாலும், நாங்கள் உங்களோடு இறுதிவரை நிற்போம். சரணடைய வேண்டாம். இறுதிவரை போராடுவோம்’ என்று சிப்பாய்களும் உறதி கூறினர்.

இதற்குள் பிரிட்டிஷ் அதிரடி நடவடிக்கை பாம்பேயில் போராட்டத்தை ஒடுக்கிவிட்டது. பாம்பே மாலுமிகள் சரணடைந்த விட்டனர். ஆனால் தானேயிலும், கராச்சியிலும் கதை வேறு மாதிரி இருந்தது.

அக்பரின் மாலுமிகள் தனியாகவே வீரமாகப் போரிட்டனர். போராட்டத்தில் தாமதமாக இணைந்ததால், தமது கருத்தைச் சொல்ல வேண்டிய நேரத்தில் அவர்களால் சொல்ல முடியவில்லை. சொல்லியிருந்தாலும் அதற்கு பெரிய விளைவு எதுவும் இருந்திருக்காது. ஆனால் பாம்பே சரணடைந்த பிறகும், தானே சரணடையவில்லை. எண்ணிக்கையும் குறைவு. ஆயுதங்களும் குறைவு. இறந்து போவோம் என்பது எல்லோருக்குமே தெரியும். ஆனாலும் இறுதிவரை போரிடுவது என்ற தமது உறுதிமொழியின்படி போராடினார்கள்.

ஆனால், அவர்களால் என்ன செய்ய முடியும்?

பாம்பே, தல்வாருடன் தொடர்பு இல்லாததால், என்ன நடக்கிறது என்று அவர்களுக்குத் தெரியவில்லை. ஆனால் பாம்பேயில் மாலுமிகளின் மனநிலையும், உற்சாகமும் குன்றியிருக்க, அக்பரில் உற்சாகம் அதிகரித்தது ஒரு முரண்.

மறுநாள் அவர்கள் எதிர்பார்த்ததைவிட பெரிய அதிர்ச்சி வந்தது. அவர்களது தலைமை அதிகாரி வந்து அவர்களது முயற்சி பயனற்றது, அவர்களது போராட்டம் முடிந்தது என்றார். பாம்பேயில் அவர்களது சகாக்கள் ஆயுதங்களை கீழே போட்டு விட்டு சரணடைந்த தகவலைக் காட்டிய அவர், அவர்களும் சரணடைவதைத் தவிர வேறு வழியில்லை என்றார்.

திகைத்துப்போன மாலுமிகள் அவர் கூறியதை நம்ப மறுத்தார்கள். தமது சகோதரர்கள் இப்படிச் செய்திருக்க மாட்டார்கள். இந்த ஆள் பொய் சொல்கிறான் என்று நினைத்தார்கள். 'போராட்டக் குழு உறுப்பினர் ஒருவரை அழைத்து வாருங்கள். நீங்கள் சொல்வதை அவர் உறுதி செய்தால், பிறகு நாம் பேசலாம்' என்றார்கள்.

தலைமை அதிகாரி அதிர்ந்தார். அவர் இவர்களை அச்சுறுத்திப் பணிய வைத்துவிடலாம் என்று நினைத்திருந்தார். ஆனால் அது நடக்கவில்லை. அக்பர் மாலுமிகள் மிரட்டல்களுக்கு அஞ்சவில்லை. சூழல் அவர்களுக்கு சாதகமாக இல்லாத போதும். எதிர்த்து நின்றார்கள். அதுமட்டுமின்றி, தம் சகோதரர்கள் சரணடைந்ததை அவர்களால் ஏற்க முடியவில்லை. கோபமும், வெறுப்புமாக இருந்தார்கள். ஆலோசனைகளோடு அந்த நாள் பதட்டமாகக் கழிந்தது . என்ன நடந்தது? தலைமை அதிகாரி நிஜமாகவே உண்மையைத்தான் சொல்கிறாரா? முரட்டுத்தனமான கோபத்தில்,

மறுநாள் காலை அவர்கள் ஒரு முடிவெடுத்தார்கள். எவர் துணையும் இல்லாவிட்டாலும் சரி, போராடுவோம்.

பிப்ரவரி 24, ஞாயிறன்று, அக்பர் மாலுமிகள் மாலை 4 மணிக்கு பரேடுக்கு மைதானத்திற்கு வராவிட்டால் பிரிட்டிஷ் ராணுவப் போலீஸ் வரவழைக்கப்பட்டு, அவர்களை பரேடுக்கு பலவந்தமாக நிறுத்துவோம் என்ற இறுதி எச்சரிக்கை தரப்பட்டது. அப்போதும் அவர்கள் ஒற்றுமையாக எதிர்த்து நின்றார்கள். இந்த உத்தரவை எதிர்ப்பது என்று முடிவு செய்து, பாசறைக்குள் பூட்டிக் கொண்டு இருந்தார்கள்.

மாலை 4 மணிக்கு கெடு முடிந்ததும், தலைமை அதிகாரி பாசறையைச் சுற்றி வந்து ஜன்னல்கள் வழியே உள்ளே பார்த்தார். உறுதியான, கோபமான முகங்கள் தெரிந்தன. எதிர்ப்புணர்வைக் கண்ட அவர், தானாக எதையும் செய்யத் தயங்கி,காத்திருந்த பிரிட்டிஷ் படைகளை உள்ளே வரச் சொன்னார்.

மாலை 5 மணிக்கு படைகள் உள்ளே வந்தன. துப்பாக்கிகள்,, லகுரக இயந்திரத் துப்பாக்கிகளுடன் வந்த அவர்கள், பாசறையைச் சூழ்ந்து கொண்டு, மாலுமிகளை வெளியே வந்து சரணடையுமாறு கூறினார்கள். இப்போதும் ஒரு மாலுமியும் வெளியே வரவில்லை. மீண்டும் அவர்கள் உரத்த குரலில் உத்தரவை திரும்பக் கூறினார்கள். ஆனாலும் ஒரு அசைவும் இல்லை.

பின்னர் படைகள் உள்ளே நுழைந்தன. பின்னர் நடந்தது ஒரு கோழைத்தனமான, கொடூரமான, ஒரு பக்கப் போராகும். ஆயுதமற்ற மாலுமிகளை துப்பாக்கி முனைக் கத்திகளால் தாக்கினார்கள். அப்பாவிப் பொதுமக்களை பாம்பே வீதிகளில் பீரங்கி கொண்டு தாக்கினார்கள். அதே கொடூரத்தோடு இங்கும் தாக்கினார்கள். அக்பரின் மாலுமிகளும் மக்கள் காட்டிய அதே வீராவேசமான எதிர்ப்பைக் காட்டினார்கள். தாக்கப்பட்டாலும், பணியவில்லை.

பலவந்தமாக பரேடு மைதானத்துக்கு இழுத்து வரப்பட்ட போதும், போராட்ட உணர்வே அவர்கள் மனதில் இருந்தது. 'என்ன வேண்டுமானாலும் செய்து கொள். ஆனால் நாங்கள் பணியமாட்டோம்' என்பதே மைதானத்தில் இருந்த ஒவ்வொரு மாலுமியின் மௌனமான மறுமொழியாக இருந்தது. அவர்கள் மைதானத்தில் அமர்ந்தார்கள். யாரும் எழுந்து நிற்கப் போவதில்லை என்பது தெளிவாகத் தெரிந்தது.

சரணடையும் நிகழ்ச்சிக்கான ஊதுகுழல் ஊதப்பட்டது. ஒரு மாலுமியும் அசையவில்லை. சரணடைவதைக் குறிக்கும் கறுப்புக் கொடியை இவர்களிடம் தர பிரிட்டிஷ் படையினர் எடுத்து வந்தார்கள். நாங்கள் பிரிட்டிஷாரிடம் சரணடையவில்லை. இந்திய மக்களிடம் சரணடைகிறோம் என்று போராட்டக்குழு கூறியதை மாலுமிகள் அறிவார்கள். அதனால் அவர்கள் சரணடைவதைக் குறிக்கும் கறுப்புக்கொடியை வாங்கக் கூடாது என்று உறுதியாக இருந்தார்கள்.

திரும்பவும் ஊதுகுழல் ஒலித்தது. மாலுமிகள் எழவில்லை. வெறுத்துப் போன அதிகாரி உரத்த குரலில் உத்தரவிட்டார். மாலுமிகள் அதை கண்டுகொள்ளவில்லை. பின்னர் தம் படையை துப்பாக்கி சூட்டிற்கு தயாராகுமாறு உத்தரவிட்டார். அப்போதும் மாலுமிகள் அசையவில்லை. தேசத்திற்காக உயிரை விடத் தயார் என்பதை தெளிவாகக் காட்டினர்.

பின்னர் அதிகாரி துப்பாக்கி முனை கத்தியால் தாக்க உத்தரவிட்டார். இம்முறை மாலுமிகள் எழுந்து நின்றாலும், ஒரு அங்குலம் கூட நகரவில்லை. அதிகாரி அணிவகுத்து நிற்க உத்தரவிட்டார். ஒரு அசைவும் இல்லை. முழு அமைதி, இடி போன்ற குரலில் அதிகாரி மூன்று முறை அதே உத்தரவை இட்டார். பலனில்லை.

இறுதியாக, படைவீரர்கள் துப்பாக்க முனைக் கத்தியால் குத்தி அணிவகுப்பாக மாலுமிகளை நிறுத்தினார்கள். வருகைப் பதிவிற்கு பெயர் அழைத்தார்கள். சுமார் 500 மாலுமிகளும் பிடிவாதமாக மௌனமாக நின்றார்கள். அவர்கள் அனைவரையும் அங்கேயே கைது செய்தார்கள். மறுநாள் காலை விடுவித்தார்கள். துப்பாக்கி முனையில் போராட்டத்தை உடைத்த போதும், மாலுமிகள் வேலைக்குத் திரும்ப மறுத்தார்கள்.

மாலுமிகள் அனைவரும் கதறி அழும் நிலையில் இருந்தார்கள். பேசக் கூட முடியவில்லை. இதயம் கனத்தது. சூழல் இறுக்கமாக இருந்தது. அவர்களது போராட்டம் முடிந்து விட்டது.

தலைமை அதிகாரி மிகவும் தந்திரமாக மறுநாள் பிப்ரவரி 25ம் தேதிக்கு விடுமுறை அறிவித்தார். ஆனால், விரைவிலேயே தாம் தண்டிக்கப்படுவோம் என்பது மாலுமிகளுக்குத் தெரியும். அவர்களிடம் ஆயுதமில்லை. துணைக்கு யாரும் இல்லை. அவர்கள் தோற்றுவிட்டார்கள். எதுவும் பேசாமல், கடந்த சில நாட்களின்

உற்சாகம் முழுவதும் வடிந்து, இயந்திர கதியில் ஏதோ வேலை செய்தார்கள். துயரமான சூழல். எதையும் பேசாமல், எது பற்றியும் சிந்திக்காமல் இருந்தால் நன்றாக இருக்கும் என்று நினைத்தார்கள்.

அக்பரில் கறுப்புக் கொடிகள் பறக்க, பிரிட்டிஷ் போர் அமைச்சர் பிலிப் மேஸன் வழக்கமான நிலை திரும்பியதாக மத்திய சட்டசபையில் அறிவித்தார். 400 மாலுமிகள் கைது செய்யப்பட்டதை வேண்டுமென்றே கூறாது மறைத்தார்.

பிப்ரவரி 24 அன்று அக்பரின் 22 முக்கிய தலைவர்கள் கைது செய்யப்பட்டு, ஒரு ரகசிய இடத்திற்கு கொண்டு செல்லப்பட்டார்கள். இந்தக் கைதுகளுடன், அக்பரின் போராட்டம் முற்றிலுமாக ஒடுக்கப்பட்டது.

ஹெச்.எம்.ஐ.எஸ். கத்தியவார் – வரலாற்றுக்குள் ஒரு பயணம்

எல்லா மோதல்களிலுமே பல வீரர்களின் கதைகள், சாகசங்கள் சொல்லப்படாமல் விடுபட்டுப் போகும். கத்தியவாரின் கதை அது தான். கண்ணிவெடி அகற்றும் கப்பலான அதில் சுமார் 60 பேர் பணிபுரிந்தனர். ஒரு இந்தியர் தலைமை அதிகாரியாக இருந்த முதல் கப்பல் என்ற சிறப்பும் அதற்கு உண்டு.

இக்கப்பல், எழுச்சியின் போது தனது சகாக்களுக்கு உதவ வந்தது. அது பிப்ரவரி 22 அன்று கத்தியவாரின் மோர்வி துறைமுகத்தில் நின்றிருந்தது. அப்போதுதான் பாம்பே வேலை நிறுத்தம் பற்றிய செய்தி அதற்குக் கிடைத்தது.

விடுமுறைக்குக் கரைக்குச் சென்றிருந்தவர்கள் எல்லாம் கப்பலுக்குத் திரும்பியதும் ரகசியக் கூட்டங்கள் நடத்தி, என்ன செய்வது என்று திட்டமிட்டார்கள். வழக்கமான பணிகளில் அவர்கள் ஈடுபட்டிருந்தபோதும், நர்மதா மற்றும் வேறு சில கப்பல்களிலிருந்து அவ்வப்போது தகவல்கள் வந்து கொண்டிருந்தன.

பிப்ரவரி 22 காலை 10 மணிக்கு பாம்பே நோக்கிச் செல்லுமாறு கத்தியவாருக்கு உத்தரவு வந்தது. பாம்பேயிலிருந்து பல கப்பல்களிலிருந்தும் அடுத்தடுத்து செய்திகள் வர, மாலுமிகள் வேலை நிறுத்தத்தில் இறங்கினார்கள்.

கராச்சியில் நின்றிருந்த ஹிந்துஸ்தான் கப்பலில் இருந்து, தமக்கு சரணடைய கெடு தந்திருப்பதாகவும், ஆனால் தாங்கள் தொடர்ந்து போராடப் போவதாகவும் தந்தி வந்ததும் இந்த மாலுமிகள் உற்சாகமடைந்தார்கள். சிறிது நேரத்தில், ‘சண்டை ஆரம்பித்து

விட்டதாகவும், கராச்சித் துறைமுகத்தில் தாங்கள் தனியாக நிற்பதால் சிரமமாக உள்ளது' என்று மீண்டும் அக்கப்பல் செய்தி அனுப்பியது.

கத்தியவார் மாலுமிகள் அக்கப்பலுக்கு உதவச் செல்லலாம் என்று முடிவு செய்தார்கள். கப்பல் முழுக்க பிரிட்டிஷ் எதிர்ப்பு கோஷங்கள் எழுதப்பட்டன. தேசியத் தலைவர்களின் படங்கள் ஒட்டப்பட்டன. கப்பல் கேப்டனை கப்பல் ஓட்டும் அறைக்கு வரச் சொன்னார்கள்.

மாலுமிகளின் கோபமான முகங்களைப் பார்த்ததும், தான் என்ன செய்ய வேண்டும் என்று கேப்டன் கேட்டார். 'கப்பலை கராச்சிக்குச் செலுத்துங்கள்' என்றார் ஒரு மாலுமி. கேப்டன் பதறவில்லை. 'உங்கள் கோரிக்கையை ஏற்க முடியாது. எனது முழு பணிக்காலத்திலும் நான் எனது மேலதிகாரிகளின் உத்தரவை ஒருபோதும் மீறியதில்லை. எனக்கு பாம்பே செல்லும்படி உத்தரவு. நான் அதைத்தான் செய்வேன்,' என்றார்.

மாலுமிகள் பிடிவாதமாக இருந்தனர். 'நாங்கள் கராச்சி செல்ல வேண்டும். எங்கள் சகோதரர்கள் அங்கு மடிந்து கொண்டிருக்கிறார்கள்! நாங்கள் சொல்வதைச் செய்யுங்கள்!' என்றார்கள். கேப்டன் பதில் பேசாது நகர்ந்து சென்றார்.

கோபத்தில் மாலுமிகள் கப்பலின் பிரிட்டிஷ் கொடியை இறக்கி, கிழித்து கடலில் வீசினார்கள். ஆயுத அறைக்குச் சென்று ஆயுதங்களை எடுக்க சிலர் விரைந்தார்கள். 'ஜெய்ஹிந்த்', இன்குலாப் ஜிந்தாபாத்' என்று முழங்கினார்கள். கேப்டனை துப்பாக்கி முனையில் மிரட்டினார்கள்.

தனது உயிருக்கும், கப்பலுக்கும் ஆபத்து என்பதை உணர்ந்த கேப்டன், 'நான் என்ன சொன்னாலும் நீங்கள் கராச்சி செல்லத்தான் போகிறீர்கள் என்று தெரிகிறது. வன்முறையால் அதைச் சாதிக்க நினைக்கிறீர்கள். உங்கள் விருப்பம் போல் செய்யுங்கள். ஆனால் அதன் பின்விளைவுகளை நீங்கள் சந்திக்க நேரும்' என்றார். மாலுமிகள் அவரது எச்சரிக்கையை பொருட்படுத்தவில்லை. மாறாக 'இப்போது கத்தியவார் எங்கள் கட்டுப்பாட்டில்' என்று தெரிவித்தார்கள்.

கேப்டன் மற்ற அதிகாரிகளை அழைத்துக் கொண்டு, அதிகாரிகளுக்கான அறைக்குச் சென்றுவிட்டார். கேப்டன்

நகர்ந்ததும், கப்பல் திசை மாறி கராச்சி நோக்கி சென்றது. பிரச்சனை என்னவென்றால், கப்பலின் அப்போதைய வேகத்தில் கராச்சியை அடைய குறைந்தது 26 மணி நேரமாகும். மாலுமிகள் தங்களுக்குள் ஆலோசித்து இரு எஞ்சின்களையும் முழு சக்தியில் பயன்படுத்த முடிவு செய்தனர். கப்பலின் வேகம் அதிகரித்தது. உச்சபட்ச வேகமான மணிக்கு 16 நாட் என்று வேகத்தில் சென்றால், கராச்சியை அடைய 16 – 17 மணி நேரமாகும் என்று கணக்கிட்டனர்.

கப்பலைச் செலுத்த ஒரே ஒரு மாலுமிக்குத்தான் தெரியும். அவர் தொடர்ந்து 16 – 17 மணி நேரம் வேலை பார்க்க வேண்டும். கடலும் மிகவும் கொந்தளிப்பாக இருந்ததால், கப்பல் தள்ளாடியது. கப்பலைச் செலுத்த யாராவது ஒரு அதிகாரியை உதவிக்கு அனுப்ப முடியுமா என்று மாலுமிகள் சிலர் கேப்டனிடம் கேட்டனர். அவர் சரி என்றார்.

உதவிக்கு வந்த லெப்.பால் என்ற அந்த அதிகாரி மாலுமிகளிடம் இந்தியில் பேசி, அவர்களது செயல் பயனற்றது என்று புரிய வைக்க முயற்சி செய்தார். கராச்சி சென்றவுடன் அவர்கள் பிரிட்டிஷ் படையின் ஆயுத பலத்தால் ஒடுக்கப்படுவார்கள் என்றும், எனவே கப்பலை கேப்டனிடம் ஒப்படையுங்கள் என்றும் கூறினார். மாலுமிகள் "நீங்கள் உதவி செய்ய வேண்டாம்" என்றனர். கப்பலைச் செலுத்திய மாலுமியும், 'என் உயிரையே கொடுத்தேனும் உங்களை கராச்சிக்கு அழைத்துச் சென்று சேர்ப்பேன்' என்று உறுதியளித்தார்.

அதன் பிறகுதான் மோசமான சூழல் எழுந்தது. 1 மணியளவில், 25 நிமிடப் போருக்குப் பிறகு தாங்கள் சரணடைந்து விட்டதாக ஹிந்துஸ்தான் கப்பல், தலைமை தளபதிக்கு அனுப்பி தந்திச் செய்தியை இவர்கள் இடைமறித்து படித்தார்கள். கோபத்திற்கும் பதிலாக, புதிய யதார்த்தம் பற்றிய அச்சஉணர்வு எழுந்தது. இப்போது சூழ்நிலை மாறிவிட்டது. இனி கராச்சி செல்வது பயனற்றது. மாறாக , சக மாலுமிகளுடன் இணைய பாம்பே செல்லலாம் என்று அவர்கள் முடிவெடுத்தனர்.

இப்போது, ஏற்கனவே உத்தரவிடப்பட்ட இடத்திற்குத்தான் செல்லப் போகிறோம் என்பதால், கேப்டன் ஒப்புக் கொண்டால், அவரையே கப்பலை செலுத்தச் சொல்லலாம் என்று நினைத்தனர். அவரும் ஒப்புக்கொள்ள, கப்பல் திசைமாறி பாம்பே நோக்கிச் செல்ல ஆரம்பித்தது.

பிப்ரவரி 23 அன்று கத்தியவார் பாம்பேயை நெருங்கும்போது, பிரிட்டிஷ் கப்பல்கள் கடலில் ரோந்து சென்று கொண்டிருந்தன. துறைமுகத்தில் நுழைய எந்தக் கப்பலுக்கும் அனுமதி இல்லை. மாலுமிகள் ஆயுதங்களோடு தயாராக இருந்தனர். பாம்பேயில் தமது தோழர்களோடு இணைந்து போரிடத் தயாராகினர்.

கலங்கரை விளக்கத்திற்கு 15 கடல் மைல்களுக்கு அப்பால் நங்கூரமிட்டு நிற்குமாறு, கத்தியவாருக்கு உத்தரவிடப்பட்டது. இந்த உத்தரவை மதிக்க வேண்டாம் என்று கேப்டனிடம் மாலுமிகள் கூறினர். மாலுமிகளின் கோபத்தைப் பார்த்த கேப்டனும், அந்த உத்தரவை மீற ஒப்புக் கொண்டார்.

கத்தியவார் பாம்பே துறைமுகத்தை நெருங்கியதும், போர்க்கப்பலான கிளாஸ்கோ நெருங்கி வந்து தன் பீரங்கிகளை கத்தியவாரை நோக்கித் திருப்பியது. கத்தியவாரும் தனது பீரங்கிகளை கிளாஸ்கோவை நோக்கித் திருப்பியது. இது மிகப் பெரிய சாகசச் செயல். ஏனெனில் கத்தியவார் பங்கர் ரக கண்ணிவெடி அகற்றும் சிறு கப்பல். அதில் ஒரு 12 பவுண்ட் பீரங்கி, ஒரு 3 அங்குல விமான எதிர்ப்பு பீரங்கி ஆகியன மட்டுமே இருந்தன. இதை வைத்துக் கொண்டு 16 4 அங்குல போஃபோர்ஸ் பீரங்கிகள், 16 சக்தி மிக்க விமான எதிர்ப்பு பீரங்கிகள் கொண்ட டவுன் ரக போர்க்கப்பலான கிளாஸ் கோவை எதிர்த்து நின்றது.

கத்தியவார் வேகமாக கிளாஸ்கோவைக் கடந்து காலை 10.30 மணியளவில் பாம்பே துறைமுகத்தில் நுழைந்தது. கிளாஸ்கோ அதைச் செல்ல விட்டுவிட்டது. ‘கப்பலின் மேல் தளத்தில் கேப்டனுடன், பல மாலுமிகளும் நின்றிருந்தனர். இந்திய மாலுமிகளின் கட்டுப்பாட்டில் இருந்த ஒரு கப்பல் பாம்பேயில் நுழைந்தது பெரிய சாதனை’ என்று சுப்ரதா பானர்ஜி தனது The RIN Strike நூலில் குறிப்பிட்டுள்ளார்.

கத்தியவார் தன்னை தாண்டிச் செல்லும்போது கிளாஸ்கோவின் அதிகாரிகளும், மாலுமிகளும், கத்தியவருக்கு சல்யூட் செய்ததாக ஒரு குறிப்பு வர்ணிக்கிறது. உண்மையாகவே அது ஒரு பெருமைக்குரிய தருணம்.

அப்போதுதான் அவர்கள் சரணடைந்ததைக் குறிக்கும் கறுப்புக் கொடியும், பிரிட்டிஷ் கொடியும் எல்லாக் கப்பல்களிலும்

பறப்பதைக் கவனித்தார்கள். தாங்கள் மிக மிக தாமதமாக பாம்பே வந்ததை உணர்ந்தார்கள். சரணடைதல் முழுவதுமாக நிறைவேறிவிட்டது. சில மாலுமிகள் போரிடலாம் என்றனர். ஆனால் அது தற்கொலைக்கு ஒப்பாகும். அவர்கள் மனமின்றி தம் ஆயுதங்களை கீழே போட்டனர். பிரிட்டிஷ் படைகள் கப்பலில் ஏறி, பொறுப்பை எடுத்துக் கொண்டன. போராட்டம் முடிந்தது. இவ்வாறாக வரலாற்றில் இடம் பெறுவதை அந்த மாலுமிகள் விரும்பியிருக்க மாட்டார்கள் என்ற போதிலும், கத்தியவார் வரலாற்றில் இடம் பிடித்தது.

❐

REFERENCES

Admiral Godfrey's letters, NAI.

Andrew Davis, *Identity and Assemblage of Protest.*

B.C. Dutt, *Mutiny of the Innocents.* Bombay: Sindhu Publications, 1971, pp. 186–93.

Kusum Nair, *The Army of Occupation.* Delhi: Padma Publications, 1946, pp. 40–48, 49–56.

Lt. Cdr G.D. Sharma,VSM (Retd), *The Untold Story of Naval Mutiny: Last War of Independence.* Delhi:Vij Books, 2015.

Military and Aerospace, HMIS Hindustan - Disturbances Spreads.

The Indian Annual Register (January–June 1946),Vol. 1., pp. 235, 289–98, 301–07.

CITY EDITION
Dawn
Founded by MOHAMMAD ALI JINNAH
Edited by ALTAF HUSAIN
VOL. V NO. 53 DELHI: FRI. FEB. 22, 1946. 19 RABI-UL-AWWAL, 1365 A.H. PRICE 1½ ANS.

R.I.N 'REBELS' GUN DUELS WITH TROOPS

TRUCE AT BOMBAY FOLLOWS ADMIRAL'S ULTIMATUM

KARACHI SAILORS SHELL BRITISH SOLDIERS: ONE KILLED

SYMPATHETIC STRIKES IN CALCUTTA, MADRAS AND DELHI

DRAMATIC gun battles in which heavy artillery and tommy guns were used broke out on Thursday in Bombay and Karachi between "rebel" RIN ratings and British troops in which one British soldier was killed and many Indians and Britons were injured.

A broadcast warning from G.H.Q., New Delhi, late Thursday afternoon "that strong land, sea and air forces are on their way to Bombay, Poona and Karachi" was followed by the announcement of a truce in Bombay, but late last night the situation at Karachi, where the RIN ratings had fired 4" guns on British soldiers was stated to be serious.

At Madras, Calcutta and New Delhi RIN ratings came out in sympathetic strikes. Many were arrested.

The first indication of the grave turn the RIN strike had taken was an A.P.I. announcement at lunch time on Thursday that RIN "rebels" at Bombay are "returning the fire of British troops".

Later it was officially announced:

"At 9 this morning the situation in Castle Barracks in Bombay and HMIS 'Talwar' was generally quiet. Men were on hunger-strike; canteens in Castle Barracks and HMIS 'Talwar' were broken into and most of the contents removed.

Sporadic Firing

"At 9-40 the situation deteriorated in the barracks. Ratings began to break out of the gate barricaded from inside, and military guards on duty were compelled to open fire with single shots. The guards were stoned by the ratings and the guard commander was injured. Sporadic firing continued for about half an hour, which was returned by ratings who had obtained arms.

"At 10-50 military reinforcements had to be called in for assistance in Castle Barracks. At the same time a signal was intercepted from HMIS 'Narbada' stating that if any shots were fired by the military, all ships would open fire. She is also reported to have invited other ships on the Bombay harbour inviting them by saying, 'all guns loaded. Do the same and if any shots are fired from ashore open fire.'

"Men from the barracks are also reported to have gone aboard HMIS 'Jumna', who has been told to open fire on barracks as soon as the latter are cleared of mutineers.

Mutineers' Message

"A message was sent by mutineers to ships in stream directing all British officers to quit ships and asking Indian officers who wish to join the mutineers to do so.

"At 11-50 a.m. a signal was made with the approval of the Flag Officer Commanding RIN directing all officers to leave their ships. Other RIN establishments in Bombay have been generally quiet and it appears that the bulk of ratings have returned to their establishments."

By midnight the position according to A.P.I., was that while the "battle" had ended, the sit-down strike of the Indian naval ratings continued pending a decision on the larger issues by the Naval authorities.

The gate of the Castle Barracks continues to be guarded by British troops.

Commanding Officer's Warning

MUSLIM LEAGUE WINS 53 PUNJAB SEATS

THIS MORNING'S NEWS FLASHES

NEWS flashes early this morning from Bombay stated:

The C.-in-C. has instructed Lt.-Gen. Lockhart to assume command of all forces in the Bombay area and "to restore order to the RIN as rapidly as possible".

Sardar Patel has issued an appeal to Bombay citizens not to observe a hartal today (Friday) but to go on with their normal business.

A.P.I. reports that Sardar Patel has offered his services to the Governor of Bombay and the C.-in-C. to assist in helping in a peaceful settlement of the dispute.

Bombay police opened fire last night on a mob which was smashing windows in the Girgaum Road. Three people were hurt.

Unconfirmed reports put the casualties among the RIN and British troops at about 12 wounded. Three are British.

AT KARACHI

In Karachi, Mr. M. H. Gazdar, President of the Sind Provincial Muslim League went to the Keamari area, met the strikers and discussed their demands.

BENGAL ASSEMBLY

FOUR LEAGUERS RETURN UNOPPOSED

EIGHTEEN unopposed returns to the Bengal Legislative Assembly have been announced so far, Tuesday evening, according to an A.P.I. report from Calcutta.

These consist of seven Congress, four Muslim League, the Hindu Mahasabha and the European candidates.

INDIA OFFICE

BRITISH TROOPS FIRE ON CAIRO CROWDS

10 KILLED, 50 WOUNDED IN 'QUIT EGYPT' CLASHES

BRITISH troops at Kasr-El-Nil barracks in Cairo on Thursday afternoon fired on a huge crowd of demonstrators trying to force their way inside. Huge crowds swarmed Cairo streets blocking the traffic.

Outside Abdin, the King's residence, the demonstrators shouted expressions of loyalty to King Farouk and slogans such as "out with the British".

Thousands also demonstrated outside the British Embassy demanding evacuation of British troops.

In Alexandria crowds beat up Europeans in the streets wounding some.

Streets Cordoned off

DELHI LEAGUE WORKERS RELEASED ON BAIL

AZAD IN DELHI

Nawabzada Warns

CABINET MISSION WILL FAIL COMPLETELY UNLESS PAKISTAN IS CONCEDED

Regd. No. L. 1732
The Hindustan Times
LARGEST CIRCULATION IN NORTHERN, NORTH-WESTERN & CENTRAL INDIA. DELHI EDITION
VOL. XXIII. NO. 53 NEW DELHI: FRIDAY, FEBRUARY 22, 1946 PRICE 1½ ANNAS

INDIAN RATINGS MUTINY AT TWO CENTRES

HEAVY EXCHANGES OF FIRE WITH BRITISH TROOPS

ULTIMATUM BY KARACHI REBELS: "TRUCE" AT BOMBAY

STRIKERS STILL IN COMMAND OF SEVERAL SHIPS

C.-IN-C. RUSHES REINFORCEMENTS TO TROUBLE SPOTS

Mutinies by R.I.N. ratings in Bombay and Karachi assumed grave proportions on Thursday with the mutineers opening fire on military forces sent out to lay them under siege.

In Bombay a "cease fire" was called in the afternoon, but in Karachi ratings from *H.M.I.S. Hindustan* lying offshore sent out a signal at 5 p.m. giving the following ultimatum: "If our demands are not conceded by 6 p.m. today we will open fire on the military." Their chief demand was the withdrawal of the military.

Seven hours after the time of expiry of the ultimatum, there was still no news of any fresh developments in the situation. The "Hindustan" lies in the harbour with all her guns mounted.

In Bombay, beside the shore establishment at Castle Barracks, 24 R.I.N. ships, including Vice-Admiral flagship "Narbada" joined in the mutiny. In Karachi three ships and all the shore establishments with complements numbering over 1,500 men, were involved.

Meanwhile, strong naval, military and air reinforcements are on their way to Bombay, Poona and Karachi, it is announced by the General Headquarters from New Delhi.

ATTLEE ORDERS WARSHIPS TO INDIAN PORTS

LONDON, Feb. 21.—Certain vessels of the Royal Navy are proceeding towards Bombay, said Mr. C. R. Attlee, Prime

NAVAL C.-IN-C.'s WARNING

Govt. Will Not Brook Indiscipline

RUSSIA ADMITS RECEIPT OF SECRET ATOM INFORMATION

'IN CAMERA' INVESTIGATION INTO LEAKAGES

LONDON, Feb. 21.—Russia acknowledged in an official statement broadcast by Moscow Radio last night that Canadian citizens had given some information of a confidential character to the Soviet Military Attache in Ottawa.

CANADA CONSULTING BRITAIN

Ministries Not To Brook Interference From Governors

CAVEESHAR'S RELEASE ORDERED

15

கராச்சி – கிளர்ச்சி அல்ல; ஒற்றுமை

1946 பிப்ரவரி 19 அன்று பாம்பேயின் கப்பற்படை எழுச்சி பற்றிய செய்தி கராச்சியில் காட்டுத்தீ போலப் பரவியது. அடுத்த நான்கு நாட்களுக்கு அந்த நகரத்தில் பதட்டம் நிலவியது. மாலுமிகள் போராட்டத்தில் இறங்கி, துறைமுகத்தில் இருந்த ஒரு கப்பலையும், குறைந்தபட்சம் மூன்று கரை அலுவலகங்களையும் கைப்பற்றினர். மேலும் மாலுமிகளுக்கு ஆதரவாக மாபெரும் ஆர்ப்பாட்டங்களும் நடந்தன.

சூயஸ் வழியாக வரும் பிரிட்டிஷ் போர்க்கப்பல்கள் நுழையும் முதல் துறைமுகம் கராச்சிதான். பாம்பேக்கு அடுத்தபடியாக அரபிக்கடல், இந்தியப் பெருங்கடல் பகுதிகளின் ஆதிக்கத்திற்கு இரண்டாவது முக்கிய கப்பற்படை தளம் அதுதான். அந்த முக்கியமான 5 நாட்களில் அங்கு சுமார் 2000 அதிகாரிகளும், மாலுமிகளும் இருந்தனர். இந்தத் தளத்தை இழந்தது பிரிட்டிஷ் சாம்ராஜ்ஜியத்தின் கௌரவத்திற்கு மரண அடியாக இருந்தது.

அதன் புவியியல்ரீதியான முக்கியத்துவத்துடன் சுதந்திரப் போரில் அதன் அரசியல் ரீதியான முக்கியத்துவமும் அதிகம். அது எந்த நேரமும் வெடித்துவிடும் நிலையில் இருந்தது. மாலுமிகளின் எழுச்சி, கம்யூனிஸ்ட்கள் தலைமையில் அரசியல் விழிப்புணர்வு கொண்ட மக்கள் அவர்களோடு இணைந்து, எழுச்சிக்கு ஒரு புதிய அர்த்தத்தையும், நோக்கத்தையும் தருவது ஆகியன கண்டு பிரிட்டிஷார் அஞ்சினார்கள்.

பிரிட்டிஷார் கராச்சியின் அரசியல்வாதிகளை தனிமைப்படுத்த தந்திரமாக செயல்பட்டார்கள். காங்கிரஸும், முஸ்லிம் லீக்கும் சுதந்திரத்திற்கு தயாராகிக் கொண்டு இருந்தால், கப்பற்படை போராட்டத்திற்கு ஆதரவு தர வேண்டாம் என்று அவர்களை தூண்டுவது சிரமமாக இல்லை. கராச்சியில் கம்யூனிஸ்ட்களுக்கு பெரிய ஆதரவு இல்லை. எனவே அவர்களது தலைவர்களையும் எளிதில் சமாளித்து விட்டனர்.

ஆனால், மாலுமிகளின் தலைவர்களைக் கட்டுப்படுத்துவதான் கடினமாக இருந்தது. எப்படியாவது அவர்களது போராட்டத்தை ஒடுக்க வேண்டும் என்ற நிலை. மாலுமிகளின் போராட்டம் தன்னெழுச்சியான மக்கள் போராட்டங்களையும் உருவாக்கி விட்டது. பரபரப்பான அந்த நான்கு நாட்களிலும், கப்பலிலும், கரையிலுமாக, செயல்கள் வேகமாக நடந்த வண்ணம் இருந்தன.

மாலுமிகள் துறைமுகப் பகுதியிலிருந்து நகருக்குள் நுழைந்துவிடாத வண்ணம் பிரிட்டிஷ் கப்பற்படை அதிகாரிகள் முன்னெச்சரிக்கை நடவடிக்கைகள் எடுத்து விட்டனர். துறைமுகத்தின் கீமாரி ஜெட்டி பகுதியை நகருடன் இணைக்கும் நேப்பியர் சாலை பாலத்தை பிரிட்டிஷ் ராணுவம் அடைத்து விட்டது. இதனால் மாலுமிகள் துறைமுகத்திலேயே மாட்டிக் கொண்டனர்.

இதனால் ராணுவ நடவடிக்கை முழுவதும் துறைமுகப் பகுதியில் மட்டும்தான். இதனால் பிரிட்டிஷாரால் போராட்டத்தை எளிதாகக் கட்டுப்படுத்த முடிந்தது.

துறைமுகத்தில் ஒரே ஒரு போர்க்கப்பல்தான் இருந்தது. ஹிந்துஸ்தான் என்ற அந்தக் கப்பல் மிகவும் பழையது.1200 டன் எடை கொண்டது. அதில் இரண்டு 4 அங்குல பீரங்கிகள் (போஃபோர்ஸ் பீரங்கியாக இருக்கக் கூடும்) மற்றும் ஓர்லிகான் 20 மீமீ விமான எதிர்ப்பு பீரங்கிகள் இருந்தன. 25 நிமிடங்கள் மட்டுமே நடந்த போரில் மாலுமிகள் கடைசியாக ஹிந்துஸ்தானுக்குத்தான் வந்தனர். ஆனால் இந்த 25 நிமிடங்கள் பிரிட்டிஷ் பேரரசையே நடுக்கம் கொள்ள வைத்தன.

ஹிந்துஸ்தானுக்குத் துணையாக திருவாங்கூர் என்ற இழுவைப் படகு இருந்தது. அதன் தலைமையதிகாரியாக லெப்.எஸ்.எம்.சிங் என்ற இந்தியர் இருந்தார். இதன் மாலுமிகள் இந்துஸ்தானுக்காக போரில் ஈடுபட்டாலும் இந்தக் கப்பல் போரில் ஒதுங்கியே இருந்தது.

கராச்சியின் கரை அலுவலகங்கள் தள்ளித் தள்ளி இருந்தாலும், எழுச்சியில் முக்கிய பங்காற்றின. இவற்றின் மாலுமிகளும் இந்துஸ்தானுக்காகப் போராடி உயிர் நீத்தார்கள்.

கரை அலுவலகங்கள் கராச்சித் துறைமுகத்திலும், அதைச் சுற்றியும், மனோரா தீபகற்பத்திலும் இருந்தன. இவற்றில், சீனியர்

கராச்சியில் நின்றிருந்த ஹிந்துஸ்தான் கப்பல். எழுச்சியில் அதிக அளவில் மாலுமிகளை பலி கொடுத்த கப்பல்.

பயிற்சி முகாமான பகதூர், ஆயுதப் பயிற்சிப் பள்ளியான ஹிமாலயா, ராடார் பள்ளியான சாமக் ஆகியவை முக்கியமானவை.

சாமக் புகழ்பெற்ற லெப். ஆதார் குமார் சட்டர்ஜியின் பொறுப்பில் இருந்தது. இவர்தான் பின்னாளில் அட்மிரலான முதல் இந்தியர். பகதூரின் தலைமை அதிகாரி கே.ஆர்.யு. டோட் என்பவர். ஹிமாலயாவிற்கு ஏ.டபிள்யு.கஷ் என்பவர்.

பிப்ரவரி 19 அன்று சமாக் ரேடார் பள்ளிக்குத்தான் பாம்பே எழுச்சி பற்றிய தகவல் முதலில் வந்து கராச்சியில் பரவியது. பின்னர் நிகழ்ந்தது வரலாறு. எண்ணிக்கை சரியாகத் தெரியாவிடினும், அதிகாரபூர்வ இறப்பு எண்ணிக்கை 20 மாலுமிகள் என்கிறது. உண்மையில் இரண்டு மடங்கு மாலுமிகள் இறந்ததாகக் கூறப்படுகிறது. பலருக்கும் படுகாயம். வெளியில் தெரியாத அவர்களது வீரமும், தியாகமுமான கதை இங்கே..

1946 பிப்ரவரி 19 செவ்வாய்

சாமக்

பாம்பே எழுச்சி பற்றிய தகவல் சாமக்கிற்கு மதியம் வந்து, எல்லா கப்பல்கள், கரை அலுவலங்களுக்கும் பரவியது. சாமக்கின் செயல் அதிகாரியாகவும் ராடார் கட்டுப்பாடு பயிற்சி அதிகாரியாகவும் இருந்த எம்.ஆர்.ஏ.ராவ் என்ற அதிகாரி தனது முன்னெச்சரிக்கை ஆய்வின்போது அனில்குமார் ராய் என்ற மாலுமி பிற மாலுமிகளுடன் பதட்டமாக, ரகசியமாக ஆலோசனை செய்வதைப் பார்த்தார்.

உணவு இடைவெளியின் போது, ஐ.என்.ஏ.விற்கு நிதி திரட்டுவதற்காக இரண்டு நாட்களுக்கு முன்புதான் ஆரம்பிக்கப்பட்ட

மாலுமிகள் சங்கத்தின் சாமக் கிளை போராட்ட ஆதரவாளர்களை வைத்து மாலையில் கடற்கரையில் கூட்டம் போட முடிவு செய்தது.

இதில் மறுநாள் காலை 10 மணிக்கு கராச்சி நகருக்கு ஊர்வலம் செல்வது, காங்கிரஸ், முஸ்லிம் லீக் அரசியல்வாதிகளையும், துறைமுக தொழிலாளர்களையும் பங்கேற்க அழைப்பது, உண்ணாவிரதம், எழுச்சிக் காலத்தில் வேலை நிறுத்தம் ஆகியன ஒரு மனதாக முடிவு செய்யப்பட்டன.

மாலையில், கராச்சியின் அனைத்து கப்பற்படை அலுவலங்களிலும் அதிகாரிகளும், மாலுமிகளும் கூட்டம் கூட்டமாக தல்வார் பற்றி பேசிக் கொண்டிருந்தார்கள். இதற்குள் ஹிமாலயாவின் தலைமை அதிகாரி கஷ், சிந்து ஆளுநருக்கு எச்சரிக்கை செய்துவிட்டார். அவரது உதவியாளர்களில் ஒருவர் நேரடியாக போலீஸை தொடர்பு கொண்டார். இந்த எச்சரிக்கை காரணமாகத்தான் துறைமுகத்தை மூடும் முடிவு எடுக்கப்பட்டிருக்கும். சாமக்கில் அதிகரித்துவரும் பதட்டம் குறித்து கஷ்ஷுடன் விவாதித்த பிறகு, மறுநாள் மாலுமிகளிடம் பேசி சமாதானம் செய்யும் பொறுப்பு சட்டர்ஜியிடம் தரப்பட்டது.

1946 பிப்ரவரி 20 புதன்

சாமக்

கஷ்ஷும், சட்டர்ஜியும் பேசி வைத்தபடி, சாமக்கின் தலைமை அதிகாரி தனது மாலுமிகளை காலை 9 மணிக்கு வரச் சொன்னார். பாம்பேயில் நடப்பது உள்ளூர் பிரச்சனை, அதற்கும் கராச்சிக்கும் தொடர்பில்லை என்று சொன்ன சட்டர்ஜி, அங்கு கமாண்டர் கிங்கின் நடத்தைக்காக இங்கே ஒரு இந்திய தலைமை அதிகாரி வேண்டும் என்று கேட்பது பொருத்தமற்றது என்றார். தான் கேவலமாகத் திட்டுதல் போன்ற காரியங்களைச் செய்யாத ஒரு இந்திய தலைமை அதிகாரி என்பதை மறைமுகமாகக் கூறிய அவர், மாலுமிகள் இங்கு போராட எந்தக் காரணமும் இல்லை என்றார். உண்மையில் அவர்கள், கப்பற்படை ஒரு கட்டுப்பாட்டுப் பாரம்பரியம் கொண்ட படை என்பதில் பெருமை கொள்ள வேண்டும் என்றார்.

கூட்டம் முடிந்து வெளியே வந்த மாலுமிகளுக்குத் திருப்தியில்லை. அதிகாரிகள் நினைத்ததற்கு மாறாக, அவர்களுக்கு

குறைகள் இருந்தன. பாம்பே சம்பவங்கள் கடுமையானவை. அவற்றை உதாசீனப்படுத்த முடியாது. எழுச்சியை ஆதரிப்பது குறித்து அவர்களிடம் மாறுபட்ட கருத்து இல்லை. என்ன மாதிரியான நடவடிக்கை மேற்கொள்வது என்று விவாதித்தார்கள்.

எனினும், உறுதிப்படுத்தப்படாத ஒரு வதந்தி இங்கு போராட்டத்தை விரைவுபடுத்தியது. 'மாலையில் ஹிந்துஸ்தானின் சுமார் 70 மாலுமிகளும் மோன்சேயின் (அருகில் இருந்த கப்பற்படை தளம்) அனைத்து மாலுமிகளும் வேலை நிறுத்தம் செய்து, நகர் முழுக்க ஊர்வலம் செல்வதாக ஒரு பயங்கர வதந்தி பரவியது.. இதுதான் மறுநாளின் கிளர்ச்சிக்கு உடனடியான காரணம் என்று நம்பப்படுகிறது' என்று சட்டர்ஜி அளித்த அறிக்கை தெரிவிக்கிறது.

ஹிந்துஸ்தான்

இங்கு கேப்டன் டி.ரோஸருக்கும், அவரது மாலுமிகளுக்கும் இடையில் கருத்து வேறுபாடு அதிகரித்துக் கொண்டே இருந்தது. மாலுமிகள் அவரிடம் தமது கோரிக்கைகளை சமர்ப்பித்ததும், அவர் எரிச்சலோடு, 'போய் வேலையைப் பாருங்கள்' என்றார்.

மாறாக மாலுமிகள் அவரை சூழ்ந்து கொண்டு, தம்மை மரியாதையுடன் நடத்த வேண்டும் என்றும், கிங் போலவே இனவெறியோடு நடந்து கொள்ளும் ஒரு லெப்டினன்டை நீக்க வேண்டும் என்றும் கோரினர். அவர் விருப்பமேயின்றி கோரிக்கைகளை 'நாகரிகமான முறையில்' வைக்கச் சொன்னார்.

தமது கோரிக்கைகள் ஏற்கப்படாவிட்டால் நாளை திட்டமிட்டபடி ஹிந்துஸ்தான் நகராது என்று மாலுமிகள் எச்சரித்தனர். ஆயுதமேந்திய பிரிட்டிஷ் அதிகாரிகளுடன் கடலில் மோதுவது கடினம். கப்பலை கரையில் வைத்தே கைப்பற்றுவது எளிது என்பது மாலுமிகளின் திட்டம்.

சாமக்

ஹிந்துஸ்தானில் நிலை இவ்வாறு இருக்க, ஹிமாலயா மற்றும் பகதூரின் மாலுமிகள் கூட்டம் போடுவதற்காக இரவு 9 மணிக்கு சாமக் வந்தார்கள். தேதி, நேரம் முடிவாகாமல், அமைதியான வழியில் போராடுவது என்று முடிவானது. அடுத்தடுத்து ரகசியக் கூட்டங்கள் போட்டு நள்ளிரவுவாக்கில் ஹிந்துஸ்தான் புறப்படுவதைத் தடுக்க, காலையில் துறைமுகத்தில் போராட்டத்தை

ஆரம்பிப்பது என்று முடிவானது. உள்ளூர் மக்களின், அரசியல் ஆதரவும் இருக்கும் என்றும் எதிர்பார்க்கப்பட்டது.

பண்டர்ரோடில் கம்யூனிஸ்ட்கள்

காங்கிரஸும், முஸ்லிம் லீக்கும் ஊசலாட்டத்தில் இருக்க, பாம்பேயின் கொடூர நிகழ்ச்சிகளை அறிந்த கம்யூனிஸ்ட்கள் புரட்சியாளர்களை ஆதரிக்க முடிவு செய்தார்கள். கராச்சி துறைமுகத்திற்கு வடமேற்கே, பண்டர் ரோடில் இருந்த கம்யூனிஸ்ட் கட்சி அலுவலகத்தில் முக்கியமானவர்கள் பலர் கூடினார்கள்.

பின்னாளில் இந்தியப் பிரதமரான இந்தர்.கே.குஜ்ரால், ஹிந்தி நடிகர் ஏ.கே.ஹங்கல், சிந்தி தலைவர்களாக சோபோ கியான்சந்தானி, அயின்ஷி வித்யார்த்தி, ஜமாலுதீன் புகாரி, அசீஃப் கர்வானி போன்றோர் ஊர்வலமாகச் சென்று மறுநாள் பிப்ரவரி 21 அன்று பொது வேலை நிறுத்தம் செய்ய அறிவிப்பது என்று முடிவெடுத்தார்கள். பேரணியில் ஹங்கல், கர்வானி, கியான்சந்தானி ஆகியோர் பேசினர். மூத்த தலைவரான குவாஸி முகமது முஜ்தபா ஸ்டிரெச்சரில் படுத்தபடி நிறைவுரை ஆற்றினார்.

ஆனால் அன்று நள்ளிரவே கம்யூனிஸ்ட் தலைவர்கள் கைது செய்யப்பட்டு சாதர் காவல்நிலையத்தில் அடைக்கப்பட்டார்கள். தங்களது பேரணி, கைது ஆகியவற்றால் பெரிய தாக்கம் ஏற்பட்டதை அவர்கள் பின்னரே அறிந்தார்கள். மறுநாள் கராச்சியில் முழுமையான ஹர்த்தால் நடந்தது.

திருவாங்கூர்

ஒப்பீட்டளவில் திருவாங்கூர் என்ற இழுவைப் படகில் நிலைமை அமைதியாக இருந்தது. சுற்றியிருந்த கொந்தளிப்பால் அது பாதிக்கப்படவில்லை. மிகச் சிலரே போராட்டத்தை ஆதரித்தனர். அவர்களது எதிர்ப்பும் முறையாக இருந்தது.

பிப்ரவரி 20 மதியம் 3.25க்கு திருவாங்கூர் கராச்சியை விட்டுக் கிளம்பியது. கராச்சியிலிருந்து கிளம்ப வேண்டிய ஹிந்துஸ்தானுக்காக கடலில் காத்திருந்தது. சில மாலுமிகள் பணிக்கு வர மறுத்ததும், திருவாங்கூரின் புத்திசாலியான கேப்டன் எஸ்.எம்.சிங் அனைவரையும் இரவு 9 மணிக்கு அழைத்துக் கூட்டம் போட்டு, குறைகளை அமைதியான முறையில் எழுத்துப் பூர்வமாகத் தரச் சொன்னார்.

எந்த வாய்ப்புக்கும் இடம் தராது, முக்கிய தலைவர்களையும், பிரச்சனைக்குரியவர்களையும் இஞ்சின் அறைக்குக் கீழேயே இருக்கச் சொல்லிவிட்டு, முக்கிய இடங்களில் அதிகாரிகளை நிறுத்தினர்.

கராச்சியின் கப்பல்கள், அலுவலகங்களில் இருந்த மாலுமிகள் அனைவருக்குமே அன்றிரவு பதட்டமிக்க, உறக்கமற்ற இரவாகத்தான் இருந்தது.

1946 பிப்ரவரி 21 வியாழன்

கராச்சி நகரம்

கராச்சியில் எழுச்சிக்கு ஆதரவாக மக்கள் திரட்டப்பட்டனர். இதற்கான பெருமை கம்யூனிஸ்ட்களையே சாரும். தம் தலைவர்களை சிறையில் அடைத்ததற்கு பதிலடி தருவது போல், கராச்சி நகரமே கம்யூனிஸ்ட் ஆதரவாளர்களால் மூடப்பட்டு விட்டது. எல்லா கடைகளும், மூடப்பட்டன. போக்குவரத்து ஸ்தம்பித்தது. ஈத்கா மைதானத்தில் கம்யூனிஸ்ட்கள் ஏற்படுத்திய போராட்டத் தலைமையகத்தில் காங்கிரஸ், முஸ்லிம் லீக், கம்யூனிஸ்ட் கொடிகள் பறந்தன.

மெயின் ஸ்ட்ரீமில் எழுதிய கட்டுரையொன்றில் அஸ்லம் க்வாஜா, ‘காலை சுமார் 10 மணிக்கு மேற்கு கடற்கரை, துறைமுகப் பகுதியிலிருந்து தொழிலாளர்கள் டிராம், பஸ்களில் வந்து குவிந்தார்கள். அவர்கள் ஈத்கா மைதானத்திற்கு ஊர்வலமாகச் சென்றார்கள். சயீத் மன்சிலிலிருந்து டௌ மருத்துவக் கல்லூரி வரையிலும், டி.ஜே. கல்லூரியிலிருந்து ரான்சோர் தெரு வரையிலும், வெள்ளமெனத் திரண்ட மக்களை போலீஸ், ராணுவத்தால் தடுக்க முடியவில்லை’ என்று குறிப்பட்டார்.

பிரிட்டிஷ் நிர்வாகம் சார்பாக, முஸ்லிம் லீக்கின் மஹ்முத் ஹரூணும், காங்கிரசின் டாக்டர் தாராசந்தும், சுவாமி கிருஷ்ணாவும் மக்களை கலைந்து செல்லும்படி வேண்டினார். ஆனால் மக்கள் அவர்களையும் ஹர்த்தாலில் கலந்து கொள்ளுமாறு அழைத்தனர். சூழல் கைமீறிப் போன நிலையில் நவீன கராச்சியை உருவாக்கியவரான ஜாம்ஷெட் மேத்தா, மக்களைக் கலைந்து செல்லுமாறு சிந்து முதலமைச்சர் சர்.குலாம் ஹுசைன் ஹிதயதுல்லா விடுத்த வேண்டுகோளை ஒலிபரப்பினார். ஆனாலும் பலனில்லை. ஹர்த்தாலின் வெற்றியால் உற்சாகமடைந்த கம்யூனிஸ்ட் கட்சி, மாலையில் பொதுக்கூட்டம் ஒன்றை

நடத்தியது. இதில் ரிலாராம் லீலாரன், ஷேக் அயாஸ், மற்றும் பல தலைவர்கள் புரட்சிகரக் கவிதை பாடினர்.

ஹிந்துஸ்தானும், திருவாங்கூரும்

ஹிந்துஸ்தானும், அதன் துணையான திருவாங்கூரும் பாதி வெற்றி அடைந்திருந்தன. தலைமையகத்திலிருந்து வந்த புதிய உத்தரவுகளின்படி மாலை 5 மணிக்கு கப்பல்கள் புறப்படத் தயாரான போது, ஹிந்துஸ்தானின் 11 மாலுமிகள் கோஷமிட்டபடி திடீரென கரையை நோக்கி ஓடினார்கள். அடுத்த இரண்டு மணி நேரத்தில் மற்றவர்களும் அவர்களோடு இணைந்தார்கள். தனது அதிகார வரம்பிற்கு மீறிய மாலுமிகளின் கோரிக்கைகளை செவிமடுத்த கேப்டன் ரோஸர் தனது மேலதிகாரியுடன் ஆலோசிக்க இரு மாலுமிகளுடன் கரைக்குச் சென்றார். ஆனால் மேலதிகாரி இல்லை.

ஹிமாலயாவில் உள்ள மேலதிகாரியிடம் ஆலோசிக்கலாம் என்று நினைத்து ஹிமாலயா செல்லும்போது ‘முன்னூறு கஜ தூரத்திலேயே ஹிமாலயாவில் கிளர்ச்சி நடப்பது தெரிந்தது’ என்றார் அவர். ஹிந்துஸ்தான் திரும்பியதும் உடனடியாக அங்கிருந்து கிளம்ப உத்தரவிட்டார். ஒரு கும்பல் கரையில் இருந்து கப்பலில் இருந்தவர்களை தம்மோடு சேர அழைத்தது.

எழுச்சி பற்றி குறிப்பிடும் ரோஸர், ‘கிளர்ச்சியாளர்கள் ஒரு படகில் ஹிந்துஸ்தான் நோக்கி வந்தார்கள். அது ஹிந்துஸ்தானை நெருங்கும்போது, அதன் இருபக்கமும் ஆயுதமேந்திய வீரர்கள் இருந்த இரு படகுகள் அதை வளைத்தன’ என்கிறார்.

தம்மைக் காப்பாற்றிக் கொள்ள கிளர்ச்சியாளர்கள் வேகமாக கரைப்பக்கம் சென்றனர். ‘அப்போது விசைப் படகில் இருந்த ராணுவ அதிகாரி ஒருவர் ஸ்டென் துப்பாக்கியால் கப்பலில் நின்றவர்களது தலைக்கு மேல் சுட்டார்,’ என்கிறார் ரோஸர். ரோஸரின் உத்தரவின் பேரில் அந்த அதிகாரி சுடுவதை நிறுத்தினார். ஆனால் இச்சம்பவத்தால் கோபமுற்ற பகதூர், ஹிமாலயா மாலுமிகள் ஹிந்துஸ்தானில் நுழைந்து அதன் ஒர்லிகான் பீரங்கியின் பூட்டை உடைத்து, அதில் குண்டுகளைப் போட்டனர். (இதை ரோஸர் குறிப்பிடவில்லை) அவர்கள் சுட ஆரம்பித்த போது ராணுவப் படகுகள் மறைந்து விட்டன. பக்கத்தில் நிறுத்தப்பட்டிருந்த பிரிட்டிஷ் விமானம் ஒன்றைச் சுட்டு, திருப்தியடைந்தார்கள் என்று ரோஸர் குறிப்பிடுகிறார்.

இனி எதுவும் செய்வதற்கில்லை என்ற நிலையில் ரோஸர் பீரங்கி குண்டுகளை கடலில் போட்டு விட்டு, கப்பலின் கொதிகலன்களை அணைக்கச் சொன்னார். அதிகாரிகளை கப்பலை விட்டு இறங்க உத்தரவிட்டார். கப்பற்படை உயரதிகாரிகளிடம் தகவல் சொல்ல, முதன்மை அதிகாரியை அனுப்பினார், ஆனால், துரதிருஷ்டவசமாக ஹிந்துஸ்தான் கடலில் அசைவின்றி நின்றது.

புதிய உத்தரவை திருவாங்கூர் மாலுமிகள் எதிர்த்தார்கள். காலை 6 மணிக்கு எழுப்பு ஊதுகுழல் ஓசைக்கு எவரும் எழவில்லை. 'சிறிது நேரம் கழித்து ஹாக்கி மட்டைகளுடன் வந்து பிரிட்டிஷ் கொடியை இறக்கப்பார்த்தார்கள். அந்த முயற்சி தடுக்கப்பட்டது' என்று தலைமை அதிகாரி எஸ்.எம்.சிங் குறிப்பிட்டார்.

காலை சுமார் 9 மணிக்கு, அனுமதி பெறாமல் திருவாங்கூரின் 34 மாலுமிகள் போராட்டத்தில் இணைய ஹிந்துஸ்தான் சென்றார்கள். பலரும் மறுநாள் கப்பலைவிட்டு செல்லத் திட்டமிட்டிருந்தார்கள். கேப்டன் மாலுமிகளின் லாக்கர்களைக் காலி செய்து, அவர்களது ஆயுதங்களை ஆயுதக் கிடங்கில் பத்திரப்படுத்தினார். அமைதி திரும்பியது. ஆனால் எப்போது வேண்டுமானாலும் அது மாறலாம்.

இராணுவமும், ஹிந்துஸ்தானும்.

ராஸெர் ஹிந்துஸ்தான் கப்பலின் அதிகாரத்தை இழந்ததால் ஆத்திரமுற்ற பிரிட்டிஷ் நிர்வாகம், மேலும் பிரச்சனைகள் வரலாம் என்று ராணுவத்தை அழைத்தது. ஆனால் அவர்கள் அழைத்து வந்த பலூச் ரெஜிமண்ட் மற்றும் இந்திய பாராசூட் பிரிகேடின் கூர்க்கா 2 வது பட்டாலியன் வீரர்கள், மாலுமிகளுக்கு ஆதரவு தெரிவித்து, கப்பல்களில் நுழைய மறுத்தார்கள். கடைசியில் ஸ்காட்ஸ் பிளாக் வாட்ச் ரெஜிமண்டின் இரண்டு பிளாட்டூன்கள் வரவழைக்கப்பட்டன.

பிளாட்டூனுக்கு சமிக்ஞை தர ராஸெர் தமது கைத்துப்பாக்கியால் சுட வேண்டும் என்று திட்டம். கப்பலின் எல்லா அதிகாரிகளும் போய்விட்டனர். கப்பலின் மருத்துவர் மட்டும் இருந்தார். பிளாட்டூன்கள் தயாராகும் போது, 'உங்கள் உயிரைக் காப்பாற்றிக் கொள்ள நினைத்தால், கப்பலுக்குள் வராதீர்கள்,' என்று பெரிய எழுத்துகளில் எழுதப்பட்ட பதாகை கப்பலின் மேல்தளத்தில் எழுந்தது.

படைகள் கப்பலை நோக்கி லகுரக இயந்திரத் துப்பாக்கிகளால் சுட்டன. இதற்கு பதில் தாக்குதல் வந்தது. அருகில் இருந்த எம்பார்கேஷன் கட்டிடத்திலிருந்து சுட்டதில் இரு மாலுமிகள் இறந்தார்கள். அதில் ஒரு மாலுமி 16 வயது சிறுவன். துப்பாக்கிச் சூடு சத்தத்தில் துறைமுகத் தொழிலாளர்கள் கூடினார்கள். பத்து நிமிடங்களுக்கு கப்பலிலிருந்து குண்டு முழக்கம். பிரிட்டிஷார் பின்வாங்குவதைப் பார்த்து கூட்டம் ஆர்ப்பரித்தது.

பகதூர்

இதற்கு சற்று நேரத்திற்கு முன், காலை உணவு நேரம் முடிந்ததும், கராச்சியில் ஹர்த்தாலின் பாதிப்பு தெரிய ஆரம்பிக்கும்போது, பகதூர் மாலுமிகள் ஹிமாலயா மற்றும் சாமக் போராட்டம் பற்றி கேள்விப்பட்டார்கள். உடனே தாமும் கோரிக்கைகளை எழுப்பினார்கள். பரேட் மைதானத்தில் கோஷங்களை எழுப்பிய அவர்கள் ஹிந்துஸ்தானின் இனவெறி பிடித்த லெப்டினண்ட்டை பணி நீக்கம் செய்ய வேண்டும் என்றனர். பாம்பே மாலுமிகள் போலவே இவர்களும் மோசமான உணவு பற்றி புகார் கூறினர்.

பிரிட்டிஷ் கொடியை இறக்கி எரித்தனர். அதனிடத்தில் காங்கிரஸ், முஸ்லிம் லீக், கம்யூனிஸ்ட் கொடிகளை ஏற்றினர். தண்டனைகள் குறித்த ஆவணங்களை அழித்தனர். கைதிகளை விடுவிக்க விரைந்தனர்.

சாமக் நோக்கி செல்லும் வழியில், மற்றொரு அலுவலகமாக ஹை ஆங்கில் ஸ்கூலின் பிரிட்டிஷ் கொடியை சேதப்படுத்தினர். அங்கு பாதுகாப்பு வீரர்களும் சேர்ந்து கொண்டனர். கடைகளின் ஜன்னல்களை உடைத்தனர். சாமக் மற்றும் ஹிமாலயாவிற்கு நடுவே போலீஸ் சோதனைச் சாவடிக்கு முன்பாக நிறுத்தப்பட்டனர். பிரிட்டிஷ் படைகள் கப்பல்களை யாரும் நெருங்க முடியாதபடி தடுத்தனர். பகதூரின் சிக்னல் கோபுரத்தில் நின்று பார்த்த கே.ஆர். யு.டோடிற்கு நடப்பதைப் பார்க்க முடிந்தது. ஹிந்துஸ்தான் தாக்கப்பட்டாலும், சரியான பதிலடி தந்து கொண்டிருந்தது.

ஹிமாலயா

ஹிமாலயாவில் பகதூரின் எதிர்ப்பே இன்னும் சற்று அமைதியாக நடந்தது. தமது கோரிக்கைகள் மீது கமாண்டர் கஷ் எந்த நடவடிக்கையும் எடுக்காததால், மாலுமிகள் அங்கிருந்த அனைத்தையும் உடைக்க ஆரம்பித்தார்கள். பிரிட்டிஷ் கொடியை

இறக்கி, 'ஜெய்ஹிந்த்' கொடியை ஏற்றினார்கள். சாமக் நோக்கி நகர்ந்தார்கள். திடீரென இயந்திரத் துப்பாக்கிகள், 4 அங்குல பீரங்கிகள் சுடும் ஓசை கேட்க, நிலைமை மோசமானது.

சாமக்

சாமக்கிலும் அமைதி இல்லை. இங்கும் மாலுமிகள் பரேடுக்கு வர மறுத்தனர். 'இது புரட்சி அல்ல ஒற்றுமை'... 'வெள்ளையனே வெளியேறு...'' ஜெய்ஹிந்த்' போன்ற முழக்கங்கள் எல்லா இடங்களிலும் எழுதப்பட்டிருந்ததாக எழுச்சி பற்றி தனது நாட்குறிப்பில் ஒரு பிரிட்டிஷ் அதிகாரி எழுதி வைத்திருக்கிறார்.

ஹிமாலயா மாலுமிகளுடன் சுமார் ஒரு மணி நேர ரகசிய ஆலோசனை நடத்தியபிறகு அவர்கள் பரேட் மைதானம் சென்றார்கள். அங்கு பகதூர் மாலுமிகள் கம்புகளோடு வந்திருப்பதை

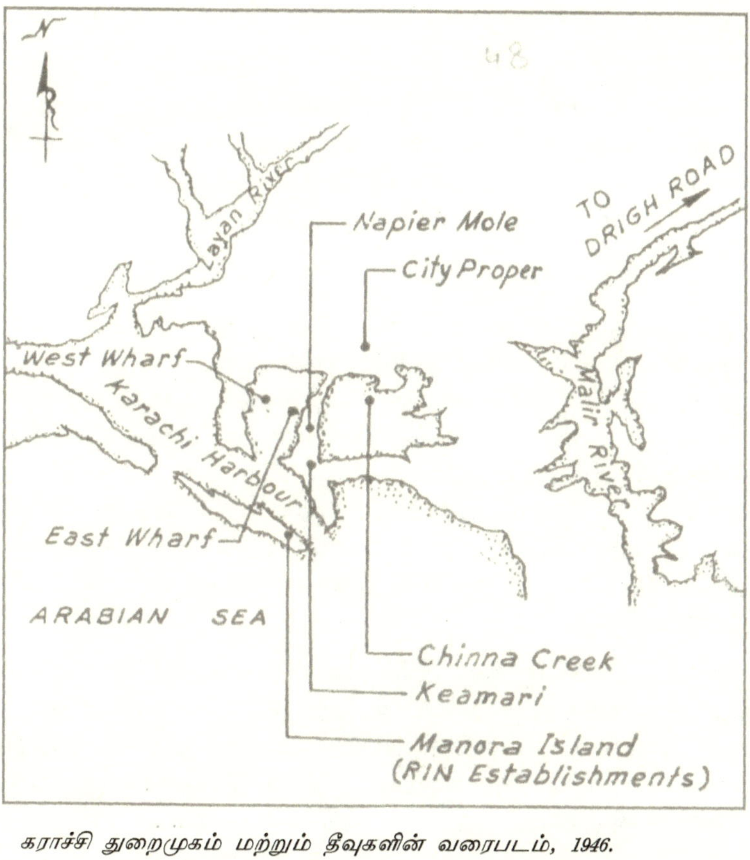

கராச்சி துறைமுகம் மற்றும் தீவுகளின் வரைபடம், 1946.

பார்த்தார்கள். பகதூர் மாலுமிகள் சாமக்கின் ரேடார்களை அழிக்க விரும்பினார்கள்.

கிளர்ச்சியாளராக இருந்து எழுத்தாளராக மாறிய சுப்ரதா பானர்ஜி, சாமக் மாலுமி ஒருவர் 'இந்த விலையுயர்ந்த பொருட்களை அழிக்காதீர்கள்... இந்த அந்நியர்களை வெளியே விரட்டிய பிறகு, இவையெல்லாம் நமக்குச் சொந்தம்... இவை நமக்குப் பயன்படும்' என்று கெஞ்சியதாகக் குறிப்பிடுகிறார்.

இப்படியாக சாமக்கின் பொருட்களை தோழர்களின் கோபத்திலிருந்து காப்பாற்றி பிறகு சாமக், பகதூர், ஹிமாலயா மாலுமிகள் கராச்சி சென்று அமைதியாகப் போராடவும், கூட்டமாகச் சென்று ஹிந்துஸ்தான் போராளிகளை உற்சாகப்படுத்தவும் முடிவு செய்தார்கள். சிலர் கராச்சி நோக்கி செல்ல, 400 மாலுமிகள் ஹிமாலயா நோக்கிச் சென்றார்கள். 200 பேர் பகதூர் சென்றார்கள். அங்கிருந்து படகில் ஹிந்துஸ்தான் செல்ல திட்டமிட்டார்கள்.

கராச்சி சென்றவர்களை கோல்டன் மார்க்கெட் சாலையில் போலீஸ் தடுத்துவிட அவர்கள் தமது முகாமிற்கு வந்து போராட்டத்தை தொடர்ந்தார்கள். ஹிந்துஸ்தான் செல்ல முயன்ற கோஷ்டி எதிர்பார்த்ததை விட வெற்றி பெற்றது.

மாலுமிகளுக்கு எதிராக ராணுவம்

ஹிந்துஸ்தானின் மாலுமிகளை வெல்வது எளிதல்ல என்று முடிவு செய்த பிரிட்டிஷ் நிர்வாகம் நள்ளிரவு கப்பற்படை, ராணுவ அதிகாரிகளுடன் ஆலோசனை நடத்தியது. நகர்த்த முடியாத பீரங்கிகளைத் தவிர, மாலுமிகளுக்கு அருகே இருந்த ஆயுதங்கள் அனைத்தும் அப்புறப்படுத்தப்பட்டன. பிரிட்டிஷ் ராணுவத்தின் 23 மற்றும் 159 படைப்பிரிவுகள், ராயல் ஆர்ட்டிலரி வீரர்கள் அழைக்கப்பட்டார்கள். 25 பவுண்டு பீரங்கிகள், 3 அங்குல மார்ட்டர்கள், 75 மிமி பீரங்கிகள் ஆகியன கேந்திரமான இடங்களில் நிறுத்தப்பட்டன.

அதே நேரத்தில் இந்திய, பிரிட்டிஷ அதிகாரிகள் குடும்பங்களைப் பாதுகாக்க வீரர்கள் அனுப்பப்பட்டார்கள். மனோராவில் இருந்த ஹை ஆங்கிள் ஸ்கூலின் ஆயுத அறைக்குப் பாதுகாப்பு போடப்பட்டது. ஹிந்துஸ்தானுக்கு அருகில் இருந்த எம்பார்கேஷன் தலைமையகத்திலும் பாதுகாப்பு அதிகரிக்கப்பட்டது.

இரு தரப்பினரும் அன்றிரவு தூங்கவில்லை. அதிகாரிகள் நினைத்தது போலவே மூன்றில் ஒரு பங்கு மாலுமிகள்தான் தம் பணியிடங்களில் இருந்தனர். பாம்பே கேஸில் பாரக்ஸிலிருந்து மட்டுமின்றி, நர்மதா கப்பலில் இருந்தும், "தாக்குதல் வந்தால் சரணடைய வேண்டாம். எதிர்த்து நில்லுங்கள்" என்று தகவல் வந்தது. ஆனால், தேவைப்பட்டால் கப்பற்படை முழுவதையுமே அழித்து விடுவோம் என்று அட்மிரல் காட்ஃபிரேயின் மிரட்டலால், தாக்குதல் கடுமையாகத்தான் இருக்கும் என்று மாலுமிகள் உணர்ந்தனர்.

பிப்ரவரி 22 வெள்ளி

ஹிந்துஸ்தானும், ராணுவமும்

ஹிந்துஸ்தான் தான் பெரிய அச்சுறுத்தல் என்பதை உணர்ந்த பிரிட்டிஷ் நிர்வாகம், அதை துறைமுகத்தில் தனிமைப்படுத்தியது. சாமக், ஹிமாலயா, பகதூரிலிருந்து மாலுமிகள் யாரும் அதற்கு படகில் செல்ல முடியாதவாறு காவல் போட்டது. இந்தக் காவல் புரட்சி முடிந்த பிறகு 18 நாட்கள் வரை நீடித்தது. அதற்குள் எல்லா மாலுமிகளையும் கைது செய்து விட்டனர்.

கடைசியாக ஒருமுறை காலை 8 மணிக்கு கேப்டன் ரோஸர் கப்பலுக்கு வந்து கராச்சி கப்பற்படையின் தலைமை அதிகாரி மோடார் கர்டிஸ் இன்னும் அரை மணி நேரத்தில் வருவார் என்றும், மாலுமிகளின் பிரதிநிதிகள் இருவர் மட்டும் அவரிடம் தமது கோரிக்கைகளின் நியாயத்தை எடுத்துக் கூறலாம் என்றும் தெரிவித்தார்.

மாலுமிகள் இதை ஏற்கவில்லை. கர்டிஸ் வந்து, காலை 9 மணிக்கு மாலுமிகள் சரணடையாவிட்டால், ராணுவ நடவடிக்கை எடுக்கப்படும் என்று எச்சரித்தார். அச்சமயம் இருவர் சரணடைந்ததாகவும், சரணடைய நினைத்த பலரை மாலுமிகள் தடுத்து விட்டதாகவும் ரோஸர் குறிப்பிடுகிறார்.

சுமார் 9.20க்கு இந்திய அதிகாரிகள், சரணடைதல் தொடர்பாக உள்ளூர் காங்கிரஸை தொடர்பு கொள்ளலாம் என்று ஆலோசனை கூறினார்கள். ரோஸர் ராணுவ உத்தரவிற்கு முரணானது என்று அதை ஏற்கவில்லை. ரோஸர் எழுத்துபூர்வமான கெடு கடிதத்தையும் மாலுமிகளிடம் வழங்கினார். மாலுமிகள் தாம் முதலில் சுடப் போவதில்லை என்றார்கள்.

APPENDIX 38

To: HINDUSTAN

From: OC Troops.

You are hereby informed that unless you surrender unconditionally leave your weapons on board ship and march off under white flag, I shall shoot anybody who appears above deck unless he has a white flag stop this order will come into effect five minutes after receipt.

Certified true copy   Sd/ P.R.B. Mitchell
                                   Maj. B.M.

Malir Cantt. 22 Mar.46

ஹிந்துஸ்தானை சரணடையச் சொல்லி பிரிகேட் மேஜர் பி.ஆர்.பி.மிஷல் விடுத்த இறுதி எச்சரிக்கை.

பிரிட்டிஷாரிடம் இது போன்ற பண்புகள் எல்லாம் கிடையாது. ஹிந்துஸ்தான் கிளர்ச்சியாளர்கள் மீதான நடவடிக்கைக்கு அனுப்பப்பட்ட படைகளின் தலைவரான பிரிகேட் மேஜர். பி.ஆர்.பி.மிஷல், 'ஆயுதங்களைக் கீழே போட்டுவிட்டு, வெள்ளைக்கொடி ஏந்தி, நிபந்தனையின்றி நீங்கள் சரணடையாவிட்டால், வெள்ளைக்கொடி இல்லாமல் கப்பலில் நிற்பவர் எவராயினும் சுடுவோம். இத்தகவல் தரப்பட்ட ஐந்தாவது நிமிடத்திலிருந்து இந்த உத்தரவு செயல்படுத்தப்படும்' என்று மாலுமிகளுக்கு அறிவித்தார்.

பகடை உருட்டப்பட்டு விட்டது. நடவடிக்கை சிறிது நேரமே நடந்தது என்றாலும் மிகக் கொடூரமாக இருந்தது.

காலை 10.30க்கு வற்று அலை என்பதால், ஹிந்துஸ்தான் கடலில் தாழ்வாக இருந்தது. உயரத்திலிருந்து சுடுவது பிரிட்டிஷ் படைகளுக்கு எளிதாக இருந்தது. உடனடியாக ஐந்து மாலுமிகள் காயமுற்றனர். கப்பல் வற்று அலையில் நின்றதால், கப்பலின் பீரங்கிகளை போதுமான அளவு உயர்த்த முடியவில்லை. மேலும், அவர்களது குறி தவறினால் அருகில் உள்ள தொழிலாளர்

குடியிருப்புகளுக்கு சேதம், உயிரிழப்பு ஏற்படும் அபாயமும் இருந்தது.

அப்படி இருந்தும், ஹிந்துஸ்தான் தாக்கப்பட்ட 25 நிமிடங்களில் அது இருபத்து நான்கு ரவுண்ட் சுட்டது. ஜெனரலும், அவரது வீரர்களும் பதுங்கு குழிகளில் பதுங்க நேர்ந்தது. கேப்டன் ரோஸர் ஒரு டெலிபோன் பூத்தில் ஒளிந்து உயிர் தப்பினார்.

இதற்கு மேல் போராட முடியாமல், மாலுமிகள் 11 மணிக்கு வெள்ளைக்கொடி காட்டினர். அதிகாரபூர்வ தகவலின்படி, ஆறு மாலுமிகள் இறப்பு, முப்பது பேர் படுகாயம் என்ற இழப்பிற்குப் பின் (எல்லோருமே 24 வயதுக்குட்பட்டவர்கள்) இந்த சரணடைதல் நடந்தது.

வெள்ளைக் கொடியுடன் நின்ற பதின் பருவ மாலுமி ஒருவன் பீரங்கிக் குண்டால் சிதறியது கொடூரமான காட்சியாக இருந்தது. 'எப்படிப்பட்ட வீராவேசமான எதிர்ப்பு..... நாங்கள் செய்தது இழிவான செயல்... ஒரு சிறுவனை ஏன் கொன்றோம்?... கேவலம்...' என்றெல்லாம் குற்ற உணர்வோடு, அவமானத்தோடு, கண்ணீரோடும் கூட பிரிட்டிஷ் வீரர்கள் புலம்பினர்.

ஹிந்துஸ்தானின் கட்டுப்பாட்டை ஏற்ற ராணுவம் தலைவர்களை கைது செய்தது. மதியம் அவர்களை மாலிர் முகாமில் அடைத்தது. இரவு 9.30க்குள் கப்பலின் அனைத்து ஆயுதங்களும் கேப்டனின் பங்களாவில் பாதுகாப்பாக வைக்கப்பட்டன.

இறந்தவர்களில் இருவர் பகதூரின் மாலுமிகள், ஹிந்துஸ்தான், திருவாங்கூர், சாமக்கை சேர்ந்தவர்கள் தலா ஒருவர், ஹிமாலயாவிலிருந்து மூவர். இது அதிகாரபூர்வ தகவல். ஆனால் மாலுமிகள், இறப்பு இதைப் போல் இரு மடங்கு இருக்கும் என்றனர்.

பிப்ரவரி 23

போரிலிருந்து தப்பிய திருவாங்கூர் காலை 8.30க்கு துறைமுகம் திரும்பியது. எனினும் அதன் மாலுமிகளுக்கும் பாதிப்புதான். ஹிந்துஸ்தானுக்குப் போயிருந்த சிலர் தப்பினர். போரில் ஒரு மாலுமி இறந்தார். மூவருக்கு காயம். 23 பேர் கைது.

கராச்சி எழுச்சியின் மையமான ஹிந்துஸ்தான் முற்றிலும் சேதமடைந்தது. அதன் கூடு, பிரதான இஞ்சின், துணை இஞ்சின்

எல்லாம் சேதமடைந்திருந்தன. கேபிள்கள், பொருட்கள் வைக்கும் அறைகள் எல்லாம் சேதம். கோப்புகள், காகிதங்கள் எல்லாம் அழிந்து போய்விட்டன.

கேப்டன் ரோஸர் 66 மாலுமிகள் அன்று மதியம் மாலிர் முகாமிற்கு அனுப்பப்பட்டதாக அறிக்கை தாக்கல் செய்தார். பெரும் தேசபக்தர்களான அந்த மாலுமிகள் இந்த சிறைவாசத்தால் உடைந்து போகவில்லை... சுதந்திர உணர்வை சிறையால் ஒடுக்க முடியாது... நாங்கள் உயிர் நீத்தால், நாட்டுக்காகவே உயிர் நீத்தோம்... என்று அவர்கள் எழுதி வைத்திருந்த ஒரு துண்டுக் காகிதம் பின்னாளில் கிடைத்தது.

கைதிகள் போலன்றி, இறந்தவர்கள் பற்றிய விபரங்கள் துல்லியமாகக் கிடைக்காததால், அவர்களுக்கு உரிய மரியாதை கிடைக்காமலேயே போனது. அதிகாரபூர்வ, அதிகாரபூர்வமற்ற எண்ணிக்கைகளை சமன் செய்து கணக்கிட்டால், அந்த நான்கு நாட்களில் 20 மாலுமிகள் இறந்திருக்கலாம், சுமார் 100 பேர் காயமடைந்திருக்கலாம் என்று முடிவு செய்யலாம். இறந்த மாலுமிகளின் இறுதிச் சடங்குகளில் கலந்து கொள்ள போராட்டக் காரர்களின் பிரதிநிதிகள் அனுமதிக்கப்பட்டாலும், இறந்தவர்களின் முகங்களை அவர்களுக்குக் காட்டவில்லை என்று மெயின்ஸ்டிரீமின் க்வாஜா குறிப்பிடுகிறார்.

பாம்பே சரணடைந்த பிறகு,கராச்சியின் ஹிந்துஸ்தான் கைப்பற்றப்பட்ட பிறகு, மற்ற இடங்களின் மாலுமிகளும் சரணடைந்தனர். அரசியல் ஆதரவு இல்லாத போதும் அவர்கள் பேரரசின் ராணுவத்தை எதிர்த்து, அதை அசைத்து விட்டனர். பொதுமக்கள், குறைந்தபட்சம் செய்தித்தாள்களை வாசிப்பவர்கள் இந்த வீர மாலுமிகளின் தியாகங்களை அறிந்தனர்.

டைம்ஸ் ஆஃப் இந்தியாவின் பிப்ரவரி 21 இதழ் சுற்றி வளைத்து எழுதினாலும், 'தம்மை இழிவு படுத்திய அதிகாரிகளை மாறுதல் செய்யக் கோரி கப்பலின் ஐந்து வயர்லெஸ் மாலுமிகள் போராடியதால், ஹிந்துஸ்தான் கப்பல் புறப்படுவது தள்ளிப் போடப்பட்டது' என்று போராட்டம் பற்றி எழுதியது.

ஸ்டேட்மனின் பிப்ரவரி 22 முதல் பக்கம், 'கப்பற்படை துப்பாக்கிகளால் மாலுமிகள் பதிலடி' என்று எழுதியது. ஃப்ரீ பிரஸ் ஜர்னல், 'இறந்த தோழர்களுக்காக கொடிகள் அரைக்கம்பத்தில் பறந்தன,' என்றது. டான், 'ஜின்னா மாலுமிகளுக்கு நியாயம்

கிடைக்க வேண்டியவற்றை செய்வார். இது குறித்து வைசிராயிடம் விவாதிப்பார்' என்றது. (டான் – ஜின்னா தோற்றுவித்த பத்திரிகை). பிரிட்டனின் குளோசெஸ்டர்ஷைர் எக்கோ என்ற பத்திரிகை '30 மாலுமிகள் கொல்லப்பட்டனர். 64 பேர் காயம் என உறுதிசெய்யப்படாத தகவல் கிடைத்துள்ளதாக' எழுதியது. இது ஓரளவிற்கு உண்மையாக இருக்கலாம்.

இவ்வாறாக எழுச்சி நசுக்கப்பட்டது. இரு பிரதான அரசியல் கட்சிகள் ஆதரிக்காததால் பொதுமக்களிடம் போராட்டம் பரவாமல் போனது. ஆனாலும் ஏகாதிபத்தியத்திற்கும், ராணுவத்திற்கும் வெளிப்படையான எதிர்ப்பு என்ற வகையில் இது பகத்சிங், சுகதேவ், ராஜகுரு போன்ற வீரர்களின் தியாகத்திற்கு ஒப்பானது. தனது வழியில் அது மகாத்மா காந்தியின் அகிம்சா வழியிலான போராட்டத்திற்கு துணை புரிந்திருக்கிறது.

❐

REFERENCES

Aslam Khwaja, 'Role of Karachi in the 1946 Naval Rebellion', 9 March 2016, *Mainstream*.

B.C. Dutt, *Mutiny of the Innocents*. Bombay: Sindhu Publications, 1971, pp. 151–85.

Dilip Kumar Das, *Revisiting Talwar;A study in the Royal Indian Navy Uprising of February 1946*. Delhi: Ajanta Publications, 1993, pp. 234–370.

Kusum Nair, *The Army of Occupation*. Delhi: Padma Publications, 1946.

Lockhart-RIN Mutiny; Hour by hour event description, NAI.

Lt. Cdr. G.D. Sharma,VSM (Retd), *The Untold Story of Naval Mutiny: Last War of Independence*. Delhi:Vij Books, 2015.

Memoranda for Board of Enquiry Commission by Sub. Lieut. M.M. Qasin, RINVR., NAI.

Ratnakar Sadasyula, 'The Forgotten Naval Mutiny of 1946 and India's Independence', 19 February 2016, *Swarajya Magazine*.

Report from the Commanding Officer, HMIS *Chamak* dated 1 March 1946, No RD/663,To The Naval Officer In-Charge, Karachi, NAI.

Report from the Commanding Officer, HMIS *Travancore* dated 2 March. 1946. No 5A46/EX To the Flag Officer, Bombay, NAI.

Report from Executive Officer HMIS *Bahadur* dated 23 February 1946. RIN/1/14 London. To The Commanding Officer *Bahadur*. London.

Subrata Banerjee, *The RIN Strike*. Bombay: People's Publishing House, 1981.

The Indian Annual Register (January–June 1946),Vol.1., pp. 235, 289–98, 301–07.

https://www.indiannavy.nic.in/sites/default/themes/indiannavy/images/pdf/chapter1.pdf

RIN INQUIRY COMMISSION

HELD FIRST SITTING IN NEW DELHI ON THURSDAY 18th APRIL 1946

CHAIRMAN. The Hon Sir Saiyid Fazal Ali
Chief Justice, Patna High Court.

JUDICIAL MEMBERS.
Mr. Justice K S Krishnaswami Ayyangar,
Chief Justice Cochin State
Mr Justice Mahajan
Judge Lahore High Court.

SERVICE MEMBERS.
Vice Admiral W.R Patterson. FOC. Cruisers
East Indies Fleet.
Major - General T.W. Rees. Indian Army
Commanding 4th Indian Div.

SECRETARY. — Lt. Col. Visheshwar Nath Singh.
Indian Army.

Commission concluded sitting in Delhi — Sat 27th April 1946.
Opened sittings in Bombay Thurs. 2nd May 1946.

1946 மார்ச்சில் அமைக்கப்பட்ட விசாரணைக்குழு உறுப்பினர்கள்.

16

விசாரணைக் குழு

மாலுமிகள் சரணடைந்ததற்கு இரண்டு மாதங்களுக்குப் பின் ஒரு விசாரணைக் குழு அறிவிக்கப்பட்டது. பிரிட்டிஷாரின் நியாய உணர்வு என்று சொல்லப்படுவதைக் காட்டிக் கொள்ளவும், அரசியல் சூட்டை சற்று தணிக்கவுமான கண்துடைப்பு வேலையாகத்தான் இது இருந்தது. நீதி விசாரணையாக இல்லாமல், ஒரு அரசியல் கருவியாகத்தான் அது பயன்பட்டது.

பிப்ரவரி 22, 23 தேதிகளில் மத்திய சட்டசபை இந்த எழுச்சி பற்றி விவாதித்தது. 1946 மார்ச் 8 அன்று பாதுகாப்பு ஆலோசனை குழுவும் விவாதித்தது. ஒவ்வொரு கப்பலிலும், கரை அலுவலகத்திலும் நடந்தவற்றை விரிவாக ஆராய கப்பற்படை ஏற்கனவே விசாரணை குழுவை அமைத்திருந்தது.

அந்த மார்ச் 8 ம் தேதி கூட்டத்தில் இந்திய படைகளின் தலைமை தளபதியான கிளாட் அச்சின்லெக், எழுச்சியின் காரணங்கள் குறித்து விசாரிக்க ஒரு விசாரணைக் குழுவை இந்திய அரசாங்கம் அமைக்க வேண்டும் என்றுதான் பரிந்துரைக்கப் போவதாக அறிவித்தார்.

இதைத் தொடர்ந்து ஏப்ரல் துவக்கத்தில் இந்திய அரசாங்கம் ஒரு அறிவிப்பை வெளியிட்டது. ‘1946 பிப்ரவரியில் இந்திய கப்பற்படையில் நடந்த கிளர்ச்சிகளின் காரணங்கள் குறித்து ஆராய்ந்து அறிக்கை தர ஒரு விசாரணைக் குழுவை மத்திய அரசாங்கம் அமைக்கிறது’ என்றது.

இதன் தலைவர் பாட்னா உயர்நீதிமன்றத்தின் தலைமை நீதிபதியான மாண்புமிகு சர் சையது ஃபசல் அலி. இவர் 1951 – 52ல் உச்சநீதிமன்ற நீதிபதியாகவும், 1952-56ல் ஒரிசா ஆளுநராகவும், 1956 – 59ல் அஸ்ஸாம் ஆளுநராகவும் இருந்தார். நீதித்துறை சார்பாக நீதியரசர் கே.எஸ்.கிருஷ்ணசாமி ஐயங்கார் (கொச்சின் மாநில தலைமை நீதிபதி), நீதியரசர் மெஹர் சந்த் மஹாஜன் (இவர் 1954 ஜனவரி முதல் டிசம்பர் வரை உச்சநீதிமன்ற தலைமை நீதிபதியாக இருந்தார். 1947-48ல் ஜம்மு – காஷ்மீர் பிரதமர். லாகூர் உயர்நீதிமன்ற நீதிபதி) ஆகியோர் குழுவில் இருந்தனர். இராணுவப் படைகள்

சார்பாக வைஸ் அட்மிரல் டபிள்யு.ஆர்.பாட்டர்சன் (இவர் ஈஸ்ட் இண்டீஸ் கப்பற்படையின் க்ரூய்சர் ஸ்குவாட்ரனின் தலைமை தளபதி), மேஜர் ஜெனரல் டி.டபிள்யு.ரீஸ் (இவர் இந்திய ராணுவத்தின் 4வது பிரிவின் தளபதி) ஆகியோர் இடம் பெற்றனர்.

குழுவின் செயலாளராக லெப்.கர்னல், விசேஷர் நாத் சிங் நியமிக்கப்பட்டார். சர்தார் படேலும், அருணா அஸஃப் அலியும் பாம்பேயின் புகழ்பெற்ற வழக்கறிஞரும், முன்னாள் ராணுவத்தினர் சங்கத் தலைவருமான புருஷோத்தம் திரிகம் தாஸை காங்கிரஸ் சார்பாக ஆஜராகும்படி கேட்டுக் கொண்டார்கள்.

விசாரணை திறந்த அரங்கில் நடக்கும் என்றும் அறிவிக்கப்பட்டது. குழுவின் தலைவர் மக்கள் நலன் கருதி சில விசாரணைகளை பூட்டிய அறைக்குள் நடத்திக் கொள்ள முடிவு செய்யலாம். 229 சாட்சிகள் விசாரிக்கப்பட்டார்கள். ஏராளமான ஆவணங்கள் ஆய்வு செய்யப்பட்டன.

பாம்பேயிலும், கராச்சியிலும், குழு உறுப்பினர்கள் பல கப்பற்படை அலுவலகங்களையும், கப்பல்களையும் பார்வையிட்டு சமையற்கூடங்களை ஆய்வு செய்தனர். மாலுமிகளுக்குத் தரப்படும் உணவையும் ருசி பார்த்தனர்.

குழுவின் முதல் அமர்வு டில்லியில் 1946 ஏப்ரல் 18 அன்று நடந்தது. முதல் சாட்சி லெக்.கர்னல் மாலிக் ஹக் நவாஸ். இவர் தலைமையகத்தில் படை வீரர்களுக்கான ஒழுக்கம் தொடர்பான துறையில் பணி செய்பவர். 1945 டிசம்பரில், பாம்பே மற்றும் கராச்சி அதிகாரிகளின் ஒழுக்கம், மனநிலை குறித்து தான் விசாரித்தபோதே பதட்டத்தின் விதைகள் விதைக்கப்பட்டிருப்பதைக் கண்டதாகக் கூறினார். இவரும் இரண்டாவது சாட்சியான கர்னல் ஏ.ஏ.ருத்ரா என்பவரும், இனவெறி பாகுபாடும், அரசியல் விழிப்புணர்வும்தான் முக்கியமான காரணங்கள் என்று ஒப்புக் கொண்டார்கள்.

ஐ.என்.ஏ. விசாரணை போலவே, இந்த விசாரணையும் பொதுமக்கள் பார்க்கும்படியாக வெளிப்படையாகத்தான் நடந்தது. ஆனால், ஐ.என்.ஏ. விசாரணை போல் பரபரப்பாக இல்லாமல் சாதாரணமாக நடந்தது. குழு டில்லியில் தனது விசாரணையை ஏப்ரல் 27 சனிக்கிழமை முடித்தது. பின்னர் மே 2ஆம் தேதி பாம்பே சென்றது. பாம்பே உயர்நீதிமன்றத்தின் மூன்றாவது மாடியில் விசாரணை தொடர்ந்தது.

அட்மிரல் காட்ஃபிரே 1946 ஏப்ரல் 22 அன்று விசாரிக்கப்பட்டார். விசாரணையின் போது, 'எல்லாவற்றிற்கும் மக்கள் கருத்து சொல்லப்படும் இந்த நாட்டில், மாலுமிகளின் மோசமான உணவு குறித்த புகார் பற்றி ஒரு வார்த்தை கூட சொல்லப்படவில்லை' என்றார் அவர். கோபமுற்ற நீதியரசர் ஃபசல் அலி, 'உங்கள் வார்த்தைகள் யோசனையின்றி சொல்லப்படுவதாக நினைக்கிறேன். உங்கள் கருத்தை மாற்றிக் கொள்ளத் தயாரா?' என்றார். அட்மிரல் மன்னிப்புக் கேட்டார்.

எழுச்சிக்கான காரணங்கள் பற்றிக் குறிப்பிட்ட அவர் இடதுசாரி சிந்தனையுள்ள காங்கிரஸ்காரர்கள், கம்யூனிஸ்ட்கள் மாலுமிகளிடம் குறிப்பிடத்தக்க தாக்கத்தை ஏற்படுத்தியிருந்தார்கள். இதுவும், பல மாலுமிகளிடம் இருந்த வலுவான அரசியல் உணர்வும்தான் எழுச்சிக்கான அடிப்படைக் காரணங்கள் என்றார். பத்திரிகைகளும் முக்கியப் பங்காற்றின. ஃப்ரீ பிரஸ் ஜர்னல் போன்றவை பிரிட்டிஷ் எதிர்ப்பு உணர்வை வளர்த்தன என்றார்.

மாலுமிகளைக் கொதிப்படைய வைத்த அவரது சர்ச்சைக்குரிய ஒலிபரப்பு பற்றிக் கேட்டபோது, தனது பேச்சு, முகாம்களையும், அலுவலகங்களையும் நோக்கி தமது பீரங்கிகளைத் திருப்பிய மாலுமிகள் குறித்து தானே தவிர, மற்ற மாலுமிகள் குறித்து அல்ல என்றார். இது போன்ற நடவடிக்கைகளுக்கு கடும் நடவடிக்கைதான் வேண்டும் என்றும், அதற்காகத்தான், பாம்பேயில் இரண்டு ஸ்குவாட்ரன் மஸ்கிட்டோ விமானங்களுடன் ஏராளமான ராணுவ வீரர்கள் குவிக்கப்பட்டதாகவும் கூறினார்.

அட்மிரல் காட்ஃபிரேயின் சாட்சியம் அன்று முழுக்கத் தொடர்ந்தபோது, அந்த அறையின் சூழ்நிலை பதட்டமாக இருந்தது. அவர் தனது செயல் குறித்து வருந்தவில்லை. மாலுமிகளை நிபந்தனையின்றி சரணடையவைப்பதற்கு தம் கையில் இருந்த ஆயுத பலத்தை பயன்படுத்துவதுதான் ஒரே வழி என்று அவர் நம்பினார். அதே சமயம், பணி நீக்கம் செய்யப்பட்ட மாலுமிகள் தமக்கு வழங்கப்பட்ட சீருடை முதலான பொருட்களை திரும்பத் தர வைத்தது பற்றி வருத்தம் தெரிவித்தார். இது பிரிட்டிஷ் கப்பற்படையின் வழக்கமல்ல என்று ஒப்புக் கொண்டார்.

அட்மிரல் காட்ஃபிரேயின் தொனியிலிருந்து, இந்த எழுச்சி முன்னரே திட்டமிடப்பட்டது என்று அவரும், மற்ற பிரிட்டிஷ் அதிகாரிகளும் உறுதியாக நம்பியது தெளிவாகத் தெரிந்தது.

இல்லாவிட்டால் எப்படி அவர்களிடம் காங்கிரஸ், முஸ்லிம் லீக், கம்யூனிஸ்ட் கட்சிக் கொடிகள் தயாராக இருக்கும்? கப்பல்களில் இந்தக் கொடிகள் எல்லாம் கிடையாது.

பாம்பேயில் கப்பலில் இருந்த கிளர்சசிக்காரர்களும், கரை அலுவலகங்களில் இருந்தோருக்கும் இடையே மிகச் சிறந்த வயர்லெஸ் தொடர்பு இருந்தது. இதை ஏற்படுத்த அவர்கள் சில காரணமாகவே திட்டமிட்டிருக்க வேண்டும் என்றார் அவர். இதன் காரணமாகவே கராச்சியின் சாமக் கிளர்ச்சிக்குத் தயாராக இருந்தது. பாம்பேயிலிருந்து சமிக்ஞை வரக் காத்திருந்தது என்றார்.

சில நாட்களுக்குப் பிறகு மாலுமிகள் சாட்சியம் அளித்தபோது, அட்மிரலின் சாட்சியத்தில் இருந்த வாதப்பிழைகளை சுட்டிக் காட்டினார்கள். அது கிளர்ச்சி அல்ல, தம்மை எப்போதும் தேவடியா மகன் என்று ஏசிய, புகார் தெரிவித்தால் தாக்கிய பிரிட்டிஷ் அதிகாரிகளுக்கு எதிரான ஒட்டுமொத்தமான போராட்டம் தான் என்று அவர்கள் அழுத்தமாகக் கூறினர். அதிகாரிகள் அவ்வப்போது குடிபோதையில் மாலுமிகளை அடித்து உதைப்பார்கள், மாலுமிகளால் திருப்பி அடிக்க முடியாது என்றும் அவர்கள் கூறினர்.

குஸும் நாயர் ரகசியமாக எழுச்சியில் பங்கேற்றிருந்தார். 1946 ஏப்ரல் 27 சனிக்கிழமை பாம்பே கிரானிகிள் அவரது புனைப் பெயரான 'பீர்பால்' என்ற பெயரில் ஒரு கட்டுரை வெளியிட்டது. அது எழுச்சிக்கான காரணம் மோசமான உணவு அல்ல என்று கூறிய காட்ஃபிரேயை கேலி செய்தது.

கர்னல் மாலிக் ஹக் நவாஸ் எழுச்சியின் மிக மூத்த, சிறந்த தலைவர்கள் முஸ்லிம்கள் என்று கூறியதையும் கேள்விக்குள்ளாக்கியது. இந்தப் போராட்டத்தின் மிக முக்கிய அம்சமே மத நல்லிணக்கமும், ஒற்றுமையும்தான் என்றது.

சுருக்க விசாரணை நடத்தி மாலுமிகளை தண்டித்ததை அக்கட்டுரை கண்டித்தது. பிரிட்டிஷ் நிர்வாகம் போலீசை நிர்ப்பந்தம் செய்து, மாலுமிகளை ரயிலில் அனுப்பி, அவரவரது சொந்த மாவட்டங்களில் சிறையில் அடைத்தாக கட்டுரை கூறியது. மாலுமிகள் விசாரணைக் குழுவில் ஆஜராகி சாட்சியம் அளிப்பதை தடுப்பதற்காகவே இப்படிச் செய்ததாகக் கூறியது.

பிரிட்டிஷ் மாலுமிகளுக்கு பணியிடத்தில் புகைபிடிக்க அனுமதியுண்டு, பெண்களோடு பாசறைக்கு வெளியே செல்ல

அனுமதியுண்டு. ஆனால் இந்திய மாலுமிகள் அப்படிச் செய்தால் தண்டிக்கப்படுவார்கள் என்று சில மாலுமிகள் நகைச்சுவையாகப் புகார் கூறினார்கள்.

பாம்பேயில் விசாரணை மே 2 ஆரம்பித்த போது, ஆரம்பத்திலேயே சாட்சி சொன்னவர் லெப்.சுரேந்திரநாத் கோஹ்லி. இவர் பின்னாளில் கப்பற்படை தலைமை தளபதி ஆனார். நல்ல உடற்கட்டும், புத்திசாலித்தனமும் கொண்ட அவர் 1936ல் கப்பற்படையில் சேர்ந்தவர். ஆரம்பகால பயிற்சியை இங்கிலாந்தில் பெற்றவர். போராட்டம் துவங்குவதற்கு இரண்டு வாரங்களுக்கு முன்பு, 1946 பிப்ரவரி 4ஆம் தேதிதான் தல்வாரில் பணியில் சேர்ந்திருந்தார்.

போராட்டத்தின் போது அவர் தலைமை பயிற்சி அதிகாரியாக இருந்தார். எனவே அவர் போராட்டத்திற்கு முன்பு மாலுமிகளின் மனநிலை பற்றிய சரியான கணிப்பைத் தருமளவு நல்ல பதவியில் இருந்தார். முதல் நாள் குறுக்கு விசாரணையின் போது தலைமை அதிகாரியிடம் போராட்டம் பற்றி அறிக்கை தந்த அதிகாரிகளில் தானும் ஒருவர் என்றார்.

எழுச்சிக்கான காரணங்கள் பற்றிய அவரது கருத்தைக் கேட்டபோது அவர் அதிகாரி மாலுமி விகிதத்தை சுட்டிக் காட்டினார். தல்வாரில் 1150 மாலுமிகளும் வெறும் 10 அதிகாரிகளுமே இருந்ததாகக் கூறினார். இந்த அதிகாரிகள் படிப்பு ரீதியாக தகுதி பெற்றவர்கள் என்றாலும், மாலுமிகளோடு நல்ல தொடர்பில் இருப்பதற்குத் தேவையான கடல் அனுபவமும், நிர்வாகத் திறனும் கிடையாது என்றார். தல்வாரில் உயர்ந்த நெறிகளை நிலைநாட்ட இதைப்போல இரு மடங்கிற்கும் அதிகமான அதிகாரிகள் தேவை என்றார்.

ஆனால் இது ஒரு நீண்ட காலப் பிரச்சனை. உடனடிக் காரணமல்ல என்றார் அவர். எழுச்சிக்கான உடனடிக்காரணம் பி.சி. தத் கைது செய்யப்பட்டது, கமாண்டர் கிங் கெட்ட வார்த்தைகளில் திட்டுவது, முறையான திட்டமின்றி பணி நீக்கம் செய்ததால் ஏற்பட்ட பாதுகாப்பற்ற உணர்வு ஆகியவை தான் என்று அவர் கருதினார். அவரது விசாரணை எப்படி இருந்தது என்பதற்கு சிறிய உதாரணம் கீழே:

திரு.நீதியரசர் மஹாஜன் : மோசமான உணவு பற்றிய புகார்கள் எழுந்த சமயத்தில், சில பிரிட்டிஷ், இந்திய அதிகாரிகள், மது

அருந்தி, நடனம் ஆடியதாக எங்களுக்குச் சொல்லப்பட்டது. அது சரியா?

லெப்.சுரேந்திர நாத் கோஹ்லி : உண்மைதான். மாலுமிகளின் கிளப்பில் நடந்தது. நடனம் ஆடுதல் முற்றிலும் தடை செய்யப்பட்ட போதும்.

நீதியரசர் மஹாஜன் : 'ஜெய்ஹிந்த்' என்று கூவியதற்காக தத் கைது செய்யப்பட்டது நியாயம்தான் என்று கருதுவீர்களா?

கோஹ்லி: 'ஜெய்ஹிந்த்' என்றால் 'இந்தியா வாழ்க' என்று பொருள். அவரது கைது நியாயமற்றது என்று கருதுகிறேன்.

பெரும்பாலான படித்த மாலுமிகள் அரசியலால் உந்துதலும், தாக்கமும் பெற்றிருந்தார்கள் என்ற மேஜர் ஜெனரல் ரீஸின் கருத்தை கோஹ்லியும் ஒப்புக் கொண்டார்.

1946 பிப்ரவரி 3 வெள்ளிக்கிழமையன்று முழுந்த் முகாமில் காவல் பணியில் இருந்தவராக சீஃப் பெட்டி ஆபிசர் ஷேர் ஆலம் முதலாவதாக சாட்சியம் அளித்தார். அவரிடம் 'நீங்கள் நிறைய புகை பிடிப்பவர் என்றும், மாதாமாதம் புகை பிடிக்கவே 30 ரூபாய் செலவழிக்கிறீர்கள் என்றும் சொல்கிறார்கள். பணி ஓய்வுக்குப் பிறகு எப்படிச் சமாளிப்பீர்கள்?' என்பது மாதிரியான கிறுக்குத்தனமான கேள்விகள் எல்லாம் கேட்கப்பட்டன. அவரும் 'இதே நிலையை தொடர்வது சிரமம்தான்' என்றார் எளிமையாக.

தந்தி அதிகாரியான ஈ.டி.கூலி ஒரு சம்பவத்தைக் குறிப்பிட்டார். தல்வாரின் தொடர்ந்து மோசமாக நடத்தப்பட்டதை தாங்க முடியாமல் ஒரு தந்தி மாலுமி, மரத்தில் தூக்கில் தொங்கி தற்கொலை செய்து கொண்டதாகத் தெரிவித்தார்.

பாம்பேயிலிருந்து குழு புனா சென்றது. அங்கு லோனாவாலாவில் ஹெச்எம்ஐஎஸ் சிவாஜியை பார்வையிட்டது. இங்கு 900 பயிற்சியாளர்கள் தம் சகோதரர்களுக்கு ஆதரவாக வேலை நிறுத்தம் செய்திருந்தனர். வழியில் அவர்கள் தானாவில் அக்பரையும் பார்வையிட்டனர். வார விடுமுறைக்குப் பிறகு மீண்டும் பாம்பே வந்து மாலுமிகளை விசாரிக்க ஆரம்பித்தது.

இவர்களில் 19 வயதான பி.ஜி.போக்ளே என்று ஒரு மாலுமி. இவர் ஒரு சாரஸ்வத பிராமணர். கப்பற்படையில் பூணூல் அணிய அனுமதியில்லை என்று, தான் சேர்ந்தவுடன் தனது பூணூல் அறுக்கப்பட்டதாக அவர் புகார் கூறினார். பிரிட்டிஷ் அதிகாரிகள்

பலமுறை தன்னை 'இந்தியத் தேவடியா மகனே' என்று அழைத்ததாகவும் கூறினார்.

1946 மே 9 வியாழனன்று கிளைவ் கப்பலின் லெப்.மகேந்திரசிங் சாட்சியம் அளித்தார். எழுச்சியின் முதல் அலை பற்றி கேள்விப்பட்டதுமே பல கப்பல்களின் தலைமை அதிகாரிகள் பயந்து போய், தம் பொறுப்பை விடுத்து ஓடிப்போய் அமைதியாக ஓய்வு எடுத்துவிட்டு, ஓரிரு நாட்கள் கழித்து திரும்பி வந்ததாக அவர் கூறினார். அவர்கள் தலைமைப் பண்பைக் காட்டாமல் அருகில் இருந்த மரைன் டிரைவின் சீ கார்டன் ஹோட்டலில் போய் பதுங்கிக் கொண்டதாகக் கூறினார்.

தல்வாரில் முதலில் நடந்த சம்பவத்தை தவிர்த்திருக்க முடியுமா? என்று கேட்ட போது, அதை தவிர்த்திருக்க முடியும் என்றார் சிங். நிலமையை சமாளிக்க மாலுமிகளின் நம்பிக்கை பெற்றவர்களான லெப்.ஹாசன், லெப்.பத்ரா போன்றோரை அனுப்பியிருந்தால் தல்வாரில் நடந்தவற்றை தவிர்த்திருக்கலாம். மாறாக அதிகாரிகள் லெப்.கோஹ்லி, லெப்.நந்தா ஆகியோரை அனுப்பினார்கள். மாலுமிகள் அவர்களை கூச்சலிட்டுத் துரத்தினார்கள் என்றார் அவர்.

'அதிகாரிகளுக்கு நல்ல பெயர் இல்லை என்றால் அவர்களிடம் நிச்சயமாக ஏதோ தவறு இருக்கிறது என்பது எனது தனிப்பட்ட கருத்து' என்ற அவர் 'போராட்டம் முன்பே திட்டமிடப்பட்டது என்று சொல்லப்படுவது உண்மையல்ல' என்றார்.

கப்பல்களில் ஏற்றப்பட்ட காங்கிரஸ், முஸ்லிம் லீக் கொடிகள் கடைகளில் வாங்கப்பட்டன என்பதையும் அவர் மறுத்தார். இவை கப்பலில் இருந்த கொடிகள், துணிகளை வைத்து தயாரிக்கப்பட்டன என்றார். ஒட்டப்பட்ட சுவரொட்டிகள் எல்லாம் போராட்டம் ஆரம்பித்த பின் ஒட்டப்பட்டவைதான் என்றார்.

மற்றொரு இந்திய அதிகாரியான லெப்.கதக் என்பவரும் தனது அனுபவங்களின் அடிப்படையில் சாட்சியம் அளித்தார். 'இந்திய, பிரிட்டிஷ் அதிகாரிகள் சேர்ந்து உணவருந்தினாலும், பிரிட்டிஷ் அதிகாரிகள் எப்போதும் ஒரு பக்கமாகவே உட்காருவார்கள்' என்றார். அளவுக்கு மிஞ்சி மது அருந்துதல், போதையில் ஒழுங்கின்றி நடந்து கொள்ளுதல் ஆகியவை காரணமாக அதிகாரிகள் மாலுமிகளின் வெறுப்பை சம்பாதித்தார்கள். அதிகாரிகளின் நடனம், பார்ட்டிகள் பற்றி மாலுமிகள் கேவலமாகப் பேசுவார்கள் என்றார்.

1946 மே *13* திங்களன்று சாட்சியமளித்த மூத்த தந்தி மாலுமி மருத்துவ அதிகாரிகள் பற்றி மிகக் கசப்போடு புகார் கூறினார். இவர்கள் உடல்நலம் குன்றிய மாலுமிகளை கவனித்துக் கொள்வதற்கு பதிலாக மேலும் தீங்குதான் செய்தனர். இவர்களது கவனக் குறைவால் மாலுமிகள் உயிர் நீத்ததும் உண்டு என்றார். குலாம் ஹுசைன் என்ற மாலுமி பற்றி அவர் கூறினார். ஹுசைன் கடுமையான வயிற்றுவலி என்று மருத்துவரிடம் சென்றார். மருத்துவர் மருந்து தருவதற்குப் பதிலாக மைதானத்தில் வேகமாக ஓடச் சொன்னார். டாக்டரின் ‘வைத்தியத்தை’ நம்பி ஓடிய ஹுசைன் அப்டியே இறந்து விழுந்தார். ஆனால் அவரது மரணம் கூட மருத்துவர்களின் போக்கை மாற்றவில்லை.

விசாரணைக் குழுவின் சாட்சியங்களிலேயே மிகவும் திடுக்கிட வைத்த சாட்சியம் அஹமது கே புரோஹி கூறியதாகத்தான் இருக்கும். கப்பற்படையில் தந்தி அடிப்பவராகச் சேர்வதற்கு முன் அவர் சுங்கத்துறையில் எழுத்தராக இருந்தார். எழுச்சி முடிந்து கைதானதும் முதலில் முலுந்த் முகாமிலும், பின்னர் கல்யாண் முகாமிலும் அடைக்கப்பட்டார்.

போராட்டக்குழுவின் இணைச் செலயாளர் என்பதால் எழுச்சியில் மிக முக்கியமானவர் என்று கருதப்பட்ட புரோஹி அடர் பிரவுன் சட்டையும், வெள்ளை பேண்ட்டும் அணிந்து சாட்சி கூறினார். சீர் செய்யாத சிறு தாடியும் வைத்திருந்தார். மிக அமைதியாக, மெல்லிய, உறுதியான குரலில் புரோஹி பேசியதால், அவரது சாட்சியம் மிக முக்கியமானதாகக் கவனிக்கப்பட்டது.

‘நாங்கள் ஏன் ரஷ்ய இலக்கியத்தை விரும்புகிறோம், இந்தியாவில் ஏன் கம்யூனிசம் வேகமாகப் பரவுகிறது? என்று யோசித்துண்டா? நாங்கள் ஏன் பிரெஞ்சு இலக்கியம் படிக்கவில்லை? மாஸ்கோவின் தோழர்கள் மீதான அன்பால் நாங்கள் கம்யூனிஸ்ட்களாக மாறவில்லை. மாறாக, நாஜி ஆட்சியின் இரண்டாம் பதிப்பாக இருக்கும் உங்கள் அரசு அமைப்பிற்கு அவர்கள் எதிரிகள் என்று அறிந்ததால் நாங்கள் கம்யூனிஸ்ட்டுகளாக மாறினோம். எங்கள் லட்சியம், நோக்கம், எதிர்காலக் கொள்கை எல்லாமே பிரிட்டிஷ் ஏகாதிபத்தியத்திற்கு எதிராகப் போராடுவதே’ என்றார்.

போராட்டம் பற்றி அவரிடம் ‘போராட்டம் பிப்ரவரி 18 அன்று தொடங்கப் போகிறது என்று உங்களுக்குத் தெரியுமா?’ என்று

கேட்டபோது, 'ஒரு உள்ளுணர்வால் நான் அறிந்தேன். அன்று போராட்டம் ஆரம்பித்ததே ஒரு விபத்து போலத்தான் திடீரென ஆரம்பித்தது. என் மனதில் பிப்ரவரி 17 சற்று முக்கியமானதாக இருந்தது. 1942ல் அதே நாளில்தான் 30000 இந்திய வீரர்களை சிங்கப்பூரில் வைத்து அவர்களது பிரிட்டிஷ் கர்னல் ஜப்பானியரிடம் ஒப்படைத்தார். இதற்கும் ஐ.என்.ஏ.விற்கும் தொடர்பு உண்டு என நினைத்தேன். ஆம், மாலுமிகளிடம் ஐ.என்.ஏ. பிரசுரங்கள் விநியோகிப்பட்டன' என்றார்.

தனது ஐயங்களை ஏன் அவர் உயரதிகாரிகளிடம் தெரிவிக்கவில்லை என்று கேட்டபோது 'நான் ஒன்றும் சி.ஐ.டி. அல்ல' என்றார் அவர். தனது சாட்சியத்தின் போது, புரோஹி ஒரு நீண்ட அறிக்கையைப் படித்தார். அது 'அற்புதமான கட்டுரை' என்று குழுத் தலைவர் நீதியரசர் ஃபஸல் அலி குறிப்பிட்டார்.

தனது எழுத்துபூர்வமான அறிக்கையில், போராட்டத்திற்கான முக்கியமான காரணங்களாக பின்வருவனவற்றை புரோஹி குறிப்பிட்டார். அவை, ஐ.என்.ஏ. விசாரணை, பணியிலிருந்து நீக்குவது தொடர்பான மோசமான நிபந்தனைகள், பிரிட்டிஷார் மீதான வெறுப்பு, இந்தோனேசிய பிரச்சனை (டச்சு காலனியவாதிகள் சார்பாக இந்தோனேசியர்களுடன் போரிடுவதை இந்தியர்கள் விரும்பவில்லை), விமானப் படை போராட்டம், கம்யூனிஸ்ட் பிரசுரங்கள், பிற போராட்டங்கள், குறிப்பாக கல்கத்தாவில் நடந்தது பற்றிய பத்திரிகைச் செய்திகள், தல்வாரில் இருந்த ஒழுக்கக் குறைவு, கமாண்டர் சிங்கின் ஆபாசப் பேச்சுமொழி' ஆகியவை.

அவரது அறிக்கையைப் பார்த்து அசந்து போன நீதியரசர் ஃபஸல் அலி அந்த அறிக்கையை எழுத அவருக்கு எவ்வளவு நேரமானது என்று கேட்டார்.' ஆறுமணி நேரம்' என்றார் பிரோஹி சுருக்கமாக. குறுக்கு விசாரணையின் போது அவர், 'போராட்டத்தின் போது மாலுமிகளில் சில விஷமிகள் பாம்பே துறைமுகத்தை நோக்கிச் சுடுமாறு கப்பல்களுக்கு தந்தி அனுப்பினார்கள். இந்த உத்தரவு பொறுப்பான தலைவர்களிடமிருந்து வந்தது என்று நினைத்து கப்பலில் இருந்தோர் செயல்பட்டிருந்தால் பெரிய அழிவு ஏற்பட்டிருக்கும்' என்றார்.

புருஷோத்தம் திரிகம்தாஸ் இதுபற்றி விளக்கமாகச் சொல்லும்படி கேட்க, அவர் தான், கப்பல்களை சுடுமாறு கேட்வே ஆஃப்

இந்தியா, பாலார்ட் பியர் ஆகிய இடங்களிலிருந்து வந்த சில தந்திகளைக் குறிப்பிடுவதாகச் சொன்னார்.

மாலுமிகளில் 99 சதமானோர் அரசியலில் ஆர்வம் கொண்டவர்கள், பிரிட்டிஷாரை கடுமையாக வெறுத்தவர்கள் என்று புரோஹி உறுதியாகச் சொன்னார். அவர்கள் தம்மை ஐ.என்.ஏ. வீரர்கள் போல் நினைத்துக் கொண்டார்கள், நாட்டுக்கு பெரியதாக ஏதேனும் செய்ய விரும்பினார்கள்' என்றார்.

போரிடக் கற்ற மாலுமிகளிடம் அஹிம்சை பற்றி உபதேசித்து தேசியத் தலைவர்கள் தவறாக வழிகாட்டினார்கள் என்று புரோஹி குற்றம் சாட்டினார். எனவே தேசியத் தலைவர்கள்தான் பெரிதும் பொறுப்பு. மாலுமிகள் ஆயுதம் ஏந்துவதற்கு முன்பு வரை தேசியத் தலைவர்கள் வீராவேசமாகப் பேசினார்கள். ஆனால் மாலுமிகள் உண்மையாகவே ஆயுதத்தை கையில் எடுத்ததும், என்ன ஆயிற்று? இந்தத் தலைவர்கள் அஹிம்சை பற்றி பேச ஆரம்பித்து விட்டார்கள். போர்த்தொழில் பழகியவர்கள் எப்படி ராட்டை சுற்றுவது பற்றி நினைக்க முடியும்? கொல்வதற்குக் கற்றவர்கள் ராட்டை சுற்றுவார்களா? என்றார்.

குறுக்கு விசாரணையின்போது, சூழ்நிலை எப்படி இருந்திருந்தாலும், பிரிட்டிஷார் மாலுமிகளை ஆயுதம் ஏந்தும் நிலைக்குத் தள்ளாமல் இருந்திருந்தால், போராட்டம் அமைதியாகத்தான் நடந்திருக்கும் என்றார் புரோஹி.

மாலுமிகள் மிகவும் மதித்த தத்தையும், ஆர்.கே.சிங்கையும் பிரிட்டிஷார் சிறையில் அடைத்தனர்.' மாலுமிகளை சிறையில் அடைத்தனர். தண்ணீரையும், உணவையும் நிறுத்தினர். மாலுமிகள் வேறு வழியின்றி ஆயுதம் ஏந்தினர். காட்ஃபிரே கப்பற்படையையே அழித்து விடுவேன் என்று மிரட்டினார். இது மாலுமிகளுக்கு ஆத்திரமூட்டியது. எதிர்காலத்தில் நான் உயிர் வாழ்வேனா, அல்லது மார்பில் குண்டடி பட்டு இறப்பேனா, எது நேரும் என்பது பற்றி எனக்குக் கவலையில்லை. ஆனால் என் தோழர்கள் பலர் வதைக்கப்பட்டது என்றும் என் நினைவை வாட்டும்' என்றார்.

எந்தப் பத்திரிகைகள் எல்லாம் போராட்டத்தைத் தூண்டிவிட்டன என்று நீதியரசர் மஹாஜன் கேட்டபோது, அவர் ஃப்ரீ பிரஸ் ஜர்னல், பாம்பே கிரானிகிள், பிளிட்ஸ் என்று கூறினார். 'மாலுமிகள் ஏகாதிபத்தியத்தை கடுமையாக எதிர்த்தார்கள்.

உண்மையில் பிரிட்டிஷ ஏகாதிபத்தியம் நாஜி ஆட்சியின் மறுபதிப்புதான். எனவே, ஏகாதிபத்திய எதிர்ப்பாளர்களாக இருந்த அனைவரையும் மாலுமிகள் தமது நண்பர்களாகப் பார்த்தார்கள். அவர்களுக்கு 1857ன் வரலாற்றுச் சிறப்பு மிக்க போராட்டம் பற்றித் தெரியும்.

கல்யாண் முகாமில் அடைக்கப்பட்டிருந்த மாலுமியான பசந்த் சிங் மே 14 அன்று சாட்சியளித்தார். அவர் கூறியதாவது: 'ஐ.என்.ஏ. பற்றிய பிரசுரங்கள், சுபாஷ் சந்திரபோஸின் படங்கள், 'பிளட் அண்ட் தண்டர்' போன்ற பிரசுரங்கள் போன்றவை மாலுமிகளிடையே இலவசமாக விநியோகிக்கப்பட்டன. இந்தியாவில் சூழ்நிலை வினோதமாக இருக்கிறது. அரசியல் கைதிகள் விடுவிக்கப்பட்டுள்ளனர். ஐ.என்.ஏ. விசாரணை ஆரம்பித்துள்ளது. சில விஷயங்களில் நாம் ஐ.என்.ஏ.வின் செயல்களைக் கண்டு பொறாமைப்படுகிறோம். அவர்களை பெரும் வீரர்களாப் போற்றுகிறோம். ஆனால் எங்களை பிரிட்டிஷ் கைக்கூலிகளாகப் பார்த்து வெறுக்கிறார்கள். நாங்களும் தேசபக்தர்கள் தான். நாங்கள் என்ன செய்ய விரும்புகிறோம் என்பதை மக்களுக்குத் தெளிவுபடுத்த நினைத்தோம். அதற்காக வேலை நிறுத்தம் செய்தோம்'.

இதன் பிறகு வந்த முக்கிய சாட்சி பி.சி.தத் சாட்சியம் அளிக்கும் போது இந்தியாவில் கப்பற்படையில் வேலைபார்ப்பது 'நரகத்தில் வாழ்வதற்கு' ஒப்பாகும் என்றார்.

தனது கப்பற்படை வாழ்வு குறித்து தனக்கு ஏமாற்றம்தான் என்று கூறிய தத், அதுபற்றித் தன் சகோதரருக்கு கடிதம் எழுதியதாகவும், அக்கடிதம் கண்டுபிடிக்கப்பட்டு, கடுமையாக தணிக்கை செய்யப்பட்டதாகவும் கூறினார். பணி நீக்கம் செய்துவிடுவோம் என்று தன்னை மிரட்டியதாகவும் சொன்னார். தல்வாரில் தத்தின் லாக்கரிலிருந்து பறிமுதல் செய்யப்பட்ட டைரி விசாரணைக் குழுவிடம் சமர்ப்பிக்கப்பட்டது. 'பாஸ்', 'தலைமையகம்', 'விஸ்ப் கேம்ப்' என்ற வார்த்தைகள் எல்லாம் அதில் இருந்தன. விஸ்ப் கேம்ப் என்றால் விஸ்பரிங் கேம் பைன் என்று தத் விளக்கினார். அது மற்ற மாலுமிகளுக்கு விஷயங்களை எடுத்துக் கூறுவதைக் குறிக்கும் என்றார்.

கிளர்ச்சி என்ற குற்றச்சாட்டை தத் மறுத்தார், தன்னை கைது செய்தபோது, லாக்கர் சோதனையில் ஒரு கம்யூனிஸ்ட் புத்தகம்

கிடைத்ததை மட்டுமே வைத்துக் கொண்டு அரசியல் ஈடுபாடு கொண்டவர் என்று குற்றம் சாட்டப்படுவதாக அவர் கூறினார். தத்தின் லாக்கரை சோதனையிட்ட போது ஏராளமான கட்டுரைகள், இரண்டு டைரிகள், ஆசாத் ஹிந்த் ராணுவ நலஉதவி பண்ட் அளித்த ரூ206க்கான ரசீது, ஐ.என்.ஏ. உறுதிமொழியின் ஒரு பிரதி, ஆசோக் மேத்தா 1857 சிப்பாய் எழுச்சி பற்றி எழுதிய புத்தகம், இந்திய முன்னாள் ராணுவத்தினர் சங்கச் செயலாளர் ஒய்.கே. மேனன் எழுதிய கடிதம் எல்லாம் கிடைத்தன. இவை எல்லாம் ‘ஒரு கம்யூனிஸ்ட் புத்தகம்’ என்பதையும் பார்க்க முடிந்தது. இப்படித்தான் எனக்கு அரசியலில் ஆர்வம் வந்தது என்றார்.

‘இந்தியர்கள் எல்லோரும் போராடும்போது, அந்தப் போராட்டத்தில் ஒவ்வொரு இந்தியனும் கலந்துகொள்ள வேண்டும், என்று நான் நினைக்கிறேன்... மலேயாவில் இருந்திருந்தால், நான் ஐ.என்.ஏ.வில் சேர்ந்திருப்பேன்’.

ஆஸாத் ஹிந்தீஸ் பற்றியும், அவர்கள் ‘தத் மற்றும் அவரது கோஷ்டி அவரது மாலுமிகள் அழைக்கப்படுவது பற்றியும் கேட்கப்பட்டது. ‘இந்த ஆஸாத் ஹிந்தீஸ் எந்த அரசியல் இயக்கத்திலும் சேர மாட்டார்கள். ஆனால், எல்லா படைகளிலும் ஊடுறுவுவார்கள். இதை நீங்கள் ஒப்புக் கொள்கிறீர்களா?’ என்று கேட்டார்கள்.

‘சுதந்திரத்திற்காக எதுவேண்டுமானாலும், செய்யலாம்,’ என்றார் தத்.

‘எல்லா இந்தியர்களும் ஏற்க வேண்டிய ஆஸாத் ஹிந்தி உறுதிமொழியை நானும் ஏற்பேன்,’ என்ற அவர், எல்லா மாலுமிகளும் ஐ.என்.ஏ. நிதிக்கு நன்கொடை வழங்கியிருப்பதை சுட்டிக்காட்டினார். எனினும், தான் பிப்ரவரி 17 அன்று காவலில் இருந்த நிலையில், தான் இல்லாத போதுதான் போராட்டம் ஆரம்பமானது என்பதை வலியுறுத்தினார்.

தனது அரசியல் ஈடுபாடு பற்றி வெளிப்படையாகப் பேசிய தத், தனது டைரி குறிப்புகள் பற்றி வெளிப்படையாகப் பேசவில்லை. ‘*N*’. ‘*HQ*’ சென்றது என்ற குறிப்புகள் பற்றி கேட்டபோது *N* என்பது நம்பியாரைக் குறிக்கும், நாயரை அல்ல என்றார். (இந்த நம்பியார் பாம்பேயில் இல்லை) *HQ* என்பது கம்யூனிஸ்ட் கட்சியின் தலைமையகத்தை குறிக்கும் என்றார். (வேறு எந்த ரகசிய இயக்கத்தின் தலைமையகமும் அல்ல).

உண்மையில் அது எல்லா திட்டங்களும் தீட்டப்பட்ட குஸூம் நாயர், பி.என்.நாயரின் மரைன் டிரைவ் வீடுதான்.

கேள்வி : ரிஷி தேவ் பூரிக்கு *March of Events* என்ற புத்தகத்தை நீங்கள் தந்தது நினைவிருக்கிறதா?

பதில் : என்னிடம் சில புத்தகங்கள் இருந்தன. சில சமயங்களில் அவரும் ஒன்றிரண்டு புத்தகங்கள் தருவார். ஆனால் இந்தப் புத்தகம் பற்றி நினைவில்லை. அதன் பிறகு எவ்வளவோ நடந்து விட்டன.

கே : ஜனவரி 3ஆம் தேதி உங்கள் டைரியில், 'தேவுடன் HQ சென்றேன்' என்று எழுதியிருக்கிறீர்கள். அது லெப். நாயரின் வீடு என்று நான் சொல்லலாமா?

ப : இல்லை.

இவ்வாறாக தத் விசாரணைக் குழுவைக் குழப்பினார். டைரியில் *whisp camp* என்று அவர் எழுதியிருப்பதைப் பற்றிக் கேட்டபோது, அது *Whispening campaign* என்று மாலுமிகளுக்கு இந்திய தேசிய காங்கிரஸின் வரலாறை எடுத்துக் கூறும் திட்டம் என்றும் அவர்களை தூண்டிவிடும் பிரச்சாரம் அல்ல என்றும் கூறினார். விமானப்படை வீரர்களைச் சந்தித்தது பற்றி டைரியில் எழுதியிருந்தது பற்றிக் கேட்டபோது, முன்னாள் ராணுவத்தினர் சங்கம் ஆரம்பிப்பது தொடர்பான சந்திப்புகள் அவை என்றார். தத் விமானப்படை வீரர்களை நாயர் வீட்டில் சந்தித்து அவர்களையும் புரட்சியில் சேர அழைத்தார் என்பது பிரிட்டிஷாரின் வாதம். தத்தின் லாக்கரில் கைப்பற்றியவை அனைத்தும் விசாரணைக்குழு முன் சாட்சியங்களாக சமர்ப்பிக்கப்பட்டன.

குறுக்கு விசாரணை தொடர்ந்து நடந்தபோது, பல சுவையான கதைகள் வெளிப்பட்டன. கல்யாண் முகாமில் இருந்த லெப். ஜே.ஏ.ஜி.டோட்ஹாம் என்பவர் மே 1ம் தேதி சாட்சி கூறினார். பிரிட்டிஷாருக்கு இந்தியர்கள் மேல் இருந்த வெறுப்பு, அவநம்பிக்கை அவர் கூறிய ஒரு சம்பவத்தில் தெளிவாகத் தெரிந்தது.

'பாரசீக வளைகுடாவில், ஒருநாள் மாலை 5.30க்கு எங்களது முக்கியமான சிக்னல் மாலுமி ஒருவர் தான் மூன்று ஜெர்மனிய யூ படகுகளை பார்த்ததாகக் கூறினார். இத்தகவலை பண்டர் அப்பாஸில் இருந்த உயரதிகாரியிடம் தெரிவித்தோம். அவர்

பார்த்தவர் யார்? பெயர்? பதவி? அவரது பணித் திறன் எல்லாம் கேட்டார். ‘இந்திய மாலுமி, நல்ல திறமையான சிக்னல் மாலுமி,’ என்றோம். அவர் இந்தியர் என்றதும், ‘இந்திய மாலுமி சொல்வதை எல்லாம் நம்ப வேண்டாம்,’ என்றார் உயரதிகாரி. அன்றிரவே, அதே பகுதியில் எங்கள் 3 கப்பல்கள் மூழ்கடிக்கப்பட்டன. பாஸ்ராவில் இருந்த பாரசீக வளைகுடா பகுதிக்கான தளபதி விசாரணைக்கு உத்தரவிட்டார். பண்டர் அப்பாஸில் இருந்த அதிகாரிகள் ‘மாலுமி முன்னெச்சரிக்கை செய்தது, அதை நம்பாமல் விட்டது பற்றியெல்லாம் வாயே திறக்கக் கூடாது’ என்று எங்களுக்கு உத்தவிட்டனர்.

மே 16 வாக்கில், இந்தியர், பிரிட்டிஷார் என சுமார் 100 சாட்சிகளின் குறுக்கு விசாரணை முடிந்துவிட்டது. மற்றொரு சுவாரஸ்யமான சாட்சி கமாண்டர் எஸ்.ஜி.கர்மார்க்கர். இவர் லோனாவாலாவிலிருந்து, புரட்சி ஆரம்பித்த பிறகு பிப்ரவரி 19 அன்று தல்வாருக்கு பணி மாற்றத்தில் வந்தவர். இவர்தான், ரிவைராவில் தனது வீட்டிலிருந்து நாயர்களின் வீட்டை வேவு பார்த்தவர். மாலுமிகளின் குறைகளும், அதிருப்தியும் கடுமையானவை அல்ல என்றார் அவர். எழுச்சிக்குக் காரணம் அரசியல் தாக்கம்தான் என்றார். நாட்டில் நிலவிய அரசியல் பதட்டம்தான் முக்கிய காரணம் என்று தான் நம்புவதாகக் கூறினார்.

மற்றொரு தூண்டுதல் செய்தித்தாள்களில் வந்த கட்டுரைகள் ஏற்படுத்திய தாக்கம் என்றார் அவர். பிரிட்டிஷ் அதிகாரிகளுடன் சேர்ந்து செயல்படும் உங்கள் வழிமுறைகளை மாற்றிக் கொள்ளுங்கள், இல்லாவிட்டால் கமாண்டர் கிங் போல் உங்களையும் ஆக்கி விடுவோம்’ என்று மாலுமிகளிடமிருந்து மிரட்டல் கடிதங்கள் வந்ததாகக் கூறினார்.

பாம்பேயில் இருந்தபோது மரைன் டிரைவில் ஒரு கட்டிடத்தில் வசித்ததாக அவர் குறிப்பிட்டார். ‘மிகச் சமீப காலம் வரை, அதே கட்டிடத்தில் கப்பற்படையின் முன்னாள் லெப்டினண்ட்டான திரு. நாயர் வசித்தார்,’ என்றார். மாலுமிகள் நாயர் வீட்டுக்கு வருவதை தான் கவனித்திருப்பதாகக் கூறினார்.

பிரிட்டிஷாரையும், கப்பற்படையையும் முழுவதுமாக ஆதரித்த போதிலும், ‘கமாண்டர் கிங் கெட்ட வார்த்தைகளால் திட்டுவதாகச் சொல்லப்படுவதும் கிளர்ச்சிக்கு ஒரு காரணம்’ என்றார். அட்மிரல்

காட்ஃபிரே கப்பற்படையையே அழித்துவிடுவேன் என்று சொன்னதன் தாக்கமும் சாதகமாக இல்லை என்றார்.

கர்மார்க்கரின் குறுக்கு விசாரணையில் சில புன்னகை வரவைத்த தருணங்களும் இருந்தன.

நீதியரசர் : பெண் மாலுமிகள் சற்று சலுகையோடு நடத்தப்படுவார்கள் என்று சொன்னீர்களே?

பதில் : அதிருஷ்டவசமாக, எனக்கு பெண் மாலுமிகளோடு எந்தச் சம்பந்தமும் இல்லை. (சிரிப்பு)

திரிகம்தாஸ் : மாலுமிகள் ஒரு அரசியல்வாதியைச் சந்திப்பது தவறா?

ப : அவர் எப்படிப்பட்ட அரசியல் தலைவரைச் சந்திக்கிறார் என்பதைப் பொருத்து. (சிரிப்பு)

கே : நீங்கள் பண்டிட் நேருவை சந்தித்தீர்கள். அவர் சந்திக்க பாதுகாப்பான ஆள்தானா?

கர்மார்க்கர் பதில் தரவில்லை.

கே : நீங்கள் நேருவை சந்தித்தபோது, உங்களோடு ஒரு பிரிட்டிஷ் உளவுத்துறை அதிகாரி இருந்தாரா?

ப : நீங்கள் இதை நேருவிடமே கேட்கலாமே (பெரும் சிரிப்பு)

கேப்டன் இனிகோ ஜோன்ஸ் பிப்ரவரி 18 வரை கேஸில் பாரக்ஸின் தலைமை அதிகாரியாக இருந்தார். 18ஆம் தேதி கமாண்டர் கிங்கிற்கு பதிலாக தல்வாரின் தலைமை அதிகாரியாகப் பொறுப்பேற்றார். அவரை விசாரணைக்குழுவிடம் ஒரு மாலுமி, ‘கப்பற்படையின் கசாப்புக்கடைக்காரர்’ என்று வர்ணித்தார். ஜோன்ஸின் சாட்சியம் பரபரப்பு தந்தது. அவர் தல்வாரில் நடந்த விசாரணையின் போது, தான் அளித்த அறிக்கைகளில் இருந்து அவ்வப்போது ஒரு ஒற்றைக்கண்ணாடி அணிந்து படித்துக் காட்டினார். ‘இவை நீங்கள் தந்த அறிக்கைகள் தானே?’ என்று கேட்டபோது, ‘அப்படித்தான் நினைக்கிறேன்’ என்றார் அவர்.

லெப்.சச்தேவ் என்பவர் புரட்சி நடந்த சமயத்தில் லெப். பத்ராவுடன் தல்வாரில் வேலை பார்த்தார். இருவரும் மாலுமிகளின் குறைகளை அக்கறையோடு அணுகுவார்கள் என்பதால், மாலுமிகள் அவர்களை விரும்பினர். சச்தேவ் சாட்சியம் அளிக்கும்போது ‘மாலுமிகள் கீழ்நிலை அதிகாரிகளிடம் வேண்டுகோள் வைத்து

எதுவும் நடக்காத ஏமாற்றம், கீழ்நிலை அதிகாரிகள் உயரதிகாரிகளிடம் வேண்டுகோள் வைத்து எதுவும் நடக்காத ஏமாற்றம் எல்லாம் சேர்ந்து திடீரென கிளர்ச்சியாக வெடித்தது' என்றார்.

பிரிட்டிஷ் தரப்பின் மிக முக்கியமான சாட்சி தல்வாரின் தலைமை அதிகாரி கமாண்டர் பிரடெரிக் வில்லியம் கிங். 1946 மே 20ஆம் தேதி சாட்சியளித்த அவர் தான் கெட்ட வார்த்தைகள் சொல்லித் திட்டியதுதான் கிளர்ச்சிக்கான முக்கிய காரணம் என்பதை மறுத்தார். கெட்டவார்த்தை பேசியதே இல்லை என்று ஒரேடியாக மறுத்தார்.

வெறும் அரசியல் இயக்கம் மட்டுமல்ல, புரட்சிகர இயக்கம் கிளர்ச்சிக்குப் பின்னால் இருந்தது என்று அவர் உறுதியாகக் கூறினார். 'துரதிருஷ்டவசமாக, படத்தின் மற்றொரு பக்கத்தைக் காட்டும் நிலையில் கப்பற்படை இல்லை' என்றார். ஒரு குறிப்பிட்ட நாளில் அவரது காரில் 'வெள்ளையனே வெளியேறு' என்று எழுதப்பட்டு, டயர்கள் பஞ்சராக்கப்பட்டதிலிருந்து புரட்சிகர உணர்வு வளரத் துவங்கியது என்றார். தான் இதை ஒரு பெரிய நாசவேலையாகக் கருதியதாகவும், அதன் பின்னர் மாலுமிகளின் எண்ணிக்கையை குறைக்க முயன்றதாகவும் கூறினார்.

அவர் மீது புகார் அளித்த பதினான்கு மாலுமிகளில் யாரையாவது தெரியுமா என்று கேட்ட போது, அவர்களில் யாரையும் பார்த்தாக நினைவில்லை என்றார். அவரது நிர்வாகம் அதீதமாக கெடுபிடி காட்டியதால் வெறுப்பை ஏற்படுத்தியதா? என்று கேட்டபோது, மாலுமிகள் மீது தமக்கு எப்போதும் அனுதாபம் உண்டு என்றும், குறிப்பாக, மிகவும் புத்திசாலியான, எந்த கப்பற்படைக்கும் பெருமை தேடித்தரக் கூடிய தத் மீது தமக்கு அனுதாபம் உண்டு என்றும் கூறினார்.

'என் மீதான பெரும்பாலான புகார்கள் வெளிநபர்களின் தூண்டுதலால் தரப்பட்டவை. அவர்களை எனது அலுவலகத்திற்கு அழைக்க முயன்றேன். சம்பந்ததப்பட்டவர்களின் எண்ணிக்கை அதிகம், அவர்கள் உடனடி மேலதிகாரியின் உத்தரவை ஏற்க மறுத்தார்கள் என்பதால் சூழ்நிலை மிகவும் மாறுபட்டு இருந்தது'.

கே : பிரச்சனை பற்றி தெரிய வந்ததும், நீங்கள் அதிகாரிகளுக்கு எந்த வழிகாட்டுதலும் தரவில்லை என்று எங்கள் முன் சாட்சி கூறப்பட்டுள்ளது.

ப : இவை எல்லாம் தல்வார் விசாணை அறிக்கையில் உள்ளன. பிரச்சனை பற்றி அறிந்ததும் நான் விட்டல் ஹவுஸ் சென்றேன். அங்கு அட்மிரலை பார்த்தேன். அவர் எனக்கு எந்த வழிகாட்டுதலும் தரவில்லை. 'மாலுமிகளின் பிரதிநிதிகளோடு தொடர்பு கொள்ள முயற்சி செய்யுங்கள்' என்று அவர் சொல்லியிருக்கக் கூடும். நானும் அதைச் செய்யத்தான் முயற்சி செய்தேன்.

கே : உங்கள் தல்வார் விசாரணையில் நீங்கள் பெண் மாலுமிகளை பார்த்து விசில் அடித்தார்கள் என்று சொல்லியிருக்கிறீர்கள். அவை எப்படி இருந்தன?

ப : எனக்கு அதேபோல விசில் அடிக்கத் தெரியாது.

கே : அதன் விளைவு என்ன?

ப : அது பெண்களை சங்கடப்படுத்தும் – ஒழுக்கக் குறைவு, துர்நடத்தை.

குழுத் தலைவர் ஃபசல் அலி அவர் கெட்ட வார்த்தை பேசுவது குறித்த குற்றச்சாட்டு உண்மைதானா என்று கேட்டபோது கிங். சில சமயங்களில் நண்பர்களோடு பேசும்போது நட்பு ரீதியான மொழியாக அப்படிப் பேசுவதுண்டு என்றார்.

கே : அவை பொதுவெளியில் பயன்படுத்த முடியாதவையாக இருக்கலாமா?

ப : இருக்கலாம்.

கே : நீங்கள் பொதுவெளியில் பயன்படுத்த முடியாத வார்த்தைகளை பேசிவிட்டு, அவற்றைக் கெட்ட வார்த்தைகள் என்று தவறாகப் புரிந்து கொள்ளக் கூடாது என்ற கூற முடியாது.

ப : நான் எப்போதாவது அகராதியில் இல்லாத வார்த்தைகளைப் பயன்படுத்துவேன். சில வார்த்தைகள் உணர்ச்சிகளை அதிகமாக வெளிப்படுத்துவதாக இருக்கும்.

சையத் ஃபசல் அல் தல்வார் விசாரணையில் லெப்.நந்தா அளித்த அறிக்கையை படித்துக் காட்டினார். 'கமாண்டர் கிங்குடன் பல சந்திப்புகள் நடந்ததுண்டு. அவர் அடிக்கடி கெட்ட வார்த்தை பேசுவார். அவை எந்த உள்நோக்கமும் இன்றி அவருக்கு வரும். தான் சமயங்களில் வெளிப்படையாகப் பேசுவதாக கிங் விளக்கமளிப்பார்.

அடுத்த சாட்சி லெப்.எஸ்.எம்.நந்தா. (அப்போது அவர் தல்வாரில் டிவிஷனல் அதிகாரி, பின்னர் கப்பற்படையின் தலைமை தளபதி) எழுச்சியின் போது தான் சர்தார் படேலைச் சந்தித்தாகவும், அவர் மூலம் லெப்.நாயரும், அருணா அஸஃப் அலியும் மாலுமிகளுக்கு காங்கிரஸின் ஆதரவை பெற முயன்றதையும், பின்னர் ஏமாற்றம் அடைந்ததையும் அறிந்ததாகக் கூறினார். மாலுமிகள் தமக்கும், பிரிட்டிஷ் அதிகாரிகளுக்குமிடையே அருணா அஸஃப் அலி சமரசம் செய்ய விரும்பினர் என்று தெரிவித்தார்.

'மாலுமிகளுக்கு நல்ல உணவு கிடைத்தால் போதும், இடநெருக்கடி பற்றிக் கவலைப்பட மாட்டார்கள்' என்று கிங் கூறியது உண்மையா? என்று கேட்டபோது நந்தா 'இல்லை' என்றார். போராட்டம் பற்றி வெளிப்படையாக அவர் பேசினார்.

கப்பற்படை தினத்திற்கு முதல்நாள் தல்வாரில் கோஷங்களை எழுதியது ஏதோ அதிருப்தி கொண்ட சில மாலுமிகளின் செயலல்ல என்றார் அவர். அது பொதுவாக அமைப்பில் உள்ள ஒழுக்கத்தைக் குறைத்து, அரசாங்கத்திற்கு எதிரான உணர்வுகளைத் தூண்டவும், தனது குறைகளைப் பெரிதுபடுத்தவுமான ஏதோ ஒரு ஒருங்கிணைந்த அமைப்பின் வேலை' என்றார். தல்வாரில் புரட்சிகர சிந்தனை கொண்டோர் இருப்பது தெரிந்த விஷயம்தான் என்றார்.

'கப்பற்படை தினத்தன்று சுவர்களில் கோஷம் எழுதுவது முழு வீச்சில் நடந்தது. அதை எப்படி தடுப்பது என்று அதிகாரிகளுக்குத் தெரியவில்லை. இரண்டு மெஸ்களிலும் உண்ணாவிரதத்தை அதிகாரிகள் கண்டுகொள்ளாதது பிரச்சனையை மேலும் அதிகரித்தது. லெப்.கோலும், நானும் மாலுமிகளிடம் பேசுவதாகச் சொன்னோம். அதிகாரிகள் உங்கள் குறைகளை அறிய விரும்புகிறார்கள் என்று நான் மாலுமிகளிடம் கூறினேன். அவர்கள் தமக்குள் பிரதிநிதிகளைத் தேர்ந்தெடுக்குமாறு கூறினான். இந்த யோசனை அவர்களுக்குப் பிடிக்கவில்லை. யாரேனும் அரசியல் தலைவர் தம் சார்பாகப் பேச வேண்டும் என்று அவர்கள் விரும்பினார்கள்.'

கிளர்ச்சியாளர்களுடன் அரசியல் ரீதியாக தொடர்பு கொண்டதாகக் குற்றம் சாட்டப்பட்ட முன்னாள் ராணுவத்தினர் சங்கத்தின் உறுப்பினர்களும் சாட்சியம் அளித்தார்கள். அப்போதுதான் பிரிட்டிஷ் ஆதரவாளர் என்று சொல்லப்படும் லெப்.கமாண்டர் பவார் சாட்சிகளை கடுமையாக குறுக்கு விசாரணை செய்தார்.

பவார், நந்தாவிடம் தல்வாரின் மாலுமியான ரிஷிதேவ் என்பவர் தல்வாரின் அதிகாரியான லெப்.நாயரின் உறவினரா என்று கேட்டார். அப்போது இடை மறித்த நீதியரசர் மஹாஜன் ரிஷிதேவ் என்பவர் பஞ்சாபி பிராமணரான பூரி (இது தவறு பூரிக்கள் பஞ்சாபி கத்ரிகள்) என்றும் நாயர் தென்னிந்தியர்கள் (இதுவும் தவறு. இந்த நாயர் பஞ்சாபி) என்றும் கூறினார். இந்தக் கூற்றால் நீதிமன்றத்தில் பெரும் சிரிப்பு எழுந்தது. நான் கேள்வி கேட்கும் போதெல்லாம் கிண்டல் செய்கிறீர்கள் என்று கோபம் கொண்டு பவார் அமர்ந்து விட்டார்.

அடுத்து வந்தவர் ஒரு சுவாரஸ்யமான சாட்சி. இந்திய ராணுவ அதிகாரியான லெப்.சச்தேவ், குழு முதலில் அவரிடம் நீங்கள் முன்னாள் ராணுவத்தினர் சங்க உறுப்பினரா என்று கேட்டு விட்டு, எழுச்சியை ஆதரித்து சங்கம் 1946 பிப்ரவரி 20 அன்று நிறைவேற்றிய தீர்மானத்தைப் படித்துக் காட்டியது. சத்தேவிற்கு இந்த தீர்மானம் பற்றி தெரியுமா? தெரியுமென்றால், அதை மன்னிக்கிறாரா என்று கேட்டது.

லெப் சச்தேவ் தான் சங்கத்தின் உறுப்பினர்தான் என்றும், ஆனால் தான் அந்தத் தீர்மானத்தை ஆதரிக்கவில்லை என்றும் கூறினார்.

கே : யார் உங்களை அந்த கூட்டத்திற்கு அழைத்துச் சென்றார்கள்?

ப : லெப்.கமாண்டர் அர்லாண்ட் என்னை போகச் சொன்னார்.

பின்னர் குழு பிளிட்ஸில் வந்த ஒரு புகைப்படத்தை அவரிடம் காட்டியது. அதில் ஜெயப்பிரகாஷ் நாராயண் லெப்.சந்திரமணியுடன் நிற்க, இந்திய முப்படையினர் அவர்களுக்கு அணிவகுப்பு மரியாதை தருகின்றனர்.

இதுபற்றி கருத்துக் கூறுமாறு விசாரணைக் குழு கேட்க, லெப். சச்தேவ் 'நான் கட்சி அரசியலிலிருந்து ஒதுங்கி நிற்க விரும்புகிறேன்' என்றார். சச்தேவ் இவ்வாறே பிடிகொடுக்காமல் பதில் சொல்லிக் கொண்டிருக்க, அவரது விசுவாசம் பற்றிய எல்லா சந்தேகங்களையும் தீர்க்கும் ஒரு கேள்வி வந்தது.

கே: எந்த அரசாங்கத்திடம் நீங்கள் வேலை பார்க்கிறீர்கள் என்று உணர்ந்ததுண்டா?

ப: ஆம். பிரிட்டிஷ் அரசாங்கத்திடம். அதற்கு நாங்கள் அனைவரும் அடிமைகள்... பிரிட்டிஷார் எங்களை அடிமைகளாகத்தான் ஆட்சி செய்கிறார்கள். நான் சொல்வதை உணர்ந்தே சொல்கிறேன்.

அடுத்த முக்கிய சாட்சி இந்திய முன்னாள் ராணுவத்தினர் சங்கத்தின் செயலாளர் ஒய்.கே.மேனன். அவர் தன்னை எழுத்தாளராக, பத்திரிகையாளராக, பல வெளிநாட்டு பத்திரிகைகளுக்கு, ட்ரிப்யூனுக்கு (இது சமீப காலம் வரை சர். ஸ்டாஃபோர்ட் கிரிப்ஸுடன் தொடர்புடையதாக இருந்தது) எழுதுபவராக அறிமுகம் செய்து கொண்டார். குறுக்கு விசாரணையின் போது, அவர் தங்களது சங்கம் முக்கியமாக, பணியிலிருந்து வெளியே வந்த வீரர்கள் மறுவேலை வாய்ப்புகள் பெற உதவி வந்தது என்றும், படைவீரர்களின் விசுவாசத்தைக் குலைப்பது தான் அதன் நோக்கம் என்ற கூறுவது தவறு. அவதூறானது என்றும் கூறினார். சங்கத்திற்கு எந்த அரசியல் தொடர்பும் கிடையாது என்றார்.

சங்கம் பிப்ரவரி 20 அன்று, போராட்டம் ஏற்கனவே துவங்கிய பிறகுதான் ஆரம்பிக்கப்பட்டது என்பதை அவர் சுட்டிக் காட்டினார். மாலுமிகளுக்கு ஆதரவான தீர்மானம் அரசியல் நோக்கம் கொண்டதல்ல, மனிதாபிமான அடிப்படையில் நிறைவேற்றப்பட்டது என்றார். அதை இவ்வாறுதான் பார்க்க வேண்டும் என்றார்.

சங்கத்தின் சட்டதிட்டங்கள் குறித்த வரைவைப் பற்றி ஆலோசிக்க 1945 டிசம்பர் 17 அன்று பதினான்கு பேர் முதல் முறையாகக் கூடினார்கள் என்றும், இதுபோன்ற பல கூட்டங்களுக்குப் பிறகு சங்கம் 1946 பிப்ரவரி 20 அன்று ஆரம்பிக்கப்பட்டது என்றும் அப்போது மாலுமிகளுக்கு ஆதரவு கூறும் தீர்மானமும் நிறைவேற்றப்பட்டது என்றும் அவர் விளக்கமளித்தார். சங்கத்திற்கு பாம்பேயில் மட்டும் சுமார் 1000 உறுப்பினர்கள் இருப்பதாகக் கூறினார்.

திரிகம்தாஸ், மேனன் இருவருமே முன்னாள் ராணுவத்தின் சங்கம் ஒரு அரசியல் அமைப்பு அல்ல. அது மாலுமிகள் போராட்டத்திற்குக் காரணம் அல்ல என்பதை நிறுவ கடுமையாக முயற்சி செய்தார்கள். கூட்டுக் கூட்டம் போட்டபோது இந்திய வர்த்தகர் சங்கம், பார்வர்ட் பிளாக், பிரிட்டிஷ் போர்த்துகீசிய வர்த்தகர் சங்கம் போன்ற பல முக்கிய சங்கங்களின் பிரதிநிதிகள் கலந்து கொண்டதை அவர் சுட்டிக் காட்டினார்.

பிப்ரவரி 20 கூட்டத்திற்கு பிரபல பொருளாதார அறிஞர் டாக்டர்.பி.ஏ.வாடியா வந்திருந்தார். திருமதி லீலாவதி முன்ஷி தலைமை தாங்கினார். நிதி திரட்ட ஒரு சிறு குழு அமைக்கப்பட்டது. டாடாக்களின் சார்பாக திரு.கஸ்டர், ஃபோரத்தின் சார்பாக திருமதி. வயலட் ஆல்வா, புகழ்பெற்ற நடிகர் பிருதிவிராஜ் கபூர், பாம்பே சென்டினலின் செல்வி.லைனட் சாலமன் போன்ற பிரபலங்களும் அந்தக் கூட்டத்திற்கு வந்திருந்தனர்.

நிதி வசூலைத் துவக்க ஜெயப்பிரகாஷ் நாராயணை அழைக்க வேண்டும் என்று முடிவு செய்யப்பட்டது. சங்கம் பாம்பே அரசாங்கத்தின், பாம்பே மாவட்ட ஆட்சியாளரின் ஆதரவை கோர வேண்டும் என்று முடிவு செய்ததாக திரிகம்தாஸ் தெரிவித்தார். மாவட்ட மாலுமிகள், விமானிகள், படை வீரர்களின் சங்கத்தோடு இணைந்து செயல்பட முடிவு செய்யப்பட்டது. இந்தச் சங்கத்திற்கு மாவட்ட ஆட்சியாளர்தான் தலைவர் என்றார் அவர்.

சங்கம் அரசியல் தொடர்பு உடையதல்ல. கப்பற்படையுடன் தொடர்புடைய பல உறுப்பினர்கள் இருந்தார்கள். என்றாலும் சங்கத்திற்கு எழுச்சியில் எந்தப் பங்கும் இல்லை என்றார். வேலையிழந்த மாலுமிகள், சிப்பாய்களின் பரிதாப நிலை கண்டு ஆரம்பிக்கப்பட்டது தான் இச்சங்கம். அவர்களுக்கு ஏதேனும் நன்மை செய்யும் நோக்கத்தோடு தான் அது ஆரம்பிக்கப்பட்டது என்றார்.

பரார் மேனனிடம், 'அஹிம்சை வழிகள் தோற்றால், நீங்கள் வன்முறை வழிகளை நம்புவீர்களா?' என்று கேட்க, சிறிதும் தயக்கமின்றி மேனன், 'ஆம்' என்றார். மேலும் சுதந்திரம் பெற தான் எந்த வழியையும் ஏற்பேன் என்றார். எனினும் புரட்சிக்கு முன்பே தத்தை அவருக்குத் தெரியும் என்பதை மறுத்தார். கூட்டத்தில் தத்தைப் பார்த்தால் தன்னால் அடையாளம் காண முடியாது என்றார். ஆனால் தனக்கு ஆர்.டி.பூரியைத் தெரியும் என்று ஒப்புக் கொண்டார்.

அடுத்த சாட்சி பிரேம்நாத் நாயர் (பி.என்) அல்லது நய்யார். இவர் முன்பு தல்வாரில் அதிகாரியாக இருந்தவர். தான் 'கடலை நேசித்ததால்' கப்பற்படையில் சேர்ந்ததாகவும், அங்கு நிலமைகள் மிக மோசமாக இருந்ததால், வெளியேறி விட்டதாகவும் கூறினார்.

'கப்பற்படையில் இருப்பவர்கள் போல் மனித உணர்வுகளை சிறிதும் மதிக்காத இரக்கமற்றற மனிதர்களை நான் வேறு எங்கும்

பார்த்ததில்லை' என்றார் அவர். எனினும் தான் எந்த நாச வேலையிலும் ஈடுபடவில்லை என்றும், அப்படிப்பட்ட குற்றச்சாட்டுகள் ஆதாரமற்றவை என்றும் கூறினார்.

எனினும் அவர் பிரிட்டிஷாரின் முட்டாள்தனங்களை, இனப்பாகுபாடு நடைமுறைகளை சுட்டிக் காட்டினார். இனப்பாகுபாடுகளுக்கு அவர் ஒரு உதாரணமும் கூறினார். தல்வாரில் லெப்.ஹொராபின் என்ற இளம் பிரிட்டிஷ் அதிகாரியை எல்லா பிரிட்டிஷாருக்கும் பிடிக்கும். ஆனால் அவர் ஒரு இந்தியப் பெண்ணைக் காதலித்து மணந்ததும், அவரை அவர்களுக்குப் பிடிக்காமல் போனது. அவரையும், அவரது மனைவியையும் எந்த கப்பற்படை நிகழ்ச்சிக்கும், பார்ட்டிக்கும் அழைக்க மாட்டார்கள். காரணம் அவர் 'கறுப்புப் பெண்ணை' மணந்ததுதான்.

1946 மே 23 அன்று விசாரணைக்குழு பாம்பேயில் 3 வாரங்கள் விசாரணை நடத்தியிருந்தது. அதன் விசாரணை சலிப்பூட்டுவதாக இருப்பதாக உள்ளூர் பத்திரிகைகள் எழுதின. நிகழ்வுகளில் சற்று பரபரப்பு ஏற்பட, ஒரே பெண் சாட்சியான திருமதி.நாயர் வரவேண்டியதாக இருந்தது.

அழகாக உடுத்தி, தன்னம்பிக்கையோடு விரைவாக அவர் பதிலளித்தது அனைவரையும் ஈர்த்தது. விசாரணைக்கு இதுவரை இல்லாத கவர்ச்சியை அவர் தந்தார். அவர் சாட்சி கூறியபோது நிரம்பி வழிந்த நீதிமன்றத்திற்கு வருகை தந்த ஒரு முக்கியமான பார்வையாளர் அகில இந்திய பெண்கள் மாநாட்டின் முன்னாள் தலைவரான கமலாதேவி சட்டோபாத்யாயா.

முன்புதான், பெண்கள் துணைப்படையில் (Women 's Auxiliany corps) பணிபுரிந்ததாகவும், தான் ஒரு பத்திரிகையாளர் என்றும், பாம்பேயில் ஒரு பத்திரிகை நிறுவன உரிமையாளர் என்றும் தன்னை அறிமுகம் செய்து கொண்டார். கிளர்ச்சி பற்றிய அவரது கருத்தை கேட்டபோது, கிளர்ச்சி முழுக்க முழுக்க மாலுமிகளின் உள் விவகாரம் என்றும், அதன் பெருமையோ, சிறுமையோ அவர்களையே சாரும் என்றும் கூறினார்.

பிப்ரவரி 22 அன்று அவர் தல்வார், கேஸில் பாரக்ஸ் மற்றும் பாம்பேயின் பல இடங்களில் சுற்றிக் கொண்டிருந்தது பற்றி கேட்டபோது அவர், தனது செய்தியாளர் கடமையை நிறைவேற்றவே அங்கெல்லாம் சென்றதாகக் கூறினார்.

மேனனின் நோக்கங்களை வலியுறுத்திக் கூறிய குஸூம் நாயர், சாதாரண மக்கள், ராணுவத்தினரும் சுதந்திரப் போரில் பங்கேற்க வேண்டும் என்று விரும்பியதாகக் கூறினார். சுதந்திரத்திற்காகப் போராடுவது ஒவ்வொரு இந்தியனின் தேசபக்தக் கடமை என்று தான் நம்புவதாக தைரியமாகக் கூறினார். பி.சி.தத்தை தெரியாது என்ற அவர் ஆர்.டி.பூரியைத் தெரியும் என்றார்.

பணியிலிருந்து விலக்கப்பட்ட வீரர்கள் சுதந்திர இந்தியாவின் படைகளில் இப்போதைய தம் சம்பளத்தில் அரை சம்பளத்திற்கு வேலை பார்ப்பார்கள் என்று கூறியபோது குஸூம் நாயரின் உண்மையான உணர்வுகள் வெளிப்பட்டன. மாலுமிகள் ஆஸாத் ஹிந்த் பாணியில் சல்யூட் செய்ய வேண்டும் என்று அவர் மாலுமிகளிடம் கூறியதாக வெளிவந்த செய்தி பற்றிக் கேட்டபோது, அவர் அதை மறுத்தார். 'Indian mutiny 'என்ற கட்டுரை தனது நிறுவனம் மூலம் அனுப்பப்பட்டதை ஒப்புக் கொண்டார்.

அவரது ஆதரவு யாருக்கு என்பதில் எவருக்கும் எவ்வித சந்தேகமும் இருக்க முடியாது. பிரிட்டிஷ் ஆதரவாளரான லெப். கமாண்டர் பவார் அவரை குறுக்குவிசாரணை செய்த போது அவரது பதில்கள் மேலும் அற்புதமாக இருந்தன.

ஒரு ஐ.என்.ஏ. துண்டுப் பிரசுரத்தில் அவர், 'ராணுவப் படைகள் கூட கொதிநிலையில் உள்ளன' என்று எழுதி வைத்திருந்தது பற்றி பவார் கேட்டார். அது விமானப்படை போராட்டம், பி.சி.தத்தின் கைது, அச்சின்லெக்கின் அறிக்கை தொடர்பானது என்ற குஸூம் நாயர், 'கப்பற்படையில் இப்படி பரந்துபட்ட பிரச்சனை ஏற்படும் என்று நான் கொஞ்சம் கூட நினைக்கவில்லை' என்றார்.

எனினும், குஸூம் நாயருக்கு போராட்டம் பற்றி முன் கூட்டியே தெரியும் என்பதை அவர் வாயிலாகவே ஒப்புக் கொள்ள வைப்பதில் பவார் உறுதியாக இருந்தார். ஆனால் குஸூம் நாயர் சிறிதும் கலங்கவில்லை. பீர்பால் என்ற புனைப்பெயரில் அவர் எழுதிய துண்டுப் பிரசுரத்தில், 'அடுத்த போராட்டம் வரட்டும். அடுத்தமுறை பாதுகாப்புப் படைகளும் சேர்ந்து கொள்ளும்' என்று இருப்பது பற்றி கேட்டார். குஸூம் நாயர், 'இது பாதுகாப்புப் படைகள் நாட்டிற்காக நிற்கின்றன என்று காங்கிரஸ் தலைவர்களுக்குத் தரப்பட்ட உறுதிமொழியாகும்... ஒரு பெரிய மக்கள் எழுச்சி ஏற்பட்டால், ஒவ்வொரு இந்தியனும் அதில் கலந்து கொள்ள வேண்டும்' என்று நினைக்கிறேன்' என்றார் உறுதியுடன்.

ஆனால் பவார் விடுவதாக இல்லை. 'நீங்கள் போராட்டக்காரர்கள் மீது அனுதாபம் கொண்டவரா?' என்று மிக ஆபத்தான கேள்வியைக் கேட்டார். 'சூழ்நிலைக்கு உதவ என்னால் இயன்றதை செய்ய முயன்றேன். சர்தார் படேலைக் கூட நேரில் சந்தித்து நிர்வாகத்திடமும், மாலுமிகளிடமும் அவருக்கு உள்ள செல்வாக்கைப் பயன்படுத்தி, இதை நிறுத்தச் சொன்னேன்' என்று எளிதாக அக்கேள்வியைக் கடந்து சென்றார்.

குஸூம்நாயர் அசைக்க முடியாத சாட்சியாக நின்றார். விசாரணைக் குழுவின் எந்தக் கேள்வியாலும் அவரை அசைக்க முடியவில்லை. எழுத்தில் வந்துள்ள அவரது அரசியல் கருத்துகளைப் படித்தால், பாதுகாப்புப் படைகளின் விசுவாசம் குறைந்துவிடும், அது கிளர்ச்சியைத் தூண்டிவிடும் என்பதை அவர் ஒப்புக் கொள்வாரா? என்று வைஸ் அட்மிரல் பாட்டர்சன் குற்றம் சாட்டும தொனியில் கேட்டபோது, 'இல்லை' என்று உறுதியாக மறுத்தார் குஸூம்நாயர். அந்த எழுச்சி மாலுமிகளின் தன்னெழுச்சியான செயல் என்றுதான் நம்புவதாகக் கூறினார்.

'எழுச்சியை எந்த அரசியல் அமைப்பாலும் ஏற்படுத்தி இருக்க முடியாது. நாடு முழுக்க தன்னெழுச்சியான இயக்கமும், மக்கள் எழுச்சியும் இருந்த 1942 ஆகஸ்ட் கால கட்டத்திலேயே (வெள்ளையனே வெளியேறு இயக்க காலம்). இந்திய தேசிய காங்கிரஸால் முஸ்லிம்களை தட்டுயெழுப்ப முடியாத போது, ராணுவமும் அந்தப் போராட்டத்திலிருந்து ஒதுங்கி இருந்தபோது, 1942 ஐ விட சர்வதேச சூழல் அரசாங்கத்திற்கு மிகவும் சாதகமாக இருக்கும் 1946 பிப்ரவரியில் வெளியிலிருந்து வரும் ஒரு அரசியல் தாக்கம் எப்படி எழுச்சியை உருவாக்க முடியும்?' என்றார் அவர்.

அனைவருமே போராட்டக்கார்களின் வாக்குமூலங்களை கேட்க மிகவும் ஆர்வமாக இருந்தனர். 'இராஜதுரோக பேச்சுகளுக்காகவும், 'சக அதிகாரிகளை தூண்டிவிட்டதற்காகவும், கைது செய்யப்பட்டு, தண்டிக்கப்பட்ட ஒரே அதிகாரியான லெப்.சுபானியை குழு குறுக்கு விசாரணை செய்தது. 12 குற்றச்சாட்டுகளின் பேரில் ராணுவ நீதிமன்ற விசாரணையை சந்தித்துக் கொண்டிருந்த அவர், குழு முன் ஆஜராவதற்காக கப்பற்படை சிறையிலிருந்து பலத்த காவலுடன் அழைத்து வரப்பட்டார். கப்பற்படை கிளர்ச்சிக்கான காரணங்கள் பற்றிக் கேட்டபோது, சுபானி மாலுமிகளிடம் நீண்ட காலமாக இருந்த ஏமாற்ற உணர்வுதான் காரணம் என்றார்.

பத்திரிகைகள் இந்த விசாரணை குறித்து நிறையச் செய்திகள் வெளியிட்டன. பல சுவையான செய்திகளைத் தந்தன. பாம்பே சென்டினலின் மே 17 இதழின் Twilight Twitters என்ற பகுதி பல சிறு சிறு சுவையான விஷயங்களை, கிண்டலான விமர்சனங்களுடன் வெளியிட்டது. அவற்றில் சில :

'புரோஹி விசாரணைக் குழுவிடம், நீங்கள் எப்போதும் கிரிமினல் வழக்குகளையே கையாள்வதால், சூரியனுக்குக் கீழே உள்ள அனைத்தையும் சந்தேகிக்கிறீர்கள். ஒரு மனிதன் தன் நண்பர்களால் அறியப்படுவான் என்பதை வேறுவிதமாகச் சொல்கிறாரோ?'

'எனக்கு நல்ல நினைவாற்றல் இருந்தால், நான் ஏதாவது ஒரு மாகாணத்திற்கு ஆளுநராக இருந்திருப்பேன் என்று சாட்சி விசாரணைக் குழுவிடம் கூறினார். ஆளுநர்களுக்கு நினைவாற்றல் குறைவு, அவர்கள் தேர்தல் வாக்குறுதிகளை மறந்து விடுகிறார்கள் என்பது புரோஹிக்குத் தெரிய வேண்டும்.'

'அரசியல் மிகப் பெரிய, குழப்பமான சமாச்சாரம் என்று புரோஹி விசாரணைக் குழுவிடம் கூறினார். அது அயோக்கியர்களின் கடைசிப் புகலிடம் என்றும் யாரோ சொல்லியிருக்கிறார்களே?'

விசாரணைக்குழு தனது அமர்வை 1946 ஜூன் 1ஆம் தேதி சனிக்கிழமையன்று முடித்தது. கடைசியாக அது கராச்சியில் தொடர்ந்து ஐந்து நாட்களுக்கு முஸ்லிம் ஹோட்டலில் அந்த அமர்வை நடத்தியது. அங்கு அது இரண்டு தலைமை அதிகாரிகள், மூன்று வேறு அதிகாரிகள் உட்பட நாற்பத்துக்கும் மேற்பட்ட சாட்சிகளை விசாரித்தது. கடைசி நாளன்று சாமக்கின் தலைமை அதிகாரி கமாண்டர் ஏ.கே.சாட்டர்ஜி முதல் சாட்சியாக வந்தார். கடைசி சாட்சி ஜஸ்வந்த் சிங் என்ற மாலுமி. இவர் பணி நீக்கம் செய்யப்பட்டு, சிறையில் அடைக்கப்பட்டவர். சமீபத்தில் தான் தண்டனைக்காலம் முடிந்து வெளியே வந்திருந்தார்.

கராச்சியில் விசாரணையை முடித்துக் கொண்டு, தனது அறிக்கையை தயார் செய்ய 1946 ஜூன் 4 செவ்வாயன்று குழு சிம்லா சென்றது. ஒரு மாதத்திற்குள் அறிக்கை அரசாங்கத்திடம் அளிக்கப்படும் என்று எதிர்பார்க்கப்பட்டது. அறிக்கை அக்டோபரில் சமர்ப்பிக்கப்பட்டது. ஆனால் 1947 ஜனவரி மூன்றாவது வாரம் வரை வெளியிடப்படவில்லை. இப்போதும்கூட. அதன் 598

பக்கங்கள் கிடைத்தாலும், முழுமையான அறிக்கை பொதுவெளியில் விடப்பட்டதா என்பது தெளிவாகத் தெரியவில்லை.

1947 ஜனவரி 21 அன்று 'டைம்ஸ் ஆப் இந்தியா' மற்றும் இதர பத்திரிகைகள் அறிக்கையின் சில பகுதிகளை வெளியிட்டன. 'அதிகாரிகள் தமது சொந்த வசதி அல்லது பாதுகாப்பிற்கு முன் தமது வீரர்களின் நலனை கருத்தில் கொள்ள வேண்டும், குறைகளுக்கு விளக்கம் கூறி முடித்து விடாமல், அவற்றைத் தீர்க்க வேண்டும், அதிகாரிகளுக்கு பயிற்சிக்கான முறையான வசதி இன்றி வேகமாக விரிவாக்கம் செய்யக் கூடாது, அமைதிக்காலங்களில், போர்க்கால விரிவாக்கத்திற்கான தயாரிப்புகளே நோக்கமாக இருக்க வேண்டும் என்பன எல்லாம் இந்த கிளர்ச்சி கற்றுத் தந்த பாடங்கள் என்று அரசாங்கம் கூறுகிறது,' என்று டைம்ஸ் ஆப் இந்தியா எழுதியது.

'சிறிது காலமாகவே ஏராளமான குறைகள் தீர்க்கப்படாமல் இருந்ததால் உருவான பரவலான அதிருப்தி தான் கிளர்ச்சிக்கான அடிப்படைக் காரணம், அரசியல் சூழலால் அது மேலும் மோசமானது என்று விசாரணைக் குழு ஏகமனதாக முடிவுக்கு வந்ததாக அரசாங்கம் கூறுகிறது.'

'அரசியலைப் பொருத்தவரை, நாட்டு விவகாரங்களில் ஒரு ஆரோக்கியமான ஈடுபாடு காட்டுவதை ஊக்குவிக்க வேண்டும் என்று இந்திய அரசாங்கம் கூறுகிறது. ஆனால் தமது கோரிக்கைகளை நிறைவேற்றிக் கொள்ள அரசியலை ஆயுதமாகப் பயன்படுத்துவது ஆபத்தானது. பாதுகாப்புத் துறையின் நலன் கருதி, அதை ஊக்குவிக்கக் கூடாது.'

'ஒவ்வொரு மனிதருக்கும் தனிப்பட்ட கருத்துகள் இருக்கலாம் என்றாலும், இப்படியான பாதுகாப்புத் துறையில் கட்சி அரசியலில் ஈடுபடுவது அனுமதிக்கப்பட மாட்டாது என்று அதிகாரிகளுக்கும், வீரர்களுக்கும் அறிவுறுத்தப்படுகிறது' .

அறிக்கை கீழ்கண்டவாறு குறிப்பிட்டது :

ஒன்பது மாலுமிகள், ஒரு அதிகாரி கொல்லப்பட்டனர் (34 பேர் காணாமல் போனதாக, படையை விட்டு ஓடிவிட்டதாக அறிவிக்கப்பட்டனர். 41 மாலுமிகளுக்கும், ஒரு அதிகாரிக்கும் காயம். போராட்டம், அடக்குமுறையின் அளவைப் பார்க்கும் போது இது மிகவும் குறைத்துச் சொல்லப்பட்ட எண்ணிக்கையாகத் தெரிகிறது).

மேலும் அது கூறியதாவது :

1. கிளர்ச்சி வெளி அமைப்புகளால் திரட்டப்பட்டதல்ல. அது முன் கூட்டியே திட்டமிடப்பட்டதல்ல.
2. மாலுமிகளின் விசுவாசத்தை குறைத்ததில் அரசியல், அரசியல் தாக்கத்திற்கு பெரும் பங்கு உண்டு. கிளர்ச்சிக்கான தயாரிப்பு, அது நீடித்ததற்கும் அதுவே காரணம்.
3. ஐ.என்.ஏ.யை உயர்த்திப் பிடித்தது மாலுமிகளிடம் மிகப் பெரிய தாக்கத்தை ஏற்படுத்தியது.
4. கிளர்ச்சி ஒருபோதும் அரசியல் கிளர்ச்சியாக மாறவில்லை.
5. கிளர்ச்சிக்கு முன்பு கப்பற்படை அதிகாரிகள் சுறுசுறுப்பான நடவடிக்கைகள் எதுவும் எடுக்கவில்லை.
6. கமாண்டர் கிங்கின் நடவடிக்கை பற்றி புகார் வந்த பிறகு, ரியர் அட்மிரல் ராட்ரே கிங் மீது நடவடிக்கை எடுக்கவில்லை.
7. பிப்ரவரி 17 /18 தேதிகளில் தல்வாரின் பொறுப்பு அதிகாரி உணவு குறித்த தேவையான நடவடிக்கை எதுவும் எடுக்கவில்லை. மாலுமிகளின் குறைகள் பற்றி பாம்பே தலைமை அதிகாரியிடமும் தெரிவிக்கவில்லை.
8. கமாண்டர் கிங் முடிவெடுக்காதவராக, செயல்படாதவராக இருந்தார்.
9. தலைமை அதிகாரிகளும், பிற அதிகாரிகளும் பிப்ரவரி 18 அன்று தாமதமாக நடவடிக்கை எடுத்தார்கள்.
10. தல்வாரைத் தனிமைப்படுத்துதல், வதந்திகளைத் தடுத்தல் ஆகியவற்றில் ராட்ரே தவறிவிட்டார். வதந்திகளே பெரும்பாலும் செய்திகளாக வந்தன. செய்திகள் பரவுவதை அவர் தடுக்கவில்லை.

‘இவையெல்லாம் தடுக்கப்பட்டிருந்தால், இத்தனை பொருட்சேதமும், ரத்தவெள்ளமும் நிகழ்ந்திருக்காது. எத்தனையோ இளைஞர்களின் வாழ்வு சீரழிந்திருக்காது. கப்பற்படையில் இத்தனை துயரமும், கசப்புணர்வும் ஏற்பட்டிருக்காது’ என்று விசாரணைக் குழு கூறியது.

அறிக்கையின் விளைவாக கப்பற்படை உயரதிகாரிகள் கீழ்கண்ட உத்தரவுகளைப் பிறப்பித்தார்கள் :

1. ஐரோப்பிய அதிகாரிகள் தம்மிடம் பணிபுரிவோர் பற்றி அவர்களது பணி பற்றி மட்டுமின்றி, குடும்ப வாழ்வு பற்றியும் முழுமையாக அறிந்துகொள்ள ஊக்குவிக்கப்படுவார்கள்.

2. இனப்பாகுபாடு பற்றிய எந்த சந்தேகத்தையும் நீக்க சாத்தியப்பட்ட அனைத்தும் செய்யப்படுகின்றன. கப்பல்களின் செயல் அதிகாரிகளாக, தலைமை அதிகாரிகளாக இந்திய அதிகாரிகள் நியமிக்கப்படுகிறார்கள். அவர்கள் போதிய அனுபவமும், பணிமுதிர்வும் பெறும்போது மேலும் உயர்ந்த பதவிகளில் அமர்த்தப்படுவார்கள்.

1947 ஜனவரி 21 ஃப்ரீ பிரஸ் ஜர்னலின் தலைப்புச் செய்தி ‘மாலுமிகளின் குறைகளைத் தீர்க்க அனைத்து நடவடிக்கைகளும் எடுக்கப்படும் – அரசாங்கம் உறுதி,’ என்றது. ‘நடந்தவற்றை மறுத்து, எதிர்காலத்தை நினைப்போம்.

நிரந்தரப் பணிகளுக்கு இந்தியர்களை மட்டுமே எடுக்க வேண்டும், கப்பற்படை உணவங்களின் தரம் உயர்த்தப்பட வேண்டும் என்றும் அப்பத்திரிகை எழுதியது. பழிவாங்கப்பட்ட மாலுமிகளை அந்த அறிக்கை கண்டுகொள்ளவில்லை என்று குற்றம் சாட்டியது.

‘அறிக்கை பொதுவாக கப்பற்படையை திருப்தி செய்திருக்கலாம். ஆனால் கப்பற்படை தேசியமயம் பரிந்துரைக்கப்பட்டுள்ளதை அதிகாரிகள் கடுமையாக விமர்சிக்கிறார்கள். ‘பழிவாங்கப்பட்ட இளம் மாலுமிகள் பற்றி எதுவும் கூறப்படாதது குறித்து மாலுமிகளும், முன்னாள் மாலுமிகளும் அதிருப்தியடைந்துள்ளார்கள்’ என்றது.

அருணா அஸஃப் அலி அறிக்கையைத் தாக்கினார். ‘பரிந்துரைகளை அமுலாக்க இடைக்கால அரசாங்கம் எடுக்கும் நடவடிக்கைகள் அனைத்திலும் ஒரு வெள்ளைக்கார அணுகுமுறை இருப்பது வியப்பளிக்கிறது. கிளர்ச்சிக்காக பணி நீக்கம் செய்யப்பட்ட மாலுமிகளை மீண்டும் பணியில் சேர்ப்பது பற்றி எதுவும் இல்லை... மாலுமிகள் தமது போராட்டத்தை தொடர்ந்திருந்தால் நிலைமை மிக மோசமாக மாறியிருக்கும். பழிவாங்கல் இருக்காது என்று இப்போது இடைக்கால அரசாங்கத்தில் இருக்கும் பெரிய தலைவர்கள் உறுதியளித்த பிறகுதான் அவர்கள் சரணடைந்தார்கள். ஆனால் பலரும் ராணுவ

நீதிமன்றத்தால், தண்டிக்கப்பட்டிருக்கிறார்கள். இன்னும் பலர் பணி நீக்கம் செய்யப்பட்டிருக்கிறார்கள்' என்றார் அவர்.

நியாயமான குறைகள் இருந்ததே போராட்டத்திற்கு முக்கிய காரணம் என்று குழுவின் முடிவு காட்டுவதாக அவர் சுட்டிக்காட்டினார்.

'இந்த கிளர்ச்சி நல்ல விளைவுகள் எதுவுமின்றிப் போய்விடாது' என்று அரசாங்கம் சற்று அரை மனதோடு ஒப்புக் கொண்டது, அதை மேலும் நியாயப்படுத்துகிறது இதை உணர்ந்த பிறகு, தமது உயிரை பணயம் வைத்து பணிபுரிந்த இந்த வீரர்களைப் புறக்கணிப்பது, இந்தியாவின் வெள்ளை எஜமானர்களின் வாதங்களுக்கு அடிபணிவதுதான்' என்றார் அவர்.

'பிரிட்டிஷ் அட்மிரலை தன்னிஷ்டம் போல் செயல்பட அனுமதித்திருந்தால் தனது சுய கௌரவத்திற்கான இந்தியக் கப்பற்படை முழுவதையுமே அழித்துவிட அவர் தயங்கி இருக்க மாட்டார். பின்னர் போர் மற்றும் போருக்குப் பிறகான மன அழுத்தத்தால் தவறு செய்துவிட்டதாக மன்னிப்புக் கேட்கவும் தயங்கமாட்டார்...' என்றும் அருணா கூறினார்.

குறுகிய பார்வையில் பார்த்தால், இந்த விசாரணை கப்பற்படையில் இந்தியர்களின் பணிநிலைமை சற்று மேம்பட உதவியது. ஆனால் அவர்கள் கேவலமாக நடத்தப்பட்டது, சிறையில் தள்ளப்பட்டது, எந்த இழப்பீடுமின்றி பணி நீக்கம் செய்யப்பட்டது ஆகியவற்றைக் கண்டுகொள்ளவே இல்லை.

❐

REFERENCES

Report of the RIN Commission of Enquiry 1946, NAI.

முடிவுரை

மனிதர்கள், இடங்கள், கப்பல்கள்

1946 பிப்ரவரி கப்பற்படை எழுச்சியில் பல்வேறு இடங்களில் பல்லாயிரக்கணக்கான மக்கள் சம்பந்தப்பட்டிருந்தார்கள் அவர்களில் சிலர் அட்மிரல் ஆனார்கள். எழுச்சியில் தீவிரமாக பங்கேற்றோர் சிறைக்குள் தள்ளப்பட்டார்கள். இல்லாவிட்டால் சிவிலியன் வாழ்விற்கு வந்து அப்படியே மறைந்து போனார்கள்.

சுதந்திரம், தேசப் பிரிவினைக்குப் பிறகு பல கப்பல்கள், கரை அலுவலகங்களின் பெயர்கள் மாற்றப்பட்டு விட்டன. இந்த நூல் முழுக்க மீண்டும், மீண்டும் வந்த முக்கிய நபர்கள், கப்பல்கள், அலுவலகங்கள், எழுச்சிக்குப் பிறகு என்ன ஆனார்கள், என்ன ஆயின என்ற தகவல்கள் இங்கே சுருக்கமாக.

பி.சி.தத்

பிப்ரவரி 18 அன்று விடுதலை செய்யப்பட்டு, அவமானகரமாக பணி நீக்கம் செய்யப்பட்டாலும், தத்தை அவரது சக மாலுமிகள் ஒரு நாயகனாகவே வரவேற்றார்கள். தேசிய பத்திரிகைகளை ஃப்ரீ பிரஸ் ஜர்னல், பாம்பே கிரானிகிள் ஆகியவை முழுக்க அவரது பெயரும், சாகசங்களும்தான் நிறைந்திருந்தன. ஆனால் கப்பற்படையில் மீண்டும் பணிக்குச் சேரலாம் என்ற தத்தின் நம்பிக்கை தகர்ந்தது.

பணிநீக்கம் செய்யப்பட்டபோது அவருக்கு ஆறுரூபாய் தந்தார்கள். ஆனால் ஐந்தாண்டு காலம் பணிசெய்த அவருக்கு நியாயமாக 600 ரூபாய் தந்திருக்க வேண்டும். போலீஸ் பாதுகாப்போடு கல்கத்தாவிற்கு அவர் அனுப்பப்பட வேண்டும் என்று உத்தரவிடப்பட்டது. பாம்பேதான் அவருக்கான நகரம் என்பதால் தத் கல்கத்தா செல்ல விரும்பவில்லை. எனவே அவர் இகட்புரி ரயில் நிலையத்தில் தனது பாதுகாவலர்களை ஏமாற்றி விட்டு, இறங்கி பாம்பே திரும்பினார்.

ஃப்ரீ பிரஸ் ஜர்னலைத் துவக்கியவரும், அதன் ஆசிரியருமான எஸ்.சதானந்த் அவருக்கு செய்தியாளர் வேலை தந்தார். இந்த

அலுவலகத்தில் அவரோடு ஒரே அறையில் மூன்றாண்டுகள் பாலாசாகேப் தாக்ரே என்ற இளம் கார்டூனிஸ்ட் வேலை பார்த்தார். காலப்போக்கில் தத்திற்கு பத்திரிகைத் துறை ஏமாற்றம் அளித்தது. எனவே அதை விடுத்து, அவர் புகழ்பெற்ற விளம்பர நிறுவனமான லின்டாஸில் சேர்ந்து சுமார் 20 ஆண்டுகள் பணியாற்றினார். லின்டாஸில் பணியாற்றிய போதுதான் உடன் வேலை பார்த்த இளம் காப்பிரைட்டரான ஷியாம் பெனகலின் உதவியுடன் *Mutiny of the Innocents* என்ற தனது அனுபவ நூலை எழுதினார். ஷியாம் பெனகல் பின்னாளில் புகழ்பெற்ற திரைப்பட இயக்குனரானார்.

ஓப்பன் பத்திரிகையில் அமிதா ஷா எழுதிய கட்டுரை, தத் ஃப்ரீ பிரஸ் ஜர்னலில் வேலை பார்த்த காலத்தில் லூதியானாவைச் சேர்ந்த 27 வயது பஞ்சாபிப் பெண்ணான அனுசூயாவை சந்தித்தார் என்கிறது. அனுசூயா பிரஜா சோஷலிஸ்ட் கட்சியைச் சேர்ந்தவர். சாந்தி நிகேதனில் படித்தவர். இருவரும் 1955ல் திருமணம் செய்து கொண்டார்கள். அனுசூயா, குடும்ப சட்டங்களில் நிபுணராக இருந்த வழக்கறிஞர். கிட்டத்தட்ட தனது 90 வயது வரை வழக்கறிஞராகப் பணியாற்றினார். பாம்பேயின் மிகச் சிறந்த வழக்கறிஞர்களில் ஒருவராகக் கருதப்பட்டார்.

ஒரு காலத்தில் லின்டாஸ் நிறுவனமும், ஹிந்துஸ்தான் லீவர்ஸும் ஒரே கட்டிடத்தின் வெவ்வேறு தளங்களில் இருந்தன. அப்போது ஹிந்துஸ்தான் லீவர்ஸில் பயிற்சி ஊழியராக இருந்த பிரதீப் சந்திரா தத்தோடு பழகியிருக்கிறார். தத் சுகவாழ்வை, மதுவை விரும்பியதாக அவர் நினைவுகூர்கிறார்.

'அலுவலகம் முடிந்ததும் தத் நான்காம் மாடியில் இருந்த லீவர்ஸ் அலவலகம் வருவார். இருவரும் மதுவைத் தேடி போவோம் என்று அவர் நினைவுகூர்ந்தார். 'நாங்கள் அடிக்கடி ஒரு 'ஆண்ட்டியின்' (aunty) வீட்டுக்குப் போய் கள்ளச் சாராயம் அருந்துவோம். மஹாராஷ்ட்ராவில் அப்போது மதுவிலக்கு இருந்தது' என்றார் அவர்.

தத் உடற்பயிற்சி வெறியர். தினமும் காலையில் யோகா செய்வார். சிரசாஸனம் செய்வார். தீவிர வாசகர். தினமும் 2000 / 3000 வார்த்தைகள் எழுதாமல் உறங்கச் செல்ல மாட்டார்! சுதந்திர இந்தியாவின் கப்பற்படையில் சேர வேண்டும் என்பது அவரது கனவு. ஆனால், அரசாங்கம் அவருக்கு அந்த வாய்ப்பைத் தர

மறுத்தது. இனி ஒருநாளும் அவர் கப்பற்படை கப்பலில் செல்ல முடியாது என்ற உண்மை அவரை மிகவும் துன்புறுத்தியது.

சோஷலிஸ உணர்வு கொண்ட அவர் ராம் மனோஹர் லோஹியா, ஜெயபிரகாஷ் நாராயண் ஆகியோர் பால் ஈர்க்கப்பட்டார். யூசுப் மெஹ்ராலியின் தாக்கமும் அவரிடம் அதிகம். இவர் 1942ல் எரவாடா சிறையில் இருந்தவாறே பாம்பே மேயர் தேர்தலில் ஜெயித்தவர். இவர்தான் வெள்ளையனே வெளியேறு என்ற முழக்கத்தை உருவாக்கியவர். தத் இவரை பெரிதும் மதித்தார். யூசுப் மெஹ்ராலி மையத்தில் சேர்ந்து தனது நேரத்தை, சக்தியை சமூகப் பணிகளில் செலவிட்டார். 2009 ல் தனது 86 வது வயதில் மரணம் அடையும்போதும் அவர் இந்த மையத்தில்தான் இருந்தார்.

விடாமுயற்சியும், புலனாய்வும் தேவைப்பட்டபோதும், நான் அனுசூயா தத்தின் தெற்கு மும்பை வீட்டைக் கண்டுபிடித்தேன். ஒருநாள் மதியம் அரைமணி நேரம் அவரோடு பேச அவரது மகள் தனுஜ் அனுமதி தந்தார். 90 களின் துவக்கத்திலிருந்த அழகிய பெண்ணான அவர், என் பெரும்பாலான கேள்விகளுக்கு குழந்தை போன்ற புன்சிரிப்போடு பதிலளித்தார்.

'அவர் மிகவும் களைப்படைந்து விட்டார், நாளை வந்தால் உங்கள் எல்லா கேள்விகளுக்கும் பதிலளிப்பார்' என்று சொல்லப்படும்வரை அவரோடு பேசிக் கொண்டிருந்தேன். ஆனால், மறுநாள் காலை, தன் தாயார் இரவு முழுவதும் தூங்காமல், எழுச்சி பற்றி தொடர்பில்லாமல் ஏதோ புலம்பிக் கொண்டு இருந்ததாகவும், மருத்துவமனைகளில் சேர்க்கப்பட்டிருப்பதாகவும் அவரது மகன் தொலைபேசியில் தெரிவித்தார். அனுசூயா 2017ல் காலமானார்.

ரிஷி தேவ் பூரி

பகட்டானவரும், அழகானவரும், துணிச்சலானவருமான ஆர்.டி.பூரி கப்பற்படை தின சம்பவத்தைத் தொடர்ந்த விசாரணை முடிந்ததும், கப்பற்படை எழுச்சிக்கு மூன்று வாரங்களுக்கு முன்பாக, 1946 ஜனவரி 27 கப்பற்படையிலிருந்து பணி நீக்கம் செய்யப்பட்டார்.

செல்வாக்கு மிக்க அவரது குடும்பத்தினர் அவரை உடனே சிம்லாவிற்கு அழைத்துச் சென்றனர். அங்கு அவருடைய குடும்பத்திற்குச் சொந்தமான டேவிகோஸ் ரெஸ்டாரண்ட்டை

நடத்தச் சொன்னார்கள். அங்கு அவர் தனது பியானோ வாசிப்புத் திறமையை மேம்படுத்திக் கொண்டார். உல்லாசப் பிரியராக மாறினார். அவருக்கும் ஷைலாவிற்கும் இடையே மட்டுமின்றி, குஸூம் நாயர், சக மாலுமிகளுக்கும் அவருக்கும் இடையிலும் கடிதங்கள் பறந்தன. மாலுமிகள் தமது போராட்டத்திற்கு அவர் முக்கியமானவர் என்று நினைத்தனர்.

அவரது சகாக்கள் பலரும் அவர் எழுச்சியில் முக்கிய பங்காற்றினார் என்று நினைத்தனர். மாதூர் என்ற மாலுமி (இவர் முன்னாள் ராணுவத்தினர் சங்கத்தை சேர்ந்தவர்) 1946 மார்ச் 31ல் பூரிக்கு எழுதிய கடிதத்தில் பூரி திரும்ப வரவேண்டியதன் அவசியத்தை வலியுறுத்தினார். ‘நீங்கள் இங்கு (பாம்பே) வருவது மிகவும் முக்கியம். காரணம் நமது பேட்ச்சின் நண்பர்கள் அனைவரும் பூரி வந்தால் இருக்கிறோம், இல்லாவிட்டால், எங்கள் வழியை பார்த்துக் கொண்டு போகிறோம் என்கிறார்கள்,’ என்றார். ‘எனவே நீங்கள் பாம்பே வந்தால் நாங்கள் என்ன செய்துள்ளோம், என்ன செய்யலாம் என்பதை பார்க்கலாம். இதுவே நமக்கு கடைசி வாய்ப்பு. இல்லாவிட்டால் இதுவரை செய்தவை அனைத்தும் வீணாகி விடும்’ என்று எழுதினார்.

எனினும் பூரி சந்தித்த அரசியல் தலைவர்கள் அவருக்கு வேறுவிதமான அறிவுரை தந்தார்கள். குஸூம் மற்றும் மற்ற நண்பர்கள் மூலம் அவர் மே முதல் வாரத்தில் பண்டித நேரு, மௌலானா ஆஸாத், அருணா அஸஃப் அலி ஆகியோரைச் சந்தித்தார். அவர்களது அறிவுரை உற்சாகம் தருவதாக இல்லை.

நண்பர் ஒருவருக்கு எழுதிய கடிதத்தில் அவர், ‘நேருவைச் சந்தித்து நான் செய்தவற்றை எல்லாம் சொன்னபோது, அவரோடு கொஞ்சம் சண்டை ஆகிவிட்டது... அவர் கட்சி அரசியலிலிருந்து விலகி இருக்குமாறும், எனது தனிப்பட்ட சக்தியைக் காப்பாற்றிக் கொள்ளுமாறு அழுத்தமாக அறிவுரை கூறினார். என்னோடு 35 நிமிடங்கள் செலவிட்டார். நான் சந்தித்த மூன்று தலைவர்களில், அவர்தான் உதவும் மனமுடையவராக, அன்பானவராக இருந்தார்’ என்று எழுதினார்.

பூரி ஏதேனும் ஒரு விதத்தில் போராட்டத்தை தொடர்ந்திருப்பார். ஆனால் அவரது மூத்த சகோதரர் வி.வி.பூரியும், குடும்பத்தினரும் அவர் எந்த சிக்கலிலும் மாட்டாமல் பார்த்துக் கொண்டனர்.

உற்சாகமானவரான ஆர்.டி.ஜாலியான வாழ்வை விரும்பினார். மிகக் கவர்ச்சியான அவரிடம் பெண்கள் எளிதில் வீழ்ந்தார்கள். 1940களின் இந்தியா அவரது ரசனைக்கு மிகவும் மந்தமானதாக இருந்தது. 1948ல் அவர் லண்டன் சென்ற இந்திய ஒலிம்பிக் குழுவுடன் தானும் எப்படியோ சென்றார். கையில் பணமே இல்லாமல் லண்டன் சென்றதும், தொழில்முறை பியானோ கலைஞராக கிளப்புகளில், உணவகங்களில் வாசித்தார். பின்னர் அவரது சகோதரர் அவருக்காக, ஒரு திரைப்பட விநியோக நிறுவனத்தை ஆரம்பித்துத் தந்தார். கேன்ஸ் திரைப்பட விழாவில் பாமே டி ஓர் பரிசு பெற்ற சர்வதேச தயாரிப்பான பிளாக் ஓர்ஃபெஸ் திரைப்படத்தின் விநியோகஸ்தர் இவர்தான்.

இலண்டனில் தனது வருங்கால மனைவியான பிரெஞ்சுப் பெண் நிகோலைச் சந்தித்தார். அவர்களுக்கு கரீனா, இஸபெல்லா என்று இரு புதல்விகள். பின்னர், நிகோலுடன் விவாகரத்து ஆனதும், டில்லி திரும்பினார். அருண் பூரியின் தந்தையான அவரது மூத்த சகோதரும், மது ட்ரிஹானும் லிவிங் மீடியா என்ற நிறுவனத்தை ஆரம்பித்தனர். பூரி இந்தியா டுடேயின் ஆரம்ப காலங்களில் அதில் வேலை பார்த்தார். அப்போது அங்கு அவரைச் சந்தித்ததை பல டில்லிவாசிகள் நினைவு கூர்கின்றனர்.

மதன்சிங்

மதன்சிங் சரணடைவதை எதிர்த்தார். ஆனால் பெரும்பான்மைக் கருத்துக்குக் கட்டுப்பட்டார். அவர் கடமை வீரர். கடும் தேசபக்தர். விடுதலைக்காக எதையும் செய்யக் கூடியவர். எம்.எஸ்.கான் நிபந்தனையற்ற சரணடைதலை ஆதரித்தபோது, துணைத் தலைவரான மதன் சிங் சரண் – எதிர் குழுவின் தலைவராக, பாம்பேயின் மக்களைக் கைவிட்டு விட வேண்டாம் என்று தம் தோழர்களை வேண்டினார். ஆனால் சரணுக்கான கெடு முடிய சில நிமிடங்களுக்கு முன் பெரும்பான்மைக்குக் கட்டுப்பட்டது மதன் சிங் தலைமையிலான குழு.

மூன்றரை மாத தனிமைச் சிறைவாசத்திற்குப் பிறகு அவர் பணிநீக்கம் செய்யப்பட்டார். இரயில் நிலையம் வரை போலீஸ் உடன் வந்தது. லூதியானாவிற்கு டிக்கெட் எடுத்துத் தந்து ரயில் ஏற்றி விட்டது.

பலரையும் போலவே, மதன்சிங்கும் பணி நீக்கத்திற்குப் பிறகு கஷ்டப்பட்டார். கொடூரமான அடி அவரது தந்தையிடமிருந்து

வந்தது. அவருக்கு மதன் சிங் திரும்பி வந்தது பிடிக்கவில்லை. தனது பணத்துக்காகவே வந்திருக்கிறான் என்று பக்கத்து வீட்டுக்காரரிடம் கூறினார். கோபமும், வேதனையுமாக, மதன்சிங் தன் கிராமத்தை விட்டு பாம்பே வந்தார். அங்கு பத்திரிகைத் துறையில் முயற்சி செய்ய நினைத்தார். இயல்பான தேர்வு ஃப்ரீ பிரஸ் ஜர்னல்தான்.

ஆனால், பிரிட்டிஷ் ஆதரவு கட்டுரைகளுக்காக, அவர் எழுதியவை குப்பைத் தொட்டிக்குச் சென்றபோது, அவரது தேசபக்தக் கனவுகள் தகர்ந்தன. ஒருமுறை கோபமாக முதலாளியிடம் சென்று சண்டை போட்டார். சதானந்த், 'நீங்கள் சொல்வது முற்றிலும் சரி. ஆனால் எனது 18 தொழில்கள் பிரிட்டிஷாரால் முடக்கப்பட்டு விட்டன. பிரிட்டிஷாரின் சில தவறுகளையாவது சுட்டிக்காட்ட நான் உயிரோடு இருக்க வேண்டாமா?' என்றார்.

மதன் மறுநாள் ராஜினாமா செய்தார். அவர் மீண்டும் வேலை பெறுவதற்கு சிறிது காலம் ஆனது. 1948ல் அவர் கலிங்கா ஏர்வேஸ் துவக்க, பிஜு பட்நாயக்கிற்கு உதவினார். அதன் தொழில்நுட்ப அம்சங்களை நிர்வகித்தார். 1952ல் அது தேசியமயமாக்கப்பட்ட போது, கலிங்கா ஏர்வேஸிலிருந்து விலகினார்.

1949ல் பாகிஸ்தானிலிருந்து இந்தியாவிற்கு குடியேற வந்த மக்களை ஏற்றி வந்த விமானத்தில் தனது எதிர்கால மனைவி ப்ரீதம் கவுரை சந்தித்தார். இவர்களுக்கு விஜய், ரஞ்சித், என்று இரு மகன்களும், அனுராக் என்ற மகளும் பிறந்தனர். 1953ல் அவர் குடும்பத்தை விட்டுவிட்டு லண்டனுக்குப் பறந்தார். போக டிக்கெட் எடுக்க மட்டுமே பணம் இருந்தது. ஆனால் பிரிட்டிஷ் ஓவர்சீஸ் ஏர்லைன்ஸ் கார்ப்பரேஷனில் (இது பிரிட்டிஷ் ஏர்வேஸ், இம்பீரியர் ஏர்வேஸ் இரண்டையும் இணைத்து உருவாக்கப்பட்டது) வேலை பார்க்கக் கிடைத்த வாய்ப்பை விட முடியவில்லை. விமானவியலில் கடுமையான பயிற்சிக்குப் பிறகு அவர் பி.ஓ.ஏ.சியில் சேர்த்துக் கொள்ளப்பட்டார். அவர் அங்கு சேர்ந்த இரண்டாவது வெள்ளையரல்லாத ஊழியர். அவருக்கு, பிரிட்டிஷ்காரர்களுக்குச் சமமான ஊதியம் தரப்பட்டது.

1963ல் அவருக்கு கானா ஏர்வேஸில் வேலை கிடைத்தது. அவர் ஆக்ராவில் இருந்த தலைமையகத்திலிருந்து ஆப்ரிக்க விமான நிறுவனத்தின் தொழில்நுட்ப அம்சங்களை நிர்வகித்தார். அவரது தகுதி, பதவி காரணமாக, மதன்சிங்கும் அவரது குடும்பத்ினரும்

உலகம் முழுக்கப் பயணம் செய்தார்கள். தம் தந்தை, தம் கல்வி மேம்பட தன்னால் இயன்ற அனைத்தையும் செய்தார் என்று அவரது மகள் நினைவு கூர்கிறார். 'மிகச் சிறந்த இடங்களுக்கெல்லாம் எங்களை அழைத்துச் செல்வார். எனக்கு ஐந்து வயதாகும் போதே நான் லண்டன், பாரீஸ், நியூயார்க் எல்லாம் பார்த்து விட்டேன். லூவர் போன்ற புகழ் பெற்ற இடங்கள் எல்லாம் பார்த்து விட்டேன்' என்கிறார்.

அவரும், அவரது சகோதரரும், தம் தந்தை எவ்வளவு கருணையுள்ளம் கொண்டவர் என்பதை நினைவுகூர்ந்தார்கள். 'ஒருநாள் இரவு பாம்பேயில் ஒரு பூங்கா அருகே சென்று கொண்டிருந்தார். அப்போது ஒருவன் அவரிடம் வழிப்பறி செய்தான். அவர் அசையவே இல்லை. அவன் அனைத்தையும் பறித்துக் கொண்டதும், அவர் 'உனக்கு வேறு ஏதாவது வேண்டுமா? என்றார்.' அவன் அனைத்தையும் அப்பாவின் சட்டைப் பையில் திரும்ப வைத்துவிட்டான்.

மதன்சிங்கிற்கு இந்திய, மேற்கத்திய செவ்வியல் இசை பிடிக்கும். குழந்தைகளை பிராட்வே நிகழ்ச்சிக்கு அழைத்துச் செல்வார். 'தி கிங் அண்ட் ஐ, மை ஃபேர் லேடி, சவுண்ட் ஆஃப் மியூசிக் எல்லாம் எனக்கு நினைவிருக்கிறது என்கிறார் அனுராக். 'அவருக்கு மொஸார்ட் பிடிக்கும். எங்களுக்கு பீட்டில்ஸ். அவர் இல்லாத நேரத்தில் பீட்டில்ஸ் கேட்போம்,' என்கிறார் அவர். அவருக்கு சமைக்கவும் பிடிக்கும். *Laroune Guide to Gastronomy* தான் அவருக்குப் பிடித்த சமையல் புத்தகம். மிக தாராளமான மனதுடையவர். ஒருமுறை தேமாவில் (கானாவின் துறைமுகம்) நின்றிருந்த ஒரு இந்திக் கப்பலில் இருந்த அத்தனை ஊழியர்களையும் வீட்டிற்கு அழைத்து விருந்து வைத்தார். 1990 ல் பணி ஓய்வு பெற்றவராக இந்தியா திரும்பினார். உலகம் முழுவதும் மாறி மாறி பயணித்த போதும், இந்திய பாஸ்போர்ட்தான் வைத்திருந்தார்.

சுதந்திரப் போராட்ட தியாகி அந்தஸ்திற்கு விண்ணப்பிக்குமாறு ரியர் அட்மிரல் (ஓய்வு) சத்யேந்தர் சிங் அவருக்கு ஐந்துமுறை எழுதினார். 'கேட்டுப் பெறுவது மரியாதையானதல்ல, 'என்று மதன் பதில் எழுதினார். 'ட்ரிப்யூன்' நேர்காணலிலும் இதைக் கூறினார்.

மதனின் பள்ளிக்காலத் தோழரான, பஞ்சாபின் முன்னாள் முதல்வர் பீன்ட் சிங், மதனைச் சந்தித்து, அவருக்கும், பிற

மாலுமிகளுக்கும் நேர்ந்ததை அறிந்து, அதிர்ச்சியானார். அவர் இவர்களுடைய நிலை குறித்து உள்துறை அமைச்சகத்தில் தொடர்ந்து பேசினார். ‘இவ்வாறாக, கடைசியில், கமோடார் தீன பந்து, வி.எஸ்.எம். அவர்களிடமிருந்து எனக்கு ஒரு கடிதம் வந்தது. 1999 பிப்ரவரி 26 அன்று பாம்பேயில் ஒரு கப்பலுக்கு எஸ்.எஸ். மதன்சிங் என்று பெயர் சூட்டும் விழாவிற்கு என்னை அழைத்திருந்தார்கள். இத்தனை ஆண்டுகளுக்குப் பிறகு வந்த அங்கீகாரம் ஒரு கனவு போல் இருந்தது. சரி, இல்லாமலேயே போவதற்கு தாமதமாக வருவது மேல்,’ என்று இது குறித்து அவர் ஒரு நேர்காணலில் கூறினார்.

இருந்தாலும் அதில் ஒரு கசப்புணர்வு இருப்பதுபோல் இருந்தது. ‘வரலாறு எழுதப்படும் போது, அது கப்பற்படை எழுச்சிதான் இந்திய சுதந்திரத்திற்கான உடனடிக் காரணம் என்பதைக் காட்டும். பிரிட்டிஷார்... ஆடிப்போய் விட்டனர். ஆனாலும், போராடிய மாலுமிகளின் பங்களிப்பு கண்டுகொள்ளப்படவில்லை. அவர்களுக்கு உரிய அங்கீகாரம் மறுக்கப்பட்டது’ என்றார் அவர்.

மதன்சிங் 2007ல் தனது எண்பத்தேழாவது வயதில் காலமானார். அவரது மனைவி ப்ரீதம் கவுர் குழந்தைகளோடு மாறி மாறி வசிக்கிறார். மூத்தவரான ரஞ்சித் சிங் பென்டர் ஓய்வு பெற்று ஸ்பெயினில் வசிக்கிறார். மகள் அனுராக் தில்லான் கல்வியாளரும், டல்ஹௌசியில் உள்ள டல்ஹௌசி பப்ளிக் பள்ளி சேர்மனுமான தன் கணவரோடு வசிக்கிறார். மற்றொரு மகன் டாக்டர் விஜய் பிரதாப் சிங் கல்போர்னியாவின் சென்ட்ரல் வேலியில் உள்ள புகழ் பெற்ற மருத்துவமனையில் பணிபுரிகிறார்.

அருணா அஸஃப் அலி

எழுச்சிக்குப் பிறகு இவர் மட்டும்தான் காங்கிரஸின் சோஷலிஸ்ட் கோஷ்டியின் உறுப்பினராக இருந்த ஒரே முழு நேர அரசியல்வாதி. காங்கிரஸின் போக்கால் ஏமாற்றம் அடைந்த அவர் 1948 ல் அதிலிருந்து விலகி, புதிதாக அமைக்கப்பட்ட சோஷலிஸ்ட் கட்சியில் சேர்ந்தார். ரஜினி பாமிதத்துடன் மாஸ்கோ சென்றார். 1950 களின் ஆரம்பத்தில் அதிகாரபூர்வமாக கம்யூனிஸ்ட் கட்சியில் சேர்ந்தார்.

1953 ல் அவரது கணவர் முக்கியமான காங்கிரஸ் தலைவரான அஸஃப் அலி காலமானார். ஆனால் அருணாவின் பணி

தொடர்ந்தது. 1954ல் இந்திய பெண்கள் தேசியக் கூட்டமைப்பை உருவாக்கியவர்களில் அவரும் ஒருவர். கமலாதேவி சட்டோபாத்யாயாவுடன் இணைந்து பெண்கள் முன்னேற்றத்திற்காக சோர்வின்றி உழைத்தார். 1956 ல் அவர் கம்யூனிஸ்ட் கட்சியின் மகளிர் பிரிவில் சேர்ந்தார். ஆனால் மாஸ்கோவுடன் தத்துவார்த்த முரண்பாடு ஏற்பட்டதும் 1956 ல் அதிலிருந்து விலகினார்.

1958 ல் அவர் டில்லியின் முதல் மேயராகத் தேர்ந்தெடுக்கப்பட்டார். 1963 ல் ஈ. நாராயணனுடன் இணைந்து 'பேட்ரியாட்' என்ற தினசரி செய்தித்தாளை ஆரம்பித்தார். இது 1958ல் லிங்க் என்ற வாராந்திரியை வெளியிட ஆரம்பிக்கப்பட்ட லிங்க் பப்ளிஷிங் ஹோம் மூலம் வெளிவந்தது. பேட்ரியாட்டிற்கு நேரு, கிருஷ்ணமேனன், பிஜூ பட்நாயக் போன்றோரின் ஆதரவு இருந்ததால், அதன் மரியாதை உயர்ந்தது.

1964 ல் அவர் காங்கிரஸில் மீண்டும் இணைந்தார். ஆனால் அரசியலில் தீவிர ஆர்வம் காட்டவில்லை. சோஷலிஸ்ட் தலைவர்களான ராம் மனோஹர் லோஹியா, ஜெயபிரகாஷ் நாராயண் ஆகியோருடன் மிக நெருக்கமான நட்பு கொண்டிருந்தார்.

1965 ல் அவருக்கு சோவியத் அரசாங்கத்தின் லெனின் பதக்கமும், லெனின் அமைதி விருதும் தரப்பட்டது. 1992ல் அவருக்கு இந்தியாவின் இரண்டாவது உயரிய விருதான பத்ம விபூஷன் வழங்கப்பட்டது. சர்வதேச புரிதலுக்கான நேரு விருதும் வாங்கியிருக்கிறார். 1998ல் அவரது வாழ்வைச் சிறப்பிக்கும் வண்ணம் அஞ்சல்தலை வெளியிடப்பட்டது. மரணத்திற்குப் பிறகு மிக உயரிய விருதான பாரத் ரத்னா வழங்கப்பட்டது.

சோஷலிச நெறிகளைக் கடைப்பிடித்த அவர் சிக்கனமாக வாழ்ந்தார். அவரது கணவர் பெயர் சூட்டப்பட்ட அஸஃப் அலி சாலையில் ஒரு ஒற்றை – படுக்கையறை குடியிருப்பில்தான் வாழ்ந்தார். ஒரு ‘அடிபட்ட நீலநிற பியட்’ காரை தானே ஓட்டிக்கொண்டு செல்வார் என்று அவரது மருமகளான புகழ்பெற்ற பத்திரிகையாளர், காலம் சென்ற அபீக் பர்மன் குறிப்பிட்டுள்ளார்.

நெருக்கடி நிலையை எதிர்த்தபோதிலும், அவர் இந்திரா காந்தி, நேரு குடும்பத்திற்கு நெருங்கிய நண்பராக இருந்தார். அவரது பரபரப்பான அரசியல் வாழ்வு காரணமாக அவரது நீல பியட் டில்லியில் அனைவருக்கும் தெரிந்த காராக இருந்தது. அவர் 1996 ஜூலை 29 ல் தனது 87வது வயதில் காலமானார்.

குஸூம் மற்றும் பி.என்.நாயர்

‘பேனோ’ நாயர் பெரிதாக சிந்திப்பவர் என்றாலும் கூட, மனைவி குஸூம்தான் பெரிய நட்சத்திரமானார். எழுச்சிக்குப் பிறகு பேனோ ராணுவத்தில் சேர்ந்து சிறிது காலம் பணியாற்றி, விலகினார். சொந்தத் தொழிலில் இறங்கினார்.

ஆனால் சொந்தத் தொழிலில் தோல்விதான். பல நல்ல திட்டங்கள் துவக்கப்பட்டன. ஆனால் துரதிருஷ்டமோ, மோசமான நிர்வாகமோ, அவை எதுவும் சரிப்படவில்லை. தான் கபூர்களுக்கு தூரத்து உறவு, ஒரு பாலிவுட் படம் எடுக்கும் திட்டம் இருக்கிறது என்று அவர் ஒருமுறை சொன்னதாக குடும்ப உறுப்பினர்கள் கூறுகின்றனர். ஆனால் பணவசதி இல்லாததால் படத்தை முடிக்க இயலவில்லை.

பின்னர் அவர் நியூஸ்பிரிண்ட் தயாரிக்க மரங்களை (சால், மூங்கில்) காகிதக் கூழாக்கும் ஒரு தொழில்நுட்பத்தைக் கண்டுபிடித்தார். குஸூம்மை பங்குதாரராகச் சேர்த்துக் கொண்டு மத்திய பிரதேசத்தில் நேப்பா மில்ஸை துவக்கினார். ‘உலகின் மிகப் பெரிய காகித ஆலையை’ நிறுவுவது அவரது லட்சியமாக இருந்தது.

துரதிருஷ்டம் மீண்டும் தாக்கியது. இயந்திரங்களை இறக்குமதி செய்யும்போது ரூபாயின் மதிப்பு குறைக்கப்பட்டது. அரசாங்கத் தலையீடு இன்றி இவர்களால் மதிப்பு வித்தியாசத்தை செலுத்த முடியவில்லை. அரசாங்கம் தலையிட்டு ஆலையை எடுத்துக் கொண்டது. பானோ அரசு ஊழியராக இருக்க விரும்பவில்லை. எனவே பின் வாங்கினார். நேபா ஆலை இப்போதும் அரசு நிறுவனமாக இயங்கி வருகிறது. பழைய காகிதங்களிலிருந்து நியூஸ்பிரிண்ட் தயாரிக்கிறது.

பின்னர் அவர் பொறியியல் ஆலோசனை மையம் துவக்க டில்லி சென்றார். ‘ஜோர் பாக்கில் இருந்த அவர்களது வீடு கல்வியாளர்கள், அரசியல்வாதிகள், பெரிய அதிகாரிகள், தூதர்கள் என அறிவுஜீவிகள் கூடும் இடமாக இருந்தது’ என்கிறார் அவர்களது மாப்பிள்ளை பாரி மிஷே.

டில்லியின் பெரிய மனிதர்கள் அனைவரும் அவர்களது நண்பர்கள். காலப்போக்கில், பானோவும், குஸூமும் விவாகரத்து செய்தார்கள். 1968ல் குஸூம் அமெரிக்கா சென்றார். சில காலம்

குஸும் தனது மகள் அருணாவைப் பிரிந்து வாழ்ந்தார். பின்னர் சமாதானம் ஆனார்கள். பானோ 2000 ஆண்டில் காலமானார்.

குஸும் ‘பீர்பால்’ என்ற புனைப்பெயரில் பத்திகள் எழுதினார். அவர் இந்தியாவின் முதல் தனியார் சிண்டிகேஷன் நிறுவனமான *National pren syndication Agency*யை ஆரம்பித்தார். அவரும், அவரது கணவரும் ஒரு பதிப்பகம் ஆரம்பிக்கத் திட்டமிட்டனர். அதற்கு இயக்குநராக இருக்க நேரு உள்பட பல அரசியல்வாதிகளை அணுகினர். நேரு இயக்குநராக சேராவிட்டாலும், எல்லா ஆதரவும் தருவதாகக் கூறியதாக, குஸுமின் சகோதரி ஷீலா ஆர்.டிக்கு எழுதிய ஒரு கடிதத்தில் குறிப்பிட்டுள்ளார்.

இந்திராகாந்தி குஸுமை தனது பத்திரிகைச் செயலாளராக இருக்குமாறு அழைத்ததாக பாரி மிஷே கூறுகிறார். ‘ஒரு பத்திரிகையாளராக தனது சுதந்திரத்தைக் காப்பாற்றிக் கொள்வதற்காக, குஸும் அந்த அழைப்பை ஏற்கவில்லை.

காங்கிரஸின் சோஷலிஸ்ட் பிரிவைச் சேர்ந்தவரும், திட்டமிடல், பெட்ரோலியம், ரசாயனத் துறை அமைச்சருமான அசோக் மேத்தா, திட்டக்குழு மூலமாக குஸுமின் முதல் ஆய்வுக்கு உதவினார். இதுதான் குஸுமின் முதல் புத்தமாக *Blossoms in the Dust* என்று வெளியானது. இது அவருக்கு சர்வதேச அளவில் புகழ் பெற்றுத் தந்தது. இந்தப் புத்தகம் இந்தியாவின் பொருளாதார, கிராம மேம்பாட்டு முயற்சிகளை விமர்சித்தால், திட்டக்குழு இப்புத்தகத்திற்கு ஒப்புதல் தர மறுத்தது. பின்னர் இது புகழ்பெற்ற பதிப்பகமான டக்வொர்த்தால் வெளியிடப்பட்டது. கிராமப்புற மேம்பாட்டுத் துறையின் ஒரு செவ்வியல் நூலாக இது மதிக்கப்படுகிறது.

குஸும் ஒரு ஆய்வாளராக, எழுத்தாளராக தனது பணியைத் தொடர்ந்தார். ஹார்வர்ட், மிச்சிகன் ஸ்டேட், சிகாகோ, ஹவாய், மிஸோரி, கன்ஸாஸ் ஸ்டேட் என பல அமெரிக்க பல்கலைக்கழகங்களில் வருகை தரு பேராசிரியராய் இருந்தார். மேலும் கிராமப்புற, விவசாய மேம்பாட்டு பிரச்சனைகள் தொடர்பாக, அமெரிக்கா, சீனா, ஜப்பான் ஆகிய நாடுகளில் ஆய்வு செய்தார். அவர் தனது ஆய்வுகளுக்காக ஓய்வின்றி உலகெங்கும் பயணம் செய்தார். தன்னை ‘அறிவுஜீவி நாடோடி’ என்று சொல்லிக் கொள்வார்.

கிராமப்புற பொருளாதாரத்தின் மீதான ஈடுபட்டால் ஏராளமான புத்தகங்கள் எழுதினார். பல புகழ்பெற்ற அமெரிக்கப் பல்கலைக் கழகங்களில் கற்பிக்கும் வாய்ப்பு பெற்றார்.

கப்பற்படை எழுச்சி பற்றிய சில கட்டுரைகள் எழுதினார். எழுச்சி பற்றிய அவரது Army of occupation மாலுமிகள் அனுபவித்தது, சாதித்தது பற்றிய உணர்வுபூர்வமான படைப்பாகும். குஸும் தனது முதுமையில் முஸோரியின் உட்ஸ்டாக் பள்ளியில் இந்திய இசைக்கான கௌரவ ஆசிரியராக சிறப்பாகப் பணியாற்றினார்.

அமெரிக்காவின் விவசாய வரலாறு பற்றி எழுதிக் கொண்டிருந்த புத்தகத்தை முடிக்காமல் தனது 74வது வயதில் 1993 டிசம்பர் 13 அன்று குஸும் காலமானார். Journal of Asian studies ல் வந்த அவரது இரங்கல் குறிப்பு, 'குனார் மிர்தால், தியடோர் ஷுல்ஸ் போன்ற நோபர் பரிசுபெற்ற பொருளாதார அறிஞர்களின் நண்பரும், விமர்சகருமான குஸும் தனது கூர்ந்த மதியால், சிந்தனைத் தெளிவால், இயற்கையை மீறிய தீவிரத்தால், தான் சந்தித்த அனைவரையும் ஈர்த்தவர். அவரது அசாதாரண வாழ்க்கைப் பாதை எங்களது பாதையில் சந்தோஷமாகக் குறுக்கிட்டதால் அவரை அறிந்தவர்களின் மனதில் அவர் குறித்த நினைவுகள் என்றும் பசுமையாய் இருக்கும்' என்று கூறியது.

கமாண்டர் ஆர்தர் ஃபிரெடரிக் கிங்

தல்வாரை மிக மோசமாகக் கையாண்ட பிறகு, நாம் எதிர்பார்த்தது போல் கமாண்டர் கிங் அவமதிக்கப்படவில்லை. இராணுவ விசாரணையை சந்தித்த போதும் எந்தத் தவறும் இழைக்கவில்லை என விடுவிக்கப்பட்டார். அதோடு, சுமார் 400 மாலுமிகள் அடைத்து வைக்கப்பட்ட முலுந்த் முகாமிற்கும் பொறுப்பாளராக நியமிக்கப்பட்டார். தனக்கு நேரடியாகத் தெரிந்த சில சிறைவாசிகளை கிங் தாமே காரை ஓட்டிச் சென்று தானே ரயில் நிலையத்தில் இறக்கி விட்டார். ஊர் செல்ல டிக்கெட் எடுத்துத் தந்து இனி அவர்கள் ஒருபோதும் பாம்பே பக்கம் தலைகாட்டக் கூடாது என்று உத்தரவிட்டார்.

அவரது நடத்தையை வைத்து அவர் இந்தியர், பாகிஸ்தானியரால் வெறுக்கப்படுவார் என்றுதான் நினைப்பார்கள். ஆனால் அப்படி கொஞ்சம் கூட நடக்கவில்லை! சுதந்திரத்திற்குப் பிறகு கப்பற்படையில் ஒரு மூத்த பதவியை இந்தியா, பாகிஸ்தான்

இரண்டுமே தர முன் வந்தன. அவர் இரண்டையும் மறுத்து, பிலிப்ஸ், ஸ்காட் & டர்னர் என்ற தனியார் நிறுவனத்தில் சேர்ந்தார். இங்கு அவர் 34 ஆண்டுகள் பணியாற்றினார். தொழில்துறை ஏற்றுமதிக்காக அரசியின் பதக்கத்தைப் பெற்றார்.

1982ல் ஓய்வு பெற்று நியூ ஃபாரஸ்ட்டில் குடியேறினார். அங்கு ஒரு கோல்ஃப் கிளப்பின் கேப்டனாக இருந்தார். இவர்தான் ராயல் இந்தியன் நேவி சங்கத்தின் உறுப்பினர்களில் உயிரோடிருந்த கடைசி நபர். 1997ல் இவர் பழைய கப்பற்படையினர் அனைவரையும் வரவழைத்து 'தமஷா' எனும் மாபெரும் சந்திப்பை நடத்தினார்.

பலமுறை அழைத்த பிறகு 2004ல் அவர் இந்தியா வந்தார். அப்போது உயர் பதவிகளுக்குப் போய்விட்ட பழைய மாலுமிகளும், அதிகாரிகளும் அவரை வரவேற்று, பாராட்டினார்கள். அவர்களில் சிலர் அட்மிரலாகக் கூட மாறிவிட்டார்கள். முதல் இரண்டாம் உலகப் போர்களில் சிறந்த இந்திய வர்த்தகக் கப்பல் ஊழியர்கள் நினைவாக புனேயில் ஒரு நினைவுச் சின்னம் எழுப்பப்பட இவரது வருகையும் ஒரு காரணம். கிங் தனது 97 வயதில் 2014 நவம்பரில் காலமானார். அவரது மகள் ஜெனிஃபர் தான் அவரது வாரிசு.

அட்மிரல் ஜான் ஹென்றி காட்ஃபிரே

இந்திய அரசாங்கத்தால் நியமிக்கப்பட்ட விசாரணைக்குழு தன் அறிக்கையில் பல அம்சங்களில் அட்மிரல் காட்ஃபிரேயின் கருத்துகளோடு ஒத்துப் போனது. காட்ஃபிரேயின் வாழ்க்கை வரலாறான *Very Special Admiral* என்ற நூலை எழுதிய பாட்ரிக் பீஸ்லி, 'ராயல் மற்றும் ராயல் இந்தியன் கப்பற்படையில் காட்ஃபிரேயின் 43 ஆண்டு கால பணிக்கு அது ஒரு சோகமான முடிவு. எனினும், 1946ல் இந்தியா பற்றி நேரடியாக அறிந்தவர்களிடம் இந்த ஆசிரியர் பேசியபோது, எவருமே இந்தக் கிளர்ச்சிக்கு காட்ஃபிரே தான் காரணம் என்று கூறவில்லை' என்கிறார்.

கடைசியில், எழுச்சி பெரும் பலத்தால் நசுக்கப்பட்டது. ஆனால் எழுச்சி ஆரம்பித்த மறுநாளே காட்ஃபிரே மாற்றப்பட்டார். தன்னைவிட குறைந்த பதவியில் இருந்தவரிடம் பணி செய்ய வேண்டிய அவமதிப்பு நேர்ந்தது. 1946 மே 9 அன்று காட்ஃபிரே நாடு திரும்பினார். முதல் பெண் கப்பற்படை அதிகாரி உட்பட மூன்று சக அதிகாரிகள் அவரைப் புகழ்ந்து எழுதி வழியனுப்பினார்கள்.

'நீங்கள் எதிர்கொண்ட பிரச்சனைகளை மிக நேர்மையான வழியில் நீங்கள் எதிர்கொண்டதை நான் பாராட்டுகிறேன். நாம் இணைந்து பணிபுரிவது முடிந்தது பற்றி வருந்துகிறேன்' என்று கிளாட் அச்சின்லெக் எழுதினார்.

அவருக்கு அடுத்த அதிகாரியான ரியர் அட்மிரல் ராட்ரே, 'நமது துறையை சிறந்த எதிர்காலத்தின் வாயிலுக்கு நீங்கள் அழைத்துச் சென்றதை நாங்கள் என்றும் மறவோம்... எனது படையினர் அனைவரின் சார்பாகவும் தங்களது பாதுகாப்பான பயணத்திற்கும், இங்கிலாந்தில் பல்லாண்டு மகிழ்விற்கும் வாழ்த்துகிறேன்' என்று தந்தி கொடுத்தார்.

பணி ஓய்வுக்குப் பிறகு அவர் செல்ஸி மருத்துவமனை நிர்வாகக் குழுவின் தலைவராக இருந்தார். பல முக்கிய மருத்துவமனைகளில் பணி புரிந்தார். செல்ஸீயில் வலிப்பு நோய் கண்ட குழந்தைகளுக்கான மையத்தை துவக்கினார். அவருக்கு எகிப்தின் நைல் விருதும், பிரெஞ்சு அரசின் செவாலியே விருதும் வழங்கப்பட்டன. ஆனாலும், 'அவர் உலகப்போரில் நேச நாட்களின் வெற்றிக்காக பெருமளவு பங்களித்திருந்தபோதும், அவரது பதவியில் இருந்த அதிகாரிகளில் (பிரிட்டிஷ்) அரசாங்கத்தால் அங்கீகரிக்கப்படாத அதிகாரி அவர் மட்டுமே என்பது பெரிய சோகம்' என்று பீஸ்லி குறிப்பிடுகிறார்.

'மேன்மை தாங்கிய பிரபுக்களின் கவனத்திற்கே வராமல் இருப்பதை விட , அவர்களின் வெறுப்பை சம்பாதிப்பது எவ்வளவோ சிறந்தது' என்ற கப்பற்படையின் முதுமொழிக்கேற்ப, அவர் ஒருபோதும் மனம் வருந்தவில்லை.

தனது முன்னாள் உதவியாளரும், தனக்குப் பிறக்காத மகனுமான இயான் ஃபிளமிங் எவ்வளவோ வற்புறுத்தியும் அவர் டெய்லி டெலிகிராஃபின் கப்பற்படை செய்தியாளர் பொறுப்பை ஏற்கவில்லை. அவருக்கு இதழியலில் ஆர்வமில்லை. எனினும் அவர் ஜேம்ஸ்பாண்ட் நாவல்களில் இறவாவரம் பெற்றுவிட்டார்.

'1968ல் காட்ஃபிரே தனது 80வது பிறந்தநாளை கொண்டாடினார். அதிலிருந்து அவரது உடல் ஆரோக்கியம் குறைய ஆரம்பித்தது' என்று பீஸ்லி எழுதுகிறார். 1971 ஆகஸ்டு 29 அன்று தனது 83 வது வயதில் அவர் ஈஸ்ட்போர்னில் காலமானார். அவருக்கு மனைவியும், மூன்று மகள்களும் இருந்தார்கள்.

மாயமாய் மறைந்த எம்.எஸ்.கான்

எழுச்சியில் முக்கிய தலைவரும், போராட்டக் குழுவின் தலைவருமான எம்.எஸ்.கான் சரணடைந்த பிறகும் முக்கியமானவராகவே திகழ்ந்தார். ஆனால் பணியிலிருந்து நீக்கப்பட்டதும் அவர் மாயமாய் மறைந்தார். அவரையும், அவரது குடும்பத்தினரையும் கண்டுபிடிக்க இந்நூலாசிரியர் எடுத்த முயற்சிகள் அனைத்தும், அவர் ஸ்கார்லட் பிம்ப்ரெல் நாவலின் நாயகன் போல் மறைந்து விட்டதைக் காட்டின.

அவர் பற்றி தெரிந்த சிறிதளவு தகவல்கள் இங்கே தரப்படுகின்றன. 1946 மே 2 புதன்கிழமையன்று அவர் பஞ்சாப் மெயில் மூலம் கல்யாணிலிருந்து குஜ்ரன்வாலாவிற்கு அனுப்பப்பட்டார். உளவுத்துறை ஆவணங்கள்படி அவரது ஊர் முகவரியாக அவரது மனைவி திருமதி.குர்ஷீத் ஜா வின் முகவரி தரப்பட்டிருந்தது. அது மே/ப திரு.அல்லா டிட்டா, டாஸ்கா, சியால்கோட் மாவட்டம், பஞ்சாப் என்பதாகும்.

கப்பற்படை தலைவர் உளவுத்துறைக்குத் தந்த தகவலில், ‘எனக்குத் தெரிந்தவரை அவருக்கு எந்த அரசியல் இயக்கத்தோடும் தொடர்பு இல்லை. ஆனால் பல சமயங்களில் கடுமையான பிரிட்டிஷ் எதிர்ப்பு கருத்துகளை வெளிப்படுத்தி இருக்கிறார். கிளர்ச்சியின்போது அவர் பிரிவினை வாத அரசியல் சக்திகளின் தாக்கத்தில் வந்து விட்டது உறுதி. ஏராளமான மக்கள் மீது அவர் நம்பமுடியாத அளவிற்கு அதிகாரம் செலுத்த முடிந்தது. இதன் காரணமாக அவர் கிளர்ச்சியின் போது பல வன்முறைச் சம்பவங்களை தவிர்க்க முடிந்தது என்பதில் ஐயமில்லை’ என்று குறிப்பிட்டார்.

அவர் பாகிஸ்தானுக்குச் சென்றுவிட்டது உறுதி செய்யப்பட்டதும், எனது தேடுதல் வேட்டை தீவிரமடைந்தது. ஆனால் அவரைத் தேடும முயற்சிகள் அனைத்தும் அதிகம் பொருட்செலவை ஏற்படுத்தியவையாக, வீணானவையாக இருந்தன.

இரு நாடுகளுக்குமிடையே பயணிப்பதற்கான தடைகள் மட்டும் இல்லாது இருந்திருந்தால், நான் சியால்கோட், டாஸ்காவின் ஒவ்வொரு கட்டிடமாகத் தேடி இருப்பேன். ஒரு முன்னாள் பாகிஸ்தான் படைவீரர் அவரைக் கண்டுபிடிக்க உதவுவதாக முன் வந்தார். அவர் வலுவான பரிந்துரையுடன் தான் என்னிடம்

வந்தார். அவரது பொய்யான வாக்குறுதிகளால் பல மாதங்கள் வீணாகின.

பாகிஸ்தானின் மிக முக்கியமான வழக்கறிஞரும், முன்னாள் மத்திய அமைச்சருமான இஜாஸ் அஹ்சான் எனது நேர்மை பற்றி தனது நண்பர்கள் பலரிடம் விசாரித்திருக்கிறார். ஒவ்வொன்றாக முட்டுச் சந்துகளாக ஆனாலும் கூட, எனக்கு எங்கே நம்பிக்கைக் கீற்று தெரிந்துகொண்டே இருந்தது.

ஒவ்வொரு துப்பும் பலனிக்காது போகப் போக, அவரைக் கண்டுபிடித்தே தீர வேண்டும் என்ற வெறி அதிகரித்துக் கொண்டே சென்றது. இணையத்தில் தீவிரமாகத் தேடியபோது பாகிஸ்தானின் முன்னாள் கப்பல்படைத் தலைவர் அட்மிரல் எம்.எஸ்.கானின் மரணச் செய்தி கிடைத்தது. கான் பாகிஸ்தானின் கப்பற்படை தலைவரானதாக ஒரு வதந்தி பற்றி நான் முன்பே கேள்விப்பட்டிருக்கிறேன். நான் அதை நம்பவே இல்லை. காரணம் 'எனது' கான் 1946ல் ஒரு ஜுனியர் கமிஷன்ட் அதிகாரியாகக் கூட இருக்கவில்லை. ஒரு எளிய மாலுமி கப்பற்படையின் தலைவராக உயர வாய்ப்பே இல்லை!

ஆனால், இந்த மரணச் செய்தி திடீரென என் நம்பிக்கையை அதிகரித்தது. ஆஹா! என்று நினைத்தேன். கடைசியாக, நான் வெறியாகத் தேடியவர் பற்றிய விபரங்களை அறியப் போகிறேன். பாகிஸ்தானில் இருந்த எனது நண்பர் இஜாஸ் அஹ்சான் அட்மிரல் எம்.எஸ்.கானின் மகளுடன் தொடர்பு கொள்ள உதவினார்.

அட்மிரல் கானின் மகளான டர்க்குவெய்ன் ஜமாரியா அன்போடு பேசினார். நல விசாரிப்புகளுக்குப் பிறகு தன் தந்தை அட்மிரல் கானுக்கும், கப்பற்படை எழுச்சி புகழ் கானுக்கும் எவ்விதத் தொடர்பும் இல்லை என்றார். ஜமாரியாவுடன் நெருக்கமான இணைய நட்பு ஏற்பட்டதுதான் இதன் ஒரே பலன்.

மற்றொரு நண்பரான அட்மிரல் மியான் ஜாகீர் ஷா (ஓய்வு) எம்.எஸ்.கானை கண்டுபிடிப்பது சாத்தியமல்ல என்பதை விளக்கினார். பணி நீக்கம் செய்யப்பட்ட மாலுமிகளுக்கு மீண்டும் வேலை தருவதை ஜின்னா தடை செய்துவிட்டார் என்று அவர் தெரிவித்தார்.

இந்த புத்தகம் பிரசுரமான பிறகு எம்.எஸ்.கானைத் தேடும் எனது முயற்சிக்குப் பலன் கிடைக்கும் என்று ஒரு உள்ளுணர்வு

– அதை நம்பிக்கை என்றும் சொல்லலாம் – கூறுகிறது. ஒருவேளை இதை படித்த பிறகு அவரது குடும்பத்தினர் அல்லது நண்பர்கள் முன் வரலாம். என் தேடல் தொடர்கிறது.

கப்பல்கள்

ஹெச்.எம்.ஐ.எஸ். ஹிந்துஸ்தான் / பிஎன்எஸ் கர்சாஸ்

1946 பிப்ரவரி 23 அன்று கடும் போருக்குப் பிறகு ஹிந்துஸ்தான் சரணடைந்தது. எழுச்சியில் இந்தக் கப்பலில்தான் உயிர்சேதம் அதிகம்.

சரணடைந்ததும் அதன் ஆயுதக் கிடங்கிற்கு பாதுகாப்பு போடப்பட்டது. அதன் தளங்களில் இருந்த ரத்தம் சுத்தம் செய்யப்பட்டது. இறந்தோர் மருத்துவமனைக்கு அப்புறப்படுத்தப்பட்டார்கள். கப்பலுக்கு கடுமையான சேதம். மருத்துவமனை செல்லும் வழியில் ராணுவ வீரர்கள் மீது மக்கள் கோபத்தோடு கல் வீசித் தாக்கினார்கள்.

எழுச்சிக்குப் பிறகு ஹிந்துஸ்தான் தட்டுத்தடுமாறி பாம்பே வந்தது. பிரிவினைக்குப் பிறகு 1948ல் அது பாகிஸ்தானுக்கு ஒதுக்கப்பட்டது. அதன் மோசமான நிலைமை, அதன் பெயர் ஆகியவை காரணமாக பாகிஸ்தான், அதை வேண்டுமென்றே செய்த அவமதிப்பாகக் கருதினர். எனவே கப்பற்படை பாணியில் பதிலடி தர முடிவு செய்தனர்.

More bubbles of water என்ற தனது நூலில் அட்மிரல் (ஓய்வு) மியான் ஜாகீர் ஷா பின்வருமாறு குறிப்பிடுகிறார் : 'எம்.எல்.420 என்ற டார்பிடோ படகு இந்தியா சென்றது. பதிலாக மிகவும் பழுதடைந்த, ஹிந்துஸ்தான் என்ற அசாதாரணப் பெயர் கொண்ட கப்பல் பாகிஸ்தான் வந்தது (அதற்கு வர இஷ்டமில்லை போல.... பாம்பேயில் இருந்து கராச்சிக்கு இழுத்துக் கொண்டுதான் வந்தார்கள்!)... பாதுகாப்புப் படைகள் சீரமைப்புக் குழுவில் நல்ல நகைச்சுவை உணர்வு கொண்டவர் யாரோ இருக்கிறார்!'

அது 1930 அக்டோபரில் கப்பற்படையில் சேர்க்கப்பட்டது. அதில் இரண்டு 4 அங்குல பீரங்கிகளும், நான்கு 1.9 அங்குல சல்யூட் பீரங்கிகளும் இருந்தாலும், அதை விற்பதற்கான காலத்தையும் தாண்டிவிட்டது.

கராச்சியில் அது கரையில் நிறுத்தப்பட்டு, கொதிகலன்களை இயக்குவோருக்கு பயிற்சி தரவே பயன்படுத்தப்பட்டது. கர்சாஸ்

என்று பெயர் மாற்றப்பட்டது. அது மேலும் ஐந்தாண்டுகளுக்கு மட்டுமே இயங்கியது. 1950 களின் இறுதியில் கப்பற்படையிலிருந்து நீக்கப்பட்டு, பழைய இரும்பாக விற்கப்பட்டது. கராச்சியில் பின்னர் கட்டப்பட்ட பிரும்மாண்டமான கப்பற்படை பொறியியல் பயிற்சி நிறுவனமான பி.என்.எஸ். கர்சாஸின் நிர்வாகக் கட்டிடத்தின் வாசலில் அதன் பீரங்கிகள் இன்றும் காவலுக்கு நிற்கின்றன.

ஹெச்.எம்.ஐ.எஸ். கிளாஸ்கோ

கிளாஸ்கோ என்ற சக்தி மிக்க 9100 டன் எடையுள்ள பிரிட்டிஷ் போர்க்கப்பல், மாலுமிகள் சரணடைந்ததற்கு 12 மணி நேரம் கழித்து, பிப்ரவரி 23 சனிக்கிழமை 1705 மணிக்கு பாம்பே துறைமுகத்திற்கு வந்தது. தலைமைத் தளபதியான சர் கிளாட் அச்சின்லெக், வைசிராயோடும், பிரதமர் அட்லியின் அலுவலகத்தோடும் பதட்டமாக விவாதித்தபிறகு அதை திரிகோண மலையிலிருந்து முழு வேகத்தில் பாம்பே வர உத்தரவிட்டிருந்தார்.

மாலுமிகளை மிரட்டவும், பிரிட்டிஷ் நிர்வாகம் கிளர்ச்சியை எப்படி கடுமையாக அடக்குகிறது பார் என பிரிட்டிஷ் படைகளுக்கு உற்சாக மூட்டவுமே அது வரவழைக்கப்பட்டது.

அது ஒரு டவுன் போர்க் கப்பல். (சவுத் ஹாம்ப்டன் ரகம் என்றும் சொல்லப்படும்) பன்னிரண்டு 6 அங்குல பீரங்கிகள், விமான எதிர்ப்பு பீரங்கிகள், இயந்திரத் துப்பாக்கிகள், டார்பிடோக்கள் என்று வலுவான ஆயுதங்களோடு உள்ள பெரிய போர்க்கப்பல்.

கிளாஸ்கோவின் தலைமையதிகாரி கேப்டன் ஹபாக்

இவர் திறமையான அதிகாரி, நல்ல மக்கள் தொடர்பு திறன் உள்ளவர் என்று பெயர் பெற்றவர். அட்மிரல் காட்ஃபிரேயின் பதவியை மீறி பாம்பே கிளர்ச்சியை கையாள அனுப்பப்பட்டவரான தென் பிராந்திய தளபதி லெப்.ஜெனரல் லாக்ஹார்ட் கேப்டன் ஹபாக்கின் திறமையால் ஈர்க்கப்பட்டு, பாம்பேயின் அனைத்து கப்பற்படை இடங்களையும் பார்வையிடும் பொறுப்பை அவருக்குத் தந்தார். இராணுவ வீரர்களுக்கு பதிலாக, கப்பற்படை வீரர்களையே பயன்படுத்த வேண்டும் என்ற ஹபாக்கின் யோசனை மிகவும் பாராட்டப்பட்டது. 'பிரச்சனையில் உள்ள நமது சகோதர கப்பற்படையின் மாலுமிகளை ராணுவ வீரர்கள் பாதுகாப்பதை

நம் போன்ற மாலுமிகளால் விரும்ப முடியாது' என்று அவர் எழுதினார்.

தனது கப்பலை பாம்பே மக்களுக்குத் திறந்துவிட்டு, கப்பற்படை, ராணுவம், விமானப்படைகளைச் சேர்ந்த அதிகாரிகள், அதிகாரியல்லாதோருக்கு பெரிய விருந்து ஏற்பாடு செய்தபோது அவரது மக்கள் தொடர்புத் திறமைகள் பளிச்சிட்டன. அச்சத்தை ஏற்படுத்த வந்த கப்பல் இந்த விருந்தால் மகிழ்ச்சியான சூழலை உருவாக்கியது.

1946 மார்ச் 2ஆம் தேதியிட்ட ஃப்ரீ பிரஸ் ஜர்னல், முதல்நாள் மாலை நடந்த இந்த விருந்து பற்றி எழுதியது. 'கப்பற்படை போராட்டம் முடிந்ததைக் கொண்டாடும் விருந்து' என்று தலைப்பு தந்தது.

'கடந்த சனிக்கிழமை (23/2/46) பாம்பே துறைமுகம் வந்த ஹெச்.எம்.எஸ். கிளாஸ்கோ இன்று மாலை அளித்த விருந்தில் பலரும் கலந்து கொண்டனர். முனிசிபல் கமிஷனர் திரு. மிர்சந்தானி, போலீஸ் கமிஷனர் திரு.ஹெச்.ஈ.பட்லர், திருமதி மற்றும் திரு.முன்ஷி, பாம்பே முஸ்லிம் லீக் தலைவர் திரு.ஐ.ஐ.சுந்திரிகர், திரு. அபு ஜஸ்தன்வாலா, பாம்பே ஆளுநரின் ஆலோசகர் சர்.சார்லஸ் பிரிஸ்டோ உள்ளிட்ட ஏராளமான முக்கியமான பிரபலங்கள் கலந்துகொண்டனர்.

'விருந்தினர்களுக்கு கப்பல் சுற்றிக் காட்டப்பட்டது. பானங்களோடு போர்க்காலக் கதைகள் பேசப்பட்டன. பாம்பேயின் உயர்குடியினர் பெரும்பாலும் கலந்துகொண்ட மிகப் பெரிய விருந்தாக இருந்தது. யாருக்கும் வீடு திரும்ப மனமில்லை. அதிகாலையில் தண்ணீர் பீரங்கிகளைப் பீச்சியடித்துதான் அவர்களை கலைந்து செல்ல வைக்க முடிந்தது' என்று அச்செய்தி கூறியது. இவை எல்லாம் நூற்றுக்கணக்கான பொதுமக்கள் கொன்று குவிக்கப்பட்ட ஒரு வாரத்திற்குள், இந்தியர்கள் பலருக்கும் இது அவமானகரமான சம்பவமாகவே இருந்தது.

பாம்பே வந்த பிறகு கிளாஸ்கோ இந்தியப் பெருங்கடலில் சுற்றிக் கொண்டிருந்தது. 1947ன் மத்தியில் அது போர்ஸ்மௌத் திரும்பி, சேமப்படையில் வைக்கப்பட்டது. மராமத்துப் பணிகளுக்குப் பிறகு 1952ல் அமெரிக்கா, மேற்கிந்தியத் தீவுகளுக்குச் சென்றது. பின்னர் மத்திய தரைக்கடல் படையின் கொடிக்கப்பலாக இருந்தது. இக்கடற்படை அட்மிரல் மௌண்ட் பேட்டன்

தலைமையில் மால்டாவில் இருந்தது. இரண்டாம் எலிசபெத் மகாராணியின் பட்டமேற்பைக் கொண்டாடும் அணிவகுப்பில் கலந்து கொள்ளும் பெருமை பெற்றது.

சூயஸ் பிரச்சனைக்குப் பின், 1956ன் இறுதியில் அது கப்பற்படை பணியிலிருந்து ஓய்வு பெற்றது. 1958 ஜுலை 4 அன்று போர்ட்டஸ் மௌத்திலிருந்து கிளம்பி ஜுலை 8 அன்று பிளைத்தில் உள்ள கப்பல் உடைக்கும் தளத்தை அடைந்தது. இவ்வாறாக எழுச்சியின் போது வரவழைக்கப்பட்ட மிகவும் சக்திவாய்ந்த கப்பலின் கதை முடிந்தது.

கரை அலுவலகங்கள்

கேஸில் பாரக்ஸ்

இது ஒரு புயல் மையம். எழுச்சியின் மூன்றாம் நாள் கடும் துப்பாக்கிச் சண்டையை சந்தித்த இடம். மாலுமிகள் சரணடைந்து இரண்டு மாதங்கள் ஆன பிறகு ஏப்ரல் 13 அன்று இரவு 7.30க்கு பெரும் குண்டுவெடிப்பு அதன் அமைதியைக் குலைத்தது.

ஏப்ரல் 15 அன்று பால்டன் ரோடு காவல் நிலையத்தின் காவல் ஆய்வாளர் சமர்ப்பித்த ரகசிய அறிக்கை (கோப்பு எண் 391) பின்வருமாறு தெரிவிக்கிறது : ‘குண்டுவெடிப்பு கேஸில் பாரக்ஸின் முதல் மாடி வராண்டாவில் நிகழ்ந்தது. வராண்டாவின் தடுப்புச் சுவர் அருகே குளமாக ரத்தம் உறைந்து கிடந்தது. இதற்குப் பத்தடி தள்ளி மேலும் இரு ரத்தக் குளங்கள்... இரத்தத்தின் நடுவே நான்கு உலோகத் துண்டுகள் கிடந்தன. அதில் ஒன்று கைக்குண்டை வெடிக்க வைக்கும் பொறி. கீழே பரேட் மைதானத்தில் கைக்குண்டின் கொண்டி கிடைத்தது.’

இதில் ஒருவர் இறந்தார். நால்வருக்கு படுகாயம். எல்லோருமே முஸ்லிம்கள். இரவு 7.30 தொழுகை நேரம் இல்லையென்றாலும் கூட, பிரிட்டிஷ் நிர்வாகம் இந்த விபத்து அவர்கள் தொழுகை நடத்திக் கொண்டிருந்த சமயம் நடந்ததாகக் கூறியது.

‘இறந்தவர் கைக்கு இந்த கைக்குண்டு சமீபத்திய கப்பற்படை கிளர்ச்சியின்போது கிடைத்திருக்க வேண்டும். அவர் ஓட்டுனர் என்பதால் கைக்குண்டின் இயக்கம் பற்றித் தெரியாமல், அதை சேதப்படுத்திவிட, அது திடீரென்று வெடித்துவிட்டது’ என்று நிர்வாகம் கூறியது.

எழுச்சிக்குப் பிறகு இப்படியான வன்முறைச் சம்பவங்கள் அங்கு அடிக்கடி நடந்தன. மாலுமிகள் சரணடைந்த பின் பல சிறு சம்பவங்கள் நடந்தன. ஆடிப்போன நிர்வாகம் 1946 பிப்ரவரி 27 லேயே ஆளுநர் கால்வில்லி வைசிராய் வேவலுக்குப் பரிந்துரை செய்த யோசனையை செயல்படுத்தலாமா என்று தீவிரமாக யோசிக்க ஆரம்பித்தது. ‘கிளர்ச்சி ஆரம்பித்த இரு கரை அலுவலகங்களும் நகருக்குத் தெற்கே உள்ளன. ஏதேனும் பிரச்சனை என்றால் போலீஸ் வருவது சிரமமாக இருக்கிறது. எனவே இந்த இரு அமைப்புகளின் ஊழியர் எண்ணிக்கையை குறைக்க வேண்டும், அல்லது இவற்றை நகரத்திற்கு வெளியே கொண்டு செல்ல வேண்டும்’ என்று சொல்லியிருந்தார்.

பல்வேறு அலுவலகங்களில் விசாரணைகளை நடத்திய பல்வேறு குழுக்களும் இதுபோன்ற பரிந்துரையைத் தந்திருந்தன. அவற்றின்படி கேஸில் பாரக்ஸ் கப்பற்படை கரை அலுவலகங்கள் பட்டியலிலிருந்து நீக்கப்பட்டது.

1950 ஜனவரி 26 அன்று ஐ.என்.எஸ். டல்ஹெசி என்று பெயர் மாற்றப்பட்டது. (இது 1940ல் அதற்கு இருந்த பெயர்). 1951 செப்டம்பரில் அது இந்தியாவின் மாபெரும் கப்பற்படை தளபதியான கனோஜி ஆங்க்ரேயின் நினைவாக ஐஎன்எஸ் ஆங்க்ரே என்று பெயரிடப்பட்டது. இப்போது அது கப்பற்படை மேற்கு பிராந்தியத்தின் டிப்போவாக உள்ளது. மேற்கு பிராந்திய கப்பல்கள், அலுவலகங்களுக்கு தளவாடங்கள் மற்றும் நிர்வாக உதவிகளைச் செய்கிறது. ஐ.என்.எஸ். ஆங்க்ரேயின் தலைமை அதிகாரியாக ஒரு நட்சத்திர அந்தஸ்தில் உள்ள அதிகாரி (கமோடார்) நியமிக்கப்படுகிறார். மராமத்து செய்யப்பட்ட மேனார் ஹவுஸ், மஹாராஷ்ட்டிரா பகுதி கப்பற்படையின் கொடி அதிகாரியின் - இவர் ரியர் அட்மிரல் பதவியில் இருக்கும் இரண்டு நட்சத்திர அந்தஸ்து அதிகாரி - அலுவலகமாக இருக்கிறது.

ஹெச்.எம்.ஐ.எஸ். தல்வார்

எழுச்சியின் மையமான தல்வார் இப்போதும் கப்பற்படையின் தகவல்தொடர்பு அதிகாரிகள், மாலுமிகளின் பயிற்சி மையமாகத்தான் இருக்கிறது. ஆனால் வேறு இடத்தில் செயல்படுகிறது. அது 1939ல் பாம்பேயின் பழைய ரயில் நிலையம் இருந்த இடத்தில் கட்டப்பட்டு, 1939-46ல் பிரிட்டிஷ் பேரரசின் தகவல்தொடர்பு பள்ளியாக இருந்தது.

கொலாபாவின் பழைய இடத்தில் எழுச்சி பற்றிய அத்தனை தடயங்களும் முழுமையாக அழிக்கப்பட்டுவிட்டன. மாலுமிகள் சரணடைந்தபின் அது முற்றிலுமாக சுத்தப்படுத்தப்பட்டது. ஆயுதக் கிடங்கு சரிபார்க்கப்பட்டு, பாதுகாப்பு போடப்பட்டது. சமையலறைகள், தங்குமிடங்கள் சுத்தம் செய்யப்பட்டன. ஆனாலும்கூட ஆங்காங்கே எழுச்சியின் சில தடயங்கள் இருக்கவே செய்கின்றன. மேலும், பல நினைவுகளும் கூட.

எழுச்சி முடிந்ததும், பயிற்சிப் பள்ளி இருந்த இடம் கப்பற்படை போக்குவரத்து மையத்திற்கு ஒதுக்கப்பட்டது. இது போக்குவரத்து நிர்வாகத்திற்கான மையம். இது மேற்குப் பிராந்தியத்தின் போக்குவரத்து தேவைகளை கவனித்துக் கொண்டது. வாகனங்களைப் பழுது பார்க்கும் கூடமும் உள்ளே இருந்தது.

பிரிட்டிஷ் பேரரசின் இரண்டாவது பெரிய தகவல் தொடர்பு பள்ளியாக இருந்த கொலாபா பள்ளி மூடப்பட்டது. பயிற்சி பள்ளிகள் கொச்சினின் தற்காலிக முகாமிற்கு மாற்றப்பட்டன. இது கொச்சினில் இருக்கும் பரேடு மைதானத்தைச் சுற்றி பல தற்காலிகக் கட்டிங்களில் இயங்கியது. எளிமையாக சிக்னல் பள்ளி என்று அழைக்கப்பட்டது.

1955 ஜூன் 23 அன்று கொச்சினில் நிரந்தர பயிற்சிப் பள்ளிக்கான அடிக்கல்லை அன்றைய கப்பற்படை தலைமை தளபதி அட்மிரல் சர் மார்க் பிஸே நாட்டினார். 1958 மார்ச் 8 அன்று புதிய கட்டிடத்தை அன்றைய கப்பற்படை தலைமை தளபதி வைஸ்அட்மிரல் சர்.ஸ்டீபன் கார்லில் திறந்து வைத்தார். தல்வாரின் நினைவைப் போற்றும் வகையில் இக்கட்டிடத்தின் அற்புதமான அரங்கிற்கு தல்வார் ஹால் என்று பெயர் சூட்டப்பட்டது.

1960 ஏப்ரல் 26 அன்று கப்பற்படையில் புதிதாய் சேர்க்கப்பட்ட 12 ரக போர்க்கப்பலுக்கு தல்வார் என்று பெயரிடப்பட்டது. இது கோவா விடுதலைப் போரிலும், பின்னர் 1971 இந்தியா – பாகிஸ்தான் போரிலும் கலந்து கொண்டது. இது 1985 அக்டோபர் 31 அன்று கப்பற்படையில் இருந்து ஓய்வு பெற்றது. பின்னர் 2003 ஜூன் 18ல் கப்பற்படையில் சேர்க்கப்பட்ட 1135.6 ரக போர்க்கப்பலுக்கு மீண்டும் தல்வார் பெயர் சூட்டப்பட்டது. புது தல்வார் இப்போதும் மேற்குப் பிராந்தியத்தில் பணி செய்கிறது.

இன்றைய கப்பற்படை போக்குவரத்து மையத்தில் தான் ஒரு காலத்தில் தல்வார் இருந்தது என்பது பழைய ஆட்களுக்கு

மட்டுமே தெரியும். சிலர் இன்னும் அப்பகுதியை தல்வார் என்றே குறிப்பிடுகிறார்கள்.

பி.என்.எஸ். ஹிமாலயா, கராச்சி

1946ல் கராச்சியில் மூன்று அலுவலகங்கள் இருந்தன. சாமக் என்பது ரேடார் பள்ளி. ஹிமாலயா பீரங்கிப் பள்ளியாகவும், முங்கு நீச்சல் பயிற்சிப் பள்ளியாகவும் இருந்தது. எழுச்சிக்குப் பிறகு ஹிமாலயா மட்டுமே பழைய பெயரில் தொடர்ந்தது. கராச்சியின் மனோரா தீவில் விரிவாக்கம் செய்யப்பட்டது. இப்போது அங்குதான் இயங்குகிறது.

சுதந்திரத்திற்குப் பிறகு பி.என்.எஸ். ஹிமாலயா என்று பெயர் மாற்றம் பெற்றது. இதில் பல புதிய பயிற்சிப் பள்ளிகள் சேர்க்கப்பட்டன. 70களில் புதிதாய் சேர்ந்த மாலுமிகளின் பயிற்சிப் பள்ளியாக இருந்தது. 80களில் நீர்மூழ்கும் பயிற்சிப் பள்ளியாக உயர்ந்தது.

ஹிமாலயா இன்றும் புதிய மாலுமிகளுக்கு ஆரம்பகட்ட பயிற்சி தரும் (boot camp training) முக்கியமான கரை அலுவலகமாகத் திகழ்கிறது. பயிற்சிகள் தவிர வெள்ளம் போன்ற பேரிடர்களின் போது மீட்புப் பணிகளிலும் ஈடுபடுகிறது.

இந்திய அதிகாரிகள்

அட்மிரல் எஸ்.ஜி.கர்மார்க்கர்

எழுச்சி ஆரம்பித்த தல்வாரின் பொறுப்பை ஏற்குமாறு பணிக்கப்பட்ட போது சதாசிவ் கணேஷ் கர்மார்க்கருக்கு வயது 33. அவர் இந்திய கப்பற்படையில் 1927ல் சேர்ந்தார். 1930 வரை ஹெச்.எம்.ஐ.எஸ். டஃப்ரினில் பயிற்சி பெற்று உயர் மதிப்பெண்களோடு தேறினார். இவருடன் பயிற்சி பெற்ற ராம்தாஸ் கட்டாரி பின்னாளில் கப்பற்படையின் முதல் இந்திய தலைமை தளபதியாக உயர்ந்தார். 1944ன் புகழ்பெற்ற 'பாம்பே விக்டோரியா துறைமுக குண்டுவெடிப்பை' ஜே.ஆர்.டி. டாடாவுடன் நேரில் பார்த்தவர் கர்மார்க்கர்.

'பருத்தி மூட்டைகள், தங்கள் 1400 டன் வெடி மருந்து ஆகியவற்றை ஏற்றி வந்த எஸ்எஸ் ஃபோர்ட் ஸ்டிகைன் என்ற கப்பல் தீப்பிடித்து, வெடித்து, இரண்டாக உடைந்தது. மிகப் பெரிய விபத்து என்பதால், 12 கி.மீ. தள்ளி இருந்த பாம்பேயில்

கட்டிடங்களின் ஜன்னல்கள் எல்லாம் உடைந்தன. துறைமுகத்திற்கு அருகில் இருந்த பகுதிகள் அனைத்தும் சேதமடைந்தன... இரண்டு நாட்களுக்கு தீ அணையாமல் எரிந்தது. எரிந்தபடி பறந்து வந்த தீப்பிடித்த பொருட்கள் பாம்பேயின் குடிசைப் பகுதிகளில் விழுந்து அவற்றை எரித்தன. அருகில் நின்ற 11 கப்பல்கள் மூழ்கின அல்லது சேதமடைந்தன. 800 பேர் மரணமடைந்ததாகக் கூறப்பட்டது. இந்த விபத்தை நேரில் பார்த்து, மக்களின் துயர் துடைக்க இணைந்து பணியாற்றி ஜேஆர்டியும், கர்மார்க்கரும் மிக நெருக்கமானவர்கள் ஆனார்கள். அவர்களது நட்பு பல பத்தாண்டுகளுக்குத் தொடர்ந்தது,' என்று 2013 ஆகஸ்ட் 19 இந்து இதழில் எழுதிய கட்டுரையில் ரஞ்சித் பி.ராய் குறிப்பிடுகிறார்.

இதற்கு இரண்டாண்டுகளுக்குப் பின், எழுச்சிக்கு நடுவே தல்வாரை நிர்வகிக்கும் கடினமான வேலை கர்மார்க்கருக்குத் தரப்பட்டது. ராம்தாஸ் கட்டாரி, எஸ்.என்.கோஹ்லி ஆகியோருடன் அவர் வருங்கால பிரதமரான நேருவைச் சந்தித்து நிகழ்ந்தவை பற்றி எடுத்துக் கூறினார்.

சுதந்திரத்திற்கு முந்தைய எல்லா ஆர்.ஐ.என். அதிகாரிகளைப் போலவே, அவரது விசுவாசம் பிரிட்டிஷார் பக்கமே இருந்தது. இவர் மரைன் டிரைவில் ரிவைரா கட்டிடத்தில் குஸும், பி.என். நாயர் வீட்டின் மாடியில் வசித்தால், எழுச்சியின் முக்கிய தலைவர்களின் நடவடிக்கைகளை கண்காணிக்கும் பொறுப்பு இவருக்குத் தரப்பட்டது. எழுச்சியின் தலைவர்கள் இவரை வெறுத்தாலும், எழுச்சி முடிந்ததும், இந்தியா சுதந்திரம் பெற்றதும் இவர் நற்பெயர் பெற்ற அதிகாரியாக மாறினார்.

1947ல் இவர் அதிகாரிகள், மாலுமிகளுக்கு தளவாட பயிற்சி தரும் மையமான ஐஎன்எஸ் ஹம்லாவின் தலைமை அதிகாரியானார். 1949ல் தலைமை நிர்வாகியாக கப்பற்படை தலைமையகம் சென்றார்.

1950ல் இவர் ஐ.என்.எஸ். டில்லி என்ற இந்திய கப்பற்படையின் கொடிக்கப்பலை நிர்வகிக்கும் தலைவரானார். இப்பதவிக்கு வந்த இரண்டாவது இந்தியர் இவர். 1952ல் இந்திய கப்பற்படை பாசறையில் கேப்டன், பாம்பேயின் ஆங்க்ரேயின் தலைமை அதிகாரி, 1954ல் கப்பற்படை துறைமுகத்தின் கேப்டன் கண்காணிப்பாளர். 1957ல் கொச்சினில் பொறுப்பு கமோடார். 1958ல் இவரது தலைமையில் முதல் ஆயுதக் கிடங்கு திறக்கப்பட்டது.

1960ல் தற்காலிக ரியர் அட்மிரலாக பதவி உயர்த்தப்பட்டு பாம்பேயின் கொடி அதிகாரி ஆனார். சில மாதங்களில் பதவி உயர்வு நிரந்தரம் செய்யப்பட்டது. அடுத்த நான்காண்டுகள் பாம்பேயின் கொடி அதிகாரியாக இருந்து 1964 ஜுன் 16 அன்று பணி ஓய்வு பெற்றார்.

பணி ஓய்வுக்குப் பிறகு அவர் அன்றைய பாதுகாப்புத் துறை அமைச்சர் ஒய்.பி.சவான் ஆலோசனையின் பேரில் ஜே.ஆர்.டி.யுடன் இணைந்தார். டாடாவின் பாம்பே ஹவுஸ் தலைமையகத்திலிருந்து பாம்பே துறைமுகத்தின் இடநெருக்கடியைக் குறைக்கும் ஒரு திட்டத்திற்காக வேலை பார்த்தார். அச்சமயத்தில் கப்பல் நிறுவனமான சௌகுல்ஸ் நிவா ஷிவா கடல் முகப்பை வாங்கி கப்பல் கட்டுதல், பழுதுபார்த்தல் நிறுவனம் அமைக்க அனுமதி கோரியது. ஒய்.பி.சவானின் ஆசியோடு சௌகுல்ஸ் கர்மார்க்கரை தமது நிறுவனத்தில் சேர்த்துக் கொண்டாலும்,அத்திட்டத்திற்கு அரசாங்க ஆதரவு இல்லாததால் கைவிட நேர்ந்தது. அந்த சௌகுல் இடத்தை பின்னர் ஜவஹர்லால் நேரு துறைமுக டிரஸ்ட் எடுத்துக் கொண்டது.

இந்திய மாலுமிகள் கர்மார்க்கரை கண்ணியமான அதிகாரியாக நினைவு கூர்கின்றனர். அவர் ஒரு அறுவை சிகிச்சையைத் தொடர்ந்து 1988ல் காலமானார். அவரது இறுதிச் சடங்கு புனேயில் முழு ராணுவ மரியாதையுடன் நடந்தது.

அட்மிரல் சௌரேந்திர நாத் கோஹ்லி

1946ல் புரட்சி ஆரம்பித்த போது லெப்.சௌரேந்திர நாத் கோஹ்லிக்கு வயது 30. அவரும் லெப்.எஸ்.எம்.நந்தாவும் தல்வாரில் பணிபுரிந்தனர். புரட்சியைத் தூண்டிவிட்ட கமாண்டர் கிங்கின் கோபப் பேச்சை நேரில் பார்த்தவர்.

அமிர்தசரஸில் பிறந்த அவர் டில்லியின் புனித.ஸ்டீபன் கல்லூரியில் பட்டப்படிப்பை முடித்தார். 1936ல் ராயல் இந்தியன் நேவியில் சேர்ந்தார். 1938ல் சப்லெப்டினண்ட். 1941ல் லெப்டினண்ட்டடாக பதவி உயர்வு.

சுதந்திரத்திற்குப் பிறகு கப்பற்படை விரிவாக்கத்தை மேற்பார்வையிடும் அதிகாரிகளில் ஒருவராக இருந்தார். 1948ல் நாசகாரக் கப்பல்கள் வாங்குவதற்காக இங்கிலாந்திற்கு அனுப்பப்பட்டார். அப்படி வாங்கப்பட்ட ஐ.என்.எஸ். ரானாவின்

தலைமை அதிகாரியாக இருந்தார். 1950 களின் மத்தியில் கப்பற்படை துறைமுகத்தின் கண்காணிப்பாளராக இருந்தார். இருமுறை கப்பற்படை திட்டங்களின் இயக்குனராக இருந்தார். 1965ல் ரியர் அட்மிரலாக பதவி உயர்வு பெற்றார். 1967 முதல் 69 வரை விமானம் தாங்கிக் கப்பலான விக்ராந்தின் தலைமை அதிகாரியாக இருந்தார். பரம் விசிஷ்ட் சேவா பதக்கம் வழங்கப்பட்டது. 1969 பிப்ரவரி 14ல் வைஸ் அட்மிரலானார். 1971ல் மேற்குப் பிராந்தியத்தின் முதல் தலைமை அதிகாரியாக, கொடி அதிகாரி ஆனார். 1971ல் இந்திய பாகிஸ்தான் போரின் போது அவரது அசாதாரண தலைமைப் பண்பிற்காக பத்மபூஷண் வழங்கப்பட்டது.

1973 மார்ச் 1ல் கப்பற்படையின் தலைமை தளபதியானார். 1976 பிப்ரவரி 29 பணி ஓய்வு பெற்றார். Sea Power and the Indian Ocean (1978). We dared : Maritime Operation in the 1971 Indo – pak war, The Indian Ocean and India's maritime security (1981), Indian Ocean : An area-of Tension and Big power pren-ures என்ற நான்கு நூல்களை எழுதியுள்ளார். (கடைசி இரண்டும் தேசிய பாதுகாப்பு உரைகளை விரிவுபடுத்தியவை). 1997 ஜனவரி 21ல் எண்பது வயதில் காலமானார். அவருக்கு மூன்று மகன்கள்.

லெப்.அட்மிரல் சர்தாரிலால் மத்ராதாஸ் (எஸ்.எம்) நந்தா

அட்மிரல் எஸ்.எம்.நந்தா கராச்சியின் மனோராவில் 1915 அக்டோபர் 10ஆம் நாள் பிறந்தார். அவரது சொந்த ஊர் பஞ்சாபின் குஜ்ரன்வாலா. அவரது தந்மை மனோராவில் போர்ட் டிரஸ்டில் அலுவலக கண்காணிப்பாளராக இருந்தார். மூன்று பையன்கள், நான்கு பெண்கள் உள்ள குடும்பத்தில் இவரே மூத்தவர். 21ஆம் வயதில் சுமித்ராவை மணந்த அவர் 1941ல் தம் 26 வயதில் ராயல் இந்தியன் நேவியில் சேர்ந்து அதே ஆண்டில் சப்லெப்டினண்ட் ஆனார். 1942ல் தல்வாரில் தொலைதொடர்பு பள்ளியில் சேர்ந்தார். புரட்சியின் போது அங்குதான் பணியாற்றினார்.

பிரிட்டிஷார், மாலுமிகள், சர்தார் படேல் போன்ற காங்கிரஸ் தலைவர்களிடையே பேச்சுவார்த்தை நடத்துவதில் நந்தா முக்கிய பங்காற்றினார். 1949ல் கப்பற்படை தலைமையகத்தில் பணியாளர் சேவைத் துறையின் இயக்குனராக இருந்தார். ஐ.என்.எஸ். ரஞ்சித்தின் தலைமை அதிகாரியாக 1953ல் இரண்டாம் விக்டோரியா மஹாராணியின் பட்டமேற்பு விழாவில் பங்கேற்றார்.

1956 ல் லிவர்பூலில் கட்டப்பட்ட ஐஎன்எஸ் மைசூரின் தலைமை அதிகாரியாக இருந்தார். இங்கிலாந்திலிருந்து வரும் வழியில் அதிகாரபூர்வமாக யுகோஸ்லாவியா சென்று, அதிபர் மார்ஷல் டிட்டோவை சந்தித்தார்.

1958 ல் கப்பற்படை துறைமுக விரிவாக்கத் திட்டத்தின் டைரக்டர் ஜெனரலாக இருந்தார். 1961ல் இம்பீரியல் டிஃபன்ஸ் கல்லூரிக்குத் தேர்ந்தெடுக்கப்பட்டார். 1962ல் கப்பற்படை தலைமையகத்தில் பணிபுரிந்தார். 1962 மே மாதம் கப்பற்படையின் துணை தளபதியாக இருந்தார். 1968 ல் வைஸ் அட்மிரலாக மேற்கு பிராந்திய கொடி அதிகாரியானார்.

1970 மார்ச் 1 ம் தேதி அட்மிரல் ஆதார்குமார் சட்டர்ஜியைத் தொடர்ந்து கப்பற்படையின் தலைமை தளபதியானார். 1971 இந்திய – பாகிஸ்தான் போரில் இட்நதிய கப்பற்படை ஏவுகணைப் படகுகள் கராச்சியைத் தாக்கின. ஆபரேஷன் ட்ரிடண்ட் என்ற இத்தாக்குதல் பற்றி நந்தா தமது நினைவலைகளான The man who bombed Karachi (2004) என்ற நூலில் விரிவாக பதிவு செய்துள்ளார்.

கிழக்கு பாகிஸ்தானை முற்றுகையிட, இந்தியாவின் ஒரே விமானம் தாங்கிக் கப்பலான விக்ராந்தை நந்தா மிகத் துணிச்சலாக வங்காள விரிகுடாவில் நிறுத்தினார். இது பங்களாதேஷை உருவாக்கிய இந்தியாவின் வெற்றிக்கு மிக முக்கிய காரணமாகும். 1973 ஆகஸ்ட் 30ல் அவர் பணி ஓய்வு பெற்றார். பின்னர் 1974ல் இந்தியக் கப்பல் கழகத்தின் தலைவர் மற்றும் நிர்வாக இயக்குனராக நியமிக்கப்பட்டார்.

அட்மிரல் நந்தா பல்வேறு விருதுகளைக் கௌரவிக்கப்பட்டவர். துறைசார்ந்த விருதுகள் போக, அதி விசிஷ்ட் சேவா விருது, பொதுசேவை விருது, பரம் விசிஷ்ட் சேவா விருது ஆகியவை வழங்கப்பட்டன. 1972 ஜனவரியில் பத்ம விபூஷண் வழங்கப்பட்டது.

ஆனால் அவரது குடும்ப வாழ்வு கொந்தளிப்பாக இருந்தது. அவரது மகன் சுரேஷ் நந்தா சர்ச்சைகளில் சிக்கிய தொழிலதிபர். அவர் ஆயுதங்கள் விற்கும் கிரௌன் கார்ப்பரேஷன் என்ற நிறுவனத்தை ஆரம்பித்தார். அதில் நந்தாவும் உயர் பொறுப்பில் இருந்தார். இந்நிறுவனம் பாதுகாப்புப் படைகளுக்காக ஆயுதங்களை இறக்குமதி செய்து தருவதில் ஈடுபட்டிருந்ததால் பல சர்ச்சைகளில் சிக்கியது.

அட்மிரல் நந்தாவின் பேரன் சஞ்ஜீவ் ஒரு வாகன விபத்திற்காக தண்டிக்கப்பட்டார். இந்த வழக்கு உச்சநீதி மன்றம் வரை சென்றது. 2002 ஜனவரி 2ம் தேதி அவரது மகள் பீனா, மாப்பிள்ளை பிரதீப் மேத்தா, அவர்களது ஒரு மகள் ஆகியோர் ஒரு ஹெலிகாப்டர் விபத்தில் கொல்லப்பட்டார். அட்மிரல் நந்தா 2009 மே 11 அன்று டில்லியில் காலமானார். அவருக்கு வயது 93

அட்மிரல் ஆதார்குமார் சட்டர்ஜி

ஆதார் குமார் சட்டர்ஜி 1914ல் டாக்காவில் பிறந்தவர். எழுச்சிக்கு சில மாதங்களுக்கு முன்பாக இவர் கராச்சியின் ராடார் பள்ளியான காமக்கின் தலைமை அதிகாரியாக நியமிக்கப்பட்டார்.

இவர் மாலுமிகளிடையே பிரபலமானவர். மாலுமிகள் இவரை தம் தந்தை போல் மதித்தனர். எழுச்சிக்குப் பிறகு இங்கிலாந்தின் கிரீன்விச்சில் உள்ள ராயல் நேவல் கல்லூரியில் படிக்க தேர்ந்தெடுக்கப்பட்ட சிலரில் இவரும் ஒருவர். இந்தியா வந்ததும் கமாண்டராக பதவி உயர்வு பெற்றார். கப்பற்படை தலைமையகத்தில் திட்டமிடலின் இயக்குநராகப் பணியாற்றினார்.

1949ல் ஐஎன்எஸ் டில்லியின் தலைமை அதிகாரி. பின்னர் இங்கிலாந்தில் இருக்கும் இந்திய ஹைகமிஷனருக்கு கப்பற்படை ஆலோசகர் (ஹைகமிஷனராக முதலில் வி.கே.கிருஷ்ண மேனனும், பின்னர் பி.ஜி.கெர்ரும் இருந்தனர்) 1953ல் இரண்டாம் விக்டோரியா மஹாராணியின் பட்டமேற்பு விழாவிற்காக போர்ட்மௌத் முதல் ஜிப்ரால்டர் வரை நடத்த இந்திய, ஆஸ்திரேலிய, நியூஜிலாந்து, பிரிட்டிஷ் கப்பற்படை கப்பல்களின் அணிவகுப்பில் கலந்து கொண்டார்.

1954ல் பாம்பே கப்பலின் கமோடார். இங்கிலாந்தில் இம்பீரியல் டிஃபன்ஸ் கல்லூரியல் படித்தார். 1957ல் திரும்பி வந்ததும், கப்பற்படையின் துணை தலைமை தளபதி.

1961ல் விக்ராந்த்தின் தலைமை அதிகாரி. 1964ல் தேசிய பாதுகாப்புக் கல்லூரியின் துணைத் தலைவர். இப்பதவிக்கு வந்த முதல் கப்பற்படை அதிகாரி இவர்தான்.

1965 நவம்பரில் கப்பற்படையின் தலைமை தளபதியானார். 1968 மார்ச் 1ம் தேதி அட்மிரலானார். இப்பதவி வகித்த முதல் இந்தியர் இவரே. 1970 பிப்ரவரி 28 அன்று பணி ஓய்வு பெற்றார். பணி ஓய்வின் போது, ‘நான் கடலை விட்டுவிடலாம்... ஆனால் கடல்

ஒருபோதும் என்னை விடாது' என்று அவர் கூறியது இந்தியக் கப்பற்படையில் இன்றும் எதிரொலிக்கிறது.

மிகத் திறமைசாலியும், பகுத்தாயும் அறிவும் கொண்டவரான அவர் 'பெரிய கணித அறிவு கொண்டவராக,'' சிறந்த நடைமுறை தந்திவாதியாக' போற்றப்படுகிறார். இந்திய கப்பற்படையில் தொழில்நுட்ப மேம்பாட்டை கொண்டு வந்த தலைவராக நினைக்கப்படுகிறார். 'பணி ஓய்வுக்குப் பின் அவர் சிறந்த சமையல் நிபுணராக திகழ்ந்தார்.... ஜாம்கள், ஊறுகாய்கள், கெபாப், பெங்காலி இனிப்புகள் எல்லாம் செய்வார்... அதுபோக அவர் அற்புதமான புகைப்படக் கலைஞர், விடாது பயணம் செய்பவர், இயற்கையின் காதலர்...' என்று கமோடார் ஸ்ரீகாந்த் கெஸ்னூர் கூறுகிறார்.

அவர் புதுடில்லியில் 2001 ஆகஸ்ட் 6ஆம் தேதி காலமானார். அவருக்கு புரபி, பிரபதி என இரு புதல்விகள்.

அலி அஹமது புரோஹி

விசாரணைக் குழுவிடம் மிக அற்புதமாக சாட்சியமளித்தவர் அலி அஹமது புரோஹி. இருபத்தைந்து வயது நிரம்பிய அவர் தனது வயதுக்குமீறிய புத்திசாலித்தனத்தை, அறிவை வெளிப்படுத்தினார். அவரது சாட்சியம் குழுவின் தலைவரை மிகவும் ஈர்த்தது.

இவர் சிந்து மாகாணத்தின் ஷிகார்பூர் நகருக்கு அருகில் உள்ள கார்ஹியில் 1920 நவம்பர் 11ம் தேதி பிறந்தார். இந்த இடம் இப்போது பாகிஸ்தானில் உள்ளது. 2 சகோதரிகள், 8 சகோதர்கள் என உடன்பிறந்தோர் 10 பேர்.

இவரது குடும்பம் செல்வாக்கானது. இவரது அண்ணன் ஏ. கே.புரோஹி ராம் ஜெத்மலானியின் அலுவலகத்தில் அவரோடு வழக்கறிஞராகப் பணியாற்றியவர். 1960 – 61ல் இந்தியாவில் பாகிஸ்தானின் ஹைகமிஷனராக இருந்தார். இவர்களின் சகோதரி ஒருவர் சையத் குவெய்ம் அலிஷா என்பவரை மணந்தார். இவர் மூன்று முறை சிந்து மாகாணத்தின் முதல்வராக இருந்தார்.

புரோஹி பாம்பே பல்கலைக்கழகத்தில் மெட்ரிகுலேஷன் முடித்து, கப்பற்படையில் சேர்ந்தார். இவர் போராட்டக்குழுவில் இணைச் செயலாளராக இருந்தார். முலுந்த் முகாமில் அடைக்கப்பட்டு, பிறகு கல்யாண் முகாமிற்கு மாற்றப்பட்டார்.

'அவமதிப்போடு பணி நீக்கம்' செய்யப்பட்ட பிறகு குர்பானி, சதா – இ – சிந்த் என்னும் சிந்து தினசரிகளில் ஆசிரியராக இருந்தார். கம்யூனிஸ்ட் கட்சிக்காகவும் உழைத்தார்.

பின்னர் அவர் சிந்து தகவல் தொடர்பு செயலாளராகப் பணி செய்தார். சிந்து வரலாறு பற்றி பல புத்தகங்கள் எழுதியுள்ளார். மேற்கு பாகிஸ்தான் அரசாங்கத்தின் சுற்றுலா இயக்குநராக இருந்தார். 1980ல் பணி ஓய்வுக்குப் பிறகு, ஹிலால்-ஐ-பாகிஸ்தான் என்ற புகழ்பெற்ற சிந்தி செய்தித்தாளின் நிர்வாகத்தை கவனித்துக் கொண்டார். History of Tombstones : Sindh and Balochistan என்ற அவரது நூல் மிக விரிவான ஆய்வுகளுக்குப் பிறகு எழுதப்பட்ட புகழ்பெற்ற நூலாகும். இது அப்பகுதி பழங்குடியினரின் இறுதிச்சடங்குகள் பற்றி விரிவாக எடுத்துரைக்கும் நூல்.

பிரேஹி இருமுறை மணந்தார். முதல் திருமணம் மிக இள வயதில், இரண்டாவது 1960ல், நாற்பது வயதில். இரு திருமணங்கள் மூலம் 6 குழந்தைகள். ஒவ்வொரு மனைவிக்கும் ஒரு மகனும், இரண்டு மகள்களும்.

2001ல் தனது வயதையும் மீறி தீவிர அரசியலில் ஈடுபட்டார். முட்டாஹிடா குவாமி இயக்கத்தின் முக்கிய உறுப்பினராக இருந்தார். அதன் தலைவர் அல்தாஃப் ஹுசைனின் தீவிர ஆதரவாளராக இருந்தார். தனது 83 வயதில், 2003 நவம்பர் 30 அன்று காலமானார்.

துணிச்சலான மாலுமிகள் : அவமதிப்பான பணி நீக்கமும், ஆதரவற்ற நிலையும்

முலுந்த் மற்றும் கல்யாண் முகாம்களில் அடைக்கப்பட்ட மாலுமிகள் அவமதிப்போடு பணி நீக்கம் செய்யப்பட்டனர். (Ddishonourable discharge) அதிகாரிகள், 6 ஆண்டுகளுக்கு முன் அவர்களுக்கு வழங்கப்பட்ட சீருடைகள், ஷூக்கள், இதர பொருட்களை திருப்பித் தர வேண்டும் என்று உத்தரவிட்டனர். (இதில் பெரும்பகுதியை அவர்கள் போர் முனைகளில் கழித்திருந்தார்கள்). இப்பொருட்களை நல்ல நிலையில் திருப்பித் தர முடியாத போது, அதற்கான பணத்தை அவர்களுக்குத் தர வேண்டிய தொகையிலிருந்து கழித்துக் கொண்டார்கள்.

கையில் பைசா காசு இல்லாமல், சிறையிலிருந்து வீதிகளில் தள்ளப்பட்டார்கள். இவர்களில் பலரும் மிக ஏழ்மையான

குடும்பங்களைச் சேர்ந்தவர்கள் என்பதால், அவர்களால், தம்மையும், தம் குடும்பத்தையும் காப்பாற்ற முடியவில்லை. பின்னாளில் அவர்கள் வாழ்க்கை சென்ற பரிதாபகரமான பாதை குறித்து எந்த எழுத்துபூர்வ ஆவணமும் இல்லை.

இவர்கள் பிரதமர் நேரு, துணைப் பிரதமர் சர்தார் படேல், பாதுகாப்புத்துறை அமைச்சர் கிருஷ்ண மேனன் மற்றும் அதிகாரத்தில் இருந்த பலருக்கும் மனுக்களை அனுப்பினர். வேலையில் மீண்டும் சேர்க்கக் கோரிய அவர்களது மனுக்கள் ஒரேடியாக நிராகரிக்கப்பட்டன. பாகிஸ்தானிலும், பணி நீக்கம் செய்யப்பட்ட மாலுமிகளை மீண்டும் சேர்க்கக் கூடாது என்று ஜின்னா தடை செய்து விட்டார்.

மீண்டும் கப்பற்படையில் வேலை கேட்டு அவர்கள் திரும்பத் திரும்ப வைத்த கோரிக்கைகள் நிராகரிக்கப்பட்டன. பாதுகாப்புத் துறையிலிருந்து ஒரு மாலுமிக்கு இவ்வாறு வந்த ஒரு கடிதம் பின்வருமாறு கூறியது: '1946 பிப்ரவரி கப்பற்படை கிளர்ச்சியில் பங்கேற்றதற்காக பணி நீக்கம் செய்யப்பட்டவர்களை மீண்டும் பணிக்கு அமர்த்தக் கூடாது என்று இந்திய அரசாங்கம் ஆழ்ந்த பரிசீலனைக்குப் பிறகு முடிவெடுத்துள்ளது... கப்பற்படையிலிருந்து அவமதிப்போடு பணி நீக்கம் செய்யப்பட்டவர் அரசாங்கத்தின் எந்த சிவிலியன் பதவிக்கும் கூட தகுதியற்றவர் என்று சுட்டிக் காட்டப்படுகிறது.'

மிக வருத்ததோடு ஒரு மாலுமி பின்னாளில், 'நாங்கள் நம்பிக்கையோடு அமைதியாக கஷ்டப்பட்டோம். ஆனால் எங்களது நம்பிக்கை பொய்த்தது. சிதைக்கப்பட்டது. நாங்கள் எங்கள் தாய்நாட்டை நேசித்ததும், நாட்டு மக்களின் சுதந்திரப் போராட்டத்தில் நாங்களும் அவர்களோடு நிற்கிறோம் என்று காட்டியதும் தான் எங்களது ஒரே தவறு. தேசபத்தி ஒரு குற்றம் என்றால், நாங்கள் நிச்சயமாகக் குற்றவாளிகள்தான்' என்று எழுதினார்.

பிஸ்வநாத் போஸ் என்ற பணி நீக்கம் செய்யப்பட்ட மாலுமி தனது *RIN Mutiny 1946* என்ற நூலில் தான் நேருவிற்கு எழுதிய கடிதத்தைக் குறிப்பிடுகிறார். அக்கடிதத்தில் அவர், 'எனது பெயர் கப்பற்படை எழுச்சியின் தலைவர்களின் பட்டியலில் சேர்க்கப்பட்டது. பின்னர் நான் பணிநீக்கம், சிறைவாசம் என்று தண்டிக்கப்பட்டேன்... விடுதலை பெற்றதிலிருந்து மீண்டும்

BISWANATH BOSE

3356-P(C)/52

92 Nimoo Goswami Lane
Calcutta-5.

April 3, 1952.

Personal & Confidential.

Jawaharlal Nehru Esq.
The Hon'ble Prime Minister of India
Government of India
NEW DELHI.

My dear Jawaharlalji,

This letter would seem to you to be a strange and surprising, but I fervently hope this will receive your attention and due consideration to the facts mentioned herein.

In the first place I should like to introduce myself as an ex-Indian sailor with you, and consequently in the first step of my life I selected Navy and joined in the year 1943 on 25th October during the last great war. Although I was eldest son of my father and there was certain responsibility on my shoulder as I was a member of a very poor family I could not give up my hopes.

You may remember the time of disturbances throughout India and abroad created by the Indian sailors for the freedom of our country in the year 1946 on 18th February till 28th February, in which my name was also included as a leader and I was subsequently punished with the dismissal from the service and imprisonment for sometime. I was released from the Alipore Central Jail of Calcutta in the month of May 1946. Since my release from detention I have/

contd' - - -

been trying to contact you for reappointment in the naval service, but all attempts so far been made by me did not bear any fruit.

However, I understand from the Captain of Indian Naval Barracks at Bombay that he is unable to recall me in the service. I should ask you for the reason of such action in the present days as we are aware that we have achieved full independence. If there is any law for those who have been dismissed from service for taking part in the mass movement for freedom of the country and that they cannot enter into their respective services then I must ask you to explain why yourself being a leader of Congress, a political party, should hold the post of a Prime Minister. But, at the same time I make an apology which I expect may be forbidden.

I anticipated while delivering speech in the public platform in several places in this city which formed by many eminent persons that you will duly consider changing law and reappointing the mutineers during British administration in our country, of course, for those who have been dismissed from service, but it was ignored.

In conclusion, I feel confident I am right in thinking, and you will not be so cruel to pass on your decision to this effect without delay. For your ready reference I hereby mention my official No.23627 A/B (s.s.). I apologize again for this writing.

Yours sincerely,

நேருவிற்கு பிஸ்வநாத் போஸ் எழுதிய கடிதம். 'போராட்டத்தில் ஈடுபட்டவர்களுக்கு திரும்ப வேலை தர முடியாது என்றால், சுதந்திரத்திற்காக போராடி சிறை சென்ற நீங்கள் எப்படி பிரதமரானீர்கள்? என்று கேட்ட கடிதம்.

கப்பற்படையில் பணியில் சேர்வதற்காக, உங்களைத் தொடர்பு கொள்ள முயற்சி செய்கிறேன். ஆனால் முடியவில்லை... நாட்டின் விடுதலைப் போரில் பங்கேற்றதற்காக சிறைத் தண்டனை பெற்றவர்கள், தமது துறையில் மீண்டும் பணி செய்ய முடியாது என்று சட்டம் ஏதேனும் இருக்கும் என்றால், காங்கிரஸின் தலைவராக இருந்த நீங்கள் மட்டும் எப்படி பிரதமர் பதவியை பெற்றீர்கள் என்று எனக்கு விளக்கம் தருமாறு கேட்டுக் கொள்கிறேன்!' என்று கேட்டிருந்தார்.

No.NL.0200/NFQ/5520/N/D-2(a).
Government of India,
Ministry of Defence(Navy Branch).
New Delhi, the 6th November 1948.

MEMORANDUM.

Re-instatement of ratings removed from service for participation in the R.I.N.Mutiny in February 1948 .

With reference to his petition dated nil addressed to Shri Madan Lal Mehta, the Assistant Private Secretary to the Prime Minister, Shri O.P.Markandey is informed that the Government of India have, after a careful consideration, decided not to re-enrol persons dismissed or discharged from the service on account of their participation in the R.I.N. Mutiny of February 1946. There is, however, no statutory bar to their re-employment under Government in civil employment except where such dismissal was with disgrace.

(J.R.Mody)Major,
Under Secretary to the Government of India.

To

Shri O.P. Markanday,
(Ex-Sailor)
P.O. & Village Rardas,
Street Senian,
District Amritsar,
East Punjab.

எழுச்சியில் ஈடுபட்டவர்களுக்கு இந்திய கப்பற்படையில் மீண்டும் வேலை தர முடியாது என்று சுதந்திர இந்திய அரசாங்கம் மறுத்த கடிதம்.

ஆனால், இதுதான் 1946 எழுச்சியின் சோகமான முடிவுரை. ஒரு இளைஞர் கூட்டம், அதில் சிலர் 16 வயதே ஆன சிறுவர்கள், தங்களது தாய்நாட்டை அடிமைத்தளையிலிருந்து விடுவிக்கப் போராடி, தம் வாழ்வை என்றைக்குமாக நாசம் செய்து கொண்டது. பிரிட்டிஷார் மட்டும் அவர்களை மனிதாபிமானமற்று நடத்தவில்லை. பிரிட்டிஷார் போன பிறகு அதிகாரத்திற்கு வந்தோர், அவர்களுக்கு மாற்று ஏற்பாடு செய்வதென்ன, அவர்களது தியாகங்களைக் கூட அங்கீகரிக்க மறுத்தார்கள்!

பணி நீக்கம் செய்யப்பட்ட அந்த மாலுமிகளுக்கு – சுதந்திரத்திற்குப் பிறகான வாழ்க்கை கலோலின் கோஷமான கோல்சே, சோல்பே – அநியாயம் நடந்தே தீரும் - என்பதாகவே இருந்ததுதான் பெரிய முரண்.

❐

நூல் பட்டியல் (bibliography)

UNPUBLISHED SOURCES

Government Records
National Archives of India
Ministry of Defence: RIN Mutiny

Sr. No. Brief Description
1. Vol. entitled Bombay Witnesses
2. Vol. entitled Delhi Witnesses
3. Vol. entitled Bombay Witnesses
4. Vol. entitled 'RIN Commission of Enquiry First Draft Report'
5. Vol. entitled 'Report of the RIN Commission of Enquiry 1946'
6. A bundle of old newspaper cutting bearing on the mutiny
7. Folder containing some memos etc.
8. Folder containing 'Memos of Witnesses Submitted to the Commission'
9. Folder entitled 'Karachi Statements'
10. Folder entitled 'RIN Commission Statements' Naval Headquarters (Naval Law Directorate)
11. File no. 3908, Police Document: Disturbances on Subhas Chandra Bose's birthday celebration, From 3.1.1946 to 27.1.1946, Head Police Office, Bombay

File No. Subject
NL 0220 Reinstatement of ratings removed from service for participation in the RIN mutiny of February 1946
NL 9001 Directive concerning discipline in the mutiny. 348
NL9901 Board of Inquiry - HMIS VALSURA
NL9902 Board of Inquiry - ADEN W/T Station
NL9903 Board of Inquiry - HMIS HOOGHLY
NL9907 Board of Enquiry into Mutiny in HMIS AKBAR
NL 9908 Board of Enquiry into Mutiny in HMIS CHEETAH
NL9909 Board of Enquiry into Mutiny in HMIS MADRAS
NL9915 Discharge of ratings involved in the Mutiny in HMIS TRAVANCORE
NL9919 Board of Inquiry into Mutiny in HMIS ORISSA
NL9920 Board of Inquiry of 11 HMI Ships convened to investigate the circumstances of the Mutiny
NL9923 Mutiny in HMIS KUMAON
NL9924 Mutiny in HMIS JUMNA
NL9930 Report of Board of Inquiry into the causes of the Mutiny in HMIS TALWAR

NL9936 Courts-Martial of Mutineers at Karachi
NL9937 Board of Inquiry into the Mutiny in 37th MS FLOTILlA
NL9939 Board of Inquiry into the Mutiny in Castle BARRACKS
NL9942 Board of Inquiry into the Mutiny in HMIS NARBADA
NL9943 Board of Inquiry into the Mutiny in HMIS KHYBER
NL9945 Board of Inquiry into the Mutiny in HMIS MOTI
NL9946 Board of Inquiry into the Mutiny in HMIS DHANUSH
NL9947 Board of Inquiry into the Mutiny in KALABATI
NL9956 Board of Inquiry reg. the Mutiny in FORT BARRACKS
NL9958 Board of Inquiry relating to the Mutiny in HMIS KATHIAWAR
NL9959 Petition made by ratings in Malir Camp awaiting courts martial
NL9965 Charges and evidence of all ratings in category 'A' belonging
to HMI ships, DALHOUSIE, NARBADA, HAMLA, KHYBER, KATHIAWAR and DHANUSH
NL9967 Board of Inquiry into the Mutiny in HMIS MACHLIMAR
NL9976 Board of Inquiry into the Mutiny in HMIS CLIVE
NL9978 Board of Inquiry into the Mutiny in HMIS FEROZE
NL Board of Inquiry into the Mutiny in HMIS Humla
NL Board of Inquiry into the Mutiny in HMIS Chamak
NL Board of Inquiry into the Mutiny in HMIS Himalaya
NL Board of Inquiry into the Mutiny in HMIS Dalhousie
NL9982 General Instructions to deal with the persons involved in the Mutiny
NL9984 Details of mutiny courts-martial for the information of
HE the Viceroy & Governors of Bombay and Sind
NL9987 Mutiny Petitions

Home Political (Internal) Department
File No. Subject
5/14/46 Mutiny in the RIN and Communal Disturbances in Sind
5/21/46 Disturbances in Bombay arising out of RIN Mutiny
18/2/46 Fortnightly Reports for the month of February 1946
21/2/46 Correspondence with the Secretary of State for India and Provincial Govts. about RIN Mutiny
21/8/46 Courts-martial arising out of the RIN Mutiny
33/4/46 Communist Publications - People's Age - Questions of the action to be taken against it for publishing objectionable articles and secret documents - policy regarding Govt's advertisements and grant of newsprint
Historical Section, Ministry of Defence

OTHER SOURCES

Report by General Sir Rob McGregor MacDonald Lockhart, National Army Museum ACC No 8310-154
MLS/10/1, Admiral Geoffrey Miles, Royal Indian Navy 1946-47.

(admmiles 004-017) Naval Headquarters comments, signed by Miles, on the Commission of Enquiry report.

'Naval Memoirs' (The Papers of Admiral John Henry Godfrey), Vol. 1, 1902-15, 1964, GBR/0014/GDFY 1/1 to Vol. 8, 1967, GBR/0014/GDFY 1/11. Churchill Archives Centre, Cambridge, 1967.

Imperial War Museum Transcripts.

PUBLISHED SOURCES

Ali, Aruna Asaf and GNS Raghavan, *Resurgence of Indian Women*. New Delhi: Radiant Publishers, 1991.

Ali, Aruna Asaf, *Fragments from the Past: Selected Writings and Speeches of Aruna Asaf Ali*. Delhi: Patriot Publishers, 1989.

Ali, Aruna Asaf, *Private Face of a Public Person: A Study of Jawaharlal Nehru*. Delhi: Radiant Publishers, 1989.

Azad, Abul Kalam, *India Wins Freedom*. Delhi: Orient Blackswan, 1988, Prabhat Prakashan, 2021.

Banerjee, Subrata, *The RIN Strike* (with a preface by E.M.S. Namboodiripad). New Delhi: People's Publishing House, 1981.

Bell, Christopher M. and Bruce A. Elleman, Ed., *Naval Mutinies of the Twentieth Century: An International Perspective*. Routledge Publication, 2005.

Bhagwatkar, V.M., *The Role of the RIN Mutiny of Feb.* 1946 *(Royal Indian Navy Uprising) in the Indian Freedom Struggle* (thesis approved for Ph.D. by Nagpur University).

Bose, Biswanath, *RIN Mutiny: 1946*. New Delhi: Northern Book Centre, 1988.

Bose, Sisir Kumar, *Netaji Subhas Chandra Bose*. Delhi: National Book Trust, 1986.

Chandra, Bipan et al. *India's Struggle for Independence 1857–1947*. New Delhi: Penguin Books (India) Limited, 1988.

Chattopadhyay, Gautam, 'The Almost Revolutions: A Case Study of India in February 1946', in B. De (ed.), *Essays in Honour of S.C. Sarkar*. New Delhi: People's Publishing House, 1976.

Collins, D.J.E. *The Royal Indian Navy* 1939–45 (ed. Bisheshwar Prasad).

Combined Inter-Services Historical Section, India & Pakistan, 1964

Council of State Debates, 1946, Manager of Publications, GOI, New Delhi

Das, Dilip Kumar, *Revisiting Talwar; A study in the Royal Indian Navy Uprising of February 1946*. Delhi: Ajanta Publications, 1993.

Das, Durga (ed.), *Sardar Patel's Correspondence*, Vol. III. Ahmedabad: Navajivan Publishing House, 1972.

Dutt, B.C. *Mutiny of the Innocents*. Bombay: Sindhu Publications Pvt. Ltd., 1971.

Dutt, Rajni Palme, *Freedom for India, The truth about Cabinet Mission's Visit*. Communist Party, 1946.

Dutt, Utpal, *Towards a Revolutionary Theatre*. Calcutta: Seagull Books, 2009.

Gandhi, Mahatma. *Collected Works*, Vol. LXXXIII. New Delhi: The Publications

Division, GOI, 1981. https://www.gandhiashramsevagram.org/gandhi-literature/mahatma-gandhi-collected-works-volume-89.pdf

Gourgey, Percy S., *The Royal Navy Strike of 1946*. Hyderabad: Orient Blackswan, 1996.

Grover, Varinder and Ranjana Arora (eds.), *Great Women of Modern India: Aruna Asaf Ali*. Delhi: Deep and Deep Publication, 1993.

Kaul, Triloki Nath, *Aruna Asaf Ali: A Profile*. Delhi: Prabhat Prakashan, 1990.

Khan, Maj-Gen. Shahnawaz, *My Memories of INA & its Netaji*. Delhi: Rajkamal Publications, 1946.

Khwaja, Aslam, 'Role of Karachi in the 1946 Naval Rebellion'. *Mainstream*, 9 March 2016.

Krishnan, Vice Admiral N., *A Sailor's Story: An Autobiography*. Bangalore: Punya Publications, 2011.

Kulkarni, Prof. A.R., *Medieval Maratha Country*. Pune: Diamond Publications, 2008.

(Central) *Legislative Assembly Debates*, 1944, 1946–47, Manager of Publications, GoI, New Delhi

Low, C.R. *History of the Indian Navy* 1613–1863, 2 Vols. London: Richard Bentley and Son, 1877.

Madsen, Chris, 'The Royal Indian Navy Mutiny, 1946', 2003.

Majumdar, R.C., *History of the Freedom Movement in India*, Vol. III. Calcutta: Firma KLM Private Limited, 1977.

Mansergh, Nicholas (ed.), *The Transfer of Power* 1942–47, Vols. VI–VIII. London: Her Majesty's Stationery Office, 1976–79.

Menon, V.P., *The Transfer of Power in India*. Calcutta: Orient Longmans, 1957.

Meyer, John M., 'The Royal Indian Navy Mutiny of 1946: Nationalist Competition and Civil-Military Relations in Postwar India'. *The Journal of Imperial and Commonwealth History*, 45(1): 1–24, December 2016.

Moharir, V.J. *History of the Army Services Corps* (1939–1946). Sterling Publishers Private Ltd., 1979.

Mookherji, Radha Kumud, *A History of Indian Shipping*. Longman Green and Co., 1912.

Moon, Penderal (ed), *Wavell: The Viceroy's Journal*. London: Oxford University Press, 1973.

Moti Ram, *Two Historic Trials in Red Fort*: An Authentic Account of the Trial by The General Court Martial of Captain Shah Nawaz Khan, Captain PK Sehgal and Lt GS Dhillon and Trial by A European Military Commission of Emperor Bahadur Shah, proceedings of the first INA Trial, 1946.

Nair, Kusum, *The Army of Occupation*. Bombay: Padma Publications Ltd., 1946.

Nandurkar, G.M., *Sardar's Letters - Mostly Unknown*, Vol. I. Ahmedabad: Sardar Vallabhbhai Patel Smarak Bhavan, 1977.

Nandurkar, G.M. (ed.), *Calicut University Research Journal*, Vol. 8 Issue 1, August 2014.

Naravane, M.S., *Battles of the Honourable East India Company: Making of the Raj*. New Delhi: A.P.H. Publishing Corporation, 2006.

Nehru, Jawaharlal, *Selected Works* (ed. S. Gopal), Vol. 15. New Delhi: Orient Longmans, 1982.

Nehru, Jawaharlal, *The Discovery of India*. First published 1946 by Signet Press, Nehru Memorial Fund, 1981.

Nehru, Jawaharlal, *An Autobiography*. Current edition published by Penguin Books with an Introduction by Sunil Khilnani. Originally published 1936.

Pandey, B.N., *Nehru*. Delhi: Rupa Publishing House, 1976.

Pannikar, K.M., *India and the Indian Ocean*. London: Allen & Unwin, 1951.

Papers on the India Government's Military Policy Officially Contributed to the Newspapers, GIPD, 1934.

Parliamentary Debates (Hansard) House of Commons, 1946, His Majesty's Stationery Office, London.

Prasad, Nandan, *Expansion of the Armed Forces and Defence Organization* 1939-45 (ed. Bisheshwar Prasad), Combined Inter-Services Historical Section, India & Pakistan, 1956.

Priya P., Dissertation: *Royal Indian Navy Mutiny: A Study of its Impact in South India*.

Richmond, Herbert. *The Navy in India* 1763–1783. London: Earnest Benn Limited, 1939.

Sadasyula, Ratnakar, 'The Forgotten Naval Mutiny of 1946 and India's Independence', *Swarajya Magazine*, 19 February 2016.

Sarkar, Sumit, *Modern India* 1885–1947. Delhi: Macmillan India Limited, 1983.

Sarkar, Sumit, *'Popular' Movements & 'Middle Class' Leadership in Late Colonial India: Perspectives & Problems of a 'History From Below'*. Calcutta: KP Bagchi & Company, 1983.

Shah, Admiral Mian Zahir (Retd), *Bubbles of Water*. PN Book Club, Islamabad: The Army Press, 2001.

Shah, Admiral Mian Zahir (Retd), *Sea Phoenix: A True Submarine Story*. PN Book Club, 2005.

Shanin, Teodor (ed.), *Late Marx and the Russian Road*. London: Routledge & Kegan Paul, 1983.

Sharma, Lt Cdr G.D., *The Untold Story of Naval Mutiny: Last War of Independence*. Delhi: Vij Books, 2015.

Simha, Rakesh Krishnan, 'Forgotten Mutiny that Shook the British Empire'. *Swarajya Magazine*, February 2016.

Singh, Harkirat, *The INA Trial and the Raj*. Delhi: Atlantic Publishers & Distributors, 2003.

Singh, Satyindra. *Under Two Ensigns*. New Delhi: Oxford & IBH Publishing Co., 1986.

Some Facts and Figures About Indian Defence 1930–35, GIPD, 1935

(A) Summary of Important Matters Concerning the Defence Services in India 1935–36, 1936–37, 1937–38, 1938–39 & *1939–40*, GIPD & GIPS, 1935–40.

Summary of Important Matters Connected with the Defence Services in India, 1933–34 & 1934–35, GIPS, 1934–35.

Sundaram, Lanka, *India's Armies and their Costs*. Bombay: Avanti Prakashan, 1946.

The Collected Works of Sardar Vallabhbhai Patel Vol X (1 January 1943–31 December 1946), Edited by P.N. Chopra & Prabha Chopra. Delhi: Konark Publishers, 1990.

The Indian Annual Register (ed. Nripendra Nath Mitra), 1946.

The Indian Annual Register, January-June 1946 vol. 1, published by The Annual Register Office, Calcutta.

Towards A People's Navy [CPI Memorandum to the RIN Enquiry Commission].

Tripathi, Amalesh, 'Bharater Swadhinata Sangrame Jatiya Congress', *Desh* (a Bengali weekly), 17 December 1988 and 18 March 1989.

Two Years of War Being a Summary of Important Matters Connected with the Indian Defence Services with Special Reference to the Year 1940–41, GIPD, 1941

Vaidya, K.B., *The Naval Defence of India*. Bombay: Thacker & Co., Ltd., 1949.

Walker, G.F., *Historical Background of the Royal Indian Navy* (with a foreword by J.F. Godfrey), GIPD, 1944.

NEWSPAPERS

Amrita Bazar Patrika

The Bharat Jyoti

The Bombay Chronicle

Dawn (Delhi)

The Free Press Journal

The Hindu

Hindustan Standard

The Hindustan Times

The Manchester Guardian

Morning News

The New York Times

The People's Age

The Statesman, Calcutta (late city edition) and Delhi

The Times

The Times of India

The Tribune

www.ingramcontent.com/pod-product-compliance
Lightning Source LLC
LaVergne TN
LVHW100426051026
849518LV00004B/1395
9788196068738